செடல்

இமையம்

க்ரியா

SEDAL a novel in Tamil by Imaiyam

© Imaiyam

First Edition: April 2006
Second Edition: January 2012
Reprint: December 2016, January 2022,
July 2022, July 2023, July 2025

Published by:
Cre-A:
No 58, TNHB Colony,
Sanatorium, Tambaram,
Chennai - 600 047.
Phone: 72999 05950
creapublishers@gmail.com
www.crea.in

Printed at:
Sudarsan Graphics Pvt. Ltd.,
Chennai - 600 041.

ISBN: 978-81-921302-2-4

Price: Rs. 395

கெடல்

பகுதி: ஒன்று

1

'சாமி என்னிக்குமே சாவப்போறதில்லெ. ஓம் மவளும் தாலியறுக்கப்போறதில்லெ. சாமி செத்தாத்தானெ தாலியறுக்க? ஓம் மவ நெற சுமங்கலிதான் சாவற முட்டும்.'

'தோசப் பரிகாரம் ஒண்ணுமில்லிங்களா?'

'தெய்வத்துக்கு என்னடா தோசப் பரிகாரம்? முடுவச் சொல்லு.'

'சாமிவுளுக்கு எதிரா நான் என்னாத்த சாமி சொல்லப்போறன்? பல ஊருக்காரங்க கூடியிருக்கிற சபயில நாலு வாத்த என்னால பேச முடியுங்களா?'

'வெவகாரத்துக்கு வா. மத்ததெல்லாம் பின்னால பேசிக்கலாம்.'

'ஏதோ அந்தக் காலத்துல ஒருகாலத்துல இருந்த ஒரு மொறமக்காக எங்க அக்காளப் பொட்டுக்கட்டி வுட்டுதுங்க. அதுக்காக இந்தக் கலிகாலத்திலியும் அப்பிடி பண்ண முடியுங்களா?'

'ஆமாண்டா, அந்தக் காலத்துல மனுசன் நிர்முண்டமா இருந்தான். இப்பத்தான் புதுசோ புதுசுன்னு துணியக் கட்டிக்கிட்டம். அந்தக் காலத்துல வெள்ளாயனா இருந்தவனெல்லாம் இப்ப சக்கிலியாயிட்டான்; சக்கிலியா, பறயனா இருந்தவனெல்லாம் இப்ப வெள்ளாயனா ஆயிட்டானா?'

'அப்பிடி இல்லீங்க சாமி.'

'பின்னெ எப்பிடி இல்லெ? இத்தன ஊருக்காரங்க சொல்றதெல்லாம் ஓங் காதுல நொட்டல்லியா? ஒன்னோட பாட்டன் காலத்துல கூத்தாடிக் குடும்பத்த இந்த ஊருல கொண்டாந்து குடிவச்சது எதுக்குன்னு ஒனக்குத் தெரியுமா? கூத்தாடிச்சியத்தான இத்தன காலமா எல்லா ஜில்லாவிலயும் செல்லியம்மனுக்குப் பொட்டுக்கட்டி வுடுறாங்க. இப்பியும் அதான நடமுற? இல்லன்னு ஒன்னால ருசு பண்ண முடியுமா? வாய் இருந்தா என்னா வேணும்னாலும் பேசிப்புடலாமின்னு அர்த்தமா?'

'இப்பியெல்லாம் பறச் சாதியிலயும் ஒடயாரு, கவுண்டர் எனத்திலியும் கட்டி வுடுறாங்க சாமி.'

'நம்ப ஊரு வயக்கமென்னடா? யே, அந்தப் பண்டாரப் பய எங்கடா?'

'இந்தா இருக்கனுங்க சாமியோவ்.'

ராமலிங்க அய்யர் தோள் துண்டை இடுப்பில் கட்டிக்கொண்டு, இரு கைகளையும் நெஞ்சோடு சேர்த்துக் கட்டிக்கொண்டு சபையின் முன் அடக்க ஒடுக்கமாக வந்து நின்றார். கூட்டம் அய்யரை வெறித்துப் பார்த்தது. நடராஜ பிள்ளையின் வாயிலிருந்து அடுத்து என்ன வார்த்தை வருமோ என்று ஆவலோடு எதிர்பார்த்துக் காத்திருந்தது. பிள்ளை ஒரு முறை ராமலிங்கத்தை அலட்சியமாக ஏறஇறங்கப் பார்த்துவிட்டு, அதே ஏளனப் பார்வையோடு கூட்டத்தையும் பார்த்தார். பிறகு துண்டை எடுத்து

ஒரு முறை காற்றுக்காக விசிறிவிட்டுக்கொண்டு, அதட்டும் குரலில் 'டே, இவனுக்குப் பழங்கதெயல்லாம் மறந்துபோச்சாட்டம் இருக்கு. அதனால ஒரு வாட்டி ஐதீகத்தச் சொல்லிக்காட்டு. அப்பனாச்சும் கீ மாடு எது, மே மாடு எதுன்னு புரியும். கூத்தாடிங்கிற எண்ணமே இவனுக்கு மறந்துபோச்சு. மோளத்தத் தட்டுனாத்தான் வூட்டுல அடுப் பெரியுகிறத மறந்துட்டாரு. சுத்தக்கார வெள்ளாய புள்ளயாயிட்டாருடா.'

ராமலிங்க அய்யர் இப்படிப்பட்ட சிக்கலில் மாட்டிக்கொள்வோம் என்று கன விலும் நினைத்திருக்க மாட்டார். நடராஜ பிள்ளை மிரட்டிய மிரட்டலில் அவருடைய முகம் செத்துப்போய்விட்டது. நெஞ்சில் தைரியம் என்பதே இல்லை. உடலில் இருந்த மொத்த ரத்தமும் ஒரே நேரத்தில் தலையை நோக்கிப் பாய்வது போலிருந்தது. நாளெல் லாம் ஏர்க்காலில் நடந்தது மாதிரி திடீரென்று உடம்புக்குள் அப்படியொரு வலி. இவர் குழம்பிப்போய் மிரளமிரளப் பார்ப்பதைக் கண்ட நடராஜ பிள்ளை கண்களை உருட்டி அதட்டலான குரலில் 'என்னடா?' என்று கேட்டதுதான் தாமதம், பானையி லிருந்த தண்ணீரைத் தூக்கி மடமடவென்று கீழே கொட்டுவது மாதிரி ஐதீகத்தைக் கொட்ட ஆரம்பித்தார்.

'தேவர், மூவர், திக்குபாலர்கள், நாற்பத்தியெண்ணாயிரம் ரிஷிமார்கள், கெச்சர், கென்னர், கெருட காந்தவர், அஷ்டதிக்கு பிரம்மன் முதல் யாவருமாகக் கூடி ஆதி சேஷன் என்ற பாம்பை வடமாகவும், மதுரமாங்கிரிங்கிற மலய மத்தாவும் கொண்டு பாற்கடலிலே அமிர்தம் கடையத் திட்டம் போட்டு, அந்தப் பிரகாரமாக ஏனைய ரிஷிமார்கள் ஒரு புறமும், மறுபுறம் வாலியும் சுக்ரிவனும் நின்று வடம் பிடித்து இழுத்து அமிர்தம் கடைகிற காலத்தில், முழுமுதற் கடவுளான ஸ்ரீகணபதியானவர் தன்னைத் துதியாமல் தேவர்களும் ஏனைய ரிஷிமார்களும் அமிர்தம் கடைகிறார்களே என்ற கோபத்தில் ஈயாக ரூவம் கொண்டு அமிர்த பானையின் வடப் பாக விளிம்பில் உட்கார்ந்தார். அவ்வாறு உட்காரும் காலத்தில் அமிர்த பானையானது வடப்புறமாகச் சாய ஆரம்பித்தது. தேவர்களும் மற்றுமுள்ளோரும் பானையை நிமிர்த்த எவ்வளவோ கஷ்டப்பட்டும் முடியாததால், பானை சாயக் காரணமென்னவென்று ஒருத்தருக் கொருத்தர் பலரும் பேசுனப்ப, ஸ்ரீபகவான் கிருஷ்ணன் இது ஸ்ரீகணபதியைத் துதி யாமல் நடந்த வினையானபடியால் அவரைத் துதிக்க வேண்டும் என்று சொன்னார். அந்தப் பிரகாரம் எல்லாருமாச் சேர்ந்துகொண்டு ஸ்ரீகணபதியைத் துதித்தார்கள். தேவர்களும், ரிஷிமார்களும், முனிவர்களும் ஒருசேரச் சேந்து தெண்டனிட்டுத் துதித்தபடியால் ஸ்ரீகணபதியானவர் கோபம் தணிந்து பிரசன்னமாகி, வேண்டின வரத்தைக் கொடுத்தாரு. அதுக்குப் பின்னால எல்லாருமாச் சேந்து அமிர்த பானை இருக்குமிடத்துக்கு வந்து சேர்ந்த காலத்தில் பானையிலிருந்து சில துளிகள் கடலிலே சிந்திக் கிடந்தது. அவ்வாறாகச் சிந்திய நான்கு துளிகளிலிருந்தும் தீயிலிருந்து பிறந்த தீபாஞ்சாலி மாதிரி முதல் துளியிலிருந்து மூதேவியும், ரெண்டாம் துளியிலிருந்து லட்சுமி அம்மையாரும், மூன்றாம் துளியிலிருந்து பார்வதி தேவியாரும், நான்காவது துளியிலிருந்து செல்லியம்மன் அம்மையாரும் பிறந்தார்கள். பானையிலிருந்து சிந்திய தையும் சிதறியதையும் வழித்தெடுத்தபோது தாரை பிறந்தாள். இப்படியாக தேவாதி தேவ தெய்வக் கன்னிமார்கள் ஐவரும் பிறந்த காலத்தில் தில்லையிலே ஆட்டம் கொண்ட ஈஸ்வரனாகப்பட்டவர்...'

'மேலே போடா' என்று நடராஜ பிள்ளை குரல்கொடுத்ததும் மூச்சு வாங்கக்கூட நேரமின்றி, நாக்கு வறண்டாலும், தொண்டைக்குழி வறண்டுபோனாலும் தப்பிக்க வழியின்றி மேலும் உடலைக் குறுக்கிக்கொண்டு அய்யர் கதையைத் தொடர்ந்தார்.

'இப்பிடியாக தெய்வக் கன்னிகள் ஐவரும் பிறந்த நேரத்தில் ஈஸ்வரனாகப்பட்டவர், பார்ப்பதற்கு அகோரமாகவும் யாராலும் விரும்பப்படாதவளுமான மூதேவியை அழைத்து, பூலோக மக்களுக்கு உண்ணும் உணவைவிட மேலானதான தூக்கத்தைக் கொடுப்பாயாக, இன்று முதல் இதுவே உன்னுடைய வேலையென்று உத்தரவு போட்டார். அந்தப் பிரகாரம் மூதேவியாரும் சரியென்று ஒத்துக்கொண்டு பூலோகம் சென்றார்கள். பிறகு ஈஸ்வரன் பார்வதி அம்மையாரை மாங்கலியம் தரித்துக்கொண்டு, லட்சுமியை ஸ்ரீபகவான் கிருஷ்ணனுக்கு மணம் முடித்தார். தேவர்களுக்கெல்லாம் இணையாக வடம்பிடித்து இழுத்த வாலி சுக்ரிவனை அழைத்து, செல்லியம்மனையும் அழைத்து அவர்களைக் குறித்த நேரத்தில், குறித்த நாளில் மாங்கலியம் தரித்துக் கொள்ளச் சொன்னார். 'ரெண்டு ஆம்பளய நான் கண்ணாலம் கட்டி வாழ்க்க செய்ய மாட்டன்'னு சொல்லிக் கோவம் கொண்டு, தேவலோகத்தை விட்டு பூலோகம் வந்து ஊர் எல்லெ தாண்டிப் போயி வன்னி மரத்துக்குக் கீய ஒக்காந்துட்டாங்க. 'பத்தாவுக் கேற்ற பதிவிரதையானால் எத்தாலும் கூடி வாழலாம், சற்று ஏறுமாறலானால் கூறாமல் சந்நியாசம் புகலாங்'கிற உவமான கதெயச் சொல்லி ஐந்தாவதாகப் பிறந்த தாரையை வாலி சுக்ரிவனுக்கு முடித்துவைத்தார்கள்.'

'இன்னம் மேலே போடா. ஒனக்குச் சொல்லிக்கிட்டே இருக்கணுமா?'

'இப்பிடியாகக் காரியங்களை செய்து முடித்த கையோட பூலோகத்துக்குக் கோவம் கொண்டு போன செல்லியம்மனிடம் வந்து வெகு காலம்முட்டும் சமாதானம் செய்தார்கள். 'கொல்லன் நெளுவக் கண்டு கொரங்கு வாணீய நீட்டிச்சாங்'கிற ஒலகக் கதெயா தேவர்கள் மூவரும் பணியப்பணிய செல்லியம்மனோட கோவம் பெருத்துக் கிட்டே போகும் காலத்தில், 'பச்சப் பொணத்த பாலோடு திம்பா, சுட்ட பொணத்த முறுக்குன்னு திம்பா' என்றபடியால் தேவர்கள் முடிஞ்ச மட்டும் கீயப் போயி சத்தியப் பிரமாணம் செய்ய ஆரம்பித்தார்கள். இன்னிய தேதி மொதக்கொண்டு வேற எந்தப் பெண் தேவாதிக்கும் இல்லாத செறப்பு ஒனக்கு உண்டாகும். ஒனக்குன்னு தனியா ஒரு சிப்பந்தியாளு போடுறம். அவளும் ஒன்ன மாரியே கன்னியாவே சாவுங்காலம் முட்டும் இருப்பா. அவ திரேகத்துல ஆண் வாட அடிக்காது. நீ சொல்றதயெல்லாம் அடி மாறாமக் கேப்பா. அந்த மேனிக்கி நீ ஒனக்குன்னு வுட்டவளோட கைக்குறி இல்லாம நெலகொண்ட எடத்துலயிருந்து வெளிய வரவோ, திருப்பி உள்ளப் போயி நெலகொள்ளவோ கூடாது. தேவர்கள் மூவரும் ஒன்னாக் கூடி நின்ன காரணத்தால மும்மூணு ஊரு சேந்து ஒனக்கு வருசம் தவறாம சித்திர காலாதியில திருநா எடுப்பாங்க. அப்பிடி ஒனக்குத் திருநா எடுக்கக் காப்புக்கட்டுறப்போ, அந்தி நேரத்துலதான் கட்டுவாங்க, பெண்களுக்கு அந்தி நேரமும் ராப்பொழுதும்தான் அலங்கீர்த்தனமான நேரங் கிறதால. காப்புக்கட்டுற நேரத்துல தீட்டுக்கார பொண்டுவோ, நிற சூலிவோ எல்லெ வுட்டு எல்லெ போயி இருக்கணும். காப்புக்கட்டுற அன்னிக்கி ஊரோட எட்டு மூலயிலயும் நரபலி கொடுக்கணும். படயலுக்குண்டான பொங்கச் சட்டி, அகலு, செலா, பிரிமணெ, ஆப்ப, கரண்டி மொதக்கொண்டு எல்லாமும் புத்தம் புதுசா தீட்டுப் படாததா இருக்கணும். திருநா முடிவுறமுட்டும் மகாபாரதம் படிப்பாங்க. அந்த மேனிக்கு காப்புக் கட்டுன நேரம் மொதக்கொண்டு, திருநா முடிஞ்சி காப்பு அவுக்குற முட்டும் காப்புல அகப்பட்டவங்க யாரும் வெளியூர்ப் பயணம் போவக் கூடாது, மீறிப் போனாலும் ராத் தங்கக் கூடாது, பச்சத் தண்ணீ பல்லுல படாம ஊரு எல்லெக்கித் திரும்பிடணும். இந்த மாரியான சீர்செறப்பெல்லாம் மத்தப் பெண் தேவாதிகளுக்கு இல்லாத வகயா உனக்கு சிங்காரமும் அலங்கீர்த்தனமும் உண்டுன்னு ஈஸ்வரனும் மற்றவர்களும் சொல்ல, மய பேஞ்சதும் மண்ணு குளுந்துபோற மாரி மனச்சூடு

கொறஞ்சி மனம் குளுந்துபோன செல்லியாயி சரிதான்னு அந்த எடத்திலியே நெல கொண்டுட்டா.'

'அப்பறம் என்னா நடந்துச்சி?'

'ஈஸ்வரனும் மற்றவர்களும் கொடுத்த வாக்குப் பிரகாரம் மும்மூணு ஊருக்கு ஒரு செல்லியாயி கோவுலும், நாள் தப்புனாலும் வருசம் தவறாத திருநாவும், தாதிப் பொண்ணு மாதிரி நட்டுவர் குலமான, கவிபாடும் எனமான கூத்தாடி சாதியில பொட்டுக்கட்டி வுட்ட பொண்ணு தூங்கப் பண்ணுறதும், துயிலெழுப்புறதும், செல்லப் புள்ள கட்டி ஆடுறதும் மொறம மாறாம நாளது தேதிவரக்கும் இருந்து வர்ற வயக்கம் தான் எஜமாங்களே.'

'இப்ப என்னடா சொல்றவன்?' என்று நடராஜ பிள்ளை கோபாலைப் பார்த்துக் கேட்டார். பிறகு கூட்டத்தை ஒரு முறை விறைப்பாகப் பார்த்தார். முன்பு அவருடைய முகத்திலிருந்த இறுக்கம் முற்றிலுமாக மறைந்துவிட்டிருந்தது. வெளியூர் முக்கியஸ்தர் களிடம் பேச்சுக்கொடுக்க ஆரம்பித்தார்.

ராமலிங்க அய்யருக்கு தன்னுடைய வேலை முடிந்துவிட்டது, இனி இங்கே நின்றுகொண்டிருந்தால் வேறு ஏதாவது வம்புதும்பு வந்துவிடுமே, என்ன செய்வது என்ற அச்சத்தில் சபையை வணங்கி 'சாமி, நான் உத்தரவு வாங்கிக்கிலாங்களா?' என்று கேட்டதுமே எரிந்துவிழுவது மாதிரி 'எங்கடா போற, போயி அப்பிடி ஓரமா நில்லுடா' என்று பிள்ளை சொன்னதுதான் தாமதம், அரண்டுபோய், குடித் தெருச் சனங்கள் நின்ற இடத்தைத் தாண்டி, பறத் தெருச் சனங்கள் நின்றுகொண்டிருந்த இடத்திற்கு வந்த பிறகுதான் அவருக்கு உயிரே வந்தது. நாக்கு வறட்சி பற்றியெல் லாம் மறந்துபோனவராய், வழிந்த வியர்வையைத் துடைத்துக்கொள்ள ஆரம்பித்தார்.

'காலங்காலமா நடந்துகிட்டு வர்ற வயக்கம்தானெ. இந்த வயக்கம் இன்னிக்கா உண்டாச்சு? தெய்வக் காரியம். முடியாதுன்னா இன்னிய தேதியில இருந்து ஒங்க அக்காவுக்குப் பட்டயம் எயிதிக்கொடுத்த ஊர்லயெல்லாம் படி வாங்கிறத வுட்டுடு.'

'அதெப்படி சாமி? கூத்தாடிவோ நாங்க எப்பிடி பொயக்கிறது?'

'அது அப்பிடித்தான். சீலயத் தூக்க மாட்டன், புள்ளெ மட்டும் வேணும்ன் னாளாம் ஒருத்தி. அந்த மாரி இல்லெ இருக்கு ஒங் கதெ. ஒங்க மூதாதியிலெ ஒருத்தனக் கொண்டாந்து இந்த ஊர்ல குடிவச்சதே இதுக்குத்தான். ஆதி கதெ தெரியும்ல? பல ஊருக்காரன் கூடி ஒரு முடுவு எடுத்தாச்சு. மீறக் கூடாது. மீறினா வெளியூர்ல இருந்து ஒரு குட்டியெக் கொண்டாந்து பொட்டுக்கட்ட வேண்டியதாயிடும். அதெயும் மீறினா ஒன்னோட அக்கா ராஜாம்பாளக் கட்டிவச்சிப் புளியம் மிளாறால அடிச்ச மாரிதான் நடக்கும்.'

நடராஜ பிள்ளை ராஜம்பாள் விசயத்தை ஏன் இப்போது எடுக்கிறார் என்று கோபால் யோசித்தான். அவனுக்கு ஆறு, ஏழு வயது இருக்கும்போது அவனுடைய அக்கா ராஜாம்பாளுக்கு ஏந்தல் பாளையப்பட்டுத் தலைமையில் பொட்டுக்கட்டி னார்கள். பத்துப் பதினைந்து வருசம் ராஜாம்பாள் நல்ல மாதிரியாகத்தான் இருந்தாள். பிறகு ஆண்களோடு அவளுக்குச் சகவாசம் ஏற்பட்டுவிட்டது. அது பல ஊர்களுக்கும் தெரிந்தும்போயிற்று. விஷயம் பாளையப்பட்டிடம் பஞ்சாயத்துக்குப் போயிற்று. அப்போது அவர் ராஜாம்பாளைப் பூவரசு மரத்தில் கட்டிவைத்துப் புளியங்குச்சியால் அடித்து நொறுக்கினார்.

சாதாரணமான காலத்தில் செடலைப் பொட்டுக்கட்டுகிறோம் என்று சொல்லி யிருந்தால் பெரிய அதிர்ஷ்டம் வந்ததாக கோபாலும் பூவரும்பும் எண்ணி 'எங்களுக்குப்

பொயக்கிறதுக்கு ஒரு நல்ல வய்ய காட்டுனீங்க சாமி. ஒண்ணு என்ன, ரெண்டு குட்டி வுளெ பொட்டுக்கட்டி விடுங்க' என்று சொல்லி விழுந்து கும்பிட்டுவிட்டு வந்திருப்பார்கள். கோபால் வகையறாவிலும் பூவரும்பின் வகையறாவிலும் சேர்த்தால் பொட்டுக்கட்டி விடப்பட்டவர்கள் இருபதுக்கு மேல் இருப்பார்கள். இருப்பதிலேயே செடல்தான் சிறு பெண். அது ஒரு கவலை. எல்லாவற்றையும்விட, பஞ்சகாலத்தில் பல குடும்பங்கள் இலங்கை போவதுபோல் போய்விடலாம் என்ற எண்ணமும் அவர்கள் மனத்தில் இருந்தது. அப்படிப் போக நேர்ந்தால் செடலின் கதி? அந்தக் கவலைதான் கோபாலையும் பூவரும்பையும் வாட்டியெடுத்தது. இவர்கள் இருவரும் தயங்குவதைப் பார்த்த நடராஜ பிள்ளை, ராமலிங்கத்தைக் கூப்பிட்டு இவர்களுடைய குடும்பங்களில் பொட்டுக்கட்டி விடப்பட்ட பெண்களைப் பற்றிச் சொல்லச் சொன்னார். பிள்ளையின் பேச்சுக்கு மறுபேச்சு இல்லை. அய்யர் பட்டியலிட ஆரம்பித்தார்.

'இவுங்க ரெண்டு பேத்து வகயிறாவிலயும் சொல்லணும்ன்னா கொறஞ்சது நூறு உருப்படியாவது இருக்கும்ங்க. எறஞ்சியில பொட்டுக்கட்டுன பட்டத்தா, விளம்பாவூர்ல பொட்டுக்கட்டுன ராமசுந்தரம், சர்வடிக்காடு சரஸ்வதி, அவ அக்கா மொட்டெ, மல்லூர் சாமியம்மா, பெரியநொசலூர் முனியம்மா, பொரக்கம்பி கருப்பாயி, இப்பிடி சொல்லிகிட்டே போவலாங்க. இதத் தவுத்து ஒடயார்பாளயம் ஜமீன், துறயூர் ஜாமீன்ல நூறு வருங்க. தஞ்சாவூர் ஜில்லாவுலதாங்க இவங்க சொந்தமெல்லாம். அதிலயும் ஒரத்த நாடு தாலுகாவுல இவுங்க கூட்டந்தாங்க அதிகம். அங்க நூறு, இரநூறுன்னு வரும்ங்க.'

'சரி, நீ போ.'

'பெரிய புள்ளெவுல ஒண்ணெக் கட்டி வுடலாங்க' என்று கோபால் சொன்னதைப் பஞ்சாயத்து ஏற்கவில்லை. வயசுக்குவராத சிறு பெண்ணாக இருப்பதுதான் நல்லது என்று பஞ்சாயத்தார்கள் நினைத்தார்கள். அப்படிப்பட்ட பெண்களால் பிரச்சினை அதிகம் இருக்காது. ராஜம்பாள் ஏழெட்டு முறை பிள்ளைகளைக் கலைத்தது மாதிரி நடக்காது என்று பஞ்சாயத்தார்கள் நினைத்தார்கள். அவர்களுடைய எண்ணத்தில் உறுதியாகவும் இருந்தார்கள். அவர்களுடைய உறுதிக்குக் காரணம், பல ஊர்க்காரர்கள், பல சாதிக்காரர்கள் இந்த 'பொட்டுக்கட்டுகிற விசயத்தில்' மட்டும் ஒன்றுபட்டு இருந்ததுதான். பொட்டுக்கட்டி விட்டால் மழை பெய்யும் என்ற நம்பிக்கை எல்லாருடைய மனத்திலும் ஒரு மரம் மாதிரி வளரத் தொடங்கியிருந்தது.

'டே கோபாலு, ஒன்னோட முடுவச் சொல்லு.'

'எல்லாம் எஜமாங்க முடுவுதான்.'

'ஒம் மவள நாங்க ஒண்ணும் தெருவுல வுட்டுட மாட்டம். ஒங்க அக்காவப் பொட்டுக்கட்டி வுட்ட நாளுலயிருந்து அவ சாவறமுட்டும் திருநாவுல அவளுக்குக் கொடுக்கிற மொறயில குத்தம்கொற ஏதாவது உண்டா? அப்பிடின்னா எந்த ஊருக்காரன் செஞ்சான்னு சொல்லு. பத்து ஊருக்காரன் கூடியிருக்கிற சபயில அந்த ஊருக்காரன வெளக்குக் கம்பத்துலக் கட்டிவச்சி செருப்பாலியே நாலு வாங்கு வாங்கறன். ஒங்க அக்காக்காரி செத்துப்போயி மூணு வருசம் ஆயிப்போச்சி. இந்த மூணு வருசத் திருநாவுக்கும் அங்க இங்கன்னு காட்டுப்பஒூர் காந்த ரூபி, விசுலூர் பேபி, பாலி ராமதிலகம்னு, பொட்டுக்கட்டி வுட்டவங்களக் கொண்டாந்து வச்சிக் காரியத்த ஒப்பேத்துறதுக்குள்ளாற போதும்போதும்ன்னு ஆயிப்போச்சி. மூணு வருசமா ஒன்னெக் கேட்டமா? இந்த ஊருல இருக்கிற கூத்தாடிக் குடும்பம் ஒன்னுதுதான். ரெண்டு மூணு பேருன்னு இருந்தாலும் பொட்டப் புள்ளெய வச்சியிருக்கிறவன் நீ ஒருத்தன் தான். அதோடயும் ஊருல பஞ்சம் புயித்துப்போச்சி. அது தெய்வத்தோட குத்தமாவும்

இருக்கலாம். இதெயும் செஞ்சித்தான் பாப்பமே. மொறமய ஏன் கைவிடணும்? ரெண்டு மூணு வருசத்துக்கு மின்னாடியே ஒங்க அக்கா செத்தப்பவே செஞ்சியிருக்கணும். எப்பிடியோ அப்பிடி இப்பிடின்னு வுட்டுப்போச்சி. பஞ்சசத்த சாக்கிட்டாவது காரியத்த முடிச்சிப்புடலாம்ன்னு பத்து ஊருக்காரன் கூடியிருக்கிறான். ஓம் முடுவச் சொல்லு. என்னோட வாத்தயில நம்பிக்கயில்லன்னா ஒரு காயிதத்துல இங்க கூடியிருக்கிற அத்தன ஊருக்காரனையும் சொந்தக் கைப்பட எயிதித் தரச் சொல்றன். ஒங்க அக்காவுக்கு எயிதித் தந்த மாரியும், பொதுவா பொட்டுக்கட்டி வுடுறவங்களுக்கு என்னாஎன்னா ஊரு பாத்தியதென்னு எயிதித் தரச் சொல்றன்.'

'எல்லாம் எஜமாங்க முடுவுதான்.'

'யே, யாம்ப்பா ஒரு காயிதத்துல எயிதிக் கொண்டாங்க. நாளது தேதியிலிருந்து இன்ன வகயிறாவச் சேந்த, இந்தக் கொலத்துல உள்ள இன்னாருடைய மவள, இந்த ஊரோட சேத்து மொத்தம் முப்பது ஊரு செல்லியம்மன் கோவுலுக்குப் பொட்டுக் கட்டி வுடுறோம். ஐதீகத்து மொறப்படி செய்துக்க வேண்டியது. தாலாட்டுப் பாடவும், செல்லப்புள்ள கட்டி ஆட வர்றப்ப ரெண்டு மஞ்ச சேலயும், அதோட பொறந்த பொண்ணுக்குக் கொடுக்கிற மாரி சீர்வரிசயும், அன்னப்படல் நடத்த ஊர்ஊரா சேத்த பொருளுல, உள்ளூர்ல வரிபோட்டுச் சேத்த பொருளுல, அன்னப்படல்ல செலவானது போவ மிஞ்சின பொருள் எல்லாத்தயும் அந்த வருசப் படியா அந்தக் குட்டிக்கிக் கொடுக்கணும். எல்லெக் காவுகொடுக்கிற ஆட்டுல ஒண்ணயும் கொடுத்துட வேண்டியது. இதுல எந்த ஊருக்காரன் மீறுனாலும் அந்த ஊருக்காரன் பல ஊரு கூடுன பஞ்சாயத்துல துண்ட இடுப்புல கட்டிகிட்டு தண்டம் கட்டணும். அந்தக் குட்டிய தற்சமயத்துக்கு ஒரு ஆளப் போட்டுத் தனியா ஒரு வூட்டுல இருக்கவைக்க வேண்டியது. பொட்டுக்கட்டி வுட்ட வெவரம் தெரிஞ்சி, அதுக்கேத்த மாரி பயகிட்ட பிறவு குடும்பத்தோட சேந்து வயக்கம் போல இருந்துக்கலாம். ரெண்டு மூணு வருசத்துக்குத் தனியா இருக்க வூடும், சோத்துப் பாட்டுக்கு ஊர்ப் பொதுவுலயிருந்தும் கொடுத்திட வேண்டியது. இப்பிடி எயிதிக் கொண்டா. இதுல எதனாச்சும் மாத்தமிருந்தா சபயில யாரு வேணும்னாலும் எடுத்துச்சொல்லலாம். பஞ்சாயத்துங்கிறது நாலு பேரு கூடி முடுவெடுக்கிறதுதான்' என்று சொல்லிவிட்டு, பிள்ளை கூட்டத்தைப் பார்த்தார். பெரிய கூட்டமாக இருந்தும் அந்த இடத்தில் சிறு சத்தங்கூட இல்லை. பிள்ளை சொன்னால், அந்தப் பேச்சுக்கு யார் எதிர்ப் பேச்சு பேசமுடியும்? அவர் சொன்னதும் உலக நடைமுறையைத்தானே! சபை அமைதியாக இருப்பதைக் கண்டு, காற்றுக்காகத் துண்டை விசிறிக்கொண்டிருந்த பிள்ளை விசிறிக்கொள்வதை நிறுத்தி 'என்னப்பா நான் சொன்னதுக்கு எதிர் வாத்த உண்டா? மாத்தி யதாச்சும் சொல்லணுமா? எயிதணுமா?' என்று கேட்டவர், சபையை ஒரு முறை உற்றுப் பார்த்தார். பக்கத்தில் உட்கார்ந்திருந்த வெளியூர்க்காரர்களைச் சம்மதமா என்று ஒரு முறைக்குப் பல முறை கேட்டார். பிறகு காகிதத்தைப் பிள்ளையிடம் கொடுத்தார்கள். பக்கத்தில் உட்கார்ந்திருந்த வெளியூர்க்காரனிடம் கொடுத்துப் படிக்கச் சொன்னார். அவன் மரியாதையுடன் காகிதத்தை வாங்கிக்கொண்டு எழுந்து நின்று படிக்க ஆரம்பித்தான்.

படித்துக்காட்டப்பட்ட காகிதத்தில் முப்பது ஊர்ப் பெரியவர்கள், தர்மகர்த்தாக்கள், கோயில் பூசாரிகள் என்று ஒவ்வொரு ஊராகக் கையெழுத்துப் போடுவதற்குப் பிள்ளை கூப்பிட்டார்.

'தொண்டங்குறிச்சிக்காரங்க வாங்க.'

'ஆஜருங்க.'

'கையெழுத்தா, கைபிரலயா?'

'கைபிரலதாங்க.'
'வண்டி மையில வெரலத் தடவிகிட்டு வாங்க.'
'வடக்குச் சீமை, செல்லியம்பாளயம் வாங்க.'
'இந்தா இருக்கங்க.'
'வெரல உருட்டு.'
'பொரசக்குறிச்சிக்காரங்க வாங்க.'
'உத்தரவுங்க.'
'பெருவிரலக் கொண்டா.'
'கீரனூர் வாங்க.'
'சரிங்க.'
'நேகய மமயய்யிங்க.'

2

ஏற்கெனவே குடித் தெருவில் செல்லியம்மன் கோயிலைச் சுற்றி, பொட்டுக்கட்டு வதைப் பார்க்க உள்ளூரிலிருந்தும் வெளியூர்களிலிருந்தும் பெரும் கூட்டம் கூடியிருந் தது. செடல் வந்துவிட்டாள் என்று தெரிந்ததும் வேடிக்கை பார்க்க வந்த கூட்டமெல் லாம் அவளைச் சூழ்ந்துகொண்டது. சிதறி நின்றவர்கள் எல்லாரும் ஒரே இடத்தில் குவியத் தொடங்கினார்கள்.

ராமலிங்க அய்யர் முன்னே போக, மற்றவர்கள் செடலை ஊருக்குக் கடைசியில் சீமை ஓடு போட்டிருந்த செல்லியம்மன் கோயிலுக்குத் தூக்கிக்கொண்டு வந்தார்கள். செடல் வந்ததும், அய்யர் கூட்டத்தை விலக்கிவிட்டு, இருவரும் கோயிலுக்குள் நுழையக் கூடாது என்பதால், செடலைக் கோயிலின் வாசலிலேயே விழுந்து கும்பிட வைத்து, குங்குமத்தை நெற்றியில் பூசிவிட்டார். பிறகு செடலுக்கு நெருக்கமான சொந்தக்காரர் களையெல்லாம் சாமி கும்பிடக் கூப்பிட்டார். கும்பிட வந்தவர்களின் நெற்றியில் பட்டைபட்டையாகத் திருநீறைப் பூசிவிட்டார். கடைசியாக கோபாலும் பூவரும்பும் வந்து தரையில் விழுந்து கும்பிட்டனர்.

குடித் தெருக் கோயிலுக்குள் பறையர்கள் யாரும் நுழையக் கூடாது என்பதால் கோயிலின் வாசலிலேயே எல்லாக் கூட்டமும் முண்டியடித்துக்கொண்டு நின்றது. செடலுக்கு வியர்த்துக்கொட்டி, மூச்சுத் திணறலும் மயக்கமும் ஏற்பட்டது. கூடி நின்ற கூத்தாடி ஆட்கள் ஒவ்வொருவரும் அவளைத் தொடவும் முத்தமிடவும் கட்டிப் பிடிக்கவும் முயன்றதால் அவளுக்குக் களைப்பும் தலைக் கிறுகிறுப்பும் உண்டாயிற்று. கூட்டத்தை விலக்கிக்கொண்டு அவளை வெளியே இழுத்துவந்த அய்யர், உள்ளங் கையில் கத்தியின் சுரணையைச் சரிபார்த்துக்கொண்டு நாய்க் குந்தலில் உட்கார்ந் திருந்த சின்னசாமியின் முன் உட்காரவைத்தார்.

செடலின் சடையைப் பிரித்துவிட்டுத் தண்ணீர் தெளித்து, இரண்டு மூன்று முறை நன்றாக மயிரைப் பிடித்துவிட்டு, கோதிவிட்டு, முடியிறக்கத் தொடங்கிய சில நொடிகளிலேயே கழுத்து வலியால் செடல் அழ ஆரம்பித்துவிட்டாள். புறங் கையால் கண்களைத் துடைத்துக்கொள்ளக்கூட முடியவில்லை. தலையை மேலே உயர்த்தவோ, அசைக்கவோகூட முடியவில்லை. முடியிறக்கும் சின்னசாமி இடது கையால் தலையை அழுத்திப் பிடித்துக்கொண்டு தன்னுடைய வேலையில் மும்மு ர

மாய் இருந்தான். கழுத்தின் வலி, சொரசொரவென்று தலையில் பாயும் கத்தியால் ஏற்பட்ட வலி, சுற்றிலும் கேட்கும் சத்தங்கள் என்று எல்லாமும் சேர்ந்து அவளைச் சோர்ந்துபோகச் செய்தன. நிமிர்ந்து தலையைத் தூக்கிச் சுற்றிலும் என்ன நடக்கிறது என்று பார்க்க வேண்டும் போலிருந்தது. ஆனால் தலையை இப்படி அப்படி என்று அசைக்கக்கூட முடியாமல் முடியிறக்குபவனின் கை, தலையை இரும்புத் தண்ட வாளம்போல அழுத்திக்கொண்டிருந்தது.

'ஒண்ணுமில்ல தாயீ, செத்த நேரம் பொறுத்துக்க, அய்வாத இரும்மா. என்னா, ஒரு பாக்குக் கடிக்கிற நேரந்தான்' என்று சொன்ன கூத்தாடிப் பெண் ஒருத்தி செடலுக்குப் பக்கத்தில் வந்து நின்றுகொண்டு தம்மக்கட்ட முயன்றாள். அவள் யாராக இருக்கும் என்று தலையைத் தூக்கிப் பார்த்துத் தெரிந்துகொள்ளச் செடல் முயன்றாள். அவளை மட்டுமல்ல, வேறு யாரையுமே பார்க்க முடியவில்லை. ஆனால் ஒருவரையும் பார்க்க முடியாவிட்டாலும் தன்னைச் சுற்றி என்ன நடந்துகொண்டிருக்கிறது என்பதையும், என்னென்ன பேசிக்கொண்டிருக்கிறார்கள் என்பதையும் அவளால் ஓரளவு புரிந்து கொள்ள முடிந்தது. சிறிது தூரத்தில் பிள்ளைகள் விளையாடிக்கொண்டிருப்பதை அவர்கள் போடும் கூச்சல்களிலிருந்தே புரிந்துகொள்ள முடிந்தது. அந்தக் கூட்டத்தில் கணபதியும் இருக்கிறான் என்பதை அவன் போடும் சத்தத்திலிருந்தே தெரிந்துகொள்ள முடிந்தது. பூங்கோதையின் மகன்தான் கணபதி. கோபாலின் தங்கைதான் பூங்கோதை. உள்ளூரிலேயே கல்யாணம் கட்டிக்கொண்டவள். 'அந்தப் பயலுக்கு இந்தக் குட்டி தான் தோதாவா. கடவுளு இவளத்தான் அவனுக்கின்னு முடி போட்டுவச்சிருக்கான் போலிருக்கு. கடைக் குட்டியா இருந்தாலும் புத்தியா விகரமா தெடைமா இருப்பா ளாட்டம் இருக்கு' என்று செடலைப் பார்க்கும்போதெல்லாம் சொல்லிக்கொண்டிருப் பாள். செடலையும் கணபதியையும் இணைத்துப் பேசியதற்காக யாரும் அவளிடம் சண்டைபிடிக்க மாட்டார்கள். கூட்டத்தில் கணபதியின் குரல் சத்தமாகக் கேட்டுக் கொண்டிருந்தது. என்றுமில்லாமல் அவன் இன்று அதிக சந்தோசத்துடன் விளையாடிக் கொண்டிருப்பதற்குக் காரணம், அவனுடைய தாய் மாமன் மகளுக்குப் பொட்டுக் கட்டுவதால் தனக்கு நிச்சயம் பன்றிக்கறிக் குழம்பும், நெல் சோறும் கிடைக்கும் என்ற நம்பிக்கைதான். அவளுக்கு அவன் விளையாடிக்கொண்டிருப்பதைப் பார்க்க வேண்டும் போலிருந்தது.

சுத்துப்பத்துக் கோயில் முக்கியஸ்தர்கள், செடலுக்கு முடியிறக்கி முடிந்ததும் கோயிலுக்கு எதிரில் நின்றிருந்த ஆலமரத்தின் அருகில் அவளை அழைத்துக்கொண்டு போய், கிழக்கு முகமாக மணைக்கட்டையில் உட்காரவைத்து, மஞ்சள் கரைத்து வேப்பிலை போட்டு வைத்திருந்த தண்ணீரை எடுத்துக் குடம்குடமாக ஊற்றிக் குளிப்பாட்டி, மொட்டைத் தலையில் சந்தனத்தைப் பூசினார்கள். புதுத் துணியைக் கட்டிவிட்டு, கழுத்தில் மாலை போட்டு நெற்றியில் சந்தனமும் திருநீறும் வைத்து விட்டுப் போனார்கள். கடைசியில் பொட்டு வைக்கப் பூவரும்பு வந்த போதுதான் செடல் வீறிட்டு அழ ஆரம்பித்தாள். அவளுடைய அழுகையை நிறுத்த வெல்லக்கட்டி கலந்த பொரியையும், பொட்டுக்கடலையையும், காப்பரிசியையும் அவளுடைய இரண்டு கைகளிலும் கொடுத்தனர், அதோடு வாயிலும் போட்டுவிட்டனர். எல்லா வற்றையும் கீழே கொட்டிவிட்டுச் செடல் மேலும் பலமாக அழ ஆரம்பித்தாள். கூடியிருந்த கூத்தாடிப் பெண்களில் ஒன்றிரண்டு பேர் அவளைச் சமாதானம் செய்ய முயன்றனர். பொட்டுக்கட்டிவிட்டதும் கறியும் சோறும் நிறையப் போடுவதாகச் சொல்லி ஆசைப் பேச்சுப் பேசினார்கள்.

ஊரில் இரண்டு மூன்று நாட்களாகச் செடல் பற்றியே பேச்சாக இருந்தும் வீட்டில் ஒருவரும் வாயைத் திறக்கவில்லை. செடலுக்கு மட்டும் அதிசயமாக மூன்று வேளையும் குழம்புச் சோறு போட்டார்கள். அதோடு அவளுக்குப் புதுத் துணியும் எடுத்தார்கள். எதற்காக என்று கேட்டதற்கு ஒருவரும் வாயைத் திறக்கவில்லை. அவளுக்கு நினைவு தெரிந்த நாளிலிருந்து ஒரு முறைகூட அவள் புதுத் துணி கட்டிக் கொண்டதில்லை. பூவரும்பின் கிழிந்த சேலையின் துண்டு துணிகளுக்கே போட்டியும் சண்டையும் நடக்கும். அறியாப்பிள்ளை என்பதால் கிழிந்த துணிகூட அவளுக்குக் கிடைக்காது. ஆனால் இப்போது ஏன் அவளுக்கு மட்டும் புதுத் துணி? முதலில் இதை அவளால் நம்பவே முடியவில்லை. துணியைக் கண்டதும் அவளுக்குத் துள்ளிக் குதிக்க வேண்டும் போலிருந்தது. பறத் தெருவில் மட்டுமல்ல, குடித் தெருவிலும் சிறுபிள்ளைகள் புதுத் துணி போட்டு அவள் பார்த்ததேயில்லை. பிள்ளைமார் வீட்டுப் பிள்ளைகள் மட்டும் காடாத் துணியால் மேல்சட்டையும் கால்சட்டையும் போட்டிருப்பார்கள். வீட்டில் கல்யாணமோ, காதுகுத்தோ, திரட்டியோ இல்லாமல் எதற்காகப் புதுத் துணி எடுத்தார்கள், அதுவும் தனக்கு மட்டும் என்ற சந்தேகம் மெல்லமெல்ல அவளைப் பயப்படவைக்க ஆரம்பித்தது. அதனால் புதுத் துணிகளை எடுத்துக்கொண்டு போய் ஊர்ப் பிள்ளைகளிடமெல்லாம் காட்ட வேண்டும், தொட்டுப்பார்க்க, தடவிப்பார்க்க, மேலில் போட்டுப்பார்க்கச் சொல்ல வேண்டும் என்ற ஆசையெல்லாம் மறைந்து விட்டது.

செடலை அழைத்துக்கொண்டு போய் கோயில் வாசலுக்கு முன் அய்யர் நிறுத்தினார். என்ன செய்வது என்று தெரியாமல் திகைத்துப்போய் மிரளமிரள விழித்துக் கொண்டிருந்தவளின் நெற்றியில் அய்யர் திருநீறு பூசிவிட்டு, விழுந்து கும்பிடச் சொன்னார். செல்லியம்மனின் கழுத்தில் கிடந்த மாலைகளிலிருந்து நூல் எடுத்துச் சிறிய கயிறாகத் திரித்து, அதில் வளையம்போல் துளையிட்ட தங்கப் பொட்டைக் கோத்து வைத்திருந்தான் குடித் தெரு தாதன். அய்யர் செடலின் சொந்தக்காரர்களை மட்டும் கோயிலின் வாசலுக்கு முன் வரச்சொல்லிக் கூப்பிட்டார். வேடிக்கை பார்க்கும் கூட்டத்தை நகர்ந்து போகச் சொல்லி விரட்டியடித்தார். நூல் கயிற்றில் கோத்திருந்த பொட்டை ஆரத்தித் தட்டில் வைத்துச் சூடம் ஏற்றி, சாமியின் முகமிருந்த திசையில் நேராக மூன்று தடவை சுற்றிக் காட்டிவிட்டு, செடலைப் பெற்றவர்கள், சொந்தக் காரர்கள், ஊர்ப் பெரியவர்கள், வெளியூர் மேல்சாதிக்காரர்கள், செல்லியம்மன் கோயில் பூசாரிகள் என்று ஒவ்வொருவரிடமும் தட்டைக் காட்டி 'சம்மதமா?' என்று கேட்டார். ஒவ்வொருவரும் ஆரத்தித் தட்டில் எரியும் கற்பூரத்தின் ஜோதியில் இரண்டு கைகளையும் குவித்துக் கும்பிட்டுவிட்டு, திருநீறு, குங்குமம் எடுத்துக்கொண்டு 'சம்மதம்' என்று சொல்லித் திருநீறையும் குங்குமத்தையும் நெற்றியில் பூசிக்கொண்டனர். கடைசியில் வந்த கோபாலிடமும், பூவரும்பிடமும் 'சம்மதமா, உசுரு போனாலும் சத்தியக்கட்ட மீறக் கூடாது. தெய்வ சந்நிதானத்துல, ஆயிரம் பேரு கூடுற ஆலயத்துல வச்சிக் கொடுக்குற வாக்கு, செத்துப் பெருவிரலு கட்டுறமுட்டும் வாக்குத் தவறப்படாது' என்று அய்யர் சொன்னதும், கோபால் 'கருமாதி எடுத்துட்டுப் போங்க. எங்கிட்ட எதுக்குக் கேக்குறீங்க? அது விதி இம்புட்டுத்தான். நான் போயி ஆத்துல தலய முயிகிட்டுப் போறன்' என்று சொல்லிவிட்டுத் திருநீறு எடுத்துக்கொண்டு புது வேட்டி, துண்டை நடராஜ பிள்ளையிடமிருந்து வாங்கிக்கொண்டு சபைக்கு விழுந்து கும்பிட்டான். பிறகு கூட்டத்தை விட்டு விலகிப்போய் நின்றுகொண்டான். அய்யர் கடைசி முறையாகக் கூட்டத்தைப் பார்த்து 'சம்மதமா?' என்று கேட்டுவிட்டு எதிர்க் குரலுக்குக் காத்திராமல் ஆரத்தித் தட்டில் வைத்திருந்த பொட்டை எடுத்து

மு. பரூர் ஜமீனால் பொட்டுக்கட்டி விடப்பட்ட, ஐம்பது வயது மதிக்கத்தக்க, இதற்காகவே வரவழைக்கப்பட்டிருந்த கர்நத்தம் லட்சுமியிடம் கொடுத்ததும், அதைச் செடலின் கழுத்தில் கட்டச் சொன்னார் நடராஜ பிள்ளை. அந்தத் தருணத்திற்காகவே காத்திருந்ததுபோல் பறை மேளக்காரர்கள் வேகமாக அடித்தனர். பறத் தெரு தாதன் சங்கை ஊதி முடித்தான்.

'அது இனி செல்லியம்மனோட புள்ளெ. அதெ இனிமெகொண்டு ஒருத்தரும் கைவுட மாட்டாங்க. அதுக்குன்னு தனி மொடா வச்சா பொங்கப்போறம்?', 'கஞ்சியில போற நாலே நாலு பருக்கக்கூட அதுக்குப் போதும். அய்வாத, வுடு', 'பூவரும்பு. கண்ணெத் தொடச்சிகிட்டு எயிந்திருச்சிப் போயி வேல வித்தியப் பாரு. எட்டுப் புள்ளெயில ஒரு புள்ளெ மட்டும் தனி பிரிச்சி வுட்டுடுவாளா? அந்த மேனிக்கா அது கண்ணுகெட்ட தெய்வம்?' என்று யார்யாரோ என்னென்னவோ சொல்லிப் பூவரும்பைத் தேற்றிக்கொண்டிருந்தனர். குடித் தெருப் பெண்களும் அவளைத் தம்மக்கட்ட முயன்றனர். யார் என்ன சொன்னாலும், ஆறுதல்படுத்தினாலும் 'எங் கட்டெ காத்தா பறக்குதே, அதோட மொகத்த இனி நான் எப்பிடித்தான் பாப்பனோ, ஊருல ஒலகத்துல வேற ஒருத்தியும் கெடக்கலியா?' என்று சொல்லிப் பூவரும்பு புலம்பி அழுதுகொண்டிருந்தாள்.

உள்ளூர் மேல்சாதிக்காரர்கள், வெளியூர் மேல்சாதிக்காரர்கள், செல்லியம்மன் கோயில் பூசாரிகள் எல்லாரும் பொட்டுக்கட்டிய மறுநொடியே அய்யரைக் கூப்பிட்டு, செடலைப் பத்திரமாகப் பார்த்துக்கொள்ள வேண்டும், திருவிழாவின்போது அழைத்துக் கொண்டு வர வேண்டும், ஊர், உலகத்து முறைமைப்படி நடந்துகொள்ள வேண்டும் என்று சொல்லிவிட்டு, பெரும் பிரச்சினை தீர்ந்த நிம்மதியில், பொட்டுக்கட்டி விட்டு விட்டதால் சீக்கிரம் மழை பெய்துவிடும் என்ற நம்பிக்கையில், கிளம்பத் தொடங்கினார்கள். அவர்கள் ஒவ்வொருவருடைய காலிலும் செடலை விழுந்து கும்பிட வைத்தார் அய்யர்.

நடராஜ பிள்ளை வீட்டில்தான் கோபாலின் தம்பி குள்ளன், பூங்கோதையின் கல்யாணச் செலவுக்காக வாங்கிய பணத்திற்காகச் சாதித் தொழிலான கூத்து ஆடுவதை விட்டுவிட்டு அடிமைப் பறையனாக வேலை செய்துகொண்டிருந்தான். குடும்பத்திற்குத் தலகார்த்தன் என்ற முறையில் வீட்டில் நல்ல காரியங்கள் என்று எது நடந்தாலும் கோபால் போய் ஒரு வார்த்தை சொன்னால் போதும், காரியத்திற்குத் தேவையான பொருள், பணம் என்று பிள்ளை கொடுத்துவிடுவார். ஆனால் செடலுக்குப் பொட்டுக் கட்டுவது பற்றிக் கோபால் ஒரு வார்த்தையும் சொல்லவில்லையென்றாலும், அவர்தான் எல்லாமும் செய்தார். ஊரிலிருக்கும் பஞ்சம் நீங்க வேண்டும், பஞ்சம் பிழைக்கக் கொல்லிமலை, பினாங்கு, கண்டி போகும் பறத் தெருச் சனங்கள் போகாமலிருக்க வேண்டும். சேலம் ஜில்லாவில் செல்லியம்மனுக்குப் பொட்டுக்கட்டி விட்டதால் மழை பெய்ததாகக் கேள்விப்பட்டதை ஊர் ஆட்களிடம் பேசி, பறத் தெரு ஆட்களிடமும் பேசி, முடிவெடுக்கச் சொல்லி அனுப்பிவிட்டார். அவரே தானாகத் திட்டக்குடிக்குச் சென்று, சாமிக்குப் பாவாடை, மாலை, செடலுக்குப் பாவாடை, சட்டை, காரியத்திற்குத் தேவையான சாமான்கள், அரிசி, பருப்பு, பொட்டுக்கட்டுவதற்கு ஏற்கனவே பொட்டுக்கட்டிக்கொண்ட பெண்ணை வரவழைப்பது, அவளுக்கான படி என்று எல்லாவற்றையும் பார்த்துக்கொண்டார். அதோடு சுத்துப்பட்டுக் கிராமங்களிலுள்ள முக்கியஸ்தர்களையெல்லாம் அழைத்துப் பொட்டுக்கட்டி விடுவதுபற்றிக் கேட்டதோடு, அவர்கள் ஊரிலுள்ள செல்லியம்மன் கோயிலுக்குத் திருவிழாவின் போது செல்லியம்மன் தாலாட்டுப் பாடச் செடலை அழைக்க வேண்டும், அதற்காக ஒவ்வொரு தை மாதத்திலும் ஒவ்வொரு வீட்டிலும் படி தர வேண்டும் என்றும்

சொன்னார். திருவிழா எத்தனை நாள் நடந்தாலும் வழக்கம்போல அவள் அத்தனை நாளும் அந்தந்த ஊரிலேயே இருக்க வேண்டும், அவளுக்குச் செய்ய வேண்டிய முறைமைகளை ஊரார்கள் செய்ய வேண்டும் என்று ஒவ்வொரு ஊர்க்காரர்களிடமும் சொன்னார். அவர்களும் பிள்ளையின் சொல்படி செய்வதாக வாக்குக் கொடுத்தனர். அதோடு செடலைப் பொட்டுக்கட்டுவது என்று முடிவானதுமே உள்ளூரிலும், வெளி யூர்களிலும் வசதி படைத்தவர்களிடம் அரிசி, பருப்பு, புளி, மிளகாய் என்று பொருட் களைச் சேகரித்தனர்.

இரண்டு வருசமாக ஊரில் மழை பெய்யவில்லை. அதனால் பெரும் பஞ்சம் ஏற்பட்டுவிட்டது. பண்ணை வேலைக்குப் பறையர்களை வைத்திருந்த குடித் தெருக் காரர்கள் அவர்களை வேலையிலிருந்து நிறுத்திவிட்டனர். அதனால் பல குடும்பங்கள் இடியோடு இடியாகக் கொல்லிமலை, பச்சைமலை, பினாங்கு, கண்டி என்று கிளம்பி விட்டன. ஊரை விட்டுக் கிளம்ப முடியாதவர்கள் ஜோசியம் பார்த்தனர். குறி, கணி கேட்டனர். ரத்தக் காவு கொடுத்து, பொங்கல் வைத்துச் சாமி தூக்கினர்.

பண்ணைக்கீரைக்கும் பசலைக்கீரைக்கும் காடுகாடாக அலைந்து திரிந்து, ஈச்சம் செடியிலுள்ள கிழங்கு, காசிலிக் கீரை, காட்டு முள்ளி, காட்டுக் கிச்சிலி, காட்டு நெருஞ்சி, காட்டுக் குறுக்கு, காட்டு எலுமிச்சை, காட்டு இலுப்பை, காட்டு வரகு என்று கிடைப்பதைக் கொண்டுவந்து வெறும் கீரையாக வேகவைத்துத் தின்றதால் வயிற்றுப்போக்கு ஏற்பட்டது. காட்டில் புழுதி பறக்க, புல்பூண்டே அற்றுப்போய்த் தீனியும் குடிக்கத் தண்ணீரும்கூட இல்லாமல் ஆடுமாடுகள், பன்றிகள், கோழிகள் மேயப் போன இடத்திலேயே மயங்கி விழுந்து செத்துக்கொண்டிருந்தன. செத்துப் போனதை வெறும் உப்புப் போட்டு வேகவைத்துச் சாப்பிட்டதால், உடம்பெங்கும் அரிப்பெடுத்து, பெருவியாதிக்காரனுக்குத் தடித்துப்போய் இருப்பதுபோலத் தோல் விண்டுபோயிற்று. கட்டின பாடையைப் பிரிக்காமலேயே அடுத்தடுத்துப் பிணங் களைத் தூக்கிக்கொண்டேயிருந்ததுபற்றி, ‘வேதி வந்துடுச்சி. காளியாயி ஊரு சனங் களுக்கே எண்ணெ கொடுத்துட்டா. காளியாயி ஈசப் பொறுக்கிறாப்ல சனங்களப் பொறுக்க ஆரம்பிச்சிட்டா’ என்று புலம்பினார்கள். எதுவும் பலனளிக்காததால் ஒரு பெண்ணைச் செல்லியம்மனுக்குப் பொட்டுக்கட்டி விட்டால் மழை பெய்யும் என்று யாரோ சொன்ன தகவலை நடராஜ பிள்ளையும் ஊரார்களும் பிடித்துக்கொண்டனர்.

குடித் தெருவில் பஞ்சாயத்து நடந்தது. பிறகு பல ஊர் பஞ்சாயத்து கூட்டினார் கள். உள்ளூரில் கூத்தாடிச் சாதியிலிருந்து ஒரு பெண்ணைப் பொட்டுக்கட்டி விடுவது என்று முடிவெடுத்தனர். எந்த ஊர் என்ற பிரச்சினை வந்தபோது உள்ளூர்தான் பிள்ளை யின் சொல்லுக்கு அதிகம் கட்டுப்படும் என்பதால் உள்ளூரிலேயே பெண் பார்க்க முடிவெடுத்தனர். உள்ளூர் என்றானதும், கோபால் மகளில் ஒருத்தி என்று முடிவெடுத்த போது, பூவரும்புக்கும் கோபாலுக்கும் பல ஊரார்கள் கூடியிருந்த பஞ்சாயத்தில் எதிர்த்துப் பேச முடியாமல் போய்விட்டது. கடைசியில் ‘ஊராருக்கு நான் என்னா தப்புத் தவறு செஞ்சன்? பெரியவங்க கையக் காட்டுன திக்குல போறன். மண்ட கெணறோ, பாயிம் கெணறோ எதுல வியச் சொன்னாலும் வியந்து மடியுறன். நாளொரு நாளக்கி நான் செத்தா எம் பொணத்துல மண்ண அள்ளிப் போடுறவங்க நீங்க, ஒங் களுக்கெதிராவா நான் கச்சிப் பண்ணப்போறன்? எங்க சாதிக்கே உள்ளதுதானெ. முடியாதின்னா முடியுமா? எங் கிட்டெ வேற ஒண்ணும் கேக்காதீங்க’ என்று சொல்லி விட்டு வீட்டுக்கு வந்துவிட்டாள் பூவரும்பு.

செடல் வயிற்றில் இருக்கும்போது எட்டாம் பிறவு குடும்பத்திற்கு ஆகாது என்று பூவரும்பு பப்பாளிப் பழம் தின்றுபார்த்தாள். வண்ணாத்தியிடம் சொல்லி

எருக்கங்குச்சி வைத்துப்பார்த்தாள். என்ன செய்தும் பறங்கிப்பழம்போல பெருத்துக் கொண்டுவரும் வயிற்றைத் தடுக்க முடியவில்லை. எதுவும் முடியாததால் அப்படியே விட்டுவிட்டாள். வயிற்றின் அமைப்பையும், வலது கையை ஊனி எழுந்திருப்பதை யும் பார்த்து இந்த முறை ஆண்பிள்ளைதான் என்று சொல்லாதவர்களே இல்லை. அந்த வருசத் திருவிழாவின்போது கோயிலுக்கு முன் சிறுபிள்ளைகள் விளையாடுவதற் காகப் போட்டிருந்த குடை ராட்டினம் போன்ற செடலில் உட்கார்ந்து சுற்றிக்கொண் டிருந்தவர்களை வேடிக்கை பார்த்துக்கொண்டிருக்கும்போதே வலி உண்டாகி, அந்த இடத்திலேயே பிள்ளையும் பிறந்துவிட்டது. செடல் பார்க்க வந்த இடத்தில் பிள்ளை பிறந்ததால், ஊரார்களே ‘செடல்’ என்று அப்போதே பெயரும் வைத்துவிட்டார்கள். அவளுக்கு ஜாதகம் கணித்த ராமலிங்க அய்யர், அவளுடைய ஜாதகத்தின்படி சித்தப்பன்களுக்கு ஆகாது என்றும், பங்காளி வகையறாக்கள் பூண்டோடு அழியும் என்றும், அவள் எந்த இடத்தில் இருந்தாலும் எதிர்மனை காலி மனையாகவோ மந்தை மேடாகவோதான் இருக்கும் என்றும், அவள் ருதுவாகிற காலத்தில் குடும்பமே பிச்சையெடுக்க நேரிடும் என்றும் சொன்னபோது பூவரும்பு தன்னுடைய அடி வயிற்றில் குத்திக்கொண்டாள்.

செடல் பிறந்தபோது அய்யர் சொன்னதை மனத்தில் வைத்திருந்து, யாரைப் பொட்டுக்கட்டுவது என்ற பேச்சு வந்ததுமே சரியான தருணம் வந்தது என்று ‘செடல்’ பெயரை ஊர் முழுக்க ரகசியமாகச் சொன்னவர்கள் செல்லம்மாளும் மண்ணாங் கட்டியும்தான். குடித் தெருப் பஞ்சாயத்தார்களிடம் சொல்லச்சொல்லி அய்யருக்குத் திருட்டுத்தனமாகத் தானியமும் கொடுத்தனர்.

பூவரும்பும் அய்யரிடம் ஜாதகம் பார்க்காமலில்லை. சீட்டுக்கட்டிப் பார்த்தாள். இந்த முறை ஆண்பிள்ளைதான் என்று நம்பிநம்பி ஒவ்வொரு முறையும் ஏமாந்து போனாள். பிறந்த எட்டுப் பெண்பிள்ளைகளில் ஒன்றுகூடச் சோடையில்லாமல் ஊராருடைய ஒமல், உற்றாருடைய கண் திருஷ்டி என்று எல்லாவற்றையும் மீறி எல்லாம் நன்றாக இருந்தன. இதனால் ஒப்படியாள்களான செல்லம்மாள், மண் ணாங்கட்டியிடம் ஏளனப் பேச்சுக் கேட்காத நாளே பூவரும்புக்கு இல்லை என்று ஆகிவிட்டது. பெருமாள் கோயிலுக்கு வெள்ளிக்கு வெள்ளி நல்ல விளக்கு ஏற்றுவது, மாரியம்மனுக்குக் கோழிக் காவு கொடுப்பது, எல்லைக்கருப்பன் சாமிக்கு நூற்றி யெட்டுத் தேங்காய் உடைப்பது, செல்லியம்மனுக்குப் பூமாலையும் பாவாடையும் எடுப்பது என்று வேண்டிக்கொள்ளாத நாட்களே இல்லை. கொள்ளி வைக்க, நெய்ப் பந்தம் பிடிக்க, குடம் உடைக்க, ஒரு ஆண் பிள்ளை இல்லையே என்று கண்ணீர் விடாத நாள் இல்லை. ஜோசியக்காரன், குடுகுடுப்பையடிக்கும் மலையாளத்தான், மந்திரக்காரர்கள் என்று எல்லாரையும் பார்த்துவிட்டாள். ‘அரசாள ஆண் இல்லா விட்டால் அரசனும் ஆண்டியாவான். பூமியாண்ட மன்னனும் தலைசாய்ந்து மண் ணைக் கவ்வுவான். வீட்டுக்கரசன் இல்லயின்னா, மாடு கண்ணு தோத்து, வீடு, வாச மறந்து, சொந்தம் பந்தம் இழந்து தேசாந்திரியாகத் திரிய நேரும்’ என்று ஒருவர்போல எல்லாருமே வாய்வாக்குச் சொன்னார்கள். செல்லம்மாளுக்கு மூன்றும் ஆண். மண் ணாங்கட்டிக்கு இரண்டு ஆண், ஒரு பெண். இவளுக்கு மட்டும் ஏன் எட்டும் பெண் ணாகப் பிறக்க வேண்டும்?

‘எட்டாம் பொறவு எட்டிப்பாத்த இடமெல்லாம் குட்டிச்சுவரு. சித்தப்பன் களுக்கு எள்ளும் தண்ணீயும் எறெப்பாள்’ என்று செல்லம்மாள் சொல்லிக்காட்டாத நாள் இல்லை. குடும்பத்தில் யாருக்கு நோய்நொடி, காய்ச்சல், தலைவலி என்று வந்தாலும் செடலின் கிரகவாட்டம்தான் இப்படியெல்லாம் நடக்கிறது என்று கூற

அவள் தயங்க மாட்டாள். அதோடு 'இப்பிடியொரு புள்ளெ பொறக்கணுமா, புள்ளெக் காகக் சாணச் சட்டிய மூந்த கதெதான்' என்று ஒழுங்கு எடுத்துப் பேசும்போதெல்லாம் பூவரும்புக்குக் காதில் எதையாவது வைத்து அடைத்துக்கொண்டால் போதும் என் றிருக்கும். அந்த வேகத்தில் அய்யரிடம் ஓடுவாள். 'கேடு விளயும், கெட்ட காரியங்கள் நடக்கும், சூது விளயும், குடும்பம் சீர்குலயும், ஆண்டிப் பரதேசியா திருவோடு எடுத்து தெரு வீதி சுத்தணும். இடுப்புத் துணிக்கு யாசகம் கேக்கணும். நாதேறியா அலயணும், நலம்கொலஞ்சி போவணும்' என்று அவர் சொல்வார். இப்படிக் கேட்கும் போதெல்லாம் காய்ச்சின இரும்புத் துண்டை அவளுடைய மர்மத்தில் செருகியது போலப் பூவரும்பு துடித்துப்போவாள். உடல் பதறும். அய்யர், செல்லம்மாள், மண் ணாங்கட்டி, ஊரிலுள்ளவர்கள் சொல்வதுபோல் வீட்டில் கெட்டது எதுவும் நடந்து விடுமோ என்ற பயத்தில்தான் பஞ்சாயத்தில் கட்டுப்பட்டு நின்றாள்.

சிறிது நேரத்திற்கு முன்புவரை 'செடல், செடல்' என்று கத்திக்கொண்டிருந்த கூட்டம் இப்போது பறத் தெருவிலிருந்த மாரியம்மன் கோயிலின் முன் போட இருக்கும் சோற்றுப் பந்தியில் இடம் பிடிப்பதற்காக ஓட ஆரம்பித்தது. காலையி லிருந்து பல பேர் இழுத்த இழுப்புகளுக்கும் அணைப்புகளுக்குமிடையில் மாட்டிக் கொண்டு படாத பாடு பட்ட செடல், நெல்சோறு, புதுத் துணி பற்றிய பெருமை என்று எல்லாவற்றையும் மறந்துவிட்டுத் தூங்க ஆரம்பித்ததும், அவளைப் பறத் தெரு மாரியம்மன் கோயிலுக்குச் சிறிது தள்ளி வடக்குப் புறமாகப் புதிதாகக் கட்டியிருந்த சாலை வீட்டுக்குத் தூக்கிக்கொண்டு வந்தார்கள்.

3

செடலுக்கு விழிப்பு வருவதற்கும் கோழி கூவுவதற்கும் சரியாக இருந்தது. நன் றாகத் தூக்கம் கலைந்த பிறகும் கண்களைத் திறக்காமலேயே படுத்திருந்தாள். அவ ளுடைய நெஞ்சின் மேல் கனமான சொரசொரப்பான கை ஒன்று கிடப்பது தெரிந்தது. அது யாருடைய கையாக இருக்கும் என்று யோசித்தாள். கோபாலின் கையாக இருக் குமோ? குள்ளன், சடையன், பூவரும்பு, மண்ணாங்கட்டி, பெரிய மொட்டை, நடு மொட்டை, சின்ன மொட்டை, வனமயில்—யாருடைய கையாக இருக்கும் என்று எண்ணியவள், தன் நெஞ்சின் மீது கிடக்கும் கையைத் தடவிப்பார்த்தாள். புளிய மரத்தின் மேற்பகுதியைத் தடவியதுபோல் இருந்தது. அது இதுவரை அவள் அறிந்திராத கையாக இருக்கவே பயந்துபோனாள். தன்னைச் சுற்றிலும் கைகளாலும் கால்களாலும் தடவித்தடவிப்பார்த்தாள். பிறகு 'அம்மாவ்' என்றும் 'நடம்மாவ், சின்னம்மாவ்' என்றும் பல முறை கூப்பிட்டுப்பார்த்தாள். கடைசியில் தன்னுடைய அக்காள்களின் பெயர்களையெல்லாம் வரிசையாகச் சொல்லிக் கூப்பிட்டுப்பார்த்தாள். எதிர்க் குரல் எதுவும் வராததால் பயந்துபோய்க் கையை அருவருப்புடன் கீழே தள்ளிவிட்டு, எழுந்து உட்கார்ந்துகொண்டு சுற்றும்முற்றும் பார்த்தாள். இருட்டாக இருந்தாலும் முதல் பார்வையிலேயே அது அவளுடைய வீடு இல்லை என்பது தெரிந்துவிட்டது. யாருடைய வீடாக இருக்கும் என்பது அவளுக்குப் புரியவில்லை. இருட்டாக இருந்த தால் எங்கே இருக்கிறோம் என்பதுகூடத் தெரியாததால் அழ ஆரம்பித்தாள்.

சத்தம் கேட்டு விழித்த சின்னம்மாள் கிழவி 'என்னாடி குட்டி? எதுக்குடி விடிஞ் சதும் விடியாததுமா கத்துறவ?' என்று சொல்லிவிட்டு மீண்டும் தூங்க ஆரம்பித்தாள்.

கிழவியின் குரலைப் புரிந்துகொண்டதும் வீடு தவறி வந்து படுத்துவிட்டோமா என்ற எண்ணத்தில் 'எங்கம்மா எங்கெ? இது யாரு வூடு?' என்று அழுதுகொண்டே கேட்டாள். 'பேசாமக் கண்ண மூடித் தூங்குடி' என்று சாதாரணமாகச் சொல்லிவிட்டுக் கிழவி மீண்டும் தூங்க ஆரம்பித்தாள். திகைத்துப்போய் உட்கார்ந்திருந்தவள், கிழவியைச் சீண்டி ஒண்ணுக்கு வருகிறது என்று சொன்னாள். 'செத்த மொடக்கிக் கிடக்க வுடுறாளாப் பாரு' என்று முணுமுணுத்துக்கொண்டே கிழவி செடலை வெளியே இழுத்து வந்து விட்டாள். ஒண்ணுக்குப் போய்க்கொண்டிருக்கும்போதே செடலுக்கு நன்றாகத் தெரிந்துவிட்டது, அவள் படுத்திருந்தது கோயிலை ஒட்டிப் புதிதாகக் கட்டியிருந்த சாலை வீட்டில் என்பது. வீட்டுக்குப் போக ஆரம்பித்தவளைக் கிழவி இழுத்துக் கொண்டு வந்து படுக்கவைக்க முயன்றாள்.

செடலுக்குக் குழப்பமாக இருந்தது. இங்கு வந்து ஏன் படுத்தோம், அதுவும் கிழவியுடன்? சாதாரணமாக, கோயிலுக்குள் நுழைந்தாலோ கோயிலின் சுவரை ஒட்டி ஒண்ணுக்கு விட்டாலோ மாரியம்மன் 'கண்ணப் பொட்டயாக்கிடும்' என்று ஊரில் சொல்லாதவர்கள் இல்லை. அதனால் பிள்ளைகள் கோயிலுக்குள் போகவே அஞ்சுவார்கள். ஆனால் இவள் கோயிலின் சுவரை ஒட்டி இருந்த வீட்டில் அல்லவா படுத்திருக்கிறாள்? சாமி கண்களைப் பொட்டையாக்கினால், கை கால்களை முடமாக்கிவிட்டால் என்ன செய்வது? கோயிலுக்குப் பக்கத்தில் படுத்திருந்ததற்காகப் பூவரும்பிடம் யாரால் அடிவாங்க முடியும்? கொட்டமுத்தைப் போட்டு முளைக்குச்சியால் அடிப்பதுபோல் அடித்து நொறுக்கிவிடுவாள். அய்யர் குச்சியை எடுத்துக்கொண்டு தெருத்தெருவாகத் துரத்திக்கொண்டே வந்து 'இனிமே இப்பிடி செய்வியா, கோயிலுக்குப் பக்கத்துல போவியா?' என்று கேட்டுக் காதைத் திருகுவார், நூறு தோப்புக்கரணம் போடச் சொல்வார். மீறி ஓடப்பார்த்தால் சூத்தாம்பட்டையில் குச்சியால் போடுவார். இனிமேல் இப்படி ஒருநாளும் செய்ய மாட்டேன், கண்களைப் பொட்டையாக்க வேண்டாம், நொண்டி முடமாக்க வேண்டாம் என்று மாரியம்மனிடம் வேண்டிக்கொண்டாள். 'எங்கம்மா திட்டும், நான் வூட்டுக்குப் போறன்' என்று சொல்லிவிட்டு எழுந்தவளைக் கிழவி மடக்கிப் பிடித்து உட்காரவைத்தாள். இடம் புதிது. அதோடு இருட்டாகவும் இருந்தது. வீடும் புதிதாகக் கட்டியிருந்ததால் ஈர வாடை அடித்துக்கொண்டிருந்தது. சுவரிலும் தரையிலும் மெழுகிய சாணப்பாலின் மணம் இன்னமும் இருந்தது. கோயிலுக்கு முன் நிற்கும் வேப்பமரம் ஓயாமல் சலசலவென்று அசைந்தாடிக்கொண்டிருந்தது பயமாக இருந்தது. பன்றிகளின் உறுமல் சத்தமும் நாய்களின் குரைப்பொலியும் அவ்வப்போது கேட்டுக்கொண்டிருந்ததால் ஓரளவு விடிந்துவிட்டது என்று நினைத்தவள், நன்றாக விடிவதற்குள் வீட்டுக்கு ஓடி, யாருக்கும் தெரியாமல் மற்ற பிள்ளைகளுடன் சேர்ந்து படுத்துக்கொள்ள வேண்டும் என்று திட்டம்போட்டாள். இல்லையென்றால் இரவு முழுவதும் எங்கே போனாய் என்று கேட்டுப் பூவரும்பு அடித்தால் என்ன செய்வது என்று எண்ணி எழுந்து ஓட முயன்றாள். கிழவி வலுக்கட்டாயமாக அவளை தன் கால்களுக்கிடையில் இழுத்துப்போட்டு ஒரு கோழிக்குஞ்சை அமுக்குவதுபோல் அமுக்கிக்கொண்டு 'செத்த நேரம் இருடி குட்டி. அய்வாதடி. வயிய தடத்தே போறவங்க என்னமோ ஏதோன்னு வரப்போறாங்க. வாய மூடுடி. நவ குட்டி அர நாழிக நேரம் கண்ண மூடித் தூங்குதா பாரன். செத்த நேரம் கண்ண அசரவுடறாளாப் பாரன். கரும்பால அடுப்ப மூடுனாலும் மூடலாமாட்டம் இருக்கு, இவ வாய மூட முடியாது போல இருக்கே! கத்திக்கிட்டே இருந்தா, கொள்ளிக்கட்டயால சூடு இயித்துப்புடுவன், பேசாம மொடக்குடி குட்டி' என்று சொல்லித் திட்டிக்கொண்டேயிருந்தாள்.

நிலம் நன்றாகத் தெளிய ஆரம்பித்ததும் ஆற்றுப் பக்கம் சனங்களின் நடமாட்டம் அதிகமாக இருந்தது. எழுந்து வெளியே போக எண்ணிய கிழவி, செடல் ஓடிவிட்டால் என்ன செய்வது என்று யோசித்தவாறு உட்கார்ந்திருந்தாள். தன்னுடைய கால்களுக் கிடையில் திமிறிக்கொண்டு கிடந்த செடலைப் பார்த்தாள்.

அவளுக்குச் சொந்தம் என்று, பந்தம் என்று யாரும் இல்லை. பிறந்த மூன்று பிள்ளைகளும், பிறந்து ஆறு மாதம், எட்டு மாதம் என்று இருந்து சாபம்போலச் செத்துவிட்டன. அவளுடைய புருசன் சுருட்டையன் ஒரு மாகாணி அரிசிச் சோற்றைத் தனியாளாகச் சாப்பிட்டுவிட்டு, ‘அவ்வளவுதானா, இன்னம் ஒரு கை சோறு இருந்தா போடேன்’ என்று சொல்லக்கூடியவன். கால்காணிச் சோளத்தைத் தனியாளாக அறுப் பான். மூன்றாள் சுமையை ஒரே ஆளாகத் தூக்குவான். அதனால் அவனை ஊரில் ‘வீமசேனன்’ என்று கூப்பிடுவார்கள். குடித் தெருவில் ஒரு படையாச்சியை அடிக்கப் போனதற்காக வண்டிச் சக்கரத்தில் கட்டிவைத்து அடித்து அபராதமும் போட்டார்கள். அபராதம் கட்டுவதாகச் சொல்லி வீட்டுக்கு வந்தவன்தான், அன்றிரவே தூக்கில் தொங்கிச் செத்துவிட்டான். அவன் செத்த அன்று அழ ஆரம்பித்தவள்தான், இன்றுவரை நிறுத்தவில்லை. இந்த முப்பது வருசத்தில் அவள் படாத துயரம் எது? வீட்டின் கூரை மக்கி, சுவர் கரைந்து, வீடு சரிந்து விழுந்தபோது, அதைக் கட்டித்தர ஆளில்லாததால், அண்டை வீடு, அடுத்த வீடு, எதிர் வீடு என்று படுக்க ஆரம்பித்தவளுக்குப் பிறகு தினமும் இரவல் வீடே சொந்த வீடாகிவிட்டது. முன்பு அவள் குடியிருந்த இடம் இப்போது ஆடு மாடுகள் கட்டவும், குப்பைகூளங்களைக் கொட்டவுமான இடமாகி விட்டது. உடலில் தெம்பு இருந்தவரை கூலி வேலைகளுக்குப் போய்த் தன்னுடைய ஜீவனத்தை நடத்தினாள். முடியாதபோது இளம்பிள்ளைக்காரிகளின் பிள்ளைகளை வைத்துக்கொண்டு அவர்கள் இடும் வேலைகளைச் செய்து வயிற்றைக் கழுவிக்கொண் டிருந்தாள். பஞ்சம் என்று வந்தபோதுதான் பிச்சை எடுக்க நேரிடுமோ என்று அஞ்சி னாள். ஊரே சாகும்போது நமக்கு மட்டும் என்ன என்று எண்ணிக்கொண்டிருந்த போதுதான் பஞ்சாயத்தில் கூப்பிட்டு விஷயத்தைச் சொன்னார்கள்: ‘கோவாலு மவ ளோட கொஞ்ச நாளக்கி இரு. இன்னிய எட்டாம் நாள் பொட்டுக்கட்டுறது.’ திரளான கூட்டத்திற்கு முன் அவளுக்குப் பேச வாய் வரவில்லை. பல பேர் மட்டுமல்ல, பல ஊர் மேல்சாதிக்காரர்கள் ஒன்றாகக் கூடி இவளுடைய முடிவைச் சொல்லச் சொல்லிக் கேட்டனர். ஒரே பேச்சாக ‘ஊராங்க முடுவுதான் என் முடுவும். இதுல நான் மாத்திப் பேசறதுக்கு, பெரட்டிப் பேசறதுக்கு என்னா இருக்கு?’ என்று சொல்லிவிட்டாள். இவள் சம்மதம் என்று சொன்ன அன்றே கேட்பாரற்றுக் கிடந்த மாரியம்மன் கோயிலைச் சுற்றிக் கிடந்த குப்பைகூளங்களை அகற்றிச் சுத்தப்படுத்தினார்கள். கோயிலுக்குப் புதுக் கூரை போட்டார்கள். கோயிலின் சுவர், தரை, என்று எல்லாவற்றையும் மெழுகி னார்கள். அதோடு செடலும் கிழவியும் தங்குவதற்குத் தனி வீடு கட்டினார்கள். ஊர்ப் பொதுக் காரியம் என்பதால் வீட்டுக்கொரு ஆள் என்ற வீதத்தில் வேலை செய்து முடித்தனர்.

* * *

பொழுது நன்றாக விடிந்தது தெரிந்ததும், செடல் எழுந்து வீட்டுக்கு ஓட ஆரம் பித்தாள். பின்னாலேயே ஓடிவந்த கிழவி அவளை மடக்கிப் பிடித்துத் தரதரவென்று ஆட்டுக் குட்டியை இழுத்துக்கொண்டு போவதுபோலக் கோயிலுக்கு இழுத்துக் கொண்டு போனாள். செடல் தன் பலம் கொண்ட மட்டும் கிழவியை நெட்டிப்பார்த்

தாள். பிறகு வீறிட்டு அழ ஆரம்பித்தாள். சாதாரணமாக ஆற்றிலோ, காட்டிலோ, கோயிலை ஒட்டியோ சுற்றிக்கொண்டிருந்தால் வீட்டுக்குப் போகச் சொல்லித்தான் பெரியவர்கள் திட்டுவார்கள், அடிப்பார்கள். ஆனால் இவள் மட்டும் ஏன் வீட்டுக்குப் போகக் கூடாது என்று மறிக்கிறாள் என்று செடலுக்குப் புரியவில்லை. ராத்திரி முழுவதும் வீட்டுக்கு வரவில்லை என்று தேடியிருப்பார்கள். அந்தக் கோபத்தில் பூவரும்பு, கோபால் மட்டுமல்ல, மற்றவர்களும் அடிப்பார்களே என்ற எண்ணம் வந்ததும் கிழவியின் மேல் கோபம் உண்டாயிற்று. இவள் வருவாள் என்று நேற்றிரவு போட்டு வைத்திருந்த இவளுடைய பங்குச் சோற்றை நாய் தின்றிருந்தால் கூடுதலாக அடி விழும். சாதாரணமாக எப்போதாவது ராத்திரியில் சோறு சாப்பிடாமல் தூங்கி விட்டால் விடிந்து எழுந்ததும் 'எங்கெ என் ராத்திரி சோறு? என் பங்குச் சோத்தக் கொண்டா' என்று கேட்டு அடம்பிடித்து அழுவாள். ஆனால் இப்போது போய் எங்கே என் ராத்திரி சோறு என்று கேட்டு அழவும் முடியாது, அடம்பிடிக்கவும் முடியாது. ராத்திரி எங்கே போனாய் என்று கேட்டால் என்ன பதில் சொல்வது?

கிழவியின் பிடியிலிருந்து தப்ப முடியாததால், அவளுடைய கையைக் கிள்ளவும் கடிக்கவும் ஆரம்பித்தாள். கிழவிக்கும் பாவமாகத்தான் இருந்தது. பாவம் பார்த்து, முதல் நாளே விட்டுவிட்டதற்காக ஊரார்கள் திட்டினால் என்ன செய்வது? பல ஊர் குடித்தனக்காரர்களின் முன் கையைக் கட்டிக்கொண்டு யார் பதில் சொல்வது? செடலுக்குச் சமைத்துப்போடுவதற்காக வரிபோட்டுச் சேர்த்து அய்யர் வீட்டில் போட்டுவைத்திருக்கும் தானியங்களைப் பிடுங்கிக்கொண்டால் என்ன செய்ய முடியும்? மீண்டும் ஒவ்வொரு வீடாகச் சென்று கஞ்சி வாங்கி அல்லவா குடிக்க வேண்டும்? 'மரக்காப் புரண்ட பஞ்சம், மன்னவனயும் தோத்த பஞ்சம்' என்று சொல்கிற அளவுக்கு இருக்கிற காலத்தில் ஐந்தாறு மூட்டை தானியத்தை விட்டுவிட்டு என்ன செய்வது? ஒரு ஆப்பைக் கூழ் கிடைப்பதே அரிதாக இருக்கிறதே! செடலை வைத்துப் பஞ்ச காலத்தை ஓட்டிவிட நினைத்திருந்த தன்னுடைய திட்டத்தில் மண்ணைப் போட்டு விடுவாள் போலிருக்கிறதே என்று நினைத்தவள் பிடியை மேலும் இறுக்கினாள். செடலோடு தங்கப்போகிறாள் என்றதும் ஊரில் கிழவிக்கு இப்போது புது மரியாதை ஏற்பட்டிருந்தது. முன்பு 'கெய்வி கெய்வி' என்றவர்களெல்லாம்கூட இப்போது, 'ஆயா ஆயா' என்று கூப்பிட ஆரம்பித்திருந்தனர். எல்லாவற்றையும் நாசம் செய்துவிடுவாள் போலிருக்கிறதே என்று கவலைப்பட்டவள், செடலை ஒன்றிரண்டு அடிகள் அடிக்கவும் செய்தாள்.

'நான் போவணும், என்னெ வுடு. எங்கம்மா என்னெத் தேடும். எதுக்கு என்னெப் புடிச்சி வச்சியிருக்கிற? எங்கம்மாகிட்டெ சொல்லத்தான் போறன், ஒனக்கும் எங்கம்மாவுக்கும் சண்டயான சண்ட நடக்கத்தான் போவுது பாரன். யே எம்மாவ்' என்று செடல் சொல்லிப்பார்த்தாள். கிழவியும் செடலும் மல்லுக்கட்டிக்கொண்டிருப்பதை ஆற்றுக்குப் போன ஒன்றிரண்டு பேர் பார்த்துவிட்டு அவர்களிடம் வந்தனர். வந்தவர்கள் செடலை விடச் சொல்லாமல் அவளை ஆறுதல்படுத்திக் கிழவியுடனே இருக்கச் சொன்னதும் செடல் மேலும் குழப்பம் அடைந்தாள். எல்லாரும் என்ன சொல்கிறார்கள், என்ன செய்கிறார்கள் என்பதை அவளால் முழுவதுமாகப் புரிந்து கொள்ள முடியாததால் எல்லார் மீதும் கோபமும் எரிச்சலும் உண்டாயிற்று. அதே நேரத்தில் எதற்காக மொட்டை போட்டார்கள், புதுத் துணி எதற்காக எடுத்தார்கள், ஒரு வாரமாக நெல்லுச் சோறு, நல்ல குழம்பு எதற்காகப் போட்டார்கள், வீட்டிலுள்ளவர்களும் ஊர்க்காரர்களும் எதற்காக எப்போது பார்த்தாலும் 'செடல் செடல்' என்று சொன்னார்கள், என்றுமில்லாமல் தங்கத்தாலான பொட்டை ஏன் தன்னுடைய

கழுத்தில் கட்டிவிட்டிருக்கிறார்கள், யார் கட்டியிருப்பார்கள் என்று யோசித்தவளுக்கு அழுகை பீறிட்டுக்கொண்டு வந்தது. கழுத்தில் தொங்கும் பொட்டைச் செடல் பாம்பைப் பார்ப்பதுபோல் பார்த்தாள். அதைப் பார்த்துப்பார்த்து அழுதாள். ஆற்றுப் பக்கத்திலிருந்து வந்த அய்யர், கூட்டத்தைக் கண்டு கோயிலுக்கு வந்து, எதுவும் பேசாமல் கிழவியின் பிடியிலிருந்து செடலை விலக்கிவிட்டு, சந்தேகத்துடன் மிரளமிரளப் பார்த்துக்கொண்டிருந்தவளின் கையை ஆதரவாகப் பிடித்துக்கொண்டு 'ஒரு மாசம், பத்து நாள் அப்பிடி இப்பிடின்னுதான் இருக்கும். மொதல்ல போவவும் வரவுமா இருக்கட்டும். பெறவு எல்லாம் தானா சரியாயிடும்' என்று கிழவியிடம் சொல்லிவிட்டு, செடலை அழைத்துக்கொண்டு பறத் தெருப் பக்கமாக நடக்க ஆரம்பித்தார்.

4

விடியற்காலையில் வீட்டுவாசலுக்குச் சாணி யார் தெளிப்பது என்பதில் ஆரம்பித்த சண்டை பொழுது முளைத்த பிறகும் நின்ற பாடில்லை. நேற்றுவரை பூவரும்பிடம் அதிகம் எதிர்த்துப் பேசாத செல்லம்மாள் மல்லுமல்லென்று சண்டைபிடித்துக்கொண்டிருந்தாள். சாதாரணமாகப் பூவரும்பு சண்டை நடக்கும் இடத்திற்குக்கூடப் போக மாட்டாள். அவளால் யாருடனும் சண்டைபோடவும் முடியாது. ஊரில் 'நல்ல மாரியான பொம்பள' என்று பெயரெடுத்திருந்தாள். ஆனால் செல்லம்மாள் சின்ன விசயம் தான் என்றில்லை, ஒரு துரும்பு என்றால்கூட அதைப் பெரிதாக எடுத்துக்கொண்டு பேசுவாள். நல்ல குடும்பத்துப் பெண் என்று கோபால்தான் தன்னுடைய முதல் தம்பி சடையனுக்கு அவளைக் கட்டிவைத்தான். நேற்றுவரை சாடைமாடையாகப் பக்கத்து வீட்டுக்காரி மாதிரி பேசிக்கொண்டிருந்தவள் இன்று நேரிடையாகவே பேசினாள். செடலினுடைய கிரகவாட்டங்கள் தன்னையும் தன்னுடைய புருசன், பிள்ளைகளையும் என்ன செய்யுமோ என்று ஆரம்பித்தவள், பூவரும்புக்கு ஆண் பிள்ளை பிறக்காததுபற்றி முகத்திற்கெதிராகவே பேசினாள். செல்லம்மாளிடம் வாயைக் கொடுத்தால் சண்டை பெரிதாகிவிடும் என்பதால் பூவரும்பு தனக்குத் தானே பேசிக்கொள்வதுபோல 'வெங்காயத்தத் தூத்துனாக்கூட சருவு ஓடும். இங்க அதுவுமில்லெ. நடுத்தெருவுல நாராயணா கோயிந்தான்னு கையேந்தி நிக்கும்போதே இந்த நெலம. மக்க மனுச, சாதி சனம் வேணுமின்னு எண்ணிப்பாக்காம தண்டுமுண்டாப் பேசறதுக்கு எல்லாருக்கும் எப்பிடித்தான் மனசுவருதோ' என்று சொன்னாள். வீட்டைக் கூட்டிக்கொண்டிருந்த செல்லம்மாள் கடுகடுப்பாக 'விடிஞ்சதும் விடியாததுமா நாரப்பீயில கல்லப் போட்டுட்டனே' என்று சொன்னாள். வாசலில் உட்கார்ந்திருந்த பூவரும்பு வீட்டின் உள்பக்கமாகத் திரும்பிக் கேட்டாள்:

'இந்தாடி புள்ளெ, பெரியவங்க சின்னவங்கன்னு மட்டுமரியாத இல்லாம பேசுறீயே, இது நல்லதா?'

'ஆரு, நானா பேசுறன்?'

'இல்ல, நான்தாண்டி புள்ளெ வந்தன் ஒங்கிட்டெ சண்டக்கி.'

'வலியஞ்சண்டக்கி வர்றீயா?'

ஆற்றுப் பக்கமிருந்து வந்த மண்ணாங்கட்டியும் முகத்தைத் தூக்கிவைத்துக்கொண்டு செல்லம்மாளுடன் சேர்ந்துகொண்டு செடலின் கிரகக் கோளாறுகள் பற்றிப் பேச ஆரம்பித்ததும் பூவரும்புக்கு எல்லார் மீதும் சந்தேகம் உண்டாயிற்று. மனத்தில்

எவ்வளவு வஞ்சனை இருந்தால் பொட்டுக்கட்டி விட்ட மறுநாளே இப்படியெல்லாம் பேசுவார்கள்! 'ஊரக் காப்பாத்தணும். ஊருல உள்ள பஞ்சம் தீரணும். தெய்வ சேவ பண்ணணும். சாமி சன்னிதானத்துலதான் ஒம் புள்ளெ இருக்கப்போவுது. அது இனிமே ஒம் புள்ளெ இல்லெ; அந்த செல்லியாயியோட புள்ளெ. இந்த ஊர மட்டுமில்ல, சுத்துப்பட்டு ஊரயெல்லாம் செடலுதான் காப்பாத்தப்போறா. ஒனக்குக் கெடச்ச புண்ணியம் ஒலகத்துல வேற யாருக்குக் கெடெக்கும்?' என்று ஊர்க்காரர்கள் பலர் சொன்ன வார்த்தைகளில் எவ்வளவு உண்மை இருக்கும்? நாக்கில் ஒன்றும் மனத்தில் ஒன்றும் வைத்துத்தான் பேசியிருப்பார்களா? எல்லாம் வெறும் தளுக்கு வார்த்தைகள் தானா என்று சந்தேகப்பட்டாள். 'நாலு ஊட்டுல சட்டியக் கயிவியாவது, குடியானவன் வூட்டுச் சாணிய வாரியாவது வவுத்த வளத்துக்குவா. அவளுக்காக யாரும் கைய அறுத்துக்க வேண்டியதில்லியே' என்று எண்ணியவளுக்குத் தான் ஏமாந்துவிட்டோமோ என்ற சந்தேகம் உண்டாயிற்று. 'யே மாரியாயி, எம் புள்ளெயப் பொயச் சொல் சொல்றவங்களுக்கு நீ பாத்துக் கூலி கொடு. எல்லாரும் வேலிக்கு முள்ளு தேடுனாங்க, நான் காலுக்குத் தேடுனன்' என்று சொல்லிப் புலம்பினாள்.

சோளச்சோறு, கம்மஞ்சோறு, கேழ்வரகுக் களி என்று எந்தச் சோறு ஆக்கினாலும் அடுப்பிலிருந்து இறக்கியதும் 'புழுங்கட்டும்' என்று சொல்லிச் சிப்புத் தட்டாலோ, மண் அகல் மூடாக்காலோ சிறிது நேரம் மூடிவைத்திருப்பார்கள். கொஞ்ச நேரம் கழித்துத் திறந்து பார்த்தால் விரல் தடிமனளவுக்குச் சோற்றின் மேல்பகுதியில் காய்ந்திருக்கும். அதை உடைக்காமல் எடுத்தால் தோசைபோல இருக்கும். காய்ந்துபோன சோற்றின் மேலாடைக்காக வீட்டிலுள்ள எல்லாப் பிள்ளைகளுமே 'எனக்குத்தான் தோச, எனக்குத் தான் தோச' என்று சொல்லிப் போட்டியிட்டுச் சண்டைபிடித்துக் கொள்வார்கள். சிறுபிள்ளைகள் ஒரேயடியாக அழுது அடம்பிடிப்பார்கள். எப்போது சோறு சமைத்தாலும் செல்லம்மாளோ மண்ணாங்கட்டியோதான் எல்லா வேலைகளையும் செய்வார்கள். ஆனால், சோறு பங்கிடுவது மட்டும் பூவரும்புதான். குடும்பத்திற்கு மூத்தவள் என்பதோடு, யார் யாருக்கு எவ்வளவு சோறு போட வேண்டும், அதற்கு எவ்வளவு குழம்பு ஊற்ற வேண்டும், சோற்றில் குழம்பை ஊற்றிப் பட்டும் படாமலும் சாப்பிடுகிறவர்கள் யார், தாராளமாக ஊற்றிப் பிசைந்து சாப்பிடுகிறவர்கள் யார் என்பதெல்லாம் இவளுக்குத்தான் தெரியும். யாருடைய மனமும் கோணாமல் இவளால் மட்டும்தான் சோறு போட முடியும். பூவரும்பு இல்லாமல் செல்லம்மாளோ, மண்ணாங்கட்டியோ சோறு போடும்போதெல்லாம் ஒருவருக்கும் வயிறும் நிறையாது, சாப்பிட்ட நிறைவும் ஏற்படாது. பூவரும்பு பங்கு போடும்போது தனக்கென்று எதுவும் மிஞ்சாமல் போனாலும் ஒருநாளும் மனம் சலித்துக்கொள்ள மாட்டாள். சிடுசிடுவென்று மற்றவர்கள்மேல் எரிந்துவிழ மாட்டாள். யாரையும் குறைபேச மாட்டாள். யார் மறு சோறு கேட்டாலும் இல்லை என்று சொல்ல மாட்டாள். செல்லம்மாளின் மூன்று மகன்கள் மீதும், மண்ணாங்கட்டியின் மகன் மீதும்தான் அவளுக்கு அதிக ஒட்டுதலும் ஆசையும். அவள் செத்ததும் அவர்கள்தானே அவளுடைய பிணத்துக்குக் குடம் உடைத்துக் கொள்ளி வைக்கப்போகிறவர்கள். 'நான் செத்தா எனக்கு யார் கொள்ளிபோடுவாங்க? ' என்று ஒரு வார்த்தைக்காகக் கேட்டால் போதும், எல்லாருமே ஒரே குரலில் 'நான்தான், நான்தான்' என்று சொல்லிக் கத்துவதோடு சண்டையும் பிடித்துக்கொள்வார்கள். அப்போதெல்லாம் பூவரும்பால் அழுகையைக் கட்டுப்படுத்த முடியாது. திணறிப்போவாள். 'எல்லாருந்தான் செய்யணும், நான் பெத்த மக்களா' என்று சொல்வாள். சாப்பிட, தூங்க, வெளிக்குப் போக என்று எல்லாவற்றுக்குமே பூவரும்பு வேண்டும். இரவோ பகலோ எல்லாப் பிள்ளைகளுக்கும்

இவள்தான் எல்லாமும். அப்படிப்பட்ட பிள்ளைகள் ஏன் காலையிலிருந்து தன்னிடம் வரவில்லை என்று யோசித்தாள். செல்லம்மாளின் பிள்ளைகள்தான் இருப்பதிலேயே சிறுசுகள். மண்ணாங்கட்டியின் பிள்ளைகளில் மீனாட்சி மட்டும்தான் சற்று வளர்ந்த பிள்ளை. சின்னதோ, பெரியதோ, பூவரும்பு அவர்களுக்கு ஒரு சின்ன வேலையைக்கூட வைக்க மாட்டாள். எதுவாக இருந்தாலும் தன்னுடைய மகள்களிடமே சொல்லி வேலை வாங்கிவிடுவாள்.

‘தூத்தேறி, நாதேறி’ என்று சொல்லி செல்லம்மாள் வாசலில் காறித்துப்பினாள்.

‘என்னாடி இவ நக்குன வாத்த வடிக்கிறா?’

‘ஒன்னாட்டம் எனக்கு வக்கணயா வாத்த வடிக்கத் தெரியாட்டிப்போவுது போயன்.’

‘நான் இனிமே ஒரு வாத்தப் பேசுனா ஏண்டி என் ஆம்படயானப் போன வளன்னு கேளுடி செல்லம்மா.’

‘நானும் ஓம் பேச்சுக்கோ வாத்தக்கோ இனிமே வந்தா, ஒன்னோட பிஞ்ச மொறத்தயும் வெளக்கமாத்தயும் எடுத்துக்க.’

சண்டை நிற்பதாகத் தெரியவில்லை. ஒருவருக்கொருவர் விட்டுக்கொடுக்காமல் பேசிக்கொண்டேயிருந்தார்கள். வழியே போன ஆண்களும் பெண்களும் பிள்ளைகளும் கூட்டம்கூடி வேடிக்கை பார்த்தனர். கூட்டத்தில் தர்மகர்த்தாவும் நின்றிருந்ததைக் கண்டதும், பூவரும்பு வீம்பாக முகத்தை வேறு பக்கம் திருப்பிக்கொண்டு உட்கார்ந்துகொண்டாள். சாவு ஆட்டத்திற்குப் போய்விட்டு வந்த கோபாலைக் கண்டதும் வெடுக்கென்று எழுந்து வீட்டுக்குள் போனாள். பூவரும்பின் கண் மறைய வேண்டும் என்பதற்காகவே காத்திருந்தவள் மாதிரி செல்லம்மாள் ஆத்திரம் பொங்க தர்மகர்த்தாவைப் பார்த்து ‘எம்மாம் காலத்துக்குத்தான் ஒண்ணாமுண்ணா இருக்கிறது, மாலச் சந்தனத்த மாத்துனமா, தனிச்சட்டி தூக்குனமான்னு இல்லாம, சாவும் காலம் வரைக்கும் இன்னொருத்தங்க கைய எதுப்பாத்துக்கிட்டே நிக்க முடியுமா?’ என்று நியாயம் கேட்டாள். அவள் கேட்டது தர்மகர்த்தாவிடம் மட்டுமில்லை, மொத்தக் கூட்டத்திடமே கேட்டது போலிருந்தது. அவள் பிறந்த ஊரான மேல்ஆதனூரிலுள்ள வழக்கங்களையெல்லாம் சொல்லிக்காட்டினாள். சின்னச்சின்ன விசயங்களுக்கெல்லாம் ஏன் செல்லம்மாள் பிணக்கிக்கொண்டு கோபப்பட்டாள், எதிர்ச்சண்டை போட்டாள் என்பது இப்போதுதான் பூவரும்புக்குப் புரிந்தது. தன்னையும் செடலையும் குறை சொல்லிப் பேசியதை மறந்துவிட்டு, குடும்பம் சிதறிப்போகுமோ என்ற கவலையில், வீட்டுக்குள்ளிருந்து வேகமாக வெளியே வந்து, ‘ஊருல புது வயக்கத்த உண்டாக்காதடி புள்ளெ. ஆரு என்னாத்த இங்க வாரிக்கட்டிக்கிட்டுப் போவப்போறாங்க’ என்று சொன்னதும், செல்லம்மாள் பேச வழியின்றிப் போனாள். சிறிது நேரத்திற்கு முன் கோபப்பட்ட பூவரும்பு ஏன் சண்டைபிடிக்கவில்லை? அவள் எதிர்பண்ணாமல் போனால் தன்னுடைய திட்டமெல்லாம் மண்ணாகிவிடுமே என்ற ஆத்திரத்தில், இவள் எகிறிக் குதிக்க ஆரம்பித்தாள். இவள் பேசுவதையெல்லாம் கோபத்தில் பேசுகிற பேச்சு என்று எண்ணி, பூவரும்பு மேலும் குரலை அடக்கிக்கொண்டு, ‘இங்க பாருடி புள்ளெ, இத்தன பேரு முன்னாலயும், ஊரு ஆம்பளங்க முன்னாலயும் பேச ஒனக்கு எப்பிடித்தான் வாய் வந்துச்சோ! ஒனக்குத்தான் வாய் இருக்குன்னு பேசாத. ஒனக்கு நான் என்னாத்துல கொற வச்சன்? மனசாச்சிக்கி இன்னதுதான்னு வெரல வுட்டுச் சொல்லு, பாப்பம். சோத்துல கொற வச்சனா, இல்லெ சாத்துல கொற வச்சனா? எல்லாக் கிண்ணியயும் நான் ஒரே கிண்ணியாத்தான் பாத்தன். எனக்கு என்னிக்கிமே மனசுல மறபொருளு இருந்தது கெடயாது. ஒங்க கண்ண மறச்சி எனக்கோ எம்

புள்ளெகளுக்கோ வேணுமின்னு எதுவும் நான் செஞ்சிகிட்டது கெடயாது. அந்தா, மேல எரிச்சிக்கிட்டுப் போறானே சூரிய பகவான், அவனுக்குத் தெரியும் மெய்யும் பொய்யும். சீரா இருக்குற குடும்பத்தக் கல்லறசில்லறயா மாத்த எண்ணாதடி புள்ளெ. இந்தக் குடும்பம் என்னிக்குமே ஒரே கோப்பா இருக்கணும்ன்னுதான் ஆசப்பட்டான். அதத்தான் அந்த ஆண்டவன்கிட்டெ தெனமும் வேண்டுனன். கூடுகட்டக் குருவி இருக்க, கூட்டெக் கலெக்கக் கொரங்கு இருக்குங்குற கதெயாப் போயிடும்போல இருக்கே!' என்று சொல்லிக்கொண்டேயிருந்தவள், ஒருவரும் எதிர்பாராத நேரத்தில் எழுந்து வந்து எல்லாருடைய முன்னிலையிலும் மாராக்குச் சேலையை எடுத்துப் போட்டு அதைத் தாண்டிச் சத்தியம் செய்தாள். அதோடு பக்கத்தில் நின்றுகொண்டிருந்த சின்ன மொட்டையை இழுத்துப் போட்டுக் குறுக்காகத் தாண்டிச் சத்தியம் செய்து 'நாளது தேதிவரக்கும் நான் யாருக்குமே துரோகம் நெனச்ச தில்ல. பிறர் கண்ணறியாம குத்தம் கொற பேசுனதில்ல. ஏதல எச வாத்த வடிச்சதில்ல. தனிச்சட்டி தூக்கணும்ன்னு எண்ணுனதில்ல. எல்லாத்தையும் அந்த பகவான் அறிவான்' என்று சொன்னவளால் அழுகையைக் கட்டுப்படுத்த முடியவில்லை. குடும்பம் சிதைந்துபோகுமோ என்ற கவலையில் தரையில் உட்கார்ந்து புலம்பி அழ ஆரம்பித்தாள். அங்கு கூடியிருந்த எல்லாருக்குமே பூவரும்பின் மீது இரக்கம் உண்டாயிற்று. தர்மகர்த்தா கூட்டத்தைக் கலைந்து போகச் சொல்லிச் சத்தம்போட்டார். மலைமலையாகக் கட்டி வைத்திருந்த தன்னுடைய எண்ணத்தையெல்லாம் சண்டை போடாமல் நீர்த்துப்போகச் செய்து விட்டாளே என்ற ஆத்திரத்தில் செல்லம்மாள் பக்கத்தில் நின்றுகொண்டிருந்த தன்னுடைய மகனை இழுத்துப் போட்டு ஒரு காரணமும் இல்லாமல் அடிக்க ஆரம்பித்தாள். இந்தச் சண்டையைப் பார்த்துக்கொண்டிருந்த கூட்டம், தெருவின் முனையில் கங்காணி கணேசனின் குரல் கேட்டதும் அங்கு ஓடத் துவங்கியது.

வெங்கட்டனிடமும் அவனுடைய பெண்டாட்டி பொன்னம்மாளிடமும் கங்காணி கணேசன் காட்டுக்கூச்சல் போட்டுக்கொண்டிருந்தான். அவன் கத்திய விதம் பல பேருக்குத் தெரிய வேண்டும் என்பது போலிருந்தது. அவனுக்கு முன்னால் ஒரு வார்த்தையும் பேசாமல் கூனிக்குறுகிப்போய் வெங்கட்டன் நின்றுகொண்டிருந்தான். இரண்டு மாதத்திற்கு முன் அவனுடைய பெரிய மகன் இறந்துபோனதும், சாவுக் காரியங்களுக்காக கணேசனிடம் கண்டிக்குப் போகச் சம்மதிப்பதாகச் சொல்லிப் பணம் வாங்கினான். பிணத்தை வைத்துக்கொண்டிருப்பதைவிட, கண்டிக்குப் போவது மேலல்லவா? கணேசனையும் குறைசொல்ல முடியாது. இரண்டு மாதமாகத் தவணை கொடுத்துப் பார்த்துவிட்டான். 'அடுத்த கப்பலுக்கு' என்று எத்தனை முறைதான் பதில் சொல்வது? கப்பல் ஏற மறுத்தால் வாங்கிய பணத்தைத் திருப்பித் தருவதற்கு வழியில்லை. ஊரிலும் மழையில்லாமல் பெரும் பஞ்சம். புருசனும் பெண்டாட்டியும் கோழி கூப்பிடுகையில் கிளம்பிக் காடு காடாகச் சென்று சோளத்தட்டை வெட்டி, அதைத் தூக்கிக்கொண்டு எட்டு மைல் தூரம் நடந்து திட்டக்குடிக்குச் சென்று விற்று அரிசி, குழம்புச் சாமான்கள் வாங்கிவந்து, பொங்கிச் சாப்பிட்டுவிட்டுப் படுப்பதற்குள் நடுச்சாமமாகிவிடும். மழை பெய்யாததால் சோளத்தட்டையும் இல்லை, புல்லும் இல்லை என்றானபோது கட்டாஞ்சி வெட்ட ஆரம்பித்தனர். நாளுக்கு நாள் பஞ்சம் பெருக, ஊரிலுள்ள எல்லாருமே கட்டாஞ்சி முள்ளை வெட்ட ஆரம்பித்துவிட்டதால் இப்போது அதற்கும் வழியில்லை. மென்னியைப் பிடித்து நெரிக்கும் கடன்காரனுக்கு என்ன பதில் சொல்வது? கணேசனோ சொன்னதையே சொல்லிக்கொண்டிருந்தான். 'வர்ற வெள்ளிக்கியம கௌம்பணும், இல்லாட்டிப் போனா மேல ஒரு மாசம் ஆவும். அதுவரக்கும் என்னால பதில் சொல்லிகிட்டிருக்க முடியாது.' வெங்கட்டனும்

பொன்னம்மாளும் கணேசனின் காலைப்பிடிக்காத குறையாகக் கெஞ்சிக் கூத்தாடினர். அடுத்த மாதம் கிளம்பிவிடுவதாக மாரியம்மன் மீது சத்தியம்செய்துகொடுத்தனர். பக்கத்தில் நின்றிருந்தவர்களும் இந்த ஒரு முறை மட்டும் விட்டுப்பிடிக்க வேண்டும் என்று பல முறை சொன்ன பிறகுதான் ஓரளவு சமாதானமடைந்த கணேசன், 'பேச்சு மாறக் கூடாது' என்று சொல்லிவிட்டு, அந்த இடத்தை விட்டுப் போனான்.

பூவரும்பிடம் சண்டைபிடித்துக்கொண்டிருந்த செல்லம்மாள் ஒண்ணுக்குப் போகத் தோட்டத்திற்குப் போவதுபோல் போய் கங்காணி கணேசனிடம் பேசிவிட்டு வருவதைப் பார்த்த பூவரும்புக்கு, கண்டிக்கு வருவதாகச் சொல்லி வெங்கட்டனும் பொன்னம்மாளும் கணேசனிடம் பணம் வாங்கியதுபோல் இவளும் வாங்கியிருப் பாளோ என்ற சந்தேகம் உண்டாயிற்று. கோபாலிடமும் குள்ளனிடமும் காத்தானிட மும் விஷயத்தைச் சொல்லிவிட வேண்டும் என்று நினைத்தாள். குச்சிபோல் இருந்த, ஓயாமல் சுருட்டுப் பிடித்துக்கொண்டிருந்த, சில்க் ஜிப்பா போட்டிருந்த கங்காணி கணேசன்மீது கோபம் ஏற்பட்டது. அப்போது கோயிலிலிருந்து ஓடிவந்த செடலைக் கண்டதும் பூவரும்பு பதறிப்போய் எழுந்து நின்றாள்.

ஓடிவந்த வேகத்திலேயே பூவரும்பிடமோ, வீட்டுக்குள்ளோ போகாமல் சிறிது தூரம் தள்ளி நின்று, ஒவ்வொரு அடியாகத் தயங்கித்தயங்கி எடுத்துவைத்து ரகசியமாக வீட்டுக்குள் நுழைந்துவிட விரும்புவதுபோல் நடந்தாள் செடல். பூவரும்பிடம் நெருங்க நெருங்கப் பதட்டமும் பயமும் கூடிக்கொண்டேயிருந்தது அவளுக்கு. எவ்வளவு அடி விழுமோ, திட்டுக் கிடைக்குமோ! பூவரும்பின் கையில் சிக்கிக்கொள்ளாமல் வீட்டுக்குள் ஓடி, அடுக்குப்பானைச் சந்திலோ, குதிர்ச் சந்திலோ அடி விழாமல் மறைந்து கொள்ள வேண்டும் என்று எண்ணிக்கொண்டிருக்கும்போதே பூவரும்பு எட்டிப் பிடித்துக்கொண்டுவிட்டாள். செடல் பயத்தில் வீறிட்டு அலறினாள். அடி விழுவதைத் தடுக்க யாராவது வீட்டுக்குள் இருக்கிறார்களா என்று பார்க்க முயன்றாள். பூவரும்பு வழக்கம் போல அடிக்காமல், என்றுமில்லாத புது வழக்கமாக, தன்னுடைய கால்களுக் கிடையில் செடலை நிறுத்திக்கொண்டு மொட்டைத் தலையில் ஆசையுடன் முத்த மிட்டதை அவளால் நம்பவே முடியவில்லை. ஒரு நொடி நேரம்தான் அதுவும். செல்லம்மாள் வீட்டுக்குள் நுழைந்ததைக் கண்டதும் பேயைக் கண்டவளுக்கு முகம் மாறுவதுபோல பூவரும்பின் முகம் மாறியது. கொஞ்சம்கூடத் தயங்காமல் செடலை நெட்டித்தள்ளி விட்டு 'கோவுலுக்கு ஓடு. கொஞ்ச நாளைக்கு அங்கியே இரு. எடுத்ததுக் கெல்லாம் ஊட்டுக்கு ஓடியாராத. கெய்விகிட்டப் போ' என்று சொல்லிவிட்டு முந்தானையால் முகத்தை மூடிக்கொண்டாள். திகைத்துப்போன செடல் முந்தானை யால் மூடியிருந்த பூவரும்பின் முகத்தையே பார்த்தாள். சற்றுமுன் அய்யரும் மற்றவர் களும் சொன்னதுதான் நிஜமா? அவசரமாகத் தன்னுடைய கழுத்தில் கிடந்த பொட்டைத் தொட்டுப் பார்த்தாள். அதை அறுத்தெறிய வேண்டும் என்ற வேகம் உண்டாயிற்று. ஆனால் அதைத் தொடவோ, பார்க்கவோ கூடாது என்று நினைத்தாலும், மறுபடியும் மறுபடியும் அதையே பார்த்தாள். திடீரென்று ஏற்பட்ட வெறியில் வீட்டுக்குள் ஓடி னாள். அரிவாள்மணையைத் தேடியெடுத்து, குனிந்து, கழுத்தை அரிவாள்மணைக்குக் கொண்டுபோனபோது, எதிர்பாராத விதமாக முதுகில் விழுந்த அடியால் பொறி கலங்கிப்போய் நிமிர்ந்து பார்த்தாள். மேலும் முதுகில் இரண்டு போட்ட பெரிய மொட்டை, 'அதைத் தொட்டுக் கும்புடு. பிச்சிப் போட்டா எமன் வந்துத் தூக்கிகிட்டுப் போயிடுவான். ஜாக்கரத' என்று சொன்னவள், திமிரத்திமிரச் செடலை இழுத்து வந்து பூவரும்பின் முன் நிறுத்தினாள். அழுவதை நிறுத்திட்டு, முகத்தைத் துடைத்துக் கொண்டு உடைந்துபோன குரலில் பூவரும்பு சொன்னாள்:

'கோவுலுக்குப் போ. நீ இனிமெ ரெண்டு மூணு மாசம் அந்த ஆயாக்கூடத்தான் இருக்கணும்.'

'அது நம்ப ஆயா இல்லியேம்மா.'

'நம்ப ஆயாதாண்டி.'

'மாரியாயி சத்தியமாவா?'

'நானு பொய்யா சொல்லுறன்?'

'அப்பன்னா எந்தலயில அடிச்சி சத்தியம் பண்ணு.'

'நம்ப ஆயாதாண்டி.'

'நான் கோவுலுக்குப் போவ மாட்டன்.'

செடல் அடம்பிடித்து அழும் சத்தம் கேட்டு எதிர் வீடு, பக்கத்து வீடுகளில் இருந்தவர்கள் எல்லாரும் செடலையும் பூவரும்பையும் சுற்றிக் கூட ஆரம்பித்தனர். ஆற்றிலிருந்து தண்ணீர் எடுத்துக்கொண்டு வந்த சின்ன மொட்டையும் நடு மொட்டையும் வனமயிலும் தண்ணீர்ப் பானையை வீட்டுக்குள் வைத்துவிட்டு வந்து செடலுக்குப் பக்கத்தில் நின்றுகொண்டு பூவரும்பின் முகத்தையே பார்த்தனர். அந்த இடத்தில் பெரிய கூட்டமாகச் சனங்கள் கூடி நின்றாலும் இவளுக்காக ஒருவரும் பரிந்து பேசவில்லை. வீட்டிலேயே இரு என்று ஒருவரும் சொல்லவில்லை. இதுதான் அவளை மேலும் திகிலடையச்செய்தது. கிழவியுடன் ஏன் தங்க வேண்டும்? மற்றவர்களெல்லாம் வீட்டில்தானே இருக்கிறார்கள், தனக்கு மட்டும் ஏன் இப்படி? எதுவும் புரியாததால் கெஞ்சுவதுபோல் பூவரும்பிடம் சொன்னாள்:

'நான் கோவுலுக்குப் போவலம்மா. ஒன்னோட சொல்லுப் பேச்சுக் கேக்குறம்மா. யார்கிட்டெயும் வலியஞ்சண்டக்கிப் போவ மாட்டன். திங்கிறதுக்குக் கேக்க மாட்டன். நீ குடியானத் தெருவுக்குப் போவயில தொசம் கட்டிக்கிட்டுக் கூடக்கூட வர மாட்டன். வேணுமின்னா என்னெ மொறத்தாலயும் வெளக்கமாத்தாலயும் அடி. இனும தூக்கத்துல மூத்தரம் வுட மாட்டம்மா. வுட்டாலும் நானே சாக்க அலசியாந்து போடுறன். கோவுலுக்கு மட்டும் என்னெ போவச் சொல்லாதம்மா.'

பூவரும்புக்குப் பேச்சே வரவில்லை. அழுகைதான் வந்தது. அழுகையைக் கட்டுப்படுத்த முடியாமல் முந்தானையால் முகத்தை மூடிக்கொண்டு குலுங்கிக்குலுங்கி அழுதாள். அவள் அழ ஆரம்பித்த மறுநொடியே செடல், பெரிய மொட்டை, நடு மொட்டை, சின்ன மொட்டை, வனமயில் என்று எல்லாப் பிள்ளைகளுமே அழ ஆரம்பித்ததும், கூட்டத்தில் நின்றிருந்த ஒன்றிரண்டு பேருக்கும் அழுகை வந்துவிட்டது. தேம்பித் தேம்பியும், விக்கிவிக்கியும் அழும் பிள்ளைகளைக் கண்டதும் பூவரும்புக்கு அழ வேண்டும் என்ற வெறி மேலும் கூடிற்று. செடலுக்கு உடம்பு நடுங்க ஆரம்பித்தது. எல்லாமும் தன்னால்தான் நடக்கிறது என்று எண்ணிக் கலக்கமடைந்தாள். வீட்டுக்கு வந்ததால்தான் பூவரும்பும் மற்றவர்களும் அழுகிறார்கள். இனி பூவரும்பின் மனம் கோணும்படி நடக்கக் கூடாது, அவள் சொல்வதைக் கேட்டால் சீக்கிரமாகவே வீட்டுக்கு வரச்சொல்லித் தங்கவைத்துக்கொள்வாள் என்று நினைத்து, பூவரும்பின் கழுத்தைக் கட்டிப் பிடித்துக்கொண்டு 'அய்வாதம்மா, நான் கோவுலுக்குப் போறம்மா, நீயாவது, அக்கா யாராவது வந்து கூப்புட்டாத்தான் நான் வூட்டுக்கு வருவன். நீ அய்வாதம்மா. நான் இப்பியே போறம்மா' என்று சொல்லிவிட்டு, அவளிடமிருந்து பிரிந்து, பின்புறமாகவே ஒவ்வொரு அடியாக எடுத்துவைத்து நடந்தாள். ஏங்கித் தவித்து, மொட்டைத் தலையுடன் விம்மிக்கொண்டே போகும் செடலைப் பார்க்கப் பார்க்கப் பூவரும்புக்கு அடிவயிறு புண்ணாக எரிந்தது. அழுகையை மறைக்கத்

தலையைத் திருப்பிக்கொண்டு வீறாப்புடன் நடக்க ஆரம்பித்தாலும் காட்டுக்கத்த லாகக் கத்தி ஒப்பாரி வைத்து அழும் பூவரும்பின் குரல் செடலுக்குக் கேட்டுக்கொண் டேயிருந்தது.

'செஞ்சி மலையினிலே
செல்லியம்மன் கோயிலம்மா
சீமான் பொறப்பான்னு
சிவபூசை செய்தனம்மா
சீமான் பொறக்கலியே
சிறுமி பொறந்தாளம்மா
சீதெ பட்ட துன்பமெல்லாம் இந்தச்
சிறுமி படப்போறாளம்மா
காடு மலையினிலே
காளியம்மன் கோயிலம்மா
கர்ணன் பொறப்பான்னு
கடும்பூசை செய்தனம்மா
கர்ணன் பொறக்கலியே
கள்ளி பொறந்தாளம்மா
கர்ணன் பட்ட துன்பமெல்லாம் இந்தக்
கள்ளி படப்போறாளம்மா.'

5

'யே குட்டி, இப்பிடி செத்த வெளக்க எடுத்தாடி.'

'வெளக்கு இல்லெ.'

'காத்துல அணயுறாப்ல வெளக்க வக்காதவக்காதன்னு பாடம் படிக்கிறாப்ல எத்தன வாட்டிதாண்டி குட்டி ஒனக்கு சொல்லுறது?'

'வெளக்கு இன்னும் ஏத்தல.'

'பொயிதானா வெளக்கு வக்கணும்னு பொட்டச்சிக்கித் தெரிய வாண்டாம்? போ போ, போயி வெளக்க ஏத்திக் கொண்டா.'

'சீமத்தண்ணீ இல்லெ.'

'அடுப்புல நெருப்பு இருக்கா?'

'அடுப்பே இன்னும் மூட்டல.'

'சரி, சருவ எடுத்துகிட்டுப் போயி நெருப்பு எடுத்தா.'

'இந்த இருட்டுல யாரு வூட்டுக்குப் போறதாம்?'

இருள் இறங்கிய பிறகு யாருடைய வீட்டிலும் நெருப்பு எடுக்கவிட மாட்டார் கள். அதிலும் சிறுபிள்ளையென்றால் வழியில் போட்டுவிடுவார்கள் என்பதால் 'நெருப்பு கொடுங்க' என்று கேட்டாலே திட்டுவார்கள். அதனால் செடல் கிழவியையே நெருப்பு எடுத்துவரச் சொன்னாள். கிழவியும் மறுவார்த்தை பேசாமல் தெருவுக்குள் சென்று, நெருப்பு எடுத்துவந்து அடுப்பைப் பற்றவைத்து, உலை வைத்துக் கொடுத்துவிட்டு, சிறிது தள்ளிப்போய், விரித்துப் போட்டிருந்த சாக்கில் உட்கார்ந்துகொண்டாள். விரல் தடிமனிலிருந்த ஒரு முழ நீளமுள்ள துவரங்குச்சி ஒன்றால் கொதித்துக்கொண்டிருந்த

சோற்றை அடிபிடித்துவிடாமல், நறுக்கரிசி பட்டுவிடாமல் செடல் தொடர்ந்து கிண்டிவிட்டுக்கொண்டேயிருந்தாள். காற்று அடுப்பின் தீயை எல்லாத் திசைகளிலும் அலைக்கழித்தது. புகை அவளுடைய கண்களில் நீரை வரவழைத்தது. சலிப்பாக இருந்தாலும் அவ்வப்போது தன்னுடைய இடக்கையால் மூக்கைச் சிந்திவிட்டுச் சோற்றைக் கிண்டிவிட்டுக்கொண்டேயிருந்தாள். சோறு வேகுவதுபற்றியோ, காற்று தொடர்ந்து அடித்துக்கொண்டிருந்ததால் ஜுவாலை அடுப்பை விட்டு வெளியே தாவுவதுபற்றியோ கவலைப்படாதிருந்த கிழவி 'யே குட்டி, யே குட்டி, ஆச்சாடி? ஒரு புடிச்சப்புடி அரிசியப் போட்டு கொதிக்கவக்க எம்மாம் நேரம்ண்டி. பொட்டச் சிங்கிறவ திட்டுத்திடுக்குன்னு வேல செய்ய வாணாமா? ஒரு சேர அரிசியப் போட்டுப் பொங்க ஏயி பொயிதா? இதுக்கே இப்பிடின்னா, செல்லப்புள்ளெ கட்டி ஆட எப் பிடித்தான் ஊர்ஊராப் போவப்போறாளோ' என்று தொணதொணத்துக்கொண்டே யிருந்தாள். செடலுக்குக் கிழவியின் மேல் எரிச்சல் வந்தது. அவள் எப்போது இவளைக் கூப்பிட்டா லும் 'செடல்' என்றோ, 'இந்தாடி புள்ளெ' என்றோ கூப்பிட மாட்டாள். அருகிலிருந்தாலும் தொலைவிலிருந்தாலும் 'யே குட்டி, யே குட்டி' என்றுதான் கூப்பிடுவாள். அப்படிக் கூப்பிடும்போதெல்லாம் இவளுக்கு அழுகையும் கோபமும் வரும். கிழவியின் முகத்தில் குத்த வேண்டும், சதை பிய்ந்து போகுமளவுக்குக் கிள்ள வேண்டும் என்ற வெறி உண்டாகும். ஆனால் எல்லாவற்றையும் அடக்கிக்கொண்டு பேசாமலிருந்துவிடுவாள். கிழவி எத்தனை முறை கூப்பிட்டாலும் ஏன் என்று கேட்க மாட்டாள். சோற்றிலிருந்து மணம் வரத் தொடங்கியிருந்தது. கால்களை நீட்டிப் போட்டு உட்கார்ந்திருந்த கிழவிக்கு, வாசனை வர ஆரம்பித்ததிலிருந்து தொடர்ந்து அப்படியே உட்கார்ந்திருக்க முடியவில்லை. சிறுபிள்ளைகளைப் போல் அடுப்பில் வெந்துகொண்டிருக்கும்போதே சாப்பிடப் பரபரத்தாள்.

நான்கைந்து பிள்ளைகளுக்குத் தாயான பெண் மாதிரி செடல் அடுப்பிலிருந்த சோற்றுச் சட்டியை இறக்கிக் கஞ்சியைக் கச்சிதமாக வடித்தெடுத்தாள். வரகரிசி என்பதால் நெல் அரிசிக் கஞ்சிபோல இல்லாமல் கசாயம்போல தடதடவென்று இருந்தது. வாசனையாக இல்லாமல் மக்கல் வாடையும் அடித்தது. வடிகட்டிக் கல்லி லிருந்து இறக்கிய சோற்றுப் பானையைத் தரையில் வைத்து, சிப்புத்தட்டில் ஒட்டிக் கொண்டிருந்த சோற்றுப் பருக்கைகளைத் தட்டிவிட்டு, சோற்றை ஆற வைக்க மீண்டும் துவரங்குச்சியால் சோற்றைக் கிண்டிவிட ஆரம்பித்தாள். சற்றுக் கழித்து கஞ்சி வடித்தக் குண்டானிலேயே உப்பைப் போட்டுக் கலக்கிக் கிழவியிடம் கொடுத்து 'உப்பு இருக் கான்னு பாரு, உப்பு கக்கிதா கொறயுதான்னு சொல்லு. இன்னும் தண்ணீ ஊத்தி விளாவணுமா?' என்று கேட்டுவிட்டு அடுப்பின் நெருப்பை அணைத்தாள். தரையில் வழிந்திருந்த கஞ்சியின்மேல் மண்ணை அள்ளிப் போட்டு மூடினாள். கஞ்சியைக் குடித்து முடித்த கிழவி, சரியாகக் கழனிவிடவில்லை, சாணியைக் கரைத்த தண்ணீர் போல தடதடவென்று இருக்கிறது என்று சொன்னாள். பிறகு 'போதுண்டியம்மா எனக்கு, சோறுகீறு ஒண்ணும் வாண்டாம். வேணுங்கிறத நீ போட்டுத் தின்னுப் புட்டு, தண்ணீய ஊத்தி மூடி, நாய் அலம்பிடாம பத்தரமா பாத்துவை' என்று சொல்லி விட்டு உட்கார்ந்திருந்த இடத்திலேயே முந்தானையை விரித்துப் போட்டுப் படுத்துக் கொண்டாள். செடலுக்கும் கிழவிக்கும் என்று கோயிலை ஒட்டிக் கட்டியிருந்த வீட்டில் மூன்று ஆள் மட்டுமே நீட்டிப் படுக்க முடியும். அவசரஅவசரமாகக் கட்டிய தால் அடுப்படி, தண்ணீர் மேடை, விளக்கு மாடம் என்று எதுவுமே இல்லை. வெளியில் வைத்துதான் சோறாக்க வேண்டும். சோற்றைச் சாப்பிட்டுவிட்டு ஒவ்வொரு சாமா னாக உள்ளே கொண்டுபோய் வைத்த செடல் ஒரு பேச்சுக்காகக் கிழவியைச் சோறு

சாப்பிடச் சொன்னாள். எப்போதுமே கிழவி கஞ்சி குடித்த மயக்கத்தில் உடனேயே தூங்கிவிடுவாள். நடுச்சாமத்தில் ஒண்ணுக்குப் போனதும் பசியெடுக்க ஆரம்பித்து, அந்த நேரத்தில் தண்ணீரில் கிடக்கும் சோற்றை அள்ளிப் போட்டுச் சாப்பிடுவாள்.

கிழவிக்குப் பக்கத்தில் சாக்கைக் கொண்டுவந்து விரித்துப் போட்டு உட்கார்ந்த செடல், சூடு ஆறாமல் ஏற்கனவே தனியாக வைத்திருந்த சுடுசோற்றைப் பாவாடையின் ஒரு பகுதியில் வைத்துப் பந்தாகச் சுருட்டி இரண்டு கண்களிலும் மாற்றிமாற்றிச் சுடச்சுட ஒத்தடம் கொடுத்துக்கொண்டாள். கண்வலியால் நேற்றுக் காலையில் எழுந்திருக்கும்போது இரண்டு கண்களையும் திறக்கவே முடியவில்லை. கருவேல மரத்தின் பிசின் போட்டு ஒட்டியதுபோல் இமைகள் ஒட்டிக்கொண்டிருந்தன. பாவாடையின் ஒரு பகுதியைத் தண்ணீரில் நனைத்துநனைத்துக் கண்களில் ஒத்தி ஒத்தியெடுத்து ஒவ்வொரு கண்ணாகத் திறந்து பார்ப்பதற்குள் வலி உயிர்போய் விட்டது. நாளைக் காலையில் எழுந்திருக்கும்போது இமைகள் மூடிக்கொள்ளக் கூடாது என்பதற்காகத்தான் இப்போது சுடுசோற்றை ஒத்தடம் கொடுத்துக்கொண்டிருந்தாள். ஒத்தடம் கொடுத்துவிட்டு, ஒத்தடம் கொடுத்த சோற்றில், மீண்டும் கண்வலி வரக் கூடாது என்பதற்காகக் கிழவி சொல்லியிருந்த மாதிரி எச்சிலைத் துப்பிச் சற்று தொலைவில் கொண்டுபோய்ப் போட்டு விட்டு வந்து, கிழவிக்குப் பக்கத்தில் படுத்துக் கொண்டாள். இவள் படுத்த மறுநொடியே ‘இந்தாடி குட்டி, ராத்திரி பண்ணுன கங்காட்சிய இன்னிக்கும் பண்ணுலாம்னு பாக்குறியா? மூத்தரத்த வுட்டுட்டு வந்து படு’ என்று கிழவி அதட்டினாள். நேற்றிரவு நடுச் சாமத்தில் தூங்கிக்கொண்டிருந்த செடலுக்குத் திடீரென்று காதைக் குடைவது போலவும் ‘கொரகொர’ வென்று எறும்பு ஊர்வது போலவுமிருந்தது. தூக்கம் கலைந்து எழுந்தவளுக்குக் காதுக்குள் எப்படி எறும்பு புகுந்துகொண்டது என்பது புரியவில்லை. ஒன்றும் செய்யத் தோன்றாமல் விரல்களை ஒவ்வொன்றாக மாற்றிமாற்றிக் காதுக்குள் விட்டுக் குடைந்தாள். என்ன செய்தும் காதுக்குள்ளிருக்கும் எறும்பு ஊர்வது நின்ற பாடில்லை. காற்றில்லாவிட்டால் செத்துப்போகும் என்று சிறிது நேரம் வலப் பக்கக் காதை மூடிவைத்துப்பார்த்தாள். ஆனால், தொடர்ந்து காதில் ‘கொரகொர’வென்று ஊர்ந்துகொண்டேயிருந்ததால் அழ ஆரம்பித்தாள். கண்களைத் திறந்து பார்க்கவும் பயமாக இருந்தது. ‘செத்த கண்ணெ மூடவுடுறாளாப் பாரு’ என்று முனகிய கிழவி, காதுக்குள் இரண்டு சொட்டுத் தண் ணீரை விட்டால் செத்துவிடும் என்று சொல்லி விட்டுப் புரண்டு படுத்தாள். செடல் கண்களைத் திறக்காமலேயே தண்ணீர்ப் பானை இருக்கும் இடத்திற்கு வந்தாள். கால் இடறிப் பானை உருண்டதும் தண்ணீர் கொட்டியதோடு, பானையும் உடைந்து விட்டது. கிழவி ‘கொலகாரி, கொலகாரி’ என்று திட்டிவிட்டு முதுகிலும் இரண்டு அடி கொடுத்தாள். பிறகு, முடிந்தவரை வீட்டைக் கூட்டி விட்டு, சாக்கைக் கொண்டு போய்த் தெருவில் போட்டுப் படுத்துக்கொண்டாள். வெளியே வந்து கிழவிக்குப் பக்கத்தில் நின்றுகொண்டிருந்த செடலுக்குக் காது வலி உயிர்போய் விடும் போலிருந் தது. ஒன்றும் செய்ய முடியாமல், ஒண்ணுக்கு விட முயன்றாள். ரொம்ப நேரம் முயன்ற பிறகுதான் வந்தது. அதில் கொஞ்சம் பிடித்து, இடப்பக்கமாகத் தலையைச் சாய்த்து வைத்துக்கொண்டு வலது காதில் விட்டாள். சிறிது நேரத்தில் காதுக்குள் ‘கொர கொர’ சத்தம் நின்றுபோயிற்று. வீட்டுக்குள் போகாமலும் கிழவிக்குப் பக்கத்தில் படுக்காமலும், மிரண்டுபோய் உட்கார்ந்திருந்தவளுக்கு, அருகில் நின்றிருந்த வேப்ப மரத்தில் பிசாசு ஏதாவது இருக்குமோ, நடுராத்திரியில்தானே அவை ஊருக்குள் வரும் என்ற எண்ணம் வந்ததும் பயத்தில் உடம்பு நடுங்க ஆரம்பித்தது. நாய்க் குந்தலில்

உட்கார்ந்திருந்தவள், இரண்டு முட்டிக்கால்களுக்கும் இடையே தலையைக் கவிழ்த்து உட்கார்ந்தவள், அப்படியே தூங்கிப்போனாள்.

கிழவியை ஒட்டிப் படுத்த செடல், கிழவியைச் சீண்டிக் கதை சொல்லச் சொல்லி நச்சரித்தாள். கதை சொல்ல மறுத்துக் கிழவி ஆயிரம் சாக்குப்போக்குச் சொல்லிப் பார்த்தாள். இவள் பிடிவாதமாக இருக்கவே, வாயைத் திறந்த கிழவி 'எதுக்குடி குட்டி சூளான் இப்பிடி அப்புஅப்புன்னு அப்புது?'

'கதெ சொல்லு.'

'வெளக்குல நவ சீமத்தண்ணியிருந்தா எடுத்தா.'

'இல்ல.'

'இல்லாட்டிப்போவுது வெளக்கயாவது இப்பிடி எடுத்தா.'

செடல் கிழவியைத் திட்டிக்கொண்டே எழுந்து வீட்டுக்குள் போய் எதையாவது உருட்டிவிடுவோமோ என்ற பயத்தில் அடிமேல் அடி வைத்துப் பதனமாகச் சென்று விளக்கை எடுத்துவந்து கிழவியின் கையில் 'பொத்'தென்று வைத்தாள். இரண்டு மூன்று முறை விளக்கைக் குலுக்கிப் பார்த்துவிட்டு, கடைசியில் திரியை உருவி, வெறும் திரியை முழங்கைவரையும் முழங்கால்கள்வரையும் தேய்த்துக் கொண்டு, மீண்டும் திரியை மாட்டி விளக்கைக் கொடுத்து, வீட்டுக்குள் எடுத்துக் கொண்டுபோய் வைக்கச் சொன்னாள்.

கோயிலுக்குப் பின்புறம் அடர்ந்த கருவேலங்காடு. இருநூறு முன்னூறு அடி தூரம் தள்ளிதான் வீடுகள் இருக்கின்றன. அங்கு இவ்வளவு மோசமாகக் கொசுக்கள் கடிக்காது. இங்கும்கூட சீமெண்ணெய், வேப்பெண்ணெய் என்று உடம்பில் பூசிக் கொண்டு படுத்தால் ஒரு கொசுக்கூட 'வா' என்றாலும் வராது. அருகில் நின்றிருந்த வேப்பமரம் அசையாமல் நின்றிருந்தது. காற்று அடித்தால் கொசுக்களின் தொந்தரவு அதிகம் இருக்காது. வீட்டுக்குள் விளக்கை வைத்துவிட்டு வந்து, கிழவிக்குப் பக்கத்தில் படுத்துக்கொண்டு பட்டப்பகல்போல வெளிச்சத்தைப் பரப்பிக்கொண்டிருந்த நிலவையே பார்த்துக் கொண்டிருந்த செடல் ஒருக்களித்துப் படுத்துக்கொண்டு கிழவியிடம் 'கதெ சொல்லு' என்று கேட்டாள். கொசுக்கடியும் புழுக்கமுமாக இருக்கும் போது பேசிக்கொண்டிருந்தாலாவது நேரம் போவது தெரியாமலிருக்கும் என்ற எண்ணத்தில், 'நேத்திக்கி எங்கடி வுட்டன்?' என்று கிழவி கேட்டாள். செடல் கதையை எடுத்துக்கொடுத்ததும், 'ஆமாண்டி, நேத்து வுட்ட எடம் நெனவுக்கு வந்துடுச்சி. கதெய தூங்கிடாம கேக்கணும். தூங்கிப்புட்டு அப்பறம் எங்கடி கதெ சொன்னன்னு திருப்பிக் கேட்டா சொல்ல மாட்டன்' என்று சொன்னவள், தொண்டையைச் செருமிக்கொண்டு சொல்ல ஆரம்பித்தாள்:

'ஆதித்த வாரம் ஆடி மாசம் அம்மாவாச அன்னிக்கி, ஞாயித்துக்கெயமயும் அதுவுமா பதினெட்டு நாள் சண்டக்கி முன்னால, ஒண்ணே ஒண்ணு கண்ணே கண்ணுன்னு பெத்தெடுத்த மகன பலிகொடுக்கச் சதிவந்து நேந்துதேன்னு சொல்லி அயிது புலம்புறா நாகக்கன்னி.

'அய்யோ நான் என்னா செய்வன்
நான் யாருமற்ற பாவியானன்
மகனே நல்லரவான்!
உன்னைப் பெற்றவள் நாகக்கன்னி
உனக்குப் பெயரிட்டவள் சுபத்திரயாம்
என் மாருமேல ஏணெக் கட்டி உனக்கு
என் மடிமேலே நடைபழகி

என் தோளுமேல ஏணெக் கட்டி உனக்கு
என் தொடமேலே நடைபழகி
நான் பெற்றனே என் மகனே உனக்கு
பெயரிட்டேன் சந்தயிலே
நான் வளத்தனே என் மகனே உன்ன
வாரிவிட்டேன் சந்தயிலே!'

6

'இந்தாடி புள்ளெ செல்லம்மா, ஏடாம்புடிக்குத் தண்ணிக்கட்டாத.'

'ஆரு நானா ஏடாம்புடிக்குத் தண்ணிக்கட்டுறன்?'

'ஓலகத்துல எம்புட்டோ இருக்கு. என்னாத்துக்கு வராத வெள்ளம் வந்தாப்ல இப்ப நீ கொயமத்துப் பண்ணிகிட்டு இருக்கிறவ?'

'நான் ஒண்ணும் பேசல, செய்யல.'

'எதுக்குடி தொசம்கட்டிக்கிட்டு ஒரேமுட்டா கங்காணிகூட அலயுறவ?'

'நீ இருக்கிற எடமே விடியாது. அத்தநாசம் குட்டிச்சுவருதான்.'

'ஆரு நானாடி? கதெய கேட்டியா கதெய, ஒண்ணாமுண்ணா இருக்கிற குடும்பத்த கயாம்முயாம் பண்ணி கல்லரசில்லறயா ஆக்கப்பாக்குறியா?'

'நீ எதுக்கு முடிப்போட்டுப் பேசுற?'

'அப்பிடி முடிப்போட்டுப் பேசி இந்தூர்ல எத்தன குடும்பத்தடி நான் கலச்சியிருக்கன்? வெரல வுடு பாப்பம். இந்த சாடுமாரியான வாத்தயெல்லாம் எங்கிட்டெ வடிக்காத.'

'நானா சாடுமாரி?'

'இந்தாடி மண்ணாங்கட்டி, இவ பேசுறது எந்தூர்லடி அடுக்கும்?'

'தனிச்சட்டி தூக்கறன்னா வுட்டுடன். எதுக்காக இதெ எடுத்து அதுல போடுற, அதெ எடுத்து இதுல போடுற?'

'அட எஞ்சிவனே.'

பூவரும்பு வாயடைத்துப்போனாள். செல்லம்மாள்தான் இப்படியென்றால் மண்ணாங்கட்டியுமா? ஊமை, வாய்பேசத் தெரியாதவள் என்று பெயரெடுத்தவளா இவள்? காலையில் ஆற்றுக்குப் போய்த் தண்ணீர் எடுத்துக்கொண்டு வா என்று சொன்னதிலிருந்து ஆரம்பித்த சண்டை. வளர்ந்துகொண்டேயிருந்தது. கோயிலுக்கு விளையாட வந்த பிள்ளைகள் வீட்டில் சண்டை நடக்கிறது என்று செடலிடம் சொன்ன மறுநொடியே அவள் வீட்டுக்கு ஓடினாள்.

தனியாகச் சோறாக்க விட வேண்டும், இல்லையென்றால் கங்காணி கணேசன் மூலம் கண்டிக்குப் போய்விடப் போவதாக விசயத்தை நேரிடையாகவே சொன்னாள் செல்லம்மாள். வேடிக்கை பார்க்கக் கூடி நின்றிருந்தவர்களில் ஒன்றிரண்டு பேர்களிடம் பூவரும்பு நியாயம் கேட்க ஆரம்பித்தாள். கோயிலிலிருந்து வேகமாக ஓடி வந்த செடல் வாசலுக்குப் பத்தடி தூரம் தள்ளி நின்றுகொண்டிருந்த செல்லம்மாளையும், மாராக்குச் சேலை சரிந்து விழுந்துகிடப்பதைக்கூடக் கவனிக்காமல் புலம்பிக்கொண்டிருந்த பூவரும்பையும், எதிலுமே பட்டுக்கொள்ளாமல் தெருவில் வைத்துச் சாமான்களைக் கழுவிக்கொண்டிருந்த மண்ணாங்கட்டியையும் மாறிமாறிப் பார்த்தாள். பிறகு

பூவரும்பைப் பார்த்தாள். அவளைப் பார்க்கப்பார்க்கச் செடலுக்கு அழுகையைக் கட்டுப்படுத்த முடியவில்லை. அழுகையைக் கட்டுப்படுத்தவும் மறைக்கவும் நகத்தைக் கடித்துத் துப்ப ஆரம்பித்தாள். கிழவியுடன் தங்க ஆரம்பித்ததிலிருந்து எப்போது கோபம் வந்தாலும், எரிச்சல் உண்டானாலும், அழுகை வந்தாலும் ஒன்றும் பேசாமல் நகத்தைக் கடித்துத் துப்பும் பழக்கம் அவளிடம் வந்துவிட்டிருந்தது. பூவரும்பு எவ்வளவு பொறுமையாகப் பேசுகிறாள்? ஆனால் செல்லம்மாள் எதற்காக 'வீச்வீச்' என்று கத்துகிறாள் என்று நினைத்தவளுக்குப் பூவரும்பின் மாராக்குச் சேலை சரிந்து கிடப்பதை எடுத்துப் போட வேண்டும் போலிருந்தது. ஆனால் கோயிலை விட்டு ஏன் வந்தாய் என்று கேட்டு அடித்தால் என்ன செய்வது என்பதால் கூட்டத்தோடு கூட்டமாகச் சேர்ந்துகொண்டு நின்றாள்.

செல்லம்மாளைத் தனியாகச் சோறாக்க விட வேண்டியதுதானே! அப்படிப் போனால் அவளுக்குத்தான் கஷ்டம். அவளுடைய பிள்ளைகள் மூன்றும் சிறுசிறு பிள்ளைகள். அவர்களை யார் பார்த்துக்கொள்வார்கள், அழும்போது யார் தூக்கி வைத்துக்கொள்வார்கள்? வெளிக்கு, ஒண்ணுக்குப்போனால் யார் துடைத்துச் சுத்தம் செய்வார்கள்? சோறு யார் ஊட்டுவார்கள், பிராக்குக்காட்டத் தூக்கிக்கொண்டு ஆற்றுப் பக்கமோ, கோயில் பக்கமோ யார் போவார்கள்? இவளுடைய பிள்ளைகளையும் மண்ணாங்கட்டியினுடைய பிள்ளைகளையும், பூவரும்பின் மகள்கள்தான் எந்த நேரம் பார்த்தாலும் தூக்கி வைத்துக்கொண்டு விளையாட்டுக் காட்டிக்கொண்டிருப்பார்கள். ஆற்றுப் பக்கத்திலிருந்து கோபால் வேட்டியைத் தலைப்பாகையாகக் கட்டிக்கொண்டு, வெறும் கோவணத்துடன் வந்துகொண்டிருப்பது தெரிந்தது. முதலில் அவனிடம் ஓடத்தான் நினைத்தாள் செடல். ஆனால் ஓடாமல் நின்ற இடத்திலேயே நின்றுகொண்டிருந்தாள். வந்தவன் எதுவும் பேசாமல் பூவரும்புக்குப் பக்கத்தில் போய் நின்றுகொண்டு 'உள்ள போ. கும்பக் கூட்டி வேடிக்கக் காட்டிகிட்டு இருக்கியா?' என்று இரண்டு மூன்று முறை சொல்லியும் பூவரும்பு வீட்டுக்குள் போகாமல், செல்லம்மாளிடம் தொடர்ந்து வார்த்தையாடிக்கொண்டேயிருந்ததால், வேகம் வந்தவனாக, பூவரும்பின் தலை முடியைக் கொத்தாகப் பிடித்து முகத்திலேயே அறைந்தான். பிறகு எட்டிஎட்டி உதைக்க ஆரம்பித்தான். இரண்டு மூன்று பெண்கள் கூடித்தான் கோபாலைத் தூரமாக இழுத்துவர வேண்டியிருந்தது. பெண்களை நெட்டிவிட்டு மேலும் ஆத்திரம் கொண்டவனாக மீண்டும் உதைக்க ஓடியபோது, யாரும் எதிர்பார்க்காத நேரத்தில் செடல் ஓடிவந்து கோபாலின் கால்களைக் கெட்டியாகக் கட்டிக்கொண்டு 'யே அப்பா, யே அப்பா' என்று கத்தி அழ ஆரம்பித்தாள். ஒன்றும் செய்யத் தோன்றாமல் திகைத்துப்போய் நின்றுவிட்ட கோபால், செடலைத் தூக்கிக்கொண்டு, தலையைத் தடவிக் கொடுக்க ஆரம்பித்தான்.

'இந்தச் செல்லம்மாளுக்குத்தான் என்னா அப்பிடி ஒரு இதுங்கிறன்.'

'தனிச்சட்டி எதுக்குத் தூக்கணும்ங்கிறா?'

'சாதியக் கெடுத்த சங்கமாங்கிக்கு புத்தி வெகரம் இருக்க வாண்டாம். ஊருல புதுப் பயக்கத்த உண்டாக்கப்பாக்குறாளே கூத்தாடி நாயி!'

'அந்த மண்ணாங்கட்டியுமா அப்பிடிப் பேசுறா?'

'அவ மட்டும் என்ன ஓக்கிச்சியா?'

'இந்தக் கூத்தாடி நாயிவுளாலதான் ஊருல புது மொறம உண்டாவப்போவுது.'

செடலை கோபால் இறக்கிவிட்டதும் வனமயில் வந்து அவளைத் தூரமாக அழைத்துக்கொண்டு போனாள். அவளைப் பின்தொடர்ந்து நடுமொட்டையும் சின்ன மொட்டையும் போனார்கள். இரண்டு மூன்று வீடு தள்ளி வந்ததும் வனமயில் செட

லிடம் கிழவியோடு சண்டைபோடக் கூடாது, எடுத்தெறிந்து பேசக் கூடாது, சோறு குழம்பு இல்லாவிட்டால் மட்டும்தான் வீட்டுப் பக்கம் வர வேண்டும், ஊர்ப் பிள்ளைகளுடன் சண்டை போடக் கூடாது என்றெல்லாம் சொன்னாள். அவளிடம் 'என்னெ எப்ப வூட்டுக்கு கூப்புட்டுகிட்டுப் போவீங்க?' என்று செடல் கேட்டாள். 'சீக்கிரமாத் தான்' என்று மூன்று பெண்களும் ஒரே நேரத்தில், சொல்லி வைத்ததுபோல் சொன்னார்கள். 'கோவுலுக்குப் போ. நாங்க வூட்டுக்குப் போறோம்' என்று சொல்லிவிட்டு வீட்டுப் பக்கம் நடந்தார்கள். அவர்கள் மூவரும் நடந்து போவதையே வெறிக்க வெறிக்கப் பார்த்தவாறு செடல் நின்றிருந்தாள்.

வெங்கட்டன் வீட்டுக்கு முன் கங்காணி கணேசன் எவ்வளவு நேரமாகக் கத்திக் கொண்டிருந்தானோ? வெங்கட்டனும் அவனுடைய பெண்டாட்டியும் வரும் கப்பலுக்கு ஏறிவிடுவதாக இடுப்புத் துணியை அவிழ்த்துப்போட்டுச் சத்தியம் செய்த பிறகுதான் கணேசன் பேச்சைக் குறைத்தான். சுருட்டைப் பற்றவைத்துக்கொண்டு தன்னைச் சுற்றி நின்ற கூட்டத்திடம், முன்பணம் வாங்கியவர்கள் எப்படியெல்லாம் தன்னை ஏமாற்றுகிறார்கள் என்பதை ஒரு நாடகம் போல நடித்தே காட்டினான். அடிக்கடி 'நான் இன்னொருத்தனுக்கு பதில் சொல்லணுங்கறதியே மறந்துப்புடுறாங்க. கை நீட்டிப் பணம் வாங்குனத மறக்காம இருக்கிறதே எந்தச் சாமி புண்ணியமோ!' என்று சொன்னான். அடுத்த முறையும் ஏமாற்றக் கூடாது என்று மீண்டும் ஒரு முறை வெங்கட்டனிடம் சத்தியம் வாங்கிக்கொண்டு, முன்பணம் வாங்கிய மற்றவர்களைத் தேடிக் கொண்டு அடுத்த தெரு, பக்கத்துத் தெரு என்று நடக்க ஆரம்பித்தான். வெங்கட்டனையும் பொன்னம்மாளையும் குறைசொல்லிப் பேசிக்கொண்டே அந்த இடத்தில் கூடியிருந்த கூட்டம் கலைய ஆரம்பித்தது. ஒருசிலர் 'பழசயே நெனச்சிக்கிட்டு இங்கியே இருந்தா ஓம் பொச்சிலயும் வாயிலயும் மண்ணப் போட்டு மூட வேண்டியதுதான் போ' என்று பேசிக்கொண்டே போனார்கள்.

* * *

'கோகொள்ளே' என்று சத்தம் அதிகமாகக் கேட்கவே செடல் வேப்பமரத்தின் அடிவேரை விட்டு எழுந்து கிழவி கூப்பிடக்கூப்பிடப் பறத் தெருப் பக்கம் ஓடினாள். தன்னுடைய வீட்டுக்கு முன் பெரும் திரளான கூட்டம் நிற்பதைக் கண்டு திடுக் கிட்டாள். அய்யர், தர்மகர்த்தா, தோட்டி, தலையாரி, என்று நிறைய பேர் கூடியிருந்தது திகிலடையச்செய்தது. என்ன நடந்ததோ ஏது நடந்ததோ என்று துடித்துப்போனாள். சுவரோடு சேர்ந்து உட்கார்ந்துகொண்டிருந்த கோபால் எதிலும் பட்டுக்கொள்ளாமல் கூட்டத்தை வெறுமனே பார்த்தவாறு இருந்தான். எதிர் வீட்டு வாசலில் குடியே மூழ்கிப் போய்விட்டதுபோல் காத்தான் நின்றுகொண்டிருந்தான். அவனுடைய பெண்டாட்டி செல்லம்மாள், ஊரே கூடி வேடிக்கை பார்க்கும்போது கையை நீட்டிநீட்டிப் பேசுகிறோமே என்ற சுரணையே இல்லாமல் வாய்கிழியக் கத்திக்கொண்டிருந்தாள். அய்யருக்குப் பக்கத்தில் உட்கார்ந்து புலம்பிக்கொண்டிருந்த பூவரும்பு வெறிகொண்டவள் மாதிரி யாரும் எதிர்பார்க்காத நேரத்தில் ஓடிப்போய் காத்தானிடம் நியாயம் கேட்டாள். என்ன கேட்டும் அவன் பேசாமல் மரம் மாதிரி நின்றுகொண்டிருந்ததால் கோபத்தில் இரண்டு மூன்று அடியும் கொடுத்துப்பார்த்தாள். அப்போதும் அவன் வாயைத் திறக்காமல் தலையைத் தொங்கப் போட்டவாறு நின்றவன்தான், நகர்ந்துகூட நிற்கவில்லை. 'செத்தவன் கையில கொடுத்த வெத்தல பாக்காப் போயிடிச்சே. குடும்பத்தப் பிரிக்கிறது மத்தவங்களுக்கு வேணுமின்னா தோதா இருக்கும்.

இந்த நளியில இருந்தும், புடுங்கல்ல இருந்தும் என்னெக் கொண்டுகிட்டுப் போயிடுடா பகவானே! நாட்ட புடிக்கிறவங்க புடிச்சிக்கிறட்டும்' என்று சொல்லிப் புலம்பி அழ ஆரம்பித்தாள். பூவரும்பு மட்டுமல்ல, அந்த இடத்தில் கூடியிருந்த எல்லாருமே சொல்லிப்பார்த்தார்கள், ஊரில் புது வழக்கத்தை உண்டாக்க வேண்டாம் என்று. யார் எது சொன்னாலும் செல்லம்மாள் தன்னுடைய முடிவில் உறுதியாக இருந்ததோடு மண்ணாங்கட்டியையும் துணைக்கு இழுத்துக்கொண்டுவிட்டாள். கடைசியில் ஊர்ப் பஞ்சாயத்தில் செல்லம்மாள் கட்டடையாததால், அன்று சாயங்காலம் பஞ்சாயத் தார்கள் கூடி முடிவைச் சொன்னார்கள்; இனி அவரவர் அடுப்பைத் தனியாக மூட்டிக் கொள்ள வேண்டியது என்றும் தை மாதத்தில் கூத்தாடிகளுக்காக ஒவ்வொரு வீட்டி லிருந்தும் கொடுக்கும் தானியத்தை மூன்றாகப் பிரித்துக்கொள்வது என்றும் முடி வாயிற்று. அதை அடுத்து, வீட்டுக்குள் சென்று, இருந்த சாமான்களை மூன்றாகப் பிரிக்க ஆரம்பித்தனர்.

7

'யே அம்மாவ், யே அப்பாவ், யே அம்மாவ்!' என்று கத்திக்கொண்டு கோயிலி லிருந்து வீட்டுக்கு ஓடிவந்த செடலைத் தெருவில் நின்றிருந்தவர்களில் ஒருவர்கூட மறித்துவைத்து அழுவதற்குக் காரணம் கேட்கவில்லை. வாசல்நிலையில் நின்றிருந்த மண்ணாங்கட்டியையும் அவளுடைய பிள்ளைகளையும் ஒரு வார்த்தைகூடக் கேட் காமல் அவள் சரேலென்று வீட்டுக்குள் நுழைந்து ஒவ்வொரு இடமாகத் தேடிப் பார்த்தாள். வீடு பாழடைந்த இடமாக இருந்தது. பூவரும்பு, கோபால், அக்காள்கள் எல்லாம் எங்கே போயிருப்பார்கள்? பூவரும்பு இருக்கும் இடத்திற்குத் தன்னையும் கொண்டுபோய் விடச் சொல்ல வேண்டும் என்று நினைத்தவளுக்கு அடிவயிற்றி லிருந்து கிளம்பி வந்த அழுகையைக் கட்டுப்படுத்த முடியவில்லை. வீட்டுக்குள்ளேயே சுவரில் சாய்ந்துகொண்டு தேம்பித்தேம்பி அழ ஆரம்பித்தாள். சுவரிலேயே முன் மண்டையை இடித்துக் கொண்டாள். இவள் வீறீட்டு அழும் சத்தம் கேட்டு மண்ணாங் கட்டியும் அவளுடைய பிள்ளைகளும் பக்கத்து வீட்டுப் பிள்ளைகள் ஒன்றிரண்டும் வேகமாக வீட்டுக்குள் ஓடி வந்தனர். அவர்களைப் பார்க்கப்பார்க்கச் செடலுக்கு மேலும்மேலும் அழுகை பொங்கிக்கொண்டு வந்தது.

செல்லியம்மனுக்கு என்று பொட்டுக்கட்டி விட்ட பிறகு, அடிக்கடி வீட்டுக்கு வந்தால் வீட்டில் சண்டைகள், கெட்ட காரியங்கள் நடக்கும், சாவு விழுந்தாலும் விழும் என்று எல்லாரும் சொன்னதால்தான் வீட்டுப் பக்கம் அதிகமாக வராம லிருந்தாள். அடிக்கடி போகாமலிருந்தால் சீக்கிரமாக வீட்டிலேயே தங்கச் சொல்லிவிடு வார்கள் என்று நம்பியிருந்தாள். இவளை ஏமாற்றியதோடல்லாமல் ஊரைவிட்டே போகப் பூவரும்புக்கும் கோபாலுக்கும் எப்படித்தான் மனசுவந்ததோ! குடும்பத்தோடு பூவரும்பு கப்பலேறியது ஊரிலிருந்த எல்லாருக்குமே தெரிந்திருந்தது, செடலைத் தவிர. அவளிடம் பிள்ளைகள்கூடச் சொல்லவில்லை. எப்போது பார்த்தாலும் 'செடல் செடல்' என்று தேடிக்கொண்டுவரும் பெரிய மொட்டைகூட வாயைத் திறக்க வில்லையே! கிழவி பெரிய அசமடக்கியாக இருந்து விட்டாள்! கோயிலுக்கு வந்த சக்கிலித் தெருப் பெண் சொல்லித்தான் விஷயமே அவளுக்குத் தெரிந்தது. விஷயத்தை மறைத்துவிட்ட கிழவியுடன் இனி எதற்காக இருக்க வேண்டும்? எதற்காக உயிரோடு

இருக்க வேண்டும்? செத்துவிடலாம். போன அமாவாசைக்கு மறுநாள் சக்கிலித் தெருவில் ஒரு பெண், புருசன் ஏதோ திட்டினான் என்பதற்காக அரளியை அரைத்துக் குடித்துவிட்டுச் செத்தாளே! அதே மாதிரி செத்துவிடலாம். பாவாடையில் கல்லைக் கட்டிக்கொண்டு கிணற்றில் விழுந்துவிடலாம். ஆடு கட்டும் கயிற்றைக் கொண்டு வவுத்தான் தூக்கில் தொங்கியது மாதிரி தொங்கிவிடலாம். அவளுக்கு நினைவு தெரிந்த பிறகு யார் யார் ஊருக்குள் எப்படியெல்லாம் செத்தார்கள் என்பதை நினைவுக்குக் கொண்டுவர முயன்றாள்.

‘கொலகாரிக்கு எப்பிடித்தான் மனசு வந்துச்சோ! இந்த பாலவன் மொவத்தக் கூட எண்ணிப்பாக்கலியே.’

‘பெத்த புள்ளெய நடுத்தெருவுல வுட்டுட்டுப் போவ எவளுக்குடி யம்மா மனசு வரும்?’

‘புள்ளெய எட்டு பத்துன்னு பெத்தானே அவனுக்கு அறுவு இருக்க வாண்டாம்? அதெதுக்கு ஒரு வழிமுறயக் காட்டிட்டுப் போவ வேண்டியதுதான.’

‘போனவங்க போனா, இருக்கிறவங்க இல்லியா பாத்துக்க?’

‘பொட்டுக்கட்டி வுட்டதாலெ எப்பிடியும் பொயச்சிக்குவான்னு போயிருப் பாங்க. சரியான மய பேஞ்சி வெளஞ்சா இவ ஒருத்திக்கி கெடக்கிற படிய வச்சியே ரெண்டு மூணு குடும்பத்தெ நடத்தலாமே.’

செடலை மண்ணாங்கட்டி தம்மக்கட்டி ஆறுதல்படுத்துவதற்குள் ஐந்தாறு பெண் கள் வந்து பூவரும்பையும் கோபாலையும் ஏகதேசமாகக் குறைசொல்லிப் பேச ஆரம் பித்தனர். தெருவில் குறுக்கநெடுக்க போனவர்களும் வீட்டுக்குள் வந்து, எழவு விழுந்து விட்டதுபோல ‘பாவத்த, பாவத்த’ என்று சொல்லி உச்சுக்கொட்டிவிட்டுப் போனார் கள். சில பெண்கள் செடலைத் தங்களுடைய அடிவயிற்றோடு அணைத்துக்கொள்ள வும் கண்களைத் துடைத்துவிடவும் செய்தனர். எல்லாவற்றுக்கும் அவள் ஒரு மரப் பாச்சி போல நின்றுகொண்டிருந்தாள். ஊரிலிருந்து பஞ்சம் பிழைக்கக் குடும்பம் குடும்பமாகப் போனவர்களையெல்லாம் உதாரணம் காட்டிப் பேசி, பூவரும்பும் பஞ்சம் நீங்கியதும் வந்துவிடுவாள் என்று சொல்லிச் சில பெண்கள் அவளைத் தம்மக் கட்ட முயன்றனர். ஏழெட்டுப் பிள்ளைகளை வைத்துக்கொண்டு உயிரோடு சாவதை விட, உயிர் பிழைக்க எந்த ஊரானால் என்ன, எந்த நாடானால் என்ன என்றுதான் கிளம்பிவிட்டாள் பூவரும்பு. செல்லம்மாள்தான் எல்லாவற்றுக்கும் காரணம். அவளும் போய்விட்டாள். அதோடு பறத் தெருவில் மட்டும் ஆறு குடும்பங்கள் போய்விட்டன என்பதை நீட்டிமுழக்கிச் சொல்லிக்கொண்டிருந்தார்கள். யார் போனாலும் மண்ணாங் கட்டியும் குள்ளனும் இருக்கும்போது எதற்காகக் கவலைப்பட வேண்டும் என்று கேட்டார்கள். பிறகு, பஞ்சம் புழுத்துப்போனதைப் பற்றிப் பேச ஆரம்பித்தார்கள்.

இரண்டு நாட்களாகக் கீழ்ச்செருவாயில் புதிதாக வெட்டிக்கொண்டிருந்த ஏரிக்கு மண் எடுக்கப் பல ஊர்களிலிருந்து குடும்பம்குடும்பமாகச் சனங்கள் வந்து குவிவது பற்றியும் பேசிக்கொண்டிருந்தபோது தொலைந்துபோன ஆட்டுக் குட்டியைத் தேடிக் கொண்டு அலைகிறவள் மாதிரி கிழவி செடலைத் தேடிக்கொண்டு வந்தாள். வந்தவள் வந்த வேகத்திலேயே வெடுக்கென்று செடலைக் கோயிலுக்குக் கூப்பிட்டாள். ஒன்றும் சொல்லாமல் விறைத்துக்கொண்டு நின்ற செடலிடம் ‘சொன்னா அப்பன் சாவான், சொல்லாட்டி ஆயா சாவாங்கிற கதெயா இருக்கு. நீ எதுக்குடி குட்டி கங்காட்சிய உண்டாக்குறவ? இவ சரியான அகாடியா இருப்பாளாட்டம் இருக்குடியம்மா. ஏறச் சொன்னா எருதுக்குக் கோவம், எறங்கச் சொன்னா மொடவனுக்குக் கோவம். நானே நடக்க முடியாதவ, ரெண்டு எட்டு நடந்தா மே மூச்சு, கீ மூச்சு வாங்குது. இவளத்

தேடிகிட்டு எட்டுன தூரம் போயிட்டு வந்துட்டன். கோயி செத்தாலென்ன கொயந்த செத்தாலென்னான்னு பொயிதோடவே விரிடி முந்தாணியங்கிற கதெயா இந்தக் குட்டி கூத்துப் பண்றாளே, இது ஒலகத்துக்கே அடுக்குமா? போனவங்க போனா இங்க இருக்கிற வங்க இல்லியாடி ஒனக்கு? பஞ்ச காலத்துல சனங்க நாலு எடத்துக்கு ஓடி நாடி வவுறு வளத்துத்தான் ஆவணும். அதுக்காக செய்யாத தொயிலயும் செஞ்சித் தான் ஆவணும், வவுறாச்சே! நாம்ப கண்ண மூடித் தூங்குனாலும் அது தூங்குமா? அய்விய வுடு. இந்த ஊரயே ஒலகத்தயே காப்பத்துன ஒன்னெ நாங்க எங்க உசுரு உள்ள மட்டும் தனிப்பிரிச்சி அனாதயா வுட்டுடுவமாடி? எதுக்கெடுத்தாலும் 'சொன்னா அடிக்க வரான், சொல்லாட்டி கடிக்க வரா'ங்கிற கதெயா அய்வலாமாடி? எனக்கு மட்டும் எவண்டி மஞ்சக் காணி சம்பாரிச்சி வச்சிட்டுப் போனான்? 'நான் காசிக்குப் போனாலும் என் கருமம் தொலயாது, பழநிக்குப் போனாலும் என் பாவம் தொல யாது'ங்கிறப்ப ஆறத்தான் கொற சொல்லுறது? அப்பனோ புள்ளெயோ அவனவன் வவுறுதான் அவனவனுக்கு உசுருன்னு சொல்ற ஒலகத்து உவ கதெகயெல்லாம் வெறும் பேச்சா! சோத்துப்பாட்டுக்குப் பாக்கணும். எந்திரிச்சி வாடி குட்டி' என்று சளசள வென்று பேசிவிட்டு, 'நாக்க வறட்டுது, நவ தண்ணீ குடிக்க தாடியம்பள'என்று மண்ணாங்கட்டியிடமிருந்து தண்ணீர் கேட்டு வாங்கிக் குடித்தாள். ஊரை விட்டுக் கிளம்புவதற்கு முன் கோபாலும் பூவரும்பும் கோயிலுக்கு வந்து இவளிடம் நடுச் சாமம்வரை பேசிக்கொண்டிருந்தது, தூங்கிக்கொண்டிருந்த செடலுக்கு முத்தம் கொடுத்து, 'எம் புள்ளெய ஓங்கையில ஒப்படச்சிட்டுப் போறன் அதெக் காப்பாத்து' என்று சொல்லி பூவரும்பு இவளுடைய காலில் விழுந்து கும்பிட்டது, இவளிடம் முந்தானையைப் போட்டுச் சத்தியம் வாங்கிக்கொண்டு போனது என்று எல்லாவற்றை யும் சொல்லிவிடலாமா என்று யோசித்தாள். விஷயத்தைச் சொல்லிவிட நாக்கும் துடித்தது. எல்லா விஷயமும் தெரிந்தும் வெளியில் சொல்லாமல் மறைத்ததற்காகச் செடல் பிணக்கிக்கொண்டு ஓடிவிட்டால் ஊரார்களுக்கு என்ன பதில் சொல்வது என்ற பயம் வந்ததும் சொல்ல வந்த விஷயத்தை மறைத்துத் தனக்கு எதுவும் தெரியாது என்பதுபோலக் கிழவி உட்கார்ந்திருந்தாள்.

கிழவியோடு சேர்ந்துகொண்டு அங்கிருந்த பெண்களும் என்னென்னவோ சொல்லிச் செடலை ஆறுதல்படுத்த முயன்றனர். செடல் எதையுமே காதில் வாங்கிக் கொள்ளாமல் பித்துப்பிடித்தவள் மாதிரி நின்றுகொண்டிருப்பதைக் கண்ட மண்ணாங் கட்டி உணர்ச்சியற்ற குரலில் கிழவியிடம் சொன்னாள் 'இன்னிக்கி ஒரு பொயிதாவது இங்க இருக்கட்டுமே கெய்வி.' கிழவி மண்ணாங்கட்டியை மடக்கி 'தொசம் கட்டிக் கிட்டு தெனம் வந்தா என்னாப் பண்ணுவ? தண்டம் கட்ட ஆசயா இருக்கா?' என்று கேட்டதும், மறுவார்த்தை பேசாது மண்ணாங்கட்டி தலையைத் தொங்கப் போட்டுக் கொண்டாள். இனிமேல் கங்காணி கணேசன் எப்போது வருவானோ என்று எண்ணிய செடல், ஒருவரிடமும் ஒரு வார்த்தையும் பேசாமல் அந்த இடத்தை விட்டு வெளியே வந்து வீறாப்புடன் கோயில் பக்கமாக நடக்க ஆரம்பித்தாள். அவளைத் துரத்திக் கொண்டு வருவது போல மீனாட்சி இடுப்பிலிருந்த பிள்ளையுடன் பின்னாலேயே வந்தாள்.

மண்ணாங்கட்டியின் வீட்டிலிருந்து வந்த செடல் நேரே வந்து கோயிலின் திண்ணையில் உட்கார்ந்துகொண்டாள். கண்ணுக்கு எதிரில் சிறிது தூரத்தில் தரையில் கிடந்த கொட்டாங்குச்சிச் சில்லையே பார்த்தாள். பூவரும்பு பற்றிய நினைவு வந்ததும் அவளுக்குக் கண்களிலிருந்து தாரைதாரையாகக் கண்ணீர் வர ஆரம்பித்தது. வீட்டுக்கு வந்த கிழவி செடலுக்கு ஒரு வேலையும் வைக்கவில்லை. அவளாகவே கோயிலின்

உட்புறத்தையும், இரண்டு திண்ணைகளையும் வாசலையும் வேப்பமரத்தைச் சுற்றியும் பெருக்கிச் சுத்தம் செய்தாள். ஆற்றிலிருந்து ஒரு நடை தண்ணீர் எடுத்து வந்தாள். கோயிலுக்குப் பின்புறமிருந்த கருவேலம் புதர்க்காட்டுக்குள் சென்று அடுப்புக்குக் குச்சி பொறுக்கிக்கொண்டு வந்தாள். மீனாட்சியை அனுப்பிக் குடித் தெருக் கடையில் சீமையெண்ணெய் வாங்கிவரச் சொன்னாள். சருகை எடுத்துக்கொண்டு போய்ப் பறத் தெருவில் யாருடைய வீட்டிலிருந்தோ நெருப்பு எடுத்துக்கொண்டு வந்து பொழு திருக்கவே அடுப்பை மூட்டினாள். எல்லாவற்றையும் பார்த்தாலும், எதிலுமே அக்கறை யில்லாமல் தன் போக்கிலேயே ஒரே இடத்தில் செடல் அசையாமல் உட்கார்ந்திருந் தாள். பக்கத்தில் பிள்ளைக்கு விளையாட்டுக் காட்டிக்கொண்டிருந்த மீனாட்சியிடம் கூட ஒரு வார்த்தை பேசவில்லை. அவளுடைய எண்ணமெல்லாம் பூவரும்பு, கோபால், அக்காள்கள் என்றே சுழன்றுகொண்டிருந்தது. ஏன் இப்படிச் செய்தார்கள்? செல்லம் மாளுடன் எப்படிப் போனார்கள்?

பொட்டுக்கட்டி விடுவதற்கு முன்பு, கோயிலுக்கு முன், ஆற்றில், தெருவில் என்று பிள்ளைகளுடன் சேர்ந்துகொண்டு விளையாடிவிட்டு வீட்டுக்கு வரும்போது, வீட்டில் பூவரும்பு இல்லையென்றால், அவளைத் தேடிக்கொண்டு செடல் ஊரையே ஒரு சுற்று ஓடிவந்துவிடுவாள். எதிர்ப்படுவோரிடமெல்லாம் 'எங்கம்மாவக் கண்டீங் களா, எங்கம்மாக்காரியப் பாத்தீங்களா, எங்கம்மா எங்க போயிருக்கு?' என்று கேட்டுக் கொண்டேயிருப்பாள். பொட்டுக்கட்டி விடுவதற்கு முன்பு, சோறு கேட்டு, தின் பண்டம் கேட்டு அடம்பிடிக்கும்போதெல்லாம், ஒரு வல்லம் தவிட்டுக்குக் குறவனிட மிருந்து அவளை வாங்கியதாகவும், தொடர்ந்து அழுதுகொண்டிருந்தால் அந்தக் குறவனிடமே கொண்டுபோய் விட்டுவிட்டு வந்துவிடுவதாகவும் சொல்லிப் பூவரும்பு மிரட்டுவாள். அவள் சொல்வது போலவே வீட்டிலுள்ள மற்றவர்களும் சொல்வார்கள். இவளுக்கு முன் ஏழு பிள்ளைகள், அதிலும் பெரிய மொட்டைக்கு மாப்பிள்ளை பார்க்கிற அளவுக்கு இருக்கும்போது எதற்காக இவளை வாங்கினாள்? எந்தக் குறவ னிடம் வாங்கினாளோ, ஊரை விட்டுப் போகும்போது அவனிடமே கொண்டுபோய் விடாமல் ஏன் போனாள்? இவளைத் தவிர மற்ற ஏழு பிள்ளைகளையும் அழைத்துக் கொண்டு போயிருக்கிறாள், அப்படியென்றால் செல்லம்மாள் சொன்னதுதான் நிஜமா? இவள் எப்போது அழுதாலும் 'அந்தக் கொறப் பய வந்தா ஒங்கிட்டக் காட்டுறனக்கா, இந்தக் குட்டிய கொடுத்துத் தொலச்சிப்புடு. இருக்கிறது போதாதுன்னு இன்னும் நமக்கு எதுக்குப் பொட்டக்குட்டி? துரத்தி வுட்டுட்டுத் தலய முயிகிடு' என்று செல்லம் மாள் சொல்வாள். அதற்கேற்ற மாதிரி பூவரும்பும் 'ஆமாமாம், என்னாத்துக்கு ஊர்ச் சனியனெல்லாம்? அவன் வந்தா சொல்லு. சனியனக் கயிச்சிக் கட்டிப்புடுறன்' என்று சொல்வாள். பூவரும்புக்குத்தான் வேறு பிள்ளைகளில்லையா, இவளை மட்டும் பொட்டுக்கட்ட ஏன் சம்மதித்தாள்? எதையெதையோ யோசித்துக்கொண்டும், விம்மிக்கொண்டும் உட்கார்ந்திருந்தாள் செடல்.

கிழவி எரிந்துகொண்டிருந்த அடுப்புக்கு முன் உட்கார்ந்து தன் போக்கில் எதை யெதையோ சொல்லிப் புலம்பிக்கொண்டிருந்தாள். அவள் அடிக்கடி சொன்ன வார்த்தை 'எனக்கு இதுவும் தலவிதியா பகவானே!' என்பதுதான். காற்று ஒரே திசையில் என்றில் லாமல் நாலா திசையிலும் சிம்பிச்சிம்பி அடிக்க ஆரம்பித்தது. திகுதிகுவென்று எரிந்து கொண்டிருந்த அடுப்பிலிருந்து நெருப்புப் பொறிகளும் ஜுவாலையும் வெளியே தாவிப் பாய்ந்தன. குச்சியைக் குறைத்தும், தண்ணீர் தெளித்தும் நெருப்பைத் தணித் தாலும் சற்றைக்கெல்லாம் கனிந்து எரிந்து, ஜுவாலை மீண்டும் வெளியே தாவியது. கிழவியின் முகத்திலும் நெருப்புப் பொறிகள் பறந்து சுட்டன. அடுப்புடன் மல்லுக்

கட்டிக்கொண்டிருந்த கிழவியைப் பார்த்துக்கொண்டிருந்த மீனாட்சி, இடுப்பிலிருந்த பிள்ளையை இறக்கிச் செடலுக்குப் பக்கத்தில் விளையாட விட்டுவிட்டு, கிழவியிடம் சென்று அடுப்புக்கு முன் நின்று பாவாடையை விரித்துப் பிடித்துக் காற்றை மட்டுப் படுத்த முயன்றாள்.

மீனாட்சி செடலை என்னென்னவோ சொல்லி வீட்டுக்குக் கூப்பிட்டுப் பார்த்து விட்டு, பிள்ளை தொடர்ந்து கத்திக்கொண்டேயிருந்ததால், பிள்ளையைத் தூக்கிக் கொண்டு வீட்டுக்குப் போனாள். கிழவியும் தன் பங்குக்குக் கூப்பிட்டுப்பார்த்தாள். சோறு, குழம்பு என்று எல்லாவற்றையும் வீட்டுக்குள் கொண்டுபோய் வைத்தாள். வாசலுக்கு முன் விரித்துப் போட்ட சாக்கில் கால்களை நீட்டிப் போட்டு உட்கார்ந்து கொண்டு, சோறு போட்டுச் சாப்பிடுகிற அளவுக்கு வெளிச்சமடித்துக்கொண்டிருந்த நிலவையே பார்த்துக்கொண்டிருந்தாள். கோயிலின் திண்ணையில் வெறும் தரையில் குப்புறப்படுத்திருந்த செடல் புரண்டுகூடப் படுக்கவில்லை. அப்படியே கிடந்தாள். ஆனால் அவளுடைய கண்களிலிருந்து பொட்டுபொட்டாகக் கண்ணீர் தரையில் ஒரே இடத்தில் விழுந்துகொண்டேயிருந்தது.

'யே குட்டி, நேரமாயிப் போச்சுடி, எயிந்திரிச்சி வந்து கையக் காலக் கயிவிகிட்டு, கோவுல்ல வெளக்கேத்தி வையி. சூடத்த ஏத்து' என்று கிழவி ஏழெட்டு முறை சொன்ன பிறகுதான் செடல் எழுந்தாள். எழுந்தவள், கிழவியிடம் ஒரு வார்த்தையும் பேசாமல் கை, கால், முகம் கழுவிக்கொண்டு கோயிலுக்குள் சென்று விளக்கேற்றினாள். சூடம் ஒன்றை எடுத்துக் கொளுத்தினாள். திருநீறு இட்டுக்கொண்டு வந்து கிழவியை ஒட்டிச் சாக்கு விரிப்பில் குப்புறப்படுத்துக்கொண்டாள். சோறு சாப்பிடச் சொல்லிக் கிழவி கெஞ்சிப்பார்த்தாள். விரட்டிப்பார்த்தாள். எதுவும் முடியாதபோது அய்யர், தர்மகர்த்தா விடம் சொல்லிவிடுவதாக மிரட்டியும் பார்த்துவிட்டாள். செடல் எதற்கும் அசைந்து கொடுக்கவில்லை. பூவரும்பே போய்விட்ட பிறகு சோறு எதற்கு? கிழவி தானாகவே சென்று சோறுபோட்டுக் கொண்டுவந்து சாப்பிட ஆரம்பித்தவள், 'கொயம்புல உப்பு மில்ல சப்புமில்ல, காரமா ஒறெப்பா இருந்தாத்தான் ரெண்டுவாச் சோறு உள்ள போறங்குது. இல்லன்னா 'ஆ' ன்னு அமிட்டிக்கிட்டு வருது. உப்புக் கண்டம் ஒரு துண்டு ஆப்புட்டா செத்த நாக்குக்கு உசுரு வரும்' என்று தினமும் சாப்பிடுகிறபோது பேசுகிற பேச்சையே இப்போதும் பேசிக்கொண்டிருந்தாள். சாப்பிட்டு முடித்துப் படுத்தவள், படுத்தவுடனேயே தூங்கியும் விட்டாள். செடலுக்குத்தான் தூக்கம் வரவில்லை.

வானத்தில் மேகங்கள் இல்லாமல் இருந்தால் நட்சத்திரங்களை எண்ணிக்கொண் டிருக்கலாம். எண்ணிக்கை தவறினாலும் தொடர்ந்து எண்ணிக்கொண்டே இருக்கலாம். நிமிர்ந்த நிலையில் படுத்துக்கொண்டு வானத்தையே எவ்வளவு நேரம்தான் பார்த்துக் கொண்டிருக்க முடியும்? அவளுக்குத் தொண்டைக்குழி வறட்சியாக இருந்தது. வயிறு சுடுவது போலவும், குடல் மேலேறி வருவதுபோலவும் இருந்தது. பசி வயிற்றைக் கிள்ளியது. ஒரு கை சோற்றை வயிற்றுக்குள் தள்ளினால்தான் அதனுடைய வேக்காடு அடங்கும் போலிருந்தது. ஒரு சொம்பு தண்ணீர் குடித்தாலாவது நா வறட்சியும் அடி வயிற்றுச் சூடும் அடங்கும் என்று எண்ணியவள், கூப்பிட்டபோது சாப்பிடாமல் இப்போது என்ன சாப்பாடு என்று கிழவி திட்டினால் என்ன சொல்வது என்று யோசித்துக் கொண்டு அப்படியே மொரப்பாட்டுப் பிணம் மாதிரி விறைத்துக்கொண்டு கிடந்தாள்.

வேப்பமரத்தின் சலசலப்பு, நாய்களின் ஊளை, பன்றிகளின் உறுமல், கருவேலம் புதரிலிருந்து ஓயாமல் கேட்கும் 'ங்ங்ங்கயிங்' என்ற இரைச்சல், பிள்ளைகளின் அழுகைச் சத்தம், அவற்றை அதட்டி மிரட்டுகிற பெண்களின் குரல்கள், பஞ்சம்பற்றி,

வெளிநாட்டுக்குக் கப்பல் ஏறிய சொந்தக்காரர்கள் பற்றி, பஞ்சத்தில் செத்துப்போன ஆடு மாடுகள் என்று ஒவ்வொன்றாகச் சொல்லி ஒப்பாரிவைத்து அழுதுகொண்டிருந்த ஒரு பெண்ணின் தடித்த குரல் என்று பல குரல்கள் பறத் தெருவிலிருந்து கேட்டுக் கொண்டிருந்தன. இரவானதும் ஆற்றுப் பக்கத்திலிருந்து கேட்கும் சம்புவானின் குரல் மட்டும் இன்று கேட்கவில்லை. நிலவை மூடியிருந்த மேகங்கள் விலகியதும், நிலவின் ஒளி பிணத்தின்மீது போர்த்திய வெள்ளைத் துணிபோல எல்லாவற்றின் மீதும் அடர்ந்து படர்ந்தது. செடலுக்குப் பயம் உண்டாயிற்று. முதன் முதலாகக் கோயிலில் படுக்க ஆரம்பித்த நாட்களில்கூட இவ்வளவு பயம் ஏற்பட்டதில்லை. இன்று ரொம்பப் பயமாக இருந்தது. பொட்டுக்கட்டி விட்ட இரண்டு மூன்று மாசத்திலேயே செடலை விட்டுவிட்டு வந்துவிட்டோமே என்று கண்டிக்குப் போன எல்லாருமே ஏங்கிஏங்கி அழுவார்களா என்று யோசிக்க ஆரம்பித்தாள்.

8

பொட்டுக்கட்டி விட்டு இரண்டு வருசமாகியும் மழை பெய்யவில்லை என்பதால் எந்த நம்பிக்கையுமில்லாமல் சனங்கள் வெற்று வானத்தையே பார்த்துக்கொண்டிருந்தார்கள். சில நாட்களாகக் கருமேகங்கள் பந்துபந்தாக வானத்தில் சூழ ஆரம்பித்திருந்தன. அதைக் கண்டதும் ஊரிலுள்ளவர்களெல்லாம் பித்துப் பிடித்தவர்கள் மாதிரி ஆட்டம்போட ஆரம்பித்துவிட்டார்கள். சோளத் தட்டை, வரகு வைக்கோல், எரு முட்டை என்று எல்லாவற்றையும் சேர்த்துச் சிறு மூட்டையாகக் கட்டி, நெருப்பிட்டுக் கொளுத்தி, ஒவ்வொரு தெருவாக இழுத்துக்கொண்டு போனார்கள். விதைப்பு நிலங்களில் ‘கருப்புக் கோளம்’ இழுத்தார்கள்.

‘மய குறியே இல்லெ.’

‘வேட்டி நனையுற தூத்தப் பட்டாக்கூடப் போதும்.’

‘காடெல்லாம் கத்தா கரம்பா போயிடிச்சி.’

‘மாரியாயிக்கு மனமிரங்கல. செல்லியம்மனும் கண்ண மூடிக்கிட்டுக் கெடக்கு.’

‘மய குறியிருந்தால்ல மய வரதுக்கு? மய கால் எறங்கலியே.’

கருமேகம் ஒரு நாள் முழுவதும் இருந்தாலும் ஒரு பொட்டுத் தூறல் படவில்லை. மழையைப் பற்றிப் பேசிப்பேசி வாயுருகிப்போனார்கள். பறத் தெரு, குடித் தெரு என்று எங்கு பார்த்தாலும் கூட்டம்கூட்டமாகக் கூடி வானத்தையே பார்த்துக்கொண்டிருந்தனர். பொழுது விடிந்து, பொழுது இறங்கும்வரைக்கும் இதே பேச்சுத்தான். ஆறு ஓடுகிற இந்த ஊரின் நிலையே இப்படியென்றால் மேட்டு நிலமாக இருக்கிற இடங்களில் சனங்கள் என்ன பாடு படுவார்கள்? எங்கு பார்த்தாலும் பஞ்சம். அதோடு, கொள்ளை நோயும் வைசூரியும் வந்து ஈசல்கள் மாதிரி, எறும்புகள் மாதிரி சனங்கள் செத்துக்கொண்டிருக்கும்போது, சொந்தம் என்று சொல்லிக்கொண்டு யாரிடம் போக முடியும்? முன்பு வீறாப்புப் பேசியவர்களெல்லாம் இப்போது கங்காணி கணேசனைத் தேடிக்கொண்டு போக ஆரம்பித்துவிட்டார்கள். பாலுக்காக அழும் பிள்ளைகளின் வாயில் பெண்கள் கூழாங்கற்களைப் போட்டுச் சப்பவைத்தனர். பெரியவர்கள் சோற்றுக்கற்றாழையைச் சீவித் தண்ணீர் விட்டுத் தின்று பசியைப் போக்கிக்கொண்டனர். குடித் தெருவிலும் சில குடும்பங்கள் ஒரு உருண்டைக் கம்மஞ் சோற்றுக்கு யாசகம் கேட்க ஆரம்பித்துவிட்டனர். முன்பு கௌரவமாக வாழ்ந்தவர்கள்கூட

இப்போது சோற்றுப் பண்டாரங்களாகிவிட்டனர். சாதாரணமாக ஊரில் பஞ்சம் என்றால் கார்த்திகை மாதம் அடைமழைக் காலத்தில்தான் இருக்கும். அதற்குத் தங்களுடைய ஆண்டைமார்களிடம் ஒரு மூட்டை இரண்டு மூட்டை வரகு, சோளம் என்று வாங்கிக் காலத்தைத் தள்ளிவிடுவார்கள். இல்லையென்றால் விளைந்தும் விளையாததுமாக இருக்கிற பால் மாறாத சோளக்கதிர், கம்பு, கேழ்வரகு என்று எதையாவது திருட்டுத்தனமாக அறுத்துக்கொண்டுவந்து கசக்கிக் கஞ்சியோ கூழோ வைத்து வயிற்றை நிரப்பிக்கொள்வார்கள். இப்போதிருக்கும் பஞ்சம் அப்படிப்பட்டதல்ல. வெயிலால் பூமி வெடிப்புக் கண்டதால் அதிலிருந்து வரக்கூடிய ஆவியால் புதுப்புது நோய்கள் உண்டாகி, நாய் பூனைகள்கூடச் சொறிபிடித்து, தோல் வழண்டு போய், கண்டகண்ட இடத்தில் செத்துக் கிடந்தன. வாசல் தெளிக்கக்கூட சாணி கிடைப்பது அரிதாகிவிட்டது. ஆடு மாடுகளின் மீது கையை வைத்தால் கொத்துக்கொத்தாக மயிர்க் கற்றைகள் கையோடு வந்தன. படை மாதிரி, தேமல், சொறி மாதிரி நிறைய பேருக்கு உடலெங்கும் அரிப்பெடுத்துப் புண் உண்டாயிற்று. 'எப்பேர்ப்பட்ட பஞ்சம் ஏற்பட்டாலும் பண்ணைக்கீரைக்கும், பசலைக்கீரைக்கும் பஞ்சம் வரப்போறதில்ல' என்ற வாக்குப் பொய்யாகிவிட்டது. சனங்கள் பசியால் வெட்கத்தை விட்டு நாயாக மாறிவிட்டார்கள். யாசகமும் கேட்க எல்லாருமே தயார்தான், ஆனால் யாசகம் போட யாருமில்லை. காடுகளிலிருக்கும் பண்ணைக்கீரை, பசலைக்கீரை, கொடிப் பசலைக் கீரை, துசில்கீரை, தும்பக்கீரை, அரைக்கீரை, முளைக்கீரை, முள்ளம்படையான் கொடிகள் எல்லாம் பட்டுப்போய், தரை வறுத்த மண்ணைக் கொட்டிப் பரப்பிவிட்டது போலிருந்தது. செடிகொடிகள், புல்பூண்டுகள் இருந்ததற்கான எந்த அடையாளமும் அற்று நிலம் கிடந்தது. கண்ணில் பட்டவையெல்லாம் கருவேல மரங்கள், வன்னி மரங்கள், சோற்றுக் கற்றாழை, காட்டுக் கற்றாழை, கள்ளி மரங்கள்தான்.

மீனாட்சி கட்டாயப்படுத்தித் துணைக்குக் கூப்பிட்டதால் செடல் கீரைக்காகவும், பறவைகளின் முட்டைக்காவும் எலி வளைகளில், எறும்புப் புற்றுகளில் தட்டுப்படும் தானியத்திற்காகவும் அவளுடன் சேர்ந்து காடுகளில் அலைந்துவிட்டுக் கோயிலுக்கு வரும்போது பொழுது மேற்கில் சாய்ந்துவிட்டது. கோயிலுக்கு முன் நின்றிருந்த வேப்பமரத்தின் அடிவேரில் உட்கார்ந்திருந்த கிழவி இவளைக் கண்டதும், 'ஊர்ச்சுத்தி மாடு. கண்ட எடத்துல பீயப் பொறுக்கித் தின்னுப்புட்டு வருது' என்று ஆரம்பித்து, தொடர்ந்து திட்ட ஆரம்பித்தாள். செடல் எதையும் காதில் வாங்கிக்கொள்ளாமல் சரேலென்று வீட்டுக்குள் நுழைந்து தாகத்திற்குத் தண்ணீர் குடித்தாள். இப்போதெல்லாம் செடலுக்கும் கிழவிக்கும் எடுத்ததற்கெல்லாம் சண்டையும் சச்சரவும்தான் வருகிறது. இவளும் வாயடிக்க ஆரம்பித்துவிட்டாள். கிழவிக்கு எப்போது பார்த்தாலும் பேசிக்கொண்டே இருக்க வேண்டும், அதைக் கேட்க ஒரு ஆள் வேண்டும். யாரும் கிடைக்காவிட்டால் இவளைப் பிடித்துக்கொள்வாள். மீறி ஓடினால், வாய் புளித்துப் போகுமளவுக்குக் கெட்ட வார்த்தையாகவே பேசுவாள். பிள்ளைகளுடன் சேராமல், விளையாடாமல் ஒரே இடத்தில் உட்கார்ந்திருக்க செடல் என்ன கிழவியா? ஓடிப் போகும்போதெல்லாம் 'எதுக்குடி ஊட்டுக்கு ஊடு போறவ? கச்சக்கா குட்டிக்கி இப்பவே நடயப் பாரன், என்னமோ பாளையக்காரன் மவ மாரி. ஏயி எட்டு ஊர்ல வாயிதா கட்டுறவன் மவகூட இந்த மாரி இருக்க மாட்டாடா சாமி. வெளக்கு வச்சதுக்குப் பெறவு ஊட்ட வுட்டு வெளிக்கிளம்பிப் போவாதன்னு ஒனக்கு எத்தினி வாட்டிடி குட்டி சொல்றது?' என்று பேச ஆரம்பித்தால், செடல் செய்கிற ஒவ்வொரு விசயத்துக்கும் நோணாட்டம் பேச ஆரம்பித்துவிடுவாள்.

'எல்லாத்தயும் வித்து வெல்லம் வாங்கித் தின்னுப்புடுவா. எப்பப் பாத்தாலும் எதுக்குடி பொருமிக்கிட்டே இருக்கிற, அது குடும்பத்துக்கு ஆகாதடி. வெள்ளிக் கியமயும் அதுவுமா, நெவத்தக் கடிக்காதடி. நல்ல நாளும் அதுவுமா ஈறுகுளியால ஈறுபேனு எடுக்காதடி, வர்ற சீதேவிகூட வர மாட்டா. பொயிது சாயுற நேரத்துல கண்ணுத் தண்ணீ வுடாதடி. அவ மொவறயப் பாரன், பிஞ்சிப்போன மொறமாட்டம். கயிட்டுன செருப்பத் தூக்க முடியாதவன் மவளெல்லாம் ராணியா ஆவப்பாத்தா ஆவுற காரியமா அது? பெரிய பட்டாக்காரன், காணிக்காரன், கம்பத்தான் வூட்டுப் புள்ளிவோகூட இவள மாரி இருக்காதுவோ. என் பெரிய வண்ணாத்தி சாண்ட குடிச்சப் பயலுக என்னெக் கொண்டாந்து இந்த ராக்காச்சியோட முடிபோட்டு வுட்டுட்டானு வளே!' என்று எப்போதும் பேசுவது போலவே இப்போதும் கிழவி செடலை ஒழுங் கெடுத்துப் பேசிக்கொண்டிருந்தாள்.

செடல் தனியாக இருக்கும்போதுதான் கிழவி திட்டுவாள். அவள் திட்டுவதைக் குள்ளனோ, பூங்கோதையோ பார்த்துவிட்டால் சண்டைக்கு வருவதோடு அதையே சாக்காக வைத்துச் செடலை அழைத்துக்கொண்டு போய்விட்டால் தன்னுடைய கதி அவ்வளவுதான் என்ற கவலை எப்போதும் அவளுக்கு உண்டு. 'ஒரு பயக்கத்துக்குத் தான் ஒங்கூட வுட்டது. உத்தவங்க நாங்க இல்லியா? அவ இனிமே எங்கூட்டுலேயே இருக்கட்டும். பெத்தவங்க இல்லாதப்ப அவளுக்கு நாங்கதானெ சவாப்தாரி. செட லோட அப்பா அம்மா கண்டிக்கிப் போன பிறவு காலத்துக்கும் அவ ஒங்கூட எப்பிடி இருக்க முடியும்?' என்று சொல்லி கோபால் கண்டிக்குப் போன மறுநாளே குள்ளன், மண்ணாங்கட்டி, பூங்கோதை மூவரும் வந்து செடலைக் கூப்பிட்டனர். செடல் தங்களுடன் இருக்க வேண்டும் என்று ஊர்ப் பஞ்சாயத்தும் வைத்தார்கள். அவர்கள் சொல்வதுதான் சரி என்று ஊர்க்காரர்களும் சொன்னார்கள். பஞ்சாயத்தில் 'போறன்' என்று சொன்னாளே தவிர, போகவில்லை. கிழவியுடன்தான் இருந்தாள். குள்ளன், மண்ணாங்கட்டி, பூங்கோதை என்று யார் கூப்பிட்டாலும் 'அப்பறம் வரன்' என்று சொன்னதையே சொல்லிக்கொண் டிருந்தாள். கோபால், பூவரும்பு இல்லாத வீட்டில் செடலால் எப்படி இருக்க முடியும்? அதோடு செல்லம்மாளோடு சேர்ந்துகொண்டு மண்ணாங்கட்டியும் பூவரும்பிடம் சண்டைபோட்டவள்தானே. அவர்கள் போட்ட சண்டையால்தான் பூவரும்பும் கோபாலும் கண்டிக்குப் போய்விட்டார்கள் என்று அவள் நம்பினாள். அதனால் அவர்களுடைய வீட்டுக்குப் போகக் கூடாது என்று வீம்பு பிடித்தாள். அந்த வீம்பு நாளுக்கு நாள் அவளுக்குள் வளர்ந்துகொண்டிருந்தது. அதை மேலும்மேலும் வளர்ப்பது மாதிரி தான் கிழவியினுடைய பேச்சும் இருந்தது. குள்ளனோ பூங்கோதையோ கூப்பிட வரும்போதெல்லாம் கிழவி ரொம்ப தளுக்காகப் பேசுவாள். 'பஞ்ச காலத்திலெ நீங்களே புள்ளீவுளெ வச்சிக்கிட்டு தவுசு பண்றீங்க. இதுலெ இவ வேறயா? மயமாரி பேஞ்சி காடு கற வெளஞ்சி, ஊர் நாடு செவிச்சியா இருக்கும்போது அயிச்சிக்கிட்டுப் போங்களன். நானா வேணாங்கிறன்' என்று சொல்லி, கட்டாயப்படுத்திக் கூப்பிடுகிறவர்களின் வாயை அடைத்துவிடுவாள். கிழவியினுடைய தந்திரத்தைத் தெரிந்துகொண்டு, அவள் திட்டும்போதெல்லாம் குள்ளனுடைய வீட் டுக்குப் போய்விடுவதாகச் செடலும் மிரட்ட ஆரம்பித்தாள். இப்போது அதே மாதிரி மிரட்டலாமா என்று யோசித்தாள் செடல்.

மண்ணாங்கட்டி கொடுத்தாள் என்று, நடராஜ பிள்ளை வீட்டில் துவைத்த சோளத் தவிடு ஒரு சின்னப் படி கொண்டுவந்து கிழவியிடம் மீனாட்சி கொடுத்தாள். கிழவி, சோற்றுக்கு வேறு வழியில்லாததால் தவிட்டில் உப்புப் போட்டு, பட்டமிள காயைக் கிள்ளிப்போட்டு, கொஞ்சமாகத் தண்ணீர் தெளித்துப் பிசைந்து, அடுப்பை

மூட்டி, ஓட்டில் தவிட்டைக் கொட்டி வறுக்க ஆரம்பித்தாள். செடலின் மேல் கோபமாக இருந்ததால் அவளுக்கு எந்த வேலையும் வைக்காமல், தவிட்டை வறுத்து, பத்திரமாக உள்ளே சென்று மூடிவைத்ததுவரை எல்லா வேலைகளையும் அவளே செய்தாள். ஆற்றுக்குப் போன தர்மகர்த்தாவையும் அவனுடன் சென்ற நான்கு ஐந்து ஆண்களையும் கூப்பிட்டுப் பக்கத்தில் உட்காரவைத்துக்கொண்டு சளசளவென்று பேச்சுக்கொடுக்க ஆரம்பித்தாள். மழை பெய்திருந்தால் ஆண்களை ஊருக்குள் பார்ப்பதே அரிதாக இருக்கும். காடுகரைகளிலும், குடித் தெருவிலும்தான் பார்க்க முடியும். ஆனால் இப்போது தொடர்ந்து ஐந்து வருசமாக மழை பெய்யாததால் திண்ணைக்குத் திண்ணை உட்கார்ந்து பேசிக்கொண்டிருந்தனர். கோயில் பக்கம் எட்டிப் பார்க்காதவர்களெல்லாம் கோயிலுக்கு எதிரில் நிற்கும் வேப்பமரத்தடியிலேயே நாளெல்லாம் உட்கார்ந்து பொழுதைத் தள்ளினர். குடித் தெருவிலும் சுற்றுவட்டாரத்திலும் இதே நிலைமைதான்.

ஒருவர் முகம் ஒருவருக்குத் தெரியாத அளவுக்கு இருள் பரவியிருந்தது. ‘என்னா கெய்வி விசயம்? ஓம் பாடுதான் யோகம்’ என்று சொன்னான் தர்மகர்த்தா. அதற்குக் கிழவி ‘பொட்டுக்கட்டி வுட்டதிலருந்து எந்த ஊருல திருநா போட்டாங்க, வரும்படி வர்றதுக்கு. ஒரு நாள் பொயிது போறதே ஒரு யுகமா இருக்கு. இதுல எங்கிருந்து வரும் யோகம். இப்பத்தான் குடித் தெரு சனங்களும் கப்பலேற ஆரம்பிச்சிட்டாங்களே. இப்பிடியே போனா கொற காலமும் எப்பிடித்தான் போவுமோ’ என்று சொல்லி சலித்துக்கொண்டாள்.

‘கால நெலவரமும் இப்பிடியே போயிடாது. கெயக்க அடிக்கிற காத்து ஒரு நாளக்கி மேக்கெயும் திலுப்பி அடிக்கத்தான் செய்யும். நம்ப ஊருக்கு மட்டுமா, ஒலகத்துக்கே கேடு காலம் வந்துடுச்சி. இதெல்லாம் மனுசனால ஆவறதா? எல்லாத்துக்கும் பகவான் கண்ணத் தொறந்து பாக்கலியே. பாப்பம் இன்னம் கொஞ்ச நாளக்கி’ என்று சொன்ன தர்மகர்த்தா செடலிடம் ‘நாப்பத்தியெட்டு நாளக்கி குளிச்சிமொழுவி விரதம் இரு, நாளு தவறாம வெளக்கு போடுன்னு அய்யரு சொன்னாரே, என்னாச்சி?’ என்று கேட்டான். செடலைப் பேசவிடாமல் முந்திக்கொண்டு ‘அய்யரு சொல்ல மீறிடுவாளா, நான்தான் வுட்டுடுவனா? அவ விரதம் இருக்க ஆரம்பிச்ச இந்த ஆறு ஏயி நாளாத்தான் மேகம் திரளுது. கொடிக்கா மூலயில மின்னலு மின்னுச்சி. பாக்கலியா? இவ வவுறு குளுந்தாத்தான செல்லியாயி கண்ணத் தொறப்பா? மனமிரங்குவா? விரதம் இருக்கச் சொல்லு வெளக்குப் போடச் சொல்லுன்னு சொன்ன குடித் தெருக்காரங்க மின்னபின்னெ நாலு படி அரிசி கொடுத்தா என்ன, நீயாவது சொல்லி வாங்கிக் கொடுக்கக் கூடாதா?’ என்று கேட்டாள். கிழவி எதற்காக அடிபோடுகிறாள் என்பது தெரிந்ததும் தர்மகர்த்தா வாயைத் திறக்கவில்லை. தலைமுடியை அவிழ்த்துவிட்டு உதறி, தட்டிப் பெண்கள்போல பின்மண்டையில் சிண்டு கட்டிக்கொண்டே சொன்னான்:

‘அடிமானத்துல மின்னுச்சுன்னா ஈரத்துணி காயறதுக்குள்ள மய வரும்பாங்க. எல்லாத்துக்கும் வானத்து ராசா மனம் வைக்கணுமே.’

‘அதெ வுடு மாமா, சனிமூலயில இடி இடிச்சி மய இல்லாம இருந்ததே இல்ல, ஆனா இப்ப அப்பிடியொரு வாத்த சொல்ல முடியுமா?’

‘மேக்கத்தி காத்து புயிதியத்தான் வாரிகிட்டு வருது.’

‘இருக்கஇருக்க மானம் ஒசரஒசர போயிக்கிட்டேயிருக்கு. கண்ணால ஒரு பொட்டுத் தூத்தலக் கண்டு பல வருசமாயிடிச்சி! மானம் சோனல் வியிந்திருச்சி. மய வர்றது சந்தேகம்தான்.’

'அந்தி செவ்வானம் அடமயக்கிச் சமானம்; பொன்னு உருகக் காயணும், மண்ணு உருகப் பெய்யணும்னு சொன்னதெல்லாம் எந்தக் காலத்துப் பேச்சுங்கறன். எல்லாம் வெறும் வா வாத்தயாப்போச்சே!'

'என்னோட ஆயுசுக்கும் பாத்துட்டன், இந்த மாரி ஒரு பஞ்சத்தக் கண்டதில்ல.'

தர்மகர்த்தாவும் காசியும் பஞ்சம்பற்றியே பேசிக்கொண்டிருந்தனர். மழை பெய்தால் பூவரும்பும் மற்றவர்களும் சீக்கிரம் திரும்பிவந்துவிடுவார்கள் என்று எண்ணிய செடல், மழையைப் பெய்யவைக்க வேண்டும் என்று செல்லியம்மனிடமும் மாரியம்மனிடமும் வேண்டிக்கொண்டாள். வீட்டுக்குள்ளிருந்த செடலைக் கூப்பிட்டு தர்மகர்த்தா, மீதமிருக்கிற நாட்களிலும் விரதத்தைச் சரியாக இருக்க வேண்டும் என்றும், இரண்டு வேளை பட்டினி கிடந்தாலும் எல்லாம் நல்லபடியாக முடிக்க வேண்டும் என்றும் குடித் தெருவில் சொல்லிச் சாப்பாட்டுக்கு ஏற்பாடு செய்வதாகவும் சொல்லிவிட்டு ஆற்றுப் பக்கம் கிளம்பினான். மற்றவர்களும் அவனோடு கிளம்பிப் போனார்கள்.

மண்ணாங்கட்டி வீட்டிலிருந்தோ பூங்கோதையின் வீட்டிலிருந்தோ சாப்பிட ஏதாவது வாங்கிவரச் சொல்லிச் செடலைக் கிழவி நச்சரித்துக்கொண்டிருந்தாள். அவளோ கிழவி சொல்வதைக் காதில் வாங்காமல், மழை எப்போது பெய்யும், பூவரும்பும் கோபாலும் எப்போது திரும்பி வருவார்கள் என்று எண்ணிக்கொண்டு உட்கார்ந்திருந்தாள். விரதம் என்பதால் காலையில் அய்யர் இரண்டு உழக்கு வரகு அரிசி கொடுத்தார். அதைச் சமைத்து, விரதம் பண்ணி, காக்கைக்குச் சோறு வைத்து விட்டுச் சாப்பிட்டாள். ஒருவேளைச் சோற்றோடு தான் இருக்கும்போது கிழவிக்கு என்ன ராச்சோறு வேண்டியிருக்கிறது என்று நினைத்தாலும், அவளுடைய நச்சரிப்புத் தாங்க முடியாமல் பறத் தெருவுக்குப் போனாள். தவிடுதான் வறுத்து வைத்திருக்கிறாளே அதைத் தின்றுவிட்டுப் படுத்தாலென்ன? இவளுடன்தான் பூங்கோதை கீரைக்காகவும், கிழங்குக்காகவும் காட்டில் சுற்றியலைந்துவிட்டு வெறுங்கையுடன் வந்திருந்தாள். அப்படியிருக்கும்போது எப்படிப் போய்ச் சோறு கேட்பது? கிழவியின் மேல் உண்டான எரிச்சலில் யாருடைய வீட்டுக்கும் போகாமல் வெறுமனே தெருவில் நடக்க ஆரம்பித்தாள்.

பறத் தெருவில் மொத்தமே அறுபது எழுபது வீடுகள்தான் இருந்தன. அதில் கூத்தாடிகளின் வீடுகள் ஐந்தாறு இருக்கும். அதிலும் சில வீடுகள் காலியாகக் கிடந்தன. அதிலிருந்தவர்கள் எல்லாரும் பஞ்சம் பிழைக்கப் போய்விட்டிருந்தனர். இருந்த வீடுகளும், பன்றிகளுக்காகத் தாழத்தாழக் கட்டப்பட்ட சிறுசிறு குடிசைகள்போல இருந்தன. ஒரு வீட்டில்கூட விளக்கில்லை. வாசலில் பெண்களும் பிள்ளைகளும் கூட்டம்கூட்டமாக உட்கார்ந்து பேசிக்கொண்டிருந்தனர். இவளைக் கண்டதும் 'என்ன செடலு இருட்டுப் பொயிதுல' என்று கேட்டவர்களுக்கு 'சும்மாதான், ஒண்ணுமில்ல' என்று சொன்னாள். கோயிலுக்கு வந்து, வெறுப்புடன் ஒரே வார்த்தையில் 'ஒண்ணும் கெடைக்கல. யாரு வூட்டுல கறியும் சோறும் ஆக்கி வச்சிக்கிட்டு திங்க ஆளில்லாம குந்தியிருக்காங்க?' என்று சொன்னவள், கிழவிக்குப் பக்கத்தில் உட்கார்ந்துகொண்டாள். செடலை முறைத்துப் பார்த்த கிழவி 'போவும்போதே கெடைக்கக் கூடாதுடா ஆண்டவனேன்னு எண்ணிகிட்டுப் போனா, எப்பிடிக் கெடைக்கும்? மனசுபோல வறவோடு சுறவோடத்தான் போவும்' என்று சொல்லிக்கொண்டே வீட்டுக்குள் போனவள், ஏற்கெனவே வறுத்து வைத்திருந்த தவிட்டை எடுத்துவந்து வைத்துக்கொண்டு குத்துக்குத்தாக வாயில் அள்ளிப் போட்டுக்கொள்ள ஆரம்பித்தாள். அதையே வேடிக்கை பார்த்தவளுக்குத் தானும் ஒரு கைப்பிடித் தவிடு சாப்பிடலாமா என்று

தோன்றியது. ஆனால் அந்த ஆசையை மறைத்துக் கிழவியிடம் கதை சொல்லுமாறு கேட்டாள். கிழவி பதில் பேசாமல் தண்ணீர் சொம்பு, தட்டு என்று சாமான்களை யெல்லாம் உள்ளே கொண்டுபோய் வைத்துவிட்டு வந்து, சாக்கை விரித்துப் போட்டுக் கிழக்கு முகமாகக் கால்களை நீட்டிப் போட்டு உட்கார்ந்துகொண்டாள். தனக்குக் கொடுத்த சாக்கை விரித்துப் போட்டுக்கொண்டே செடல் கேட்டாள்:

'யே கெய்வி, எதானாச்சும் ஒரு கதெ சொல்லு. சொல்லாட்டி வுட மாட்டன்.'

'ஒனக்கு மதம் முண்டிப்போச்சாடி குட்டி? சாவும் காலத்துல என்னெத் திருவோடு எடுக்கும்படியா வச்சிட்டானேன்னு இருக்கயில ஒனக்கு கதெயாடி கேக்கும் கதெ! நான் எங்காலத்துக்கும் கருத்தில்லாப் பொயப்பா பொயச்சிட்டனே!'

கிழவிக்கும் ஏதாவது பேசிக்கொண்டிருக்கலாம் போலிருந்தது. செடல் பட்டினி யாகக் கிடக்கும்போது தான் மட்டும் சாப்பிட்டோமே என்று நினைத்தவளுக்குச் சாப்பிட்ட தவிடு ஆவியாகிவிட்டதுபோல் இருந்தது. தவிட்டைச் சாப்பிடக் கொடுத் திருக்கலாம், ஆனால் விரதம் முறிந்துவிடுமே! அதனால் நாளைக்கொரு 'பொழை' வந்தால் என்ன செய்யமுடியும்? தெய்வக் காரியமாயிற்றே! செடலைத் தன்னுடன் ஒட்டிப் படுக்கச் சொன்னாள்:

'இன்னம் கிட்டெ வாடி. மினி கதெ சொல்லுட்டுமாடி?' என்று கேட்டவள், செடலின் பதிலுக்குக்கூடக் காத்திருக்காமல் கதையை ஆரம்பித்துவிட்டாள். கிழவி யின் கதைகளில் பெரும்பாலும் மனிதர்கள் மரங்களாவார்கள், நரிகள் சிறுபிள்ளைக ளாகிச் சிரிக்கும், எறும்புகள் யானைகளாகும், ஈக்கள் பருந்துகளாகும், மூக்குப் பீ பெரிய மலையாகப் பெருத்து வளரும், காதுக் குறும்பி இரு கரையும் புரண்டோடும் வெள்ளமாகப் பெருகும், பேய்கள் கன்னிப்பெண்களாக வரும், விக்கல் சத்தம் பெரிய இடி இடிப்பதுபோலக் கேட்கும், கடல் தண்ணீரையெல்லாம் ஒரு செப்புக் குடத் திற்குள் அள்ளிவிடும் பெண்கள் வருவார்கள், நக இடுக்கிலிருந்து எடுக்கும் அழுக்கைக் கொண்டு பல கோட்டைகளைக் கட்டுவார்கள், பெரியபெரிய ராசா, ராணிகளின் உயிர்கள் பிச்சைக்காரக் கிழவியின் சுண்ணாம்புக் குவளைக்குள் இருக்கும், சூறைக் காற்றில் வெட்டவெளி மைதானத்தில் பணியாரச் சட்டியை வைத்துப் பெண்கள் பணியாரம் சுட்டெடுப்பார்கள். அதோடு சிங்கவன ஆற்றின் கதை, தாம்பூலக் கன்னி யின் கதை, திருடியே தின்று வாழ்நாளைக் கழிக்கச் சாபம் பெற்றவனின் கதை, புலிக் குன்று கதை, முதலைக் குன்று கதை, மலைக் குறத்தியின் கதை, காளை மாடு கன்று போட்ட கதை.

9

சூரியன் நன்றாக மேற்கில் சாய்ந்துவிட்டது. ஆனாலும் உச்சிப்பொழுதைப் போல காங்கை வீசிக்கொண்டிருந்தது. எத்தனை முறை கூட்டினாலும் ஆடுமாடு கட்டியிருந்த இடம் மாதிரியும் குடிபோன இடம் மாதிரியும்தான் தெரியும். சாதாரணமாகக் காற்று அடித்தாலே வீடும் கோயிலும் குப்பையும் மண்ணுமாகிவிடும். சூறைக்காற்று என்றால் ஊர்ப்பட்ட அழுக்குச் சேர்ந்துவிடும். கூட்டி மாளாது. களம் மாதிரிதான் இருக்கும். குப்புறப் படுத்துக்கிடந்த செடல் வியர்வைக் கசகசப்பில் தொடர்ந்து படுத்திருக்கப் பிடிக்காமல் எழுந்து வெளியே வந்தாள். கிழவி எங்காவது தென்படுகிறாளா என்று ஒருமுறை சுற்றுமுற்றும் பார்த்தாள். பிறகு கோயிலைப் பார்த்தாள். இரண்டு திண்ணை

களையும் பார்க்கச் சகிக்கவில்லை. வீட்டிலிருந்த விளக்குமாறை எடுத்துவந்து கோயிலைக் கூட்டத் தொடங்கினாள். உள்கூடத்தைக் கூட்டிக் குப்பையை வாசலுக்கு வெளியே தள்ளிக் கொண்டுவந்து விட்டுவிட்டு, விளக்குமாறை நன்றாகத் தரையோடு படியப் போட்டு இரண்டு திண்ணைகளையும் கூட்டி முடிக்கும்போது, பாம்பைக் கண்டால்கூட எட்டி அடி வைத்து அவசரமாக நடக்காத கிழவி 'யே குட்டி, யே குட்டி' என்று கத்திக்கொண்டே, ஒருநாளுமில்லாமல் அவளுடைய இயல்புக்கு மீறியவளாக, ஓட்டமாக ஓடிவந்ததைக் கண்டு திடுக்கிட்டுப்போய் நிமிர்ந்து நின்று பார்த்தாள். ஓடி வந்த வேகத்திலேயே கிழவி செடலின் கையைப் பிடித்து இழுத்துக் கொண்டு போய் வேப்பமரத்தைத் தாண்டி நிறுத்தியவள், தலையைத் தூக்கிவிட்டு 'அங்க பாருடி' என்று சொன்னாள். வேண்டா வெறுப்பாக வானத்தைப் பார்த்த செடலுக்கு எம்பிக் குதிக்க வேண்டும் போலிருந்தது. அவளால் நம்ப முடியவில்லை. ஆசையுடன் வானத்தையே பார்க்க ஆரம்பித்தாள்.

கிழவி இவ்வளவு சந்தோசமாக இருந்து செடல் ஒருநாளும் பார்த்ததில்லை. அவளுடைய உடம்பில் மட்டுமல்ல, குரலிலும் புதுத் தெம்பு ஏறியிருந்தது. கைகளைத் தட்டுவதும் வாய்விட்டுச் சிரிப்பதுமாக இருந்தாள். என்ன நினைத்தாளோ சாமிவந்து ஆடிய பெண் மாதிரி சடேரென்று நெடுஞ்சாண்கிடையாகத் தரையில் விழுந்து கும்பிட்டாள். செடலையும் இழுத்துக் கும்பிட வைத்தாள். பிறகு இரண்டே தப்படியாகத் தாவிக் கோயிலுக்குள் ஓடி, சாமி சிலைக்கு முன் விழுந்து கும்பிட்டாள். அங்கிருந்து பைத்தியம் மாதிரி வெளியே ஓடிவந்தாள். நேரே வாளகுருசாமி இருந்த இடத்திற்கு ஓடி, விழுந்து கும்பிட்டாள். பிறகு இரண்டு கைகளையும் குவித்தபடியே மாரியம்மன் கோயிலைச் சுற்றிவர ஆரம்பித்தவள், இரண்டாவது சுற்றில் செடலையும் சேர்த்துக் கொண்டு சுற்றினாள். அவர்கள் இருவரும் கோயிலை மூன்று சுற்றுகள் சுற்றி முடிப் பதற்குள்ளாகவே காற்று சூறைக்காற்றாக மாறி வீசத் தொடங்கியிருந்தது. மூன்று நான்கு வருசமாக வீசிக்கொண்டிருந்த அனல் காற்றாக இல்லாமல் ஈர வாடையுடன் குளிர்ந்த காற்றாக இருந்தது. ஆளையே கீழே தள்ளிவிடும் போலிருந்தாலும் காற்றை எதிர்ப்பது மாதிரி விறைப்பாகக் கிழவியும் செடலும் நின்றுகொண்டிருந்தனர். கிழவிக்கு எப்படி இவ்வளவு தெம்பு வந்திருக்கும்? வீசிக்கொண்டிருந்த காற்றை எதிர்த்து நிற்கிறாளே! குப்பையும் கூளமும் மண்ணுமாகக் காற்றில் பறந்துகொண் டிருந்ததால் கண்களைத் திறந்து பார்க்க முடியவில்லை. சிறிது நேரம்தான் ஒரே காற்றாக இருந்தது. பிறகு படிப்படியாக மட்டுப்பட ஆரம்பித்தது. கார்த்திகை மாதத்து வானம்போலக் கட்டிகட்டியான கருத்த மேகங்கள் வானத்தை முற்றிலுமாக மறைத்து விட்டன. ஒன்றிரண்டு துளிகள் விழ ஆரம்பித்ததும், பேய் பிடித்த பெண் ஓடுவது மாதிரி 'யே சனங்களே' என்று கத்திக்கொண்டு கிழவி பறத் தெருப் பக்கமாக ஓட ஆரம்பித்தாள்.

கிழவி ஓடுவதையே பார்த்துக்கொண்டிருந்த செடல், அவள் சற்றுத் தொலைவாக ஓடியதும் வானத்தைப் பார்க்க ஆரம்பித்தாள். நேற்றிரவு இல்லை; காலையில் பார்த்த வானமாகக்கூட இல்லாமல், இருட்டைப் பூசிக்கொண்ட வானமாக எப்போது மாறி யது? மண்பானையிலிருக்கும் தண்ணீரைக் குடித்தது மாதிரி, உடம்பில் தெளித்துக் கொண்டது மாதிரி இருக்கிறது. இந்த மாதிரியான காற்று அவளுடைய உடம்பில் என்றுமே பட்டதில்லை. நெருப்பைக் கொண்டுவந்து முகத்தில் அப்புவது மாதிரியான காற்றைத்தான் இரவும் பகலும் அனுபவித்திருக்கிறாள். மழைத்துளிகள் விழ ஆரம்பித் திருந்தன. 'பொட்பொட்' என்று உடம்பில் படுகிற ஒவ்வொரு துளியும் உடம்பிலுள்ள மயிர்க்கால்களையெல்லாம் விறைத்து நிற்க வைத்தது. செடல் ஒருநாளுமில்லாமல்

‘ஹாஹா’ வென்று வாய்விட்டுச் சத்தமாகச் சிரித்தாள். இடம் மாற்றி இடம் மாற்றி நின்றுகொண்டு வானத்தைப் பார்த்தாள். அவளுக்கு மேகத்தோடு மேகமாக மிதந்து நகர்ந்துகொண்டிருப்பதுபோல இருந்தது. துளிகள் விழ ஆரம்பித்ததும் அவளுக்குப் பொறுக்க முடியவில்லை. வேகவேகமாகக் கைகளைத் தட்டினாள். மனம் பூரிப்பால் விம்மியது. எதையாவது செய்ய வேண்டும் என்ற வெறி உண்டாயிற்று. என்ன செய்வது என்றுதான் தெரியவில்லை. நொடிக்குநொடி தூறல் அதிகமாக விழ ஆரம்பித்ததும் அவளுக்கு உற்சாகத்தைக் கட்டுப்படுத்த முடியவில்லை. சத்தம்போட்டுச் சிரித்தாள். கைகளைத் தட்டினாள். செடல் மாதிரி சுற்றிச் சுழன்றாடினாள். ரொம்பக் காலத்திற்குப் பிறகு, தூறல் படுவதால் பூமியிலிருந்து வெக்கை கிளம்பிற்று. அதைப் பொருட்படுத்தாமல் குதிப்பதும் சுழன்றாடுவதுமாக இருந்தாள். ஒரே இடத்தில் அவளால் நிற்க முடியவில்லை. உடம்பில் உண்டான சிலிர்ப்பு நொடிக்குநொடி கூடியதே தவிர, குறையவில்லை. தூறல் கொஞ்சம்கொஞ்சமாக வலுத்து, மழை கொட்ட ஆரம்பித்தது. கொட்டும் மழையில் நனைகிறோம், துணி நனைகிறது என்ற உணர்ச்சி கூட இல்லை. காளி வேசம் கட்டிக்கொண்டு ஆடுபவர்கள் மாதிரி துள்ளிக் குதித்து, ஓடி ஆட வேண்டும் என்ற வெறிதான் உண்டாயிற்று. அந்த வெறி அவளுக்குள் தீயைப் போலப் பரவிக்கொண்டிருந்தது.

சனங்களெல்லாம் இங்குமங்குமாக ஓடுவதும் ஆடுவதுமாக இருப்பதைப் பார்த்ததும் அவளுக்கு மேலும் கூடுதலான வெறியுண்டாயிற்று. உடம்பில் எலும்பைத் தவிர, அதை மூடியிருக்கும் தோலைத் தவிர, அல்லை ஒட்டிப்போன, மருந்துக்கும் சதைப் பிடிப்பு இல்லாதவர்களால்கூட எப்படி இவ்வளவு வேகமாகக் குரலெழுப்பிக் கத்தவும், சிறுவர்கள் மாதிரி ஓடவும், ஆடவும் குதிக்கவும் முடிகிறது? ‘திரும்பியும் தாது வருசம் வந்துடுச்சு டோய்’ என்று தினமும் இந்த வார்த்தையைப் பாட்டாகப் பாடியவர்கள், பனஞ்சோற்றை, தென்னஞ்சோற்றை, ஈச்சங்குத்துச் சோற்றை அண்ணன் தம்பிகளுக்கு, உறவுக்காரர்களுக்குக்கூடத் தெரியாமல் மறைத்துவைத்து ரகசியமாகத் தின்றவர்களா இவர்கள்? செடலுக்கு மற்ற பிள்ளைகளுடன் சேர்ந்து கொண்டு ஆட, சிரிக்க, குதிக்க வேண்டும் போலிருக்கவே சனங்கள் கூட்டமாக நின்றுகொண்டிருந்த இடத்திற்கு ஓட ஆரம்பித்தாள்.

ஊரிலுள்ள மொத்த சனத்திரளும் ஒரே இடத்தில் சொல்லிவைத்தாற்போலக் கூடி, இதுவரை பார்த்திராத அதிசயம் நிகழ்ந்துகொண்டிருப்பது மாதிரி வானத்தையே கண் கொட்டாமல் பார்த்துக்கொண்டிருந்தது. கருத்த மேகங்கள் பல திசைகளிலும் திரிந்துகொண்டிருந்தன. அந்த மேகங்களைப் பார்ப்பதற்காகத்தான் கண்களை இதுவரை வைத்துக்கொண்டிருந்தது போல ஒவ்வொருவரும் மேகங்களையே பார்த்துக்கொண்டிருந்தனர். மழை கனக்கக்கனக்க, கூடியிருந்த கூட்டத்திற்கு என்னவாயிற்றோ! படையாகத் திரண்டு மாரியம்மன் கோயிலுக்கு ஓடி வந்தது. பலர் கோயிலின் வாசலில் நின்றுகொண்டும், சிலர் நெடுஞ்சாண்கிடையாக விழுந்தும் கும்பிட்டனர். ஒன்றிரண்டு பேர் உற்சாக வெறியில் கோயிலுக்குள்ளேயே ஓடிப்போய் சாமி கும்பிட்டுவிட்டு வந்தனர். பெண்கள் செடலுக்கு ஆசைஆசையாக முத்தமிட்டார்கள். ஒருசிலர் அவளுடைய கன்னத்தைக் கிள்ளினர். நடுத்தர வயதுள்ள பெண்கள் அவளை இடுப்பில் தூக்கி வைத்துக்கொண்டு கொஞ்சினர். இதைப் பார்த்த ஆண்கள் கைப்பிள்ளையைத் தூக்கித் தோளில் உட்கார வைத்துக்கொள்வதுபோல அவளைத் தூக்கித் தோளில் உட்கார வைத்துக்கொண்டு கோயிலைச் சுற்றி ஓடிவந்தார்கள். தூக்கிக்கொண்டவர்கள் குறவன் குறத்தி ஆட்டம் மாதிரி ஆடினார்கள், கோயிலின் முன் கூடியிருந்த கூட்டத்தின் ஆட்டமும் கொண்டாட்டமும் அதிகரித்துக்கொண்டே போயிற்று. அந்த நேரத்

தில் ஐந்து வருசமாக மழையில்லாமல் ஊரே சுடுகாடாகிவிட்டது என்ற எண்ணம் யாருடைய மனத்திலும் இருந்தது மாதிரி தெரியவில்லை. சனக் கூட்டத்திற்குப் பைத்தியம் பிடித்துவிட்டது மாதிரி ஈசல் கூட்டமாக ஆற்றங்கரையை நோக்கி ஓடத் துவங்கியது. இவர்கள் ஆற்றங்கரைக்குப் போய்ச் சேரும்போது, ஆற்றின் தெற்குக் கரையில் ஏற்கனவே குடித் தெருச் சனங்கள் கூடியிருந்தது தெரிந்ததும், இக்கரையில் கூடியவர்களுக்கு உற்சாகம் எல்லையில்லாமல் போயிற்று. ஆண்கள், பெண்கள், கிழடுகள், பிள்ளைகள் என்று ஒவ்வொருவருமே காளி வேசம் கட்டிக்கொண்டவர்கள் போல் இருந்தனர். திருவிழாவில் அக்னிச்சட்டி தூக்கும்போது, அலகு குத்திக்கொண்டு வரும்போது, அக்னி மிதிக்கும்போது, காத்தவராய சாமி கழுமரம் ஏறும்போது உண்டாகும் ஆர்ப்பாட்டத்தைவிட, கூச்சலைவிடப் பெரிதாக ஆர்ப்பாட்டமும் இரைச்சலுமாக அந்த இடம் இருந்தது. ஆட்டத்தோடு ஆட்டமாக, குதியோடு குதியாக ஒருவரையொருவர் நெட்டிக்கொண்டும், தரையில் இடித்துத் தள்ளியும், உருட்டிப் புரட்டியெடுத்தும் விளையாட ஆரம்பித்தனர். யாரும் தள்ளிவிடாமலேயே சில பிள்ளைகள் தாங்களாகவே தரையில் விழுந்து புரண்டனர். கிழடுகள் வானத்தைப் பார்த்துக் கும்பிட்டுவிட்டு இரு கைகளிலும் மழைத்தண்ணீரைப் பிடித்து ஆசையாகக் குடித்தனர். இதைப் பார்த்த பிள்ளைகள் வானத்தைப் பார்த்த நிலையில் வாயைத் திறந்தபடி வைத்திருந்து அதில் விழுந்த மழைத் துளியை இனிப்புப் பொருளை நக்கிச் சப்பிச் சுவைப்பது போலச் சுவைத்தனர். கிழவன் கிழவிகளாக இருந்த பெரும்பாலானோர் வானத்தை நோக்கிக் குவித்திருந்த கைகளைப் பிரிக்காமலேயே நின்றுகொண்டிருந்தனர். அதோடு ‘பகவான் கண்ணத் தொறந்துட்டான். அந்த மாரியாயி மடிப்பிச்சப் போட்டுட்டா. கையேந்தி தவுசு பண்ணுன மக்கள அந்தச் செல்லியாயி கைத்தூக்கி வுட்டுட்டா. மானம் பாத்தாத்தான் மனுசன் மனுசனா மண்ணுல நெலச்சித் தரிச்சி நிக்க முடியும். இல்லன்னா மசுரு பொசுங்குறாப்ல எல்லாரும் பொசுங்கிப்போயி ஈச மடியுறாப்ல மடிய வேண்டியதுதான். ஏதோ ஏய மக்க பருதேவத்தப் பாத்து இப்பியாச்சும் அந்த ஆண்டவன் படியளந்தானே’ என்று ஓயாமல் பேசிக்கொண்டிருந்தனர். முதலில் மழைக்கால் எந்த மூலையில் இறங்கியது, அதை முதலில் பார்த்தது யார், காற்றின் போக்கில் மேகங்கள் எப்படியெல்லாம் நகர்ந்துவந்தன, குளிர்ந்த காற்று எப்போது வீசத் தொடங்கியது, மழையின் வாசனை தூறல்போடுவதற்கு எவ்வளவு நேரத்திற்கு முன்பாக வந்தது, மழை பெய்ய ஆரம்பித்தவுடன் பூமியிலிருந்து வெக்கை எப்படி வேக்காடாக மாறிக் கிளம்பியது என்பதையெல்லாம் ஒவ்வொருவரும் தான்தான் விஷயத்தை முன்னதாகவே சொன்னதாகச் சொல்லிக்கொண்டனர். ‘வர வெள்ளிக் கியமக்குள்ள மய பெய்யுமின்னு நான் சொல்லலியா?’ என்று ஒரு கிழவன் சொல்ல, ‘நீ சொன்னதால இல்ல, செடலு விரதம் இருந்ததாலதான் மய பெய்யுது’ என்று கிழவி சொல்ல, மாரியம்மனுக்குக் கோழி காவு கொடுத்துப் பொங்கல் படைக்க வேண்டும் என்று வடக்குத் தெருக்காரன் ஒருவன் சொன்னதைக் கூட்டம் மறு பேச்சின்றி ஏற்றுக்கொண்டது. தர்மகர்த்தாவையும் அய்யரையும் கூட்டத்தில் தேடிக் கண்டுபிடித்து விஷயத்தைச் சொன்னார்கள். இதையேதான் அவர்களும் நினைத்துக்கொண்டிருந்ததாக அவர்கள் சொன்னதோடு, யாருடைய வீட்டில் கோழியும் அரிசியும் இருக்கிறது என்று விசாரிக்க ஆரம்பித்தனர். காதுகுத்தக்கூட ஒரு நெல் அரிசி பறத் தெருவில் யாருடைய வீட்டிலும் இல்லை என்று தெரிந்ததும், கோழியைத் தயார் செய்து வையுங்கள் என்று சொல்லிவிட்டு அய்யரும் தர்மகர்த்தாவும் மழையைப் பொருட்படுத்தாமல் குடித் தெருவை நோக்கி வேகமாக நடக்க ஆரம்பித்தனர்.

செடல் இருந்த விரதத்தால்தான் மழை பெய்கிறது என்ற பேச்சு வந்ததும் கூட்டத்திலிருந்த ஒரு பகுதி செடலைத் தூக்கிக்கொண்டு ஆட ஆரம்பித்தது. பிறகு தரையில் போட்டுப் புரட்டியெடுத்தது. சேற்றை வாரி முகத்தில் பூசியது. சாமியைத் தூக்கிக் கொண்டு ஊர்வலம் ஓடுவதுபோல ஓடினார்கள். ஆள்மாற்றி ஆள்தூக்கி அவளைப் பிய்த்தெடுத்துவிட்டார்கள். எல்லாவற்றுக்கும் அவள் சிரித்தபடியே இருந்தாள். கிழவியின் முகத்தில் ஒரு சிறுவன் சேற்றை அள்ளி முகத்தில் பூச ஆரம்பித்ததும், கூட்டம் கிழவியைப் பிடித்துக்கொண்டது. பலரும் போட்டியிட்டுக்கொண்டு சேற்றை வாரிப் பூசப் பூச, சாமிவந்து ஆடும் பெண் மாதிரி கிழவி எக்காளமாகச் சிரித்துக்கொண்டு 'நான் பெத்த ராசென்களா பூசுங்க சாமி, பூசுங்க' என்று சொல்லி உற்சாகமாகக் கூவினாள்.

இப்போது மழையுடன் இடியும் மின்னலும் சேர்ந்துகொண்டுவிட்டது. ஊர்க் கட்டுமானம் மாதிரி மழையில் நனைந்தபடி சனங்கள் நின்றுகொண்டிருந்தனர். இடிச் சத்தத்திற்காகக் காதுகளை மூடிக்கொள்ளவில்லை. மின்னலுக்காகக் கண்களை மூடிக் கொள்ளவில்லை. சின்ன இடிச் சத்தத்திற்கே 'அர்ச்சுனா அர்ச்சுனா' என்று கத்துபவர்கள் கூட, இப்போது பெரியபெரிய இடியாக, காதுகளே செவிடாகிப்போகிற அளவு இடித்தும் பொருட்படுத்தவில்லை. இடி விழுந்து செத்தாலும், கரிக் கட்டையாகக் கருகிப்போனாலும் பரவாயில்லை என்பது போலவும், இடிச் சத்தத்தைக் கேட்பதற்காகவே நின்றுகொண்டிருந்ததுபோலவும் ஒவ்வொருவரும் நின்றுகொண்டிருந்தனர். கண்தூரம்வரை உப்பு மூட்டையைக் கவிழ்த்துக் கொட்டியது மாதிரி வானத்திலிருந்து மழை சரம்சரமாக இறங்கிக்கொண்டிருந்தது.

பறத் தெருவிலிருந்து ஓடிவந்த தண்ணீர் முதலில் நூலாக ஓடிவந்து ஆற்றுக்குள் இறங்க ஆரம்பித்தது. அதைப் பார்த்த பிள்ளைகள் தண்ணீர் ஆற்றுக்குள் இறங்கும் இடத்திற்கு ஓடிப் போய் சில்லு விளையாடுவது மாதிரி தண்ணீரைக் காலால் செத்திச் செத்தி விளையாட ஆரம்பித்தனர். தண்ணீரில் பிள்ளைகள் விளையாடுவதைப் பார்த்த செடல் ஒரே ஓட்டமாக ஓடிப்போய்ப் பிள்ளைகளுடன் சேர்ந்துகொண்டு தண்ணீரைச் செத்தி விளையாட ஆரம்பித்தாள். பெரியவர்கள் செடலைத் தூக்கிக்கொண்டு ஆடியது மாதிரி, ஓடியது மாதிரி ஓட வேண்டும் என்று பூங்கோதையின் மகன் கணபதி சொன்ன மறுநொடியே அவளைத் தூக்கிக்கொண்டு பிள்ளைகள் ஆட ஆரம்பித்தனர். பிள்ளைகளுடைய இழுப்புகளுக்கெல்லாம் செடல் தண்ணீரில் போட்ட துணி மாதிரி உடம்பை வளைத்து நெளிந்து கொடுத்துக்கொண்டிருந்தாள். அழுக்குத் தண்ணீரில் குதிப்பது, மணலில் படுத்துப் புரள்வது பிள்ளைகளுக்கு எல்லையற்ற சந்தோசமாக இருந்தது. பிள்ளைகள் செய்யும் எல்லாக் காரியங்களையும் பார்த்தாலும் பெரியவர்கள் பெயருக்குக்கூட அவர்களை மிரட்டவில்லை. பிள்ளைகளின் விளையாட்டு தற்போதைக்கு நிற்காது போலிருந்தது.

நேரமாகநேரமாக வானத்திற்கு வேகம் வந்துவிட்டதுபோல மழை பலமாகப் பெய்யத் தொடங்கியது. ஆனால் கூட்டம் கலையாமல் இருந்ததோடு ஆற்றின் மையத்தில் மேற்கிலிருந்து கோடாக ஓடி வந்துகொண்டிருந்த தண்ணீரைப் பார்ப்பதற்காக் நகர்ந்து சென்றது. அழுக்குத் தண்ணீர் என்றுகூடப் பார்க்காமல் பெரும்பாலானவர்கள் இரண்டு கைகளாலும் வெறியுடன் அள்ளிஅள்ளிக் குடித்தனர். பலர் அப்படியே கவிழ்ந்து குடித்தனர். பிறகு தண்ணீரில் படுத்துப் புரள ஆரம்பித்தனர். கோடாக வண்டித் தட அளவுக்கு ஓடி வந்துகொண்டிருந்த தண்ணீர் மெல்லமெல்லப் பாவில் நூல் சேர்வது மாதிரி பெருக ஆரம்பித்தது. தண்ணீரின் அளவு அதிகரிக்கஅதிகரிக்க, சனங்களின் உற்சாகமும் கொண்டாட்டமும் அதிகரித்தவாறே இருந்தது.

செடல் கூட்டத்தோடு கூட்டமாகத் தண்ணீரை அள்ளிக் குடித்தாள். பிறகு மற்றவர்கள் மாதிரியே புது வெள்ளத்தில் உருண்டுபுரண்டு துள்ளிக் குதித்து விளையாட ஆரம்பித்தாள். முன்பைவிட இப்போது மழை கனத்துப் பெய்துகொண்டிருந்தது. முகத்தில் உடம்பில் 'சலீர்சலீர்' என்று அறைந்துவிழும் மழைத்துளிகள் உடலில் இன்னதென்று சொல்ல முடியாத கிளர்ச்சியை உண்டுபண்ணின. அந்தக் கிளர்ச்சி நொடிக்கு நொடிப் பெருகிக்கொண்டேயிருந்தது. புது வெள்ளத்தைப் பார்க்கப்பார்க்க அவளுடைய மனம் பஞ்சாகப் பறப்பது போலிருந்தது. உடலின் கனமும் கணத்திற்குக் கணம் குறைந்துகொண்டிருப்பது போலிருந்தது.

ரொம்பக் காலம் கழித்து ஆற்றில் வெள்ளம் வருவதால் தண்ணீர் , சாணத்தைக் கரைத்து ஊற்றியது மாதிரி தடதடவென்றிருந்தது. குச்சிகள், சிறுசிறு பூண்டுச் செடிகள், வேரோடு பிடுங்கிக்கொண்ட சோற்றுக்கற்றாழைகள், கிழிந்து நைந்துபோன கந்தல் துணிகள், பிய்ந்துபோன ஈச்சம், கோரைப் பாய்கள், காய்ந்த பனை, தென்னை மட்டைகள், கொத்துக்கொத்தாக முள்செடிகள் என்று என்னென்னவோ மிதந்து வந்தன. முடிந்த மட்டும் முழு ஆற்றையும் செடல் பார்க்க முயன்றாள். நூறு கஜ தூரத்திற்கு அப்பால் என்ன இருக்கிறதென்பதைக் கண்டுபிடிக்க முடியாத அளவுக்கு மழை அடர்த்தியாக இறங்கிக்கொண்டிருந்தது. 'இம்புட்டு பெரிய ஆறு இந்த ஜில்லாவிலேயோ மாகாணத்திலேயோ கெடயாது' என்று கிழவி அடிக்கடி சொல்வாள். மற்ற ஊர்களிலுள்ள ஆறுகளில் உள்ளது மாதிரி குத்துகுத்தாக எருக்கஞ்செடிகளோ, பீக்கருவைமுள் செடிகளோ, நாணல் புதர்களோ முளைத்துப் பாதி அடைத்துக்கொண்டிருக்காது. மணலைப் பார்த்தால் அரிசி மாவைக் காய வைத்ததுபோல இருக்கும். ஆற்றில் எந்த இடத்திற்குப் போனாலும் ஆசைக்குக்கூட ஒரு பிடி பெருமணலைப் பார்க்க முடியாது. அள்ளி விட்டால் காற்றில் பறந்து போகும் நொய் மணல். இரண்டு கரைகளும் அண்டைக் கழித்த வரப்பு மாதிரி ஒரே ஒழுங்காக இருக்கும். பேச்சுக்குக்கூட கோணல் மாணல், வளைவு சுளிவு இருக்காது. இரு கரைகளை ஒட்டியும் மூங்கில் தோப்பு, இலுப்பைத் தோப்பு, தென்னந்தோப்பு என்று வரிசையாகப் போய்க்கொண்டேயிருக்கும். ஆற்றின் வடக்குக் கரையில் பறத் தெருவும், தெற்குக் கரையில் குடித் தெருவும் இருந்தன. எல்லாச் செழிப்பும் தெற்குக் கரையில்தான் என்றாலும் இப்போது எல்லாமும் பட்டுப்போய் நிற்கின்றன. பறத் தெருவைத் தாண்டி வடக்கில் போனால் வானம்பார்த்த மேட்டு நிலங்கள் வரும்.

'செடலு செடலு' என்று பலர் ஒரே நேரத்தில் கத்திக் கூப்பிடுவது கேட்டது. தண்ணீரை விட்டு வெளியே வந்த செடல் சத்தம் வந்த இடத்தை நோக்கிப் போனாள். மழையில், இருட்டில் அருகிலிருந்த ஆட்களின் முகங்கள்கூடச் சரியாகத் தெரியவில்லை. அய்யரும் தர்மகர்த்தாவும் பொங்கல் வைக்க வேண்டும், சீக்கிரமாகக் கோயிலுக்குக் கிளம்பு என்று சொன்னதும், துணியைப் பிழிந்துவிட்டு, தலைமயிரை ஒதுக்கிக்கொண்டு கோயிலுக்குப் போகக் கிளம்பினாள். அதற்குள் யாரோ சாமியைத் தூக்க வேண்டும் என்று சொன்னதுமே கூட்டம் அதையே பிடித்துக்கொண்டு 'ஆமாம் சாமியத் தூக்கித்தான் ஆவணும்' என்று சொல்லிக் கத்த ஆரம்பித்தது. கூச்சலை அடக்கிவிட்டு 'எல்லாத்தயும் விடிஞ்சி பாத்துக்கலாம். இப்பக் கோவுலுக்குப் போங்க' என்று சொல்லிவிட்டு அய்யர் முன்னே நடக்க ஆரம்பித்தார். சிதறி நின்ற கூட்டமும் அய்யரைத் தொடர்ந்து நடக்க ஆரம்பித்தது. கரையேறும்போது குடித் தெரு மணியக்காரன் சாக்கை மாட்டிக் கொண்டு வந்து வழியை மறித்து 'செல்லியாயிக்கு செறப்பு கொடுக்கப் பொட்டுக்கட்டி வுட்ட குட்டியக் கூப்புட்டாரச் சொன்னாங்க' என்று சொன்னதும், அய்யர் மறுபேச்சுப் பேசாமல் 'குடித் தெருவுக்குப் போயிட்டு நேரத்திலியே வா. நாங்க மாரியாயி கோவுல்ல குந்தியிருக்கம்' என்று செடலிடம் சொன்னதும், செடல் மணியக்காரனுடன் நடக்க ஆரம்பித்தாள்.

10

'யே அங்க போறவ யாருடி?'

'யாஞ்சாமி.'

'எந்தத் தெருவு?'

'பறத் தெருவு சாமி.'

'மனுசாளு போறது வர்றது தெரியல? கண்ணா நொள்ள! செத்த ஒதுங்கிப் போனாத்தான் என்னாங்கறன்?'

'நானு ஒதுங்கித்தான் சாமி வந்தன்.'

'என்னாத்த வந்த? நீ என்னா பண்ணுவ? காலம் அப்பிடி!'

செடலுக்கு ஊசிவெடி மாதிரியிருந்த செக்காத்தியின் மேல் எரிச்சலுண்டாயிற்று. எதற்காகத் திட்டிவிட்டுப் போகிறாள்? இவளைப் பற்றி ஊரில் என்ன பேசுகிறார்கள் என்பது மறந்துவிட்டதா? இரண்டாள் மட்டுமே நடக்கக்கூடிய அந்தச் சிறிய சந்தில் செடல் முடிந்தவரை ஒதுங்கி நின்று வழிவிட்டாள். குடித் தெரு ஆட்களைப் பறையர்கள் எங்கு கண்டாலும் துண்டை இடுப்பில் கட்டிக்கொண்டு 'கும்புடறேனுங்க சாமி' என்று சொல்வார்கள். பெண்கள் என்றால் பத்து இருபதடி தூரம் விலகி நின்று வழி விடுவார்கள். மீனாட்சிக்குத் தெரிந்தால் 'அடி கொலகாரி, தீட்டாயிப்போச்சின்னு பஞ்சாயத்து கூட்டுனா என்னாடி பண்ணுவ? எல்லாக் குடியானவங்களும் ஒண்ணா திரண்டு நின்னுடுவாங்களே!' என்று சொல்லித் தலையில் மொட்டுவாள். அவளிடம் சொல்லக் கூடாது என்று நினைத்தவாறு நடக்க ஆரம்பித்தாள்.

செடலுக்கு மீனாட்சி இல்லையென்றால் ஒன்றுமே ஓடாது. மீனாட்சிக்கும் அப்படித்தான். மண்ணாங்கட்டியால் போக முடியாத அன்று மீனாட்சி நடராஜ பிள்ளை வீட்டுக்கு சாணி வாரப் போவாள். அப்படிப் போகும்போது இவளையும் இழுத்துக் கொண்டு போவாள். காலையிலேயே மீனாட்சி வந்து 'நான் முன்ன போறன், பின்னாலியே கெய்விக்குத் தெரியாம வந்துடு' என்று சொல்லிவிட்டுப் போனாள். எப்போது போனாலும் மீனாட்சியுடன் சேர்ந்துகொண்டு இவளும் வேலை செய்வாள். ஒரு பட்டி மாட்டுச் சாணி வார வேண்டும். இருபது தொட்டிகளுக்குத் தண்ணீர் இறைத்து ஊற்ற வேண்டும். தவிடும் பிண்ணாக்கும் கலந்து தொட்டிகளில் கொட்டி ஊறவைக்க வேண்டும். நாற்பது ஐம்பது மாடுகள் கட்டியிருக்கும் இடத்தைக் கூட்டிப் பெருக்க வேண்டும். அதோடு ஆச்சி கொடுக்கிற புட்டி, கூடை, முறம் என்று எல்லாவற்றையும் மெழுக வேண்டும். வெண்கலச் சாமான்களைப் புளிபோட்டுத் தேய்த்துக் கழுவ வேண்டும். காட்டில் வேலை செய்கிற ஆட்களுக்கு உருமச் சோற்றுக்குச் சோளம் துவைக்க வேண்டும், தாமதமானால் திட்டு வாங்க வேண்டும், இவள் இருந்தால் மீனாட்சிக்கு எப்படிப்பட்ட வேலையாக இருந்தாலும் கால்தூசுதான்.

செடல் நடராஜ பிள்ளை வீட்டு மாட்டுத் தொழுவத்திற்கு வந்தபோது மீனாட்சி வேலையைப் பாதி முடித்ததும் முடிக்காததுமாக, கை கால்களைக் கழுவிக்கொண்டு பரணிலிருந்த வள்ளத்தை எடுத்துக் கழுவிவிட்டு, சோறு வாங்கக் கிளம்பிக்கொண்டிருந்தாள். மீனாட்சி இவளைக் கண்டதும் 'ராணியம்மாவுக்கு இப்பத்தான் நேரம் ஓய்ஞ்சதா?' என்று கேட்டுவிட்டு, 'இங்கியே இரு, வர்றன்' என்று சொல்லிவிட்டுச் சோறு வாங்கப் போனாள். வீட்டின் பின்புற வாசலுக்குச் சற்றுத் தள்ளி நின்றே குரல் கொடுத்தாள்: 'சோறு ஊத்துங்க ஆச்சியோவ்.'

வீடு முன்புறத்திலும் மாட்டுத் தொழுவம் வீட்டுக்குக் கடைசியிலும் இருந்தன. மூன்று பக்கமும் ஆள் உயரத்திற்கு மதில் சுவர் எழுப்பியிருந்தார்கள். மையத்தில் மட்டும் கிணற்றுக்குப் பக்கத்தில் மைதானமாக இடம் விட்டுக் கூரை போடாமலிருந்தனர். அந்த இடத்தில்தான் தொட்டிகள் இருந்தன. சூரிய வெளிச்சம் பட்டால்தான் தவிடும் பிண்ணாக்கும் நன்றாக ஊறிப் புளித்து நாற்றமடிக்கும். எவ்வளவு நாற்றமடிக்கிறதோ அந்த அளவுக்கு மாடுகள் தண்ணீரை உறிஞ்சிக் குடிக்கும். பட்டியில் நான்கைந்து தண்ணீர்த் தொட்டிகள் இருந்தாலும் புண்ணாக்கு இடிப்பதற்காகப் போடப்பட்டிருந்த கல் உரலுக்குப் பக்கத்தில் ஒரு மார் நீளமும் இரண்டடி அகலமும் கொண்ட பெரிய கல் தொட்டியின் விளிம்பில் செடல் உட்கார்ந்தாள். தண்ணீர்த் தொட்டியில், அதனுடைய கழுத்துப் பகுதிவரை தண்ணீர் நிறைந்திருந்தது. அதில் தவிடும் பிண்ணாக்கும் 'மொதமொத' வென்று ஊறிப்போய் மிதந்துகொண்டிருந்தது. அந்தத் தண்ணீரில் உட்காருவதும் பறப்பதுமாக இருந்த ஈக்களைக் கையால் வீசி விரட்டியடித்தவாறு இருந்தாள். பிறகு சோளத்தட்டை ஒன்றை எடுத்து, ஈக்கள் தண்ணீரில் உட்காரும்வரை அசையாமல் இருந்து, சட்டென்று குச்சியால் தண்ணீரை அலப்பிவிடுவாள். ஈக்கள் 'ங்ங்யிங்க' என்று ஓசை யெழுப்பி மேலே பறக்கும். பிறகு மீண்டும் உட்கார முயலும் போது தண்ணீரை அலப்பிவிடுவாள். ஈக்கள் பறக்க ஆரம்பிக்கும். தொடர்ந்து ஈக்களுக்கு விளையாட்டுக்காட்டிக்கொண்டிருந்தாள். தொட்டியைக் கிண்டிவிட்டதால் மாடு அறுத்த இடம் மாதிரி நாற்றமடிக்க ஆரம்பித்தது. தொட்டித் தண்ணீர் மட்டுமல்ல. ஐம்பது அறுபது மாடுகளின் சாணி, மூத்திர வாடை, அழுகல் நாற்றம் என்று அந்த இடத்தில் கெட்ட நாற்றம் அடித்துக்கொண்டிருந்தது.

மீனாட்சி சோறு வாங்கிவந்தாள். மாடுகளுக்குத் தீனி போடுவதற்காகச் சுற்றுச் சுவரை ஒட்டி நட்டுவைத்திருந்த கருங்கல் பலகையில் உட்கார்ந்துகொண்டு செடலையும் எதிரில் உட்காரச் சொன்னாள். பூவரசு இலையில் வாங்கிவந்திருந்த வேர்க்கடலைத் துவையலில் சிறு பகுதியைத் தன்னுடைய இடது உள்ளங்கையில் எடுத்துவைத்துக் கொண்டு, மீதியை இலையுடன் செடலிடம் கொடுத்தாள். வாங்க மறுத்ததும் 'சொன்ன சொல் பேச்சு கேக்கமாட்டீங்களா அம்மாளு' என்று சொல்லிக் கட்டாயப்படுத்தி இலையைக் கையில் திணித்துவிட்டாள். வள்ளத்திலிருந்த வரகுச் சோற்றை மீனாட்சி அள்ளித்தரஅள்ளித்தர, செடல் கையில் வாங்கிச் சாப்பிட ஆரம்பித்தாள். செடலுக்குச் சோறு கொடுத்துக்கொண்டே இடைஇடையே மீனாட்சி தன் வாயிலும் போட்டுக் கொண்டாள்.

செம்பட்டையாகி, சிக்குப்பிடித்து, ஈரும் பேனுமாகக் காடாக இருந்த செடலின் தலையைப் பார்த்த மீனாட்சி தானாகவே சென்று அமராவதி ஆச்சியிடம் 'வேவாத வெயிலுக்கும் அதுக்கும் தல வெடிச்சிப்போறாப்ல இருக்கு. நவ எண்ணெயிருந்தா ஊத்துங்க ஆச்சியோவ், உச்சந்தலையில வச்சி அரக்கிக்கிறன். ஒடம்பு சூடு கொப்பளம் கொப்பளமாப் போடுது' என்று கெஞ்சிக் கேட்டு ஒரு பித்தளைத் தம்ளரில் வடை சுட்டதில் மீதியான எண்ணெயை வாங்கிக்கொண்டு வந்தாள். எண்ணெய் கருப்பாக இருந்தது. செடலின் தலையில் எண்ணெயை ஊற்றி உச்சந்தலையில் நன்றாக அரக்கி விட்டாள். தன்னுடைய தலையிலும் அரக்கிக்கொண்டாள். எஞ்சிய எண்ணெயைக் கை, கால்கள் என்று இருவரும் தடவிக்கொண்டனர்.

மாடுகள் கட்டியிருந்த இடத்தை மீனாட்சி ஏற்கனவே கூட்டியிருந்தாள். சாணியையும் வாரிவிட்டிருந்தாள். மாட்டுக்காரன் மேய்ச்சலிலிருந்து மாடுகளைக் கட்டுத் தறிக்கு ஓட்டிக்கொண்டு வருவதற்குள் தவிடும் பிண்ணாக்கும் நன்றாக ஊற வேண்டுமே என்ற கவலையில் பிண்ணாக்கை உரலில் கொட்டி இடிக்க ஆரம்பித்தாள்.

சிறிது நேரம் மீனாட்சி குத்துவதையே பார்த்துக்கொண்டிருந்த செடல், 'நான் போறன், கெய்வி தேடும்' என்று சொல்லிவிட்டுக் கிளம்பினாள். 'அய்வற புள்ளெக்கிப் பால் கொடுக்கவா அம்புட்டு அவசரமாப் போற? இருடி, நானும் வந்துடுறன். சேந்தே போவலாம்' என்ற மீனாட்சியின் வார்த்தையைக் காதில் வாங்கிக்கொள்ளாமல் செடல் பிள்ளை வீட்டு மாட்டுத் தொழுவத்தை விட்டு வெளியே வந்து, தெருவின் இரண்டு பக்கங்களிலும் இருந்த வீடுகளைப் பார்த்தவாறே நடக்க ஆரம்பித்தாள்.

செடலுக்குத் திரும்பிப் பிள்ளை வீட்டு மாட்டுத் தொழுவத்திற்கே போய்விட லாம் போலிருந்தது. சட்டென்று செக்காத்தி திட்டியது நினைவுக்கு வந்தது. 'கூத்தாடி குட்டிக்கி அம்மாம் மம்மதயாங்கறன். நூறே காலங்கெட்டுப்போனாலும் ஒரு மட்டு மருவாத இல்லியாங்கறன். என்னமோ பாளயத்தான் மவ மாரி போறாளே ஓராசிக் கிட்டு!' சப்பிப்போட்ட பனங்கொட்டை மாதிரி தலையும், குச்சி மாதிரியான உடலும் கொண்ட செக்காத்தியின் மேல் செடலுக்கு எரிச்சல் உண்டாயிற்று. அவளையும் அவளுடைய புருசனையும், இந்த ஊரில் மட்டுமல்ல, அவர்கள் போகுமிடமெல்லாம் என்ன பேசுவார்கள் என்பது ஊர் உலகத்துக்கே தெரிந்த ஒன்றுதானே! 'எண்ணெ, எண்ணெ; வெளக்கெண்ணெ, வெளக்கெண்ணே; நல்லெண்ணெ, நல்லெண்ணெ; கொட்டமுத்து இருக்கா, கொட்டமுத்து; வேப்பங்கொட்ட இருக்கா, வேப்பங்கொட்ட!' என்று தெருவில் கத்திக்கொண்டு வரும்போதெல்லாம் குறத்திகளைத் துரத்திக்கொண்டு போவதுபோல் அவர்களை நாய்கள் துரத்திக்கொண்டே போகும் என்பதையெல்லாம் மறந்துவிட்டாளா என்று நினைத்தவளுக்கு இலுப்பைத் தோப்பு நினைவுக்கு வந்தது. நேற்று சிம்பிச்சிம்பி அடித்த காற்றில் நிச்சயம் இலுப்பைக் கொட்டைகள் விழுந்திருக் கும். போனால் ஒரு மடி பொறுக்கிக்கொண்டு வரலாம். நேற்று மழை பெய்திருக்கும் போது செக்கான் எப்படித் தோப்புக்கு வருவான்? வர மாட்டான் என்று தானாகவே சொல்லிக்கொண்டு இலுப்பைத் தோப்பை நோக்கி நடக்க ஆரம்பித்தாள்.

இலுப்பைத் தோப்புக்குள் நுழைந்ததுமே வௌவால்களின் சத்தம் காதைத் துளைத்தெடுத்தது. குரங்குகள் மரம்மரமாகத் தாவுவதோடு, பழங்களைத் தின்றுவிட்டுக் கொட்டைகளைக் கீழே துப்பியிருந்தன. மழையில்லாததால் இலுப்பைக் கொட்டை யும் வெம்பிப்போயிருந்தது. பூவும் எப்போதும்போலில்லாமல் கருகிப்போய்க் கிடந்தது. யாராவது தென்படுகிறார்களா என்று சுற்றுமுற்றும் பார்த்துவிட்டுச் செடல் கீழே கிடந்த கொட்டைகளைப் பொறுக்கி, மடி கோலி போட்டுக்கொள்ள ஆரம்பித்தாள். வெறும் கொட்டையாகவும், பழமாகவும், காயாகவும் கிடந்தவற்றையும் விடவில்லை. பழமாக இருந்தவற்றைச் சப்பித் தின்றுவிட்டுக் கொட்டையை மடியில் போட்டுக் கொண்டாள். செக்கான் குத்தகைக்கு எடுத்த தோப்பு, அதில் நுழைந்து யாராவது கொட்டைகள் பொறுக்கினால் பஞ்சாயத்தில் தண்டம் கட்ட வேண்டும் என்ப தெல்லாம் அவளுக்கு மறந்துவிட்டது. கொட்டைகளைப் பொறுக்குவதை விட்டு விட்டுப் பூக்களை எடுத்து முகர்ந்துபார்க்கவும், கன்னத்தில் வைத்துத் தடவிப்பார்க்க வும் ஆரம்பித்துவிட்டாள். மூன்று படி, நான்கு படி பூக்கள் இருந்தால் தண்ணீர் விட்டு அலசி, வெல்லம் போட்டு நன்றாக இடித்து, வடகம் போல் கோலி குண்டு அளவுக்கு உருண்டைஉருண்டையாகப் பிடித்துக் காயப்போட்டு வைத்துக்கொண் டால், பிறகு தேவைப்படும்போதெல்லாம் எடுத்துஎடுத்துத் தின்னலாம். ஒவ்வொரு உருண்டையையும் வாயில் போட்டு, புகையிலையை அடக்கிக் கொள்வதுபோல் அடக்கி வைத்திருந்து ஊறஊற, எலிபோல் முன் பற்களால் கடித்துக்கடித்துத்தான் தின்ன முடியும். ரொம்ப ருசியாக இருக்கும். தண்ணீர்த் தாகமே எடுக்காது. பூக்கள் காயாமலிருந்தால் குழம்பு வைக்கலாம். காளான் குழம்பு போல வாசனையாக

இருக்கும். நேற்று சாயங்காலம் அடித்த பேய்க் காற்றிலும், மழையிலும் பூத்துக் கருகிப்போயிருந்த பூக்களெல்லாம் கொட்டி மண்ணோடு மண்ணாகிக் கிடந்தன. நூறு இருநூறு மரங்களுக்குமேல் நின்றிருந்த அந்தத் தோப்பில் பத்து இருபது மரங்களைச் சுற்றிக்கூட கொட்டைகளைப் பொறுக்கியிருக்க மாட்டாள். அதற்குள் ஒரு மாகாணி கொட்டை சேர்ந்துவிட்டிருந்தது. அது இரண்டு தொடைகளுக்கு மிடையில் சிறு மூட்டையாகத் தொங்கிக்கொண்டு நடக்க இடைஞ்சலாக ஆடிக் கொண்டிருந்தது. கனம் தாங்காமல் பாவாடை அவிழ்ந்துவிடும் போலிருந்ததால், பாவாடையை ஒரு கையிலும், மூட்டையை ஒரு கையிலுமாகப் பிடித்துக்கொண்டு, ஒரு பழத்தை எடுத்து வாயில் போட்டுச் சப்பும்போது இடிச் சத்தம் போல் 'யாரடி அவ?' என்ற செக்கானின் குரல் கேட்டு அதிர்ந்துபோனாள். கால்கள் தடதடவென்று நடுங்க ஆரம்பித்துவிட்டன. பயத்தில் உயிர் நின்றுவிடும் போலிருந்தது. தொண்டைக் குழி வறண்டுபோயிற்று. தொடை வழியாக மூத்திரம் கடகடவென்று வழிய ஆரம் பித்தது. புடப்பு அறையில் இருப்பதுபோல வியர்வை குடம்குடமாக வழிய ஆரம்பித்தது. ஓவென்று வீறீட்டு அலற ஆரம்பித்தாள். இடையில் கோவணமும், தலையில் முண்டாசுமாக வண்டி மைபோல அட்டைக் கருப்பாக இருந்த செக்கானைக் கண் டால் யாருக்குத்தான் பயம் வராது? அதிலும் அவனுடைய பாம்புக் கண்கள் பார்க்கும் பார்வையே ஆளைப் பயத்தில் குலை நடுங்கவைத்துவிடும். செடலின் மடியிலிருந்த கொட்டைகளைத் தரையில் முழுசாகக் கொட்டவைத்துவிட்டு, காயடிக்கும்போது மாடு கத்துவதுபோலக் கத்தினான்:

'பொட்டுக்கட்டி வுட்ட குட்டியா நீ?'

'ஆமாஞ் சாமி.'

'இங்க வரலாமா? இதுக்கு மின்னாடி தோப்புக்குள்ள வந்து எத்தன வாட்டி கொட்ட பொறுக்கிகிட்டுப் போயிருக்க?'

'இன்னிக்குத்தான் வந்தன். இனும வர மாட்டன்.'

'அப்பிடியா? அப்பிடின்னா போடு, நூறு தோப்புக்கரணம்.'

'கோவுலுக்குப் போவணும். யாராவது வந்து என்னெத் தேடுனாலும் தேடுவாங்க.'

'போடுறீயா? இல்லெ சூத்தாம்பட்டயில வாரவாரயா இயிக்கவா?'

'சாமி!'

'போடுறீ இவன் மவள.'

நூறு என்பது எத்தனை? செடலுக்கு எண்ண வரவில்லை. செடலுக்கு நூறுவரை எண்ணத் தெரியுமா? செக்கானை எண்ணச் சொல்லலாமா? அவனுக்கு நூறு என்பது எவ்வளவு என்று தெரியுமா, அவனுக்கும் தெரியாவிட்டால்? ஒன்று, இரண்டு, மூன்று, ஐந்து, ஆறு, ... என்று சொல்லிக்கொண்டே உட்கார்ந்துஉட்கார்ந்து எழுந்திருப் பதற்குள் எண்ணிக்கை மறந்துபோகிறது. இருபத்தியாறுக்குமேல் எண்ணவும் வர வில்லை. மீண்டும் ஒன்று, இரண்டு ... நான்கு மினை சோளத்திற்குக் களை வெட்டி யிருக்கலாம் அவ்வளவு நேரம் குறுக்காகக் கைகளைப் பின்னி, காதுகளைப் பிடித்துக் கொண்டு உட்கார்ந்துஉட்கார்ந்து எழுந்தும், நூறு வரவில்லை. செடலுக்குக் கெண்டைக் காலில் வலி பிடுங்கிற்று. முதுகெலும்பில் இரண்டு மூட்டை வெல்லத்தைத் தூக்கிக் கொண்டு நிற்பது போல 'விண்விண்' என்று அப்படியொரு வலி. இடுப்பு தனியாக விட்டுவிடும் போலிருந்தது. உடலெங்கும் முத்துமுத்தாய் வியர்வை பூத்து வழிந்தோட ஆரம்பித்துவிட்டது. கண்களை இருட்டிக்கொண்டுவந்தன. கழுத்தை வெட்டிவெட்டி இழுத்தது. உடம்பெங்கும் வலி பூட்டுபூட்டாய் விட்டுப்போயிற்று. மயக்கம் வந்து மயங்கி விழுந்துவிடுவோம் என்றிருக்கும்போது பன்றி உறுமலில் செக்கான்

'வெசயாப்போடு. இல்லன்னா துணிய அவுத்துக்கிட்டு துரத்திப்புடுவேன்' என்று கத்தினான். தேம்பித்தேம்பி அழுதுகொண்டே உட்கார்ந்துஉட்கார்ந்து எழுந்தாள். ஒண்ணுக்கு முட்டிக்கொண்டு வருவது போலிருந்தது. கால்களில் தேள் கொட்டி நெறி ஏறுவது போலிருந்தது. 'மாரியாயி, என்னெக் காப்பாத்து' என்று வேண்டிக் கொள்ளக்கூட முடியாத நிலையில் மயங்கி விழப்போனவளிடம் 'நிறுத்து. இனியொரு வாட்டி இந்தப் பக்கம் ஒன் தலயக் கண்டன், அவ்வளவுதான். இந்தப் பிர்க்காப் பக்கமே திரும்பிப் பாக்கப்படாது, ஓடு' என்று சொல்லி விரட்டினான். ஓடிவிட நினைத்தாலும் ஓட முடியவில்லை. ஒவ்வொரு அடியாக எடுத்து வைத்து நடந்தாள். பாவாடையைத் தூக்கி முகத்தில் வழிந்த வியர்வையைத் துடைத்துக்கொண்டாள். அப்படியே கொஞ்ச நேரம் படுத்திருந்தால் போதும் என்றிருந்தது. தோப்பைத் தாண்டி வந்ததும் ஒருமுறை திரும்பிப் பார்த்தாள். கோபத்திற்குப் பதிலாக அழுகை வந்தது. கண்களில் கண்ணீர் நிறைந்து இலுப்பைத் தோப்பை மறைத்தது.

செடல் செக்கானைக் கரித்துக்கொட்டினாள். அவன்மீது வஞ்சம் கொண்டாள். அவள் வீட்டுக்கு வரும்போது மாட்டுக்காரப் பிள்ளைகள் மாடுகளைக் கட்டுத்தறிக் குத் திருப்பி ஓட்டிக்கொண்டு வருகிற நேரமாகிவிட்டது. வீட்டுக்குள் கிழவி நன்றாகத் தூங்கிக்கொண்டிருந்தாள். எழுப்பினால் திட்டுவாள், அய்யரிடம் சொல்லிவிடுவாள் என்பதால் வாசலிலேயே நின்றுகொண்டிருந்தாள். சாதாரணமாக எங்காவது போய் விட்டுத் தாமதமாக வந்தாலே 'வாடி எம் புருசன் பொண்டாட்டியார, வராப் பாருய்யா சாமத்துக்கும் ஏமத்துக்கும். வண்ணான் போற நேரத்துக்கு வூட்டுக்கு வர்ற என் சக்காளத்தியார என்னா பண்ணலாம்? எவ சாண்ட குடிக்கடி போயிருந்த? வர்ற மாச்சாட்டியத்துக்கு மசுர அறுத்தா தேவலாம்னு இருக்கு' என்று சொல்லித் திட்டுவாள். இன்று குடித் தெரு, இலுப்பைத் தோப்பு என்று சுற்றிவிட்டு வந்ததற்காக என்ன பேச்சுப் பேசுவாளோ என்று பயந்துபோய்க் கோயில் திண்ணையில் போய்ப்படுத் தாள். மறு நொடியே அவளிடமிருந்து குறட்டைச் சத்தம் வர ஆரம்பித்தது.

11

'இந்த ஊருக்கே நான்தான் சாமிப் புள்ளெ. நீ கொடுக்கலன்னா ஒன் வவுறுல புயிவு புயிக்கத்தான்போவுது, புத்து வைக்கத்தான்போவுது பாரன். சாமி புள்ளெக்கே இல்லங்கிறீயா?' என்று சொல்லிச் செடல் எப்படி எப்படியெல்லாமோ கெஞ்சிக் கேட்டுப் பார்த்துவிட்டாள். நீட்டிய கையை மடக்காமல் அந்தப் பெண் போகும் இடமெல்லாம் பின்தொடர்ந்து போனாள். ஏமாற்றத்தில் அழுகை வந்துவிடும் போலிருந்தது. கை நீட்டிக் கேட்பதே வெட்கம், அழுதால் இன்னும் கேவலமாகிவிடும் என்பதால் பொங்கி வந்த அழுகையை அடக்கிக்கொண்டாள். அதே நேரத்தில் ஒரு வாயாவது சோளப் பொரியைத் தின்றேயாக வேண்டும் என்ற வெறியும் உண்டாயிற்று. அள்ளிவிடலாமா? இவளைவிட அவளுக்கு இரண்டு வயது குறைவாகத்தான் இருக்கும். ஆனால் அவளுடைய முகத்தில் எத்தனை மலர்ச்சி நிறைந்திருக்கிறது.

அந்தப் பெண்ணுடன் இணைந்துபோக நினைத்து 'வெறும் பொரியா தின்னா வவுத்தாலா போவும். எப்பப்பாத்தாலும் 'கொடகொட'ன்னு ஓடிகிட்டேயிருக்கும். கொஞ்சம் வெல்லக் கட்டியும் சேத்துத் தின்னா நல்லாயிருக்கும்' என்று சொன்னாள்.

எதையும் காதில் வாங்காமல் இவளைப் பார்த்தவாறே அந்தப் பிள்ளை வேப்பமரத்தைச் சுற்றி வந்து பொரியை வாயில் அள்ளிக் கொட்டி கொமுக்கிக்கொண்டேயிருந்தது. செடலும் அவள் பின்னாலேயே மரத்தைச் சுற்றிக்கொண்டிருந்தாள். எதிலும் மடங்கி வராததால் அந்தப் பெண்ணைக் கறுவிக்கொண்டு, அவள் எப்போது மாட்டுவாள் என்று பார்த்துக்கொண்டிருந்தாள். இவள் காத்திருந்ததற்கு ஏற்ற மாதிரியே, பொரியை வாயில் கொட்டி அதக்கியதுமே, கல் இருந்திருக்க வேண்டும், வாயிலிருந்ததைக் கீழே துப்பியது அந்தப் பிள்ளை. துப்பியதில் எச்சில் பொரீ ஒன்று இவள்மேல் வந்து விழுந்தது. அதையே காரணமாக்கி, செடல் அந்தப் பெண்ணின் தலையில் ‘நறுக்’கென்று ஒரு கொட்டுக் கொட்டினாள். இதை எதிர்பார்க்காத அந்தப் பெண் எதிர்த்து அடிக்காமல் சோளப் பொரியிருந்த குள்ளப் புட்டியைப் பொரியோடு தரையில் விட்டெறிந்துவிட்டுத் தானும் தரையில் விழுந்து புரண்டு அழுது கத்த ஆரம்பித்துவிட்டது. செடல் திகைத்துப்போனாள். பிள்ளையைத் தேடிக்கொண்டு வந்த மூக்காயி, அந்தப் பெண் அழுவதற்குக் காரணம் கேட்டாள். இவள் வாயைத் திறக்காமல் நின்றிருந்ததால், தன்னுடைய மகளைத் தூக்கி, உடம்பில் ஒட்டிக்கொண்டிருந்த புழுதியைத் தட்டிவிட்டு, குள்ளப் புட்டியைக் கையில் எடுத்துக்கொண்டு, அழுபவளிடம் காரணம் கேட்டாள். முன்பைவிட இப்போது அதிகமாகச் சத்தம் போட்டு அந்தப் பெண் அழ ஆரம்பித்து, செடல் தலையில் கொட்டியதைச் சொன்னாள். தேம்பித்தேம்பி அழும் பிள்ளையைப் பார்க்கப்பார்க்க ஆத்திரம் பொங்கி வந்தது மூக்காயிக்கு. வெலவெலத்துப்போய் நின்றிருந்த செடலின் தலையில் பலமாக ஒரு கொட்டுக் கொட்டியதோடு முதுகிலும் இரண்டு அடிகொடுத்து ‘அவ கெடக்குறா கூத்தாடி நாதேறி பறச்சி. எம்மூட்டுப் புள்ளெய எம்மாம் அடி அடிச்சாளோ! ஆடுவூடா வாங்கித் திங்கிற வளப்பம்தான் இப்பிடி செய்யச் சொல்லுது’ என்று சொல்லித் திட்டிக் கொண்டே மகளை இழுத்துக்கொண்டு வீட்டுக்குப் போனாள்.

செடலை மூக்காயி தலையில் கொட்டியபோதும், முதுகில் அறைந்தபோதும் எப்படி விறைப்பாக நின்றுகொண்டிருந்தாளோ அதே மாதிரி, அவள் போன பிறகும் அதே இடத் தில் அசையாமல் நின்றிருந்தாள். மூக்காயி வெகு தூரம் போன பிறகுதான் செடலுக்கு அழுகையே வந்தது. ஓடிப் போய் அந்தக் குட்டியின் முதுகில் இரண்டு குத்துவிட வேண்டும் போலிருந்தது. அழுகையை அடக்கஅடக்க, விம்மலாகவும் தேம்பலாகவும் மாறியது. பறத் தெருவிலிருந்து வந்த கிழவி செடல் தேம்பிக்கொண்டு நின்றதற்குக் காரணம் கேட்டாள். கிழவி கேட்கக்கேட்க இவளுக்குப் பொங்கிற்று. கட்டாயப்படுத்தி, உலுக்கி, பிடித்து ஆட்டி வாயைத் திறக்கவைத்தாள் கிழவி. அவ்வளவுதான். சாதாரணமாக விந்திவிந்தி நடக்கும் கிழவி அவளை இழுத்துக்கொண்டு காட்டேரி மாதிரி எட்டுகளை வேகமாக எடுத்துவைத்து நடந்தாள். மூக்காயி வீட்டுக்கு வந்து, வீட்டுக்குள்ளிருந்தவளைக் கூப்பிட்டுச் செடலின் முதுகைத் திருப்பிக் காட்டி ‘இப்பிடி அடிக்கிறது எந்த ஊரு நாயம்ண்டி? நவ பாலவன போட்டு இப்பிடி அடிக்கலாமா? நீயெல்லாம் புள்ளெ மக்க பெக்கலியா?’ என்று கேட்டுச் சண்டைபோட ஆரம்பித்தாள். சத்தம் கேட்டு அக்கம்பக்கத்து வீடுகளில் இருந்த பெண்களெல்லாம் கிழவியைச் சூழ்ந்துகொண்டார்கள். வந்தவர்கள் எல்லாரும் செடலின் முதுகைத் திருப்பிப் பார்த்து ‘உச்’ கொட்டினார்கள். மூக்காயியைக் குறை பேச ஆரம்பித்தார்கள். அவள் எல்லாருக்கும் ஒரே நேரத்தில் பதில் சொல்ல முயன்றாள். முடியாதபோது, தன்னுடைய மகளை இழுத்துப்போட்டு ‘ஒன்னாலதாண்டி எல்லாம், நீ எதுக்கடி அங்கப் போனவ? இனி மேக்கொண்டு அங்கப் போவியா, போவியா?’ என்று கேட்டு அடித்து நொறுக்க ஆரம்பித்தாள். அவளுடைய மகள் அடி தாங்க முடியாமல்

துள்ளித்துள்ளி விழுந்தாள். அதைப் பார்த்ததும் கூடியிருந்த கூட்டத்திற்கு அந்தப் பிள்ளையின் மீது பச்சாதாபம் உண்டா யிற்று. செடலுக்கும் பாவமாக இருந்தது. ஆனால் கிழவிக்கு மட்டும் மனம் கல்லாக இருக்க வேண்டும். முன்பு அவள் எப்படிக் கத்திக்கொண்டிருந்தாளோ அதே மாதிரி, அதே வேகத்தில்தான் இப்போதுகூடக் கத்திக்கொண்டிருந்தாள். அவள் பேசுவது, எச்சரிக்கை செய்வதெல்லாம் மூக்காயிக்கு மட்டுமல்ல, ஊருக்கேதான் என்பது போலிருந்தது.

'இவ என்ன அவுத்துவுட்ட கோவுலு கெடேரியா, இல்ல, கேக்கறதுக்கு நாதி பிராதியத்தவளா? வவுத்து சோத்துக்கு வகயத்துப்போனவன்னு எண்ணி கைவச்சிப் பாக்குறீங்களா? இவ ஒரு ஆத்துமா இல்லன்னா இந்நேரம் நீங்கள்ளாம் தேசாந்தரம் ஓடித் திருவோடுதான் எடுத்திருக்கணும். புள்ளெய எப்பிடிக் கைத்தொட்டு அடிக்க லாங்கறன். இன்னொரு நாளக்கி இப்பிடிக் கைவச்சால்ல தெரியும் சங்கதி. நோக்கம் பாக்குறீங்களா. இவளுக்கு அக்குமில்ல, பிக்குமில்லன்னு எண்ணிக்கிட்டாளுவோ போலருக்கு பறத் தெரு பொண்டுவோ! சத்ராவிடி நீங்க, இந்த ஊரு உலகத்தயே காபந்து பண்ணுனவ இவ. யாவகத்துல இருக்கட்டும். இனியொரு நாளக்கி அப்பிடி இப்படின்னு கேட்டன்னு வையுங்க, பல பட்டற நாயிவுள பாடிபுடுவன் பாடி. வா்ற வேகோலத்துக்கு என்னா பண்ணலாம்னு இருக்கு, ஆள ஆயம் பாக்குறீங்களாடி? இல்லெ, நோட்டம் பாக்குறீங்களா?' என்று கிழவி தன் போக்கில் பொரிந்துதள்ளி னாள். சண்டைபோட்ட வீறாப்பிலேயே செடலை இழுத்துக்கொண்டு கிழவி கோயி லுக்கு நடந்தாள்.

* * *

செடல் கோயிலுக்குள் மாரியம்மன் சிலை இருக்கும் இடம், விளக்கு மாடம், காத்தவராயன் சாமியிருக்கும் இடம், சாமி சாமான்கள் வைத்திருக்கும் பெட்டியின் ஓரம், சுவரில் ஒட்டிக்கொண்டிருந்த நூலாம்படை என்று ஒவ்வொரு இடமாகப் பார்த்துப்பார்த்துக் கூட்டினாள். வெளியே வந்து இரண்டு திண்ணைகளையும் கூட்டி னாள். வாசல் நிலையையும் வேப்பமரத்தைச் சுற்றியும் இரண்டு தோட்டப் பாய் அளவுக்குப் பெருக்கி விட்டாள். அகல் விளக்குகளுக்குப் புதிதாகத் திரி போட்டு, ஒவ்வொரு மாடத்திலும் விளக்கேற்றி வைத்துக் கும்பிட்டு, திருநீறு பூசிக்கொண்டு வெளியே வந்தபோது வாசலில் குழந்தையை வைத்துக்கொண்டு அமாவாசை நின் றிருந்தாள்.

பறத் தெருவில் தலைவலி, காய்ச்சல், தேள்கடி என்று எது வந்தாலும் முதலில் ராமலிங்க அய்யரிடம்தான் ஓடுவார்கள். நோய்க்குத் தகுந்தவாறு அவர் மந்திரித்துப் பாடம்போடுவார். பச்சிலையோ, பச்சிலைச் சாறோ தந்து குடிக்கச் சொல்வார். சொறி, சிரங்கு, புண், வெட்டுக்காயம் என்றால் பச்சிலையைப் பிழிந்து ஊற்றினால் மறுநாளே புண் பட்டை விட்டுப்போகும். கடைசியாக, திருநீறை நெற்றியில் பூசி அனுப்புவார். செடலுக்குப் பொட்டுக்கட்டி விட்ட பிறகு, அய்யர் ஊரில் இல்லை என்றால், செடலிடம் திருநீறு வாங்கிப் பூசிக்கொண்டு போக ஆரம்பித்துவிட்டார்கள். அவர்தான் எல்லாமும் கற்றுத்தந்தார் என்றாலும், அவரைவிட இவளுக்குத்தான் கைராசி இருப்பதாக ஊருக்குள் பேசிக்கொள்ள ஆரம்பித்துவிட்டனர். எடுத்ததுமே அமாவாசையிடம் அய்யரிடம் போனாயா என்று கேட்டாள். தோளில் சாத்தியிருந்த பிள்ளையின் தலையில் கை வைத்துக் குழந்தையைத் தொட்டுப்பார்த்தாள். மீண்டும் ஒரு முறை கைகால்களைச் சுத்தமாகக் கழுவிக்கொண்டு, அமாவாசையிடமிருந்த

கற்பூரத்தை வாங்கி ஏற்றி தீபாராதனைக் காட்டி, நெடுஞ்சாண்கிடையாக விழுந்து கும்பிட்டு அமாவாசையின் பிள்ளைக்குக் காய்ச்சல் உடனடியாக நிற்க வேண்டும் என்று வேண்டிக்கொண்டு, தீபாராதனைத் தட்டை வெளியே எடுத்துவந்து குழந்தையின் நெற்றியில் பட்டையாகத் திருநீறு பூசிவிட்டு, அமாவாசைக்கும் பூசிவிட்டாள். கோயிலின் வாசலில் பிள்ளையைக் கிடத்தி எடுக்கச் சொன்னவள், 'ரவிக்கே காய்ச்ச நின்னுடும், புள்ளெயத் தூக்கிகிட்டுப் போ. காய்ச்ச நிக்கலன்னா அய்யருகிட்டெ தூக்கிகிட்டுப் போ' என்று சொல்லி அமாவாசையை அனுப்பிவிட்டு வந்து கோயிலின் வடப்புறத்துத் திண்ணையில் உட்கார்ந்துகொண்டாள்.

செடல் எப்போதாவது தெருவில் சாதாரணமாக நடந்துபோகும்போது, சில வீடுகளிலிருந்து பணியாரம் சுடுவது, மாட்டுக்கறி, பன்றிக்கறி வறுப்பது போன்ற வாசனை காற்றுவாக்கில் வரும். நல்ல பண்டம் செய்கிறார்கள் என்று தெரிந்ததும் அந்த வீட்டுப் பிள்ளைகளை விளையாட்டுக்குக் கூப்பிடப் போவாள். அப்படிப் போகும்போதெல்லாம் சிலர் தாங்களாகவே வீட்டில் செய்த பண்டத்தைத் தின்னக் கொடுப்பார்கள். சில குடும்பத்துப் பெண்கள் முகம்கொடுத்துப் பேசவே மாட்டார்கள். பிள்ளைகள் வீட்டிலிருந்தாலும் இல்லை என்று சொல்வதோடு கழுத்தை ஒரு வெட்டு வெட்டிக் கோணிக்காட்டி 'வெளயாட கூப்புடுற நேரத்தப் பாரன். எல்லா வூட்டுப் புள்ளீவுளயும் இவள மாரின்னு எண்ணிகிட்டாப் போலருக்கு' என்று இளக்காரமாகப் பேசுவார்கள். விசேஷ நாட்களில் சில பிள்ளைகள் பெருமையாக 'இன்னிக்கி எங்க வூட்டுல சோள முக்கியான்', என்றும் 'எங்க வூட்டுல இன்னிக்கி அரிசிப் பணியாரம்' என்றும் 'எங்க வூட்டுல இன்னிக்கி பன்னிக்கறி இப்பத்தான் தின்னுட்டு வந்தன் மூந்து பாக்கிறீயா?' என்றும் சொல்வதோடு மூக்கில் கையை வைக்கவும் வருவார்கள். அப்போதெல்லாம் பெருமையடித்துக்கொள்ளும் பிள்ளைகளின் வாயில் ஒரு குத்து விட வேண்டும் போலிருக்கும். அவ்வாறெல்லாம் செய்யாமல் முகத்தைத் திருப்பிக் கொண்டு நின்றுவிடுவாள். சில நேரங்களில் மட்டும் 'ஊருக்கே நான்தான் சாமிப் புள்ளெ. என்னெத்தான் எல்லாரும் செல்லியாயி புள்ளென்னு சொல்வாங்க. நான்தான் கோவுல்ல மணியாட்டுவன். அய்யருகூட ஒண்ணாத் திண்ணயில ஒக்காந்திருப்பன் தெரியுமா?' என்று சொல்லிப் பெருமைப்பட்டுக்கொள்வாள். ஆனால் இவள் சொல்வதை வைத்தே பிள்ளைகள் இவளைக் கேலிசெய்து அழ வைப்பார்கள். 'அய்யோட்ரூ நீதான் சாமிப் புள்ளெயா? செல்லியாயி புள்ளெயப் பாரன். ஊள மூக்கு. சாமிப் புள்ளெதான் வூடுவூடாப் போயி சோறு கொயம்பு வாங்கித் திங்குமா? சாமிப் புள்ளெயாம் சாமிப் புள்ளெ' என்று சொல்லிக் கிண்டலும் கேலியும் செய்து, நொடிப்புச் செய்து காட்டும்போதெல்லாம் உடம்பு புண்ணாக எரியும். கோபத்தில் நையாண்டி செய்த பிள்ளைகளின் தொடையில் கிள்ளிவிட்டாலோ, தலையில் கொட்டிவிட்டாலோ, பிள்ளைகளின் பெற்றோர்கள் வந்து அடித்து, திட்டிவிட்டுப் போவார்கள். அதோடு கிழவியையும் சேர்த்துத் திட்டுவார்கள். அவ்வாறு சேர்த்துத் திட்டும்போதெல்லாம் கிழவி முடிந்தவரை எதிர்த்துச் சண்டைபோடுவாள். முடியாவிட்டால் தனியாக உட்கார்ந்துகொண்டு செடலைத் திட்டிப் புலம்புவாள்.

பொழுது விடிந்ததோ இல்லையோ, ஊரிலுள்ள பிள்ளைகளெல்லாம் கோயிலுக்கு முன் நிற்கும் வேப்பமரத்தடிக்கு விளையாட வந்துவிடுவார்கள். சாப்பிட, வேலை வைக்க என்று பெரியவர்கள் வந்து கூப்பிட்டால்தான் வீட்டுப் பக்கமே போவார்கள். போனாலும் போன வேகத்திலேயே திரும்பி வந்துவிடுவார்கள். பிள்ளைகள் மட்டுமில்லை, கட்டிலுக்கு, ஆடு, மாடுகளுக்குக் கயிறு திரிப்பவர்களுக்கும்கூட வேப்பமரத்தின் நிழலுக்கு வந்தால்தான் வேலையே ஓடும். பொட்டுக்

கட்டுவதற்கு முன்பு செடலும் பிள்ளைகளோடு பிள்ளையாக வந்திருக்கிறாள். பொட்டுக்கட்டி, கோயிலை ஒட்டித் தங்க ஆரம்பித்த பிறகு அவளுக்குத் துணையே அந்த வேப்பமரம்தான். பேச்சு, சிரிப்பு, விளையாட்டு, வேடிக்கை எல்லாமும் அந்த ஒற்றை வேப்பமரத்தோடுதான். பூவரும்பும் கோபாலும் கண்டிக்குப் போவதற்கு முன்புதான் எப்போது பார்த்தாலும் 'வூட்டுக்குப் போறன், வூட்டுக்குப் போவணும்' என்று சொல்லி வீட்டுக்கு ஓடிக்கொண்டேயிருப்பாள். ஆனால் அவர்கள் கண்டிக்குப் போய்விட்டார்கள் என்று செய்தி கிடைத்ததும் ஓடினாளே, அதுதான் கடைசி ஓட்டம். பிறகு அந்தப் பக்கம் போவதையே குறைத்துக்கொண்டாள்.

வீட்டு வாசல்முன் உட்கார்ந்து கண்ணெதிரே வெறிச்சோடிக் கிடந்த மைதான மான பகுதியைப் பார்த்தவாறு கிழவி தன் போக்கில் இருட்டில் பேசிக்கொண்டிருந் தாள். மழை பெய்துவிட்டது. இனி எல்லாமும் சரியாகிவிடும்; தங்கம்போல இவளைப் பல ஊரார்களும் ஊட்டி வளர்ப்பார்கள்; வரும் தை மாதத்தில் திருவிழாச் சமயத்தில் செல்லியம்மன் சாமி தூக்கும் எல்லா ஊர்களிலும் தாலாட்டுப் பாடக் கூப்பிடுவார் கள்; அப்படிப் போகும்போது எல்லா ஊர்களிலும் படி வாங்கி விடலாம். எந்த ஊராக இருந்தாலும் பதினெட்டு நாள் திருவிழா நடக்கும்; அத்தனை நாட்களும் மூன்று வேளையும் நெல் அரிசிச் சோறு சாப்பிடலாம்; இடுப்புக்குக் கட்டிக்கொள்ள மஞ்சள் துணி தவறாமல் தருவார்கள். கோயிலுக்கு வருபவர்களிடம் நயமாகப் பேச வேண்டும். அம்மனுக்குப் பொங்கல் வைக்க, காவு கொடுக்க, சிறப்புக் கொடுக்கச் சொல்ல வேண்டும்; யாருடைய கையில் எது இருந்தாலும் கூச்சமற்றுக் கேட்டு வாங்கிச் சாப்பிட வேண்டும் என்று பேசிக்கொண்டேயிருந்தாள்.

'சாதியில கூத்தாடிச்சியா இருந்தாலும் நீ ஒருத்திதான் இந்தச் சுத்துப்பட்டுக் கிராமத்துக்கெல்லாம் பொறந்த பொண்ணு மாரி. ஒனக்கு இல்லாத உரும வேற யாருக்கு இருக்கு? ஒங்க அத்தக்காரி பள்ளுப் பாடப் போனத வச்சித்தான் ஒப்பன் குடும்பமே ஓடுச்சி. பள்ளுப் பாடப் போற எடத்திலெ என்னாத் தளுக்குப் பேச்சி பேசுவா தெரியுமா? வாயால பேசியே மடிப்பண்டத்தக் கரச்சிப்புடுவா. அவ மேலெ ஆசப்பட்டுக் கைப்பொருளத் தொலச்சவங்க எம்மாம் பேரு தெரியுமா? கொள்ள நோவும் வைசூரியுமா இருந்ததால சனங்க இசுக்கயாவும், இளுக்கயாவும் இருக்காங்க. நடக்கநடக்கத்தான் தடம் உண்டாவுற மாரி எல்லாம் சரியாப்பூடும். நீசங்கன்னு சொல்ல ஒருவருமில்ல. கொடுக்கிறவங்க குத்துகுத்தாவா அள்ளிக் கொடுப்பாங்க? இணுக்கி இணுக்கித்தான் கொடுப்பாங்க. என்னிக்குமே மே வரப்பு மே வரப்புத்தான், கீ வரப்பு கீ வரப்புத்தான். இனும எனக்கு என்னா இருக்கு? குதி குதிச்சான் பல் லிளிச்சான்ங்கிற கதெதான் எங் கதெ. ஆத்துல சாம்பலா ஆவ வேண்டியது ஒண்ணுதான் பாக்கி. மாரியாயி என்னக்கி நாள் குறிச்சியிருக்காளோ! எமன் வந்தாலும் நேரம் வரணுமில்லெ?'

12

'யே, ஏசு சாமிக்காரன் வர்றாண்டோய்.'

'சிலுவ சாமிக்காரன் வர்றாண்டோய்.'

'வெள்ள உடுப்புக்காரன் துணியும், கோதும்ப மாவும் தர்றங்கிறான், ஆனா வேல எதுவுமில்லங்கறான். இதென்ன புது அதிசயமா இருக்கு?'

'அவனோட சாமியெக் கும்புடணும்.'

'சாமி கும்புடுறதுக்குக் கட்டிக்கத் துணியும், வவுத்துக்கு மாவும் தர்றங்கிறது எந்தூர்ல அடுக்கும்?'

'அம்புட்டும் பொய்யிங்கிறன், புள்ளெ புடிக்கத்தான் வந்திருக்கான்.'

'அப்பிடின்னா பாதிரியென்ன பங்காளியென்ன, வெட்டுடா அவன.'

'எல்லாம் ஒண்ணுங்கிறான், மேச் சாதி, கீச் சாதி இல்லங்கிறான்.'

'சாதி இல்லங்கறானே பங்கம் பதினாறும் போனவன், ஊராங்க பொல்லாப்ப உண்டாக்கத்தான் போறான் பாரு.'

'அவன் சொல்லுறது ஒண்ணுகூட எனக்குப் புரியலங்கறன்.'

'நானும் தெரியாமத்தான் கேக்குறன், இந்தச் சிலுவ சாமிக்காரன் பறத் தெருவிலேயே பொணத்தச் சுத்திக் காக்கா வட்டம போடுறாப்லச் சுத்திச்சுத்தி வர்றான், அது எதுக்குங்கறன்?'

'வெள்ளக்காரன் பணத்தக் கட்டுக்கட்டா வச்சியிருக்கானாமே!'

'எனக்கும் அப்பிடித்தான் சேதி ஆப்புட்டுது.'

'அவன் இனி பறத் தெருவுல அடி வச்சா என்னா பண்றது?'

'காலு பெருவெரல நறுக்கிப்புடுறதில்லியா நறுக்கி!'

பாதிரியாரைக் கண்டு ஓடி ஒளிந்த நாட்களும், வேற்று உலகவாசியைப் பார்ப்பது போலக் கூட்டம்போட்டு வேடிக்கை பார்த்த நாட்களும், குதிருக்குள் பிள்ளைகளைப் போட்டு மூடிவைத்த நாட்களும், விதம்விதமாய்க் கதைபேசிய நாட்களும் மலையேறி விட்டன. குறத்தியை நாய்கள் தெருத்தெருவாகத் துரத்திக்கொண்டு போவதுபோல் பாதிரியாரைத் துரத்திக்கொண்டு போன நாட்களெல்லாம் பழங்கதையாகிவிட்டது. பாதிரியார் பறத் தெருவுக்குள் முதன்முதலாக வந்தபோது நேரே மாரியம்மன் கோயில் வேப்பமரத்தடிக்குத்தான் வந்தார். அடுத்தடுத்து வந்தபோதும் மரத்தடிக்குத்தான் வந்தார். தாடியும் மீசையும் வெள்ளை உடுப்புமாக ஆரம்பத்தில் வாரம் ஒரு முறை என்று வந்தவர், இப்போது தினமும் வர ஆரம்பித்துவிட்டார். நாளாக நாளாக, ஊரார்கள் சரளமாகப் பேசவும் சிரிக்கவும் தண்ணீர் கொடுக்கவும் அங்கியைத் தொட்டுப்பார்க்கவும் நெருங்கி உட்கார்ந்து எதிர்வார்த்தை பேசவும் ஆரம்பித்ததோடு, வீடுகளுக்கு அழைத்துக்கொண்டு போகவும் ஆரம்பித்துவிட்டார்கள். பாதிரியாருக்குப் பறத் தெருவில் மதிப்பும் மரியாதையும் ஏற்பட அவர் நடராஜ பிள்ளை வீட்டுக்கு நடைநடையாக நடந்ததுதான் காரணம். பிள்ளை பாதிரியாருக்காகப் பறையர்களைக் கூப்பிட்டு 'பாதிரியார் கிட்டெ ஒயிங்கு முறமயா இருங்க. இல்லென்னா வண்டிச் சக்கரத்துல கட்டி வச்சித் தோல உரிச்சிப்புடுவன். கட்டுக்கு ஏயி ஒயக்குத் தண்ணீ ஊத்திப்புடுவன்' என்று மிரட்டினார். அதிலிருந்து பறத் தெருவிலுள்ள எல்லாரும் சகஜமாகப் பழக ஆரம்பித்துவிட்டனர். அதற்காகவே காத்திருந்ததுபோல் பாதிரியாரும் எல்லாரிடமும் சகஜமாகப் பழக ஆரம்பித்தார். அவரை யார் எங்கு கண்டாலும் 'கும்பிடுறோம் சாமி,' என்று கும்பிடுபோட ஆரம்பித்துவிட்டனர். பெண்களும் பிள்ளைகளும் குடித் தெரு ஆட்களிடம் இருப்பது போல 'வணக்கம் சணக்கமாய்' இருக்க ஆரம்பித்தனர்.

பாதிரியார் மூலமாகத் தெற்குக் கரையில் குடித் தெருவை ஒட்டி மாதா கோயிலும் பள்ளிக்கூடமும் கட்டிக்கொள்ளலாம் என்று நடராஜ பிள்ளை முடிவெடுத்தார். ஆனால் பழைய விரோதத்தை வைத்துச் சிதம்பரம் பிள்ளை 'வெள்ள உடுப்புல இருந்துட்டா அவன் மேங்கொலமா ஆயிட முடியுமா? கயிட்டுன செருப்பத் தூக்க முடியாத பயல்லாம் ராசா ஆவப்பாத்தா நடக்குற காரியமா? பெரிய

பட்டாக்காரன், காணிக்காரன், கம்பத்தான் இருக்கிற எடத்துல பாதிரியார எப்பிடி நடக்க வுடுறது? கண்டவனெல்லாம் சமருகச்சியா வெள்ளாயத் தெருவுல நடக்குறதா? இந்த ஊருல வெள்ளாயன் இருக்கிற தெருவுக்குத்தான் 'ராஜ வீதி'ன்னு பேரு. அதெ மறந்துட்டாங்களா?' என்று பேச ஆரம்பித்ததும் ஊரிலும் அதையே ஒருசிலர் பிடித்துக் கொண்டனர். அதனால், ஆற்றின் வடக்குக் கரையிலுள்ள பறத் தெருவை ஒட்டி மாதா கோயிலும் பள்ளிக்கூடமும் கட்டிக்கொள்ளலாம் என்று பாதிரியாரிடம் நடராஜ பிள்ளை கடைசி முடிவாய்ச் சொல்லிவிட்டார். குடித் தெருப் பிள்ளைகள் எப்படிப் பறத் தெருவுக்குப் போய்ப் படிக்க முடியும் என்பதால் அவர் தன் சொந்தச் செலவில் குடித் தெருவில் ஒரு பள்ளிக்கூடத்தை ஆரம்பித்து, குடித் தெருப் பிள்ளைகளை அதில் சேர்த்தார். பாதிரியார் அடிக்கடி பிள்ளை வீட்டுக்கு வந்து போகிற காரணத்தால் பிள்ளை மதம் மாறிவிட்டார், மதம் மாறக் கட்டுக்கட்டாக வெள்ளைக்காரன் பணத்தை வாங்கிக்கொண்டார் என்று சிதம்பரம் பிள்ளை ஊருக்குள் வதந்தியைப் பரப்பிவிட்டபோது, பிள்ளை சுளுக்கியால் குத்து வாங்கிய பாம்பாக அடங்கிப் போனார். அதே நேரத்தில் சிதம்பரம் பிள்ளையை பழி வாங்கத் தக்க சமயம் பார்த்துக்கொண்டிருந்தார். காய்ச்சல், வாந்திபேதி என்று படுத்துவிட்ட நடராஜ பிள்ளையின் பெண்டாட்டி அமராவதி ஆச்சி, பாதிரியார் கொண்டுவந்து கொடுத்த மாத்திரைகள் ஒன்றைக்கூடத் தொடவில்லை. 'ஒண்ண வாயில போட்டுப்பாரன். ஒரே ஒரு வேளக்கி மட்டும் போட்டுப்பாரன். பாக்கு அத்தனதான் இருக்கு' என்று பிள்ளை சொன்னபோதெல்லாம் கெட்ட வார்த்தையைக் கேட்டதுபோல் காதை மூடிக்கொண்டு, 'நான் செத்தாலும் பரவாயில்ல, சீம மருந்து மட்டும் வாண்டாம். என்னோட சாதி மானம் போயிடும். வெசத்தக் கொடுங்க, குடிக்கிறன், சீம மருந்து மட்டும் எனக்கு வாண்டாம். சீம மருந்தத் தின்னாத்தான் உசுரோட இருக்கலாம்ன்னா நான் உசுரோட இருக்க ஆசப்படல. உசுரு எனக்கொண்ணும் வெல்லக்கட்டியில்ல' என்று சொல்லிவிட்டாள். பாதிரியாரால்தான் வீட்டில் கெட்ட காரியங்கள் நடக்கின்றன என்று சொல்லிப் பாதிரியாரைக் கட்டுமானம்செய்துவைக்கச் சொன்னதால், பிள்ளை பாதிரியாரை வீட்டுப் பக்கம் அடி வைக்கக் கூடாது என்று கூறிவிட்டார்.

ஒவ்வொரு நாளும் அந்திப்பொழுதுகளில் பாதிரியார் பறத் தெருவில் பிரசங்கம் செய்ததோடு, சுற்றியுள்ள கிராமங்களுக்கும் பிரசங்கம் செய்யப் போவார். அப்படிப் போகும்போதெல்லாம் துணி, கோதுமை மாவு, பால் பவுடர் என்று கொடுக்க ஆரம்பித்தார். இதை வைத்துக்கொண்டு துணி, கோதுமை கொடுத்துப் பறையர்களை வேதப் பறையர்களாக மாற்றுவதாகச் சிதம்பரம் பிள்ளை கதை கட்டிவிட்டார். குடித் தெருவிலுள்ளவர்களும் முகம், மூக்கு, கண், உயிர் கொடுத்துப் பேச ஆரம்பித்துவிட்டார்கள். மாதா கோயிலும் பள்ளிக்கூடமும் கட்டவிட்டது மகா தவறு என்றும் எல்லாப் பறையர்களும் வேதப் பறையர்களாக மாறி, வெள்ளைக்காரன் பணம் அவர்கள் கையில் தண்ணீர்போலப் புரள ஆரம்பித்துவிட்டால் அடிமைப் பறையனாக வேலை செய்ய யார் வருவார்கள் என்றும் திண்ணைக்குத் திண்ணை பேசிக்கொண்டார்கள். குடித் தெருக்காரர்கள் பேசிக்கொள்வது மாதிரிதான் பறத் தெருவிலும் நிகழ்ச்சிகள் நடந்தன. தாலி கட்டிக்கொள்ள வந்த புதுப்பெண்ணைப் பார்க்கக் கூடும் கூட்டத்தைப் போல எப்போது பார்த்தாலும் பாதிரியாரைச் சுற்றி ஒரு சிறு கூட்டம் சேர்ந்துவிடும். அவரைத் தேடிக்கொண்டு பல ஊர்களிலிருந்து ஆட்கள் வர ஆரம்பித்துவிட்டார்கள். அவர் கொடுக்கிற துணி, கோதுமை மாவுக்காகப் பறையர்கள் மட்டுமில்லாமல் ஒன்றிரண்டு குடித் தெருக்காரர்களும் பஞ்சப்பட்டவர்கள் என்று வருவதோடு, அவர் செய்யும் பிரசங்கத்தைக் கேட்கவும் ஆரம்பித்துவிட்டார்கள். பாதிரியாரைப் பார்க்க

எல்லாரும் போகலாம், ஆனால் செடல் மட்டும் போகக் கூடாது என்பது எந்த ஊர் நியாயம்?

மாதா கோயில் கட்டுகிற இடத்திற்கு ஊரிலுள்ள எல்லாப் பிள்ளைகளுமே போய் விளையாடுகின்றன. அந்திசந்தி என்று ஆகிவிட்டால் பெரியவர்கள்கூட அங்கே உட்கார்ந்துதான் பேசிக்கொண்டிருப்பார்கள். கிழவியும் பேச ஆள் தேடிக்கொண்டு அங்குதான் போகிறாள். பாதிரியார் மாரியம்மன் கோயிலுக்கு வரும் ஒவ்வொரு முறையும் கோதுமை மாவு, பால் பவுடர், ரொட்டி கொடுத்திருக்கிறார். கிழவியும் தன் பங்குக்குக் கேட்டு வாங்கியிருக்கிறாள். கோதுமை மாவு, பால் பவுடர் வாங்கித் தின்னலாம். ஆனால், கோயில் கட்டுவதை மட்டும் ஏன் பார்க்கப் போகக் கூடாது? கிழவியின் மீது எரிச்சல் உண்டாயிற்று. வெறுமனே எவ்வளவு நேரம்தான் உட்கார்ந்திருக்க முடியும்? வேலை செய்துகொண்டிருந்தாலாவது நேரம் போவது தெரியாமலிருக்கும். மலை மலையாக வேலை குவிந்தா கிடக்கிறது? மூன்று தோட்டப்பாய் அளவுக்குத்தான் கோயிலின் உள் கூடு இருக்கும். அதை ஒரு நாளைக்கு எத்தனை முறைதான் கூட்ட முடியும்? விடிந்ததும் விடியாததுமாகக் குளித்துவிட்டுக் கோயில், வீடு என்று எல்லாவற்றையும் கூட்டிப் பெருக்கி, தண்ணீர் தெளித்துக் கோலம் போட்டுவிடுவாள். திருநீறு கேட்கத் திரைதிரையாகவா வருவார்கள்? கோயிலில் கல்யாணம் நடந்தால் வேலை இருக்கும். அதற்காக வருசம் முந்நூற்று அறுபது நாளுமா கல்யாணம் இருக்கும்? பாதிரியாருடன் எல்லாருமே ஒன்றாகிவிட்ட பிறகு கிழவி மட்டும் ஏன் எதிர் வெட்டுகிறாள்? 'ஒங்க ஒரு வாத்த ஒரு கோடிக்கு சமானம் சாமி. சாமி வாக்குபடிதான் எல்லாம் நடக்குது, சாமியோட உத்தரவு பிரகாரம்தான் ஊருல நல்லதுகெட்டது நடக்குதுங்க. ஒரு நூலு பிசகாதுங்க. நம்மளால தப்புதண்டா ஏதும் நடந்துபோச்சுங்களா? தொரதான் மனமெறங்கி இந்தப் பறச் சாதி மக்களுக்கு ஏதாச்சும் நல்லது பண்ணணும்' என்று சொல்லாதவர்கள் யார்?

செடல் கிழவியை நச்சரித்துக்கொண்டேயிருந்தாள். 'ஆயாவ், ஒரே ஒரு வாட்டி, ஒரே ஓட்டமா ஓடிப்போய்ப் பாத்துட்டு வந்துடுறன்.'

'ஆகாயத்துல மாப்ள, அந்தரத்துல பொண்ணு, தாய் மாமன் இல்லாததால தாலி கட்ட தடங்கலா இருக்குங்கிற மாரி யாருடி ஒன்னெ அங்க அயிக்கிறாங்க? காலம் முச்சுடும் சொல்லுக்கு இடமாப்போயிடும். பேசாம இருடி குட்டி. கடவுளு நம்பளுக்கு இந்த அமப்பக் கொடுத்திருக்கானேன்னு எண்ணாம சுத்துப் பிரயாணம் போவணும்னு சொல்ற இவள ஏயி ஊரு சக்கிலி தச்ச செருப்பால அடிச்சாலும் என் வெஞ்சம் தீராது.'

13

செடலுக்கு இடுப்பில் வலியெடுக்க ஆரம்பித்துவிட்டது. குனிந்த முதுகு நிமிராமல் கூட்டிக்கொண்டிருந்தாள். கோயிலைச் சுற்றி எத்தனை முறை கூட்டினாலும், கூட்டிய சிறிது நேரத்திற்கெல்லாம் கூட்டிவைத்த இடம் மாதிரி இருக்காது. முன்பெல்லாம் சாமி தூக்கும்போது, கல்யாணம் நடக்கும்போது, மொட்டை போட்டுப் பெயர் வைக்கும்போது மட்டும்தான் கூட்டுவார்கள். கோயிலை ஒட்டிக் கட்டிய வீட்டில் செடல் தங்கியதிலிருந்தே கோயிலின் வேலைகளையெல்லாம் அவளின் தலையில் போட்டு விட்டார் அய்யர். கோயிலை ஒட்டித் தங்கி இருக்காவிட்டால் மாரியம்மன் கோயிலுக்கும் அவளுக்கும் எந்த சம்பந்தமும் இருந்திருக்காது. ஊர்ச் சனங்களைப்

போல அவளும் ஒருத்தியாகத்தான் இருந்திருப்பாள். அய்யர் செய்ய வேண்டிய வேலைகளையெல்லாம் செடல் இல்லையென்றால் அவருடைய குடும்பத்து ஆட்கள் தான் செய்வார்கள். பொட்டுக்கட்டி விட்டதிலிருந்து செடல் தினமும்தான் கூட்டு கிறாள். ஆனாலும் குப்பைமேடு மாதிரிதான் இருக்கும். அதிலும் கோயிலுக்கு விளை யாட வரும் பிள்ளைகளின் கால்களில் முள் குத்தி, கால் வீங்கி அந்த இடத்தில் உப்புக்கல் வைத்துச் சூடுபோடும் அளவுக்கு வந்துவிட்டால் இவளுடைய தலைதான் உருளும். அதனால் இடுப்பு வலியெடுத்தாலும் தொடர்ந்து கூட்டிக்கொண்டிருந்தாள். விளையாட வரும் பிள்ளைகளால் சேரும் குப்பையைவிட, வேப்பமரத்தின் நிழலில் தங்க வரும் கூட்டங்களால்தான் பெரும் குப்பை சேரும். ஏழெட்டு நாட்களாகத் தங்கியிருந்துவிட்டு இன்று உச்சிப் பொழுதுக்குக் காலிசெய்துவிட்டுப் போன குறவர் கூட்டம் போட்டுவிட்டுப் போன குப்பைகளையும் கூளங்களையும்தான் இப்போது ஒதுக்கித் தள்ளிக்கொண்டிருந்தாள். குறவர் கூட்டம் எப்போது வந்து தங்கினாலும் அவர்களோடு சேர்ந்து வரும் ஊர்ப்பட்ட நாய்களும் அந்தப் பகுதியிலேயே வட்ட மிட்டுச் சுற்றிவர ஆரம்பித்துவிடும். பொழுதெல்லாம் நாய்களை விரட்டியடிப்பது தான் கிழவிக்கும் இவளுக்கும் வேலை. எரிக்காமலிருந்த முள்குச்சிகள், சப்பிக் கடித்துப் போட்ட எலும்புத் துண்டுகள், அடுப்புச் சாம்பல், மணி கோக்கும் நரம்புகள் என்று ஒவ்வொன்றாகக் கூட்டித் தள்ளிக் கொண்டிருந்தவளுக்குக் குறவர்கள் கூட்டத்தின்மீது கோபம் உண்டாயிற்று. சுத்தமாகக் கூட்டி முடிக்கும்போது உண்ணாமலை வந்து செய்தியைச் சொன்னாள். கிழவி உடனேயே பறத் தெருவுக்குச் செடலை உண்ணா மலையுடன் ஓடச் சொன்னாள். குழந்தை பிறந்த வீட்டுக்குச் செடல் வரும்போது, குழந்தையைக் கழுவி, நல்ல துணியால் போர்த்தி வைத்திருந்தனர். செடல் வந்ததும் வெண்கலப் படி நிறைய நெல் நிறைத்து, அதன் மேல் நல்ல விளக்கை ஏற்றிவைத்து, உறவுக்காரர்களையெல்லாம் கூப்பிட்டு விளக்கைத் தொட்டுக் கும்பிடவைத்து, விளக்கு எரிந்துகொண்டிருக்கும்போதே படியைத் தூக்கி குழந்தையின் தலைக்கு மேலாக இட வலமாக மும்மூன்று சுற்றுகள் சுற்றிப் பிள்ளையின் தலைமாட்டில் வைத்துவிட்டு, எண்ணெய்க் கிண்ணத்திலிருந்த எண்ணெயில் ஆள்காட்டி விரலைப் பட்டும் படாமல் நனைத்துப் பிள்ளையின் நாக்கில் வைத்தாள். பிறகு உச்சந்தலை யிலும் வைத்தாள். செடலை அடுத்து ஐந்தாறு பெண்கள் பிள்ளைக்கு உள்நாக்கு எண்ணெய் வைத்தார்கள். துவண்டுபோய்க் கிடந்த அஞ்சலையைச் செடல் பார்த்தாள். உண்ணாமலை ஒரு உருண்டை வெல்லக் கட்டியைச் செடலின் கையில் கொடுத்தாள். ஒரு உருண்டை வெல்லக் கட்டிதானா என்று கேட்க நினைத்தவள், மறுவார்த்தை பேசாமல் வெளியே வந்து, கோயிலுக்கு நடக்க ஆரம்பித்தாள். 'ஒண்ணே ஒண்ணு, அதுவும் ஆட்டுப் புயிக்கயாட்டம். நானும் கொடுத்தங்கிற பேருக்கு. என்னாத்துக்கு இதை வாங்கியாந்த? அவ மூஞ்சியில வுட்டுக் கெடாசிட்டு வர வேண்டியதுதான?' என்று கிழவி கேட்டால் என்ன பதில் சொல்வது? பறத் தெருவில் யாருக்கு எந்த நேரத்தில் பிள்ளை பிறந்தாலும் மறுநொடியே செடலுக்கு ஆள் வந்துவிடும். முதல் சொட்டு உள்நாக்கு எண்ணெய் இவள் வைத்தால் பிள்ளைக்கு நோய் வராது, வயிற்றுப் போக்கு, வாந்திபேதி இருக்காது என்று நம்பிக்கை. இவள் உள்நாக்கு எண்ணெய் வைத்தால் செல்லியம்மனே வைத்தது போல. எண்ணெய் வைக்க யாருடைய வீட் டுக்குப் போனாலும், பிள்ளை பிறந்த வீட்டுக்காரர்கள், அரிசி, தானியம் என்று ஒரு வேளை சோற்றுக்குக் கொடுப்பார்கள். சில நேரங்களில் கிழவியும் கூடவே வருவாள். கொடுப்பதை வாங்கிக்கொண்டு, மேலும் கேட்டு வாங்க முயற்சிப்பாள். கிடைக்கவில்லையென்றால் சண்டைபோட்டு வாங்கவும் தயங்க மாட்டாள். இவள் தனியாகப் போய், கொடுப்பதை வாங்கிக்கொண்டு வரும்போது, வாங்கிவந்த

பொருளைக் காட்டி 'பாத்தியாடி குட்டி? நான் ஒரு ஆத்துமா இல்லன்னதும் என்னா கொடுத்திருக்காங்கன்னு. நான் வந்திருந்தா இதத்தான் வாங்கி தூக்கிக்கிட்டு 'லொங்கு லொங்கு'ன்னு ஓடியாருவனா?' என்று பேச ஆரம்பித்துவிடுவாள். கிழவி முன்பு போலில்லை. இப்போதெல்லாம் சின்னச்சின்ன விசயத்திற்குக்கூட அவளுக்குக் கோபம் வந்துவிடுகிறது. அதிக நேரம் பறத் தெருவிலேயே வீடுவீடாக உட்கார்ந்து கதை பேச ஆரம்பித்துவிட்டாள். ஆனால் செடல் எங்காவது போய்விட்டு வந்தால் மட்டும் 'செக்கு மாடாட்டம் எதுக்குடி குட்டி ஆலவட்டம் அடிச்சிட்டு வறவ? புத்தியா இருந்தா இரு, இல்லன்னா பின்னொரு காலத்துல எவனாவது வவுத்த பறங்கிப் பயமாட்டம் உப்ப அடிச்சிடுவானுவோடி. ஆளப் பாரன் மைக்குறத்தியாட்டம். 'மந்தயில அமந்திருக்கும் மரமுமில்ல, நாலு மணி கட்டியிருக்கும் மாடுமில்ல; நித்தம் நித்தம் எண்ணெ வைக்கும் தாசியுமில்ல; பூநூல் போட்டிருக்கும் பாப்பானுமில்ல, நெலயறியா வெளக்கெரியும் ஊருமில்ல'ங்கிற கதெயாதாண்டி ஆவப்போவுது ஒங் கதெ' என்று பேச ஆரம்பித்தால் சாதாரணமாகப் பேச்சை நிறுத்த மாட்டாள். அவள் வாயிலிருந்து வரும் வார்த்தைகளைக் காது கொடுத்துக் கேட்க முடியாது. குடித் தெருவுக்குப் போய்விட்டு வந்த பூங்கோதை வழியில் செடலைப் பார்த்தவள், மறித்து வைத்துக்கொண்டு தொணதொணவென்று பேச ஆரம்பித்தாள். அவளிடம் இவள் எப்போது மாட்டினாலும் லேசில் விட மாட்டாள். இவளாகப் பிய்த்துக்கொண்டு வந்தால்தான் உண்டு. இப்போதும் அப்படித் தான் ஏதேதோ பேசிக்கொண்டிருந்தாள். 'வூட்டுக்கு வாயன், ஒருவா சோறு தின்னுப்புட்டுப் போவலாம். இன்னும் எதுக்காக கெய்விகூட இருக்க? ஒரு பேருக்குத்தான் அவ கூட தங்கவச்சது. எங்கூட்டுக்கோ, மீனாட்சி வூட்டுக்கோ வந்துடு' என்று சொல்லிக் கூப்பிட்டாள். அவசரம் என்பதுபோல் அவளிடம் சொல்லிக்கொண்டு செடல் வேகமாக நடக்க ஆரம்பித்தாள். வந்து கொண்டேயிருந்தவளுக்கு மண்ணாங்கட்டியின் வீட்டுக்கு வரும்போது ஏதோ தீச்சல் வாடை வரவும், வீட்டுக்குள் போனாள். மண்ணாங்கட்டி ஓட்டில் புளியங்கொட்டையை வறுத்துக்கொண்டிருந்தாள். இவளைக் கண்டதும் ஒரு குத்துப் புளியங் கொட்டையை அள்ளி, பாவாடையை மடித்துப் பிடிக்கச் சொல்லிப் போட்டாள். வாங்கிய மறுநொடியே செடல் 'கோவுலுக்குப் போவணும். கெய்வி தேடும். வரன் நடம்மா' என்று சொல்லிவிட்டு வெளியே வந்தாள். எதிரில் வந்துகொண்டிருந்த அய்யரைக் கண்டதும் செடல் அப்படியே நின்று விட்டாள். என்ன சொல்வாரோ என்ற பயத்தில் அவளுக்கு லேசாக உடம்பு நடுங்க ஆரம்பித்தது.

'என்னாடி குட்டி ராத்திரி வேளயிலெ சுத்திக்கிட்டுத் திரியிறவ?'

'சும்மா சாமி.'

'ஏயி எட்டு நாளா துயிலெயிப்ப, தூங்கப்பண்ண பாடுறது, காப்புக்கட்டுறப்ப, அவுக்கிறப்ப பாடுறது, எட்டு எல்லயிலயும் பாடுறது, அம்ம போட்டாப் பாடுற பாட்டெல்லாம் சொல்லிக் கொடுத்தனே எல்லாம் நெனவுல இருக்கா? எப்பக் கேட் டாலும் சொல்லுவியா?'

'நெனவுல இருக்கு சாமி.'

'தப்ப தவறுதலயா அறம்பாடுனா ஒவ்வொரு கோவுலுக்காரனும் எந்தோலதான் பாம்புத் தோல உரிக்கிறாப்ல உரிப்பானுவோ, நெனவுல வச்சிக்க.'

'சரி சாமி.'

'இருட்டு வேளயிலெ சுத்தாத. கோவுலுக்கு ஓடு' என்று சொல்லிவிட்டு அய்யர் ஆற்றுப் பக்கம் நடக்க ஆரம்பித்ததும்தான் செடலுக்கு நிம்மதி வந்தது. கோயிலுக்கு நடக்க ஆரம்பித்தாள்.

செடலின் மடியிலிருந்த புளியங்கொட்டை இரண்டு பெருந்தொடைகளையும் சுட்டது. அந்தச் சூட்டைச் சந்தோசமாகப் பொறுத்துக்கொண்டாள். மண்ணாங்கட்டி பதமாகத்தான் வறுத்திருந்தாள். இல்லையென்றால் இவ்வளவு மணம் வராது. தீய்ந்து போயிருந்தாலோ, பச்சையாக எடுத்திருந்தாலோ வாசனை வராது. நன்றாகத் தீய்ந்து போயிருந்தால் கறுத்துப்போய், தின்பதற்கு நன்றாக இருக்காது. ராத்திரி படுக்கப் போகும்போது ஒரு குண்டானில் கொட்டித் தண்ணீர் ஊற்றி ஊற வைத்துவிட்டுக் காலையில் தண்ணீரை வடிகட்டிவிட்டு, உப்புப் போட்டு நன்றாகக் குலுக்கிவிட்டு, ஒரு கைப்பிடி கொட்டையை அள்ளித் தின்றால் போதும், அன்று முழுவதும் பசியே எடுக்காது. வயிறு திம்மென்றும் இருக்கும். காட்டுக்குக் களை வெட்ட, அறுப்பு அறுக்கப் போகும் பெண்களும், ஆடுமாடு மேய்க்கப் போகும் பிள்ளைகளும் தின் பண்டம்போல இதைத்தான் மடியில் கட்டிக்கொண்டு போவார்கள். காலையிலும் மதியத்திலும் தண்ணீரில் போட்டிருந்த சோற்றைச் சாப்பிடுகிறவர்கள் தொட்டுக் கொள்ள எதுவும் இல்லையென்றால், ஒரு வாய்ச் சோற்றுக்கு இரண்டு மூன்று புளியங் கொட்டை என்று போட்டுக்கொள்வார்கள். சிலர் குத்தாகவும் அள்ளிப் போட்டு மென்றுகொண்டே கெட்டுப்போன சோற்றைக்கூடச் சாப்பிட்டு முடித்துவிடுவார்கள்.

மண்ணாங்கட்டிக்கு எப்படி புளியங்கொட்டை கிடைத்திருக்கும்? நடராஜ பிள்ளை வீட்டில் புளி இடித்திருப்பார்களா? ஊரிலுள்ள ஏழெட்டுப் பிள்ளைமார் களுக்கு மட்டும்தான் புளியந்தோப்பு உண்டு. ஒவ்வொரு வருசமும் புளியை உலுக்கி எடுத்ததும் ஆற்றோரமாக உள்ள சுமைதாங்கிக் கல்லுக்குப் பக்கத்தில் அரசமரத்தடி நிழலில் பலகைபலகையாகக் கிடக்கிற கருங்கற்களில் வைத்து இடிப்பார்கள். புளி ஒட்டிக்கொண்டுவிடாமலிருக்க விளக்கெண்ணெய்த் தடவி, உலக்கையின் பூணிலும் தடவிவிடுவார்கள். தங்களுடைய அடிமைப் பறச்சிகளைக்கொண்டு புளியை இடித்து எடுப்பார்கள். மண்ணாங்கட்டி எத்தனை நாள் புளி இடிக்கப் போயிருப்பாள், இரண்டு மூன்று மரக்கால் புளியங்கொட்டையாவது அள்ளிக்கொண்டு வந்திருப்பாளா என்று எண்ணிக்கொண்டே செடல் கோயிலுக்கு வந்தாள்.

கிழவியுடன் அருணாச்சலம் உட்கார்ந்து பேசிக்கொண்டிருந்தான். அவனிடம் ஒரு வார்த்தையும் பேசாமல், கிழவியின் மடியில் வெல்லக்கட்டி உருண்டையை வைத்ததோடு மடியிலிருந்த புளியங்கொட்டையையும் அவளுடைய மடியில் அள்ளிப் போட்டாள். செடல் நினைத்தது போலவே வெல்லக்கட்டியை ஏன் அங்கேயே போட்டு விட்டு வரவில்லை என்று கிழவி சண்டைக்குப் பாய்ந்தாள். செடலுக்காக அருணாச் சலம் பரிந்து பேசினான். ‘வுடு பெரியம்மா. அறியாப் புள்ளெ. ‘அதெ கொடுங்க, இதெ கொடுங்கன்னு’ கேக்குமா? நீ போயிருக்கணும். ஆளுக்குஆளுதான தோதா இருக்கும்’ என்று சொல்லிக் கிழவியின் வாயை அடைத்தான். பக்கத்தில் செருமிக்கொண்டிருந்த பன்றியைக் கிழவி விரட்டினாள். பெரிய வெல்லக் கட்டியாக ஏன் வாங்கிக்கொண்டு வரவில்லை என்று கேட்டதற்காகக் கோபித்துக்கொண்டு உட்கார்ந்திருக்கும் செடலைப் பார்த்து ‘மாடு திங்கிற சாதியில பொறந்துட்டப் பின்னால கோவம் எதுக்கு? இந்தக் காலத்துல திருடப் போனாலும் ஒருவாச் சோறு கெடெக்கிறது அரிதாப்போச்சு. கருத்தா பொயச்சிக்க, மேல் கொலத்தாங்க சொல்பேச்சுப் பிரகாரம் நடந்து கால ஜீவனத்த தள்ளிக்கிட்டு போன்னு நான் சொல்லக் கூடாதா?’ என்று ஆரம்பித்தவள், தன்னுடைய கதையைப் பேச ஆரம்பித்துவிட்டாள். அவள் தாலிகட்டிக்கொண்டு இந்த ஊருக்கு ஆற்றைத் தாண்டி வரும்போது மொத்தமே இருபது வீடுகள்தான் இருந்தன. ஆனால் இப்போது வீடுகள் கூடியிருக்கின்றன, சனங்களும் பெருத்துவிட் டனர். வெள்ளைக்காரன் கீழ்ச்செருவாயில் வெலிங்டன் நீர்த் தேக்கம் கட்டியபோது

தான் பறையர்கள் காகிதப் பணத்தையே கண்ணால் கண்டார்கள். அதற்கடுத்து, பாதிரியார் ஊருக்கு வந்து, மாதா கோயில் கட்ட ஆரம்பித்த பிறகுதான் பார்த்தார்கள் என்று தன் போக்கில் எதையெதையோ பேசிக்கொண்டிருந்தவள், கடைசியில் ‘ஆளு படை உள்ளவங்களுக்குத்தான் எல்லாமும்ன்னு ஆயிப்போச்சி. கம்மனாட்டி என் னிக்கும் கம்மனாட்டிக் கயிசரதான். ஆம்பள இல்லாத ஊடும், அரசனில்லாத நாடும் ஒண்ணும்பாங்க. நடயும் ஓடயுமா இருக்கிறப்பவே ஆத்துல சாம்பலாயிட்டா தேவ லாம். அந்த ஈஸ்வரன் என்னா கணக்குப்போட்டு வச்சியிருக்கானோ! படுக்கிறமுன்னு ராத்திரிக்கு மூடுற கண்ணு விடிஞ்சி முயிச்சாத்தான் நாம்ப, இல்லன்னா பொணம்தான். ஆத்துல சாம்பதான்’, என்று சொன்னவள் ‘ஒரு பாட்டுப் பாடன் தம்பி’ என்று அருணாச்சலத்திடம் சொன்னாள்.

அருணாச்சலத்தைத் தெரியாதவர்கள் தென்னாற்காடு ஜில்லாவில் இருக்க முடி யாது. கூத்தக்குடி சந்தை, மடப்பட்டு சந்தை, தியாகதுருகம் சந்தை, சமயபுரம் சந்தை என்று ஒவ்வொரு சந்தைக்கும் போவான். ஒரு தாமரை இலை அளவுக்கு உள்ள டேப்பை, வலது கை ஆள்காட்டி விரலிலும் நடு விரலிலும் மோதிரக் கம்பி போன்ற இரும்பு வளையத்தை மாட்டிக்கொண்டு, அடித்துக் கொலைச்சிந்து பாட ஆரம்பித் தால், மாடு வாங்க, ஆடு வாங்க வந்த கூட்டமெல்லாம் அருணாச்சலத்தைச் சுற்றிச் சூழ்ந்து கொண்டுவிடும். ‘அதாவது ஒரு ஊருல, பேரச் சொன்னாலும் ஊரச் சொல்லக் கூடாதுன்னு சொல்வாங்க, ஒரு ஊர்ல ஒரு செட்டி இருந்தான். அவனுக்கு ரெண்டு பொஞ்சாதி. மொதப் பொஞ்சாதி ஏயி எட்டு வயசுல ஒரு ஆம்பளப் புள்ளெய வுட்டுட்டு செத்துப்போயிட்டா. அதுக்குப் பின்னால செட்டி வூட்டுல நடந்த கதெயக் கேளுங்க அண்ணே! பாட்டா பாடி வாரன், செட்டி பரிதவித்த கதெயச் சொல்லி வாரன்’ என்று பாட ஆரம்பித்தால் செட்டியார் குடும்பத்து முழுக் கதையையும் பாடி முடிப்பான். அதோடு என்னென்ன ஊரில், என்னென்ன கொலைகள் எப்படி யெல்லாம் நடந்தது என்பதையெல்லாம் சற்று முன்தான் நேரில் பார்த்துவிட்டு வந்தவன்போல் பாட ஆரம்பித்துவிடுவான். கூட்டம் மதிமயங்கிக் கதையைக் கேட்கும். இரண்டு மூன்று கொலைகளைப் பற்றிப் பாடி முடித்ததும் சனங்கள் கொடுக்கும் காசை வாங்கிக்கொண்டு ஊருக்கு வருவான். வீட்டை விட்டுப் போனால் திரும்பிவர இரண்டு வாரம், ஒரு மாதம்கூட ஆகும். வெளியூர் போகாமலிருந்தாலும் அவனுடைய வாய் சும்மா இருக்காது. அவன் போன ஊர்கள் பற்றி, பார்த்த அதிசயங்கள் பற்றிக் கதைகதையாகச் சொல்ல ஆரம்பித்துவிடுவான். சுற்று வட்டாரத்துச் செய்திகளெல்லாம் அவன் மூலம்தான் பறத் தெருவுக்குத் தெரியவரும். விசேஷ நாட்களில் கோயிலுக்கு முன் உட்கார வைத்துப் பாட்டுப் பாடச் சொல்வார்கள். கதை சொல்லச் சொல்லிக் கேட்பார்கள். அவன் பாடும்போதும் கதை சொல்லும்போதும் யாரும் குறுக்கே கேள்விகள் கேட்கக் கூடாது. மீறிக் குறுக்கிட்டால் எப்படிப்பட்ட ஆளாக இருந்தாலும் வாய்க்கு வந்தபடி பேசிவிடுவான். அவன் கதை சொல்லவோ, பாட்டுப் பாடவோ ஆரம்பித்தான் என்றால் கதை முடிய நடுச்சாமமாகிவிடும். கதை முடியும்வரை உட்கார்ந்தவர்கள் உட்கார்ந்தபடியேதான் இருப்பார்கள். ஊரில் யாரும் அவனை அருணாச்சலம் என்று சொல்ல மாட்டார்கள். கொலைச்சிந்து அருணாச்சலம் என்று தான் சொல்வார்கள். அதே நேரத்தில் அனாவசியமாக அவனிடம் யாரும் வாயைக் கொடுக்க மாட்டார்கள். அடிதடி என்று இறங்கிவிடுவான். பறத் தெருவில் முறுக்கு மீசை வைத்து, அதில் எலுமிச்சம் பழத்தை நிற்கவைத்துக் காட்டியவனும் அவன்தான். செய்தி குடித் தெருவுக்குத் தெரிந்து ஒரு பக்கத்து மீசையைச் சிரைத்து விட்டு அனுப்பி னார்கள். அதிலிருந்து அவன் மாசத்திற்கு ஒரு மொட்டை என்று தொடர்ந்து

மொட்டை போட்டுக் கொண்டேயிருந்தான். குடித் தெருவில் பண்ணை வேலை செய்யாதவனும் அவன் ஒருத்தன்தான். அதனால் அவனுக்கு பறத் தெருவில் மதிப்பும் மரியாதையும் உண்டு. பார்ப்பதற்கு ஆளும் வீமசேனன் மாதிரி இருப்பான்.

'இந்த வருசம் படியெல்லாம் எப்படி இருக்கும்? முப்பது நாப்பது மூட்டத் தேறுமா?' என்று அருணாச்சலம் கேட்டான்.

'அடுத்த மாசந்தான திருநாக் காலம் வருது? அப்பத்தான் தெரியும். எம்மா ஆப்புட்டாலும் புடுங்கித் திங்கிறத்துக்குத்தான் பெரிய கூட்டமே இருக்கே.'

'சொந்தம் பந்தம்ன்னா அப்படித்தான் இருக்கும். இவளப் பொட்டுக்கட்டி வுட்டதே ஊருக்கு ஊரு படி வாங்கத்தான.'

'யாண்டா தம்பி, ஏதாச்சும் கதெ சொல்லன். சும்மா குந்தியிருக்கிறது பித்துப் புடிச்சாப்ல இருக்கு.'

'சோத்துக்கு வந்தீங்களா சொத்தப் பாக்குக்கு வந்தீங்களா'ன்னு ஊரு ஒலகம் பேசும்போது என்னாத்த பெரியம்மா கதெ சொல்லுறது? சோறு தின்னுப்புட்டியா?'

'ஆமாம், எனக்கு அது ஒண்ணுதான் கொறச்ச. அரகரா சிவசிவான்னு என்னிக்கி என் ஜீவன் போவுமோன்னு இருக்கயில எனக்குச் சோறா தேடுது. அதிலயும் பாரு, இந்தக் குட்டியோட கதெ எப்பிடி ஆவுமோ!'

''நாய் தொட்டச் சட்டிய நான் தொட மாட்டன்'னு இருக்க வேண்டியதுதான். இவளுக்குத்தான் இன்னொருத்தன் வூட்டுக்குப் போயி உப்பு அள்ளிப் போடுற உக்கம் இல்லியே.'

'எல்லாத்தயும் அந்த செல்லியாயி, மாரியாயி பாத்துக்குவா. நீ ஒரு பாட்டெப் பாடன் தம்பி.'

'டேப்பு இல்லாத என்னாத்தப் பாடுறது பெரியம்மா? அது இருந்தாத்தான சோத்துக்கு உப்பு மாரி இருக்கும்.'

'அதனாலென்ன, நீ பாடன்.'

'சரி, கதைய நல்லா கவனிச்சிக் கேளுங்க. திருப்பிக் கேட்டா நான் பாட மாட்டன்' என்று சொல்லிவிட்டு, நன்றாகச் சம்மணமிட்டு உட்கார்ந்துகொண்டு தொண்டையை ஒரு முறை செருமி எச்சிலைத் துப்பிவிட்டுப் பாட ஆரம்பித்தான்.

14

நாளைக்குக் காலையில் மீனாட்சிக்குக் கல்யாணம். குள்ளன், மண்ணாங்கட்டி மட்டுமல்ல, விருந்தாளிகள்கூடச் செடலிடம்தான் வேலைவைத்தார்கள். அவளால் முடிந்தவரை இட்ட வேலைகளைச் செய்துகொண்டிருந்தாள்.

செடல் தனக்கு இவ்வளவு சொந்தக்காரர்களா என்று ஆச்சரியப்பட்டுப்போனாள். பெரும்பாலானவர்கள் வயதானவர்களாகவே இருந்தனர். கொஞ்சம் பேர்தான் நடுத்தர வயதுள்ளவர்கள். மீனாட்சியின் கல்யாணத்திற்கு வந்திருந்தவர்களில் செடலை விசாரிக்காத, உறவு கொண்டாடாத ஆள் என்று ஒருவரையும் சொல்ல முடியாது. பெரும்பாலானவர்கள் செடல் யோகக்காரி என்றார்கள். ஒருசிலர் தங்களுடைய மகள்களுக்குப் பேரப்பிள்ளைகளுக்கு ஆறு ஏழு கோயில்களுக்கு மேல் பட்டயம் கட்ட முடியவில்லையே என்று ஆதங்கப்பட்டார்கள். அதிலும் துறையூர் பக்கமிருந்து வந்திருந்த செல்லன் என்ற கிழவன்தான் அதிகம் வருத்தப்பட்டான். தன்னுடைய

பேத்திகள் இரண்டு பேருக்கும் ஆறு கோயில்கள் வீதம்தான் என்று குறைப்பட்டுக் கொண்டான். கிழவன் சொன்னதில் பாதிகூடச் செடலுக்குப் புரியவில்லை. அவனுடைய பேச்சை அவள் காதுகொடுத்துக் கேட்கவுமில்லை. அவன் கொண்டாடிய உறவும் அவளுக்குப் புரியவில்லை. பூவரும்பு வழியில் சொந்தம் என்பது மட்டும்தான் புரிந்தது.

யார் விசாரித்தாலும் முதல் இரண்டு வார்த்தை கோபால் பூவரும்பு பற்றி இருக்கும். பிறகு செடல் எப்படி இருக்கிறாள் என்று கேட்க ஆரம்பித்து படிப்படியாக, பள்ளுப் பாடப் போகும்போது மூன்று ஊர்ப் பொதுவிலும் படி என்று எவ்வளவு கொடுப்பார்கள், திருவிழா முடிந்ததும் படி வாங்க ஒவ்வொரு ஊராக, வீடாகப் போகும்போது எவ்வளவு கிடைக்கும், எந்தத் தானியம் அதிகமாகக் கிடைக்கும், மேளம் தாளம் தட்டக் கூட வருகிறவர்களுக்குப் பங்கு எவ்வளவு கொடுப்பாள், பெரிய ஊர்கள் எத்தனை, சின்னச் சின்ன ஊர்கள் எத்தனை, எவ்வளவு வீடுகள் இருக்கும் என்று ஒருவர் தவறாமல் கேட்டார்கள். அதிலும் கிளிப் பச்சை நிறத்தில் சேலைகட்டியிருந்த, நான்கு ஐந்து வயது பையனுக்குப் பால் கொடுத்துக்கொண்டிருந்த பெண்தான் நோண்டிநோண்டிக் கேட்டாள். ஆரம்பத்தில் விபரமாகச் சொல்லிக் கொண்டிருந்த செடல் மெல்லமெல்லப் பேச்சைக் குறைத்துக்கொண்டாள். ஒருவர் வாயைப் போலவே எல்லாருடைய வாயும் கிழவியுடன் இருக்கக் கூடாது என்று சொல்லிற்று.

சொந்தக்காரர்கள் என்று வந்திருந்த இருபது முப்பது பேரில் லட்சுமியை மட்டும் தான் செடலுக்குப் பிடித்திருந்தது. துறையூர் ஜமீன் ஆறுமுகம் செட்டியார்தான் அவளுக்குப் பொட்டுக்கட்டி விட்டிருந்தார். அவள் ஒருத்திதான் இவளிடம் கேள்விகள் கேட்கவில்லை. இப்படி இரு அப்படி இரு என்று புத்திமதி சொல்லவில்லை. மற்றவர்கள் மாதிரி பொய்யாகப் பசப்புச் சிரிப்புச் சிரிக்கவில்லை. கலகலவென்று எல்லாரிடமும் பேசினாள். சிரித்தாள். வீட்டிலும் தெருவிலும் சகஜமாகப் புழங்கினாள். சீவல் கலையாமல் இருந்தாள். முகத்தை எப்போதும் பளிச்சென்று வைத்திருந்தாள். கூட்டத்தில் இருந்தாலும் தனியாக இருந்தாலும் தெரிந்த ஆள், தெரியாத ஆள் என்றில்லாமல் எல்லாரிடமும் சிரித்துச்சிரித்துப் பேசினாள். செடலுக்கு ஆச்சரியமாக இருந்தது.

லட்சுமிக்கு முப்பது வயதிற்குள்தான் இருக்கும். மாநிறமாக, பார்ப்பதற்கு எடுப்பாக இருந்தாள். கைகால்கள் கடைந்தெடுத்த உருளைக்கட்டைகள் மாதிரி இருந்தன. பல் வரிசை பச்சரிசிக் காளான்கள் மாதிரி அவ்வளவு வெள்ளையாக இருந்தது. அவளுடைய சிரிப்பு பெண்களையே அவள்மேல் ஆசைப்படவைக்கும். அவளை இவளுக்கு ரொம்பவும் பிடித்துப்போய்விட்டது. இதுவரை செடலுக்கு யாரையுமே தனிப்பட்ட முறையில் பிடித்ததில்லை. லட்சுமியோடு நிறையப் பேச வேண்டும், அவள் பேசுவதைக் கேட்க வேண்டும், அவளுக்குப் பக்கத்தில் படுத்துக்கொள்ள வேண்டுமென்றெல்லாம் ஆசை உண்டாயிற்று. அதனால் இவளாகவே போய்ப்போய் அவள் பக்கத்தில் உட்கார்ந்துகொண்டாள். இவளாகவே அடிக்கடி பேச்சும் கொடுத்தாள்.

கல்யாணத்திற்கு முதல் நாள் காலையில்தான் லட்சுமி வந்தாள். அன்று சாயங் காலத்திற்குள்ளாகவே அவளுக்குச் செடல் ரொம்பவும் நெருக்கமாகிவிட்டாள். இருட்டிய பிறகு தோட்டத்திற்குப் போக வேண்டும் என்று இவளைக் கூப்பிட்டுக் கொண்டு போனாள். புதர்க்காடு வேண்டாம், ஆற்றுக்குப் போகலாம் என்று இவள்தான் அவளை இழுத்துக்கொண்டு ஆற்றுக்கு வந்தாள். வந்த வேலை முடிந்ததும் வீட்டுக்குப் போகலாம் என்று சொல்லிச் செடல் கூப்பிட்டதற்கு 'இரு போவலாம்' என்று மணலில்

உட்கார்ந்து கொண்டு லட்சுமி வானத்திலிருந்த நிலவையே பார்க்க ஆரம்பித்தாள். வேறு வழியின்றிச் செடலும் உட்கார்ந்துகொண்டாள்.

'இம்மாம் பெரிய ஆத்தெ நான் பாத்ததே இல்லெ.'

'இந்த ஜில்லாவிலியே மாகாணத்திலியே எங்க ஊரு ஆறுதான் பெருசு.'

'அடிக்கிற குளுந்த காத்துக்கு இப்பிடியே படுத்துத் தூங்கலாம் போலிருக்கு.'

'பேயி புடிச்சிக்கும்.'

'நான் பள்ளுப் பாடப் போற ஊர்ல இல்லாத பேயா?' என்று சொன்ன லட்சுமி சிரித்தாள். பிறகு ஆறுபற்றி, ஊர்பற்றி விசாரித்தாள். கடைசியில் செடல் பள்ளுப் பாடப் போவதுபற்றிக் கேட்டாள். என்ன பாட்டுப் பாடுவாள் என்று கேட்டாள். பாடச் சொல்லிக் கேட்டாள். செடல் கூச்சப்படாமல் பாடினாள். பிறகு லட்சுமி காப்புக்கட்டு, முகூர்த்தக்கால் நடும்போது, மூன்று எல்லையிலும் காவு கொடுக்கும் போது பாடும் பாட்டு, துயிலெழுப்பு, என்று ஒவ்வொரு பாட்டாகப் பாடினாள். அவளுடைய பாட்டைக் கேட்ட பிறகு தன் பாட்டு உப்புச் சப்பற்றது என்று செடலுக்குப் புரிந்தது. அதோடு லட்சுமியினுடைய குரல் பத்து வயதுப் பெண்ணினுடைய குரல் மாதிரி இருந்தது. பள்ளுப் பாடப் போவது பற்றிப் பேச ஆரம்பித்தாள் லட்சுமி.

'நீ வயசுக்குவந்த பெறவு பள்ளுப் பாட போனா நடுராத்திரியிலெ ஒண்ணுக்கு வந்தாலும் படுத்த எடத்தெ வுட்டு எயிந்திருக்கக் கூடாது. கோவுல தவுத்து வேற எங்கேயும் படுக்கக் கூடாது.'

'ராத்திரியிலெ ஒண்ணுக்கு வுடாம எப்பிடி இருக்கிறது?'

'இருந்துதான் ஆவணும்.'

'எதனால அப்பிடி?

'படுக்கக் கூப்புடுவானுவோ.'

'தொணெக்கா?'

'சீ போ. அதுக்குத்தான் வந்து கூப்புடுவானுவோ' என்று சொல்லிச் சிரித்த லட்சுமி 'நீ வயிசுக்குவந்து பள்ளுப் பாடப் போவும்போது ஒங்கூட நூறு பேரு சுத்துவானுவோ. அப்பத் தெரியும்.' மீண்டும் சிரித்தாள். செடலுக்கு லேசாக அவள் சொல்கிற விசயம் புரிய ஆரம்பித்தது.

'நான் யாருக்கும் மசிய மாட்டன். சிரிச்சே கடுக்கா கொடுத்திடுவன். ரொம்ப மீறுனா இப்பத்தான் தூரம் பட்டுச்சின்னு சொல்லிடுவன். ஆனா ஆளச் சும்மா வுட மாட்டன். பகடரு வாங்கணும், மை பொட்டு வாங்கணும், ரிப்பனு வாங்கணும், சீலத் துணி வாங்கணுமின்னு காசியக் கறந்துடுவன்' என்று சொன்னவள், கடகட வென்று சிரித்தாள். சிரிப்பிற்கிடையே 'ஒருத்தன் என்னா பண்ணுனான் தெரியுமா?' என்று கேட்டவளால் தொடர்ந்து பேச முடியவில்லை. குலுங்கிக்குலுங்கிச் சிரித்தாள். வாலிகண்டபுரத்தில் அவள் பள்ளுப் பாடப் போயிருந்தபோது ஒருத்தன் இரவு பகலாக இவளையே சுற்றிச்சுற்றி வந்திருக்கிறான். 'சீலத் துணி வாங்கணும், காசி தா' என்று கேட்டதுமே நேராக வீட்டுக்குப் போய், வீட்டிலிருந்த பட்டுப் புடவை ஒன்றை எடுத்துக் கொண்டுவந்து கொடுத்தானாம். அதை வேண்டாம் என்று அவள் சொன்னபோது, அவளுடைய அப்பன் அவன் கையிலிருந்த பட்டுப் புடவையை 'இங்க தாங்க' என்று சொல்லிப் பிடுங்காத குறையாக வாங்கியதோடு, அந்த நடு ராத்திரியிலேயே சேலையுடன் வீட்டுக்குக் கிளம்பிவிட்டதையும் சிரிப்பிற்கிடையே துண்டுதுண்டாகச் சொன்னாள்.

முந்தானையை விரித்துப் போட்டு நிமிர்ந்த வாக்கில் படுத்து, கால்மேல் கால் போட்டுக்கொண்டு, அவளிடம் ஆண்கள் எப்படியெல்லாம் வருகிறார்கள், அவர்களை

அவள் எப்படியெல்லாம் ஏமாற்றுகிறாள் என்பதைக் கதைகதையாக நிலவைப் பார்த்தவாறே லட்சுமி சொல்ல ஆரம்பித்தாள். நான்கு ஐந்து வருசத்திற்கு முன் பெரம்பலூரில் திருவிழாவின் கடைசி நாள் அன்று பதினைந்து பதினாறு வயதுப் பையன் ஒருவன் ஒரு பவுன் தோடு சிமிக்கியைக் கொண்டுவந்து கொடுத்ததைச் சொன்னாள். மறுவருசம் திருவிழாவுக்குப் போனபோது அந்தப் பையனைப் பார்க்கவில்லை என்று கவலையோடு சொன்னாள். 'மொளகா பயத்தெ வச்சிகிட்டு எம்மாம் பயலுவோ அலயுவானுவோ தெரியுமா?' என்று சொன்னவள், நமுட்டுச் சிரிப்புச் சிரித்தாள். அவள் பள்ளுப் பாட, படி வாங்கப் போகிற பதினைந்து இருபது ஊர்களிலுள்ள ஆண்களில் கால்வாசிப் பேரை பெயர் மட்டுமல்ல, உருவ அடையாளத்தோடு, வீட்டு அடையாளத்தோடு சொன்னது செடலுக்கு ஆச்சரியமாக இருந்தது. படுத்துக்கொண்டிருந்த லட்சுமி சட்டென்று எழுந்து உட்கார்ந்துகொண்டு சொன்னாள்:

'பள்ளுப் பாடப் போற எடத்திலெ சிரிச்ச மொகமா இருக்கணும். கோவக் குறியே மொவத்திலெ இருக்கக் கூடாது. இடிச்சாலும், கிள்ளுனாலும் சிரிக்கணும். சீர் கொடுக்கிறப்ப கனமா கேக்கணும். படி வாங்க வூடுவூடாப் போவும்போது ஆம்பள கிட்டெதான் பேசணும். சிரிக்கணும். சிரிச்சிப் பேசியே சரக்க எறக்கணும். ஓரக்கண்ணால பாக்கணும். ஒதட்டெக் கடிக்கணும். சடயத் தூக்கி முன்னாலெ போட்டுக்கணும். தல சீவாம, பகடரு போடாம ஒரு வேளகூட இருக்கக் கூடாது. எதெ எப்பிடி செஞ்சாலும் நம்பப் பண்டத்தெ மட்டும் காட்டக் கூடாது' என்று சொன்ன லட்சுமி, ரகசியம்போலச் சிரித்தாள். இருட்டாக இருந்தாலும் விரல்களால் மணலில் கோடு போட்டாள். ஒரு கோட்டிலேயே திரும்பத்திரும்ப விரலைப் பதித்துக் கோடு போட்டவாறு இருந்தவள் பேச ஆரம்பித்தாள்.

'எந்த ஊருக்குப் போனாலும் யார்கிட்டெ பேசுனாலும் உம்ன்னு மூஞ்சிய வச்சிக்கிட்டு இருக்கக் கூடாது. நெறயாப் பேசணும். சிரிக்கணும். சிரிக்கச்சிரிக்கக் காரியம் நடக்கும். எங்க பெரியப்பா மவதான் இதுலெ கைகாரி. ஆம்பளவோ அவகிட்டெ வரலன்னா தானாவே போயி கூட்டத்திலெ நிப்பா. எடக்குப் பேச்சிப் பேசுவா. 'கடல போடுற வெடலப் பையா, அடவு போடுற என் நெலத்துல நடவு நட வர்றியா'ன்னு கேப்பா. ஆளு கிட்டெ வந்துட்டா அவ போக்கே மாறிடும். 'கையிலெ இருந்தா காசி, அதெ எங் கையிலெ கொடுத்திட்டு பேசு'ன்னு மாறிடும். அவ நல்லவதான். எனக்குப் புடிக்கும். ஊருக்கு ஒரு தேவிடியா யாருக்குன்னுதான் ஆடுவா? அவ ஒரு ஊருக்குப் பள்ளுப் பாட போனான்னா வூட்டுல உள்ளெ அத்தன பேருக்கும் துணி வந்துடும். புளி, மொளவா, பருப்புன்னு ஒரு மாசத்திக்கி உண்டானதக் கொண்டாந்துடுவா. ஒண்ணும் கொடுக்காம அடிச்சித் தொரத்துற ஊர்லகூட அவ காரியம் பலிச்சிடும். அதே மாரி அவள மாரி பாடி ஆட முடியாது. அதனாலதான் அவளுக்குப் பட்டயம் இல்லாத ஊர்ல இருந்து கூட அவளக் கூப்புடுவாங்க. அவள மாரி சம்பாதிக்கல, வெகரமா இல்லன்னுதான் எப்பியும் எங்கம்மா என்னெத் திட்டிகிட்டே இருப்பா. 'எப்பியும் சீவலும் சிங்காரிப்புமா இரு. வடக்கத்தி நாட்டுக்காரிவோ சீலயக் கட்டு'ம்பா.'

செடலுக்கு அவள் சொல்வதைக் கேட்பதைவிட, அவளுடைய வாய் அசைவைப் பார்ப்பதில்தான் கவனமிருந்தது. அகல் விளக்கின் வெளிச்சம்போல அழகாக இருந்தாள்.

'நேரமாச்சு' என்று இரண்டு மூன்று முறை சொன்ன பிறகுதான் லட்சுமி எழுந்தாள். செடலின் மேல் கையைப் போட்டுகொண்டு நடக்க ஆரம்பித்தாள். 'ஒரு பாட்டு பாடுக்கா' என்று செடல் கேட்டாள். 'குடத்து மேலெ குடத்தெ வச்சி குந்திக்கிட்டிருக்கன், மட திறக்கப்போன மச்சான், இன்னம் எங் கடெய திறக்க

வல்லியேன்னு பாடட்டுமா?' என்று சொல்லிச் சிரித்தாள். அவளுடைய சிரிப்பை ஆற்றின் காற்று அள்ளிக்கொண்டு போயிற்று.

15

சக்கிலித் தெருப் பெண் நல்லம்மாள், குழந்தைக்கு உடம்பு சரியில்லை என்று தூக்கிக்கொண்டு வந்தாள். குழந்தையைத் தொட்டுப்பார்த்த செடல் பதறிப்போனாள். குழந்தையின் உடம்பு அனலாகச் சுட்டது. அவசரஅவசரமாகக் கைகால்களைக் கழுவிக் கொண்டு மாரியம்மன் சிலைக்கு முன் விழுந்து கும்பிட்டு, குழந்தைக்கு இன்றே காய்ச்சல் நின்றுவிட வேண்டும் என்று வேண்டினாள். பிறகு கற்பூரம் ஏற்றிய தட்டை வெளியே எடுத்து வந்து, பிள்ளையின் தலைக்கு மேலாக இடவலமாக மூன்று சுற்றுகள் சுற்றித் திருநீறை அள்ளிப் பிள்ளையின் நெற்றியில் பூசிவிட்டு, நல்லம்மாளுக்கும் பூசினாள். ஒரு கொத்து வேப்பிலை பறித்து வந்து கண்களில் ஒற்றி, பிள்ளையைச் சுற்றியிருந்த முந்தானைச் சேலைக்குள் போட்டுவிட்டு 'இன்னும் எட்டோட எட்டு நாளக்கி வந்து கோவுல்ல வௌக்குப் போடு. அப்புறம் சாவுற தன்னிலும் புள்ளெகிட்ட ஒரு நோவு நொடி வராது' என்று சொன்னவளுக்குப் பிள்ளையை வாங்கி மடியில் வைத்துக்கொள்ள ஆசை உண்டாயிற்று. ஆசையை அடக்கிக்கொண்டாள். சக்கிலிப் பிள்ளையை இவள் தூக்கியதைப் பிள்ளைகள் பார்த்துவிட்டால் போதும் 'ஹேஹே தீட்டு, யேயே சக்கிலி, எட்டப் போ, எங்களோட சேராத, யேயே சக்கிலி' என்று பறத் தெருப் பிள்ளைகளெல்லாம் கேலிபண்ண ஆரம்பித்துவிடுவார்கள். ஏற்கெனவே இவளைக் கூத்தாடிச்சி என்று சொல்லித் திட்டுவார்கள். சில நேரங்களில் தொடக்கூட மாட்டார்கள். பொட்டுக்கட்டி விட்டதால்தான் அதிகம் ஒதுக்கிவைக்காமல் இருக்கி றார்கள். இல்லையென்றால் சக்கிலிச்சியைவிட மட்ட ரகமாகத்தான் நடத்துவார்கள். பிள்ளைகள் கேலிபண்ணுவதோடு நிறுத்திவிடுவார்கள். பெரியவர்கள் என்றால் கெட்ட வார்த்தை சொல்லித் திட்டுவார்கள். அய்யருக்குத் தெரிந்தால் காதைத் திருகுவார், தொடையில் கிள்ளுவார். அதனால் சற்று விலகி நின்றபடியே 'நாளக்கி இந்நேரத்துக் கெல்லாம் காய்ச்ச போன எடம் தெரியாது. வூட்டுக்குப் போ' என்று சொல்லி நல்லம் மாளை அனுப்பிவிட்டுத் தீபாராதனைத் தட்டுடன் கோயிலுக்குள் போனாள்.

நல்லம்மாள் மட்டுமல்ல, ஊரில் எந்தக் குழந்தைக்கு உடம்பு சரியில்லை என்றா லும் கோயிலுக்குத் தூக்கிக்கொண்டு வந்துவிடுவார்கள். பிள்ளைகளை மட்டும்தான் என்றில்லை, விதைக்கிற தானியங்களைக்கூடச் செடல் கையில் கொடுத்து, படைக்கச் சொல்லி வாங்கிக்கொண்டு போவார்கள். 'அந்தக் குட்டி கை படணும், அவ தொட் டாப் போதும், நல்லா வௌயும். செவ்வானியா, பங்கியாவாக் கெடக்குற எடம்கூட நல்ல வெள்ளாம கொடுக்கும்' என்று வெளியூர்க்காரர்கள்கூட விதைத் தானியத்தைத் தூக்கிக்கொண்டு வருவார்கள். அதோடு கல்யாணமாகாத, பிள்ளையில்லாத பெண் கள், ஒரு வாரம், ஒரு மாதம் என்று உடம்பு முடியாதவர்கள்கூட வருவார்கள். எவ்வளவு பேர் வந்தாலும் செடல் முகம்முறித்துப் பேச மாட்டாள். வருபவர்கள் ஒன்றும் தராவிட்டாலும் அவர்களிடம் சண்டைக்குப் போக மாட்டாள். அய்யர் மாதிரி முதலிலேயே இவ்வளவு கொடுக்க வேண்டும் என்று கட்டாயப்படுத்த மாட்டாள்.

அவள் போன சிறிது நேரத்திற்கெல்லாம் இரண்டு நாட்களாகப் பால் குடிக்க வில்லை என்று சொல்லிப் பிள்ளையைத் தூக்கிக்கொண்டு வந்த சின்ன வண்ணாத்தி யிடம் எரிந்துவிழுந்தாள்.

‘வெளக்கு வச்சாத்தான் ஒங்களுக்கெல்லாம் வேல புரியும் போல.’

‘இல்லெ சாமி, வூடுவூடா இப்பத்தான் துணியப் போட்டுட்டு வந்தன். அந்தாளுக் குத்தான் புடிச்ச காய்ச்ச வுடல. அதோட புள்ளெக்கும் இப்ப காச்ச. நான் ஒருத்தி எதுக்குன்னுதான் ஆடுறது?’ ‘இப்ப என்னா சொல்லிட்டன்னு அயிவுற? பேசாம இரு’ என்று சொல்லிவிட்டு, சின்ன வண்ணாத்தியின் கையிலிருந்த கற்பூரத்தை வாங்கிக் கொண்டு கோயிலுக்குள் வேகமாகப் போனாள். கற்பூரத்தைக் கொளுத்தி தீபாராதனை காட்டிவிட்டுத் தட்டை வெளியே எடுத்துவந்து பிள்ளையின் முகத்திற்கு நேராகக் காட்டி, பிள்ளையின் நெற்றியில் திருநீறு பூசிவிட்டு, சின்ன வண்ணாத்தியின் நெற்றி யிலும் பூசிவிட்டாள். ஆரத்தித் தட்டை உள்ளே கொண்டுபோய் வைத்தபின் கதவைச் சாத்திவிட்டுச் சின்ன வண்ணாத்தியிடம் வந்தாள். உட்கார்ந்திருந்த கிழவி எழுந்து வந்து பிள்ளையைத் தொட்டுப்பார்த்துவிட்டு ‘இன்னம் எட்டு நாழிக நேரத்துல காச்ச நின்னுடும் போ’ என்று சொன்னாள். பிள்ளையைத் தூக்கிக்கொண்டு வண் ணாத்தி போனாள். அவள் சிறிது தூரம்கூடப் போயிருக்க மாட்டாள், செடல் திடுதிடு வென்று ஓடி வழியை மறித்து வண்ணாத்தியிடம் ரகசியம்போல சொன்னாள்: ‘காச்ச நிக்கலன்னா அய்யருகிட்டெ போவாம, பாதிரியாரப் போயிப் பாரன். அவரு ஏதோ பாக்கு மொத்தத்துல மருந்து தர்றாராம், அதெ மென்னு மியிங்கிப்புட்டா பட்டுன்னு காச்ச நின்னுபோவுதுன்னு சொல்லிக்கிறாங்க.’

‘ஆரு சாமி சொன்னா?’

‘ஊருல எல்லாரும்தான் பேசிக்கிறாங்க. குடித் தெரு சனங்கயெல்லாம் பாதிரி யார் கிட்டெதான் வர்றாங்களாம்.’ ‘எஞ்சாமி, நீ நல்லாயிருப்ப’ என்று சொல்லி இவளுடைய தலையில் குனிந்து முத்தமிட்டுவிட்டு மாதா கோயில் பக்கமாகச் சின்ன வண்ணாத்தி நடக்க ஆரம்பித்ததும், செடல் திரும்பிக் கிழவியிடம் வந்தாள்.

பாதிரியார் பறத் தெருவுக்குள் என்று நுழைந்தாரோ அன்றே அவருடன் தொள்ளக் காதன் ஒட்டிக்கொண்டுவிட்டான். அவர் போகுமிடமெல்லாம் ஒட் டுண்ணியாகக் கூடவே போனான். மாதா கோயில் கட்டுவதிலும், பள்ளிக்கூடம் கட்டுவதிலும் கங்காணியாக வேலை பார்த்துக்கொண்டு, பக்கத்துக் கிராமங்களுக்கும் பாதிரியாருடன் போய்ச் சொந்தக்காரர்களை, அறிந்த முகங்களை, தெரிந்த முகங் களைப் பிரசங்கம் கேட்கக் கூட்டிக்கொண்டு வருவான். எந்தெந்த ஊர் எப்படி யெப்படிப்பட்டது, சனங்கள், தகராறு செய்பவர்கள், அவர்களைச் சமாளிக்கும் முறை பற்றியெல்லாம் பாதிரியாருக்குப் புட்டுபுட்டு வைப்பான். பறத் தெருவில் யார் வீட்டில் என்ன விசேஷம் நடந்தாலும், அந்த வீட்டுக்குப் பாதிரியாரை இழுத்துக் கொண்டு போய்விடுவான். முக்கியமாக தன்னுடைய பெயரான வடமலை என்பதை ஜான் என்றும் தன்னுடைய மகன்களின் பெயர்களை அந்தோணிசாமி, மைக்கேல் என்றும், பெண்டாட்டி கருப்பாயியின் பெயரை ரோசி என்றும் பெயர் மாற்றிக் கொண்டான். இதனால் அவனை ஊரிலுள்ளவர்கள் ‘வேதப் பறையன்’ என்று கூப்பிட ஆரம்பித்துவிட்டனர். பார்ப்பதற்கு ஆள் வாட்டசாட்டமாகப் பனைமரம்போல இருப்பான். அவனும் பாதிரியாரும் ஒன்றாக நடந்து போனால் மஞ்சள் சேலையையும் கருப்புச் சேலையையும் கட்டித் தொங்கவிட்டது போலிருக்கும். பாதிரியாருடன் சுற்றுவதைவிட, காய்ச்சல், தலைவலிக்கு வெள்ளைக்காரன் மருந்தைக் கொண்டுவந்து கொடுப்பதால்தான் அவனுக்குப் பல ஊர்களில் அதிக மதிப்பும் மரியாதையும் ஏற்பட்டிருந்தது. பாதிரியார் கொடுத்த துணிகளைப் போட்டுக்கொண்டு அவன் தெருவில் போகும்போதெல்லாம் குறத்திகளைத் துரத்துவதுபோல நாய்கள் அவனைத் துரத்திக்கொண்டே ஓடும்.

16

விளையாடிவிட்டு வந்த செடலைக் கண்டதும் கிழவிக்குக் கோபம் வந்தது. திட்ட ஆரம்பித்தாள். 'இத்தப் பெரிய பொட்டச்சி அடுப்புக்கு ஒரு குச்சி கோலு பொறுக்கி யார வாண்டாம்? ஆளு மட்டும் தடிச்சி வீமசேனனாட்டம் இருந்தா ஆச்சாங்கறன்? சோறு மட்டும் சட்டிச்சட்டியாத் தின்னுட்டாப் போதுமா, இப்பிடியே ஊர்சுத்தி மாடாட்டம் இருந்தா வாயிந்திடும் பொயப்பு. நானும் எம்புட்டு நாளக்கித்தான் பாக்குறது? நாளுக்கு நாளு வெவரம் முத்திக்க வாண்டாமா? நானும் எத்தன நாளக்கித் தான் பீமேல குந்தியிருக்கிற புள்ளெயாச்சேன்னு இருக்கிறது? ஊரு ஒலகத்துல இருக் கிற புள்ளிவோ மாரி கவடமாவா இருக்கச் சொல்லுறன்? ஆறு வருசமா இவகிட்ட வயக்காடியே என் உள்ள உசுரும் போயிடிச்சி. இனிமேக்கொண்டு வம்பு வயக்குப் பண்ண என்னால் முடியாதுடா, நொள்ள தெய்வமே. சீக்கிரமா என் வாயில எள்ளும் தண்ணீயும் ஊத்துடா பகவானேன்னு தவசு பண்ணுறன். ஆனா, அந்தக் கண்ணுகெட்ட தெய்வத்துக்குக் கண்ணு பாக்கல, காது கேக்கல' என்று கிழவி செடலைத் திட்டிப் பேசினாள். அவளுக்கு எவ்வளவு நேரம் பேசிக்கொண்டிருந்தாலும் வாய் வலிக்காது. செடலுக்காகப் பேசுபவர்களின் வார்த்தை அவளுடைய காதில் விழாது. அவள் தன் போக்கிலேயே பேசி, தானாகவே ஓய்ந்தால்தான் உண்டு. கிழவி எப்போது பேச ஆரம்பித்தாலும் முடிக்கும்போது மட்டும் தன்னை இதுவரை சாகடிக்காமல் இருக்கும் எமனைத் திட்டாமல் பேச்சை முடிக்க மாட்டாள். 'அந்த கயிசர நாயி என்னெ மட்டும் எதுக்கு வுட்டு வச்சியிருக்கான்? அவன மட்டும் நான் நேருல கண்டன், கேட்டா கேளு வுட்டா வுடு, நாலு கேவியும் நாலு கேவியா கேட்டுப்புடுவன் பங்கம்போனவன.'

கிழவி திட்டியதைக் காதில் வாங்கிக்கொள்ளாமல் செல்லியம்மன் கோயில் இருக்கும் கீரனூர், பொரசக்குறிச்சி, தொண்டங்குறிச்சிக்கும் மற்ற ஊர்களுக்கும் எப்போது போகலாம் என்று செடல் கேட்டாள். அதற்குக் கிழவி, ஒவ்வொரு ஊருக் கும் வரிசையாகப் போய்வர முடியாது. ஒவ்வொரு ஊராகப் போய், கோயிலில் தங்கிக்கொண்டு படியை வாங்கிவந்து சேர்க்க ஒரு மாதம் பிடிக்கும், அதோடு திரு விழாக்களுக்கும் போக வேண்டும், ஒரே தேதியில் இரண்டு ஊர்களில் திருவிழா போட்டுவிட்டால் சிக்கலாகி விடும் என்று பேசியபடியே இருந்தவள், வீட்டு வாசலில் முந்தாணியை விரித்துப் போட்டுத் தலையைச் சாய்த்தவள்தான், மறுநொடியே தூங்கிப்போய்விட்டாள்.

* * *

இருள் இறங்குவதற்கு முன்னமே கோயிலில் விளக்கேற்றிவிட வேண்டும். தாமத மானால் அய்யர் திட்டுவார். உடம்பு சரியில்லாத பெண்ணைப் பார்க்கப் போனதால் ரொம்ப நேரமாகிவிட்டது. அதனால் செடல் அவசரஅவசரமாகக் கை, கால், முகம் கழுவிக்கொண்டு வந்து, அகல் விளக்கின் திரியைச் சரிசெய்து, எண்ணெய் ஊற்றி, விளக்கை ஏற்றி ஒவ்வொரு மாடமாக வைத்துவிட்டு நெடுஞ்சாண்கிடையாக விழுந்து கும்பிட்டுவிட்டு, திருநீறு எடுத்துப் பூசிக்கொண்டு வெளியே வந்தாள். வாசலில் குழம்புச்சட்டி நின்றுகொண்டிருந்தாள். விசயத்தைக் கேட்டதுமே, வேப்பமரத்தில் ஏறிக் கொத்தாகக் தழையை ஒடித்து எடுத்துக்கொண்டு கிழவியிடம்கூடச் சொல்லாமல் குழம்புச்சட்டியுடன் வேகமாகப் பறத் தெருவுக்கு நடக்க ஆரம்பித்தாள்.

எதிரில் வந்த தொம்பக் கிழவி மடியிலிருந்த மரவள்ளிக் கிழங்கு ஒன்றை எடுத்துச் செடலிடம் நீட்டினாள். செடல் தொம்பக் கிழவியைப் பார்த்தாள். காலையிலிருந்தே சோறு சாப்பிடாததால் பசி வயிற்றைக் கிள்ளியது. இருக்கிற பசிக்கு ஒரு தூக்குக் கிழங்கைக்கூடத் தின்றுவிடலாம்போலிருந்தது. ஆனால், தொம்பக் கிழவி கொடுக்கிற கிழங்கை வாங்கித் தின்பதைப் பிள்ளைகள் பார்த்தால் தீட்டு ஒட்டிக்கொண்டதாகச் சொல்லி நையாண்டி செய்வார்கள். விளையாட்டிலும் சேர்த்துக்கொள்ள மாட்டார்கள். விளை யாட்டில் சேர்த்துக்கொள்ளாவிட்டால் என்ன செய்வது என்ற கவலையில் 'எனக்குக் கெயங்கும் வாண்டாம், ஒண்ணும் வாண்டாம். நீ எட்டப் போ. என்னெத் தீண்டாத' என்று வீம்பாகச் சொல்லிவிட்டு முன்னே போய்க்கொண்டிருந்த குழம்புச் சட்டியை நோக்கி ஓட ஆரம்பித்தாள்.

நீச்சுநினைவில்லாமல் தன்னைச் சுற்றி என்ன நடக்கிறது என்பதுகூடத் தெரியாமல் பிள்ளை பெற்ற பெண் மாதிரி மயங்கிக் கிடந்த அருந்தாளைப் பார்க்கப் பாவமாக இருந்தது. குழம்புச்சட்டியின் மேல் எரிச்சல் உண்டாயிற்று. அம்மை போட்டிருக்கும் பிள்ளையைப் படுக்கவைத்திருக்கும் இடத்தில் முறம், புட்டி, குண்டான், சொம்பு, துணிகள் என்று இறைந்து கிடந்தன. கூட்டாத வீடு மாதிரி இருந்தது. எல்லாவற்றையும் விட, அந்த இடத்தில் அழுகல் நாற்றமும் மூத்திர வாடையுமாக இருந்தது. ஒரு திண்ணையில் கோழிகள் கவிழ்க்கப்பட்டிருந்தன. வாசலை ஒட்டி ஆடுகள் கட்டப்பட்டிருந்தன. பக்கத்தில் மாடுகள் கட்டப்பட்டிருந்தன. அதே இடத்தில் மாடுகளுக்கான தீனி, சோளத் தட்டை, புல் கட்டு என்று கிடந்தன. குதிருக்குப் பக்கத்தில் அருந்தாள் படுத்திருந்தாள். காற்று வர முடியாத இருளடைந்த இடமாக இருந்தது. அவளுடைய தலைமாட்டுக்குப் பக்கத்தில் ஒரு முழ உயரத்திலிருந்த விளக்குத் தண்டின் மேல் இருந்த விளக்கும் எண்ணெயில்லாமல் மங்கலாக எரிந்துகொண்டிருந்தது. வீட்டுக்குள் வந்த கொஞ்ச நேரத்திலேயே செடலுக்கு வியர்த்து ஒழுக ஆரம்பித்துவிட்டது. ஆனாலும் அருந்தாளுக்குப் பக்கத்தில் உட்கார்ந்து, அய்யர் சொல்லிக்கொடுத்திருந்தபடி, வேப்பிலைக் கொத்தை அவளுடைய தலையிலிருந்து பாதம்வரை தடவிக்கொண்டே வந்து தரையில் தட்டியவாறே பாட ஆரம்பித்தாள்:

'அரண்மனயத்தான் விட்டு ஆத்தாளே வாருமம்மா
வெளயாட்டத்தான் மறந்து இந்த முகம் பாருமம்மா
சந்நிதியத்தான் விட்டுத் தாயாரே வாருமம்மா
பச்சில ரதமேறி பார்வதியே வாருமம்மா
தில்லவனம் எல்ல விட்டுத் திரும்ப வேணும் இந்த முகம்
பூணாரம் பூண்டவளே உன் புள்ளெயத்தான் பாருமம்மா
வருந்தி அழெக்கிறன் உன் வண்ண முகம் காணாமல்
தேடி அழெக்கிறன் தேவி முகம் காணாமல்
உற்ற தொண நீயிரும்மா
பக்கத் தொண நீயிரும்மா!
உன் பாலகன் படும் துயரம் மாதாவே பாக்கலியோ.'

அம்மை போட்டுள்ளவர்களுக்கு அம்மை இறங்குவதற்காகப் பாடும் பாடல்களில் அய்யர் சொல்லிக்கொடுத்தது மாதிரியே ஐந்தாறு பாடல்களைப் பாடி முடிப்பதற்குள் செடலுக்கு இடுப்பில் வலி 'விண்விண்' என்று தெறிக்க ஆரம்பித்தது. கால்கள் மரத்துவிட்டிருந்தன. கால்களில் தேள் கடித்து நெறி ஏறுவதுபோல் ஏறிக்கொண்டிருக்கவே, பாடியதே போதும் என்று கடைசியாக ஒரு முறை வேப்பிலையால் தலையிலிருந்து பாதம்வரை தடவிக்கொண்டே வந்து தரையில் தட்டி விட்டு, எழுந்து நின்று,

வியர்வையைத் துடைத்துக்கொண்டாள். புதிய வேப்பந்தழைகளைப் படர்த்திப் போட்டு அதன்மீது அருந்தாளைப் படுக்கப் போட்டாள். இவள் தழையை மாற்றிப் போட்டால் அம்மை சீக்கிரம் இறங்கிவிடும் என்பதால் அம்மை போட்டுள்ள வீட்டார்கள் இவளைக் கட்டாயப்படுத்தி இழுத்துக்கொண்டு போய்த் தழையை மாற்றிப் போடவைப்பார்கள். தழையை மாற்றிப் போட்டுவிட்டுப் பிறகு, செடல் திருநீறை எடுத்து அருந்தாளின் நெற்றியில் பூசி, வாயிலும் சிறிது போட்டுவிட்டு வெளியே வந்தாள். குளிர்ந்த காற்று முகத்தில் பட்டதும்தான் போன உயிர் திரும்பி வந்தது போலிருந்தது. குழம்புச்சட்டி இவளிடம் பேச்சுக் கொடுத்தாள். அவளுடைய முதல் பெண் தங்கத்துக்குப் பெண்பார்க்க நாள் குறித்திருந்த நேரத்தில் அம்மை போட்டுவிட்டதுபற்றிச் சொன்னவள், 'மாப்ள வூட்டுக்காரங்க என்னா நெனச்சிக்கிறாங்களோ!' என்று சொல்லிப் புலம்பினாள். அவள் சொல்வதைக் காதில் வாங்காமல் கோயிலுக்குப் போக வேண்டும் என்ற எண்ணத்தில் 'கருவாட்டு வாட ஆவாது. கவுச்சிய கிட்டெ அண்ட வுடாத. வேப்பெலய கனமாப் போட்டு வெதவெதன்னு சுடுதண்ணீய வேள தவறாம ஊத்து. படுக்கயில புதுத் தவ போடு. கண்டகண்ட வூட்டுப் புள்ளுவோள யெல்லாம் வூட்டுக்குள்ளார வுடாத. தீட்டு ஆவாது. பாய் படுக்கெ கூடாது' என்று மடமடவென்று சொல்லிவிட்டுக் கோயிலை நோக்கி நடக்க ஆரம்பித்தாள்.

17

வேப்பமரத்தடியில் தொம்பக் கூட்டத்துடன் குறவர் கூட்டமும் சேர்ந்துகொண்டதால் எப்போது பார்த்தாலும் ஒரே இரைச்சலாக இருந்தது. இரண்டு வயது, மூன்று வயதுப் பிள்ளைகளுக்குக்கூடப் பொறுமையாகப் பேசத் தெரியாது. தொலைவில் உள்ளவர்களிடம் பேசுவதுபோல்தான் உரக்கக் கத்திப் பேசுவார்கள். சாதாரணமாகப் பேசுவதே சண்டை போட்டுக்கொள்வது போலிருக்கும். தொம்பக் கூட்டத்தைவிடக் குறவர் கூட்டம்தான் மோசம். கோயிலில் விளக்கேற்றிவிட்டு வந்த செடல் கிழவிக்குப் பக்கத்தில் வந்து உட்கார்ந்துகொண்டாள்.

செடலால் சிறிது நேரம்வரைதான் கிழவியும் தர்மகர்த்தாவும் பேசிக்கொண்டிருப்பதைக் கேட்க முடிந்தது. தொம்பக் கூட்டமும் குறவர் கூட்டமும் போடுகிற இரைச்சலில் எதைக் கேட்க முடியும்? சந்தைக்குள் நுழைந்துவிட்ட மாதிரி இருந்தது. எத்தனை முறைதான் சொல்ல முடியும்? அவர்களிடம் மட்டுமல்ல அய்யர், தர்மகர்த்தா என்று எல்லாரிடமும் சொல்லிப்பார்த்தாயிற்று. யாரிடம் சொன்னாலும் ஒவ்வொருவருக்கும் ஒவ்வொரு விதமான பதில் வைத்திருப்பார்கள். அதிலும் தொம்பக் கூட்டத் தில் இருந்த கிழவி சாக்குப்போக்குச் சொல்லி, மடங்காதவர்களையும் மடக்கி விடுவாள். தொம்பக் கூட்டம் வந்து ஒரு மாதம்தான் ஆகிறது என்றாலும் அவர்கள் நடந்துகொள்ளும் முறையைப் பார்த்தால் பரம்பரைபரம்பரையாக இந்த ஊர் மண்ணிலேயே பிறந்து, இந்த ஊர் ஆற்றுத் தண்ணீரையே குடித்து வளர்ந்தது போலிருக்கும். தர்க்காசு கட்டிய இடம் மாதிரி கோயிலுக்குப் பின்புறமுள்ள கருவேலம் புதர்க் காட்டில் இரண்டு பட்டி மாட்டுச் சாணி கொட்டுகிற அளவுக்குக் குப்பைப் பள்ளம் சீர்செய்து, தெருவிலிருந்து பொறுக்கிவரும் பன்றி விட்டைகளைக் கொட்டி, குவித்துவைக்க ஆரம்பித்துவிட்டனர். இதனால், அந்தப் பகுதியிலிருந்து கெட்ட வாடை வர ஆரம்பித்துவிட்டது. ஆனால், அந்த வாடை தொம்பப் பெண்களை

ஒன்றும் செய்யாது. தண்ணீர்க் குடத்தை இடுப்பில் வைத்துக்கொள்வதுபோல வெட்டிக் கூடையை இடதுபக்க இடுப்பில் வைத்துக்கொண்டு, ஒரு மார் அளவு நீளமுள்ள மூங்கில் பிளாச்சை இரண்டு விரல் தடிமன் மொத்தத்துக்குத் தயார்செய்து, அதன் முனையில் கொட்டாங்கச்சியைச் செருகி அகப்பை போலச் செய்து, பிளாச்சின் முனையில் வைத்து ஆணியால் அடித்து, பன்றி விட்டைகளைக் காலால் தள்ளி அகப்பைபோல இருக்கும் கொட்டாங்கச்சியால் எடுத்து முகம் சுளிக்காமல் மூக்கை மூடிக்கொள்ளாமல் வெட்டிக் கூடையில் போட்டு எரு சேர்ப்பார்கள். சரியாகக் காயாமலிருந்தாலும், முடை நாற்றமடித்தாலும், புதராக, முள் காடாக இருந்தாலும், நுழைந்துநுழைந்து பொறுக்குவார்கள். ஒரு நாளைக்குள் குறைந்தது தலைக்கு இரண்டு, மூன்று கூடைகளாவது பொறுக்கிவிடுவார்கள். சேர்த்துவைத்த எருவை வண்டி இன்ன விலை என்று பேசி விற்றுவிடுவார்கள். மாட்டு எருவைவிடப் பன்றி எருவைத் தான் போட்டிபோட்டு வாங்கிக்கொண்டு போவார்கள். இதனால் தொம்பப் பெண்கள் சிறிது நேரம்கூட ஓய்வு ஒழிச்சலாக உட்கார்ந்திருக்க மாட்டார்கள். ஒரு ஊரில் இரண்டு, மூன்று மாதங்கள்தான் தங்குவார்கள். அதற்குள் எவ்வளவு முடியுமோ அவ்வளவு எரு பொறுக்கிச் சேர்த்து விற்றுத் தானியமாக்கிவிடுவார்கள். ஒன்றிரண்டு பெண்கள்தான் மரச்சீப்பு, ஈறுகுளி, அகப்பை, அகப்பைக்கூடு என்று விற்கப் போவார்கள். பன்றி விட்டைகளையும், அடுப்புச் சாம்பல், அடுப்பெரிக்கும் சுள்ளிக் குச்சிகள் என்று ஒவ்வொன்றையும் தூரமாகக் கொட்ட வேண்டும் என்று ஒரு நாளைக்கு நூறு முறையாவது செடல் சொல்லியிருப்பாள். ஆனால், அவளுடைய பேச்சை யார் கேட்கிறார்கள்?

கிழவியிடம் சொல்லிக்கொண்டு தர்மகர்த்தா கிளம்பிப் போன மறுநொடியே செடல் கிழவியிடம் தொம்பக் கூட்டத்தையும் குறவர் கூட்டத்தையும் தங்கவிட்டதற்காகச் சண்டைக்குப் பாய்ந்தாள். கிழவியிடம் முறைத்துப் பேசிக்கொண்டிருப்பதைப் பார்த்த தொம்பக் கிழவி சோற்றுக் கிண்ணியை எடுத்துக்கொண்டு வந்து செடலுக்குப் பக்கத்தில் உட்கார்ந்துகொண்டு, இடது கையால் அவளுடைய கன்னத்தைக் கிள்ளிவிட்டு, 'இந்த எடத்தெ நாங்க தலயிலியா சாமி தூக்கிகிட்டுப் போவப்போறம்? இன்னும் எத்தன நாளோ! இன்னிக்கோ, நாளக்கோன்னு இருக்கோம். நாங்க எத்தன நாளு இருந்தாலும் நாங்களோ, எங்க புள்ளிவளோ கோவுலுக்குள்ளார அடிவச்சிப் பாத்திருக்கியா, வெரல நீட்டி சொல்லு பாப்பம். கட்டுமானமாத்தான இருக்கோம். ஒரு குத்தங்கொற சொல்லச்சொல்லு பாப்பம். ஒங்கள அண்டி பொயக்கத்தான தேசம் வுட்டு தேசம் சட்டியத் தூக்கிகிட்டு வர்றோம். ஒன் வாயால அதுவும் சாமிப்புள்ள வாயால இப்படி எல்லாம் பேசலாமா கண்ணு?' என்று சொல்லிவிட்டு அதே இடத்தில் உட்கார்ந்து சாப்பிடவும் ஆரம்பித்தாள். எண்பது, தொண்ணூறு வயது இருக்கும். அதிகம் நடக்க மாட்டாள். உட்கார்ந்த இடத்திலேயே இருந்துகொண்டு எட்டு மகன்களுக்கும் மருமகள்களுக்கும் பேரன், பேத்திகளுக்கும் வேலையிடுவதுதான் அவளுடைய வேலை. முப்பதுக்கும் அதிகமான நபர்கள் கொண்ட அந்தக் கூட்டத்தில் கிழவியின் வார்த்தைப்படிதான் எல்லாரும் நடந்தார்கள். ஒவ்வொரு வருஷமும் தவறாமல் இந்த ஊருக்கு வந்துவிடுவாள். ஊரை விட்டுப் போகும்போது தானியம் வாங்கிக் கொள்ளாமல் செடலுக்கு மட்டும் மரச்சீப்பு, ஈறுகுளி, அகப்பை, அகப்பைக் கூடு என்று தந்துவிட்டுப் போவாள். மீறி இவள் தானியம் கொடுத்தாலும் வாங்க மறுத்து 'அதுக்கு செஞ்சா நம்பளுக்குத்தான் புண்ணியம், தெய்வக் காரியம்' என்று சொல்வாள். இவள் எவ்வளவு திட்டினாலும், பேசினாலும் கோபித்துக்கொள்ள மாட்டாள்.

சோற்றைப் பிசைந்தவாறே சோற்றுக் கிண்ணியை எடுத்துக்கொண்டு வந்த, கூடை, முறம் பின்னுகிற குறவப் பெண், தொம்பக் கிழவிக்குப் பக்கத்தில் வந்து உட்கார்ந்து சோறு சாப்பிட்டுக்கொண்டே 'யே ஆயா, சனம் போறது தெரியலியா? பாரதம் படிக்க ஆரம்பிச்சிட்டாங்கபோல இருக்கு' என்று தொம்பக் கிழவியிடம் பேச்சுக் கொடுத்தாள். 'சட்டுப்புட்டுன்னு சோத்த ரெண்டு வாயா அள்ளிப் போட்டுக் கிட்டு கௌம்புங்கடி பொண்டுவளா' என்று மருமகள்களுக்கும் பேத்திகளுக்கும் குரல் கொடுத்தாள் தொம்பக் கிழவி. அதோடு செடலிடம் 'எங் கூட வரியா கண்ணு, இல்லெ, பின்னால வரியா, ஒன்னெ காணுமின்னு தேடப்போறாங்க' என்று சொல்லி விட்டுக் கைகழுவ வேப்பமரத்தடிக்குப் போனாள்.

பறத் தெருவிலிருந்து ஈச்சம் பாய், கோரைப் பாய், சாக்கு என்று எடுத்துக்கொண்டு சனங்கள் ஆற்றுப் பக்கம் திரைதிரையாகப் போவது தெரிந்தது. தொம்பக் கூட்டமும் குறக்கூட்டமும் கிளம்பிப் போக ஆரம்பித்தது. பாரதம் படிக்கவில்லையென்றால் தொம்பக் கிழவியின் மகன் ஏழுமலையின் ஆட்டம் நடக்கும். அதைப் பார்க்க ஊர்ச் சனம் திரண்டுவரும். பாரதம் படிப்பதால் தன்னுடைய ஆட்டத்தை ஒருவரும் பார்க்க மாட்டார்கள் என்று அவன் மாட்டுக் கொம்பு சீவப் போய்விட்டான். வெளியூர்களுக் குப் போன தொம்பர்கள் எப்போது திரும்பி வருவார்கள் என்பது தெரியாததால் தொம்பப் பெண்கள் முன்னதாகவே கிளம்பிவிட்டிருந்தார்கள். எல்லாரும் போய் விட்டார்கள். ஆனால், கிழவி மட்டும் அசையாமல் குந்தாணிக்கல் மாதிரி உட்கார்ந் திருந்தாள். செட லுக்கு எரிச்சலான எரிச்சல் உண்டாயிற்று. குடித் தெருவில் இவளைக் காணோம் என்று யாராவது தேடினால் என்ன செய்வது என்று செடலுக்கு ஒரே பர பரப்பாக இருந்தது. பாரதம் படிக்கிற இடத்திற்குப் போய் உட்கார்ந்தால்தான் அவ ளுக்குப் பரபரப்பு தணியும் போலிருந்தது. தொம்பக் கூட்டமும் குறவர் கூட்டமும் போய்விட்டது. கிழவி ஏன் இன்னும் நேரத்தை வளர்த்திக்கொண்டிருக்கிறாள்? நேரமாகநேரமாக, பரபரப்பும் அவசரமும் கூடிக்கொண்டேயிருந்தது. இவளுக்கு மட்டுமல்ல, பறத் தெரு, குடித் தெரு சனங்கள் எல்லாருக்குமே பாரதம் நடக்கும் பதினெட்டு நாட்களுக்கும் தூக்கமே வராது. குடித் தெருவில் மதில்சுவர் வைத்து மூன்று காணி அளவுக்கும், இரண்டு பனை உயரத்துக்கும், சிவன், பெருமாள் கோயில் கள் என்றிருந்தாலும் செல்லியம்மன் கோயிலில் மட்டும்தான் பாரதம் படிப்பார்கள். பாரதம் கேட்கச் சுற்று வட்டாரத்துச் சனங்களெல்லாம் பொழுது சாய ஆரம்பித்ததுமே திரள்திரளாக வந்து குவிந்துவிடுவார்கள். கோயிலுக்கு முன் ஒரு காணி அகல நீளத் துக்குப் பெரிய பந்தல் போட்டிருப்பார்கள். பந்தலுக்குள் உள்ளூர், வெளியூர் குடித் தெருக்காரர்கள் உட்கார்ந்திருப்பார்கள். பந்தல் காலுக்குச் சிறிது தள்ளிச் சுற்றிலும் பறச் சாதி மக்கள் உட்கார்ந்திருப்பார்கள். பாரதம் ஆரம்பிக்கும்போது, நடராஜ பிள்ளையின் வீட்டுத் திண்ணையில்தான் ஆரம்பிக்க வேண்டும். முதல் இரண்டு பாட்டுப் பாடி முடித்த பிறகுதான் கோயிலுக்கு வரலாம். இப்பழக்கம் பரம்பரையாகத் தொடர்ந்துவருவது. அதனால் பாரதம் படிக்க ஆரம்பித்து முடிக்கும்வரை, பாரதம் படிப்பவர்களுக்குச் சாப்பாடு, வெற்றிலைபாக்கு, தட்சணை, அங்கவஸ்திரம், சம்பளம், போக்குவரத்துச் செலவு என்று எல்லாவற்றையும் பிள்ளையே செய்துவிடுவார். பாரதம் முடிந்த மறுநாள் அன்னப் படையல் நடக்கும். அன்னப் படையலின்போது யார் வேண்டுமானாலும், எவ்வளவு வேண்டுமானாலும் சாப்பிடலாம். பறத் தெருக்காரர் களுக்கு என்று தனியாக இடம் ஒதுக்கியிருப்பார்கள். அதிலும் செடலுக்குத் தனி இடம் ஒதுக்கியிருப்பார்கள். திருவிழா முடியும்வரை மூன்று வேளைச் சோறும்

அவளுக்குக் கோயிலில்தான். சோற்றையும் குழம்பையும் கேட்கக்கேட்கக் கொட்டுவார்கள். அன்னப் படையல் நடக்கும் நாளில் சாப்பிடாமல் ஒரு ஆள்கூட இருக்கக் கூடாது என்று தோட்டியை விட்டுத் தமுக்குப்போட்டுவிடுவார்கள். அன்னப் படையல் நடத்துவதற்காகக் கோனார்கள், கவுண்டர்கள், உடையார்கள் என்று பத்து பேர் கூடிக் காவடி எடுத்துக்கொண்டு தானியம், அரிசி, குழம்புச் சாமான்கள் சேகரிக்கக் கிளம்பி விடுவார்கள். ஆர்மோனியம், மேளம், தாளம் எல்லாம் வாசித்து 'யே ராமா ஜெய ஜெய ராமா, சீத்தா ராமா, ஜெய ஜெய ராமா' என்று ஒவ்வொரு ஊராகப் போய்ப் பாடி ஒவ்வொரு வீட்டிலும் கொடுப்பதை வாங்கிக்கொள்வார்கள். ஊர் திரும்பும் போது அரிசி, பருப்பு, மிளகாய், புளி, உப்பு, மஞ்சள், நெய், பரங்கிக்காய், பூசணிக் காய் என்று மூட்டை மூட்டையாகக் கொண்டுவருவார்கள். அதோடு ஊரிலும் வரி போட்டு அன்னப் படையலைச் சுற்றுவட்டாரத்துச் சனங்களெல்லாம் மெச்சும்படியாக நடத்துவார்கள்.

'என்னெ காணும்னு கோவுல்ல யாராச்சும் தேடுனா என்ன செய்வ? வூட்டுக்கு ஏன் போனன்னு கேட்டு அடிச்சா நீயா அடி வாங்குவ?' என்று சொன்ன செடலின் நச்சரிப்புத் தாங்க முடியாமல், விரித்துப் போட்டு உட்காரச் சாக்கு ஒன்றை எடுத்துக் கொண்டு கிழவி முன்னே நடக்க, செடல் அவளை ஒட்டி இணையாக நடக்க ஆரம்பித் தாள். 'திருநா போடுற மொத அன்னிக்கும் கடேசி அன்னிக்கும்தான் ஒன்னெத் தேடு வாங்க. மத்த நாளுல ஒன்னெயாரு தேடப்போறாங்க? எதுக்குப் பறக்குறவ?' என்று சொன்னாள் கிழவி. ஆற்றுக்கு அருகில் வரும்போது செடல் கேட்டாள், 'நம்ப தெருவுல ஏன் ஆயா பாரதம் படிக்கிறதில்ல? பெருமா கோவுலு, சிவன் கோவுலுயெல்லாம் நம்ப தெருவுல ஏன் இல்லெ? அதெல்லாம் நம்ப சாமி இல்லியா? துரோதம்மன் கோவுலு கூட குடித் தெருவுலதான இருக்கு?' என்று கேட்டவளுக்குப் பதிலொன்றும் சொல்லா மல் 'நேரமாச்சு, எட்டி நடந்து வாடி' என்று கிழவி சொன்னாள்.

'நேத்து எந்த எடத்துல ஆயா கதெ நின்னுச்சு?'

'பாதியில பாதியில தூங்கிப்புட்டு வந்து என்னெக் கேளுடி.'

'நான் இன்னிக்கித் தூங்க மாட்டன். நேத்து வுட்ட எடத்த மட்டும் சொல்லு.'

'சொல்றன், பேசாம வாடி.'

'ஆரம்பத்துலயிருந்து ஒரு வாட்டி சொல்லு. அப்பத்தான் எனக்கு கதை நல்லாப் புரியும்.'

'அதுக்கு நானாடி ஆளு?'

'சொல்லு. இல்லன்னா நான் வல்ல. நான் கோவுலுக்குப் போறன்.'

'சரி வா, சொல்றன்.'

18

எந்த ஊருக்குப் பள்ளுப் பாடப் போனாலும் செடலுக்கும் சேர்த்துத்தான் காப்புக் கட்டுவார்கள். பெரும்பாலும் பங்குனி மாத அமாவாசைக்கு அடுத்த ஐந்தாம் நாள் கொடியேற்றம் நடத்துவார்கள். பாரதப் பூசாரி, தர்மகர்த்தா, தாதன் என்று பலர் இருந்தாலும் இவளுக்குத்தான் வேலை அதிகம். எல்லாக் காரியத்திற்கும் இவளைத் தான் முன்னிறுத்துவார்கள். காப்புக்கட்டினார்களோ இல்லையோ, இவளை உண்டு இல்லை யென்று செய்துவிடுவார்கள். முதலில் செவிட்டு அய்யனார் கோயிலுக்கு

அழைத்துக் கொண்டு போய் பள்ளுப் பாட வைப்பார்கள். பிறகு தூண்டி கருப்பன், எல்லைக்கருப்பு என்று ஆரம்பித்து மொத்தமுள்ள ஒன்பது சாமிகளுக்கும் பாட வைப் பார்கள். ஒவ்வொரு சாமி இருக்கும் இடத்திற்கும் போய் மங்களத்தில் ஆரம்பித்து, நாட்டப் பாட்டு என்று ஒவ்வொரு சாமிக்கும் குறைந்தது ஐந்து பாடமாவது பாட வேண்டும். ஒவ்வொரு பாடத்திற்கும் மூன்றுமூன்று பாட்டுகள். பாட்டுகள் பாடுவதை விடப் பெரும் கஷ்டம் வெயிலும் வியர்வையும்தான். தோரணமாகக் கட்டிய வேப் பிலை மாலையை இடையிலும், தலையிலும் கட்டிக்கொள்வதோடு, கழுத்திலும் மாலையாகப் போட்டுக் கொண்டிருக்க வேண்டும். இரண்டு கைகளிலும் வைத்துள்ள வேப்பங்கொத்தை ஆட்டி ஆட்டிப் பாடவேண்டும். சொணசொணப்பு மாதிரி வேப்பந்தழை அரிக்கும். இடையிலும் தலையிலும் கட்டியுள்ள கட்டு இறுகி வலி யெடுக்கும். அதைவிட 'சத்தனா பாடு சத்தனா பாடு' என்று சொல்லி கூட்டம்போடும் கூச்சலில் தலைவலி போடுபோடு என்று போடும். கூட்டத்தை நெட்டுவது மாதிரி இவள்மேல் வந்து வேண்டுமென்றே விழுவார்கள், இடிப்பார்கள், எல்லாவற்றையும் பொறுத்துக்கொண்டு பாட வேண்டும். தொண்டை வறண்டுபோய் அழலை வந்து கதுண்டுகதுண்டாகக் கட்டிக்கொண்டாலும் காறிக் கீழே துப்பக்கூட வழியிருக்காது. ஒரு பாட்டைக் குறைத்துப் பாடவும் விட மாட்டார்கள். ஒவ்வொரு சாமியாகப் பாடி முடித்துவிட்டுக் கோயிலுக்கு வந்து, வாசலில் நின்று கொண்டு, வாசலுக்குச் சற்று உள்தள்ளி வெளிக்கூடத்தில் அலங்கரித்து வைக்கப்பட்டுள்ள செல்லியம்மனுக்கு முதல் பாட்டாக மங்களம் பாட வேண்டும்:

'தைய்ய தகதக தத் தைய்யா
தைய்ய தகதக தத் தைய்யா
தைய்ய தகதக தத் தைய்யா
வந்தாரய்யா செல்லப்பிள்ளை
ஆட்டங்கள் ஆடுறாறு பாருங்கய்யா செல்லப்பிள்ளை'

மங்களம் மட்டுமே நான்கு பாடங்கள் பாட வேண்டும். பிறகு துயிலெழுப்புதல். துயிலெழுப்புதல் முடிந்ததும் தீபாராதனை நடக்கும். பிறகு ஜோடித்து வைக்கப் பட்டுள்ள சாமியைக் கோயிலின் வாசலில் கட்டியுள்ள ஊஞ்சலில் கொண்டுவந்து வைப்பார்கள். இவளை மட்டும் ஊஞ்சலுக்குப் பக்கத்தில் நிற்க வைத்துவிட்டு மொத்தக் கூட்டமும் வளையமாகச் சூழ்ந்துகொண்டு வேடிக்கை பார்க்கும். ஊஞ்சலை ஆட்டிக் கொண்டே ஊஞ்சலாட்டுப் பாட வேண்டும்.

'ஆதி பரம்பொருளாய் அம்மா
அகிலமெல்லாம் ஆள வந்தவளே தாயே
கண்விழித்துப் பாரம்மா
உலகாள வந்தவளே அம்மா
உண்மைப் பொருளாய் நின்றவளே தாயே
கண்விழித்துப் பாரம்மா
அலங்காரம் கொண்டவளே அம்மா
நரபலி தின்றவளே தாயே
கண்விழித்துப் பாரம்மா
மயில்களாட குயில்கள் கூவ அம்மா
உன் கோபுரங்களாட தாயே
கண்விழித்துப் பாரம்மா
கோபுரத்துக் கிளிகளெல்லாம் அம்மா

உன்முன் கொஞ்சி விளையாட தாயே
கண்விழித்துப் பாரம்மா
ஒரு கையில் சூலமும் மறு கையில் அம்புமாக அம்மா
ஆடிப் புறப்பட்டவளே அகிலாண்டேஸ்வரியே தாயே
கண்விழித்துப் பாரம்மா
மேளத்துடனும் தாளத்துடனும் அம்மா
மேதினியில் பவனிவரும் தாயே
கண்விழித்துப் பாரம்மா.'

பாட்டு முடிந்ததுமே சாமியைத் தூக்கிக் கொண்டுபோய்ச் சக்கடையில் வைத்து ஜோடிப்பார்கள். செய்வினை செய்பவர்கள் கொண்டுவரும் பட்டுப் பாவாடை, மாலைகள் என்று போட்டு அலங்கரித்தனம் செய்வார்கள். தர்மகர்த்தா, பூசாரி, தாதன், மேளக்காரன் என்று எல்லாரையும் ஒன்றுகூட்டிச் சாமியைத் தெருத்தெருவாக மிரமினைக்கு விடுவார்கள். சக்கடை இல்லாத ஊரில் தோளில் தூக்கிக்கொண்டதும் செல்லியம்மனின் மிரமினை ஆரம்பமாகும். மிரமினையின் முதலில் இவள்தான் நிற்பாள். இவளைச் சுற்றியும், சூழ்ந்துகொண்டும், மேளக்காரனுடனும், நாயனக்காரனுடனும் போட்டிபோட்டுக்கொண்டு தாதன் சேகண்டியை அடித்துச் சங்கை ஊதிக் கொண்டே வர, இவள் வேப்பிலையை ஆட்டிஆட்டிச் செல்லியம்மனின் கதையைப் பாட்டாக, வசனமாகச் சொல்லிக்கொண்டே போகப்போக, இவளையடுத்து ஒவ்வொரு வீடாகச் சாமி சிறப்பு வாங்கிக்கொண்டே வரும். சிறப்புக் கொடுப்பவர்கள் மட்டும்தான் சாமியிடம் போவார்கள். மற்ற கூட்டமெல்லாம் இவளைச் சுற்றித்தான் இருக்கும். சிலபேர் திருநீறு கேட்டு வருவார்கள். அதில் ஒன்றிரண்டு பேர் 'போன திருநாவுல நீ துண்ணூறு போட்டதும்தான் எனக்குப் புள்ளெ உண்டாச்சி. நீ என்னிக்கும் நல்லாயிருப்ப' என்று சொல்வதோடு திருநீறு வாங்கிக்கொண்டு காசும் கொடுத்துவிட்டுப் போவார்கள். திருநீறு வாங்கப் பிள்ளைகள்தான் போட்டிபோட்டுக்கொண்டு வருவார்கள். ஒவ்வொரு தெருவாகப் போய்த் தேங்காய், கற்பூரம், மாவிளக்கு என்று சிறப்பை வாங்கிச் சாமிக்குப் படைத்துவிட்டு ஒவ்வொரு வீடாகக் கடந்து போவதற்குள் சாமாண்டு போய்விடும். அதோடு கடலை, கேழ்வரகுக் கதிர், சோளக் கதிர், கம்பங்கதிர் என்று மூட்டைமூட்டையாகக் கொண்டுவந்து சாமிக்குப் படைத்துவிட்டுக் கூட்டத்தில் சூறையிடுவார்கள். அவற்றைப் பொறுக்குவதற்காகக் கூட்டம் அலைமோதும்போது இவளை இடித்து, நெட்டி, ஒரு ஓரமாகத் தள்ளி விட்டுவிடுவார்கள். சில ஊர்களில் ஊருக்கு வெளியே தனித்தனியாக இருக்கும் வீடுகளுக்கும், ஆள் நடந்து போக முடியாத சிறுசிறு சந்துகளில் இருக்கும் வீடுகளுக்கும் ஏன் சாமி வரவில்லை என்று கேட்டுச் சண்டை போட ஆரம்பித்துவிடுவார்கள். சாமியைத் தெருவில் போட்டுவிட்டு அடித்துக்கொண்டு புரளவும் செய்வார்கள். சண்டை முற்றிப்போனால் திருவிழாவே அதோடு நின்றுபோகும். இந்த மாதிரி ஏற்பட்ட சண்டைகளால் சில ஊர்களில் ஏழு வருசம், பத்து வருசமென்று, செடலின் ஊரில் நின்றுபோனதுபோல், திருவிழா நடக்காது. எது நடந்தாலும் இவள் எதிலும் மாட்டிக் கொள்ளாமல் ஒரு ஓரமாக ஒதுங்கி நின்றுகொள்வாள். சாமி மிரமினையை முடித்துக் கொண்டு வந்து கோயிலின்முன் நிலைகொள்வதற்குள் நடுச்சாமமானாலும் ஆகிவிடும். மிரமனை முடிந்ததும் ஆட்டத்திற்குப் போட்டிருக்கும் பந்தலுக்கு ஓடி, கூத்தாடிகளிடமிருந்து தாளத்தை வாங்கித் தட்டி விநாயகர் துதியிலிருந்து ஒவ்வொரு சாமிக்கும் தலா ஒரு பாடம் என்று பாடி முடித்துக் கூத்தை ஆரம்பித்து வைக்க வேண்டும். நேராகக் கோயிலுக்கு வந்து சாமிக்கு முன் விழுந்து கும்பிட்டு விட்டுத் தலையில்,

இடையில், கழுத்தில் போட்டிருந்த வேப்பிலை மாலைகளை அவிழ்த்தெடுத்து, கிணறு, குளம், ஆறு என்று எதில் தண்ணீர் இருக்கிறதோ அதில் போட்டுவிட்டு வந்து ராச்சோறு சாப்பிடும்போது வெள்ளி முளைத்துவிடும். சாமி மிரமினை போகும் ஒவ்வொரு நாளும் இதே கூத்துதான். கடைசி நாளில்தான் உயிர்போய் உயிர்வரும். பிறகு செல்லியம்மனைக் கோயிலுக்குள் வைப்பதற்கு முன் ஊஞ்சலாட்டுப் பாட வேண்டும். பல ஊர்ச் சனங்களும் எந்தப் பாட்டைக் கேட்கிறார்களோ இல்லையோ, சாமியைத் தூங்கவைக்க அவள் பாடும் ஊஞ்சலாட்டை மட்டும் கேட்கத் தவற மாட்டார்கள்.

'அடிஅடி சேர்ந்து கும்மி அடி
தேவர்களும் மூவர்களும் சேர்ந்து வந்து இங்கு இறங்கிடவே
சேர்ந்து கும்மி அடிஅடி.'

'பாதசரம் பளபளன்ன முத்து பதக்கமும் ஜொலிக்க
ஜெகதலத்தையும் ஆண்டவளே தூங்கம்மா தூங்கு
பொன்னூஞ்சல் ஆடினேன் தூங்கம்மா தூங்கு.'
லாலால லால லாலி தூங்கம்மா தூங்கு
லாலால லால லாலி தூங்கம்மா தூங்கு.'

'வேப்பம் தழையினில் உடையணிந்து
உலக மக்கள் கவலயெல்லாம் தீர்த்தவளே தூங்கம்மா தூங்கு.'

செல்லியம்மனைத் தூங்கச்செய்ய மட்டும் ஐந்து பாடம் பாட வேண்டும். பாடி முடித்ததும் சாமியைத் தூக்கிக் கொண்டுபோய் கோயிலுக்குள் வைப்பார்கள். அய்யர் ஒரு முறை பூஜை செய்வார். பூஜை முடிந்ததும் மீண்டும் இவள் ஊர்ப் பள்ளு 'பட்டி தழைக்க வேண்டும், பால்பானை பொங்க வேண்டும்' என்று ஆரம்பித்து இரண்டு பாடம் பாட வேண்டும். பிறகு கோயில் பள்ளு, கப்பல் பாட்டு, எச்சரிக்கைப் பாட்டு, நாட்டப் பாட்டு என்று ஒவ்வொன்றிலும் நான்கு பாடம், ஐந்து பாடம் என்று பாடி முடிக்க வேண்டும். கடைசியில் பொதுவான மங்களம் ஒன்றும் பாட வேண்டும்.

'சிவனே சிவனே என்று செல்லப்பிள்ளை
சிவ பூஜை செய்கிறாரு பாருங்கம்மா
அரியே அரியே என்று செல்லப்பிள்ளை
அரி பூஜை செய்கிறாரு பாருங்கம்மா
குருவே குருவே என்று செல்லப்பிள்ளை
குரு பூஜை செய்கிறாரு பாருங்கம்மா.'

திருவிழா முடிந்ததும் ஒரு வெள்ளைச் சேலையும் அன்னப்படையலுக்குச் சேர்த்த தானியத்தில் எஞ்சியதையும் இவளுக்குக் கொடுப்பார்கள். பிறகு ஊர்ப் பள்ளுப் பாடிக்கொண்டே போய் ஒவ்வொரு வீட்டின் முன் நின்றால் வீட்டுக்கு ஒரு மரக்கால் கம்பு, கேழ்வரகு, சோளம், வரகு என்று தருவார்கள். பெரிய ஊராக இருந்தால் ஏழெட்டு மூட்டைத் தானியம் சேரும். ஊர்ப் பள்ளுப் பாடப் போகும் போது ஒரு மேளக்காரனையும், தாளக்காரனையும் கூடவே கூப்பிட்டுக்கொண்டு போவாள். அவளோடு கிழவியும் குள்ளனும் பூங்கோதையும்தான் போவார்கள். குள்ளனுக்கும் பூங்கோதைக்கும் தலைக்கு இவ்வளவு தானியம் என்று கிடைப்பதில் கொடுத்துவிடுவாள்.

19

சாத்தியிருந்த படலை நகர்த்திவிட்டு நான்கைந்து பிள்ளைகள் திபுதிபுவென்று வீட்டுக்குள் நுழைந்ததும் செடல் திடுக்கிட்டு விழித்தாள். முதலில் தூக்கக்கலக்கத்தில் அவளுக்கு ஒன்றுமே புரியவில்லை. ஆனாலும், பிள்ளைகளை வெளியே போகச் சொல்லிக் கத்தினாள். அவள் எவ்வளவு விரட்டியும் பிள்ளைகள் வெளியே போகிற மாதிரி தெரியவில்லை. பேச மாட்டோம், சேட்டை செய்ய மாட்டோம், எகிறிஎகிறிக் குதிக்க மாட்டோம், கோயிலுக்குள் நுழைந்து மாரியம்மன் கழுத்தில் கிடக்கும் மாலையிலிருக்கும் நூலையும் சரிகையையும் எடுக்க மாட்டோம் என்று சொல்லி அவளைச் சமாதானம் செய்ய முயன்றனர். சிறிது நேரம் இந்த வீட்டுக்குள்ளேயே இருக்கவிட்டால் சாயங்காலம் தின்பண்டம் கொண்டுவந்து தருவதாகச் சொல்லி ஒவ்வொருவரும் அவள் தலையில் கையை வைத்துச் சத்தியம் செய்தனர். அதே நேரத்தில் ஒருவரும் பேசக் கூடாது என்பதுபோல் வாயில் விரலை வைத்துக் காட்டிய தோடு, படலை ஒட்டிக் காலடியோசை ஏதும் கேட்கிறதா என்று கேட்டனர். புதிதாக வந்திருக்கும் வாத்தியாரைப் பற்றிக் குசுகுசுக்க ஆரம்பித்தனர். அப்போதுதான் செடலுக்கு எல்லாருடைய முகத்திலும் பீதி அப்பிக் கிடப்பதற்குக் காரணம் புரிந்தது.

பறத் தெருவில் பள்ளிக்கூடம் நடத்த ஆரம்பித்து ஒன்பது, பத்து மாதம்கூட இருக்காது. மாதா கோயில் கட்டிக்கொண்டிருந்த இடத்திற்குப் பக்கத்திலேயே கூரைக் கொட்டகை ஒன்று போட்டுப் பாதிரியார் பள்ளிக்கூடம் ஆரம்பித்திருந்தார். தடித்த, உயரமான, கருத்த, மீசையில்லாத அற்புதராஜு வாத்தியார் காலையில் எழுந்ததுமே பிள்ளைகளைத் தேடிக்கொண்டு தெருத்தெருவாகச் சுற்ற ஆரம்பித்துவிடுவார். அவருக்குப் பயந்துகொண்டு காட்டுக்கு ஓடிவிடுவது, வாத்தியார் வரும் நேரத்திற்குப் பரண்மேல் ஏறி உட்கார்ந்துகொள்வது, குதிருக்குள் இறங்கி மறைந்துகொள்வது, ஆற்றுக்குள் ஓடி நாணல் புதருக்குள் மறைந்துகொள்வது, மாரியம்மன் கோயிலுக்குள், செடலின் வீட்டுக்குள் மறைந்துகொள்வது என்று தினம் ஒரு இடமாகப் பிள்ளைகள் மறைந்துகொள்வார்கள். அப்படித்தான் இப்போது வந்து ஒளிந்துகொண்டிருக்கிறார்கள். கிழவிக்குத் தெரிந்தால் பிள்ளைகளை வாய்க்கு வந்தபடி பேசுவாள். அதோடு செடலையும் கண்டபடி பேசுவாள். கிழவிக்குப் பயந்துகொண்டு பிள்ளைகளை வெளியே விரட்டிவிட்டால், இவள் தெருப் பக்கம் போகும்போது ஐந்தாறு பிள்ளைகள் கூட்டாகச் சேர்ந்துகொண்டு 'நீ எதுக்கு இங்க வர்ற? நீ எங்க சேத்தாளி இல்லெ, போ. ஒங்கூட இனிமே நாங்க சேர மாட்டம். பொட்டுக்கட்டி வுட்டவக்கூட கூத்தாடி சாதிக்காரிக்கூட சேந்தா எங்கம்மா திட்டும். கோவுலுக்கு ஓடு டூர்ரியோ! தஞ்சாவூரு தாசி, கும்பகோணத்து வேசி, சீரங்கத்து தேவிடியா' என்று ஆளாளுக்கு ஒழுங்கு எடுத்து, நொடிப்புக் காட்டி, விரல்களைச் சொடுக்கிப் பேசுவார்கள். அவர்கள் பேசுவதைக் கேட்க முடியாமல் இவள் அவர்கள் தலையில் கொட்டிவிட்டால், கொட்டு வாங்கிய பிள்ளையின் வீட்டிலிருந்து யாராவது வந்து இவள் தலையில் பலமாகக் கொட்டுவதோடு, கன்னத்தைப் பிடித்துத் திருகி 'அவ கெடக்கிறா நாதேறிப் பறச்சி, அவளுக்கென்ன கேப்பாரா, மேய்ப்பாரா?' என்று திட்டிவிட்டுப் போவார்கள். அதை வந்து கிழவியிடம் சொன்னால், அவள் பங்குக்கு 'தெருவுக்குள்ளாற போவாத, குஞ்சு கொளவாரிவோகூட சேராதனு ஒனக்கு எத்தன வாட்டிடி குட்டி சொல்லுறது?' என்று கேட்டு, இவள் மேல்தான் எல்லாக் குற்றமும் என்பதுபோல் பேசுவாள்.

வாத்தியார் பிள்ளைகளைத் தேடிக்கொண்டு தெருவில் சுற்றி அலைகிறாரா என்று பார்த்துவரச் சொல்லிப் பிள்ளைகள் செடலிடம் சொன்னதும், கிழவி வருவதற்குள் பிள்ளைகளை வெளியே அனுப்பிவிட வேண்டும் என்ற எண்ணத்தில், அவர்கள் சொன்னதுமே படலை விலக்கிக்கொண்டு தெருப்பக்கம் ஓடினாள். மூன்று தெருவிலும் சுற்றிவந்து பார்த்தாள். எங்குமே வாத்தியார் தென்படவில்லை. நேரில் பார்த்தால்கூட இவளுக்கு அவரிடம் பயம் கிடையாது. இவளை மட்டும் ஏனோ அவர் பள்ளிக்கூடத்திற்கு வா என்று ஒரு முறைகூடக் கூப்பிட்டது கிடையாது. இவளும் போனதில்லை. பாதிரியாரும் இதுபற்றி வாயைத் திறக்கவில்லை. 'மாதா கோவுலு கட்டுங்க, பள்ளிக்கூடம் கட்டுங்க. என்னா வேணும்ன்னாலும் செய்ங்க. ஆனா, அவ வெசயத்துல மட்டும் தலய நீட்டாதீங்க. தவறிட்டா மகா தப்பாயிடும். ஊருக்கு மேற்க குடியிருக்கிற செல்லியம்மனோட புள்ளெ. பெறவு ஊர வுட்டே ஒங்களத் தொரத்தும்படியா ஆயிடும்' என்று ஊரார் மிரட்டிவைத்திருந்தார்கள். ஒவ்வொரு இடமாகப் பார்த்தும் வாத்தியார் கிடைக்காததால், கோயிலுக்குத் திரும்பி வந்துகொண்டிருந்தபோது, மொசக்காதன் வீட்டுத் திண்ணையில் உட்கார்ந்துகொண்டு 'ஒரு வாயிக்கு வெத்தல சருவு கொடு, பொவல காம்பு இருந்தா நவ கிள்ளிக் கொடு, சுண்ணாம்பு கொவளய இப்பிடிக் கொடு' என்று மொசக்காதன் பெண்டாட்டியிடம் கேட்டுக்கொண்டிருந்த கிழவி, செடலைப் பார்த்து 'எங்கடி வந்த குட்டி? ஊர்க் காட்டுல எதுக்குடிச் சுத்துறவ? வூட்டுப் படல சாத்திப்புட்டு வந்தியா, இல்லெ தொறந்துபோட்டுட்டு வந்தியாடி? சீக்கிரம் ரெண்டு எக்கா போடி, நாயி ஏதாச்சும் உள்ள நொயஞ்சி சட்டிப் பானய அலம்பிடபோவுது. செத்த நேரம் எடம்பேத்தியா போனாப்போதும், தேடிக்கிட்டு பொறத்தாலியே தொங்கத்தொங்க ஓடியாந்துடுவா' என்று சொன்னாள். அதைச் சரியாகக்கூடக் காதில் வாங்கிக்கொள்ளாமல் செடல் வேகவேகமாக வீட்டுக்கு ஓடி வந்தாள். அவள் வந்து விசயத்தைச் சொன்னதுதான் தாமதம், பிள்ளைகள் ஒருவரை ஒருவர் இடித்து, நெட்டி, கிள்ளிக்கொண்டு வெளியே ஓடினார்கள். அவர்களுடன் ஓட வேண்டும்போல் ஆசை இருந்தாலும், படுத்துத் தூங்க வேண்டும் என்ற விருப்பம் தான் அதிகமாக இருந்தது. பதினெட்டு நாட்களாக உள்ளூர்க் கோயிலில் நடந்த திருவிழாவில் கடைசி நாளான நேற்றைக்கு முதல் நாள் புளியம் பழம் உலுக்குவது போல் இவளைப்போட்டு உலுக்கி எடுத்துவிட்டார்கள். அந்தக் களைப்பில் நேற்று முழுவதும் தூங்கினாள்.

நேற்றுதான் காப்பு அவிழ்த்தார்கள். கொடி இறக்கினார்கள். கோயிலுக்கு முன் அடுப்புக் கோலிச் சர்க்கரைப் பொங்கல் வைத்து, அம்மனுக்குப் படைத்து, பூவரசு இலையில் காக்கைக்குச் சோறு வைத்து, காக்கை வந்து சோறு தின்ற பிறகுதான் செடலுக்கு ஒரு இலைச் சோற்றைச் சாப்பிடச் சொல்லிக் குடித் தெருத் தாதன் தந்தான். சாமியைக் கோயிலுக்குள் வைத்த பிறகு பாட வேண்டிய பள்ளுவையெல்லாம் பாடி முடித்துவிட்டு வீட்டுக்கு வந்த மறுநொடியே படுத்துவிட்டாள். இப்போதும் பிள்ளைகள் வராவிட்டால் இன்னும் தூங்கிக்கொண்டேதான் கிடந்திருப்பாள். கடைசி நாள் திருவிழாவால் ஏற்பட்ட உடல் களைப்பு முற்றிலுமாக அவளை இன்னும் விட்டபாடில்லை. தூங்குவது மாதிரி கண்களை மூடிக்கொண்டு படுத்திருந்தாள். நாளைக்குப் பொரசக்குறிச்சியில் செல்லியம்மனுக்குக் காப்புக் கட்டுவதற்குப் போக வேண்டுமே என்ற கவலை அவளைப் பற்றிக்கொண்டது. எந்த ஊரில் செல்லியம்மனுக்குக் காப்புக் கட்டினாலும் செடலுக்குத்தான் முதல் நாளும் கடைசி நாளும் முக்கியமான வேலை.

செடலுக்குப் பொட்டுக்கட்டிய பிறகு அவள் முதன்முதலாக செல்லியம்பாளையத்திற்குத்தான் பள்ளுப் பாடப் போனாள். அதற்கடுத்து கீரனூருக்குப் போனாள்.

மூன்றாவதாகத்தான் உள்ளூரில் பாடினாள். முதல் இரண்டு ஊரிலும் அவளுக்குச் சுத்தமாகப் பாடவே வரவில்லை. கூடியிருக்கும் கூட்டத்திற்கு நடுவில் நிற்பதே பெரும் பாடாக இருந்தது. பயத்தில் வாயடைத்துப்போய்விட்டது. அவளோடு படி வாங்க வந்திருந்த அவளுடைய சித்தப்பா குள்ளன்தான் முதலில் ஒவ்வொரு அறமாகப் பாடச் சொன்னதோடு, தானே பாடவும் செய்தான். அவனோடு சேர்ந்து, முனகுவது போலச் செடலும் அவ்வப்போது பாடினாள். முதல் முறை என்பதாலும், சின்னப் பிள்ளை என்பதாலும் செடலை யாரும் அதிகமாகத் திட்டவில்லை. ஆனால் 'அடுத்த வருசத் திருநாவுல இந்த மாரி இல்லாம தெறமாப் பாடணும், ஆடணும். இல்லன்னா ஒனக்குத்தாண்டா ஒதெ கெடக்கும், கூத்தாடிப் பயலெ' என்று சொல்லி குள்ளனைத் தான் ஊர் முக்கியஸ்தர்கள் மிரட்டினார்கள். குள்ளன் யார் என்ன சொன்னாலும், எதிர்த்துப் பேசாமல் ரொம்பவும் பணிவாக 'சரி சாமி, உத்தரவு சாமி, மேலெய திருநாவுல பாருங்க சாமி' என்று மட்டும்தான் சொன்னான். செடலுக்குத் தானாகப் பாட, ஆட வரவில்லை. குள்ளன் சொல்லச்சொல்ல பாடுவது, ஆடுவது, வேப்பங் கொத்தை ஆட்டுவது என்று ஒவ்வொரு காரியமாகச் செய்தாள். உள்ளூரில் பாடும் போது, உள்ளூர் என்பதால் செடலுக்குக் கொஞ்சம் தைரியம் இருந்தது. பயமும் குறைந்திருந்தது. ஆனாலும் பக்கத்தில் குள்ளனை வைத்துக்கொண்டாள். பாட்டுகள் மறந்துபோகும்போதெல்லாம் அவன் தான் ஞாபகப்படுத்திப் பாடவைத்தான். அவன் மட்டும் இல்லை என்றால் ஒரு ஊரில் கூட செடலால் பள்ளுப் பாடி ஒப்பேற்றியிருக்க முடியாது.

'இன்னும் எத்தன நாளக்கிடி குட்டி தூங்கிகிட்டெ இருக்கப்போறவ? படுத்தே கெடக்குறது ஒடம்புக்கு நல்லதாடி? எயிந்திரிச்சிப் போயி அலங்கசலங்கயா மூஞ்சிய மொவத்தக் கயிவிகிட்டு வாடி' என்று சொல்லிவிட்டு வெளியிலிருந்து வந்த வேகத்தில் கிழவி வீட்டைக் கூட்டிச் சுத்தப்படுத்தினாள். தானாகவே சென்று ஆற்றில் ஒரு நடை தண்ணீர் கொண்டுவந்தாள். குச்சி பொறுக்கிவர, தண்ணீர் எடுக்க, அடுப்பெரிக்க, மிளகாய் அரைக்க, அணைந்த அடுப்பை ஊதிவிடக்கூட இவளைக் கூப்பிடவில்லை. சிடுசிடுக்கவுமில்லை. 'ஒருநாளுமில்லாத திருநாளாம்' என்று எண்ணிக்கொண்டு கோயிலின் திண்ணையில் உட்கார்ந்திருந்த செடலைச் சோறு சாப்பிடப் பொழுதிருக் கவே கூப்பிட்டாள். 'அதுக் குள்ளியா ராச்சோறு திம்பாங்க. அப்பறமா தின்னுக்கறன்' என்று சொன்னவளைத் திட்ட ஆரம்பித்தாள்.

'கையக் கயிவிக்கிட்டு வந்து சோத்தத் தின்னுடி குட்டி. எங்கையால ஒருகை சோறு வாங்கித் தின்னுடி. மேலக்கி திருநாளுக்கு இருக்கனோ இல்லியோ ஆரு கண்டா? பேயி திங்கிறாப்ல சோத்த இருட்டுலதான் திம்பியாடி குட்டி? ஒனக்கு அவ்வளவு கெண்டியாரமாடி! வவுத்துல நவ ஈரப்பச இருந்தா கிண்ணாரம் பேசாம என்னா செய்வ? வெறும் மொலய சப்பிச்சப்பி வாயதான் வலிக்குது. வவுறு ரொம்பலங்கற கதெய மறந்துட்டியா, ஊருல ஒலகத்துல எம்மானோ மெசாட்டியா இருக்கவங்ககூட இந்த ஒருவா சோத்துக்குத்தாண்டி ஆலாப் பறந்து காத தூரம் போய் வேல செஞ்சி வவுத்த வளக்கறாங்க. எந்தத் தொயிலச் செஞ்சாலும் ஒடம்பு வளஞ்சி செய்யணும். சின்னக் குட்டி சீவனம் பண்ணச் சின்னாலப்பட்டிக்கிப் போனாளாம், அங்கிருந்தவங்க கூப்பிட்டாங்களாம் 'வப்பாட்டிக்கி'ங்கிற கதெயா ஆயிடும்ண்டி. நான் இன்னிக்கிச் சொல்றத சுதிமதியோட கேட்டு மனசுல வச்சிக்க. பின்னொரு காலத்துல ஆயிரம் நடக்கும். நீ பொட்டச்சி. மூத்திரம் வுடுற நேரத்துக்குள்ள வேல முடிஞ்சிதா, சோலி முடிஞ்சிதான்னு ஓடிப் போயிடுவானுவோ! சொமய ஆரு தூக்குறது? இந்தக் காலத்துக் குட்டிவுளுக்கு ஆம்படயான்கூட படுக்குறதுன்னா என்னான்னே தெரியமாட்டேங்கீது. பாத்து இருந்துக்க. மனச்சோரம்போயிட்டா பாவ தோசம் புடிச்சிக்கும். இப்ப மாரியே

பின்னாலயும் நீ தலயாட்டிகிட்டே இருந்தா ஒனக்குப் பாடெ கட்ட வேண்டியதுதான். அப்புறம் நான் சொல்றதுக்கு ஒண்ணுமில்லெ.'

கிழவிக்குப் பேச்சு வளர்ந்துகொண்டேயிருந்தது. பொரசக்குறிச்சி செல்லியம்மன் கோயிலுக்குத் தாலாட்டுப் பாடப் போவது பற்றிப் பேசியவள், தொடர்ந்து தன் போக்கில் வளவளவென்று பேசிக்கொண்டேயிருந்தாள். ஆனால், செடல் எதையுமே காதில் வாங்கிக்கொள்ளாமல் பாயை எடுத்துக்கொண்டு வந்து வீட்டுக்கு முன் போட்டு, நிமிர்ந்த வாக்கில் படுத்துக்கொண்டு வானத்தையே பார்க்க ஆரம்பித்தாள். சிறிது நேரத்தில் இருளில் மூழ்க ஆரம்பித்த வானத்தில் தெரிந்த நட்சத்திரங்களை எண்ண ஆரம்பித்தாள்.

20

திருவிழா போட வேண்டும் என்று ஊர் கூடி முடிவெடுத்த மறுவாரமே, வெள்ளிக் கிழமையன்று குடித் தெருவில் காப்புக்கட்டினார்கள். ஒரு கை தடிமனில், ஆளுயரம் கொண்ட கழியை நட்டு, அதில் மஞ்சள் துணி, மாவிலை கட்டிக் கோயிலுக்கு முன் கொடியேற்றினார்கள். ஊரின் நான்கு எல்லையிலும் 'எல்லைக் காவு' கொடுக்க, தேங்காய், கற்பூரம், வெற்றிலைபாக்கு, ஊதுவத்தி, எலுமிச்சம் பழம், கோழியோடு சென்று ஊரைக் காக்க வேண்டும் என்று சொல்லி எல்லையில் காவு கொடுத்தார்கள். பிறகு கோயிலுக்கு வந்தார்கள். செடலைக் கூப்பிட்டுத் துயிலெழுப்புப் பாடச் சொன்னார்கள். கோயில் வாசல்முன் செடல் நின்று கையில் வேப்பிலைக் கொத்தை வைத்துக்கொண்டு விசிறிவிசிறித் துயிலெழுப்புப் பாடினாள்:

'துயிலு கலைய வேணும்
தூக்கத்தத்தான் போக்க வேணும்
பாய்ப்படுக்க மறக்க வேணும்
பாழும் மக்க குற தீக்க வேணும்
நித்திர கலய வேணும்
நெடுந்தூக்கம் போக வேணும்
தண்டனிட்ட மக்களத் தாயப் போலக் காக்க வேணும்
உனக்கு பூமிவழி அலங்காரமாம்
நெடுந்தூரம் சிங்காரமாம்.'

தொடர்ந்து, ஊருக்குள் கொள்ளைநோய், வைசூரி போன்ற நோய்கள் வராம லிருக்கவும், நல்ல விளைச்சல் விளைய வேண்டியும் பொதுவாகப் பாடக்கூடிய பாட்டு களைச் செடல் பாடி முடித்ததும் சாமியை வெளியே தூக்கி வரும்போது கூட்டம் போட்ட சத்தம் காதைப் பிய்த்தெடுத்துவிட்டது.

'அரகரா அரகரா அரோகரா
அரகரா அரகரா அரோகரா
கோயிந்தா கோயிந்தா கோவீந்தா
கோயிந்தா கோயிந்தா கோவீந்தா
சம்போ மகாதேவா
சம்போ மகாதேவா
அரகரா அரகரா அரோகரா'

சாமி ஊர்வலத்தின்போது ஒவ்வொரு வீட்டிலும் தேங்காய், கற்பூரம் கொடுப்பதை வாங்கி, உடைத்து, ஒரு மூடியை வைத்துக்கொண்டு மறு மூடியில் திருநீறு போட்டுக் குடித் தெரு அய்யர் கொடுத்தார். சாமிக்கு முன் தண்ணீர் நிறைத்து வேப்பிலை செருகிய சொம்பைத் தலையில் வைத்துக்கொண்டு குடித் தெருத் தாதனும் தர்மகர்த்தாவும் நிற்க, அவர்கள் காலில் ஒரு குடம் தண்ணீரை ஊற்றியதும், அவர்கள் திருநீறும் குங்குமமும் கொடுத்ததும், அடுத்த வீட்டுக்கு நகரச் சொன்னார் குடித் தெரு அய்யர். இந்த மாதிரி ஒவ்வொரு வீட்டிலும் சிறப்பு வாங்கிக்கொண்டு வந்து, சாமி நிலைகொள்ள இறக்கிவைத்தார்கள்.

ஐந்தாம் நாள் உதிரக் காப்பு. ஆடு ஒன்றை எல்லைக் கருப்புக்குப் பலிகொடுத்து, ரத்தத்தை ஊரின் நான்கு எல்லைகளிலும் தெளித்து, ஊருக்குள் கெட்ட ஆவிகள் வராமல் எல்லைக் காப்புச் செய்தார்கள். பிறகு, பத்துப் பன்னிரெண்டு பேர் காளி வேசம் கட்டிக் கொண்டு முறம், உலக்கை என்று எடுத்துக்கொண்டு வந்து ஊரை 'அதாம்குதாம்' செய்தார்கள். தெருத்தெருவாக ஓடி எதிர்ப்பட்டவர்களையெல்லாம், முக்கியமாக முறைக்காரர்களாகத் தேடிப்பிடித்து, அடித்துக் காளி விளையாடினார்கள். காளி வேசம் கட்டியவர்கள்மீது பெண்கள், சாணியைக் கரைத்த தண்ணீர், மாட்டுத் தொட்டித் தண்ணீர், பன்றி விட்டைகளைக் கரைத்த தண்ணீர் என்று ஊற்றி ஒரே கொண்டாட்டமாக இருந்தார்கள். பத்தாம் நாள் கழுமரம் ஏறுதல். ஆரியமாலா பாட்டைப் பாடிக் கழுமரம் ஏறி இறங்குவதற்குள் குடித் தெருத் தாதனுக்கு போதும் போதும் என்று ஆகிவிட்டது. கழுமரம் ஏறும்போது, தாதனைத் தாதனாக எண்ணாமல் காத்தவராய சாமியாகவே எண்ணிச் சனங்கள் மனமொப்பிக் கைகளைக் குவித்தபடி நின்றிருந்தார்கள். காத்தவராய சாமி கழுமரத்தில் ஏறுவதற்குச் சாத்திவைத்திருந்த ஏணியில் ஏறஏற, கீழே நின்றிருந்த சனங்கள் எலுமிச்சம் பழங்களை மரம் ஏறும் சாமியின் மேல் வீசிக்கொண்டேயிருந்தார்கள். மழையாகக் கொட்டும் எலுமிச்சம் பழங்களைப் பொருட்படுத்தாமல் ஏணியின் ஒவ்வொரு படிக்கும் ஒரு பாடல் என்று காத்தவராய சாமி பாடிக்கொண்டே கழுமரம் ஏறிக்கொண்டிருந்தது. காத்தவராய சாமியின் மேல், கழுமரத்தின் மேல், அதன் உச்சியின் மேல் கட்டியிருந்த உறியின் மேல் பட்டுக் கீழே விழுந்த எலுமிச்சம் பழங்களைப் பொறுக்கிச் சாறெடுத்துக் குடித்தால் கல்யாணமாகாதவர்களுக்குக் கல்யாணம் நடக்கும், பிள்ளை பிறக்காதவர்களுக்குப் பிள்ளை பிறக்கும், மாங்கலிய தோசம் நீங்கும், கிரக தோசமிருந்தால் விலகும், சனியன் பிடித்திருந்தால் விலகும் என்ற எண்ணத்தில் பழங்களைப் பொறுக்கப் பெரிய களேபரமே நடந்தது. கழுமரத்தின் உச்சிக்குப் போவதற்குள் எல்லாப் பாடல்களையும் பாடி முடித்துவிட்டு உரியை அவிழ்த்து அதிலிருந்த பூ, மஞ்சள், வேப்பிலையைக் கீழே நின்றிருந்த கூட்டத்தின் மீது வீசியெறிந்துவிட்டு, பண முடிப்பை மட்டும் இடுப்பில் செருகிக்கொண்டு, ஏணியின் ஒவ்வொரு படிக்கும் ஒரு பாட்டு என்று பாடிக்கொண்டே கீழே இறங்கி வரும்போது, காத்தவராய சாமியைத் தொட்டுக் கும்பிடக் கூட்டம் முட்டி மோதி அலைபாய்ந்தது. பத்து இருபது பேர் கூடித்தான் தாதனைக் கூட்டத்திலிருந்து வெளியே கொண்டுவர முடிந்தது.

பதினோராம் நாள் ஊரணி. ஊர் மணியக்காரன் தெருத்தெருவாகச் சென்று பொங்கல் வைக்கும் நேரத்தைக் கூவிச் சொல்லிவிட்டு வந்த நேரத்திற்கு ஒவ்வொரு வீட்டுப் பெண்களும் கோயிலுக்கு முன் பொங்கல் வைக்க அடுப்புக் கோலினார்கள். பொங்கலிட்ட மறுநாள் அக்னி. கடைசி நாள் மஞ்சள் தண்ணீரும், கூழ் ஊற்றுதலும். ஒவ்வொரு வீட்டிலும் விதம்விதமான கஞ்சி செய்துகொண்டு வந்து கோயிலுக்கு முன் வைத்திருந்த பெரியபெரிய மொடாக்களில் ஊற்றினார்கள். கேழ்வரகு, கம்பு,

சோளம், வரகு, நெல் அரிசிக் கஞ்சி என்று ஒவ்வொரு மொடாவிலிருந்தும் ஒரு சொம்புக் கஞ்சி என்று எடுத்துச் செல்லியம்மனுக்குப் படைத்ததும், அடுத்து ஒரு சொம்புக் கஞ்சியை ஊர்ப் பொதுக் கிணற்றிலும், ஓடுகிற ஆற்றுத் தண்ணீரிலும் கொண்டுபோய்க் குடித் தெருத் தாதன் ஊற்றிவிட்டு வந்தான். பிறகு வெங்காயம், பச்சை மிளகாய், மோர் மிளகாய் என்று போட்டு தடதடவென்று தயார்செய்திருந்த கஞ்சியை ஊர்க்காரர்கள் ஊற்ற ஆரம்பித்தார்கள். பல ஊர்ச் சனங்களும் குண்டான் குண்டானாக வாங்கிக் குடித்தன. கோயிலுக்குத் தென்புறம் மைனர் பையன்கள் ஐந்தாறு செடல் போட்டு, அதில் பிள்ளைகளை உட்காரவைத்துச் சுற்றிக்கொண்டிருந் தார்கள். பெருந்தொடை மொத்தத்தில் ஆளுயரத்திற்கு வேப்பமரக் கிளையை வெட் டிக் கொண்டுவந்து, பூமியில் பந்தல்கால் நடுவதுபோல நட்டு, முனையைக் கொழு கம்பிபோலக் கூராக்கி, மாட்டின் நுகத்தடி போன்ற கழியை மையத்தில் துளையிட்டு, நட்டுவைத்திருந்த மரத்தின் தலையில் செருகி, குறுக்காகச் செருகியிருந்த கழியின் இரு முனைகளிலும் மாட்டினுடைய பூட்டாங்கயிற்றைக் கொண்டு கட்டித் தொங்க விட்டு, அதில் பக்கத்திற்கு ஒன்றாக முளைக்குச்சிகளை உருவிக்கொள்ளாமல் செருகி, முளைக்குச்சியில் பிள்ளைகளை உட்காரவைத்துச் செடல் சுற்றினார்கள். நட்டுவைத்த கழியில் குறுக்காகப் போடப்பட்டிருந்த குறுக்குக்கழி தடங்கல் இல்லாமல் சுழலு வதற்குச் சோற்றுக் கற்றாழையைச் செருகிக்கொண்டேயிருந்தார்கள். செடல் சுற்று வதற்காகப் பிள்ளைகள் போட்டிபோட்டுக்கொண்டிருந்தனர். சில பிள்ளைகள் அழுது அடம்பிடித்தன. விளக்கேற்றும் நேரத்திற்கு அன்னப் படையல் நடந்தது. கோயிலுக்குப் பின்புறம் பெரியபெரிய அடுப்பாகப் போட்டு மொடாமொடாவாகச் சோறும், பூசணி, பரங்கி, கத்தரிக்காய் போட்டுக் குழம்பும் வைத்து உள்ளூர், வெளியூர் என்று பார்க்காமல் பந்தலில் எல்லாரையும் உட்காரவைத்துப் பந்தி போட ஆரம்பித்தார்கள்.

திருவிழாவின் கடைசி நாள் காலையிலேயே ஊரின் எட்டு எல்லையிலும் செடல் காப்பறுப்பு அறம் பாட, காப்பறுத்தார்கள். கடைசியில் கொடி இறக்கினார்கள். மறுநொடியே நடராஜ பிள்ளை வீட்டில் நடக்கும் சமபந்தி விருந்துக்கு மொத்தக் கூட்டமும் கிளம்பியது. செடலுக்கு மாட்டுக் கொட்டகையில் சோறு போட்டார்கள்.

விருந்து முடிந்து வெற்றிலை போடும்போது சாமியின் நகையைப் பற்றி செல்லி யம்பாளையத்துக்காரர்கள் பேச்சை ஆரம்பித்தார்கள். 'ஒவ்வொரு ஊர்லயும் ஒரு வருசம் நகெ இருக்கலாம்' என்று பேச்சு வந்ததும் நடராஜ பிள்ளை 'சாமியோட நகெ எந்த ஊர்ல இருந்தா என்ன? சாமி நகெய யாரு திருடப்போறா? மூணு தல மொறயா எங்க வூட்டுலெதான் நகெ இருக்குது. குண்டுமணியளவு கொறஞ்சதில்லெ. எம் பேர்ல, எங்க ஊர் மேல நம்பிக்க இல்லன்னா நீங்க தாராளமா நகெய எடுத்துகிட்டு போவலாம்' என்று சொன்னார். பெரும்பாலானவர்கள் 'ஓங்க பேர்ல நம்பிக்க இல் லன்னா, ஒலகத்திலெ அப்பறம் யார நம்புறது? நகெ பேச்ச வுட்டுட்டு வேற பேச்சுப் பேசுங்க' என்றனர். ஆனால் ஒரே ஒரு ஆள் மட்டும் 'ஊருங்கிறது ஒங்க வூடா?' என்று கேட்டான். உடனே உள்ளூர்க்காரர்களும், சிறுநெசலூர்க்காரர்களும் கேள்வி கேட்ட செல்லியம்பாளையத்துக்காரனைப் பிடித்துக்கொண்டனர். வாக்குவாதம் நடந்தது. கொஞ்ச நேரத்திற்கெல்லாம் அது சண்டையாக மாற ஆரம்பித்தது.

மூன்று ஊர்க்காரர்களும் உட்கார்ந்து பஞ்சாயத்து மாதிரி பேச ஆரம்பித்தனர். பஞ்சாயத்து நடராஜ பிள்ளையின் பேச்சுக்குக் கட்டுப்படுவது மாதிரி வரும்போ தெல்லாம் சிதம்பரம் பிள்ளையின் மைத்துனர் நடனசபாபதி பிள்ளை சீண்டிவிட்டுக் கொண்டேயிருந்தார். அவர் ஏன் அப்படிச் செய்கிறார் என்பது கூட்டத்திலிருந்த அத்தனை பேருக்கும் தெரியும்.

சிதம்பரம் பிள்ளைக்குத்தான் ஊருக்குள் சொத்து அதிகம். ஆனால் ஊரில் அவருக்கு மரியாதை இல்லை. நடராஜ பிள்ளைக்குச் சொத்துக் குறைவு. ஆனால் உள்ளூர், வெளி யூரில் மரியாதை அதிகம். கோயில், பொதுக் காரியங்களுக்குக் கை கூசாமல் செலவு செய்வார். அவருடைய மரியாதையைக் குறைக்கத் தன்னால் முடிந்த காரியங்களை யெல்லாம் சிதம்பரம் பிள்ளை செய்துவந்தார். மதம் மாறி, பணம் வாங்கிக்கொண்டு மாதா கோயிலையும், பள்ளிக்கூடத்தையும் கட்ட ஏற்பாடு செய்கிறார் என்று வதந்தி யைக் கிளப்பிவிட்டார். அதனால் நடராஜ பிள்ளை எந்தக் காரியமாக இருந்தாலும் பறத் தெருவோடு இருங்கள், செய்யுங்கள் என்று பாதிரியாரிடம் முடிவாகச் சொல்லி விட்டார். குடித் தெருவில் தானே ஒரு பள்ளிக்கூடமும் ஆரம்பித்தார். அதனால் பிள்ளையின் செல்வாக்கு மேலும் பல ஊர்களுக்குப் பரவியது. பிள்ளையை எந்த வகையிலாவது தலைகுனியவைக்க வேண்டும் என்பதற்காகத்தான் சிதம்பரம் பிள்ளை தன் மைத்துனர் நடனசபாபதி பிள்ளை மூலம் சாமி நகைப் பிரச்சினையைக் கிண்டி விட்டார். நடனசபாபதி பிள்ளையும், அவருக்கு இசைந்த ஏழெட்டு பேரும் நகை சுழற்சி முறையில்தான் இருக்க வேண்டும் என்று சத்தம் போட்டுக்கொண்டிருந்தனர். அவர்களுடைய பேச்சு வைக்கோல் போரில் நெருப்பை வைத்தது போலாகிவிட்டது.

பேச்சு வளர்ந்துகொண்டேபோயிற்று. நிலைமை மோசமாக ஆரம்பித்தது. உள் ளூர்க்காரர்களும் நடனசபாபதி பிள்ளை ஆட்களும் நெட்டிக்கொள்ள ஆரம்பித் தனர். சிறுநெசலூர்க்காரர்கள் செல்லியம்பாளையத்துக்காரர்களைச் சமாதானப்படுத்த முயன்றனர்.

'புள்ளெக்கி மின்னாலெ சின்ன பசங்கெல்லாம் எயிந்திருச்சி எயிந்திருச்சிப் பேசாதீங்க. மொதல்ல குதிக்கிறத, கத்துறத நிறுத்துங்க. அவர மீறிக்கிட்டு இங்க ஒண்ணும் ஆவப்போறதில்லெ. ஊரு ஒலகம் தெரிஞ்ச மனுசன். பெரிய சாதிக்காரரு. நாலு எடத்துக்குப் போறவரு வர்றவரு. எல்லா எடத்திலெயும் அவருக்கு ஒரு இது உண்டு. கோவம் வந்து ஏதாவது செஞ்சிப்புட்டார்னா நாலாஞ்சாதிக்காரன் மாரி கோர்ட்டு கச்சேரின்னு அலய முடியுமா? குடியானவனுக்கு ஏத்தத் தொயிலா அது? நமக்கெல்லாம் வாக்குதான் முக்கியம்.'

'இதுக்கு என்னதான் முடுவு? இப்பிடியே வுட்டா தொக்காயிடுமே.'

'புள்ளெகிட்டெ பேசலாம். கட்டுப்படுவாரு. மீறிப் போற ஆளில்ல.'

'இங்க பேசிப் புண்ணியமில்லெ. வாங்கப்பா, விருத்தாசலம் கச்சேரிக்குப் போயி பிராது கொடுக்கலாம்' என்று சொல்லிவிட்டு நடனசபாபதி பிள்ளை எழுந்து போனார். அவரோடு ஏழெட்டு பேர் போனார்கள். அதுவரை பேசாமலிருந்த நடராஜ பிள்ளை 'நான் பெரியவனில்லெ. மனுசன் பெரியவனில்லெ. சாமிதான் பெருசு. ஞாயம்தான் பெருசு. பொதுக் காரியத்திலெ வீம்புக்கு எடமில்லெ. மூணு ஊர் சம்பந்தப்பட்ட சாமியோட காரியம், கூடிப்போவணுமின்னுதான் இம்புட்டு நேரம் பொறுத்திருந்தன். சில பேர் வம்பு வளக்கறதுன்னு வந்து, வளத்துட்டுப் போயிட்டாங்க. இந்த அளவுக்கு வந்துட்ட பிறவு, என் சொத்தே அயிஞ்சாலும் சரி, இதெ லேசில வுடப்போறதில்லெ. இனிமே இங்க பேசிப் புண்ணியமில்லெ. கோர்ட்டுலதான் பேசணும். சாமியோட நகெயயும் கோவுலு சாவியயும் கோர்ட்டுல ஒப்படக்கப்போறன். என்னிக்கி கோர்ட்டு முடுவு சொல்லுதோ அன்னிக்கி திருநா போட்டுக்கலாம். எங்கூட வர்றவங்க வரலாம்' என்று சொல்லிவிட்டுக் குதிரை வண்டியைப் பூட்டச் சொன்னார். சிறுநெசலூர்க்காரர் களும், உள்ளூர்க்காரர்களும் படையாகத் திரண்டு நடராஜ பிள்ளையுடன் போனார் கள். நடராஜ பிள்ளையின் முடிவுதான் சரி என்று உள்ளூர்க்காரர்கள் சொன்னார்கள்.

21

‘என்னெப் பாரு ஆயா. எங்கிட்டெப் பேசு ஆயா. நீ போவச் சொல்ற வூட்டுக்குப் போறன். ஒன்னோட சொல்பேச்சுக் கேக்குறன். வேடிக்க பாக்க ஊரு புள்ளீவோகூட சேந்துகிட்டுப் போவ மாட்டன். கண்ணத் தொறந்து மூச்சிப் பாரு. என்னெத் திட்டு. என்னெ அடி ஆயா, பேசாத கெடக்காத. யே ஆயாவ்! யே என்னெ பெத்த தாயார. யே சனங்களே, யே சாமிவுளே!’

கட்டிப் பிடித்து, முகத்தோடு முகம் வைத்து, முகத்தில் அறைந்துகொண்டு, உருண்டு புரண்டு செடல் அழுவதைப் பார்த்த பெண்களுக்கெல்லாம் அழுகை பீறிட்டுக்கொண்டு வந்தது. அவளுக்கு ஆறுதல் சொல்ல முயன்ற பெண்களுக்கும் வார்த்தை வராமல் அழுகைதான் வந்தது. எதையும் கவனிக்காமல் தொடர்ந்து பிணத்தின் முகத்தோடு தன்னுடைய முகத்தை வைத்து அழுதுகொண்டிருந்தாள் செடல்.

ராத்திரிவரை கல்லுக்குண்டு மாதிரி உட்கார்ந்திருந்தவள், விடிந்ததும் ஆற்றுக்குப் போய் வந்தவள், பிள்ளைபெற வந்திருக்கும் உண்ணாமலையின் மகளைப் பார்த்து விட்டு வருவதாகச் சொல்லிவிட்டுப் போனவள், போன சிறிது நேரத்துக்கெல்லாம் செத்துவிட்டாள் என்று சொன்னால் யார் நம்புவார்கள்? உண்ணாமலையின் வீட்டுக்குப் போய், பிரசவக்காரியிடம் மாதம் எத்தனை, நாள் எத்தனை என்று கேட்டவள், புருசன், மாமனார், மாமியார், நாத்தனார்கள், கொழுந்தனார்கள் பற்றியெல்லாம் விசாரித்தவள், ‘என்னாடி குட்டி, மொதப் புள்ளெ பெக்குறதுக்கு முன்னாடியே அறுத்துப் போட்ட செடியாட்டம் வாடி வதங்கிப்போயி கெடக்குறவ? இன்னம் எட்டு, பத்துன்னு பிதுக்கித் தள்ளணுமே, அப்ப என்னாடி பண்ணப்போறவ? இந்தக் காலத்துக் குட்டிவுளுக்கு, புள்ளெ பெக்குறதுன்னா என்னான்னே தெரியாம, அயிது புரளுறாளுவோ. ஒண்ணும் ஆவாதுடி. புத்துலயிருந்து பாம்புக் குட்டி வராப்ல தானா வெளியே வந்துடும். நீ ஒண்ணும் மனசப் போட்டு ஒயப்பிக்காதடி. வவுறு இருக்குற வாட்டத்தப் பாத்தா தலச்சன் புள்ளெ ஆம்பளப்பயலாத்தான் இருக்கணும்ன்னு நெனக்கிறன். ஒடம்பப் பாத்துக்க. இன்னம் ரெண்டு நாளக்குள்ள பொறந்துடும்ன்னு நெனக்கிறன். உஷ்ண வாயு இல்லாம, புளி ஏப்பம் வராம, குழம்புகுழம்பாப் போவாமப் பாத்துக்க. அப்பிடிப் போனா மஞ்ச, மொளவு ரெண்டையும் வறுத்து நல்லா பட்டாட்டம் கடஞ்சி, ரெண்டு தம்ளரு தண்ணீ ஊத்தி வடிகட்டிக் குடி. பின்னால ஒரு நோவும் கிட்டெ ‘வா’ன்னாலும் வராது. புள்ளெயும் முருகனாட்டம் பொறப்பான். காச்சகீச்ச கண்டா இஞ்சியப் பட்டாட்டம் அரச்சி, நல்லாக் கொதி வர்றாப்ல கொதிக்கவச்சி, வெல்லக்கட்டியப் போட்டு ஒரே ஒரு மொடறு குடிச்சாப் போதும், மறுநிமிச நேரமே காச்ச காத்தாப் பறந்துபோவும்’ என்று அக்கறையோடு சொன்னவள், ‘காலயிலியே வேசடலா வருது, நவ நீராரத் தண்ணீ கொடுடி, உண்ணாமல’ என்று சொல்லித் தண்ணீரை வாங்கிக் குடித்தாள். குடிக்கும்போதே விக்கல் மாதிரி ஒரு சொடக்குப் போட்டது. அவ்வளவுதான், தண்ணீர் சொம்பைக்கூடத் தரையில் வைக்கவில்லை, கிழவியின் தலை தரையில் சாய்ந்துவிட்டது.

‘அவ புண்ணியம் செஞ்சவ, காச்ச தலவலின்னு தலயத் தரயில சாய்க்காமப் போயி சேந்துட்டா புண்ணியவதி, அதுவரைக்கும் சேமம்தான்.’

‘இனி அவளுக்கு ஒரு தொலப்பும் கெடயாது, நல்லதனமாவே கண்ண மூடிட்டா, நாம்பதான் சட்டெ கெட்டுப்போயி மண்ணுல கெடக்குறம்.’

'கோவுலு, கொளம், அன்னச்சத்தரம், தர்மசத்தரம், சொமதாங்கி, நீர்த் தடா கம்ன்னு வச்சவங்களுக்குக்கூட இப்பிடிப்பட்ட சாவு வல்லியே!'

'இதெல்லாம் முன்செம்மாந்தரத்துல செஞ்ச கரும வெனதான். என்னா இருந் தாலும் கெய்வி கொடுத்துவச்சவதான்.'

நாடகம்போல எல்லாம் கொஞ்ச நேரம்தான். பிறகு, உடனே பிணத்தைத் தூக்கிவிட வேண்டும் என்று அவசரப்படுத்தினார்கள். அதிலும் உண்ணாமலையும் அவளுடைய புருசனும் அய்யரிடமும் தர்மகர்த்தாவிடமும் சண்டைபிடிக்க ஆரம்பித் தனர். தலைப்பிரசவத்திற்காகத் தன்னுடைய மகள் வந்திருக்கும்போது, அனாதைப் பிணத்தை எவ்வளவு நேரம்தான் வீட்டில் போட்டுவைத்திருக்க முடியும்? 'இதென்னடி யம்மா எனக்கு வம்பு சனியனா வந்து நேந்திருக்கு. என் வூட்டுப் புள்ளெ வாயும் வவுறுமா வந்திருக்கிற நேரத்துல! சாவுறவ என் வூட்டுல வந்துதான் சாவணுமா? சோலி பண்ணாம பொணத்த எங்கியாவது தூக்கிகிட்டுப் போங்க. வேப்பெல சொருக வேண் டிய வூட்டுல, சாவு சங்கு ஊதும்படியா வந்து நேந்துபோச்சே! ஊராங்க எதுக்கு வாய வாயப் பாத்துக்கிட்டு நிக்குறீங்க, ஒரு முடுவுபண்ணுங்க' என்று உண்ணாமலை புலம்ப ஆரம்பித்தாள். உண்ணாமலை வீட்டிலிருந்தே பிணத்தை எடுத்துவிடுவது என்று ஒரு பிரிவும், இதுவரை கிழவி தங்கியிருந்த வீட்டில் வைத்துத்தான் எடுக்க வேண்டும் என்று ஒரு பிரிவும் பேச ஆரம்பித்ததால், இரு கட்சியாகி, பேச்சு வளர்ந்துகொண்டே போயிற்று. கைகலப்பு நடக்குமளவுக்கு வார்த்தைகள் தடிக்க ஆரம்பித்ததும், அய்யர் 'பொணத்த சால வூட்டுல போட முடியாது, அம்மனுக்குத் தீட்டு ஆவாது. பேச்ச வளக்காம பொணத்த எடுக்கப் பாருங்க' என்று சொன்னதும் உண்ணாமலை பெரிய ஆபத்து வந்துவிட்டதுபோலத் தலையில் அடித்துக்கொண்டு அழுதாள். கூட்டத்தில் சலசலப்பு அதிகமாயிற்று.

கிழவிக்குச் சொந்தம் என்று யாரும் இல்லாததால் எழவு வைக்கவில்லை. எழவு கட்டவில்லை. பந்தல் போடவில்லை. ஆட்டம் வைக்கவில்லை. வாக்கரிசி எடுக்க வில்லை. மேளக்காரன் இல்லை. ஏன், பிணத்திற்கு வழிகூட விடவில்லை. பிணத்தின் தலை மாட்டில் உட்கார்ந்து வீரீட்டு அழுதுகொண்டிருந்த செடலை மணியக்காரன் உத்தரவு போடுவதுபோல் அழக் கூடாது என்று சொல்லிவிட்டாள் உண்ணாமலை. வாய்விட்டு அழாவிட்டாலும் அவள் கன்னத்தில் கண்ணீர் வழிவது நிற்கவே இல்லை. கூட்டத்தில் நின்றுகொண்டிருந்த பூங்கோதையும் மண்ணாங்கட்டியும் கிழவிக்காக உயிர்போவது போலச் செடல் அழ வேண்டியதில்லை என்று அவளிடம் சண்டை போட்டனர். 'பாடிபரதேசிதான, சொந்தமா, பந்தமா?' என்றனர்.

'நேரமாவுது, நேரமாவுது, ஊரான் வூட்டுப் பொணத்த எதுக்கு என் வூட்டுல போட்டு வச்சியிருக்கீங்க. வீச்ச நாத்தமடிக்கறதுக்குள்ளார பொணத்த வெளிய கடத்தப் பாருங்க' என்று சொல்லி உண்ணாமலையும் அவளுடைய புருசனும் குதிக்க ஆரம்பித்துவிட்டார்கள். தர்மகர்த்தாவிடமும், அய்யரிடமும் சண்டைக்குப் பாய்ந் தார்கள். அதனால், ஊரார்கள் நேரத்தை வளர்த்தாமல் பிணத்தைத் தூக்கிவிடுவது என்று முடிவெடுத்தார்கள்.

பிணத்தின் தலையில் பெயருக்கு இரண்டு குடம் தண்ணீர் ஊற்றினார்கள். யாரோ ஒரு பெண் முறைக்காகப் பிணத்தின் முகத்தில் மஞ்சளை அப்பினாள். பாடை கூடக் கட்டாமல், கட்டிலைத் தலைப்பு மாற்றிப் போட்டு, உடம்பு சரியில்லாதவர் களைத் தூக்கிக்கொண்டு போவதுபோல் தூக்கியபோதுதான் பிணத்திற்குக் கொள்ளி வைக்கவில்லை என்று கூட்டத்தில் யாரோ கத்த, தோள் ஏறிய பிணம் தரையிறங்கியது. மீண்டும் கூச்சலும் குழப்பமும் உண்டாயிற்று. பிணத்திற்குக் கொள்ளி வைப்பது

யார்? 'செடல்' என்று ஒருசிலர் கத்தினாலும், கத்தியவர்களின் குரல் மேவவில்லை. செடல் கொள்ளிபோடக் கூடாது என்று பூங்கோதையும் மண்ணாங்கட்டியும் தகராறு செய்ய ஆரம்பித்தனர். அவர்கள் சொன்னதற்கேற்ற மாதிரி பெரும்பாலானவர்கள் 'அவ பொட்ட புள்ளெ, அதிலியும் பொட்டுக்கட்டி வுட்டவ. கூத்தாடி சாதிக்காரி. அவ வந்து எப்பிடிப் பறச் சாதிக்காரிக்குக் கொள்ளிவைக்கிறது? கொள்ளி வச்சா என்ன, வக்காட்டி என்ன, பொணம் சுடுகாடு போவ மாட்டங்குதா?' என்று சிலர் சொன்னார்கள். பேச்சு நீண்டு கொண்டே போயிற்று. அப்போது 'நேரத்தப் போக்காம பொணத்த எடுக்குற வய்யப் பாருங்க. டே தாதா, நீ வைடா கொள்ளிய' என்று அய்யர் சொன்னதும், கூட்டத்தில் சலசலப்பு மட்டுப்பட்டது. தாதன் கொள்ளி வைத்த மறுநொடியே 'தூக்குங்கப்பா, பொயிதாவுது, மசானக்கர போயி காரியத்த முடிக் குறதுக்குள்ள பொயிது 'இந்தா, அந்தா'ன்னு போயிடும்' என்று ஒன்றிரண்டு பேர் குரல் கொடுத்ததும் பிணம் தோளுக்கு ஏறியது. தாதன் மட்டும் வஞ்சனை இல்லாமல் சங்கை ஊதி, சேகண்டியை அடித்துக்கொண்டே போனான்.

* * *

பொழுது உச்சிக்கு வந்துவிட்டது. ஆடுமாடு மேய்க்கிற பிள்ளைகள் மேய்ச்சலுக்கு ஆடுமாடுகளை ஓட்டிக்கொண்டு போய்விட்டிருந்தனர். இளம்பிள்ளைக்காரிகள் பால் கொடுக்க வேலைத்தளையிலிருந்து வீட்டுக்கு வந்துகொண்டிருந்தனர். பள்ளிக் கூடத்தில் ஒண்ணுக்கு மணியும் அடித்துவிட்டார்கள். ஆனால், செடல் காலையில் தூக்கத்திலிருந்து எழுந்து வந்து கோயில் திண்ணையில் உட்கார்ந்தவள்தான். உட் கார்ந்த இடத்தை விட்டு நகராமல் அப்படியே உட்கார்ந்திருந்தாள். கிழவிக்கு நாளைக்கு எட்டாம் துக்கம் என்ற எண்ணம்தான் அவளுடைய மனத்தில் ஓடிக்கொண்டிருந்தது.

கிழவி செத்த அன்று பொழுது விடிந்ததும் விடியாததுமாகக் கிழவிக்கும் செடலுக் கும் சண்டையான சண்டை நடந்தது. பறத் தெருவிலுள்ள சனங்களெல்லாம் கத்தாவை எடுத்துக்கொண்டு மீன் பிடிக்க ஆவட்டி ஏரிக்குப் போவது தெரிந்ததும், செடலும் கிளம்பினாள். போகிற போக்கில் மீனாட்சி 'வர்றியாடி?' என்று கேட்டுவிட்டுப் போன பிறகு, செடலால் தரையில் நிற்க முடியவில்லை. ஆனால் அவளைப் போக விடாமல் தடுப்பதற்காக, சேற்றுக்குள் பாம்பு இருக்கும், கொத்துக்கொத்தாக முள் கிடக்கும், மீன் பிடித்துக்கொண்டு வரும்போது கவுச்சி வாடைக்கு பேய், பிசாசு, முனி என்று ஏதாவது பிடித்துக்கொள்ளும் என்று கிழவி பயமுறுத்திப்பார்த்தாள். செடல் எதற்கும் கட்டடையவில்லை என்பதால் காறித்துப்பி 'சீ போடி அந்தாண்ட, சாமிப் புள்ளெ போயி சேத்தக் கலக்கி மீன் புடிக்கலாமாடி? ஒன்னெ எயிதுனவனக் கண்டா பிஞ்ச மொறத்தாலேயே நாலு அடி அடிப்பன். புள்ளெ இப்பத்தான் அலங் கத்துல வளர்றாப் போல இருக்கு. இனிமே என்னா கொறச்சலு, எமனேரி பாச்சலுதான் போ. எஞ் சொல்லு பேச்சு மீறிப் போனா போ, அதுக்குப் பின்னால ஒனக்கும் எனக்கும் யாதொரு சோளாப் பந்தியும் கெடயாது. வெட்டி வுடு. பாக்குறவங்க கேப்பளமா எண்ணும்படியா வைக்காதடி. சொல்பேச்சுக் கேளு, மீறிப் போனா அப்பறம் சணக் காடா, பொணக்காடா அடிச்சிப்புடுவன். கயிசற நாய' என்று சொல்லிக் கிழவி தன் னுடைய போக்கில் நீட்டி முழக்கிப் பேசினாள்.

செடலிடம் கோபித்துக்கொண்டு உண்ணாமலை வீட்டுக்குப் போனவள்தான். கொஞ்ச நேரம்கூட இருக்காது. செத்துவிட்டாள் என்று ஆள் வந்தது. அன்று சண்டை போடாமலிருந்திருந்தால் கிழவி செத்திருக்க மாட்டாளோ! மீன் பிடிக்கக் கிளம்பிய

தற்காகச் செடல் தன்னையே திட்டிக்கொண்டாள். வழிப்போக்கிகள் யாராவது வந்து, தங்கி, செத்துவிட்டால் எப்படிச் செய்வார்களோ அதே மாதிரிதான் செய்தார்கள். பிணத்தைத் தூக்கக் கட்டில்கூட கொடுக்க மறுத்துவிட்டார்கள். அதைவிட, வாய்க்கு வாய் எல்லாரும் 'அநாதைப் பொணம், அநாதைப் பொணம்' என்று சொன்னார்கள். நெற்றியில் காசு வைத்தார்களோ இல்லையோ என்ற எண்ணம் வந்ததும், அவளுக்குத் தூக்கிவாரிப்போட்டது. யார் வைப்பார்கள்?

கிழவி செத்த அன்றும், அதற்கடுத்த மூன்று நாட்களும் குள்ளன் தன்னுடைய வீட்டிலேயே செடலைத் தங்கச் சொல்லிவிட்டான். பூங்கோதை அவ்வப்போது வந்து பார்த்துவிட்டுப் போனாள். சாப்பிடக் கூப்பிட்டாள். சோறு, குழம்பு என்று கொண்டு வந்து கொடுத்தாள். அதோடு 'நாங்க இல்லியாடி ஒனக்கு? நீ என்ன அந்நியமா, பாடி பரதேசியா, ஒன்ன வுட்டுட்டு இருக்கிறதுக்கு? செத்து மசானக்கர போறமுட்டும் நீ ஒண்ணுக்கும் கண்கலங்காத' என்று ஆறுதல் வார்த்தைகள் பேசினாள். தனியாக இருக்க வேண்டாம், தன்னுடைய வீட்டுக்கே வந்துவிடும்படி மீனாட்சி அடிக்கடி வந்து கூப்பிட்டுக்கொண்டிருந்தாள். குள்ளன், பூங்கோதை, மீனாட்சி மூவருமே போட்டி போட்டுக்கொண்டு கூப்பிட்டதால் யாருடைய வீட்டுக்குப் போவது என்ற குழப்பத்தில் இருந்தாள் செடல். வெயில் நன்றாகத் தாழ்ந்தபோதுதான் செடலுக்குச் சுயநினைவே வந்தது. காலையிலிருந்து சாப்பிடாததால் தலை கிறுகிறுப்பாகவும் களைப்பாகவும் இருந்தது.

செடல் சோறு மட்டும் வடித்தாள். குழம்பு வைக்கவில்லை. வழக்கம்போல் யார் வீட்டிலாவது வாங்கிவந்து சாப்பிட இன்று அவளுக்குப் பிடிக்கவில்லை. அதைவிட, அவளுக்குச் சோறு சாப்பிடவே பிடிக்கவில்லை. காலையிலிருந்து சாப்பிடாததால் வெறும் கஞ்சியில் கொஞ்சம் சோற்றை அள்ளிப் போட்டுக் கலக்கிக் குடித்துவிட்டு, சாமான்களையெல்லாம் ஒழுங்குபடுத்தி, வீட்டைக் கூட்டி, விளக்கை அணைத்துவிட்டு, வீட்டுக்குள் நாய் போகாமலிருக்கப் படலைச் சாத்திவிட்டு வந்து, வீட்டுக்கு முன் சாக்கை விரித்துப் போட்டு நிமிர்ந்த வாக்கில் படுத்துக்கொண்டாள். வானத்தையே பார்த்தாள். திட்டுத்திட்டான மேகங்களுக்குள் நுழைந்து இவளை நோக்கி நிலவு ஓடி வந்துகொண்டிருப்பது போலிருந்தது. இமை மூடாமல் நிலவையே கொட்டக் கொட்டப் பார்த்துக்கொண்டிருந்தாள். பிறகு வேப்பமரம், கோயில், வீடு, சுற்றுப்புறம் என்று ஒவ்வொன்றாகப் பார்த்தாள். பயம் அவளைப் பற்றிக்கொண்டது. உடல் நடுங்கியது. கண்களை மூடிக்கொண்டாள். குள்ளன் வீட்டில் போய்ப் படுத்துக்கொள்ளலாமா என்று யோசித்தாள்.

கொலைச்சிந்து அருணாச்சலம் இருமிக்கொண்டே வந்து, கோயிலின் வாசலில் நின்று வடக்கு முகமாக விழுந்து கும்பிட்டுவிட்டு வந்தவன், செடல் படுத்திருந்த சாக்கின் ஒரு மூலையில் உட்கார்ந்ததும் திடுக்கிட்டுப் பயந்துபோய் கண்களைத் திறந்து பார்த்தாள். பிறகு, எழுந்து பெரிய பெண் மாதிரி அவனிடமிருந்து சற்றுத் தள்ளி உட்கார்ந்துகொண்டாள். 'பயந்துட்டியா?' என்று அருணாச்சலம் கேட்டான், அவன் கேட்டதற்குப் பதில் சொல்லாமல் செடல் தானாகவே 'எதனா ஒரு கதெ சொல்லு மாமா' என்று கேட்டதும் 'அடி சக்க' என்று சொன்னவன் 'ஓஓ'வென்று வாய்விட்டுச் சிரித்துவிட்டுக் கேட்டான்:

'என்னா கதெ சொல்லுறது?'

'எந்தக் கதெயாவது.'

22

வேப்பமரத்தின் நிழலில் செடலும், செல்லக்கிளியும் அஞ்சாங்கல் விளையாடிக் கொண்டிருந்தனர். மரத்தடியிலுள்ள பொருள்களுக்குக் காவலாகச் செல்லக்கிளி இருந்தாள். அவளுடைய அப்பாவும் அம்மாவும் மற்றவர்களும் நார் உரிக்க விடியற் காலையில் உருமச்சோற்றைக் கையிலேயே எடுத்துக்கொண்டு போனால் பொழுது இறங்கிய பிறகுதான் திரும்பிவருவார்கள். ஆற்றின் கரையோரம் நாணல் புதரை ஒட்டிச் சிறு பள்ளம் போட்டு ஊறவைத்திருந்த கற்றாழையைக் கல்லில் துணியை அடித்துத் துவைப்பதுபோல அடித்துஅடித்துத் தண்ணீரில் அலசி நாராக்கி, காயவைத்துக் கட்டாகக் கட்டி எடுத்துக்கொண்டு வருவார்கள். அவர்கள் வேப்பமர நிழலுக்கு வரும்போது இருள் இறங்க ஆரம்பித்திருக்கும். செடலுக்கு மற்ற கூட்டத்தார்களை விட நார் உரிக்கும் கூட்டத்தைத்தான் அதிகம் பிடிக்கும். அவர்களால் எந்தத் தொந்தர வும் இருக்காது. பகலில் ஆட்களைப் பார்க்கவே முடியாது. வருசம்தோறும் வருவதால் அவளுக்கு எல்லாரையுமே தெரியும். போகும்போது மறக்காமல் நார்க் கயிறு இரண்டு மூன்று சுரணை கொடுத்துவிட்டுப் போவார்கள். எப்போது நார் உரிக்கும் குடும்பம் வந்தாலும் செல்லக்கிளி செடலுடன்தான் படுத்துக்கொள்வாள். இருவரும் சேர்ந்து கொண்டு குச்சி பொறுக்கவும், ஆற்றுக்குத் தண்ணீர் எடுக்கவும் போவார்கள். நார் காயப்போட வேண்டும் என்றால் இருவருமே சேர்ந்து வேலை செய்வார்கள். செடலை விடச் செல்லக்கிளிக்கு நான்கு ஐந்து வயதுதான் அதிகம் இருக்கும். தலைமுடி இடுப்பு வரை நீண்டிருக்கும். படர்ந்த முகம், ஏறுநெற்றி என்று லட்சணமாக இருப்பாள். எப்போது பார்த்தாலும் எதையாவது கொடுத்துத் தின்னச் சொல்வாள். மறுத்தால் 'எம் பேச்சக் கேப்பியா மாட்டீயா? நீ இதெத் திங்கலன்னா இனிமே நான் ஒங்கூடப் பேச மாட்டன்' என்று சொல்லிக் கட்டாயப்படுத்துவாள்.

அஞ்சாங்கல் ஆட்டத்தில் யார் தோற்கிறார்களோ அவள் ஆற்றிலிருந்து ஒரு நடை தண்ணீர் எடுத்துவர வேண்டும் என்று பந்தயம்வைத்து ஆடிக்கொண்டிருந் தார்கள். இருவரும் ஒரு முறை ஜெயித்தும் ஒரு முறை தோற்றுமிருந்தார்கள். அடுத்து யார் ஜெயிப்பது என்று ஆடிக்கொண்டிருக்கும்போது, ஆற்றிலிருந்து ஏழெட்டு பேர் செத்துப்போன ஒரு மாட்டைக் கயிற்றால் கட்டிச் சக்கிலித் தெருப் பக்கம் தூக்கிக் கொண்டு போவது தெரிந்ததும், இரண்டு பெண்களும் வேடிக்கை பார்க்க ஆட்டத் தைப் பாதியிலேயே விட்டுவிட்டு ஓடினார்கள்.

நடராஜ பிள்ளை வீட்டுக் காளை மாடு ஒன்று மேய்ச்சலுக்குப் போன இடத்தில் நுங்கும்நுரையுமாகத் தள்ளி அங்கேயே செத்துவிட்டது. பிள்ளை அடிமைப் பறையன் களிடம் மாட்டை அறுத்துச் சாப்பிடச் சொல்லிவிட்டார். குள்ளனும், பிள்ளை வீட்டில் வேலை செய்த மற்றவர்களும் மாட்டைத் தூக்கிக்கொண்டு வந்துவிட் டார்கள். மாடு சக்கிலி வீட்டுப் பக்கம் போனதும் செடலும் செல்லக்கிளியும் கோயி லுக்குத் திரும்பி வந்தார்கள். வந்த வேகத்திலேயே செல்லக்கிளி மட்டும் குளிப்பதற் காக ஆற்றுக்குக் கிளம்பிப் போனாள்.

சக்கிலி வீட்டை நோக்கி ஒன்றிரண்டு பிள்ளைகள் தூக்குப்போகணி, அரிசி களைகிற குண்டான், சருவச்சட்டி, குழம்பு வைக்கிற ஆடைச்சட்டி என்று எடுத்துக் கொண்டு கறி எடுக்கப் போவது தெரிந்தது. மாடு அறுக்கிற இடத்திற்குப் போகலாமா என்று ஒரு கணம் யோசித்தாள். கறி அறுக்கிற இடத்தில் கறி எடுக்காத வீட்டுப் பிள்ளைகள்கூட நின்றிருப்பார்கள். அப்படி நிற்பவர்கள், யாரும் சொல்லாமலேயே

நாய்களையும் காக்கைகளையும், பருந்துகளையும், விரட்டியடித்துக்கொண்டிருப் பார்கள். இது ஒரு சாக்குதான். சக்கிலி கேட்காமலேயே கறியைக் கூறு போட ஆவாரம் தழை, பூவரசு இலை என்று ஒடித்து வந்து படர்த்திப்போடுவார்கள். அப்படி வேலை செய்த பிள்ளைகளுக்குக் கூறுபோடும்போது ஒன்றிரண்டு துண்டுக் கறியைச் சக்கிலி எடுத்துக் கொடுப்பான். கூறுபோட்ட கறியை எடுத்துக்கொண்டு போய்விட்ட பிறகு, தரையில் படர்த்திப் போட்ட ஆவாரம் தழை, பூவரசு இலைகளில் ஒன்றிரண்டு துண்டு கறி மறைந்து கிடக்கும். அதைப் பொறுக்குவதற்காகவே பிள்ளைகள் காத்துக் கொண்டு நிற்பார்கள். தப்புக்கறி பொறுக்குவதற்காக யார் எவ்வளவு விரட்டினாலும் அந்த இடத்தையே வட்டமிட்டுத் திரியும் பிள்ளைகளும் உண்டு. பொட்டுக்கட்டி விடுவதற்கு முன்பு செடலும் தப்புக்கறி பொறுக்க, ஓசிக் கறி வாங்கப் போயிருக்கிறாள். ஆனால், பொட்டுக்கட்டி விட்ட பிறகு, அவள் கறிபோடும் இடத்திற்கு ஒருமுறை கூடப் போனதில்லை. கிழவி உயிரோடு இருந்தால் குறைந்தது அரைத் தூக்குக் கறியாவது வாங்கிக்கொண்டு வந்துவிடுவாள். ஊரில் யார் எப்போது கறி போட் டாலும் 'செடலுக்குத்தான் மொதப் பங்குத் தரணும். அதான மொறம. தெனம் ஒரு வயக்கத்த உண்டுப் பண்ணிக்கிறதா? தெய்வ சந்நிதானத்துல கொடுத்த வாக்க மீறுறதா?' என்று சண்டைபோட்டாவது வாங்கிக்கொண்டு வந்துவிடுவாள். கறி போடும்போது வேறு எங்காவது போய்விட்டு வந்திருந்தால் 'அய்யோ மறந்து போனேனே!' என்று புலம்புவாள். 'ஒன்னால ஒண்ணும் முடியாது' என்று செடல் சுள்ளென்று எரிந்துவிழுவாள். கறி கிடைக்காத கோபத்தில் கிழவி பாடு பாடென்று பாடுவாள்: 'எந்த ஊரு பேச்சுடி குட்டி இது? பீ மேல குந்தியிருக்கிறதெல்லாம் என்னெப் பாத்துக் கேவி கேக்கும்படியா வச்சிட்டானே பாயிம் கடவுளு. 'கண்ணுல கோட்டான், கம்பிடிச்சிப் போட்டான்ங்'கிற கதெயா ஆயிப் போச்சி எங்கதெ' என்று பேசிக்கொண்டே போவாள். கிழவி செத்த இந்த ஒரு வருசத்தில் இவளாகப் போய் யாரிடமும் கறி கேட்கவுமில்லை, அவர்களாகவே வந்து கொடுக்கவுமில்லை. மண்ணாங்கட்டி, பூங்கோதை, மீனாட்சி இவர்கள்தான் என்றைக்குக் கறிக் குழம்பு ஆக்குகிறார்களோ அன்றைக்குக் கட்டாயப்படுத்திச் சாப்பாடு போடுவார்கள். வாங்கிய தானியத்தையெல்லாம் அய்யர் வீட்டுக் குதிரில் கிழவி போட்டுவைத்திருந்தாள். ஆனால், இப்போது எதுவுமில்லை என்றாகிவிட்டது. கிழவி செத்ததற்கு, எட்டாம் துக்கத்திற்கு, கருமகாரியச் செலவிற்கு, இவளுக்குத் துணி எடுத்ததற்கு எல்லாம் செலவாகிவிட்டதாக அய்யர் சொல்லிவிட்டார். மிச்சம் ஒன்றுமில்லை என்று கையை விரிக்க எப்படித்தான் மனசு வந்ததோ! இந்த வருசம் வாங்கிய படியையும் அய்ய ருடைய வீட்டுக் குதிரில்தான் போட்டுவைத்தாள். அதுவும் அவர் வீடு தீப்பற்றி எரிந்ததில் சாம்பலாகிவிட்டது. தர்மகர்த்தாவிடம் சொன்னதற்கு 'ஆண்டிப் பய, அவனோட சாதிப் புத்தியக் காட்டிப்புட்டான். நான் பாத்துக்கிறன் நீ போ. முடிஞ்ச முட்டும் தோதுமாது பண்ணித்தர்றன்' என்று அவர் சொன்னதோடு சரி.

வேகவேகமாக வந்த மஞ்சாயி தன்னுடைய இரண்டு பிள்ளைகளையும் இடுப்பி லிருந்து இறக்கிவிட்டு 'செத்த நேரம் பாத்துக்க. ஒரே ஓட்டமா ஓடிப்போயி அந்த மனுசனுக்கு இந்தச் சோத்தக் கொடுத்துட்டு ஓடியாந்துடுறன். காலயிலியே அந்தாளு நீராரம் குடிக்காமப் போயிட்டான். இதுக்கே 'இந்நேரம் என்னாடி பண்ணுன எங்கூத்தி மவள'ன்னு எம் மொவறயில குத்த வருவான்' என்று சொல்லிக்கொண்டே பதிலுக்குக் கூடக் காத்திராமல் தூக்குப்போகணியைத் தூக்கிக்கொண்டு காட்டுக்கு ஓடினாள். செடலுக்கு எரிச்சலாகவும் கோபமாகவும் இருந்தது. ஆனாலும், அந்த ஆறு மாதத்துப் பெண்பிள்ளையை இடுப்பில் வைத்துக்கொண்டும், இரண்டு வயதுள்ள பையனைத்

தனக்குப் பக்கத்தில் உட்காரவைத்துக்கொண்டும் விளையாட்டுக்காட்ட முயன்றாள். மஞ்சாயி போனதற்காக அந்தப் பிள்ளையைவிட, பையன்தான் அதிகம் கத்திக்கொண்டிருந்தான். முடிந்தவரை செடல் என்னென்னவோ வித்தைகளையெல்லாம் செய்து காட்டிக்கொண்டிருந்தாள். 'எல்ல, எல்ல, எல்ல' என்று ஆராட்டினாள். மடியில் உட்கார வைத்து, தூக்கிப் போட்டுப் பிடித்து, தோளில் உட்கார வைத்து, நாயைப் போல நாக்கை நீட்டிக் காட்டி, பூனையைப் போல கத்திக் காட்டி, மாட்டுக்கொம்பு போல கைகளைத் தலையில் வைத்துக் காட்டி, இன்னும் எத்தனையோ விதமான மிருகங்களாக மாறி நடித்துக்காட்டினாள். ஆனால், அந்தப் பையன் பிடித்த அழுகையை விடவில்லை. கைப் பிள்ளையைக் கோயில் திண்ணையில் படுக்கப் போட்டுத் தூங்கப் பண்ணிவிட்டு, பையனுடன் மல்லுக்கட்டிக்கொண்டிருந்தபோது, தர்மகர்த்தாவின் முதல் மகள் ஆராயி ஆற்றுப் பக்கமாகப் போய்க்கொண்டிருந்தவள், இவளைப் பார்த்து விட்டுக் கோயிலுக்கு வந்தாள். வந்தவள் மாவுப் புட்டியில் வைத்திருந்த கம்பைக் கொடுத்து 'கறி சாமான் வாங்கியாறியா? அடுப்ப மூட்டிப்புட்டன். ஆளு ஆரும் ஆப்புடல. செத்த ஒரு எட்டுப் போயிட்டு வாயன்' என்று கேட்டவளிடம், மஞ்சாயியின் பிள்ளைகளை என்ன செய்வது என்று கேட்டதற்கு 'நான் வேலவுட்டாலாமா நீ செய்வ?' என்று மட்டம் தட்டுவது மாதிரி வெடுக்கென்று சொல்லிவிட்டு விடுவிடுவென்று குடித் தெருவுக்கு நடக்க ஆரம்பித்தாள்.செடலுக்கு அழுகையும் ஆத்திரமும் வந்தது. தர்மகர்த்தாவின் மகள் திட்டியதால் உண்டான கோபத்தைக் கத்திக்கொண்டிருந்த பையனிடம் காட்டினாள். 'கத்திக்கிட்டே இருந்தா ஒங்கமாளுக்குப் புள்ளெ இல்லாம ஆக்கிப்புடுவன். ஊர் சனியனெல்லாம் எந் தலயில வந்துதான் விய்யிது பாரு.'

கோயிலின் சுவர் அம்மைத் தழும்பு போட்ட முகம் மாதிரி சொள்ளைசொள்ளையாக இருந்தது. சுவரைத் தீற்ற வேண்டும் என்று நினைத்தாள். தரையும் பொக்கையும் போரையுமாக இருந்தது. பார்ப்பதற்கு வண்ணான் வாந்தி எடுத்த இடம் மாதிரி இருந்தது. தரையையும் மெழுக வேண்டும் என்று நினைத்தாள். சாதாரணமாக வெள்ளிக் கிழமை வெள்ளிக்கிழமை தரையை மெழுகிவிடுவாள். ஆறு மாசத்திற்கு ஒரு முறை சுவரைத் தீற்றிவிடுவாள். ஆனால் பார்ப்பதற்குப் பத்து வருசமாக ஆள் புழங்காத இடம் மாதிரிதான் தெரியும். போன வெள்ளிக்கிழமைதான் தரையை நகநகவென்று கண்ணாடி மாதிரி தடிப்பான சாணிப்பால் விட்டு மெழுகினாள். நான்கு நாட்கள்கூட ஆகவில்லை. அதற்குள் களம் அடித்த இடம் மாதிரி இருக்கிறது. பறத் தெருவிலுள்ள எல்லாப் பிள்ளைகளும் வந்து தினமும் விளையாடினால் எப்படி மெழுகிய இடமாகத் தெரியும்? வாராவாரம் மெழுகுவதில்லாமல், நேர்த்திக்கடன் செய்ய என்று யாராவது வந்தாலும் அன்றும் மெழுகிவிட வேண்டும். ஒரு முறை கோயிலை மெழுகிவிட மூன்று மாடு சாணி வேண்டும். மாடு வைத்திருப்பவர்கள் சாணி எடுக்கவிட மாட்டார்கள். திருட்டுத் தனமாகத்தான் எடுத்துக்கொண்டு வர வேண்டும். இதோடில்லாமல் மாதா மாதம் வரும் அமாவாசை, பௌர்ணமி என்றும், பதினெட்டு, தீபாவளி, பொங்கல், திருவிழா என்றும் மெழுகிக்கொண்டேயிருக்க வேண்டும். பொட்டுக்கட்டும்போது பஞ்சாயத்தில் முடிவானதுபோல் ஒரு வருசமோ ஆறு மாசமோ கிழவியுடன் இருந்து விட்டு மீண்டும் வீட்டோடு போய்விட்டிருந்தால் இந்த வேலையெல்லாம் இவள் தலையில் விழுந்திருக்காது.

மஞ்சாயி வந்து பிள்ளைகளைத் தூக்கிக்கொண்டு போன பிறகு, செடலுக்குக் கோயில் திண்ணையில் உட்காரவே பிடிக்கவில்லை. வெறிச்சென்றிருந்தது. பறத் தெருவுக்குப் போகலாமா? கறிக் குழம்புக்காகத்தான் வந்திருப்பதாக யாராவது எண்ணி விட்டால்! என்னவானாலும் இன்று பறத் தெருவுக்குள் போகக் கூடாது என்று

முடிவெடுத்தாள். பூவும் பிஞ்சும் காயுமாகப் பூத்துக் குலுங்கிக்கொண்டிருந்த வேப்ப மரத்தையே புதிதாகப் பார்ப்பதுபோல் பார்த்தாள். கிழவி ஒருத்தியுடன் இருப்பது பத்து, இருபது பேர்களுடன் இருப்பதற்குச் சமம். சலசலவென்று ஆற்றில் தண்ணீர் ஓடுவது மாதிரி பேசிக்கொண்டேயிருப்பாள். 'பேய்தாண்டி தனியா இருக்கும்' என்று அடிக்கடிச் சொல்வாள். கிழவியைப் பற்றி நினைத்ததுமே கண்களில் இருள் சூழ்ந்தது போலிருந்தது. மடமடவென்று கண்ணீர் வழிந்தது. குளித்துவிட்டு வந்த செல்லக்கிளி கூப்பிட்டதும்தான் அவளுக்குச் சுயநினைவே வந்தது. துணிகளை மாற்றிக்கொண்டு வந்து குச்சி பொறுக்கக் கூப்பிட்ட செல்லக்கிளியிடம் கோயிலைக் கூட்ட வேண்டும் என்று சொல்லி அனுப்பிவிட்டாள்.

இன்றிரவு சோற்றுக்கு என்ன வழி என்று யோசித்தாள். நான்கு ஐந்து மாதமாகக் கைவேலை செய்து, அவர்கள் கொடுப்பதை வாங்கிச் சாப்பிட்டே காலத்தைத் தள்ளி விட்டாள். நெல் குத்த, வரகு அரைக்க, கம்பு இடிக்க, சோளம் துவைக்க என்று இளம் பிள்ளைக்காரிகள், ஒண்டிக்காரிகள் கூப்பிடுவார்கள். வேலை செய்துகொடுத்தால் சோறு, குழம்பு தருவார்கள். சிலர் தானியமும் தருவார்கள். பிள்ளையைப் பார்த்துக் கொள்ளச் சொல்பவர்கள் தின்பண்டம் மட்டும்தான் தருவார்கள். கூலி வாங்க, தண்ணீர் எடுக்க, கடைக்கு அனுப்புகிறவர்கள் நான்கு நல்ல வார்த்தைச் சொல்லி அனுப்பிவிடு வார்கள். தை மாதம் வந்து ஊருக்கு ஊர் திருவிழா போட்டுப் படி வாங்கும்வரை எதைச் சாப்பிடுவது என்று எண்ணியபோது அவளைத் திகில் பற்றிக்கொண்டது. கிழவி இல்லாததால் தாலாட்டுப் பாடப் போன ஊர்களில் படியைக் கட்டாயப் படுத்திக் கேட்க முடியவில்லை. ஒரு வகையில் அதிகம் கிடைக்காததே நல்லது என்று இப்போது நினைத்தாள்.

'இன்னிக்கென்ன அம்மாளுக்கு பேயிகீயிப் புடிச்சிக்கிச்சா! குந்துன எடத்த வுட்டு நவராம குந்தியிருக்க?' என்று கேட்டுக்கொண்டே வந்த செல்லக்கிளி, பொறுக்கிக் கொண்டுவந்த சுள்ளிக் குச்சிகளை வேப்பமரத்தடியில் போட்டுவிட்டு வந்து, செட லுக்குப் பக்கத்தில் உட்கார்ந்துகொண்டு கேட்டாள்:

'ஒடம்புக்கு முடியலியா? தலவலி போடுதா?'

'ஒண்ணுமில்ல.'

'வா வேப்பமரத்தச் சுத்திக் கூட்டலாம்.'

செல்லக்கிளியை வேப்பமரத்தடியைக் கூட்டச் சொல்லிவிட்டு, செடல் கோயிலுக் குள்ளும், திண்ணையையும் கூட்டினாள். கை, கால், முகம், கழுத்து என்று சுத்தமாகக் கழுவிக்கொண்டு, கோயிலுக்குள் சென்று விளக்கேற்றி வைத்தாள். விளக்கு மாடங் களிலும் விளக்கு வைத்தாள். பிறகு, சாமி கும்பிட்டாள்.

செடல் ஈச்சம்பாயை எடுத்துவந்து வீட்டு வாசலுக்கு முன் போட்டு ஒரு நாளு மில்லாமல் நேரத்திலேயே படுத்துக்கொண்டாள். பக்கத்தில் நார் உரிக்கும் குடும்பம் சோறாக்கிக்கொண்டிருந்தது. சோற்றின் மணம் மூக்கைத் துளைத்தது. இன்று குள்ளன் வீட்டிலும், பூங்கோதை, மீனாட்சி வீட்டிலும் கறி சமைப்பார்கள். அதனால், இவளைச் சாப்பிடக் கூப்பிட வருவார்கள். இல்லையென்றால், குழம்பு கொடுக்கவாவது வரு வார்கள். வராவிட்டால் என்ன செய்வது? வராவிட்டாலும் தானாகப் போகக் கூடாது என்று முடிவெடுத்தாள். சாதாரணமாகத் தெருவில் நடந்துபோகும்போது, தெருவில் உட்கார்ந்து சாப்பிடுகிறவர்கள், இவளைக் கூப்பிட்டு உருண்டைஉருண்டையாக இரண்டு, மூன்று உருண்டை உருட்டிக் கையில் கொடுத்துச் சாப்பிடச் சொல்வார்கள். அப்படிப் போகலாமா? கிழவி செத்ததால் எல்லாப் பிரச்சினையும் இவளுடைய தலைமேல் விழுந்துவிட்டது. அவள் உயிரோடு இருந்திருந்தால் இவளுக்கு எந்தப்

பிரச்சினையுமில்லை. எல்லாவற்றையும்விட ராத்திரியில் தூங்குவதுதான் பெரும் பிரச்சினை. எதிர்பாராத விதமாக விழிப்பு வந்துவிட்டால், பிறகு ஒருபொட்டுத் தூக்கம்கூட வராது. போர்வையைப் போர்த்தி, கண்களை மூடிக்கொண்டாலும் தூக்கம் வராததோடு, தேவையில்லாத எண்ணங்களும் மனத்தில் தோன்றியவாறே இருக்கும். எதையெல்லாம் ஒதுக்கித் தள்ளி, மறக்க நினைப்பாளோ அவைதான் வரிசைகட்டிக்கொண்டு மீண்டும்மீண்டும் நினைவுக்கு வரும். சிறு சத்தம் கேட்டால் கூடப் போதும், பயத்தில் அப்படியே உடம்பு விறைத்து ஜில்லிட்டுப்போகும். நெஞ்சுக்குழி உலர்ந்துவிடும். கிழவி சொல்லிய பேய்க் கதைகள், முனிக் கதைகளெல்லாம் நினைவுக்கு வரும். முக்கியமாக ஆற்றுக்குக் கிழக்கே இலுப்பைத் தோப்பிலிருக்கும் பேய்தான் அதிகம் துன்புறுத்தும். 'அந்த மினியோட தல மசுரு ஒரு சீலத் துணி நீட்டு இருக்கும்' என்று கிழவி சொல்லியிருந்தாள். ஊரிலுள்ளவர்களுக்கெல்லாம் எப்படித்தான் படுத்தவுடனேயே தூக்கம் வருமோ!

செடலுக்குக் கழுத்துப் பகுதியில் சுள்ளெறும்பு ஊர்வதுபோல் இருக்கவே, அந்த இடத்தில் கையை வைத்துத் தடவிப்பார்த்தாள். ஒன்றுமில்லாததால் இரண்டு கைகளையும் நெஞ்சின்மீது போட்டு கோத்துக் கட்டிக்கொண்டபோதுதான் தெரிந்தது, ஏதோ முட்டுவது மாதிரி இருப்பது. என்ன என்று தொட்டுப்பார்த்த மறுநொடியே திடுக்கிட்டுப்போனாள். கோலிக்குண்டு மொத்தத்துக்கு உருண்டு திரண்டு சதை வளர்ந்திருந்தது. மீண்டும் அவ்விடங்களில் கை வைக்கவே பயமாக இருந்தது. உடம்பு வெடவெடவென்று நடுங்க ஆரம்பித்தது. யாரோ ரகசியமாகப் பார்ப்பது போலிருந்தது. அதோடு உடம்பு சுடுவதுபோலவும், காய்ச்சல் அடிப்பதுபோலவும் இருந்தது. மீண்டும் அந்த இடங்களில் கையை வைத்துப் பார்த்தவள், அப்படியே தொடர்ந்து வைத்திருக்கக் கூச்சப்பட்டு, கைகளை கழுத்துக்குக் கொண்டுபோனாள். தானாகவே கைகள் மீண்டும் நெஞ்சுப் பகுதிக்கு நழுவின.

23

கூட்டம்கூட்டமாக ஆற்றுப் பக்கம் சனங்கள் ஓடுவதைக் கண்டு, கோயிலின் திண்ணையில் உட்கார்ந்திருந்த செடலும் என்னவாக இருக்குமோ என்று பதறிப்போய் எழுந்து ஆற்றுப் பக்கம் ஓடினாள். ஆற்று ஓரத்தில் சற்றுக் கிழக்கே தள்ளி, நாணல்கள் நின்றிருந்த இடத்திலிருந்து பெரிய புற்றிலிருந்து வந்துகொண்டிருந்த ஈசலைப் பிடிக்கத்தான் அவ்வளவு கும்பலும் ஓடிக்கொண்டிருந்தது. முதலில் வந்தவர்கள் அந்தப் புற்றைச் சூழ்ந்துகொண்டுவிட்டதால், பின்னால் ஓடிவந்தவர்கள் புற்று இருக்கும் மற்ற இடங்களைத் தேடிக்கொண்டிருந்தனர். ஆண்கள், பெண்கள், பிள்ளைகள் என்று வாளிகளில், குண்டான்களில், தூக்குப்போகணிகளில் தண்ணீரை நிறைத்து எடுத்துக் கொண்டு வந்தவாறே இருந்தனர். புற்று இருந்த இடம்தான் என்றில்லாமல் பரவலாக எல்லா இடங்களிலும் கொசகொசவென்று ஈசல்கள் பறந்துகொண்டிருந்தன. ஒருசிலர் தீப்பந்தம் தயார் செய்துவைத்துக்கொண்டு நின்றனர். தீப்பந்தம் இருந்த இடத்தில் தான் ஈசல்கள் அதிகம் வட்டமிட்டன. தீயில் கருகி மழை கொட்டுவது மாதிரி ஈசல்கள் கொட்டிக்கொண்டிருந்தன. பறக்கிற ஈசல்களைப் பிடிக்கப் பிள்ளைகள் தாவித்தாவிக் குதித்துக்கொண்டிருந்தனர். ஒன்றிரண்டு பேர் தீப்பந்தம் தயார்செய்ய

வீட்டுக்கு ஓடினார்கள். இரவில் தீப்பந்தத்தைப் புற்றுக்கு அருகில் வைத்துவிட்டு வந்து, மறுநாள் விடியற்காலம் போய்ப் பார்த்தால் மூன்று நான்கு முறம் ஈசல்கள் விழுந்து கிடக்கும். சில நேரங்களில் வெளியூர் ஆட்களும் ஈசலுக்காக வருவார்கள். அரைப் படி, கால் படி என்று ஈசல் கிடைத்தால் தவிடு வறுக்கும் வரையோட்டில் போட்டு, சோளத்தையும் சேர்த்துப் போட்டு வறுத்தெடுத்து, கொஞ்சம் வெல்லக் கட்டியையும் போட்டுக் கலந்து தின்றால் அவ்வளவு ருசியாக இருக்கும். செடலும் மற்ற பிள்ளைகளுடன் சேர்ந்துகொண்டு தாவித்தாவியும், எம்பிக் குதித்தும் ஈசலைப் பிடித்து மடியில் போட்டுக்கொள்ள முயன்றாள். திடீரென்று பொசபொசவென்று தூறல் பட ஆரம்பித்ததும், ஈசல் பிடித்துக்கொண்டிருந்த சனங்களெல்லாம் வீட்டுப் பக்கம் ஓட ஆரம்பித்தனர். செடலும் ஓட ஆரம்பித்தாள். மழை அடித்துப் பெய்ய ஆரமபிததது.

செடல் நாலு தப்படி தூரம்கூட ஓடிவந்திருக்க மாட்டாள். அதற்குள் அடி வயிற்றில் வலி அரிந்துஅரிந்து எடுக்க ஆரம்பித்தது. வலி குறைய அடி வயிற்றை மாவு பிசைவது போன்று பிசைந்துகொடுத்தாள். ஓடுவதை நிறுத்தி, வேகமாக நடக்க முயன்றாள். இதுவரை அவள் அறிந்திராத சூடு தொடையிடுக்கில் பரவியது. கையை வைத்துப் பார்த்தாள். கையில் சூடு பரவியதோடு பிசுபிசுவென்று ஒட்டவும் செய்தது. திடுக்கிட்டுப் பயந்துபோய் பாவாடையைத் தூக்கிப் பார்ப்பதற்குள் வழவழவென்று மூத்திரம் வழிவதுபோல ரத்தம் தொடைகளில் இறங்க ஆரம்பித்துவிட்டது. திகில் அவளைப் பற்றிக்கொண்டது. வீறிட்டு அழ ஆரம்பித்தாள். ஓட நினைத்தவள், சூட்டுக் கட்டி புறப்பட்டவர்கள் கால்களை அகட்டிஅகட்டி வைத்து நடப்பதுபோல மெல்ல மெல்ல நடக்க ஆரம்பித்தாள். மழைத் தண்ணீரோடு ரத்தமும் சேர்ந்து பாவாடையைத் தொடையோடு ஒட்டவைத்து நடக்க முடியாமல் செய்தது.

கோயிலுக்குப் பத்து இருபதடி தூரத்திலேயே நின்றுகொண்டாள் செடல். கால்கள் நகர மறுத்தன. வீட்டுக்குள் எப்படிப் போவது? போகலாமா? பிள்ளை பெற்ற பெண்கள், தீட்டுக்காரப் பெண்கள் கோயிலுக்கு வர மாட்டார்கள். அம்ம னுக்குத் தீட்டு ஆகாதென்று. இவள் மட்டும் எப்படிப் போக முடியும்? அவளுக்குப் பெரிய கவலையாகிவிட்டது. அடுத்து எங்கே போவது, ஒதுங்கி உட்கார எங்கே இடமிருக்கிறது? மழை விட்டுத்தொலைந்தாலாவது எங்காவது உட்கார முடியும். முன்பைவிட இப்போதுதான் மழை அடித்துப் பெய்ய ஆரம்பித்திருந்தது. ஒரு முடிவுக்கு வந்தவள்போல் நேரே மீனாட்சி வீட்டுக்குப் போனாள். அவளும், குள்ளனும் மண் ணாங்கட்டியும் நடராஜ பிள்ளை வீட்டுக்குக் கடலை ஆயப் போனவர்கள் காவலுக் காகக் காட்டிலேயே தங்கிவிட்டார்கள் என்று தெரிந்தது. சாவு ஆட்டம் ஆடப் போன வீரனும் வரவில்லை. பூங்கோதையும், அவள் புருசனும் மேல் ஆதனூரில் இருக்கும் செல்லம்மாளின் தம்பி மகன் பாம்பு கடித்துச் செத்துவிட்டான் என்று உச்சிப்பொழுதுக்குத்தான் எழவுக்குப் போயிருந்தார்கள்.

செடல் அய்யர் வீட்டுக்கு வந்தாள். ஜாதகம் பார்க்கக் காலையில் போனவர் இன்னும் வரவில்லை என்று அய்யரின் பெரிய மகன் கருப்புசாமி சொன்னதும், தர்ம கர்த்தா வீட்டுக்குப் போனாள். அவனும் வீட்டிலில்லை என்றபோது, கல்லைத் தூக்கித் தலையில் போட்டது போலாகிவிட்டது. அடுத்து எங்கே போவது? சிறிது நேரம் அந்த வீட்டு வாசலிலேயே கொட்டும் மழையில் நின்றுகொண்டிருந்தவள், மீண்டும் சாலை வீட்டுப் பக்கமே வந்தாள். காற்றிலும் மழையிலும் இருட்டில் தொடர்ந்து நின்று கொண்டிருக்க முடியவில்லை. 'மாரியாயி மாரியாயி' என்று சொல்லிக்கொண்டு, நடப்பதுநடக்கட்டும் என்று வேப்பமரத்தின் அடிவேரில் உட்கார்ந்தாள். மழையில்

நனைந்துகொண்டு நிற்பதைவிட, மரத்தின் அடிவேரில் உட்கார்ந்திருப்பதுதான் அதிகக் குளிராக இருந்தது. இலையிலிருந்து கொட்டும் தண்ணீர் எலும்பையும் ஜில்லிட்டுப்போகச் செய்தது. குத்துக்காலிட்டு, முட்டிக்காலில் முகத்தை வைத்துக் கொண்டு உட்கார்ந்திருந்தவளுக்கு வாய்விட்டு உரக்கக் கத்தி அழ வேண்டும் போலிருந்தது. படிப்படியாக மழையும், காற்றும் கனத்தது. தலையைத் தூக்கிப் பார்த்தாள். இருட்டில் மழை கொட்டிக்கொண்டிருந்தது. மின்னல் வெளிச்சத்தில் தான் மரம், கோயில், வீடு தெரிந்தது. தொடர்ந்து மழை சடசடத்தது. மேகங்கள் உறுமின. அடிக்கிற பேய்க் காற்றில் வேப்பமரம் முறிந்து விழுந்துவிடும் போலிருந்தது. கிழவி இருந்தால் இந்நேரம் முள்ளைக் கல்லாக்குவாள், கல்லை முள்ளாக்குவாள் என்று எண்ணியவள் மனம் கசந்து வெறுப்புடன் எழுந்து மீண்டும் தர்மகர்த்தா வீட்டுப் பக்கம் நடந்தாள்.

'என்னாடி புள்ளெ இந்த நேரத்துல? நேரங்கெட்ட நேரம்தான் ஒனக்கு ஆப் புட்டுதா? உள்ள வா, வந்து இப்பிடி குந்து' என்று சொல்லி தர்மகர்த்தா கூப்பிட்டான். இரண்டு மூன்று முறை உள்ளே கூப்பிட்ட பிறகுதான் வாயைத் திறந்தாள். ஒரு நொடி கூடத் தாமதிக்காமல் அவசரப்பட்டவனாய் 'அப்படியா சேதி, நேரா அய்யர் வூட்டுக்கு ஓடு, அவரு என்னா சொல்றாரோ அது பிரகாரம் செய். தாறுமாறா நடந்துப் புடாத. பின்னால தெய்வக் குத்தமாயிடும். அப்பறம் செல்லியாயி ஊருல கொள்ள நோவ உண்டமிச்சிப் போட்டுடுவா. அந்தக் குத்தத்துலருந்து மீளவும் முடியாது. வந்ததுதான் வந்தியே, ஒரு துணியத் தலயில போட்டுக்கிட்டு வரப்படாது? சளி, காய்ச்சல்னு வந்துடுமே! சரிசரி, சீக்கிரமா ஓடு. அவன்தான் இதுக்கு ஒரு வழியக் காட்டிப் பரிகாரம் பண்ணலாம். கெய்வி செத்தப்பவே ஓன் சனத்தோடு போய் இருக்க வேண்டியதுதான? நீ வீம்பு புடிச்சிகிட்டு இருந்தா நானா பொறுப்பு? போய் அய்யரப் பாரு' என்று சொல்லிவிட்டு தர்மகர்த்தா மழையில் நனைந்துகொண்டு நின்றிருந்த ஆட்டைத் திண்ணைக்கு இழுத்துக்கொண்டு போய்க் கட்டினான். மழையில் நனைய ஆரம்பித்தபோது முகத்தில் வழியும் தண்ணீரை வழித்துவழித்து விட்டாள். பிறகு அப்படியே விட்டுவிட்டாள். மழை நிற்பது போலிருந்தாலும் வழித்துவிடலாம். சேற்றிலும் சகதியிலும், முழங்கால் அளவுக்கு ஓடும் தண்ணீரி லும் நடந்து அய்யர் வீட்டுக்கு வந்து, சாத்தியிருந்த படலைத் தட்டி குரலைக் காட்டி னாள். 'யாரது?' என்ற அய்யரின் குரல் கேட்டதும், செடலுக்குப் போனஉயிர் திரும்பி வந்தது போலிருந்தது. நம்பிக்கையுடன் கால்களை ஊன்றி நின்றாள். இடி, மின்னல், கொட்டும் மழைபற்றி ஒரு கணம் மறந்துபோனாள். 'செடலு சாமி' என்று மீண்டும் குரல் கொடுத்த பிறகுதான், 'யாரு?' என்று கேட்டுக்கொண்டே படலை ஒருக்களித்து விட்டு அரிக்கன் விளக்கைத் தூக்கிப் பிடித்துக்கொண்டு பார்த்தார்.

'செடலு சாமி.'

'வேளகெட்ட வேளயில வர்றியே, மய புடிக்கிறதுக்கு முன்னாடியே வந்தா என்னா? சரி சொல்லு, சாரக் காத்து ஆள கொன்னுடும்போல இருக்கு.'

'_____'

'சொல்லுடி குட்டி, கொட்டுற மயல்ல நின்னுக்கிட்டு.'

'_____'

'கோவுலு செவுரு இடிஞ்சி வீந்துப்போச்சா?'

'_____'

'யாராச்சும் செத்துப்போயிட்டாங்களா?'

'_____'

'என்னான்னு வாயத் தொறந்து சொல்லுடி குட்டி. இடி, மின்னலு தாத்துது. மய வேற பேய் மய பேஞ்சிக்கிட்டு இருக்கு.'

'——'

'வெவரத்தச் சொல்லு. இல்லாட்டி செருப்பால புட்டுப்புடுவன் புட்டு.'

'——'

'கூத்தாடி நாயிக்கு இருக்குற ஆணவத்தப் பாத்தியா, நான் கேட்டுக்கிட்டே இருக்கன். பதிலு சொல்லாம நிக்குறாளே! திமுராடி குட்டி ஒனக்கு.'

'——'

'சொல்லுலன்னா போ. இங்க நிக்காத' என்று சொல்லிவிட்டு, வேகமாக அய்யர் படலைச் சாத்தியதும்தான் வெட்கத்தை விட்டு வாயைத் திறந்தாள்:

'எனக்கு வந்திடுச்சி சாமி.'

படலைத் திறக்காமலேயே விளக்கை மட்டும் தூக்கிப் பிடித்து, 'என்னாது?' என்று கேட்டார்.

'அதான் அய்யர, எனக்கு அது ஆயிருக்கு.'

'என்னாடி உளறுறவ, ரெண்டு வாத்தயில சொல்லிப்புட்டு போ, சனியன.'

'நான் வயசுக்கு வந்திருக்கன்.'

'சரி, அப்பிடின்னா கோவுலுப் பக்கம் போவாத. எட்டுப் பத்து நாளக்கி ஆரு வூட்டிலியாவது இருந்துக்க. இதெயே சாக்கா வச்சி ஒன் சாதி சனத்தோடு சேந்துக்க. அம்மனுக்குத் தீட்டு ஆவாது.'

'சாமி.'

'போயிட்டு வா, காலயில வந்து பாரு.'

'அது இல்லெ சாமி.'

'நான் எங்க போறது?'

'எங்கியாச்சும் போ, நான் என்னா பண்றது? என்னோட வூட்டுக்குள்ளாற உன்ன அயிச்சி வச்சிக்கச் சொல்லுறியா? இல்லன்னா, ஒங்க நடப்பன் வூட்டுக்கு ஓடு. அதுவுமில்லைன்னா ஓங்கத்தக்காரி வூட்டுக்குப் போ.'

'சாமி இதெக் கொஞ்சம் கேளுங்க.'

'——'

அய்யர் நின்றுகூடப் பேசாமல் படலை நன்றாக இழுத்துச் சாத்திவிட்டு, குளிருக்கு அடுப்பு அனலில் குளிர்காயப் போய்விட்டார். செடலுக்கு மூச்சே நின்றுவிட்டது போலிருந்தது. படலைச் சாத்தியிருந்த இருட்டிலிருந்த அந்த வீட்டையே பார்த்தாள். அவள் அழாமலேயே கண்களில் கண்ணீர் வர ஆரம்பித்தது. அடுத்து எங்கே போவது? ஒண்டிக்கொள்ள, தலைசாய்க்க இடம் இல்லை. அதே இடத்தில் நின்றுகொண்டு இரண்டு சாவு அழுகையை அழுதாள். பிறகு, நேரே கொலைச்சிந்து அருணாச்சலம் வீட்டுக்கு வந்தாள். சந்தைக்குப் பாட்டுப் பாடப் போனவன் ஆறு நாட்களாக வரவில்லை என்று அவனுடைய பெண்டாட்டி சொன்னாள். செடல் அப்படியே நின்றிருந்தாள். மழை கொட்டிக்கொண்டேயிருந்தது. கிழவி இருந்திருந்தால் இந்நேரம் ஊரையே கூட்டியிருப்பாள்: 'யே எஞ்சாமிவுளே! இந்த பருதேவத்தப் பாக்காம குந்தியிருக்கீங்களே, ஒங்க மக்கப் புள்ளெயெல்லாம் நல்லா இருக்க வாண்டாமா?' என்று சொல்லி நியாயம் கேட்டிருப்பாள். இரண்டு ஆட்டுக் குட்டிகளை இழுத்துக்கொண்டு ஓடிய பெண் ஒருத்தி, செடல் மழையில் தனியாக நிற்பதற்குக் காரணம் கேட்டுவிட்டு, 'கோவுலுக்கு ஓடு' என்று சொல்லிக்கொண்டே ஆடுகளை இழுத்துக்கொண்டு போனாள். ஆடுகளையும், மாடுகளையும், அவற்றின் தீனியையும்

பத்திரப்படுத்தக் குறுக்கும் நெடுக்குமாக ஓடிக்கொண்டிருந்த ஒருசிலர் காரணம் கேட்டார்கள். செடல் சொன்னாள். அவர்களும் 'கோவுலு வூட்டுக்கு ஓடு' என்றுதான் சொன்னார்கள்.

அடுத்து என்ன செய்வது என்ற கேள்விதான் இடியைவிட, மின்னலைவிட, விடாமல் பெய்யும் மழையைவிட அவளை அதிகம் பயமுறுத்தியது. அந்தக் கேள்விதான் அவள் நெஞ்சுக்குள் நெருப்பாக எரிந்துகொண்டிருந்தது. அந்த நெருப்பு அவளைத் தின்றுதீர்த்துவிடும் போலிருந்தது. அந்த நெருப்பின் கொடுமையிலிருந்து தப்பிக்கத் தான் ஏன் சாகக் கூடாது என்று தன்னையே கேட்டுக்கொண்டாள். ரொம்பக் கசப்பாக உணர்ந்தாள். முதன்முதலாகச் சனங்கள்மீது செடலுக்கு வெறுப்பு உண்டாயிற்று. அந்த வெறுப்பில் தேம்பி அழ ஆரம்பித்தாள். ஊர்ப் பிள்ளைகள் வயசுக்கு வந்த போதெல்லாம் நல்ல விளக்கைக் கையில் கொடுத்து இவள்தான் குடிசையில் உட்கார வைத்தாள். ஆனால் தனக்கு வாய் வார்த்தை பேசக்கூட ஆளில்லையே என்ற எண்ணம் வந்ததும் கதறி அழ ஆரம்பித்தாள்.

காற்று தொடர்ந்து வீசிக்கொண்டிருந்தது. வேப்பமரம் முறிந்துவிடுமோ என்று பயப்படுகிற அளவுக்கு அது பேயாட்டம் ஆடியது. இடி இடிப்பது காதுக்கருகில் பாறாங்கல்லின்மேல் மற்றொரு பாறாங்கல் போட்டதுபோல் கேட்டது. வான மெங்கும் மின்னல் தெறிப்புகள் வெட்டிக்கொண்டிருந்தன. மழை முன்பைவிட வலுத்திருந்தது. மழை பெய்ய ஆரம்பித்த இந்த ஆறு, ஏழு நாட்களில் இன்றுதான் அதிகமான மழை. வேப்பமரத்தில் ஒரு கிளை முறிந்து விழுந்ததும் 'யே அப்பா!' என்று அலறிக்கொண்டு தூரமாக ஓடி வந்து நின்று, முறிந்து விழுந்த கிளையைப் பார்க்க முயன்றாள். இருட்டில் ஒன்றும் தெரியவில்லை. நேரம் என்ன இருக்கும் என்று தெரியவில்லை. ஊர்ப் பக்கம் பார்த்தாள். அது உயிரற்றுக் கிடந்தது. பசி வயிற்றைக் கிள்ளியது. அதோடு இருளோடு இருளாய் எவ்வளவு நேரம்தான் நின்றிருக்க முடியும்? ஒரு முடிவுக்கு வந்தவளாய், கணுக்கால் அளவு தண்ணீரில் கோயில் வாசல் முன் நெடுஞ்சாண்கிடையாக விழுந்து எழுந்தவள், வீட்டுக்குள் போனாள். கூரையிலிருந்த சருகைப் பிடுங்கிப் போட்டு அடுப்பில் நெருப்பை மூட்டினாள். விளக்கை ஏற்றினாள். பாவாடை, சட்டை என்று எல்லாவற்றையும் கழற்றிவிட்டு நிர்முண்டமாகவே நின்று கொண்டு துணிகளைப் பிழிந்தாள். தலை மூட்டையிலிருந்து வேறு சீலைத் துணி ஒன்றை எடுத்துத் துவட்டிக் கொண்டாள். கட்டிக்கொள்ள வேறு துணியில்லாததால் துவட்டிய அந்தச் சீலைத் துணியை, போர்வையைப் போர்த்திக்கொள்வது போன்று போர்த்திக்கொண்டாள். திடீரென்று ஞாபகம் வந்தவளாய் எழுந்து நின்று போர்த்தி யிருந்த சீலைத் துணியில் ஒரு துண்டு கிழித்து, அதைப் பல துண்டுகளாகக் கிழித்து, ஒன்றுடன் ஒன்றை இணைத்து முடிச்சுப்போட்டு அரைஞாண் கயிறுபோலக் கட்டிக் கொண்டு, ரத்தம் கசியும் இடத்தில் சிறு துண்டு துணியை வைத்துக்கொண்டு, தரையில் கரைகரையாகப்பட்டிருந்த இடத்தையெல்லாம் காலால் தேய்த்துவிட்டு, அடுப்பின் முன் உட்கார்ந்து குளிர்காய ஆரம்பித்தாள். கூரை வழியாக ஒழுகும் தண்ணீர் வீட்டில் குட்டைகுட்டையாக நிற்க ஆரம்பித்ததும் திடுக்கிட்டுப்போனாள். என்ன செய்வது என்று யோசித்தாள்.

சாதாரண நாளாக இருந்தால் கோயில் திண்ணையில் படுத்துக்கொள்வாள். இல்லையென்றால் பூங்கோதை, குள்ளன் வீட்டுத் திண்ணையிலாவது படுத்துக்கொள் வாள். அவ்வாறு படுக்கப் போகும் வீடுகளிலும் ஒழுகாது என்று சொல்ல முடியாது. எது எப்படியிருந்தாலும் இன்று இவள் எங்குமே படுக்கப் போக முடியாது. இந்த வீடு செடலுக்குப் பொட்டுக்கட்டும்போது கட்டியது. அதுவும் செடலை ஆறு

மாதமோ, ஒரு வருடமோ பெற்றவர்களிடமிருந்து பிரித்துவைக்க வேண்டும் என்பதற் காக. நிலையாக அந்த வீட்டிலேயே தங்க நேரிடும் என்று யாருக்குத் தெரியும்? அதற்குப் பிறகு, ஒரே ஒரு முறை கிழவி புதுக்கூரை போட்டாள். அதற்குப் பிறகு, மழை வந்தால் ஒழுகுகிற இடத்தில் கொஞ்சம் செத்தையை வைத்து அடைத்துவிடு வாள். அதுவும், கிழவி போன பிறகு இல்லை என்றாகிவிட்டது. கோயில் அப்படியல்ல. மற்ற நாட்களில் அது எப்படி கிடந்தாலும், திருவிழா சமயத்தில் புதுக்கூரை போடு வார்கள், இடிந்த சுவரைக் கட்டிவிடுவார்கள். செடல் விளக்கை எடுத்துக்கொண்டு சுவரில் ஒவ்வொரு இடமாகப் பார்த்துக்கொண்டே வந்தாள். கூரையையும் பார்த்தாள். சுவரின் மேற்கு மூலை கரைந்துகொண்டிருந்தது. கூரையும் அந்த இடத்தில் சரிந்து விட்டிருந்தது. அந்த வழியாகத்தான் காற்றும் மழையும் வீட்டுக்குள் வந்துகொண் டிருந்தது. மழை விடாமல பெயதால விடிவதற்குள் சுவர் விழுந்து, கூரையும் சரிந்து விடலாம், விடியும்வரையுமாவது கூரை விழாமலிருக்க வேண்டும் என்று மாரி யம்மனை வேண்டிக்கொண்டாள். வீட்டுக்குள் கணுக்கால் அளவுக்குத் தண்ணீர் நிற்க ஆரம்பித்துவிட்டதால் உட்கார இடமில்லாமல் அடுப்புக் கட்டியின் மேல் ஏறி உட்கார்ந்துகொண்டாள்.

கிழவி செத்த இந்த இரண்டு வருசத்தில் தனியாக இருக்க இன்று பயப்பட்டது போல் செடல் என்றுமே இவ்வளவு பயந்ததில்லை. கிழவி இருந்தவரை அந்தப் பேச்சுக்கே இடமில்லாமல் இருந்தது. அதைவிட வேப்பமரத்தடியில் ஏதாவதொரு குடும்பம் இருந்துகொண்டேயிருக்கும். ஆனால் இன்று ஒரு குருவி குஞ்சுகூட இல்லை. ஒரு வாரமாக அடைமழை பிடித்துக்கொண்டு அடித்தால் யார்தான் வருவார்கள்? இந்த நேரத்திற்குத் தொம்பக் கிழவியோ, செல்லக்கிளியோ இருந்தால் பத்தாள் பலம் சேர்ந்தது போலிருக்கும். 'ஒரு நாயும் இல்லெ' என்று சொல்லி முணுமுணுத்தாள். பேய், பிசாசுகள் வருமோ என்ற எண்ணம் வந்ததுமே தூக்கிவாரிப்போட்டது. அதிலும் தீட்டுக்காரப் பெண்கள் தனியாகப் போனால் ரத்த வாடைக்காகப் பேய்கள் வந்து பிடித்துக்கொள்ளும் என்று அடிக்கடி கிழவி சொல்வாள். அதே மாதிரி ரத்த வாடைக் காகத் தன்னை வந்து பிடித்துக்கொண்டால்? அவளுக்கு உடம்பு கிடுகிடுவென்று நடுங்க ஆரம்பித்தது. கிழவி சொல்லியிருந்த பேய்க் கதைகளெல்லாம் நினைவுக்கு வர ஆரம்பித்தன.

செடலுக்குத் திடீரென்று ஒரு சந்தேகம் வந்தது. இந்த வீட்டிலிருந்ததை யாராவது பார்த்திருப்பார்களா? தீட்டுடன் கோயிலுக்குப் பக்கத்தில் இருந்ததற்காக, தெய்வக் குற்றம் செய்ததாக, காலையில் பஞ்சாயத்துக் கூட்டினால் என்ன செய்வது? யாருமே பார்க்காமலிருந்து, ராத்திரி எங்கே தங்கியிருந்தாள் என்று கேட்டால்? விடிந்ததும் யாருடைய வீட்டுக்குப் போவது? பூங்கோதை வீட்டுக்கு மட்டும்தான் போகலாம். பூவரும்பு ஊரை விட்டுப் போன பிறகு குள்ளன் வந்து எத்தனையோ முறை கூப்பிட்டுவிட்டான். வீம்புபிடித்துக்கொண்டு போகவில்லை. கிழவி செத்த போதும் கூப்பிட்டான். அப்போதும் போகவில்லை. இப்போது மட்டும் போகலாமா? இனிமேல் கோயிலுக்குப் போகக் கூடாதென்று சொல்வார்களா? இந்த வீட்டில் தங்கியதற்காக இவள்மேல் யார் குற்றம்சொல்லிப் பஞ்சாயத்துக் கூட்டுவார்கள் என்று நினைத்துக்கொண்டிருக்கும் போதே மடமடவென்று மேற்குப்புறச் சுவர் விழுந்ததோடு, கூரையும் சாய்ந்துவிட்டது. பதறிப்போய் விளக்கை எடுத்துப் பார்க்க முயன்றபோது விளக்கும் அணைந்ததோடு, அடுப்பு நெருப்பும் அணைந்துவிட்டது. அவளுக்கு உடம்பு தடதடவென்று ஆடியது. சுவர் விழுந்துவிட்டதால் கூரை அப்படியே உட்கார்ந்த நிலையில் மழை வீட்டுக்குள்ளேயே கொட்ட ஆரம்பித்தது.

கணுக்கால் அளவுக்கு நின்றிருந்த தண்ணீர் மடமட வென்று ஏற ஆரம்பித்தது. கொஞ்சம் துணிகளையாவது எடுத்துக்கொண்டு வெளியே போய்விடலாம் என்று எடுப்பதற்குள் கூரையின் முன்பகுதியும் அப்படியே உட்கார ஆரம்பித்துவிட்டது. 'யே மாரியாயி, யே செல்லியாயி' என்று அலறிக்கொண்டே வெளியே ஓடிவந்தாள். நின்றுகொண்டிருந்த யானை படுத்துக்கொண்டதுபோன்று சரிந்து கிடந்த வீட்டை மின்னல் வெளிச்சத்தில்தான் பார்த்தாள்.

'யே சனங்களே, யே சனங்களே, யே மாரியாயி!'

கொட்டுகிற மழையில் செடல் அப்படியே நின்றிருந்தாள். தரை எது, வானம் எது, மரங்கள், வீடுகள் எங்கிருக்கின்றன? வானத்துக்கும் பூமிக்கும் இடையே பெரிய சுவர்போல இருள் நின்றிருந்தது. மழையின் வேகம் கொஞ்சமும் குறைய வில்லை. ஒரு நொடி இடைவெளிகூட இல்லை. அதைவிட மோசம் காற்று. வேப்ப மரத்தையும், புதர்க் காட்டில் இருந்த மரங்களையெல்லாம் அது உலுக்கிக்கொண் டிருந்தது. மடமடவென்று சில மரங்கள், கிளைகள் முறிந்துவிழும் சத்தம் கேட்ட வாறு இருந்தது. கருவேலம் காட்டுக்குள் புகுந்த காற்று விநோதமான ஊளைச் சத்தத்தை உண்டாக்கியவாறே இருந்தது. ஊரையே நீர் மூழ்கடித்துவிடும் போலிருந்தது. பயத்தால் உடல் நடுங்கியது. தாடை குளிரில் கிட்டித்துப்போயிற்று. கை கால்கள் கிடுகிடுவென்று நடுங்கிக்கொண்டிருந்தன. குளிரில் கீழே விழாம லிருக்க முழங்கால் அளவு ஓடும் தண்ணீரில் மேலும்மேலும் பலமாகக் கால்களை ஊன்றி நிற்க முயன்றுகொண்டிருந்தாள். தலையைத் திருப்பிப் பறத் தெருப் பக்கம் பார்த்தாள். ஒன்றுமே தெரியவில்லை. காற்றுக்கும் மழைக்கும் எத்தனை வீடுகள் சரிந்து விழுந்திருக்குமோ என்ற கவலை வந்ததும் மழை நிற்க வேண்டும் என்று மாரியம்மனிடம் வேண்டிக்கொண்டாள். ஆனால் வானம் பிளந்துகொண்டு கொட்டு வது மாதிரி கொட்டிக்கொண்டிருந்தது மழை. 'சலீர்சலீர்' என்று அறைந்துகொண் டிருந்த மழையின் அடியைத் தாங்க முடியாமல் 'யே அம்மா, யே அப்பா!' என்று கத்தினாள்.

24

விடியற்காலையில்தான் மழையின் சீற்றம் கொஞ்சம்கொஞ்சமாகத் தணிய ஆரம் பித்தது. காற்றின் வேகம் மட்டுப்பட்டிருந்தது. வானம் தெளியத் தொடங்கியிருந்தது. நுங்கும்நுரையுமாகச் சலசலவென்று ஆற்றை நோக்கித் தண்ணீர் ஓடிக்கொண்டிருந் தது. தண்ணீர் வற்ற இரண்டு நாள் ஆகும் போலிருந்தது. நாய்க் குந்தலில் உட்கார்ந் திருந்த செடலால் எழுந்திருக்கவே முடியவில்லை. தலையிலிருந்த இலைகள், மணல் எல்லாவற்றையும் தட்டிவிட்டாள். முகம், கழுத்து, பிடரி, மார்புக் குவடு, கைகள் என்று துடைத்துக்கொண்டாள். எல்லாமும் முழங்கால் அளவுக்கு ஓடும் தண்ணீரி லேயே நின்றுகொண்டு செய்தாள். வெளிச்சம் பரவ ஆரம்பித்ததும் ஒவ்வொன்றையும் பார்த்தாள். வீடு தரையோடுதரையாக முட்டுக் குடிசைபோலச் சரிந்து கிடந்தது. கோயிலின் திண்ணைப் பகுதியில் கூரை இல்லை. வேப்பமரத்தின் இரண்டு பெரிய கிளைகள் முறிந்து கிடந்தன. கண் எட்டும் தூரம்வரை, மரங்கள் வேரோடு சாய்ந்து கிடப்பது தெரிந்தது. ஆற்றில் வெள்ளம் கரை புரண்டோடியது. அதோடு பள்ளக் கட்டான இடமாக இருந்ததால் ஊருக்குள்ளும் வெள்ளம் புகுந்திருந்தது. எங்கு

பார்த்தாலும் தண்ணீர்க்காடாக இருந்தது. மொத்தத்தில் நேற்று பார்த்த இடமாக, ஊராக இல்லை. எல்லாவற்றையும் வெறுமனே பொம்மைக் கண்களுடன் பார்ப்பது போல் செடல் பார்த்தாள். ஒரு பொட்டுக் கண்ணீர் வரவில்லை. போர்த்தியிருந்த சீலைத் துணியைப் பிழிந்து, தலையையும், உடம்பையும் துடைத்துக்கொண்டாள். சரிந்து கிடந்த சாலைக்குள் வழிசெய்து, நுழைந்து, தண்ணீரில் கிடந்த தலைமூட்டைத் துணியை வெளியே எடுத்து, தேவையான துணிகளை மட்டும் எடுத்துக் கொண்டு, கோயிலின் வாசலுக்கு நேராக வந்து வடக்கு முகமாக நின்று மாரியம்மனைக் கும்பிட்டாள். பிறகு குனிந்து தண்ணீருக்குள் கையை விட்டு மண்ணைக் கிள்ளி யெடுத்து நெற்றியில் ஈசிக் கொண்டு, கக்கத்திலிருந்த துணி மூட்டையுடன் ஆற்றை நோக்கி நடக்க ஆரம்பித்தாள்.

பரதேசிக் கோலத்தில் செடல் துணி மூட்டையை எடுத்துக்கொண்டு ஆற்றை ஒட்டி நடக்க ஆரம்பித்தபோது நன்றாக விடிந்திருக்கவில்லை. மழைக்காலமாக இல்லாவிட்டால் முதல் கோழி கூவ ஆரம்பித்ததுமே ஆற்றுப் பக்கம் ஆட்களின் நடமாட்டம் தொடங்கிவிடும். நேற்று இரவு விடாது பெய்த மழையால் வீட்டை விட்டு ஒரு குருவி கூட வெளியே வராதது அவளுக்கு நிம்மதியைத் தந்தது. ஆற்றில் ஓடிக்கொண்டிருந்த புது வெள்ளத்தைப் பார்த்துக்கொண்டே ஒரு முறைகூடத் திரும்பிப் பார்க்காமல் சேற்றிலும் தண்ணீரிலும், நேற்று இரவு நடந்ததையெல்லாம் நினைத்துக்கொண்டே நடந்தாள். மனம் பயத்தாலும் வெட்கத்தாலும் கனத்தது. ஆற்றில் விழுந்து உயிரை மாய்த்துக்கொள்ளலாம்போல இருந்தது. எதற்காக உயிரோடிருக்க வேண்டும்? இரவு முழுவதும் கொட்டிய மழையிலும், மலையோடு மலை மோதியதுபோலக் கேட்ட இடிச் சத்தத்திலும், ஆளைப் புரட்டித்தள்ளும் சூறைக் காற்றிலும், கண்களை நொள்ளையாக்கும் மின்னல் வெட்டுகளிலும் ஆளற்ற ஊரில் சுற்றி வருவதுபோலத் தனியாகச் சுற்றிச்சுற்றி வந்தாளே! ஆடுகளையும் மாடுகளையும் கோழிகளையும் வீட்டுக்குள், தாழ்வாரத்திற்குள் பத்திரப்படுத்தியவர்கள் இவளை மட்டும் ஏன் மறந்தார்கள்? பொலபொலவென்று உப்புக்கட்டியாகக் கொட்டும் மழையில் நின்றிருந்தாளே! ஆற்றில் குதித்துச் செத்துவிட்டால் என்ன? இந்த எண்ணம் உண்டானதும், முன்னிலும் வேகமாக, வீறாப்பாக நடந்தாள். முழங்கால் அளவு தண்ணீரும் சேறுமாக இருந்ததால் கால்களை விசையாக எடுத்துவைத்து நடக்க முடியவில்லை. அதோடு பல நாட்களாகப் பட்டினிகிடந்த உடம்புபோல அயர்வாகவும் தளர்ச்சியுமாக இருந்தது. பசி தலைவலியை உண்டாக்கி, வயிற்றுக்குள் நெருப்பாக எரிந்துகொண்டிருந்தது. கை கால்கள் ஒவ்வொன்றும் பூட்டுபூட்டாக விட்டுப் போயிற்று. பசியைப் போக்க, ஆவாரம் குச்சியை ஒடித்துத் தழைகளை உருவிவிட்டு, பல் விளக்குவது போன்று, வாயில் வைத்துக் கடித்துச் சுவைத்தாள்.

செடல் ஒரு இடத்தில்கூட நிற்கவில்லை. புருசன் வீட்டில் கோபித்துக்கொண்டு தாய் வீட்டுக்குப் போகும் பெண்போல் நடந்துகொண்டிருந்தாள். நன்றாக விடிந்து, வெகு நேரமாகிவிட்டிருந்தாலும் வானம் பார்ப்பதற்கு கருப்புச் சீலையால் மூடியது போலிருந்தது. எங்கு பார்த்தாலும் தண்ணீர்க்காடாகவே தெரிந்தது. தொடர்ந்து சேற்றில் நடந்துகொண்டிருந்ததால் கால்கள் வலியெடுத்தன. நடக்க முடியவில்லை. நேற்றிரவு தொடையிடுக்கில் வைத்துக் கட்டிய துணி அறுப்பது போலிருக்கவே குளிக்கலாம் என்று நினைத்து, தலைப்பறத்தான் வாரியிடம் வந்து குட்டையாக இருந்த ஒரு இடத்தில் துணிகளை அலசினாள். ஆவாரம் தழையைப் பறித்தெடுத்துக் கையாலேயே கசக்கிச் சாறெடுத்துத் தலையில் தேய்த்துக் குளித்து, துணிகளை மாற்றிக் கொண்டு சற்று மேடான இடமாகப் பார்த்து நின்றுகொண்டு தோளின் மேல் போட்ட

வாறு துணிகளை உலர்த்தினாள். சேறும் தண்ணீருமாக இருந்ததால் உட்கார முடியாமல் நின்றுகொண்டே இருந்தாள். கரையை எத்திக் கால் காணி தூரம் காட்டுக்குள் புகுந்து வந்து ஓடிக்கொண்டிருந்த தண்ணீர் வற்றுவதாகத் தெரியவில்லை. குப்பையும் கூளமுமாக தடதடவென்று குழம்புபோல வெளிறிய செம்மண் நிறத்தில் ஓடிக்கொண்டிருந்த வெள்ளத்தையே செடல் பார்த்துக்கொண்டிருந்தாள்.

அடுத்து என்ன செய்வதென்று யோசித்தாள். ஊருக்குத் திரும்பிப் போவதைவிட ஆற்றில் குதித்துச் சாவதே மேல் என்று நினைத்தாள். தீட்டோடு கோயிலை ஒட்டியிருந்த வீட்டில் நேற்றிரவு தங்கியிருந்ததற்காக அய்யர் தார்க்குச்சியால் அடிக்காமல் இருக்க மாட்டார். அதோடு பஞ்சாயத்துக் கூட்டினாலும் கூட்டுவார். அப்படிச் செய்தால் என்ன செய்வது என்று நினைக்கும்போதே அவளுக்குக் கண்கள் கலங்கின. சேற்றில் நின்று கொண்டிருந்தாலும் அவளுடைய உடம்பு அனலாகக் கொதித்துக் கொண்டிருந்தது. சோற்று உலை மாதிரி நெஞ்சு துடித்துக்கொண்டிருந்தது. நேரமாக நேரமாக மனச்சுமை கூடிக்கொண்டேயிருந்தது. வானத்தைப் பார்த்தாள். அது தெளிவதற்குப் பதிலாக மேலும் கறுத்துக்கொண்டிருந்தது. மாடு அவிழ்த்து விடுகிற நேரத்திற்கு மேல் ஆகியிருக்கும். எந்த நேரத்திலும் மழை வரலாம் என்பதுபோல் இருந்தது. அவ்வப்போது ‘பொட்பொட்’ என்று தூறலும் விழுந்துகொண்டிருந்தது. வீசும் குளிர்ந்த காற்று உடலை விறைத்துப்போக வைத்தது. உட்காரலாம் என்றால் கண்ணுக்குத் தெரிந்தவரை சேறும் சகதியுமாகவே இருந்தது. கால் மாற்றி நிற்கக்கூட அவளுக்கு முடியவில்லை. தீட்டோடு நிற்பதற்காகப் பேய் பிசாசு, முனி ஏதாவது பிடித்துக்கொள்ளுமோ, மாரியம்மன் கை கால்களை முடக்கிவிடுமோ என்ற பயம் வந்ததும், அவளையும் மீறி, காடு என்றுகூடப் பார்க்காமல் வாய்விட்டுக் கதறி அழ ஆரம்பித்தாள்.

தூரத்தில் ஒரு ஆள் வருவது செடலுக்குத் தெரிந்தது. அவன் அருகில் வரவர லேசாக அவளுக்குப் பயம் உண்டாயிற்று. உள்ளூர் ஆளாக இருந்தால் முடிந்தது கதை என்று நினைத்தாள். அந்த ஆள் அருகில் வந்ததும்தான் வெளியூர் ஆள் என்று தெரிந்தது. கூத்தாடி மாதிரி இருக்கிறானே என்று நினைத்தவள், அவன் என்ன கேட்பானோ என்று கவலைப்பட்டாள்.

இரண்டு தொடைகளும் தடதடவென்று ஆட ஆரம்பித்தன. சுத்தமாகப் பேச்சே வரவில்லை. யார் இவன்? எந்த ஊர்க்காரனாக இருப்பான்? மற்ற ஆண்களைப் போல் முன்மண்டையை வழித்துவிட்டுப் பின்மண்டையிலுள்ள மயிரை மட்டும் சிண்டாகக் கட்டிக்கொள்ளாமல் பெண்கள் மாதிரி மயிரை அள்ளிச் செருகியிருந்தான். இவ்வளவு மழையிலும் காற்றிலும், சேற்றிலும் எதற்காக வந்திருப்பான்? ஆடு திருடனாக இருப்பானா? கூத்தாடியாக இருப்பானா? ஆளும் பார்ப்பதற்கு அப்படித்தானே இருக்கிறான் என்று எண்ணிக்கொண்டிருக்கும்போதே, அவனே பேச்சுக்கொடுத்தான் ‘எதுக்கு நிக்குற? எந்தூரு, எந்த வூடு, யாரோட மவ, என்னா கொலம்? பாட்டன் பேரு என்னா? ஓம் பேரு என்னா?’ என்று வரிசையாக் கேட்டான். அவன் எவ்வளவு கேட்டும் வாயைத் திறக்காமல் வெறிக்கவெறிக்க அவனையே பார்த்துக்கொண்டிருந்தாள்.

‘யாம்மா அய்வற? சும்மா ஒருவா வாத்திக்கிக் கேட்டுப்புட்டன். மொதல்ல ஒடம்பத் தொவட்டிக்க. யாராச்சும் ஒன்னெத் திட்டுனாங்களா, அடிச்சாங்களா? இந்தக் காத்து மயல்ல காட்டுல தனியா எதுக்கு வந்த, வூட்டுல சண்டசாடி போட்டுட்டு வந்திட்டியா?’ என்று கேட்டுக்கொண்டேயிருந்தான். ஆனால் செடல் வாயைத் திறக்கவில்லை. ‘மானம் இப்பத்தான் ஒரேமுட்டா இருட்டிக்கிட்டு வருது. கொடிக்கா மூலயில மின்னலு தாத்துது. கொடிக்கா மூலயில மின்னுனாலே மின்னலு மறயுறதுக்குள்ள மய வரும்பாங்க. எதுக்கு நிக்குற, எங்க போவணும் சொல்லு, கொண்டுபோய்ச்

சேக்கறன்' என்று அவன் மீண்டும்மீண்டும் கேள்விகளைக் கேட்டுத் துளைக்கவே முகத்தைத் திருப்பிக்கொண்டு சொன்னாள்:

'நீ ஒன் வய்ய தடத்தப் பாத்துக்கிட்டுப் போ. எனக்கு எல்லாம் தெரியும்.'

'பேசிக்கிட்டெ போவலாம். நானும் எட்டாப்புட்டியிலிருந்துதான் வரன். பொன்னன் நாடக செட்டுன்னு கேட்டிருக்கியா. அந்தப் பொன்னன் நாந்தான்.'

'நான் எங்கேயும் போவல.'

'அறியாப் புள்ளெ தனியா நிக்கலாமா? இப்படித்தான் எங்க ஊருல குச்சிப் பொறுக்கப் போன பொண்ண மினி அறஞ்சி, அந்த எடத்திலிய செத்துப்போயிட்டா. பொட்டப் புள்ளயெல்லாம் தனியா அதுவும் ஒத்தயில நடுக்காட்டுல நடக்கலாமா? எங்க போவணுமின்னு சொல்லு, உத்த ஆளுகிட்ட கொண்டுபோய்ச் சேக்கறன்.'

'என்னெயல்லாம் மினி அறயாது. நான் சாமிப் புள்ளெ. நான் ஒங்கூட வர மாட்டன்.'

'இடி விய்ந்தாலும் விய்யும். சீக்கிரமா ஊருப் பக்கம் போய்ச் சேரலாம், வாம்மா.'

'நான் யாரு தெரியுமில்லெ?'

'நீயாருன்னுதான் சொல்லன். நானும் தெரிஞ்சிக்கிறன்.'

செடல் தன்னைப் பற்றி ஒரு வார்த்தையில் சொல்லி முடித்துவிடத்தான் நினைத்தாள். ஆனால் அவளையும் அறியாமல் எல்லா விசயத்தையும் மடமடவென்று சொல்லி விட்டாள்.

'எதுக்கு அயிவுற? வுடு அயிவய. இப்பத்தான் தெரியுது. எனக்குச் சொந்தக்காரப் புள்ளெதான் நீ. ஒனக்கு நான் மாமன் மொறதான். மேலாதனூர்ல ஒங்க சித்தப்பனுக்குக் கண்ணாலம் கட்டுனது எங்கப் பங்காளி வூட்டுப் பொண்ணுதான். எங்க ஊருக்கும் ஒன்னெத்தான் பொட்டுக்கட்டுனாங்க. போன வருச திருநாவுலகூட எங்க ஊருக்கு நீ பள்ளுப் பாட வந்திருக்க. ஒனக்குப் பொட்டுக்கட்டுன அன்னிக்கி நானும் வந்திருந்தன். ஒங்கப்பா கப்பலேறுனப்பத்தான் எனக்குத் தெரியும். இப்பக் கூட ஒங்க சின்னம்மா செல்லம்மாளோட அண்ணன் மவன் பாம்புக் கடிச்சி செத்த சாவுக்குத்தான் போயிட்டு வர்றன்' என்று சொன்னவன், மடியிலிருந்த வெற்றிலைபாக்குப் பையை எடுத்து வெற்றிலை போட ஆரம்பித்தான்.

'நீ எங்கப் போவணுமின்னு சொல்லு, கொண்டுபோயி உத்த ஆளுகிட்டே சேக் கிறன். மேலாதனூருக்கு போவணுமின்னு மட்டும் சொல்லாத. நேத்து ராத்திரி அடிச்ச பெரும் மயலெ அந்தூர் ஓடயில ரெண்டுமூணு ஆளு தண்ணி போவுது. நானே நேரா வர முடியாம கல்லூரு, புடையூர்ன்னு பத்து பாஞ்சி மைலு சுத்திக்கிட்டு வர்றன். நீ அங்கப் போவணுமின்னாலும் பொட்டெபுள்ளெ எப்பிடி அம்மாம் தூரம் தனியாப் போவ முடியும்?'

'_____'

'ஒங்க ஊருக்குப் போயன்.'

'_____'

'பேசாம எங்கூட வந்துடுறியா? நாளக்கி விடிஞ்சதும் கொண்டாந்து வுட்டுடுறன்.'

'_____'

'முடுவச் சொல்லு.'

'_____'

மனசுலெ உள்ளதச் சொல்லு.'

'_____'

'வாயத் தொறக்காம நிக்குறியே. பெரிய புடிவாதக்காரியா இருப்பபோல இருக்கே.'

'நீ ஒன் வய்ய தடத்தெ பாத்துக்கிட்டுப் போ.'

'பேசாம எங்கூட வா.'

'நான் வல்லெ.'

'எங்கூட வா. அப்பறம் ஒன்னோட இஸ்டம். எங்கப் போவணுமோ போயிக்க. தூத்தப்பட ஆரம்பிச்சிடுச்சி. இந்த மயலெயும் காத்துலயும் ஊருக்கு எப்பிடிப் போய் சேருறதோ' என்று சொன்னவன், அவசரஅவசரமாகத் துண்டை எடுத்துத் தலையில் போட்டுக்கொண்டான்.

அடுத்து என்ன செய்வது எங்கே போவது என்ற கேள்விதான் செடலைப் பதற வைத்தது. தொடர்ந்து ஈரத்திலேயே நின்றுகொண்டிருந்ததால் கால்கள் நடுங்க ஆரம் பித்தன. பொன்னனை ஒரு முறை ஏறஇறங்கப் பார்த்தாள். வழியே போனவன் சொந்தக்காரன் என்று சொல்கிறானே நிஜமாக இருக்குமா? நாளைக் காலையில் கொண்டுவந்து குள்ளனிடம் ஒப்படைக்கிறேன் என்று சொல்வதை நம்பலாமா என்று யோசித்துக் கொண்டிருக்கும்போதே மழை வலுக்க ஆரம்பித்தது.

'மய கொட்ட ஆரம்பிச்சிடுச்சி. சின்னப் புள்ளெய நடுக்காட்டுல வுட்டுட்டுப் போவப்படாதுன்னுதான் இம்மாம் நேரம் நின்னன். நான் போறன். வரதுன்னா வா. இல்லன்னா ஒங்க சித்தப்பன் வூட்டுல போயி இரு' என்று சொல்லிவிட்டு வேகமாக நடக்க ஆரம்பித்தான் பொன்னன். முன்பைவிட இப்போது மழை அடித்துப் பெய்ய ஆரம்பித்தது. சுற்றிலும் இருண்டுகொண்டுவந்தது. பேய்பிடித்த பெண் மாதிரி மிரண்டு போய் நின்றுகொண்டிருந்த செடல் செய்வதறியாது வாயை விட்டுக் கதறி அழ ஆரம்பித்தாள். பத்து இருபதடி தூரம் போன பொன்னன், அழுகுரல் கேட்டுத் திரும்பி வந்து 'வா எங்கூட. நாளக்கி வந்துடலாம்' என்று சொல்லிவிட்டு மீண்டும் நடக்க ஆரம்பித்தான்.

செடல் கழுத்தை உயர்த்தி, கரிச்சட்டியாக இருந்த வானத்தைப் பார்த்தாள். ஊர்ப் பக்கம் பார்த்தாள். பிறகு 'செல்லியாயி' என்று சொல்லிவிட்டுக் காலைப் பெயர்த்து வைத்தாள்.

பகுதி: இரண்டு

1

'அடிபோற்றி திறல்போற்றி
புகழ்போற்றி வேல்போற்றி
நான்முகனே போற்றி போற்றி!

தனனா தனனா தனனா, தகதாதகதா, தகதா; தை தை தை; தக தக தக தகன தகன தகன.'

'சரி, அடவு போடு, போடு, போடு, கூச்சமத்துப் போடு, விசிறியாடு. பாடு.'

'ஜெயராம தீரனுக்குத் தீரன்
சீத்தா ஒய்யாரன்
ஜெயராம தீரனுக்குத் தீரன்
சீத்தா ஒய்யாரன்.'

'நாலாங்கால் அடவு போடு. போடு, ஒண்ணு ரெண்டு. மூணாங்கால் அடவு போடு. ம். போடு, நாலாங்கால் போடு.'

'ஜெயராம தீரனுக்குத் தீரன்
சீத்தா ஒய்யாரன்.'

'யே பொண்ணே!' என்று பொன்னன் குரல்கொடுத்ததும், அதற்காகவே காத்திருந்தவள் மாதிரி செடல் தண்ணீர் கொண்டுவந்து கொடுத்தாள். 'மடக்மடக்' என்று சத்தம் எழத் தண்ணீரைக் குடித்தவன், 'நாலு கொரலு கூப்புட்டாத்தான் வருவியா? ராணியம்மாளுக்கு அப்படியென்ன தூக்கமோ!' என்று வேடிக்கையாகக் கேட்டான். செடல் அவனுக்குப் பதிலேதும் சொல்லாமல் முகத்தை வெடுக்கென்று திருப்பிக் கொண்டாள். மேளக்காரன், தாளக்காரன், ஆர்மோனியக்காரன், ஆட்டம் கற்றுக் கொண்டிருந்த பையன்கள் என்று ஒவ்வொருவரும் கமலை இறைத்துவிட்டு வந்த மாடுகள்போல மூச்சுவாங்கித் தண்ணீர் குடித்தனர். இவள் அந்தப் பையன்களையே பார்த்தாள். ஒரே சோட்டாக இருந்த ஒன்பது பையன்களும் ஒரே மாதிரி துண்டை இடுப்பில் கட்டியிருந்தனர். அவர்களில் ஒருத்தன் அசைந்தாலும், காலில் கட்டியிருந்த சலங்கை கலகலவென்று சத்தம் எழுப்பியது. மொத்தமாக நடந்தார்கள் என்றால் மாட்டுச் சந்தையில் கேட்பதுபோலச் சலங்கைகளின் சத்தம் கேட்கும். ஒண்ணுக்குப் போய்விட்டு வந்த மேளக்காரன் வெற்றிலை போட்டுக்கொண்ட கையோடு, மேளத்தை முதன்முதலாகப் பார்ப்பவன் மாதிரி, பரிசோதிப்பவன் மாதிரி, அவ்வப்போது ஒரு தட்டுத் தட்டிக்கொண்டிருந்தான். ஆர்மோனியம், தாளம், ஜால்ரா, பின்பாட்டு என்று எல்லாருமே வெற்றிலை போட்டுக்கொண்டனர். பின் மண்டையில் கட்டி

யிருந்த சிண்டை அவிழ்த்து, உதறி, தட்டி, பெண்கள் மாதிரி மீண்டும் சிண்டு போட்டுக் கொண்டனர். பையன்களும் சிண்டை அவிழ்த்து, உதறி மீண்டும் சிண்டு போட்டுக் கொண்டனர். அதோடு இடுப்பில் கட்டியிருந்த துண்டை அவிழ்த்து உடலில் வழிந்த வியர்வையைத் துடைத்துக்கொண்டு மறுபடியும் இடுப்பில் இறுக்கிக் கட்டிக்கொண் டனர். தளர்ந்திருந்த கால் சலங்கையை அவிழ்த்து, அவிழாதவாறு கட்டிக்கொண்டு ஒன்றிரண்டு முறை காலை மாற்றிக் காலை உதைத்து, நடந்து பார்த்தனர். செடல் பந்தலில் கட்டித் தொங்கவிடப்பட்டிருந்த இரண்டு அரிக்கன் விளக்குகளிலும் தானா கவே சீமையெண்ணெய் கொண்டுபோய் ஊற்றித் திரியைப் பெரிதுபடுத்தி வெளிச் சத்தைக் கூட்டினாள். ஒரு மண்குடம் நிறைய தண்ணீரைக் கொண்டுவந்து வெளி வாசலில் முன்பு இருந்த இடத்திலேயே வைத்துவிட்டு வீட்டுக்குள் போனாள். ஆர்மோனியக்காரன் பெட்டியை மெல்ல அசைத்து, ராகம் இழுத்தவன், அப்படியே மெல்லிய குரலில் 'காலத் தூக்கி மேல போடு பண்டாரமே, காளியோடு நடனம் செய்யும் பண்டாரமே!' என்று பாட ஆரம்பித்தான். பொன்னன் வெற்றிலை எச்சிலை எட்டித் துப்பிவிட்டு எழுந்து நின்று எல்லாப் பையன்களையும் தயாரா என்பதுபோல் ஒரு பார்வை பார்த்தான். பிறகு 'தள்ளு' என்று ஆர்மோனியக்காரனிடம் சொல்லி விட்டுத் தொண்டையைச் செருமிக் கனைத்துக்கொண்டு ஓங்கிய குரலில் வசனம் சொன்னான்:

'ஆயிரம் காணி மைதானத்தில் அவனி அம்பத்தாறு தேசத்து ராசாக்களும் கூடி யிருக்க, அறுபதடி கம்பம் நட்டு, அது எட்டுத் திசையும் சுழல வேண்டும், அதன் மீதேறி மாலையைச் சுழட்டி எறிவேன், எந்த மன்னவன் கழுத்தில் பூமாலை விழுகிறதோ, அவனே என் மன்னவனாவான் என்று ஆக்கினைபோட்டாள்.'

'ஆ...'

வீட்டுக்குள் வந்து படுத்த செடல் கண்களை இறுக மூடிக்கொண்டு தூங்க முயன்றாள்.

நிமிர்ந்த வாக்கில் படுத்திருந்தவள் புரண்டு குப்புறப்படுத்து அசையாமல் அப் படியே வெகு நேரம் கிடந்தாள். பிறகு ஒருக்களித்துப் படுத்தாள். என்ன செய்தும் தூக்கம் வரவில்லை. குட்டிபோட்ட பன்றி மாதிரி புரண்டுபுரண்டு ஒரே இடத்தில் எவ்வளவு நேரம்தான் படுத்திருப்பது? படுத்திருந்த ஈச்சம்பாய் சுடுவதுபோல் இருந்தது. மிளகாய்ப் பொடியைக் கண்ணில் தூவிவிட்டதுபோல் ஒரே எரிச்சலாக எரிந்தது. அதைவிட மேளச் சத்தம், ஆர்மோனியம், தாளம், ஜால்ரா, சலங்கை, பொன்னனின், பின்பாட்டுக்காரர்களின், பையன்களின் தடித்த, கரகரத்த கட்டைக் குரல்களும் ஓயாமல் கேட்டுக்கொண்டிருக்கும்போது எப்படிக் கண்கள் மூடும்? ஆட்டம் கற்றுக் கொடுப்பதை எப்போதுதான் நிறுத்துவார்களோ! இரவு சோறு சாப்பிட்டு முடிக்கும் நேரத்திற்கு ஆரம்பித்தால், பின் சாமம்வரை ஓய மாட்டார்கள். பாட்டுப் பாடும் போதுதான் என்றில்லை, வசனம் பேசும்போதுகூட அடித் தொண்டையில் ஏழு ஊர்களுக்குக் கேட்கும் அளவுக்குக் கத்துவார்கள். அவர்களுக்கேற்ற மாதிரிதான் மேளக்காரன் மூன்று கட்டையில் வைத்து மேளத்தையும் டோலக்கையும் அடிப்பான். நாடகம் கற்றுக் கொடுக்கும் போதுமா மூன்று நான்கு கட்டையில் வைத்து அடிப் பார்கள்? சாதாரண நேரத்தில் எதற்காகக் காது செவிடாகிற மாதிரி 'பொதீர்பொதீர்' என்று மாட்டை அடிப்பதுபோல் அடிக்க வேண்டும் என்று எண்ணியவளின் எண்ணம் ஊர்ப் பக்கம் திரும்பியது. எழுந்து உட்கார்ந்து கொண்டாள்.

கண நேரத்தில் அன்று எல்லாமும் நடந்துவிட்டது. செடலைக் காணவில்லை என்று ஊரே திரண்டு வந்து காடுமேடெல்லாம் தேடியிருக்கும். ஆற்றின் கரையோரம்

நாணற் புதர்களிலும், நீர் தேங்கிய இடங்களிலும் குச்சி விட்டு ஆட்டித் தேடிப் பார்த்திருப்பார்கள். 'யே செடலு, யே செடலு' என்று சொல்லிக் கத்திக் கதறியிருப் பார்கள். மாட்டுக்காரப் பிள்ளைகள், ஊர்காலி மாடு மேய்ப்பவர்கள், வழிப்போக் கர்கள் என்று எல்லாரிடமும் 'செடலக் கண்டீங்களா, செல்லியாயிக்கு பொட்டுக்கட்டி வுட்ட குட்டியப் பாத்தீங்களா? வய்யில தடத்துல எங்கனாச்சும் தெம்புட்டாளா?' என்று ஒருவர் தவறாமல் விசாரித்திருப்பார்கள். அதிலும், பூங்கோதையும் மீனாட்சி யும்தான் பேய் மாதிரி தேடி அலைந்திருப்பார்கள்.

'அடி மாரியாயி, அன்னிக்கிப் பாத்து எம்புத்திய மதிமயங்க வச்சிட்டியே! ஊரு, கோவுலு, சாமியெல்லாம் என்னாச்சோ! சனங்க என்ன ஆனாங்களோ! துருநீறு வாங்க, மாரியாயி தாலாட்டுப் பாட, யாருயாரெல்லாம் தேடுறாங்களோ. இந்த ஊருக்கு வந்த பின்னால தெரிஞ்ச மொகம் அறிஞ்ச மொகம்ன்னு ஒண்ணும் பாக்க முடியலியே. இந்த ஊருக்கு அந்த ஊரு தூர தேசமா ஆயிடிச்சே. அம்மெபோட்ட புள்ளிவளுக்கு தாலாட்டுப் பாடாம அம்மெ எப்பிடி எறங்கும்? எல்லாரும் செத்துதான் போவாங்க. யே மாரியாயி.'

செடல் குரல் விட்டு அழ ஆரம்பித்தாள். சுவரில் சாய்ந்து உட்கார்ந்துகொண் டாள். கண்களிலிருந்து தாரைதாரையாகக் கண்ணீர் வழிவதைக்கூடத் துடைக்காமல் உட்கார்ந்திருந்தாள். ஊரைப் பற்றி நினைக்கநினைக்க மனச்சுமை கூடிக்கொண்டே போய், ஊரிலேயே இருப்பது போலவும் இருந்தது. விளக்கு மாடத்தில் எரிந்துகொண் டிருந்த விளக்கையே பார்த்தாள். அதை விட்டுக் கண்களை அகற்றவில்லை. ஊரைப் பற்றியே நினைத்துக்கொண்டிருந்தவளுக்குச் செவிட்டில் அறைந்ததுபோல ஒரு சந்தேகம் உண்டாயிற்று—இவளை யார் தேடுவார்கள்? இவளுக்காக யார் அழு வார்கள்? குள்ளனும் மண்ணாங்கட்டியும், பூங்கோதையும் மீனாட்சியும்தான் தேடியிருப்பார்கள், அழுதிருப்பார்கள். 'ஒருவா வாத்தக்கூட சொல்லாமக் கொள்ளாம போயிட்டாளே பாவி முண்டெ. செடலக் கண்டீங்களா, ஆட்டுக் குட்டியாட்டம் ஒரு புள்ளெய பாக்கல? அடிப் பாவி கொலகாரி, எங்க போயி உசுர மாச்சிக்கிட் டாளோ. தீட்டோட இருந்ததால, ரத்தக் கவுலுக்கு முனிகினி ஏதாச்சும் அறஞ்சி செத்திருப்பாளா? ஆத்துல விய்ந்து வெள்ளத்துல போயிருப்பாளா?' என்று சொல்லித் திட்டியிருப்பார்கள். செடலுக்குப் பொன்னன்மேல் கோபம் உண்டாயிற்று. எமன் மாதிரி எப்படி அன்று வந்து சேர்ந்தான்? எதற்காகக் கூட்டிக்கொண்டு வந்தான்?

மனத்தில் ஏதேதோ எண்ணங்கள். அதிலிருந்து அவளால் மீளமுடியவில்லை. ஒரு வாரம்தான் என்றாலும் ஒரு யுகம் கழிந்ததுபோல் தோன்றுகிறது. அவள் மறக்க நினைக்கிற விஷயங்கள்தான் தொடர்ந்து நினைவுக்கு வருகின்றன. வேண்டாததையே பாழும் நினைவு தூக்கித்தூக்கிக்காட்டுகிறது. மனத்திலுள்ள கசப்பான நிகழ்வுகளை யெல்லாம் மறக்க வேண்டும். ஆனால் அவைதான் நினைவில் முன்னே நிற்கின்றன!

'நாளக்கி இருட்டுறதுக்கு முன்னாடியே வந்துடணும். தாமதமா வந்தா சேத்துக்க மாட்டன்' என்று சொல்லி ஆட்டத்தைக் கலைத்துவிட்டான் பொன்னன். தாளம், மேளம், ஆர்மோனியம், ஜால்ரா, பின்பாட்டுக்காரர்கள் எல்லாம் அவசரஅவசரமாக அவரவர் வீட்டுப் பக்கம் நடக்க ஆரம்பித்தனர். சாமான்களைத் திண்ணையில் வைத்து விட்டு, பந்தலில் தொங்கிக்கொண்டிருந்த அரிக்கன் விளக்குகளை அவிழ்த்து ஊதி அணைத்துவிட்டு, நாடகச் சாமான்கள் இருந்த இடத்தில் வைத்துவிட்டு, வீட்டுக்குள் வந்தான். அழுதுகொண்டிருந்த செடலைக் கண்டு திடுக்கிட்டுப்போனவன், சிறிது இடம் விட்டு அவளுக்கு எதிரில் உட்கார்ந்தான். அழுவதற்கான காரணங்களைக் கேட்டுக்கொண்டே வெற்றிலை போட ஆரம்பித்தான்.

'எதுக்கு அய்வ, ஒன்னத்தான் கேக்குறன், யே பொண்ணே!'

'எதுக்குப் பொண்ணக் கூப்புடுற?'

'தூங்கல?'

'———'

'சுள்ளான் கடிக்குதா?'

'இல்லெ.'

'மூட்டப்பூச்சி கடிக்குதா?'

'இல்லெ.'

'எதனால?'

'எனக்கு ஊருக்குப் போவணும். எங்க ஊரு சனங்களெல்லாம் பாக்கணும். எல்லாரும் கண்ணுலியே நிக்குறாப்ல இருக்கு. எங்க ஊருல கொண்டுபோயி வுட்டுடு.'

'ஏன் இந்த ஊருக்கென்னா கொறச்ச? யாராச்சும் ஒன்னெத் திட்டுனாங்களா, ஏதல வாத்த எச வாத்தன்னு பேசுனாங்களா? இல்லெ எம்போர்ல கோவமா? இங்க ஒனக்கு ஏதாச்சும் கொறயா சொல்லு? இதென்னா திருநாக் காலமா, ஒவ்வொரு ஊர்க்காரனும் ஒன்னெத் தேடிக்கிட்டு அலைவாங்கன்னு சொல்றதுக்கு? திருநா போடுற சமயத்துல ஒன்னெக் கொண்டுப்போயி வுட்டுடுறன். நான் என்ன வேத்தாளா? ஒனக்கு மாமன் மொறதானெ நானு? நாளக்கே நானு ஆளு வுடுறன். குள்ளன் மாமன வரச்சொல்றன்.'

'எனக்கு எங்க ஊரப் பாக்கணும்.'

'அத்தியூர் ஒகளூர் நெல்லும் சரி, சித்தூர் சாத்தியம் கம்பும் சரின்னு சொல்ற அளவுக்கு ஒங்க ஊரு என்ன பெரிய இந்த ஊரா? ஏன் பேச மாட்டங்கிற?'

'என்னாப் பேசுறது? எனக்கு எங்க ஊருக்குப் போவணும்.'

'ஊரு பேச்சவுட்டு, வேற எதனாப் பேசு.'

'———'

'ஆளுதான் பாக்குறதுக்கு கொயம்புச் சட்டியாட்டம் இருக்கிற, ஆனா வாய் மட்டும் ஊருபட்ட வாயி.'

'இருந்துட்டுப்போவுது.'

'மனம் தொறந்து ஒருவா வாக்கியம் சொல்லு, ஒனக்கு இங்க என்னா கொற?'

'ஒண்ணுமில்ல.'

'சரி வெளக்க அமிச்சிப்புட்டு மொடக்கிக்க. நான் வூட்டுக்குப் போறன்.'

'எனக்கு எங்க ஊரப் பாக்கணும்!'

'———'

2

செடலுக்குச் சொல்ல முடியாத அளவுக்குக் கோபமும் எரிச்சலும் உண்டாயிற்று. நேற்றுச் சாயங்காலத்திலிருந்தே இந்த வீடும், இந்த ஊரும் அவளுக்கு அறவே பிடிக்காமல் போய்விட்டது. வாயைத் திறந்தால் ஒவ்வொரு வார்த்தையும் இந்த ஊரையும், வீட்டையும், பொன்னனையும் குறை சொல்வதாகவே இருந்தது. பகலெல்லாம் கம்புக் கொல்லைக்குக் காவலுக்கு வந்தவள் மாதிரி தனியாக இவள் மட்டும் உட்கார்ந்திருக்க வேண்டும். அவன் ஆட்டத்திற்குப் போய்விட்டால் பணம் போட்டாலும் பேச

ஆள் கிடைக்காது. இருள் இறங்கி ராத்திரிச் சோறு சாப்பிட்டு முடிக்கும் நேரத்திற்குப் பையன்கள் வருவார்கள். பிறகு, அடுத்தடுத்து மேளம், தாளம், மத்தளக்காரன், பொன்னன் என்று ஒவ்வொருவராக வருவார்கள். ஆட்டம் கற்றுக்கொடுப்பது நடுச் சாமம்வரை போகும். அதற்கடுத்து மறுநாள் ராத்திரிச் சோறு சாப்பிடும் நேரம் வரை குடுகுடுப்பைக்காரன் தனியாகச் சுடுகாட்டில் உட்கார்ந்திருப்பதுபோல உட்கார்ந் திருக்க வேண்டியதுதான். மீனாட்சியும் பூங்கோதையும் வந்துவிட்டுப் போன பிறகுதான் இந்த ஊரில் தனியாக எப்படி ஏழெட்டு நாட்களைத் தள்ளினோம் என்று மலைத்துப்போனாள். அதைவிட, போகும்போது மீனாட்சி 'புளிய மரத்துல கட்டிவச்ச பேயி மாதிரி எப்பிடித் தனியா இந்த வூட்டுல இருக்கிற?' என்று கேட்டதுதான் ஓங்கி மண்டையிலடித்தாற் போல உறைத்தது.

நேற்று அந்திசாயும் நேரத்திற்கு அடுப்பு எரிக்கச் சுள்ளி ஒடித்துக்கொண்டிருந்த செடல், தூரத்தில் வந்துகொண்டிருந்த குள்ளன், மண்ணாங்கட்டி, மீனாட்சி, பூங் கோதையைக் கண்டதும் கைவேலையைப் போட்டுவிட்டு எதிர்கொண்டு ஓடி அழைத்துக்கொண்டு வந்தாள். முதலில் இவளுக்குப் பேசவே வரவில்லை. அழுகைதான். ஊர்ப்பட்ட அழுகை அழுதாள். பூங்கோதை மட்டும்தான் 'சண்டாளி, சதிகாரி, தனிப் பிரிஞ்சி எப்பிடி வரலாம்? மக்க மனுச இல்லியா? நாங்க உசுரோட இல்லியா?' என்று சொல்லித் திட்டினாள். அதோடு இவளைக் காணவில்லை என்று ஆறு, கிணறு கள், குளம் என்று தேடியது, சொந்தக்காரர்கள் ஊர்களுக்கெல்லாம் ஆள் விட்டது, ஜோசியம் பார்த்தது, கனி வைத்துக் கேட்டது என்று சொல்லிக்கொண்டே போனாள். இந்த ஊர் பற்றியும் பொன்னனோடு சேர நேர்ந்த விதம் பற்றியும் கேட்டாள். சோறாக்கிச் சாப்பிட்டுவிட்டுப் படுத்த பிறகும் பேசிக்கொண்டேயிருந்தார்கள். மூவருக்குமே வாய் ஓயவில்லை. பொன்னன் ஆட்டம் கற்றுக்கொடுப்பதை முடித்து விட்டுப் போன பிறகுகூடப் பேசிக்கொண்டிருந்தார்கள். பாடிசாய ஆரம்பித்தபோது தான் கண்மூடித் தூங்கினார்கள். ஊருக்குக் கிளம்பும்போது, இவளையும் கூப்பிட் டார்கள். பொன்னனிடம் சொன்னதற்கு அவன் செடல் விருப்பம் எதுவோ அதுவே தன் முடிவு என்று சொல்லிவிட்டுப் போய்விட்டான். ஊர்ப் பெரியவர்கள், பஞ்சாயத் தார்கள் வந்து அழைத்தால்தான் வருவேன் என்று செடல் சொல்லிவிட்டாள். மீனாட்சி யும் பூங்கோதையும் குள்ளனும் எவ்வளவோ கட்டாயப்படுத்திப் பார்த்துவிட்டுக் கடைசியில் 'மயயிலயும் நனய மாட்டானுவோ, வெயில்லயும் காயமாட்டானுவோ, கெணத்துல குதின்னாலும் குதிக்க மாட்டானுவோ, எயிந்திரிச்சி கரையேறி வான் னாலும் வர மாட்டானுவோ. அப்படியொரு பொறவிச்சாரம் உள்ளவனுங்களாச்சே அந்த ஊர்க்காரப் பயலுவோ' என்று சொன்னாலும், ஊர்ப் பஞ்சாயத்தார்களோடு வந்துதான் அழைத்துக்கொண்டு போக வேண்டும் என்று தீர்மானித்து, அதைச் செடலிடமும் சொல்லிவிட்டுக் கிளம்பினார்கள். சொந்தக்காரன் என்பதால் செடல் பொன்னனுடன் இருந்தாலும் தவறில்லை என்று குள்ளனும் நினைத்தான். மண்ணாங் கட்டியும், பூங்கோதையும் அதையேதான் நினைத்தார்கள். அவர்கள் மூவரும் வீட்டை விட்டு வெளியே அடி வைத்ததும், செடல் 'யே அத்த, யே அக்கா' என்று சொல்லிக் கதறி அழுதாள். அழுதவளைச் சமாதானம் செய்துவிட்டு, இரண்டே நாளில் திரும்பி வருவதாகச் சொல்லிவிட்டுப் போனவர்களை வழியனுப்பிவிட்டு வந்து வாசலில் உட்கார்ந்தவள்தான், பொன்னனைத் திட்ட ஆரம்பித்ததோடு தன்னையும் திட்டிக் கொண்டாள்.

பொன்னனின் வீடு கூத்தாடித் தெருவில் நான்காவது வீடு. பறத் தெருவோடு சேர்ந்து கூத்தாடிகள் தெருவும் இருந்தது. அதனால் அங்கு நாடகம் கற்றுக்கொடுக்க

முடியாது. 'ராத்திரிலியாவது செத்தக் கண்ண அசர வுடுங்கடா. இவனுங்களால ஒரே தொல்லையாய்ப்போச்சி. நாடகமாடா கத்துத் தர்றீங்க? மண்ட வலியத்தாண்டா உண்டாக்குறீங்க. நீங்க பாழாப்போவ' என்று சொல்லி ஊர்க்காரர்கள் சண்டைக்கு வந்துவிடுவார்கள். ஊர்ப் பொல்லாப்பு எதற்கு என்று பொன்னனே ஊருக்குச் சற்றுத் தள்ளி ஒதுக்குப் புறமாகப் புறம்போக்கு நிலத்தில் பன்றிக் குடிசைபோல ஒரு வீடு கட்டி, அதன்முன் பெரிதாகப் பந்தல் போட்டு, பந்தலின் கீழ் நாடகம் கற்றுக் கொடுத்துக்கொண்டிருந்தான். நாடகச் சாமான்கள் வைக்க, நாடகம் கற்றுக்கொள்ளும் வெளியூர்ப் பையன்கள் முடியாத நேரத்தில் படுத்துக்கொள்ள என்று கட்டிய வீட்டில் தான் செடல் தங்கியிருந்தாள். ஒரு வாரத்திற்கு முன், பொன்னன் வீட்டுக்கு வந்த மறுநாள் காலையில் பொன்னனின் பெண்டாட்டி அஞ்சலை, வீட்டுக்கு முன் நின்று கொண்டு திட்டிக்கொண்டிருந்ததைக் கண்டு செடல் பயந்துபோனாள். அவள் பேய்பிடித்த பெண் மாதிரி ஆடிக்கொண்டிருந்தாள். குறுக்கநெடுக்க என்று போனவர் களையெல்லாம் மறித்து வைத்து நியாயம் கேட்டாள். பொன்னனின் வார்த்தை எதுவும் அவளுடைய காதில் விழுந்ததாகவே தெரியவில்லை. 'எது இருக்கோ இல்லியோ கூத்தாடி பயலுவோளுக்கு ஊருக்கு ஒரு கூத்தியாளுவோ இருப்பாளுங்கன்னு சொன் னது பொய்யா?' என்று கேட்டபோது, செடலுக்கு உடம்பு கூசியது. பொன்னன் அஞ்சலையிடம் என்ன சொன்னானோ, ஊருக்குப் போக குடித் தெருவைத் தாண்டி நடந்துகொண்டிருந்த செடலை அவள் வழி மறித்துக் கட்டாயப்படுத்தி அழைத்துக் கொண்டு போனாள். 'நான் ஏதோ தப்பிதமா எண்ணிப்புட்டன். மனசுல எதெயும் வச்சிக்காத. இந்த ஆக்கங்கெட்ட கூத்தாடி நாயிவோ ஊர் ஊரா நாடகம் ஆடப் போவயில எல்லாம் இந்த மாரி செய்யுறதாலதான், ஒன்னெயும் அப்பிடி எண்ணிப் புட்டன். வா, வந்து இரு. கோவாலு அண்ணன் மவன்னு இப்பத்தான் தெரிஞ்சிது. ஒண்ணுக்குள்ள ஒண்ணு. நீ வேற நான் வேறயா? இனிமே எங்கூடவே தங்கிக்க' என்று சொல்லவும் செய்தாள். அவள் பேசுவது செய்வதெல்லாம் பொன்னன் அடித்து விடுவான் என்று பயந்துகொண்டு செய்வது போலிருந்தது. செடலாலும் அதிக வீறாப்புக் காட்ட முடியவில்லை.

செடல் வீட்டையும் பந்தலையும் வீட்டைச் சுற்றிலும் நின்ற எருக்கஞ்செடிகள், ஆவாரஞ்செடிகள், பூண்டுச் செடிகள், குத்துக்குத்தாக நின்றிருந்த கருவேல மரங்கள், போர்ப்பட்டிகள், குப்பைமேடுகளையும், அதற்கடுத்து இருந்த வீடுகளையும் ஒரு பார்வை பார்த்தாள். வீட்டுக்குப் பக்கத்திலிருக்கும் கருவேலம் புதருக்குள்தான் பெண் கள் ஒதுங்குவார்கள். அப்படிப் போகும்போதெல்லாம் சிறுபிள்ளைகள் தொடர்ந்து கத்திக்கொண்டே பின்னால் ஓடி வரும். அவர்களை இவளிடம்தான் விட்டுவிட்டுப் போவார்கள். அந்த மாதிரியான நேரங்களில் மனம் வெறுத்துச் சொல்வாள்: 'எந் தூருக்குப் போனாலும் எந்தலவிதி என்னெ வுடாது.'

செடலினுடைய நினைவு குள்ளன், மீனாட்சி, பூங்கோதை பக்கம் திரும்பியது. பொன்னன் ஆள் அனுப்பிய நாளிலேயே வந்துவிட்டார்களே என்று ஆச்சரியப்பட் டாள். இப்படி ஊர் விட்டு ஊர் போனாளே என்று ஊரார்கள் சங்கைசங்கையாகப் பேசியிருப்பார்கள், ஈங்கீசமாகத் திட்டியிருப்பார்கள். ஆனால் அதைப் பற்றியெல்லாம் ஒருவரும் வாயைத் திறக்கவில்லை. பூவரும்பு, கோபால்பற்றி ஒரு பேச்சில்லை. எல்லாவற்றுக்கும் பூங்கோதை 'ஒடம்பப் பத்தரமாப் பாத்துக்க, யார நம்பி எதுக்கு ஆச்சி? பெத்தவங்க நடுத்தெருவுல அம்போன்னு வுட்டுட்டுப் போனதாலதான இம்மாம் வம்பு வயக்கும் நடந்தது. பொட்டக்குட்டி தேசாந்திரம் தனியா ஓட வேண்டிய தாச்சு' என்று சொல்லிவிட்டுப் போனாள். ஊரைப் பற்றி அதிகம் சொல்லாமல்

இவளைப் பற்றியே தான் கேட்டார்கள். மற்றவர்கள் தூங்கிய பிறகு ரகசியம்போல பூங்கோதை கேட்டாள்:

'ஆளு எப்பிடி குணமணமான ஆளா?'

'அப்பிடித்தான் தெரியுது.'

'சோறு தண்ணீக்கெல்லாம் என்னா பண்ற?'

'கூத்து கத்துக்கிற பயலுவோ கொடுக்குறதில கொஞ்சம் தருவான் அந்தாளு.'

'அவன் பொண்டாட்டி வம்பு வயக்குப் பண்றாளா?'

'ஊருக்கு வந்த ஒடங்கால்ல சண்ட சாடின்னு போட்டா. இப்பயெல்லாம் எம் பேச்செ எடுக்கிறதில்லன்னு நெனக்கிறன்.'

'சீமத்தண்ணீக்கி, உப்பு, மொளவாயிக்கெல்லாம் என்னா பண்ற?'

'புளியாந் தண்ணீ வச்சிடுவன்.'

'நீ ஏன் அன்னிக்கு ஓடியாந்த?'

'____'

'சாமிக்குன்னு வுட்டவ இப்பிடி திடுத்திப்புன்னு ஓடியாந்துடலாமா? ஊராங்க, ஒலகத்தாங்க வாயில வந்ததெல்லாம் பேச மாட்டாங்களா?'

'____'

'ஒருத்தர்க்கிட்டயில்லன்னா ஒருத்தர்கிட்டயாவது இப்பிடி அப்பிடின்னு ஒருவா வாத்தகூடச் சொல்லாமகொள்ளாம இப்பிடிப் பண்ணலாமா? இப்பப் போயி யாரு மொவத்துல மொயிக்கிறது? இது நல்ல சாதிக்கு ஏத்ததா?'

'____'

'யாருமே இல்லனாலும் நான்—நான் ஒருத்தி ஒனக்கு இல்லியா? நான் என்னா செத்தாபோயிட்டன், நீ ஓடிப்போயிடறதுக்கு?'

'____'

'உசுரே போனாலும் சொந்த எடத்த வுட்டு அடியெடுத்து வக்கலாமா? அதுவும் ஒரு பொட்டச்சி.'

'அந்தாளு நம்ப சின்னம்மாவோட சித்தப்பன் மவன்தான். பயப்படுறதுக்கு ஒண்ணுமில்லெ. இன்னம் எட்டு பத்து நாளுல ஊருக்கு வந்து சேரு.'

'____'

பூங்கோதை ஏதேதோ சொல்லிக்கொண்டும், கேட்டுக்கொண்டும் இருந்தாள். செடல் எல்லாவற்றுக்கும் அழுதாளே தவிர, வாயைத் திறக்கவில்லை. அப்போது இவளால் பேச முடியாததற்குக் காரணம், அவர்களைக் கண்டதுமே இவளுக்கு ஒன்றுமே புரியவில்லை. ஆனால், இப்போது அவர்கள் வந்துபோனதை ஒரு கனவைப் போல எண்ணிப்பார்க்கும்போது, இவளாலேயே நம்ப முடியாமலிருந்தது. அவர்கள் வந்து போனது நிஜமா? அவளுக்குச் சட்டென்று ஒரு சந்தேகம் உண்டாயிற்று. 'நல்ல ஆளா, நல்ல ஆளா?' என்று எதற்காகப் பலமுறை பூங்கோதை கேட்டாள்? அந்தக் கேள்வி புரிவது மாதிரியும் புரியாதது மாதிரியும் இருந்தது. இவளையும் பொன்னனையும் இணைத்துவைத்துப் பார்த்திருப்பாளா? இவள் பொட்டுக்கட்டி விடப்பட்டவள் என்று பூங்கோதைக்குத் தெரியாதா, பொன்னனுக்குத்தான் தெரியாதா? கூத்தாடிச் சாதியிலுள்ள முறைமை அவனுக்கு எப்படித் தெரியாமல்போகும்? அப்படியென்றாலும் அவன் ஒன்றும் சின்னப் பையனில்லையே. அவன் அப்படிப்பட்ட ஆளாக இருந்தால் என்ன செய்வது? மீறி ஏதாவது தவறாகப் பேசினால் என்ன செய்வது என்று பலமாக யோசிக்க ஆரம்பித்தாள். அதே நேரத்தில் சொந்தக்காரன்தானே, தவறு செய்ய மாட்டான் என்றும் எண்ணினாள்.

'யே எக்காவோ' என்று விருத்தாம்பாள் கூப்பிட்ட பிறகுதான் செடலுக்கு சுய நினைவே வந்தது. 'என்னாக்கா, நேத்து யாரோ விருந்தாடி வந்தாப்ல இருக்கே' என்று கேட்டுக்கொண்டே வந்து செடலுக்கு எதிரில் உட்கார்ந்தாள். 'எங்க நடப்பனும் அக்காவும் அத்தயும் வந்தாங்க' என்று ஆரம்பித்தவள், பூங்கோதை பற்றி, மீனாட்சி பற்றி, நடப்பா, நடம்மா பற்றியும் சொல்ல ஆரம்பித்தாள்.

விருத்தாம்பாள் தினமும் உச்சிப்பொழுது நேரத்துக்கு இரண்டு உருப்படி ஆடு களை மேய்ப்பதற்காக ஓட்டிக்கொண்டு வந்து, செடல் தங்கியிருந்த வீட்டுக்கு முன் பிருந்த கருவேலம் புதருக்குள் மேய விட்டுவிட்டு வந்து வெடிபோட ஆரம்பித்து விடுவாள். அவ்வப்போது தூரமாகப் போகும் ஆடுகளை வளைத்துக்கொண்டு வரு வாள். செடலின் வயதுதான் இருக்கும் என்றாலும் இவளை அக்கா என்றுதான் கூப்பிடு வாள். விருத்தாம்பாள் என்று சொந்தப் பெயர் இருந்தாலும் பெரியவர்கள் சின்னப் பிள்ளைகள் எல்லாரும் அவளை 'கண்ணாடி' என்றுதான் கூப்பிடுவார்கள். நான்கு ஐந்து வயதிலிருந்தே ஒரு நாளைக்குள் நூறு முறையாவது முகம் கழுவி, சீவி, கண்ணாடி பார்க்காமல் இருக்க மாட்டாள். ஆடு மேய்க்கக் காட்டுக்குப் போக ஆரம்பித்ததும், காட்டுக்கும் உடைந்த கண்ணாடித் துண்டையும் மரச்சீப்பையும் மறக்காமல் எடுத்துக் கொண்டே போனாள். படுக்கையிலும் கண்ணாடியும் சீப்பும் இருக்கும். யார் சொல்லி யும், அவள் கேட்கவில்லை. கண்ணாடியையும் சீப்பையும் மறைத்து வைக்காத இடமு மில்லை. நாள் முழுக்கச் சோறு சாப்பிடாமல் இருந்தாலும் இருப்பாள். ஆனால் கண்ணாடி மட்டும் பார்க்காமல் இருக்க மாட்டாள். விருத்தாம்பாள் என்றால் இப் போது செடலுக்கு உயிராகிவிட்டது. அவளுக்கும் இப்போதெல்லாம் இவள் இல்லை யென்றால் ஒரு காரியமும் ஓடாது. காட்டில் எது கிடைத்தாலும் அதை அப்படியே கொண்டுவந்து இவளிடம் கொடுத்துவிடுவாள். அதே மாதிரி வீட்டில் எது செய்தாலும் அவளுக்குச் செடலுடன் சேர்ந்துதான் சாப்பிட வேண்டும். இருவரும் பேச ஆரம்பித் தால் நாளெல்லாம் பேசிக்கொண்டேயிருப்பார்கள்.

'யே அக்கா, என்னா சங்கதி, மூஞ்சி மொகமெல்லாம் வீங்கிக் கெடக்கு, அயிதியா?'

'இல்லெ.'

'காலச் சோறுகூட இன்னம் குடிக்கலபோல இருக்கு. கண்ணு ரெண்டும் உள்ளப் போயி கெடக்கு. யாராச்சும் ஒன்னெத் திட்டுனாங்களா, வஞ்சாங்களா?'

'என்னெ ஆரு திட்டப்போறாங்க?'

'எதுக்கு அக்கா அயிவுற? ஒங்க சொந்தக்காரங்கப் போயிட்டாங்கன்னா? நானெல் லாம் ஒனக்கு சொந்தமில்லியா?'

'அது இல்லெ.'

செடலைக் கட்டாயப்படுத்தி வீட்டுக்குள் அழைத்துப் போனாள். சோறு போட்டுச் சாப்பிடச் சொல்லிக் கட்டாயப்படுத்தினாள். செடலுக்குக் கண்கள் கலங்கின. விருத்தாம்பாள் சிரித்துக்கொண்டே 'இப்ப நான் ஒரு வெடி போடப்போறன், வெடிக் கிறியா அக்கா?' என்று கேட்டவள், பதிலை எதிர்பார்க்காமல் வெடியைப் போட்டாள்:

'பாதாளத்துலயிருந்து வந்தவரு யாரு
பம்பரம்போல சொயண்டவரு யாரு
அக்கினியில எரிஞ்சவரு யாரு
அவங்க அவங்க வூட்டுல அமந்தவரு யாரு
நல்லதும் பொல்லதும் உண்டவரு யாரு
நாயிலும் கேடாயி தெருவுல கிடந்தவரு யாரு?'

'____'

3

பொன்னன் வீட்டுக்கு வந்த மறுநொடியே 'கெளம்பு கெளம்பு, ரொம்ப எட்டாப் புட்டியாப் போவணும். சோலி பண்ணாத. பொயிதாயிடிச்சி' என்று சொல்லிப் பரபரத்தான். ஆர்மோனியம், மத்தளம், டோலக், தாளம், ஜால்ரா, கத்தி, சாட்டை, காலில் கட்டிக்கொள்ளும் சலங்கை, அரிதார டப்பா, கண்ணாடி, ஆட்டத்திற்குரிய உடுப்புகள் என்று ஒவ்வொன்றையும் அதற்குரிய துணிகளில் போட்டுக் கட்டினான். தொப்பளான், கர்ணன், ஆரான், விட்டம் என்று வரிசையாக வந்து பொன்னன் கட்டி வைத்திருந்த சாமான்களை ஆளுக்கொன்றாக எடுத்துக்கொண்டு நடக்க ஆரம்பித்தனர். பொன்னன் ஒரு கைப்பையை மட்டும் கையில் பிடித்துக்கொண்டு கிளம்பியவன் 'வா, நேரமாவுது' என்று செடலைக் கூப்பிட்டான்.

'நீ முன்னால போ, நான் பின்னாலியே ரெண்டு எட்டுல வந்துடுறன்.'

'கூட வந்தாக் கசக்குமா?'

'ஒங்கூட நான் ஜோடிபோட்டுக்கிட்டு வரணுமா ஊரு நடுவுல?'

'சரிதான்.'

பொன்னன் விடுவிடுவென்று நடக்க ஆரம்பித்தான். வீட்டை விட்டு வெளியே வந்த செடல் பந்தலில் நின்றுகொண்டு விருத்தாம்பாள் எங்கேயாவது நிற்கிறாளா என்று பார்த்தாள். மேய்ச்சலிலிருந்து ஆடுகளை ஓட்டிவந்து கட்டிய மறுநிமிடமே வந்துவிடுவாளே என்று நினைத்தாள். சொல்லாமல் போனால் கோபித்துக்கொள்வாள். யாராவது கண்ணில் தென்பட்டாலும் சொல்லிவிட்டுப் போகலாம் என்று தயங்கி நின்றாள். நேரமாகிக்கொண்டேயிருந்ததால் 'வந்து சொல்லிக்கிலாம்' என்று தன்னையே சமாதானம் செய்துகொண்டு பந்தலை விட்டு வெளியே வந்தாள்.

செடல் ஊரைத் தாண்டி வந்து, மணிபொறுக்கிமேடு தாண்டி, பாப்பான்குளம் வந்தபோதுதான் ஆட்கள் தொலைவில் போய்க்கொண்டிருப்பது தெரிந்தது. விசையாக நடையை எட்டிப்போட்டு நடந்தவள், ஒரு குழம்புக்கு மிளகாய் அரைக்கும் நேரத்திற்குள்ளாகவே மற்றவர்களுடன் வந்து சேர்ந்துகொண்டாள். ஒரு பள்ளத்தில் இறங்கி வாரி போலிருந்த வண்டிப்பாதையில் விட்டம் முதலிலும், செடல் கடைசியிலுமாக நடந்துகொண்டிருந்தனர். நடைபாதையின் இருபுறமும் காரச்செடிகள், மொடக்கத்தான், வேலிப்பாசி, பாலக்கொடி, ஆணச்சப்பாரு, கோணச்சப்பாரு, குட்டைச்சப்பாரு, தட்டச்சப்பாரு என்றும், சப்பாத்திகள்ளிகள், கிளுவை மரங்கள் என்றும் அடைப்பாகப் பின்னிக்கிடந்தன. தலைக்கு மேலாகக் கருவண்டுகள் பறந்துகொண்டிருந்தன. வாரியிலேயே வெகுதூரம் நடந்தார்கள். குளுமையாக இருந்த காற்றில் காட்டுப் பூக்களின் மணம் கலந்திருந்தது. வானம் வெறுமையாகக் கிடந்தது. எங்கு பார்த்தாலும் காடுதான் தெரிந்தது. மேற்கில் சூரியன் கொல்லன் உலையில் போட்ட வட்டமான தகடாகத் தகதகத்துக்கொண்டிருந்தது. செடல் எல்லாவற்றையும் ஆவல் பொங்கும் கண்களுடன் பார்த்துக்கொண்டே நடந்தாள். பொழுது மேற்கில் சரியச்சரியக் கூத்தாடிகளின் நடையின் வேகம் கூடிக்கொண்டேவந்தது. கால்கள் வீச்சாக நடந்தன. நடையின் களைப்பை மறக்க, வெற்றிலை போட்டுக்கொண்டதோடு, நரிக்குறவர் கூட்டம் மாதிரி சளசளவென்று பேசிக்கொண்டே நடந்தனர். பேச்சில் கலந்துகொள்ளாத செடல் வாரியின் இரண்டு பக்கங்களிலும் இருக்கும் செடிகளின் இலைகளை எட்டிஎட்டியும், தாவித்தாவியும் பறித்துக்கொண்டே வந்ததற்காகப் பொன்னன் கண்டித்தான்.

'ஒன்னோட துருதுருத்த கைய வச்சிக்கிட்டு சும்மா இருக்க மாட்டியா? முள்ளு அடிச்சா என்னாப் பண்ணுவ?'

'——'

ரொம்ப தூரம் வந்ததும் வாரியை விட்டுக் குறுக்காக மேடு ஏறிக் கொடிப்பாதையில் நடக்க ஆரம்பித்தார்கள். கண் எட்டிய தூரம்வரை பெரிய நிலப்பரப்பு பச்சையாக விரிந்துகிடந்தது. அதிகம் கொத்தமல்லி நிலங்கள்தான். செடியின் அடிப்பகுதியில் கரும் பச்சையாக இருந்தாலும் தலையில் பச்சரிசிபோல் கொத்துக்கொத்தாக வெள்ளையாகப் பூ பூத்துக்கிடந்தது. சில நிலங்களில் பாத்தி கட்டிவிட்டதுபோல் ஆள் உயரத்திற்குத் துவரைச் செடிகள் சடைசடையாகப் பூவும் காயுமாக நின்றிருந்தன. கொத்தமல்லியின் வாசனை மூக்கைத் துளைத்தது. ஒற்றையடிப் பாதையில் நடந்துகொண்டிருந்த செடலுக்கு ஒண்ணுக்குப்போவதுபோல் உட்கார்ந்து ஒரு செடியைப் பிடுங்கித் தின்னலாம் போன்றிருந்தது. ஆசையை அடக்க முடியாமல் பொன்னனிடம் சொன்னதற்கு 'கொல்லக்காரன் கண்டா முதுகுத் தோலப் பட்டப்பட்டயா உரிச்சிப்புடுவான், ஜாக்கரத. இருட்டுன பெறவு எம்மாம் வேணும்ன்னாலும் புடுங்கிக்கிலாம், பேசாம எட்டி நடெயப்போட்டு வா' என்று எச்சரித்துவிட்டு, முன்னால் போய்க்கொண்டிருந்த கர்ணனிடம் பேச்சுக் கொடுத்தான். செடலுக்குப் பொன்னன்மேல் எரிச்சல் உண்டாயிற்று. சுற்றுமுற்றும் பார்த்துவிட்டு அவசரமாக ஒரு செடியை வேரோடு பிடுங்கிக்கொண்டு நடந்தாள். அதற்காகப் பொன்னன் திட்டினான். சின்னப் பொருள் திருடினாலே 'பாழாப் போன இந்தக் கூத்தாடி நாயிவுளப் பாருங்க, கம்ப, சோளத்த, வரவ கொஞ்சம் கூட வுட்டுவைக்கிறதில்ல. முடிஞ்ச மட்டும் திருடிப்புடுறாங்க. காட்டுல ஒரு பயிரயும் வுட்டு வைக்கிறதில்ல. மரத்துல கட்டிவச்சி அடிங்க. திருடுன கையில சூடு போடுங்க' என்று சொல்லிப் பஞ்சாயத்தில் கொண்டுபோய் நிறுத்திவிடுவார்கள் என்பதையெல்லாம் சொன்னான். அவன் சொன்ன எதையுமே அவள் காதுகொடுத்துக் கேட்கவில்லை. பொதுவாகக் கூத்தாடிகள் ஆட்டத்திற்குப் போய்விட்டுத் திரும்பும்போது, வழியில் எது கிடைத்தாலும் விடமாட்டார்கள். எவ்வளவு சொன்னாலும் கர்ணனும் விட்டமும் கேட்க மாட்டார்கள். காட்டில் எது இருந்தாலும் கொண்டுவந்து விடுவார்கள்.

பேச்சுப் பேச்சாக இருந்தாலும் நடை தளரவில்லை. நேரமாகி இருட்டிவிட்டால் பாதை பார்த்து நடப்பது சிரமமாகிவிடும். அதோடு பாம்பு, பூச்சி என்று பயப்பட வேண்டும். குளிர்ந்த காற்று அடிக்கும் நேரத்தில்தான் அவை மேய்ச்சலுக்கு வரும். எல்லாவற்றையும்விட, ரொம்ப நேரம் கழித்துப் போனால் நாடகம்போட எந்த ஊர்க்காரன்தான் சம்மதிப்பான், பேசியச் சம்பளத்தைத் தருவான்? அதிலும் அகராதி பிடித்த ஊராக இருந்தால் சண்டைக்கு வந்துவிடுவார்கள். செடலும் வேகமாக நடந்தும், முடியாத நேரத்தில் ஓடியும் பார்த்தாள். அவள் பெரும்பாலும் சிறு ஓட்டமாக ஓடிக்கொண்டுதான் இருந்தாள்.

செடல் நெடுங்குளத்திற்கு வந்து இரண்டு வருசமாகிவிட்டாலும் நாடகத்திற்குப் பொன்னன் போகும் ஊர்களுக்குக் கூடவே போக ஆரம்பித்தது இந்த இரண்டு மாதமாகத்தான். இரண்டு மாதத்திற்கு முன்பு பொன்னன் சாவு ஆட்டத்திற்குப் போயிருந்தபோது, நடுச்சாமத்தில் மூன்றுபேர் வந்து, வழிப்போக்கர்கள் என்று சொல்லிக் குடிக்கத் தண்ணீர் கேட்டு, தண்ணீர் மொள்ள செடல் உள்ளே போக ஆரம்பித்த மறுநொடியே மூவரும் வீட்டுக்குள் நுழைந்துவிட்டனர். வீட்டை ஆராய்ந்தனர். அவள் காதில், மூக்கில் ஏதாவது கிடக்கிறதா என்று பார்த்துவிட்டு, வெளியில் வந்து ஆடுமாடு கட்டியிருக்கிறதா என்று பார்த்தனர். பிறகு, ஒன்றும் கிடைக்காத

வெறுப்பில் குடிக்கத் தண்ணீர் வைத்திருந்த ஒரே ஒரு மண்குடத்தையும் உடைத்து நொறுக்கிவிட்டுப் போய்விட்டார்கள். நாடகம் ஆடிவிட்டு வந்த பொன்னன் செய்தி கேட்டதும் 'இனி வயசுப் புள்ளெய தனியா வுடக்கூடாது' என்று சொல்லிவிட்டு, தன்னுடைய வீட்டில் போய்த் தங்கிக்கொள்ளச் சொன்னான். செடல் வம்படியாக மறுத்துவிடவே அடுத்த ஆட்டத்திற்குப் போகும்போது கூடவே கூட்டிக்கொண்டு போனான். ஆரம்பத்தில் அவளுக்கும் புதுப்புது ஊர்களுக்குப் போவது உற்சாகமாகத் தான் இருந்தது. ஆனால் இப்படி நடப்பதுதான் அவளுக்குப் பிடிக்கவில்லை. சில நாட்களில் வர மறுத்தால் 'பக்கத்து ஊருதான. கூப்புடுற கொரலு கேக்கும். வெளக்கு வைக்கக் கௌம்புனாப் போதும்' என்று ஏதேதோ சொல்லி அழைத்துக்கொண்டு போய்விடுவான்.

குறுக்கு வழியில் கீழ்ச்செருவாயை நோக்கி நடந்தார்கள். ஆர்மோனியக்காரன் தொப்பளானும், தாளக்கார கருப்பனும்தான் அதிகம் பேசிக்கொண்டிருந்தனர். அவர்களுடைய பேச்சு அவர்கள் இதற்கு முன் ஆடப்போயிருந்த ஊர்கள்பற்றி, சம்பளம் பற்றி, அங்கு சாப்பிட்ட சாப்பாடுபற்றி, அந்தந்த ஊர்ப் பெண்கள்பற்றியே சுற்றிச் சுற்றி வந்துகொண்டிருந்தது. கருப்பனைவிடத் தொப்பளான்தான் அதிகம் பேசினான். அவன் எப்போது எதைப் பற்றிப் பேசினாலும் குறை பேசாமல் இருக்க மாட்டான். குறைகளும் அவனுடைய கண்களில்தான் படும். அவனைத் திருப்திப்படுத்துவது என்பது முடியாத காரியம். இவர்களுடைய பேச்சில் நமக்கென்ன வேலை என்பது போல் ஆரான் 'விசுக்விசுக்'கென்று எல்லாருக்கும் முன்னே நடந்துகொண்டிருந்தான். அவனுடைய சுபாவமே இப்படித்தான். பேசாமலேயே இருப்பான். மீறிப் பேசினால் சண்டைக்கு வருவது போலப் பேசுவான். செடலுக்கு அவனைச் சுத்தமாகப் பிடிக்காது. மொண்ணை மூஞ்சிக்காரர்களைக் கண்டாலே அவளுக்கு ஆகாது. அவனும் இவளிடம் அனாவசியமாகப் பேச்சு வைத்துக்கொள்ள மாட்டான். சில நேரங்களில் வேண்டுமென்றே இவளை ஒதுக்குவது போலிருக்கும் அவனுடைய நடவடிக்கைகள். செடலுக்கு விட்டத்தைத்தான் அதிகம் பிடிக்கும். அவன் ஒருத்தனால்தான் எல்லாரையும் சிரிக்கவைக்க முடியும்.

கூத்தாடிகள் ஊருக்குள் வரும்போது சாமி ஊர்வலம் வந்துகொண்டிருந்தது. கூத்தாடிகளைக் கண்டதும் பாக்குபணம் வைத்தவர்கள் ஓடிவந்து 'ஏன் இம்மாம் நேரம் கயிச்சி வர்றீங்க? சோலிபண்ணாதீங்க. சட்டுப்புட்டுன்னு சோத்தத் தின்னுப் புட்டு மோளத்தத் தட்டுங்க. இல்லன்னா ஊர்க்காரனெல்லாம் எங்கமேலதான் சண்டக்கி வருவானுவோ!' என்று சொல்லித் துரிதப்படுத்திவிட்டு, பந்தல் போட ஓடினார்கள். நடந்து வந்த களைப்புக்கு உட்காரக்கூட விடாமல் 'முறைக்காரர்கள்' கூத்தாடிகளை இழுத்துக்கொண்டு போய்ச் சோறு போட்டார்கள்.

கோயிலுக்கு முன் உட்கார்ந்து ஒவ்வொருவரும் வெற்றிலை போட்டுக்கொள்ள ஆரம்பித்தனர். கூத்தாடிகளைச் சூழ்ந்து நின்ற பிள்ளைகளை விட்டம்தான் விரட்டியடித்துக்கொண்டிருந்தான். என்ன விரட்டியும் அவர்கள் அந்த இடத்தை விட்டு நகர்வதாக இல்லை. அந்த நேரத்தில் இரண்டு ஆட்கள் வந்து 'என்னா குந்திகிட்டீங்க? இப்பத்தான் வெளக்கு வச்சதா ஒங்களுக்கு எண்ணமா? சாமி நெலக்கி வரப்போவுது. சும்மா குந்தியிருந்திட்டு முழுச் சம்பளம் வாங்கிக்கிட்டுப் போவலாம்னு எண்ணமா? அது இந்த ஊருல நடக்காது. நாங்க எத்தினி ஊரு ஆட்டக்காரனப் பாத்திருக்கோம்' என்று சத்தம்போட்டதும் பொன்னன் எழுந்து பணிவாக 'இந்தா ஆச்சிங்க, இந்தா ஆச்சிங்க. நீங்க போங்க, எயிந்திருங்கப்பா' என்று சொல்லி வந்தவர்களைச் சமாதானம் செய்து அனுப்பிவிட்டு உட்கார்ந்தவன், முன்பு போலவே சாவதானமாகப் பேச

ஆரம்பித்தான். சிறிது நேரத்திலேயே கூத்தாடிகள் இருந்த இடத்தை நோக்கி மூன்று நான்கு பேர் வருவது தெரிந்ததும், சாமான்களை எடுத்துக்கொண்டு கூத்தாடிகள் கிளம்பினார்கள்.

4

*'தாம் தரிகட தாம் தரிகட தாம் தரிகட தத்தித்தோம்;
தீம் தரிகட தீம் தரிகட தீம் தரிகட தித்தித்தோம்.'*

தொப்பளான் ஆர்மோனியத்தை ஆட்டியவாறே ராகம் இழுக்க, கர்ணன் 'தாம் தரிகட' என்று பின்பாட்டுக் குரல் கொடுத்தான். இவர்களுக்கேற்ற மாதிரி செல்லையா மத்தளத்தைத் தட்டிச் சுதியேற்றிக்கொண்டிருந்தான். இவர்களோடு தாளக்காரனும் சேர்ந்துகொண்டான். உடனே 'லாலாதி லோலம் பஜே' என்று பாட ஆரம்பித்தார்கள். பக்கவாத்தியக்காரர்கள் பாடிக்கொண்டிருக்கும்போது ஆட்டக்காரர்கள் திரைக் குள்ளே முகத்தை மழித்துக்கொண்டிருந்தார்கள். இன்று என்ன நாடகம் போடுவது, யார்யார் என்னென்ன வேசங்கள் கட்டுவது என்று கேட்டுக்கொண்டே வந்த பொன் னன், படலை விலக்கி, படலிலிருந்த ஓட்டைகளின் வழியே வேசம் கட்டுவதைப் பார்க்க முயன்ற பிள்ளைகளிடம் 'முன்னால போயி குந்துங்க. கட்டியக்காரன் வேசம் வரப்போவுது' என்று சொல்லிவிட்டுக் குத்த வருவதுபோலக் கத்தியைக் காட்டி மிரட்டினான். பிறகு பொத்தாம் பொதுவாக கல்லூர் மூக்கன் ஏன் இன்னும் வரவில்லை என்று கேட்டான். அதற்கு ஒருவரும் பதில் சொல்லாததால் வெறுப்படைந்தவன், விட்டத்திடம் 'மொவத்தச் சுத்தப்படுத்து, மொவத்தச் சுத்தப்படுத்து. பட்டுப் படுக்கின்னு முடி' என்று சொல்லிவிட்டு, என்ன நாடகம் போடுவது என்று மீண்டும் ஒரு முறை எல்லாரிடமும் கேட்டான். அதோடு 'அந்த மூக்கன் பயலக் காணுமே, வந்துடுவானா, நம்பிக்க மோசம் செய்யுறது எந்தூரு ஞாயங்கிறன்? முடியாதுங்கிற நாயி ஒரு வாத்த சொல்லியனுப்பிட்டா நான் இன்னொருத்தன இந்நேரம் சிண்டப் புடிச்சி இயித்தாந்து இருக்க மாட்டனா?' என்று சொன்னான். திரையை விலக்கிய தொப்பளான் 'நேரமாவலியா, சனங்க கத்துறது காதுல விய்யலியா?' என்று சொன்ன தும்தான், பொன்னன் அவசரமாகச் சபைக்கு வந்தான். சபையோர்களைப் பார்த்துக் கையெடுத்தான். அவன் கும்பிட்ட மறுநொடியே வாத்தியக்காரர்கள் வாசிப்பதை நிறுத்தினார்கள். துண்டை இடுப்பில் கட்டிக்கொண்டு ஆட்டக்களத்துக்கு முன் கூடி யிருந்த கூட்டத்தை மீண்டும் ஒரு முறை வணங்கிய பொன்னன்,'அகோதபடி என்ன வென்றால் எட்டு ஜில்லாவிலும் பதினாறு தாலுக்காவிலும் சென்ன மாகாணம் முழுசும் பெயர் பெத்து விளங்கி வருகின்ற ஸ்ரீமான்கள், நீதிமான்கள் வாசம்செய்துவருகின்ற நம்முடைய இந்தக் கிராமத்திலே இன்னிய ராத்திரிக்கு நடக்கவிருக்கும் நாடகம் என்னவென்றால்...' என்று சொன்னதும், அதற்காகவே காத்திருந்தவர்கள் மாதிரி பக்க வாத்தியக்காரர்கள் உச்சகட்டத்தில் வாசித்தனர். அவர்கள் அவ்வாறு செய்ய வேண்டுமென்பதற்காகவே பேச்சை நிறுத்தியவன்போல் பொன்னன் கனைத்துக் கொண்டு மீண்டும் பேச ஆரம்பித்தான். சபை வணக்கம், ஊர் வாழ்த்து, பெரியோர் வாழ்த்து, சாமி வாழ்த்து என்று சொல்லிவிட்டு 'மகா சனங்களே இன்னிய ராத்திரிப் பொழுதுக்கு நடக்கிற நாடகத்தில் யாதொரு குத்தம் குறையிருந்தாலும் பெத்த பிள்ளகளாக எண்ணி எங்களுக்கு மன்னாப்புத்தரணும்னு கேட்டுக்கிறன். அதோட...'

என்று தொடர்ந்து மேலும் பேச முயன்றவனை முன்வரிசையில் உட்கார்ந்திருந்த கருத்த குட்டையான ஆள் 'யே விடிஞ்சிடப்போவுது. மொதக் கோயி கூப்புடும் போதுதான் மொத வேசத்தியே வெளிய வுடுவிங்களா?' என்று சொல்லிக் கத்தியதும், பொன்னன் ஒரு பச்சைச் சிரிப்புச் சிரித்து 'அதெல்லாம் இல்லிங்க, தலப்பு வேசம் இப்ப வந்துடுங்க' என்று சொல்லி மழுப்பப்பார்த்தான். ஊர் தர்மகர்த்தா அவனைக் கூப்பிட்டு, விரித்துப் பிடித்த துண்டில் குத்தாக வெற்றிலை, பாக்கு, ஒரு மூடித் தேங்காய், கால் ரூபாய் பணம் ஆகியவற்றைப் போட்டு, 'போ, போயி சீக்கிரம் தலப்பு வேசத்த வெளிய அனுப்புற வேலயப்பாரு' என்று சொல்லிவிட்டு 'தாதன் வாடா' என்று கூப்பிட்டார். தாதன், அடுத்து வண்ணான், நாவிதன், தோட்டி, ஊர் மணியக்காரன் என்று ஒவ்வொருவராக வந்து காணிக்கை வாங்கிக்கொண்டு போனார்கள். காணிக்கையுடன் போனவன் திரைக்குள்ளே போனதும், வேசம் கட்டிக்கொண்டு தயாராக இருந்த விட்டம் 'ஆ...' என்று ராகம் இழுத்துத் திரைப்பாட்டைப் பாடிக் கொண்டே சக ஆட்டக்காரர்களைத் தொட்டுக் கும்பிட்டான். திரைப்பாட்டு முடிந்ததும், வேறு ஒரு பாட்டைப் பாடிக்கொண்டே ஆட்டக்களத்தை நோக்கி ஓடிவந்தான்.

'வந்தனமய்யா வந்தனம்
வந்த சனங்களெல்லாம் குந்தணும்
வருகயில வாங்கி வந்தன்
வாசனமுள்ள சந்தனம் (வந்தனமய்யா வந்தனம்)

முல்ல மலரெடுத்து முதியவர்களக் கும்பிட்டன்
அல்லி மலரெடுத்து அத்தன பேரயும் கும்பிட்டன்
மல்லிகப் பூச்சூடும் மாதர்களையும் கும்பிட்டன்
சண்டச்சத்தம் செய்யும் சிறுவர்களையும் கும்பிட்டன். (வந்தனமய்யா வந்தனம்)

வெத்தலயிருந்தா போடுங்க
விசிறியிருந்தா வீசுங்க
இந்த வித்தக்காரன் காட்டும் நாடகத்த
விடியமட்டும் பாருங்க' (வந்தனமய்யா வந்தனம்)

விட்டம் குதித்துக்குதித்தும், சுழன்றுசுழன்றும், பலவிதமான ஒயில்நடை நடந்தும் ஆடிக்கொண்டிருந்தான். அவனுடைய ஆட்டத்தைவிட அவன் போட்டிருந்த வேசம்தான் எல்லாரையும் கவர்ந்திழுத்தது. அவனுடைய கைச் சொடுக்கல், முகக் கோணல், நடக்கும் விதம் எல்லாமும் கூட்டத்தினரை வயிறு குலுங்கச் சிரிக்க வைப்பதாக இருந்தது. சிரிக்கவும் செய்தனர். தொடர்ந்து இரண்டு மூன்று பாட்டுகளைப் பாடி ஆடிவிட்டுத் திரைக்குள்ளே வந்தான். மேளக்காரன் ஒரு பாட்டைப் பாட ஆரம்பித்தான். பக்க வாத்தியங்கள் முழங்க ஆரம்பித்தன.

அரிக்கன் விளக்கைச் சுற்றி உட்கார்ந்து வேசம் கட்டிக்கொண்டிருந்தார்கள். அவரவர் கேட்கும் பொருள்களை அவரவருடைய பைகளிலிருந்து எடுத்துக் கொடுத்து, திரும்ப வாங்கி அவரவருடைய பைகளிலேயே செடல் போட்டு வைத்துக்கொண்டிருந்தாள். பொருள்கள் மாறிவிடாமலிருக்கக் கவனத்துடன் இருந்தாள். நாடகம் போடப் போகிற ஊர்களுக்கு என்று போக ஆரம்பித்தாளோ அன்றிலிருந்தே வேசம் கட்டுபவர்களுக்குச் சாமான்கள் எடுத்துக் கொடுக்க, மை வைத்துவிட, கிரீடம் வைக்க, கண்ணாடி பிடிக்க என்று ஆரம்பித்து, இப்போது வேசம் போட்டுவிடவும் ஆரம்பித்துவிட்டாள். ஆட்டக்காரர்கள் இப்போதெல்லாம் கண்ணாடிக்கு முன் உட்காருவதற்குப் பதிலாக அவளுக்கு முன் உட்கார ஆரம்பித்துவிட்டார்கள். யார் என்ன வேலை

வைத்தாலும் முகம்கோணாமல் செய்வாள். வேசம் கட்டிவிடுவதில் இப்போது அவளுக்கு நல்ல தேர்ச்சியாகிவிட்டது.

மூன்று நான்கு வேசங்கள் ஆடிவிட்டு வந்துவிட்டார்கள். அடுத்த வேசம் வருவதற்கான இடைவெளி நேரத்தை இட்டு நிரப்பக் கட்டியக்காரன் ஆடிக்கொண்டிருந்தான். 'எட்டுத் திக்கும் பதினாறு திசையும் சூரியருக்கும் சந்திரருக்கும் நிகரான ஒளி பொருந்திய சந்திர குலத்தரசன், மன்னாதி மன்னன் இப்போது தர்பார் வரார் வரார்' என்று சபையோருக்குச் சொல்லிவிட்டு திரைக்குள் வந்தான். திரைப்பாட்டுப் பாடிவிட்டு, எல்லாரையும் தொட்டுக் கும்பிட்டுவிட்டு, செடலிடம் ஒரு சொம்புத் தண்ணீர் வாங்கிக் குடித்துவிட்டு, ஆரான் ஒரு பாட்டைப் பாடிக்கொண்டே ஆட்டக் களத்தை நோக்கி ஓடினான்.

'தாள மத்தள கின்னரியும்
என் மீசை ரெண்டும் துடிதுடிக்கவே
படீர் படீர் படீரெனவே!'

ஆடிக்கொண்டிருக்கும் ஆரான் உள்ளே வந்தால், பொன்னன் வேசம் ஆடப் போக வேண்டும், அவனுக்கடுத்தது பவளக்கொடி. பவளக்கொடி வேசம் கட்டும் கல்லூர் மூக்கன் என்னவானான்? 'இந்தா வந்துடுவான், இந்தா வந்துடுவான். எப்பிடியும் வந்து சேந்துடுவான்' என்று நொண்டிச் சமாதானம் சொல்லிக்கொண்டிருந்தவர்கள்கூட இப்போது வாயைத் திறக்கவில்லை. பொன்னன் கத்திக்கொண்டிருந்தான். பவளக்கொடி கட்ட யாருமே சம்மதிக்கவில்லை. 'அய்யோ சாமி, எனக்குப் பொம்பள வேசமெல்லாம் வராது. எங்குரலு எப்பிடின்னுதான் ஒனக்குத் தெரியுமே!' என்று ஒவ்வொருவரும் நழுவினார்கள். விடியும்வரை ஆட வேண்டிய வேசம். யாரால் ஆட முடியும்? தலையை மட்டும் காட்டினால் போதும் என்கிற வேசமா? 'செடலக் கட்டச் சொன்னா என்ன?' என்று தொப்பளான் சொல்ல, எல்லாருக்குமே வாயடைத்துப் போய்விட்டது. செடல் பத்ரகாளியாக அவன்மேல் சண்டைக்குப் பாய்ந்தாள். 'யாரப் பாத்து என்னா வாத்த வடிக்கிற? மொவறத் திருப்பிக்கும். ஒன்னோட ராங்கிரப்பெல்லாம் எங்கிட்டக் காட்டாத. என்னெ யாருன்னு நெனச்ச?' என்று சொல்லிக் கத்த ஆரம்பித்தவளைச் சமாதானம் செய்வதே பெரும்பாடாகிவிட்டது. இனி எந்த வேலையும் செய்வதில்லை என்று ஒதுங்கி உட்கார்ந்துகொண்டாலும் அவளுடைய வாய் மட்டும் ஓயவில்லை.

பொன்னன் மனம் பேதலித்தவன் மாதிரி நின்றுகொண்டிருந்தான். தொப்பளான் எதை வைத்துச் சொன்னான்? செடலால் ஆட முடியுமா? அடவு, பாட்டெல்லாம் என்னாவது? பங்கக் கூத்தாகிவிட்டால், இவனுடைய செட்டுக்கு யார் பாக்கு வைக்க வருவார்கள்? வெறும் வேசத்தைக் கட்டிவிட்டால் போதுமா? தாளம், மேளம், பின்பாட்டு, வேசத்திற்கு ஏற்ற மாதிரி ஆட, வசனம் பேச வேண்டாமா? குரலில் ஏற்ற இறக்கம் காட்ட வேண்டும். சின்னப் பெண் என்ன செய்வாள்? எல்லாவற்றையும் விட, அவளிடம் வாயைத் திறந்து எப்படிச் சொல்வது என்று தயங்கியவன் அவளையே பார்த்தான்.

'அடே காவலா?' என்று இடி இடிப்பதுபோல் கத்திவிட்டு ஆரான் உள்ளே வரவும், விட்டம் வெளியே போய் ஆட ஆரம்பித்தான்.

'ரோட்டுமேல போறாப்பாரு பட்டு அவமேல
ஊரு பயலுக கண்ணெல்லாம் பட்டு அவ
புள்ளெதான பெத்துப்புட்டா நாலு ரெண்டு எட்டு.'

விட்டமும் ஆரானும் எவ்வளவு நேரம்தான் நேரத்தைப் போக்கிக்கொண்டிருக்க முடியும்? பொன்னன் வெளியே போய்விட்டால் பவளக்கொடி? ஆரம்பத்திலேயே தெரிந்திருந்தால் வேறு நாடகம் போட்டிருக்கலாம். இன்றைய இரவை எப்படி ஒப்பேற்றுவது? இந்நேரம் வேசம் தயாராக இருக்க வேண்டும். இனிமேல் கட்டினால் கூட கூட்டத்தில் சலசலப்பு உண்டாகிக் கெட்ட பெயராகிவிடும் என்று நினைத்த பொன்னனின் மனம் செடலைப் பற்றியே நினைத்துக்கொண்டிருந்தது. பட்டென்று வாயை விட்டுவிட்டான். செடல் காளி வேசம் கட்டியவர்கள் குதிப்பதுபோலக் குதித்தாள். 'என்னெ யாருன்னு எண்ணிக்கிட்டெ?' என்று திரும்பத்திரும்பக் கேட்டாள். 'இனி ஒரு வாட்டி அப்பிடிச் சொன்னா, என் வாயில இருந்து இன்னதுதான் வரும்னு சொல்ல முடியாது. ஒங்கூட வந்துட்டா நீ என்ன வேணும்ன்னாலும் பேசலாமா? இனி ஒனக்கும் எனக்கும் ஒண்ணுமில்ல. விடிஞ்சதும் நான் இப்பிடியே ஊருக்குப் போறன்' என்று சொல்லி வெளியே போக முயன்றவளைச் சமாதானப் படுத்தி உட்கார வைப்பதற்குள் போதும்போதும் என்றாகிவிட்டது.

'சும்மா மொவத்தக் காட்டு. ஆட வாணாம், பாட வேணாம், ஊமயாட்டம் ஒரு ஓரமா ஒதுங்கி மத்தளக்காரன்கிட்ட நின்னாப் போதும். மத்ததெல்லாம் நான் பாத்துக்கிறன். மொவத்துல அரிதாரம்கூடப் போட வாணாம், சும்மா தலய ஒதுக்கிக் கிட்டு வந்தாப் போதும். காலுல சலங்ககிலங்க ஒண்ணும் வாணாம். இன்ன வேசமுன்னு மொவத்தக் காட்டிட்டாப் போதும். இன்னிய கதெய நெறவேத்தத் தல கொடு. ஆளு இருந்தா ஒன்னயா ஆடச் சொல்லுவன்? இத்தன நாளா வர்றியே, இந்தப் பேச்சு வந்துச்சா? ஆளும் வேசமும் சரியா இருக்கு. கை வுட்டுடாத. பெரிய மனசு பண்ணு. ஒனக்குக் கையெடுத்து கும்புடுறோம். போனவாரம் கீரனூர்ல செல்லி யம்மனுக்குத் தாலாட்டுப் பாட போனப்ப, காலுல சலங்கையைக் கட்டிக்கிட்டு செல்லப்புள்ளெ கட்டி ஆடுனல்ல, அந்த ஆட்டத்தை ஆடுனா போதும். புதுசா ஒண்ணும் ஆட வாண்டாம், பாட வாண்டாம்.'

'நான் போறன். என்னெ யாரும் தடுக்கக் கூடாது. எங்கிட்டெ வாய்கொடுத்து சின்னச்சொல் வாங்காதீங்க' என்று சொல்லிவிட்டு எழுந்த செடலின் காலில் யாரும் எதிர்பாராத நேரத்தில் பொன்னன் விழுந்துவிட்டான். செடல் மட்டுமல்ல, திரைக்குள் உட்கார்ந்திருந்த ஏழெட்டு பேருமே வாயடைத்து நின்றனர். ஒருவருக்கும் பேச வாய் வரவில்லை. அவள் அப்படியே மழையில் நனைந்த சுவர் சரிவதுபோல சரிந்து உட்கார்ந்துவிட்டாள். அவள் முன் கூனிக்குறுகிப்போய் நின்றுகொண்டிருந்தான் பொன்னன். உள்ளூரில் தேடியபோது ஆள் கிடைத்திருந்தால்கூட அவளிடம் வாயைக் கொடுத்திருக்க வேண்டியதில்லை. அத்தனை பேர் முன்னிலையில் அவளுடைய காலில் விழுந்தது பரம்பரைபரம்பரைக்கும் அவப்பெயரா என்று இவன் எண்ணிக் கொண்டிருக்க, செடல் யாரையும் பார்க்கப் பிடிக்காமல், எல்லார் மீதும் ஏற்பட்ட வெறுப்புணர்ச்சியை மறைக்கத் தலையைத் தாழ்த்திக்கொண்டாள். பொட்டச்சியை ஆடவிட விரும்புகிறவர்கள் ஆண்களா? கன்னக்கோல் வைப்பவர்களைவிட மோச மானவர்களிடம் எப்படி வந்து சிக்கிக்கொண்டேன் என்று நினைத்ததும் பீதியில் கதிகலங்கிப்போனாள். முகம் பேயறைந்த முகமாக இருந்தது. ஆரானும் விட்டமும் பாடி ஆடிக்கொண்டிருந்தது மங்கலாகக் கேட்டுக்கொண்டிருந்தது.

'ஆகாயத்தை வில்லாக்கி, சமுத்திரத்தை அம்பாக்கி, மந்திரத் தேர்தனிலே மான் வேட்டைக்குக் கானகம்தான் போகையிலே!'

'போகையிலே...'

'என் திரேகம் பசபசவென்று ஊருதே
யே சிங்கமுக தூதுவனே ஓடி வாருங்கள்
என் அங்கம் பசபசவென்று ஊருதே
யே ஆனைமுக தூதுவனே ஓடி வாருங்கள்.'

'அடே காவலா, நான் இந்த தர்பாரை நாடி வந்துள்ளேனே, என்னை யாரென்று தெரியுமா?'

'எங்க ஊரு குப்பன் ஆட்டக்காரரோட மவன் ஆரான்தானுங்கள நீங்க.'

'அடே முட்டாள், பாராகிய பிரபஞ்ச வாழ்க்கையில் நெடிய கடல் சூழ்ந்த பிரமாண்டமான உலகத்தில் சூரியனைப்போல பிரகாசிக்கிற இப்பார் சபையை நாடி, நான் இங்கு வந்தேனே என்னை யாரென்று உனக்குத் தெரியுமா?'

'நீயென்ன எனக்கு அப்பனா சித்தப்பனா, மாமனா மச்சானா, அண்ணனா, தம்பியா, சொந்தமா பந்தமா, கொத்துப்போன வழியா, கொடிபோன வழியா, இல்லெ கொலம்போன வழியா, கோத்தரம்போன வழியா, சாதிபோன வழியா, சனம்போன வழியா, என்னெ வந்து யாருன்னு கேட்டா எனக்கென்ன தெரியும்? சொல்லுங்க பாப்பம்.'

'காமதேனுக்கும் கற்பக விருட்சத்துக்கும் பொதுவாகிய இச்சபையை நாடி வந்த என்னை யாரென்று தெரியவில்லயா?'

'தெரிலிங்க.'

'தெரியாது என்று சொல்வதற்கு எதற்காக நீ மந்திரியாக இருக்கிறாய், டே கடப்பாரை.'

'கடப்பார முள்ளடக்கப் போயிருக்குங்க.'

'டே எடுடா அந்த சாட்டையை, உண்மையச் சொல், என்னைத் தெரியுமா? தெரியாதா?'

'அடிக்காதீங்க மகாராசா, எனக்கு மட்டும் தெரிஞ்சாப் போதுமா, மத்தவங் களுக்கும் நீங்க யாருன்னு புரியும்படியா சொல்லுங்க.'

'அஸ்தினாபுரத்தை ஆளும் அரவ துசம் படைத்த வெகு சவரிய புஜபல அதி பல வீரன் வந்தேனே இச்சபையை நாடி அதிபல தீரன் வந்தேனே!'

செடலுக்கு எதையும் காதுகொடுத்துக் கேட்க முடியவில்லை, கண்கொண்டு பார்க்க முடியவில்லை. ஒரு மரப்பாச்சி பொம்மை மாதிரி உட்கார்ந்திருந்தாள். முட்டிக் காலில் தலையைக் கவிழ்த்து உட்கார்ந்திருந்தவளின் காலில் யாரோ சலங்கை யைக் கட்டினார்கள். அவளுக்குப் பின்னால் உட்கார்ந்திருந்தவன் சடையை அவிழ்த்து விட்டு எண்ணெய் வைத்துச் சீவிவிட ஆரம்பித்தான். கண்களை மூடிக்கொண்டிருக் கும்போது யாரோ அரிதாரத்தை முகத்தில் அப்பிவிட்டார்கள். அவர்கள் செய்தது செத்துப்போன பிணத்தை அலங்கரிப்பதுபோல இருந்தது. அவளுக்கு உடலில் உயிரில்லை. கொல்லன் இரும்பைப் பழுக்கக் காய்ச்சித் தன் இஷ்டத்திற்கு அடித்து அடித்து வடிவமைத்துக்கொள்வது மாதிரி அவளைப் பவளக்கொடியாகத் தயார் செய்துகொண்டிருந்தார்கள். அவளுக்கு முகத்தில் அரிப்பெடுக்க ஆரம்பித்தது. முகத் தைக் கண்ணாடியில் பார்க்க வேண்டும் போலிருந்தது. எப்படியிருக்குமோ! காலில் கட்டியிருந்த சலங்கை குத்திக்கொண்டிருந்தது. அவிழ்த்தெறிந்துவிட முடியாதா? இடுப்பில் சேலையைக்கூட மூட்டையைக் கட்டுவது போல்தான் கட்டிவிட்டிருந் தார்கள். தளர்த்திவிட வழி இல்லை. கழுத்தில் எதையெதையோ மாட்டி நரிக்குறத்தி யாக மாற்றிவிட்டார்கள். பொன்னன் வேசம் போன பிறகு அவளால் உட்கார்ந்திருக்க முடியவில்லை. எத்தனை சொம்பு தண்ணீர் குடித்தும் தாகம் தீர்ந்தபாடில்லை. 'சதி

மோசம் செஞ்சிட்டாங்களே' என்று முனகியவளுக்கு அழுகை பீறிட்டது. பயத்தை மறைக்க வெளியே பார்த்தாள். பொன்னன் ஆடிக்கொண்டிருந்தான். அவனுக்கு முன் பத்தடி இடைவெளியில் இரண்டு கழிகள் நட்டு அதில் குறுக்குக் கழிகள் போட்டு, அதில் ஐந்தாறு அரிக்கன் விளக்குகளைத் தொங்கவிட்டிருந்தனர். பந்தல்காலை ஒட்டி ஊர்ப் பெரிய மனிதர்களும், அதற்கடுத்து ஆண்களும், பிள்ளைகளும், கடைசியில் பெண்களும் உட்கார்ந்திருந்தனர். கொஞ்சம் பேர் நின்றுகொண்டிருந்தனர். ஒருசிலர் கட்டில் போட்டு உட்கார்ந்திருந்தனர். கூட்டத்தைப் பார்த்தவளுக்கு வயிறு பகீ ரென்றது. அவளையறியாமலேயே 'மாரியாயி' என்றாள். 'வராதது வந்தா படாதத பட்டுத்தான் தீரணும்' என்பதுபோல் நடந்துவிட்டதே. இந்த வம்பு ஏன் வந்து நேர்ந்தது? ஊர்ப் பெரியவர்களை அழைத்துக்கொண்டு வருவதாகச் சொல்லிவிட்டுப் போன பூங்கோதையும் மீனாட்சியும் ஏன் வரவில்லை? அவர்கள் கூப்பிட்டதுமே போயிருக்க வேண்டும். அன்று வீம்பு பிடித்தது தவறு என்று தோன்றியது. யாரிடம் வீம்பு, எதற்காக வீம்பு? ஊர்க்காரர்கள் அவர்களாக வராவிட்டால் இவளாகப் போயிருக்கலாம். போயிருந்தால் இன்று ஏன் இந்தத் துக்கம்! ஆடு திருடர்கள் ஏன் வீட்டுக்குள் வந்தார்கள்? இருந்தாலும் ஒரு மாதம் இரண்டு மாதத்தோடு நாடகம் ஆடப் போகும் இடங்களுக்குப் போவதை நிறுத்தியிருக்க வேண்டும். இனி என்ன? பலி கொடுக்கும் முன் ஆட்டுக்குக் குங்குமப் பொட்டு வைத்து மாலை போடுவது போல் வேசம்தான் போட்டாயிற்றே! பல கவலைகள் சேர்ந்துகொண்டு அவளை மூச்சுவிட முடியாமல் செய்துவிட்டது.

பொன்னன் விதம்விதமாகச் சாலக்குக் காட்டி ஆடிக் காவலனிடம் கேள்விகள் கேட்டுக்கொண்டிருந்தான்:

'நதிகளுக்குத் தாய்?'

'சமுத்திரம்.'

'ஒளிக்குத் தாய்?'

'சூரியன்.'

'மலைகளுக்குத் தாய்?'

'மேருமலை.'

'மொத்தப் புராணங்கள் எத்தனை?'

'எட்டு.'

'உபபுராணங்கள்?'

'பதினெட்டு'

'ஆச்ரமங்கள்?'

'நான்கு.'

'மனிதனுக்குப் பகைவர்கள் எத்தனை பேர்?'

'ஆறு.'

'அறத்தில் சிறந்தவன்?'

'தருமன்.'

'ஆண்மையில் மிகுந்தவன்?'

'கர்ணன்.'

'உண்மையைவிட மேலானவன்?'

'அரிச்சந்திரன்.'

'ஊக்கத்தில் சிறந்தவன்?'

'துருவன்.'

'ஏழ்மையிலும் அஞ்சாதவன்?'
'குசேலன்.'
'எதிரிக்கு அஞ்சாதவன்?'
'விஜயன்.'
'ஒழுக்கத்தில் சிறந்தவன்?'
'ராமன்.'
'சரி. இதற்கு சொல் பார்க்கலாம், ஆலிலை பழுப்பதேன், ரா வழி நடப்பதேன்?'
'பறிப்பாரற்று பறிப்பாரற்று.'
'பாம்பு ஓடுவதேன், ஆமை நடப்பதேன்?'
'அடிப்பாரற்று அடிப்பாரற்று.'
'வைக்கோல் போர் சரிவதேன், வாத்தியார் மகள் கர்ப்பஸ்திரீயானதேன்?'
'ஆணேறி ஆணேறி.'
'குளத்துமீன் பெருப்பதேன், குமரி முலை சிறுப்பதேன்?'
'பிடிப்பாரற்று பிடிப்பாரற்று.'
'அடே.'
'சொல்லுங்க மகாராசா.'
'தொட்டுக் கெட்டவன் யாரடா?'
'பத்மாசூரன்.'
'தொடாது கெட்டவன்?'
'ராவணேஸ்வரன்.'
'இட்டுக் கெட்டவன்?'
'மகாபலி.'
'இடாது கெட்டவன்?'
'துரியோதனன்.'

பொன்னன் ஆடிக்கொண்டும் பாடிக்கொண்டும், வசனம் பேசிக்கொண்டிருந்தாலும் அவனுடைய கவனமெல்லாம் செடல் பற்றியேதான் இருந்தது. அடிக்கடி திரும்பிப் பார்த்தவன், அதற்கு மேலும் நீட்டிக்க முடியாது என்ற நிலையில் திரைக்குள் வந்துவிட்டான். அவன் பின்னாலேயே விட்டமும் உள்ளே நுழைந்தான். மத்தளக்காரன் அவசரப்பட்டு 'பட்டத்து ராணி இதோ சபையை நாடி வருகிறார்' என்று கத்தினான். யார்யாரோ சொல்லிப்பார்த்தார்கள். எழுப்பிப்பார்த்தார்கள். தூக்கி நிறுத்திப் பார்த்தார்கள். எதற்கும் செடல் அசையவில்லை. வேசம் எதுவும் ஆடாததால் கூட்டத்தில் சலசலப்பு கட்டுக்கடங்காமல் போய்க்கொண்டேயிருந்தது. விட்டம்தான் அவளை இழுத்துக்கொண்டு போய், கிணற்றில் தள்ளிவிடுவது போல திரையை விலக்கிக் கூட்டத்திற்கு முன் தள்ளிவிட்டான்.

பின்னாலிருந்து தள்ளிய வேகத்தைச் சமாளித்து, கீழே விழுந்துவிடாமல் நிலை கொண்டு நிற்பதே செடலுக்குப் பெரும்பாடாகிவிட்டது. அவள் தள்ளாடித் தடுமாறிக் கீழே விழாமலிருக்கச் செய்த எத்தனத்தையே புது வகையான ஆட்டம் என்று கூட்டம் ஆரவாரித்தது. அதிலும் நிஜமான பெண் என்றபோது கூட்டத்துக்கு உற்சாகம் எல்லை மீறிப்போயிற்று. சீழ்க்கை ஒலியும், கைத்தட்டலும், சிரிப்பொலியும், ஆச்சரியப் பேச்சுகளும் பெருகிக்கொண்டேயிருந்தன. அவர்களை மேலும் பைத்தியமாக்க நினைத்ததுபோல் பக்கவாத்தியக்காரர்கள் சூரன் வேசத்துக்கு, வீமன், அர்ச்சுனன், கர்ணன், துரியோதனன் வேசங்களுக்கு வாசிப்பதுபோல வாசிக்க ஆரம்பித்துவிட்டனர். செடலுக்கு உடம்பு பனிக்கட்டி மாதிரி குளிர்ந்துவிட்டது. அவள் நின்றிருந்த

பூமிப்பரப்பு கீழேகீழே புதைகுழிப் பள்ளம் மாதிரி இறங்கிக்கொண்டேயிருப்பது போல் இருந்தது. பயத்தில் நடுங்கும் கைகளை மார்பகங்களில் கோத்துக்கொண்டாள். கண் களைக் கூசவைக்கும் வெளிச்சத்தையும் உலக அதிசயமாக வெறிக்கும் சனத்திரளையும் ஒரே ஒரு நொடிதான் பார்த்தாள். எல்லாக் கண்களும் மட்டு மீறிய வெறிபிடித்த ஆவலுடன் இவளையே உற்று நோக்குகின்றன. ஒவ்வொரு கண்ணும் வேட்டைக் காரனின் கண்ணைப் போலிருக்கிறது. மொத்தப் பூமிப்பரப்புமே கண்களாக நிறைந்து இவளையே உன்னிப்பாகக் கவனிக்கிறது. கண்களில்லாத இடமே இல்லை. கண்களா லான பூமியாக இருக்கிறது. எல்லாக் கண்களிலும் பெரும் அதிசயமாகி நின்றாள் செடல். சூதாட்டத்துக்குள் மாட்டிய காயாக நின்றிருந்தவளின் கண்களில் இருள் அடர்ந்து பரவியது. மனத்துக்குள் வெறுமை மண்டியது. உடல் அதிர்ந்தபடி இருந்தது. கண்ணுக்கு முன் இருந்த பகுதி வெறுமையாகிக்கொண்டிருந்தது. ஒரு நொடிதான். நடுங்கும் கால்களை மண்ணில் ஊன்றி நிலைநிறுத்த முயன்றாள். என்ன ஆடுவது என்று புரியவில்லை. கூத்து ஆரம்பிப்பதற்கு முன் ஆடும் செல்லப்பிள்ளை ஆட்டத்தை ஆடிவிடலாமா என்று ஒருகணம் யோசித்தாள். அதே நேரத்தில் முன்னால் உட்கார்ந் திருந்த ஜனத் திரளின் கூச்சலும், பின்னால் உட்கார்ந்திருந்த பக்கவாத்தியக்காரர்களின் வாசிப்பும் போர்க்களம் வெற்றிக் களிப்பில் ஆர்ப்பரிப்பதுபோல் இருந்தது. சும்மா நின்றுகொண்டிருக்கக் கூடாதென்று அவசரமாக பதட்டத்துடன் ஓடிவந்த விட்டம் சனங்களை நம்பவைக்க அவளுடைய கைகளைப் பிடித்துக்கொண்டு ஆலவட்டம் போல இரண்டு மூன்று சுற்றுகள் ஆட்டக்களத்தைச் சுற்றி இழுத்துக்கொண்டுவர, அவர்களை நிலைத்து நிற்கவிடக் கூடாது என்பதற்காகப் பக்க வாத்தியங்கள் முழங்கின. மத்தளக்காரனும் சொல்கட்டுகளை உரத்த குரலில் அடுக்கினான்:

‘தகிடத்தோம் தகிடத்தோம் தகிடத்தோம்;
தோம் தோம் தோம் தகிடத்தோம்,
தா தை தா தை தா தை, தை தை தை
தகிட தை தகிட தை தகிட தை;
தகிட தகிட தகிட தை, தகிடத்தோம்.
திந்தோம் திந்தோம் திந்தோம்
தாம்தோம் தாம்தோம் தாம்தோம், தகிட தோம் தகிட தோம்,
தகிட தோம்,
தத்தாம் தத்தோம் தத்தித்தோம்
தத்தித்தோம் தத்தித்தோம் தத்தித்தோம்
தகடத்தோம் தகடத்தோம் தகடத்தோம் தத்தித்தோம்
தகிட தை தகிட தை தைகிடத்தோம்,
தை தை தத்தித் தை, தத்தித்தை தத்தித்தை தத்தித்தை
தா தா திகட தா, தை தை திகிட தை,
தீம் தீம் தீம்தரிகிட,
தாம் தாம் தாம் தரிகிட,
தோம் தோம் தோம் தரிகட,
தகிட தகிட தகிட தா, தகிட தா தகிட தா, தகிட தா,
தகிடதாச்சனம்,தகிடதாச்சனம்...’

செடல் ஆடுவதற்காகவே அந்த அரங்கம் உருவாக்கப்பட்டது போலிருந்தது.

5

காலையிலிருந்து செடல் ஒரே பரபரப்பாக இருந்தாள். நேரமாகநேரமாகப் பர பரப்பு அவளுக்குள் கூடிக்கொண்டேயிருந்தது. அடிக்கடி கைவேலையை மறந்து போனாள். முதலில் வாசலுக்கு வருவதும் வீட்டுக்குள் போவதுமாக இருந்தாள். பிறகு எடுக்க வேண்டிய துணிகளையெல்லாம் எடுத்து வைத்தாள். மறக்காமல் கால் சலங்கையையும் எடுத்து வைத்தாள். பைக்குள் எடுத்து வைத்த பொருள்கள் எல்லாம் சரியாக இருக்கிறதா என்று பார்த்தாள். சேலை, பாவாடை, ரவிக்கை, மை டப்பி, குஞ்சம், ரிப்பன் என்று எல்லாம் சரியாகத்தான் இருக்கிறது. ஆனால் செடலுக்கு ஏதோ ஒன்று குறைவது போலிருந்தது. எவ்வளவு யோசித்தும் குறைவதாகத் தோன்றிய அந்த ஒன்றை அவளால் கண்டுபிடிக்க முடியவில்லை. லேசான எரிச்சலுடன் வெளியே வந்தாள்.

வாசலில் அடைந்துகொண்டிருந்த பன்றியை விரட்டிவிட்டாள். பந்தல்காலைப் பிடித்துக்கொண்டு தெருவுக்குப் போகும் வழியைப் பார்த்தாள். ஒரு ஆள்கூடக் கண்ணில் படவில்லை. விட்டத்தையும் செல்லையாவையும் மதியத்திற்குமேல் வரச் சொன்னது தவறு என்று நினைத்தாள். போன வாரமே பொரசக்குறிச்சியிலிருந்து வெள்ளிக்கிழமை காப்புக்கட்டுகிறது என்றும், முதல் நாளே சாய்காலமே வர வேண் டும் என்றும் ஒரு ஆள் வந்து சொல்லிவிட்டுப் போயிருந்தான். அன்றே விட்டத்திட மும் செல்லையாவிடமும் செய்தியைச் சொல்லிவிட்டாள். மதியத்திற்கு மேல் கிளம்ப லாம் என்று சொன்னது தவறு என்று இப்போது நினைத்தாள். காலையிலிருந்து இன்னும் அவள் சாப்பிடவில்லை. சாப்பிடவில்லை என்ற நினைவுகூட அவளுக்கு இல்லை. பசியும் இல்லை. பள்ளுப் பாடப் போகிற நாட்களில் அவளுக்குப் பசியே இருக்காது. பரபரப்பும் சிரிப்பும்தான் அவளிடம் இருக்கும். இன்றைக்கும் அப்படித்தான். ஒற்றையில் நின்று தனக்குத் தானே சிரித்துக்கொண்டாள்.

பந்தல்காலைப் பிடித்துக்கொண்டு மேற்குப் பக்கமாகப் பார்த்துக்கொண்டிருந் தவள், பொறிதட்டியது மாதிரி அவசரமாக வீட்டுக்குள் வந்து தன்னுடைய முகத்தைக் கண்ணாடியில் பார்த்தாள். பிறகு, கட்டிக்கொண்டிருந்த சேலையைப் பார்த்தாள். கத்திரிப்பூ நிறத்தில் நன்றாக இருந்தது சேலை. ஆனால் அவளுக்குப் பிடிக்கவில்லை. சந்தன நிறத்திலிருந்த சேலையை எடுத்து மாற்றிக்கொண்டாள். இதோடு நான்கு முறை சேலையை மாற்றிவிட்டாள். அப்படியும் அவளுடைய மனம் நிறைவடைய வில்லை. வெளியே வந்து சேலை நன்றாக இருக்கிறதா என்று பார்த்தாள். வாயை ஒரு முறை சப்புக்கொட்டினாள். அவ்வளவுதான் என்பது போலிருந்தது அவளுடைய செய்கை. பந்தலைத் தாண்டி வந்து சூரியன் எங்கிருக்கிறது என்று பார்த்தாள். நேரமாகி இருக்கவில்லை. ஆனால் அவளுடைய மனம் நேரமாகிவிட்டதாகக் கருதியது. அவசர மாக வீட்டுக்குள் போய்க் கண்ணாடியை எடுத்து வைத்துக்கொண்டு சீவிக்கொள்ள ஆரம்பித்தாள்.

செடலுக்குத் திருப்தி ஏற்படவில்லை. ரொம்ப நேரமாகச் சீவியும்கூட அவளுக்கு நிறைவு உண்டாகவில்லை. சலிப்புடன் குஞ்சத்தைக் கட்டிக்கொண்டாள். பொட்டு வைத்துக்கொண்டாள். கண் மை இட்டுக்கொண்டாள். மீண்டும் ஒரு முறை கண்ணாடி யைப் பக்கத்திலும் தூரத்திலும் வைத்துப் பல கோணங்களில் பார்த்தாள். ஒரு முறை சிரித்துக்கொண்டாள்.

செடலினுடைய அலங்காரத்தை, ஒயிலை மற்றவர்கள்தான் ரசித்தார்கள் என்றில்லை. அவளுக்கே அதில் விருப்பம் உண்டு. போதை உண்டு. அதைக் குறைத்துக் கொள்ள வேண்டும் என்று ஒருநாள்கூட அவள் எண்ணியதில்லை. பொட்டுக்கட்டி விடப்பட்ட பெண்களுக்கே உரிய தளுக்கும்மெளுக்கும் செடலிடமும் உண்டு. முக அமைப்பும் அதற்குத் தகுந்தாற்போல அமைந்துவிட்டது. வயசும் நிறமும் கூடுதல் பலமாக இருந்தன. தேவைப்பட்ட நேரங்களில் அவற்றைப் பயன்படுத்திக்கொள்ளவும் அவள் தவறவில்லை.

செடலைப் பார்த்து எல்லாப் பெண்களுமே பொறாமைப்படுவார்கள். அவளைப் போல சீவிக்கொள்ள, சேலை கட்டிக்கொள்ள முடியவில்லையே என்று மனம் புழுங்கிப் போவார்கள். பிறருடைய ஏக்கத்தைக் கூட்டுவது மாதிரிதான் செடலினுடைய செய்கைகளும் இருக்கும். பள்ளுப் பாடப் போகிற அன்றைக்குக் கல்யாணப் பெண் மாதிரிதான் தன்னை ஜோடித்துக்கொள்வாள். இன்றைக்கும் அப்படித்தான். ஆட ஆரம்பித்த பிறகு அவளுடைய ஜோடிப்பு கூடுதலாகிவிட்டது. பொட்டுக்கட்டி விடப்பட்ட மற்ற பெண்களைவிடத் தான் உசத்தி என்ற எண்ணம் அவளுக்கு லேசாக இருந்தது. அதற்கேற்ற மாதிரிதான் அவளுடைய ஆட்டம், குரல், முகவெட்டு எல்லாம் இருந்தன.

வீட்டுக்குள் வந்த செடல் தண்ணீர் குடித்தாள். கண்ணாடியை எடுத்து ஒரு முறை முகம் பார்த்துக்கொண்டாள். சலிப்பாக உணர்ந்தாள். காரணமின்றி வீட்டை ஒரு முறை கூட்டினாள். பிறகு வெளியே வந்து பார்த்தாள். விட்டமும் செல்லையாவும் வருவது தெரிந்தது. அவளுக்குள் அவசரமும் பரபரப்பும் கூடிற்று.

'போவலாம்' என்று சொல்லிவிட்டு விட்டமும் செல்லையாவும் வெற்றிலை பாக்குப் போட்டுக்கொள்ள ஆரம்பித்தனர். அதோடு ஊர்க்கதை பேச ஆரம்பித்தனர். அவர்களுடைய பேச்சை செடலால் பொறுத்துக்கொள்ள முடியவில்லை. 'நேரமாச்சு' என்று அவள் பல முறை சொல்லிப்பார்த்துவிட்டாள். அவளுடைய பேச்சை அவர்கள் காதில் வாங்கிக்கொண்டது மாதிரி தெரியவில்லை. விருந்தாளிகள் பேசிக்கொள்வது மாதிரி பேசிக்கொண்டிருந்தனர். செடல் வீட்டுக்குள் போய்க் கண்ணாடியைப் பார்ப்பதும் வெளியே வருவதுமாக இருந்தாள். கடைசியில் நச்சரிக்க ஆரம்பித்துவிட்டாள். அவளுடைய நச்சரிப்பைத் தாங்க முடியாமல் விட்டமும் செல்லையாவும் எழுந்தனர்.

கோடை வெயில் கொளுத்திக்கொண்டிருந்தது. வெயிலையும் பொடியையும் பொருட்படுத்தாமல் ஒற்றையடிப் பாதையில் முதலில் செடலும், அடுத்து விட்டமும், அவனுக்கடுத்து செல்லையாவும் நடந்தனர். யாரும் பேசிக்கொள்ளவில்லை. விட்டமும் செல்லையாவும் காலடியைப் பார்த்தவாறு நடந்துகொண்டிருந்தனர். செடல் முன்னேயும் பக்கவாட்டிலும் பார்த்தவாறு நடந்தாள். கண்ணுக்கெட்டிய தூரம்வரை கட்டாந்தரையாகவே தெரிந்தது. கோடைக் காலம் என்றாலே மொட்டை போட்ட தலை மாதிரிதான் இருக்கும் காடு. வறுத்த மணலாகப் பொசுக்கிக்கொண்டிருந்தது தரை. அதை அவளுடைய கால்கள் அறிந்தாலும் மனம் உணரவில்லை. சுற்றப்புறத்தைப் பார்த்தவாறு வேகமாக நடந்துகொண்டிருந்தாள். இருட்டுவதற்குள் பொரசக்குறிச்சிக்குப் போய் விட வேண்டும் என்பது அவளுடைய விருப்பமாக இருந்தது.

பொரசக்குறிச்சி செடலுக்குப் பழக்கப்பட்ட ஊர்தான். வருசம் தவறாமல் பள்ளுப் பாடப் போயிருக்கிறாள். பெரிய ஊர். காசு உள்ள ஊர். படி நிறைய கிடைக்கும். பிரச்சினையும் அதிகம். சின்ன வயதில் அழுததுபோல் செடல் இப்போது அழுவதில்லை. முகத்தைச் சுருக்கிக்கொள்வதில்லை. இடுப்பைக் கிள்ளினாலும், வேண்டுமென்றே இடித்தாலும், படுக்கக் கூப்பிட்டாலும், கிண்டல் பேசினாலும் கோபப்பட

மாட்டாள். சிரிப்பாள். ஓரக்கண்ணால் பார்த்துப் பச்சைச் சிரிப்புச் சிரிப்பாள். தொடர்ந்து இவளையே சுற்றிச்சுற்றி வருகிற ஆட்களிடம் துண்டு, வேட்டி என்று உருவி வைத்துக்கொள்வாள். போகட்டும் என்று சிலர் விட்டுவிடுவார்கள். ஒருசிலர் துண்டு, வேட்டி கேட்டு இவள் பின்னாலேயே வருவார்கள். 'காசி கொடு, தரன்' என்று சொல்லித் தகராறு செய்வாள். காசு கிடைத்தால்தான் வேட்டி, துண்டு கைமாறிப் போகும். இல்லையென்றால் செட லுக்குச் சொந்தமாகிவிடும். எந்த ஊருக்குப் பள்ளுப் பாடப் போனாலும் குறைந்தது பத்து இருபது வேட்டி, துண்டுகளாவது செடலுக்குக் கிடைத்துவிடும். துண்டு வேட்டியை இழுத்ததற்காக யாரும் கோபித்துக்கொள்ள மாட்டார்கள். பெண்கள் கூட ரசிப்பார்கள். அதுஒரு விளையாட்டு. ஊரே விரும்புகிற, ரசிக்கிற விளையாட்டு. அந்த விளையாட்டில் செடல் கைதேர்ந்தவள்தான். ஆண்க ளிடம் விளையாடாத பொட்டுக் கட்டி விடப்பட்டவளை எந்த ஊரிலும் மதிக்க மாட்டார்கள். 'கொரங்கு மூஞ்சி' என்று பெண்கள்தான் அதிகம் திட்டுவார்கள்.

செடலுக்கு செல்லியம்பாளையத்திற்கு பள்ளுப் பாடப் போகும்போதுதான் பயமாக இருக்கும். அந்த ஊர் உடையார் பையன்கள்தான் மோசம் என்றில்லை. கிழவர்களும் மோசம். அந்த ஊரில் காப்புக்கட்டுகிறார்கள் என்று தகவல் வந்ததுமே செடலுக்கு நடுக்கமாகிவிடும். ஆயிரம் பொய்களைச் சொல்லித் தப்பிக்கப்பார்ப்பாள். எதற்கும் மசியவில்லை என்றால் 'நான் சாமிகிட்டெ போவக் கூடாது சாமி. இன்னிக் கித்தான் மொத நாளு. காலயிலெதான் பட்டுச்சி' என்று ஆயிரம் பொய்ச் சத்தியம் செய்வாள். வேறு ஒரு பெண்ணை அனுப்புவதாகச் சொல்வாள். மற்ற ஊர்க்காரர்கள் கேட்டுக்கொள்வார்கள். ஆனால் அந்த ஊர்க்காரர்கள் மட்டும் 'கச்சடத் துணியெக் காட்டு' என்று கேட்பார்கள். உண்மையாக இருந்தால் காப்புக்கட்டுகிற தேதியை மாற்றுவார்கள். பொய்யாக இருந்தால் அடித்து இழுத்துக்கொண்டு போவார்கள்.

பதினாறு மரக்கால் நெல் அரிசி, ஒரு மஞ்சள் சேலை பொதுவில் கொடுப்பார்கள். திருவிழா முடிந்த மறுநாள் மூன்று ஊருக்கும் போய் ஊர்ப் பள்ளுப் பாடி ஒவ்வொரு வீட்டிலும் படி வாங்க வேண்டும். வசதியான வீடு என்றால் ஒரு மரக்கால் சோளமோ வரகோ தருவார்கள். பறத் தெருவில் வீட்டுக்கு ஒரு மாகாணி அரை மாகாணி என்று தருவார்கள். கூட வருகிறவர்களில் மேளத்தைத் தட்டிக்கொண்டே வருவான் ஒருவன். மற்றவன் ஆர்மோனியத்தை ஆட்டிக்கொண்டே வருவான். செடல் ஒவ்வொரு வீடாகப் பாடிக்கொண்டே போய்ப் படியை வாங்குவாள். ஆள் இல்லாத வீடுகளில் ஒன்றும் கிடைக்காது. திரும்பப் போய்க் கேட்கவும் முடியாது.

செல்லியம்பாளையத்திற்குப் பள்ளுப் பாட போனாலே செடல் ராத்திரிகளில் தூங்க மாட்டாள். பெரும்பாலும் தனியாக இருக்க மாட்டாள். பகலில் சூத்தாம் பட்டையில் தட்டவும், இடுப்பில் கிள்ளவும்தான் செய்வார்கள். ரொம்பவும் போக்கிரி யாக இருந்தால் எவ்வளவு கூட்டத்தில் இருந்தாலும் அவளுடைய முலையை ஒரு தட்டுத் தட்டிவிட்டுப் போவான். அவ்வாறு தட்டிவிட்டுப் போகும்போது மொத்தக் கூட்டமும் சிரிக்கும். செடலும் சிரிப்பாள். அப்படிப்பட்ட ஆட்களைச் செடலும் விடமாட்டாள். கூட்டத்திலேயே வேட்டியைப் பிடித்து உருவிவிடுவாள். திருவிழாவி லேயே வேட்டியை உருவுவதுதான் மொத்தக் கூட்டத்திற்கும் அதிகச் சிரிப்பையும் சந்தோசத்தையும் தரும். பகலில் அப்படி இப்படி ஓட்டிவிடலாம். ராத்திரியில்தான் பெருந்தொல்லை. முதலில் அவ்வளவு தொல்லை இருக்காது. கூத்து ஆரம்பிக்கும்வரை கூத்தாடிகளுடன் இருப்பாள். கூத்து ஆரம்பிப்பதற்கு முன் இவள்தான் முதல் வேசம் மாதிரி சபைக்கட்டுப் பாட வேண்டும், ஆட வேண்டும். அதன் பிறகுதான் கூத்து ஆரம்பிக்கும். கூத்தில் ஆடுவதற்கு முன்புவரைதான் சிறுபிள்ளைகள் குதிப்பது மாதிரி

பேருக்கு ஒரு ஆட்டம் போடுவாள். ஒரு பாட்டுப் பாடுவாள். ஆட ஆரம்பித்துவிட்ட பிறகு நல்ல தேர்ச்சியான பாட்டையும் ஆட்டத்தையும்தான் பாடுவாள். ஆடுவாள். அவளுடைய ஆட்டத்தைப் பார்த்த பிறகு பிற ஆட்டக்காரர்களின் ஆட்டம் எடு படாது. கூத்தை ஆரம்பித்துவைத்துவிட்டுக் கோயிலின் தாழ்வாரத்தில் வந்து படுத்த பிறகுதான் தொல்லையே ஆரம்பிக்கும். ஒருத்தன் வந்து 'பெரிய ஒடயாரோட மவன் ஒன்னெக் கையோட கூப்புட்டாரச் சொன்னாரு?' என்பான். 'எங்க வரச் சொன்னாரு?' 'நீ மின்னாலெ போ. நான் பின்னாலெ வரன்' என்பாள். அவள் சொன்னதைக் கேட்காமல் கட்டாயப்படுத்த ஆரம்பித்தால் பக்கத்தில் ஆள் இருப்பதாகச் சொல்லி முகச்சாடை காட்டிப் பின்னால் வருவதாகச் சொல்லி ஆளைத் தள்ளிவிடுவாள். சிலர் துணிந்து வந்து கையைச் சீண்டி இருட்டுப் பகுதிக்கு வரும்படி சாடைகாட்டி விட்டுத் தூரமாகப் போய் நின்றுகொண்டு வருகிறாளா என்று பார்த்துக்கொண்டே யிருப்பார்கள். சிலர் காலை மிதித்து எழுப்பி இருட்டுப் பக்கம் வரச்சொல்லிக் கையைக் காட்டுவார்கள். முரட்டுக்கட்டைகள் ஆளை எழுப்பி ரவிக்கைக்குள் பத்து, இருபது ரூபாய் நோட்டுகளைத் திணித்துவிட்டுப் போக்குக்காட்டுவார்கள். ஏழெட்டு அடி தூரத்தில் நின்றுகொண்டு கல்லைப் போட்டு எழுப்பப்பார்ப்பார்கள். முதல் கோழி கூவும்வரை செடலின் மேல் சிறுசிறு கற்கள் வந்து விழுந்துகொண்டே இருக்கும். விடிந்து பார்த்தால் அவளைச் சுற்றி ஒரு முறம் அளவுக்குக் கற்கள் கிடக்கும். சிரித்துக்கொண்டே கற்களை அள்ளி வெளியே போடுவாள். படுத்த பிறகு எவ்வளவு அவசரமாக ஒண்ணுக்கு வந்தாலும் படுத்த இடத்தை விட்டு எழுந்திருக்க மாட்டாள். தொல்லை தாங்க முடியாமல் ஊர்ப் பெரியவர்களிடம் போய்ச் சொன்னால் 'எலமறவா காய்மறவா இருந்துட்டுப் போ. இதெயெல்லாம் பஞ்சாயத்துக்குக் கொண்டாராத' என்றுதான் சொல்வார்கள். அப்படி ஒரு முறை கழுதூருக்குப் பள்ளுப் பாடப் போயிருந்தபோது ஒரு கவுண்டர் பையன் அடிக்கடி சூத்தாம்பட்டையில் கிள்ளி யதைப் போய் ஊர்த் தலைவரிடம் சொன்னாள். செடல் சொன்னதைக் கேட்காமல், 'பொறத்தாலியே மாட்டுக் கொட்டாவுக்கு யாரு கண்ணுலயும் படாம வா. அங்க பேசிக்கலாம்' என்று சொன்னார். அன்றிலிருந்து எது நடந்தாலும் பஞ்சாயத்துக்குப் போவதையே விட்டுவிட்டாள்.

பொட்டுக்கட்டி விடப்பட்ட பெண்களும் லேசுப்பட்டவர்களில்லை. பின்னா லேயே சுற்றிச்சுற்றி வருகிற பையன்களிடம் சகஜமாகச் சிரித்துப் பேசுவார்கள். சட்டைப் பையில் கையை விட்டுக் காசு எடுக்கப்பார்ப்பார்கள். 'சீலத் துணி ஒண்ணு எடுத்துத்தா. வெத்தலெபாக்கு வாங்கக் காசி தா. பகடரு டப்பி, பொட்டு வாங்கியாந் தாத்தான் ஒங்கூடப் பேசுவன்' என்று சொல்லிப் பசப்புவார்கள். மடியை அவிழ்த்துப் பார்ப்பார்கள். காசு இல்லாத ஆட்களைக் கிண்டலான பாட்டைச் சொல்லி மட்டம் தட்டுவார்கள். பசை உள்ள ஆள் என்று தெரிந்தால் சிரித்தே, முகச்சொடுக்கல் போட்டே காரியத்தை முடித்துவிடுவார்கள். ஆட்கள் யாரும் வராவிட்டால் தாங்க ளாகவே போய்க் கூட்டத்தோடு கூட்டமாக நின்றுகொள்வார்கள். பிறகு காரியம் நடந்துவிடும். சற்று மந்தமாக இருப்பவளை, துணைக்கு வந்த அப்பா அம்மாவே 'கூட்டத்துப் பக்கம் போயிட்டு வா' என்று சொல்லி அனுப்புவார்கள். செடலுக்கு யாரும் சொல்லித்தர வேண்டியதில்லை. எல்லா விசயமும் அவளுக்கு அத்துப்படிதான். அவளாகப் போய் எதையும் கேட்க வேண்டியதில்லை. எல்லாமும் தானாகவே நடந்து விடும். அவளுடைய முகராசி அப்படி. குஞ்சம் வைத்துக் கட்டின சடையைத் தூக்கி மார்பகத்தின் மீது போட்டுக்கொண்டு, குஞ்சம் சரியாக இருக்கிறதா என்று

பார்த்துக்கொண்டே ஒரு நமுட்டுச் சிரிப்புச் சிரித்து ஓரக்கண்ணால் பார்த்தால் போதும். உதடுகளை ஒரு சுழிப்புச் சுழித்தால் போதும். காரியம் நடந்துவிடும்.

பொரசக்குறிச்சியில் ஒரு தேற்றுத் தேற்றிவிட வேண்டும் என்று நினைத்துக் கொண்டே நடந்தவளுக்கு அரக்கு நிறத்தில் ஒரு சேலை எடுக்க வேண்டும் என்ற எண்ணம் வந்தது. திரும்பிப் பார்த்தாள். சற்றுத் தொலைவில் விட்டமும் செல்லையா வும் உட்கார்ந்து ஒண்ணுக்கு விட்டுக்கொண்டிருந்தனர். ஒரு பத்துத் தப்படி தூரம் முன்னே நடந்தாள்.

கொஞ்ச தூரம் வந்ததும் வீடுகள் கண்ணில் பட ஆரம்பித்தன. வலசை. வலசை யைத் தாண்டினால் பொரசக்குறிச்சி. செடல் எட்டி நடையைப்போட்டாள். 'எட்டி வாங்க' என்று சொன்னாள். வலசையைத் தாண்டிக் கொஞ்ச தூரம் வந்தபோது செல்லையா செடலிடம் கெஞ்சுவது மாதிரி கேட்டான்.

'பொரசக்குறிச்சியிலெ கெடைக்கிறத எனக்குக் கடனாக் கொடு. மவ தெரண் டிருக்கா. அவளுக்குத் தெரட்டி சுத்தணும்.'

'என்னா ஆப்புடும்ன்னு தெரியலியே.'

'எப்பிடி வச்சிக்கிட்டாலும் நாலஞ்சி மூட்டெ தெவசம் ஆப்புடாமியா போயிடும்?'

'கெடைக்கும்தான்.'

'அதெ இங்கியே வித்துக் காசாக்கிப்புடலாம்.'

'சோத்துக்கு?'

'கா மூட்டெ அர மூட்டெ வச்சிக்கிட்டு மிச்சத்தெத் தள்ளிப்புடு.'

'பாப்பம்.'

'எனக்கு ஊருக்குப் போனதும் தெரட்டி சுத்தக் காசி வேணுமே.'

'சரி, வித்துத் தர்றன்.'

மூவரும் பேசிக்கொண்டே வந்தார்கள். அவர்கள் ஊருக்குள் வருவதற்குள் நன்றாக இருட்டிவிட்டது. நேரே கோயிலுக்கு வந்தார்கள். கோயிலின் முன் சிறு கூட்டம் இருந்தது. செடல் கோயில் முன் விழுந்து கும்பிட்டாள். பிறகு கோயில் பூசாரியை அழைத்துக்கொண்டு ஊர்ப் பெரியவர்களைப் பார்க்கப் போனாள். அவளைத் தொடர்ந்து மூன்று நான்கு பேர் கொண்ட சிறு கூட்டம் வந்தது. அதில் யாரோ ஒருவன் அவளுடைய சூத்தாம்பட்டையில் தட்டிவிட்டு வேகமாக ஓடினான். செடல் கலகலவென்று சிரித்தாள்.

6

'அதெ ஏன் கேக்குறீங்க? எங் கதெதான் முண்டச்சிப் புள்ளெ வாங்குன கதெயா ஆயிப்போச்சி. வூடு வாசன்னு ஏதுமில்ல, சாதிசனமின்னு ஒருவருமில்ல, மக்கமனு சன்னு எனக்கு யாரு இருக்காங்க? ஊருல உள்ளவங்களுக்கெல்லாம் கண்ணாலம் காட்சி, நல்லநாளு பெருநாளு, நலுங்கு, தெரட்டி, புள்ளெப்பெறவுன்னு வரும். எனக்குன்னு என்ன இருக்குங்கறீங்க? இந்தச் சாவு ஆட்டம்தான்.'

செடல் எழவு விசாரிக்க வந்த கைப்பிள்ளைக்காரப் பெண்ணுடன் பேசிக்கொண் டிருந்தாள். தொடர்ந்து பிள்ளை கத்திக்கொண்டிருந்ததால் பிராக்குக் காட்டப் பிள்ளை யைத் தூக்கிக்கொண்டு அந்தப் பெண் போனாள். அவளுக்குச் சிறிது தள்ளி ஆர்மோ

னியத்தில் தலையைச் சாய்த்துப் படுத்திருந்தான் கர்ணன். பந்தல்காலில் சாய்ந்து தூங்கிக்கொண்டிருந்தான் தொப்பளான். துண்டை விரித்துப் போட்டு ஒன்றிரண்டு பேர் படுத்திருந்தனர். ஆனால் அவளுக்கு மட்டும் தூக்கம் வரவில்லை. பிணத்தைப் பார்க்கப் பெண்கள் கூட்டம் உள்ளே போவதும் வெளியே வருவதுமாக இருந்தாலும், எப்போதாவதுதான் 'யே எஞ்சாமி, எங்களத் தவிக்க வுட்டுட்டுப் போயிட்டியே' என்று சொல்லி அழும் அழுகைச் சத்தம் பெரிதாகக் கேட்கும். உடையார் வீட்டுச் சாவு என்பதால் அந்தச் சாதி கும்பல் அதிகமாக இருந்தது. சாவு வீட்டுக்கு இரண்டு வீடு தள்ளிப் பற மேளக்காரர்கள் எட்டு பேரும் சட்டி, தப்பு மேளங்களை அனலில் காட்டிக் காயவைத்து அடித்துக்கொண்டிருந்தனர். மேளக்காரர்களை ஒட்டிக் குடி வண்ணான் பாடை கட்டிக்கொண்டிருந்தான். அதற்கடுத்து, செத்துவிட்ட உடையாரின் இரண்டு மகன்களுக்கும் நாவிதன் மொட்டை போட்டுக்கொண்டிருந்தான்.

அப்போது வெளியூரிலிருந்து வந்த ஏழெட்டுப் பெண்கள் 'கோகொள்ளே' என்று கத்திக்கொண்டும் மார்பில் அடித்துக்கொண்டும் பிணத்தைப் பார்க்கப் போனபோது கூட்டத்தில் சலசலப்பு உண்டாயிற்று. 'இனி அவர மாரியான ஆளு பொறந்து வரணுமப்பா. சொன்னா சொன்னதுதான். கொடுத்த வாக்கு மீறாத நீதிமானா இருந்தாரய்யா' என்று கட்டிலில் உட்கார்ந்திருந்த இரண்டு பேர் பேசிக்கொண்டார்கள். தூக்கம் கலைந்து எழுந்த பொன்னன் வெற்றிலை போட்டுக்கொண்டு, 'உம்' என்று முகத்தை வைத்துக்கொண்டிருக்கும் செடலிடம் பேச்சுக்கொடுத்தான். ஆனால் அவள் வெடுக்கென்று முகத்தைத் திருப்பிக்கொண்டாள். அவனுடைய பார்வையும் செய்கையும் பழைய மாதிரி இல்லைபோல் அவளுக்குத் தோன்றியது. அவன், அந்த மாதிரியான ஆளாக இருந்தால் என்ன செய்வது என்று யோசித்தாள். ஆட்டம் ஆடாமல் உட்கார்ந்திருப்பதற்காக ஒரு ஆள் கத்தினான்.

'குந்தியிருக்காதிங்கடோய். மோளத்தத் தட்டுங்க. குந்தியிருக்கவா வந்தீங்க? சும்மா குந்தியிருக்கிறதுக்கு எந்த ஊர்க்காரனாவது சம்பளம் தருவானா? இப்பிடியே குந்தியிருந்தா அரச்சம்பளம்தான் கெடக்கும்' என்று தடித்த கருத்த ஆள் ஒருவன் பேசியதும், பக்கத்தில் உட்கார்ந்திருந்தவர்களெல்லாம் கூத்தாடிகளைக் குறை பேச ஆரம்பித்துவிட்டார்கள். காலையிலிருந்து ஒன்றுமே ஆடவில்லை, பாட்டும் நன்றாக இல்லை என்று பேசியவர்களுக்கெல்லாம் பதில் சொல்வது மாதிரி பொன்னன் 'இந்தா சாமி ஆச்சி, இந்தா சாமி ஆச்சி. யே மோளத்தத் தட்டுங்கப்பா. ஆர்மோனியத்த ஆட்டு' என்று சொல்லி, தூங்கிக்கொண்டிருந்தவர்களை எழுப்பினான். விட்டம் கண்விழித்துப் பார்க்காமலேயே நாய்க்குந்தலில் உட்கார்ந்தவாறே பழக்கதோசத்தில் 'ஆ...' வென்று ராகம் இழுத்தான். ஒருசில நிமிடங்களிலேயே முன்பு விட்ட இடத்திலிருந்து நாடகத்தைத் துவங்கினார்கள். கட்டியக்காரனின் குரல் மட்டுமல்ல, எல்லாருடைய குரலுமே தடித்துப்போய், கட்டையாகக் கரகரத்து ஒலித்தது. நேற்றிரவு முன்னேரத்தில் ஆரம்பித்த ஆட்டம் விடியவிடிய நடந்தது. பிணம் தூக்கும்வரை ஆடிக்கொண்டிருக்க வேண்டும். நேற்றிரவு குடித்த சாராயம், விடிந்ததும் விடியாதது மாகக் குடித்த கள் என்று எல்லாருடைய முகத்தையும் பேயறைந்த முகமாகக் காட்டிக் கொண்டிருந்தது. ராத்திரி முகத்தில் பூசியிருந்த அரிதாரத்தைச் சரியாகத் துடைக்காமல் விட்டதால் ஒவ்வொரு முகமும் விகாரமாக, சாயம்போன சிலுக்குத் துணிபோல இருந்தது. தூக்கச் சடவில் ஒவ்வொரு முகமும் ஆறு மாதப் பட்டினிக்கிடந்த முகமாக இருந்தது. வெற்றிலை எச்சிலும், கள் வாடையும் தெறிக்க வசனமும் பாட்டும் பாடி ஆடிக்கொண்டிருந்தனர். இன்றைய ஆட்டம் கர்ண மோட்சம்.

செடல் உட்கார்ந்த இடத்தை விட்டு நகரவில்லை. எழவு விசாரிக்க வந்த பெண் மாதிரி உட்கார்ந்திருந்தாள். அவ்வப்போது காலில் கட்டியிருந்த சலங்கையை உயர்த்தி விட்டு, கணுக்காலில் ஏற்பட்டிருந்த தடிப்பை உருவிவிடுவதும் தடவிக் கொடுப்பது மாக இருந்தாள். கிள்ளியும் அந்த இடத்தில் உணர்ச்சி ஏற்படாதது கண்டு ஆச்சரியப் பட்டாள். திடீரென்று அவளுக்கு மனசு சங்கடமாகிவிட்டது. ஒவ்வொன்றாக நினைத் துப்பார்த்தாள். ஊரை விட்டு ஓடிவந்தது, பொன்னனுடன் நாடகம்போடும் ஊர்களுக் குப் போனது, முகத்தில் அரிதாரத்தைப் பூசி, சீதையை நெருப்பில் தள்ளிவிட்டது போல் ஆடத் தள்ளிவிட்டது, பிறகு எல்லா ஊர்களிலும் இவளையே ஆடக் கூப்பிட் டது, அதையே காரணமாக வைத்துத் தொடர்ந்து இவளை ஆடவைத்தது, இன்று சாவுக்கு ஆடிக்கொண்டிருப்பது என்று எல்லாவற்றையும் நினைத்துப்பார்த்தாள்.

அவளுடைய வேசம் ஆட வேண்டிய நேரம் வந்ததும் ஆர்மோனியக்காரன் தொப்பளான் நினைவுபடுத்தி, போகச் சொன்னான். செடலும் சூத்துத் துணியில் ஒட்டியிருந்த மண்ணைத் துடைத்துக்கொண்டே ஆடப் போனாள்.

‘தன் தாயாதி வர்க்கத்தில் பிறந்த தருமன், வீமன், நகுலன், சகாதேவன் என்ற ஐவ ராசாக்களில் நடுவில் பிறந்த காண்டீபன் அர்ச்சுனனிடத்தில் பதினேழாம் நாள் யுத்தத்துக்குப் போகிறேன், சண்டைக்குச் செல்பவரும் வண்டிக்குச் செல்பவரும் கண்டிக்குச் செல்பவரும் திரும்பி வந்தால்தான் தன் நிலை புரியும், ஆக என் உயிர் போக இருப்பதால் உன்னை அன்று அஸ்தினாபுரத்தில் பச்சைப் பந்தலிட்டு, கொண்டையில் பூச்சூடி, கண்களில் மையெழுதி, கிழக்கு முகமாக உட்காரவைத்துத் தொட்டுத் திருமணம் முடித்த மன்னவன் கைத் தாம்பூலம் பெற்றுவரச் சொன்னதாகப் பொன்னுருவியிடம் போய்ச் சொல்லி வாங்கி வா.’

‘அப்படியே ஆகட்டும் பிரபு’ என்று சேடிப் பெண்ணானவள் கர்ண மகாராஜா விடம் விடைபெற்றுக்கொண்டு, பொன்னுருவி மகாதேவியார் வாழ்ந்து வரக்கூடிய மாளிகைக்குச் சென்று விஷயத்தைச் சொல்ல, பொன்னுருவியானவள்:

‘சேடியாள், கேளடி என் கதையை
மாலையிட்ட நாள் முதலா அந்த மன்னவன்
முகத்தை நானும் கண்டதில்லை அவனை
போடாவென்று சொல், இந்த மண்ணில்
நான் பெண்ணாகப் பிறந்து பட்டது போதுமென்று சொல்.’

‘கேளடி தாதிப் பெண்ணே, மாலையிட்ட நாள் முதலா அந்த மன்னவன் முகத்தில் நானும் முழித்ததில்ல, இருட்டிலே கிடக்கவும் நீங்காத துன்பத்தையும் தந்துவிட்டான். தழுவாத மார்பகங்களுக்கு ஏன் இந்த பூணாபரணங்கள் என்று கழட்டி வீசியெறிந்துவிட்டேன். அணிகளையும் வளையல்களையும் ஒதுக்கிவிட்டேன். பொய்யனைப் பொய்யன் என்று காட்டாத கண்களுக்கு அஞ்சனம் எதற்கு என்று அதையும் விட்டுவிட்டேன். ஒரு பெண் துன்பப்படுவது பாவமல்லவா? இது ஏன் எந்தத் தெய்வங்களுக்கும் தெரியவில்லை? அதோடு வான், காற்று, மேகம், நீர், நெருப்பு, பூமாதேவி, நிலவுக்கும்கூடப் புரியவில்லையே, ஏன்? அன்னம், பட்சி, குருவிகள், காக்கைகள்கூட என் மாளிகைப் பக்கம் வருவதில்லையே, ஏன்? சாதிக் கெல்லாம் இழிகுலத்தவனை, என் வாழ்வை நாசமாக்கியவனை, என் எழிலைச் சுட்டுப்பொசுக்கிய தேர்ப்பாகனின் மகன் அழைத்தான் என்று இன்னுமொரு முறை சொல்வாயானால் உனது நாக்கை அறுத்துவிடுவேனடி. அதோடு கேளடி, என் தோழி, நாளைய போர்க்களத்தில் நவரத்தின மாலையும், சேலை, மாலை சீர்வரிசையும்

வருமென்று என் காதில் ஏதோ அசரீரீ சொல்லுதடி' என்று பொன்னுருவியானவள் சொல்ல, தோழிப் பெண்ணானவள் கர்ண மகராஜனிடம் வருகிறாள்.

'என்னெப் பம்பத்தலச்சீன்னாண்டா
யே அப்படா ஆயடா
என்னெப் பறங்கிக்கா சூத்துன்னாண்டா
என்னெ கோர மயிருன்னாண்டா
யே அப்படா ஆயடா
என்னெ குந்தாணி சூத்துன்னாண்டா.'

வெற்றிலைபாக்குப் போட்டுக்கொள்ள ஆட்டத்தை நிறுத்தினார்கள். துண்டை இடுப்பில் கட்டிக்கொண்டு வேட்டியைத் தோளில் போட்டிருந்த சிவத்த ஆள் ஒருவன் 'எதுக்குடா சும்மா நிக்குறீங்க, மோளத்தத் தட்டுங்க. இன்னும் ரெண்டு நாழிக நேரம் தான ஒங்க கூத்தெல்லாம். இருக்கிற ரெண்டு நாழிக நேரத்தயும் பேசியே போக்கிட்டுப் போங்கடா' என்று கத்திவிட்டு, அவசரக் காரியம் உள்ளவன் மாதிரி அந்த இடத்தை விட்டு, பிணத்தை வைத்திருந்த இடத்திற்கு ஓடினான். அந்த ஆள் போய்விட்டாலும் பொன்னன் தன் போக்கில் 'இந்தா ஆச்சிங்க சாமி, யே, மத்தளத்தத் தட்டுங்கப்பா. இந்தா ஆச்சிங்க' என்று சொன்னவன், நாடகத்தை ஆரம்பிக்கச் சொல்லி ராகம் இழுத்தான்.

'தந்தனத்தாம் தந்தனத்தாம்
தனதனத்தாம் தந்தனத்தாம்
தத்தம் தக தத்திம்'

சாவு ஆட்டம்தான் என்றில்லை. திருவிழாவுக்கு ஆடப் போனாலும் எப்போது யார் என்ன கேள்விகள் கேட்பார்கள் என்று சொல்ல முடியாது. அதில் யார் முக்கியஸ்தர் என்று கண்டுபிடிக்கவும் முடியாது. ஊரில் ஒன்றுக்கும் உதவாதவர்கள் கூட 'என்னடா ஆட்டம் ஆடுறீங்க, சும்மாச்சுக்கும் ரெண்டு சுத்துச் சுத்தி வந்தா அதுக்குப் பேரு ஆட்டமா? நாங்களெல்லாம் இதுநா வரைக்கும் கூத்தே பாத்ததில்லன்னு நெனச்சிக் கிட்டு ஆடுறிங்களா? ஒங்க ஆட்டமும் வாணாம், மசுரும் வாணாம். தூக்குங்க ஒங்க சாமாஞ்சட்டெயெல்லாம். ஆடுறானுவோ பாருய்யா ஆட்டம். அறியாப் பயலுவோ ஆடுற மாதிரி ரெண்டு குதி குதிச்சிட்டா அது ஆட்டமாயிடுமா? ஒரு இது இருக்க வாணாம்? இஷ்டமிருந்தா ஆடுறது, இல்லன்னா, அவுத்துப்போட்டுட்டு ஓடுகாலி யாட்டம் ஓடுறதா இது? உப்புச்சப்பு இல்லாத ஆட்டம் ஆட வாண்டாம்' என்று விரட்டுவார்கள். 'இவனுங்க கூத்தே நல்லாயில்ல' என்று பிள்ளைகள்கூடச் சொல் வார்கள். சில ஊர்களில் பேசினபடி சம்பளம் தர மாட்டார்கள். முறைக்காரர்கள் சரியாகச் சோறு போட மாட்டார்கள். நேரம் கழித்து நாடகம் ஆரம்பிப்பதாகச் சொல்லி வம்பு வழக்குப் பண்ணுவார்கள். எல்லாவற்றுக்கும் பொன்னன்தான் வளைந்து நெளிந்து பதில் சொல்வான். ஆரானாக இருந்தால் போகிற ஊரிலெல்லாம் சண் டையை வாங்கிக்கொண்டு வந்துவிடுவான். யாராவது 'முணுக்'கென்று வாயைத் திறந்துவிட்டால் போதும், உடனே மத்தளத்தைத் தூக்கிக்கொண்டு கிளம்பிவிடுவான். மேல்சாதிக்காரர்கள் என்றால் ஒருவரும் வாயைத் திறக்க மாட்டார்கள். 'நம்பாளுடா. சாதியானப் போயி என்னா கேக்கறது' என்று சொல்லிவிட்டுத் தலையைச் சாய்த்துக் கொண்டு கண்டும் காணாததுபோல் போய்விடுவார்கள். மேல்சாதி ஆட்டக்காரர்கள் பறத் தெருவுக்கு ஆட வராததுபோல் எந்தச் சாதியில் சாவு ஆட்டமாக இருந்தாலும் அவர்கள் ஆட மாட்டார்கள். பறையர்கள்தான் ஆட வேண்டும். ஊர்க்காரர்கள்

திட்டுவதற்கேற்ற மாதிரிதான் கூத்தாடிகளும் நடந்துகொள்வார்கள். நேரத்திலேயே குறிப்பிட்ட ஊருக்குப் போய்ச் சேர மாட்டார்கள். மீறிப் போனாலும் நாடகத்தை உடனே ஆரம்பிக்க மாட்டார்கள். வேசத்தை உடனேஉடனே அனுப்ப மாட்டார்கள். போதிய அளவுக்கு ஆட்களை வைத்துக்கொள்ளாமல் ஒரே ஆளே வேசத்தை மாற்றி மாற்றிப் போட்டுக்கொண்டு வருவார்கள். சாராயத்தை, கள்ளை அதிகமாகக் குடித்து விட்டு உளறுவதோடு, சோறு சரியாகப் போடவில்லை, வெற்றிலைபாக்குத் தர வில்லை என்று சொல்லித் தகராறு செய்வார்கள். எந்த ஊருக்கு ஆடப் போனாலும் சிறு சண்டை சச்சரவு இல்லாமல் திரும்ப முடியாது.

பிணத்தைக் குளிப்பாட்டும்போதுதான் கூட்டம் பிணத்தைச் சுற்றி ஒக்கச் சேர்ந்தது. இரைச்சலும் அதிகரித்தது. பரபரப்பும் கூடிற்று. அதுவரைக்கும் இல்லாத அளவுக்குப் பெண்கள் பெரும் குரலெடுத்துக் கத்தி அழுதனர். திடீரென்று ஏற்பட்ட பெரும் சத்தத்தால் கைப்பிள்ளைகள் வீறிட்டன. எது பற்றியும் அலட்டிக்கொள்ளாமல் செடல் தன் போக்கில் ஒரு பித்தளைச் சொம்பில் தண்ணீரை நிறைத்து, அதில் ஒரு மாவிலைக் கொத்தைச் செருகிக்கொண்டு, பிறகு அதை எடுத்துக் கூட்டத்தில் எட்டின தூரம்வரை விசிறிக்கொண்டே கர்ண மோட்சம் பாட ஆரம்பித்தாள். கூட்டத்தி னிடையே நுழைந்துநுழைந்தும், கூட்டத்தைச் சுற்றி வந்தும், மோட்சத் தண்ணீரைக் கூட்டத்தில் தெளித்துக்கொண்டேயிருந்தாள். அதோடு, கர்ணனைப் போல மோட்சத் துக்குப் போக வேண்டும் என்றால் மோட்சத் தண்ணீர் இருக்கும் சொம்பில் காசு போட வேண்டும் என்று கட்டளை போல பாட்டுக்கிடையே, வசனத்துக்கிடையே அவ்வப் போது சொல்லிக்கொண்டிருந்தாள். காசு போடுபவர்களுக்கு மட்டும்தான் கர்ணனுக்குத் திறந்திருந்த வடக்கு வாசல் திறந்திருக்கும் என்றும், போடாதவர்களுக்கு நரக வாசல்தான் திறந்திருக்கும் என்றும், மேலும் தங்கத் தட்டில் சாப்பாடு கிடைக்காத தோடு, பாம்புக் குழி, பல்லிக் குழி, அரணைக் குழி, அட்டைக் குழிதான் கிடைக்கும் என்றும் சாபம் விடுவதுபோல், குரலை உயர்த்தி அழுத்தமாகச் சொன்னாள். சாவுப் பந்தலுக்குள் நின்றிருந்தவர்கள்தான் என்றில்லாமல், பாடையிடம் நின்றிருந்தவர்கள், பிணம் கழுவுமிடம், பக்கத்து வீடு, எதிர்த்த வீடு என்று நிழலுக்கு ஒதுங்கி உட்கார்ந் திருந்தவர்களுக்கெல்லாம் மாங்கொத்தால் மோட்சத் தண்ணீரைத் தெளித்துக் கொண்டே பாடினாள்:

‘தான தந்தின தந்தின தம்
தந்தின தந்தின தந்தின தா
ஓ தான தன தந்தின தம்
ஓ அரகர சிவசிவ நாதந்த நாதம்
உன்னையே நீயெண்ணிப்பாரு இந்த
உலகத்தில் எது சொந்தம் யோசித்துக் கூறு (தான தந்தின தந்தின தம்)

பாழும் பணத்தை நம்பாதே, நாளை
பாடையில் போகுமுன் கூட வராதே
பாழும் பணத்தை நம்பாதே (தான தந்தின தந்தின தம்)

தாயும் தகப்பனும், இரவல்
தாலி கட்டிக்கொண்ட பெண்டிரும், இரவல்
இடும் பிச்சைதனை மறவாதே நல்ல
இறுமாப்புக் கொண்டவன்போல் திரியாதே (தான தந்தின தந்தின தம்)

கஞ்சிக்குக் கலம் கொண்டாட்டம்
கடன்கார மூளிக்குக் கோபம் கொண்டாட்டம்
இஞ்சிக்கு ஏலம் கொண்டாட்டம்
எலுமிச்சைப் பழத்துக்குப் புளிப்புக் கொண்டாட்டம் (ஓ அரகர சிவசிவ ...)

ஆக, கேளுங்கய்யா மகா சனங்களே!'

செடல் பாடுவதை நிறுத்திவிட்டு வசனம் பேச ஆரம்பித்ததும் அவளுடைய குரலுக்கு எதிர்க்குரல் கொடுக்க விட்டம் வந்து சேர்ந்துகொண்டான்.

'நடக்கின்ற தடத்தில் முள்ளப் போட்டவனுக்கும்'

'போட்டவனுக்கும்...'

'அளக்கின்ற மரக்காலில் குறை மரக்கால் செய்தவனுக்கும்'

'செய்தவனுக்கும்...'

'நாயைக் கட்டிவைத்து அடித்தவனுக்கும்'

'அடித்தவனுக்கும்...'

'பிறத்தியான் பெண்டாட்டியை யாசித்தவனுக்கும்'

'யாசித்தவனுக்கும்...'

'பாலில் தண்ணீரைக் கலந்தவனுக்கும்'

'கலந்தவனுக்கும்...'

'வாங்கிய கடனை ஏமாற்றியவனுக்கும்'

'ஏமாற்றியவனுக்கும்...'

'பூனையை வதை செய்தவனுக்கும்'

'செய்தவனுக்கும்...'

'வடக்கு வாசல் கிடையாதய்யா!'

'கிடையாதய்யா ஆ ஆ ஆ ...'

'ஆகவே கேளுமய்யா மோட்சத்தார்களே! வடக்கு வாசல் மோட்சத்தார்கள் வாசல். இந்த வாசலுக்கு வருபவர்கள் யாரென்று கேட்டால், தெய்வ பக்தியுள்ள வர்கள், சிவபூஜை செய்தவர்கள், சிவராத்திரியன்று அழுக்கடையாத வில்வம் கொண்டு வந்து ஈஸ்வரனுக்கு அபிஷேகம் செய்தவர்கள், ஏகாதசியில் பட்டினியாக இருந்து முழு ராத்திரியும் விழித்திருந்தவர்கள், சாம்பல் பூஜை செய்தவர்கள், சிதம்பர தரிசனம் செய்தவர்கள், காசி, ராமேஸ்வரம், கங்கை, யமுனை, கிருஷ்ணா, கோதாவரி, சரஸ் வதி, நர்மதா, காவேரி, தென்பெண்ணை, பாலாறு, வைகை, தாமிரபரணி இவ்வித புண்ணிய நதிகளில் தீர்த்தமாடின பேர்கள், தர்ம கல்யாணம் செய்துவைத்தவர்கள், குருபூஜை செய்தவர்கள், ராமாயணம், மகாபாரதம், எட்டு வகைப் புராணங்களையும் பதினெட்டு வகை உப புராணங்களையும் படித்தவர்கள், அதன் வழி நின்றவர்கள், தோப்பு, தடாகம், சோலை, சாலை, கிணறு உண்டுபண்ணிப் பொது ஸ்தானத்தில் சுமைதாங்கிக் கல் வைத்தவர்கள், மாதா பிதாவை உபசரித்தவர்கள், சகோதர வஞ்சனை செய்யாத பேர்களே வடக்கு வாசலுக்கு வருவார்களய்யா.'

'ஆ'

'மரித்த வீட்டில் போஜனம் செய்தவனும், பிறன் மனைவியைப் புணர இச்சித்த வனும், பெரியோர்களை வணங்கிப் பூஜிக்காதவனும், இழிதொழிலைச் செய்பவனும், ஜீவகாருண்யம் இல்லாதவனும், சாஸ்திரப்படி நடக்காதவனும், தனக்குரிய கருமத் தைச் செய்யாதவனும், தாய், மனைவி, மகள், மருமகள், முதலானவர்களுடைய சரீர தோசத்தை கண்ணாற் பாராமலேயே பிறர் சொல் கேட்டு அவர்களைச் சாதியி னின்று நீக்கியவனும், சிநேகித துரோகம் செய்தவனும், கள் குடித்த பேர்களும்,

குரு பத்தினியைக் கூடிய பேர்களும், வெண் பட்டையும் பொன்னையும் திருடிய பேர்களும் வடக்கு வாசலை அடைய மாட்டார்களய்யா! இவர்களுக்கு வடக்கு வாசலைத் திறக்க வேண்டுமென்றால் திறக்க அடைக்க ஆயிரம் பொன் தர வேண்டும். நாலாம் பதவி அடையும் மோட்சத்தார்களே, காசு இடுங்கள், நரகலைத் தின்னும் லோகம் நரக லோகம், ஆகவே காசு இடுங்கள். எம்பத்திநாலாயிரம் ஜீவராசிகளிலும் மேலான பதவியை அடையக் காசு இடுங்கள். சாமிமாரே கருமம் தொலையக் காசு இடுங்கள்.'

'யே பொண்ணே மேல படுறாப்ல தெளி.'

'யேயீ, இந்தப் பக்கம் வந்து விசுறு.'

'இந்தத் தண்ணீ மேலுல பட்டா புண்ணீயம்.'

'எட்டெ நின்னே விசுறு, மேலமேல ஏறி வராத!'

யார் என்ன பேசுகிறார்கள் என்பதைக் கவனிக்காமல் செடல் கூட்டத்தில் நுழைந்துநுழைந்து மோட்சத் தண்ணீரைத் தெளித்துக்கொண்டிருந்தாள். தோள் பட்டை வலியெடுத்தாலும் எட்டிஎட்டித் தூரமாக நிற்பவர்களை நோக்கித் தண்ணீரை விசிறிக்கொண்டேயிருந்ததோடு, வாய் வலித்தாலும், வறட்சியில் நாக்கு உலர்ந்து போனாலும் விடாமல் வசனம் பேசியும், பாடிக்கொண்டுமிருந்தாள். சொம்பில் காசு சேர வேண்டுமே! பிணத்திடமிருந்த கூட்டத்தைவிடச் செடலைச் சுற்றித்தான் அதிகக் கூட்டம் இருந்தது. அதிலும் பெண்களும் பிள்ளைகளும்தான் அவளிடம் நெருங்கிவர முண்டியடித்துக்கொண்டிருந்தனர். ஒருசிலர் அவளைக் கும்பிடவும் செய்தனர். அவளும் முடிந்தவரை கூட்டத்தை விலக்கிக்கொண்டு அடுத்த இடம் அடுத்த இடம் என்று நகர்ந்துகொண்டிருந்தாள். 'நவுருங்க சாமி, வய்ய வுடுங்க சாமி, நவுருங்க சாமி' என்று சொல்லிக் கூட்டத்தைச் சுற்றிச்சுற்றி வந்தாள். காசு அதிகம் விழவிழ, தொடர்ந்து உற்சாகமாகப் பாடிக்கொண்டேயிருந்தாள்.

'ஏகுமென்றுரைத்தீர் நீர்தான்
எமகண்டக் காவலரே, கேளாய்
போகுமோ செய்த பாவம்
பூருவம் வந்துதித்தாலும்
வேக நரக வாதை விளங்கிட
புழுகைக் கவ்வ சாகவே வந்து உதித்தபோது
தள்ளுவீர் நரகில் தள்ளுவீர்.'

வடக்கு வாசல், தெற்கு வாசல், கிழக்கு வாசல், மேற்கு வாசல் என்று சொர்க்கத் திற்குரிய ஒவ்வொரு வாசலாகச் செடல் பாடி முடிக்கவும், பிணத்தைக் கழுவி, பாடையில் வைத்துத் தூக்கவும் சரியாக இருந்தது. கூட்டத்தின் நடுவில் நின்றுகொண் டிருந்த அவளை, விட்டம் பாடையிடம் அவசரமாக இழுத்துக்கொண்டு போனான். பறை மேளம், தம்ரு மேளக்காரர்கள் என்று சூழ்ந்திருந்தாலும், தம்ரு மேளக்காரனும் விட்டமும் செடலுக்குச் சிறிது இடம் விட்டுத் தள்ளி எதிரில் நின்றுகொண்டனர். மற்றவர்கள் ஒதுங்கி நின்றுகொண்டனர். பாடையைத் தோளில் தூக்கிக்கொண்ட வர்கள் அவள் ஒப்பாரி வைத்து அழுவதற்காகப் பாடையுடன் நின்றனர். சாவு, துக்கம், கூட்டம், அழுகை, ஒப்பாரி, மார்பில் அடித்துக்கொள்ளுதல் என்று எல்லாவற்றையும் மறந்துவிட்டு, வெளியூர், உள்ளூர், ஆண்கள், பெண்கள், பிள்ளைகள், சாதி வித்தியாச மில்லாமல் இடித்து நெரித்துக்கொண்டு நின்றார்கள். இரு கைகளையும் உயரே தூக்கி ஆட்டிவிட்டு, இடது கையைக் காதில் வைத்து அடைத்துக்கொண்டு, ஓங்கின குரலில் ஒப்பாரி வைத்து அழும் செடலையே வைத்தகண் வாங்காமல் கூட்டம் பார்க்க ஆரம்பித்தது.

'அருவத்தி மூவரே சருவ குருக்களாரே
அய்யா சிவனாரே, நான் மாரடிக்கப்போறனய்யா
மாரடித்துமாரடித்து மணிக்கட்டே நோகுதய்யா
வாழ்ந்து சலித்து வனம் பார்க்கப் போற அய்யா
இன்னிக்கு உங்க மனசு சம்மதமா? ஆகுங்ங்ங்...'

டங், டங், டங்.

'நான் அஞ்சி வயசினிலே அரசாணி சுத்திவந்தன்.'

டங், டங்.

'நான் பத்து வயசினிலே பந்தக்காலச் சுத்திவந்தேன்.'

டங், டங்.

'நான் வயசுல அறுப்பன்னு ஒரு வள்ளுவனும் சொல்லலியே.'

டங், டங்.

'நான் சிறுசுல அறுப்பன்னு ஒரு ஜோசியனும் சொல்லலியே.'

டங், டங், டங்

'அய்யா நீங்க பூசும் திருநீறு எனக்கு வந்த சீமானே!'

டங், டங்.

'பொய்சொல்லா புண்ணியனே! ஆகுங்ங்ங்...'

டங், டங்.

'நீங்க பூசி வெளிய வந்தா பொன்னு மணியடிக்கும்.'

டங், டங்.

'நீங்க போகுமிடம் பூ மணக்கும்.'

டங், டங், டங்

'எனக்குக் கால செவந்திப் பூ கா பவுனு பொன்தாலி.'

டங், டங்.

'எங்க கர்ணன் இருக்கமட்டும் எனக்குக் கத்தி சுழண்டு வரும்.'

டங், டங்.

'எங்க கர்ணன் படை வென்னு வரும்.'

டங், டங்.

'எங்க கர்ணன் போன நாள் முதலா எனக்குக் கத்தி சுழலல்லெ.'

டங், டங்.

'எங்க கர்ணன் படை வெல்லல்லெ.'

டங், டங்.

'இந்தக் கன்னி திருமுகத்த களங்கமில்லா சஞ்சலத்த.'

டங், டங்.

'நீங்க காலயில பாருங்கம்மா ஆகுங்ங்ங்...'

டங், டங், டங்

'நான் பொட்ட இழக்கப்போறன்.'

டங், டங்.

'நான் பட்ட மரமா ஆகப்போறன்.'

டங், டங்.

'நான் பூவ இழக்கப்போறன்.'

டங், டங்.

'நான் பறக்கோலமா ஆகப்போறன்.'

டங், டங்.

'நான் வளயல உடைக்கப்போறன்.'

டங், டங்.

'நான் பரதேசியா ஆகப்போறன்.'

டங், டங்.

'நான் தாலி அறுக்கப்போறன்.'

டங், டங்.

'நான் தனிமரமா ஆகப்போறன்! ஆகுங்ங்ங்...'

டங், டங், டங்

'நெல் அரிசி தட்டுல, நீர் சொம்பு கையில
நீதி செய்த உங்கள் மகன் நின்றழுதார் எல்லையில
பச்சரிசி தட்டுல, பால் சொம்பு கையில
பாவம் செய்த உங்கள் மகன் பாதையில நின்றழுதார்.'

டங், டங், டங்

செடலுடன் சேர்ந்து விட்டமும் ஒற்றைத் தம்ரு மேளத்திற்கு ஏற்றவாறு எதிர்மார் அடித்துக்கொண்டிருந்தான். விட்டம் அசல் பெண் போலவே துண்டை மாராக்குச் சேலையாகப் போட்டுக்கொண்டு எதிர்மார் அடிப்பது சூழ்ந்து நின்ற கூட்டத்தில் சிரிப்பை உண்டாக்கிற்று. ஆனால் செடல் ஒப்பாரி பாடி மார் அடிப்பது அழுகையை வரவழைத்தது. அவள் நிஜமாகவே அடித்துக்கொண்டாள். அடித்துக்கொள்வதாக நடிக்கவில்லை. அவள் அடித்துக்கொள்வதைப் பார்த்தால், அவளுடைய சொந்தக்காரர் கள் யாரோ செத்துவிட்டது போலிருந்தது. கூட்டத்தில் ஒன்றிரண்டு பெண்கள் தேம்பித் தேம்பி அழவும் ஆரம்பித்துவிட்டார்கள். அவளுடைய கையசைவு, உடலசைவு, கால்களைத் தூக்கி வைத்த விதம், குனிந்து நிமிரும் தோரணை, வட்டமாக நூல் பிசகாமல் சுற்றிவந்த லாவகம், ஏற்ற இறக்கமான குரல், எல்லாமாகச் சேர்ந்து கூட்டத் தைப் பித்துப்பிடிக்கவைத்துக்கொண்டிருந்தது. கூட்டத்தில் என்னென்ன அங்கலாய்ப் புகள், எத்தனை விதமான முணுமுணுப்புகள்!

'பொட்டச்சியா பொறந்திட்டா மட்டும் போதுமாங்கறன். நவ குட்டிதான, வயசு இருவது இருக்குமா, என்னா ஆட்டம் ஆடுறா பாத்தியா?'

'கண்ண மூடித் தொறக்குறதுக்குள்ளார அந்தப் பொண்ணு ஒடம்ப எத்தன நொடிப்பு நொடிக்கிறா, எத்தன வளவு வளக்கிறா!'

'இந்த பாட்டெயல்லாம் எங்கதான் கத்தாளோ மவராசி.'

'இவ ஒப்பாரியக் கேட்டதும் செத்துப்போன எங்கப்பன் நெனவு வந்துடுச்சி எனக்கு.'

'இவதான் நெசமான ஆட்டக்காரி. ஊரயே ஒரு நிமிச நேரம்ன்னாலும் மதி மயங்க வச்சிட்டால்ல.'

'இம்மாம் பெரிய கூட்டத்துல கூச்சமத்து ஆடுறாளே பாவி மவ.'

'என்னா பண்றது, வவுறுன்னு ஒண்ணு இருக்கே!'

தெரு முனைவரை இரண்டு மூன்று இடங்களில் பாடையை நிறுத்திநிறுத்தி, செடலும் விட்டமும் ஒப்பாரிவைத்து மாரடித்து அழுதனர். அதற்கேற்ற மாதிரி கொட்டுத் தட்டு அடித்துக்கொண்டு வந்தவன் இடத்திற்கேற்றவாறு நொண்டிச் சிந்து, மன்மத அடி, நடை அடி, வாய்க்கரிசி அடி, சந்து அடி, சடங்கடி, அரிச்சந்திர மறிப்பு அடி, பிள்ளையார்க் கொட்டு, சவ்வாரிக் கொட்டு, சாவுக் கொட்டு என்று அடித்தான். தெருவின் கடைசி வந்ததும் கூத்தாடிகள் ஆட்டத்தை முடித்துக் கொண் டனர். பிணம் தூக்கிகள் பிணத்தைத் தூக்கிக்கொண்டு சுடுகாட்டுக்குப் போனார்கள். அவர்களைத் தொடர்ந்து திரளான ஆண்கள் கூட்டமும் சென்றது. செடல், விட்டம், தம்ரு மேளக்காரன் மூவரும் சாவு வீட்டுப் பந்தலுக்குத் திரும்பினர்.

சாவுப் பந்தலை ஒட்டிக் கூத்தாடிகள் ஒதுங்கி ஒரு ஓரமாக உட்கார்ந்திருந்தனர். வாய்க்கரிசி தூக்கியதற்கும், வாழ்த்திப் பாடியதற்கும், கர்ண மோட்சம் பாடியதற்கும், பாடைக்கு முன் ஒப்பாரிவைத்து ஆடியதற்கும் கிடைத்த காசையெல்லாம் ஒரு துண்டு விரிப்பில் போட்டு விட்டம் எண்ண ஆரம்பித்தான். குளித்துவிட்டு வந்த செடல் ‘மாச சந்துகட்டா இருக்கிறதால மய வந்தாலும் வரும். மய வந்துட்டா போய்ச் சேர முடியாது. சீக்கிரமா சம்பளத்த வாங்கப்பாருங்க’ என்று பொத்தாம் பொதுவாகச் சொன்னதும் பொன்னன் எழுந்து சாவு வீட்டாரைத் தேடிக்கொண்டு போனான்.

7

செடல் கூத்துக்காக முகத்தில் என்றைக்கு அரிதாரத்தைப் பூசினாளோ அன்றி லிருந்தே அவளுடைய பெயர் எல்லாருக்கும் தெரிந்த பெயராகிவிட்டது. பெயர் பரவப்பரவ அவளால் எப்போதும்போல் இருக்க முடியவில்லை. சிரித்துக்கொண்டு, கலகலவென்று பேசிக்கொண்டு இயல்பாக இருக்க முடியவில்லை. கூத்தில் நடிப்பது போலவே நடிக்க வேண்டியதாகிவிட்டது. ஆட ஆரம்பித்த புதிதில் கூச்சம், வெட்கம், அவமானம் என்று தலைகுனிந்தே நடந்தாள். ஆரம்பத்தில் உடம்பு கூசியதுபோல, ஜில்லிட்டுக் குளிர்ந்ததுபோல், கால்கள் துவண்டு இடறியதுபோல், வெளிச்சத்திற்குப் பயந்து கண்கள் மிரண்டு மூடிக்கொண்டதுபோல் இப்போதெல்லாம் ஆவதில்லை. கூச்சப்படுவதையும் வெட்கப்படுவதையும் விட்டுவிட்டாள். நாடகத்திற்குப் பாக்கு பணம் வாங்குவது, எந்த ஊருக்கு ஆடப் போவது, என்னென்ன நாடகம் போடுவது, ஆள் பற்றாக்குறை ஏற்பட்டால் எந்த ஊர் ஆட்களைக் கூப்பிடுவது என்பதையெல்லாம் இப்போது அவள்தான் முடிவுசெய்கிறாள். இருபது வருசமாகச் சொல்லிவந்த ‘பொன் னன் நாடக செட்டு’ என்பது செடலின் மூன்றே வருச ஆட்டத்தில் ‘செடல் நாடக செட்டு’ என்று எங்கும் பெயராகிவிட்டது. பாசார் நாடக செட்டு, கழுதூர் நாடக செட்டு, புலிவலம் நாடக செட்டு, சாத்தியம் ‘ஸ்ரீராமர்’ நாடக செட்டு, பாஞ்சாலி நாடக செட்டு, பாவாடை நாடக செட்டு என்று ஊருக்கு ஒன்று என்று எத்தனையோ இருந்தாலும் எல்லாமும் பொன்னன் செட்டுக்கு ஒரு நூல் கீழேதான் என்று ஆகி விட்டது. எப்போதுமே அவனுடைய செட்டுக்குத்தான் அதிகக் கிராக்கி என்று ஆகி விட்டது. கோடைக் காலம் வந்தால் அவன் செட்டுக்கு ஓய்வே இருக்காது. ஒரு ஊருக்கு என்று ஆடப் போனால், அந்த ஊரிலிருந்தே அடுத்தடுத்த ஊர்களுக்கு ஆடப் போவார் கள். எவ்வளவு சம்பளம் கேட்டாலும் ஊர்க்காரர்கள் கொடுப்பார்கள். தேதி இல்லையென்றால் திருவிழாத் தேதியை மாற்றிவைப்பார்கள். பொதுவாகப்

பொன்னன், அர்ச்சுனன் வேசம்தான் கட்டுவான். அவனுடைய ஆட்டத்தைப் பற்றி வாயாரப் பேசாதவர்கள் இருக்க முடியாது. அவன் வேசம் கட்டிக்கொண்டு வெளியே வந்தால் மயங்காத பெண்களும் மயங்குவார்கள். அவனும் சரி, அவனுடைய அப்பன், தாத்தாவும் சரி, நல்ல ஆட்டக்காரர்கள் என்று ஜில்லா முழுவதும் பெயரெடுத்தவர்கள் தான். ஆனால் செடல் எல்லாவற்றையும் மூன்று வருசத்திலேயே ஒன்றுமில்லாமல் செய்துவிட்டாள். எந்த ஊருக்குப் போனாலும், என்ன நாடகம் போட்டாலும் செடல் வேசம் எப்போது வரும் என்றுதான் கேட்கிறார்கள். அவளுடைய ஆட்டத்தைப் பற்றி மட்டும்தான் பேசுகிறார்கள். பாக்குபணம் கொடுக்க வருகிறவர்கள் அவள் வந்துதான் ஆட வேண்டும் என்று அடம்பிடிக்கிறார்கள். அப்படி அடம்பிடித்துத்தான் இந்த ஊருக்குக் கூட்டிக்கொண்டு வந்திருக்கிறார்கள். நான்கு நாள் கூத்து. இன்றிரவு கடைசி நாள் ஆட்டம்.

தூக்கம் கலைந்து எழுந்த பொன்னன் சுற்றும்முற்றும் பார்த்தான். அவனைத் தொடர்ந்து மற்ற ஆட்டக்காரர்கள் மூன்று நாட்களாக ஆடிய களைப்பில் வரிசை யாகத் தூங்கிக்கொண்டிருந்தனர். கோயிலில் அதிகக் கூட்டமில்லாமல் இருந்தது. நேற்றிரவு ஊர்வலம் முடிந்து நிலைக்கு இறக்கிய இடத்திலேயே சாமிகள் வைக்கப் பட்டிருந்தன. கோயிலுக்கு முன் பெரிதாகப் போட்டிருந்த பந்தலில் வடக்குப் புறத்தில் ஒரு ஓரமாகக் கூத்தாடிகள் படுத்திருந்தனர். செடல் மட்டும் எப்போதும்போலக் கோயிலின் திண்ணையில் படுத்திருந்தாள். ஒவ்வொன்றாகப் பார்த்துக்கொண்டே வந்த பொன்னன் வெற்றிலைப் பையை எடுத்து வெற்றிலை போட ஆரம்பித்தான். சம்பளம்பற்றி இப்போதே பேச்சை ஆரம்பித்தால்தான் காரியம் முடியும் என்று எண்ணி, செடலைக் கூப்பிட்டுப்பார்த்தான். அவளிடமிருந்து எந்த அசைவுமில்லாத தால், தலையைத் திருப்பி வெற்றிலைச் சாற்றைக் கீழே துப்பி, அதன்மேல் மண்ணைத் தள்ளி மூடிவிட்டு, கையைத் தலைக்கு வைத்து ஒருக்களித்துப் படுத்துத் தூங்கிக் கொண்டிருந்தவளையே பார்த்தான்.

'செடலு வல்லியா, அப்பிடின்னா கூத்தும் வாண்டாம் மசுரும் வாண்டாம்.'

'எத்தன நூறு செலவானாலும் செடலு வந்துதான் ஆடனும்.'

'செடலு இல்லாட்டி கூத்து கூத்தாவா இருக்கும்? கொறவன் கொறத்தி ஆட்டம் மாரியில்ல இருக்கும்.'

'செடலு வந்தாச்சா?'

'எப்ப வரும்? வந்துடுமில்ல, பேச்சுத் தவறாதே!'

'வரலன்னா கோவுலு திருநாவே மொக்கயாப்பூடும். சப கொறவாயிடும், நெறக்காது.'

'எங்க இருந்தாலும் ஆள குண்டுகட்டா தூக்கியா. ஆவறத நான் பாத்துக்கிறன்.'

'செடலு என்னிக்கு வருதோ அன்னிக்கி ஆடிக்கிலாம், இப்ப நீங்க போயிட்டு வாங்க.'

'செடலு வேசம் எப்ப வெளிய வரும்?'

'கிருஷ்ண வேசமா, பொம்பள வேசமா, மொதல்லியே வருமா, கடேசில வருமா?

'மொதல்லியே வெளிய அனுப்பப்பாரு. இல்லன்னா சனங்க தூங்கப்போனா லும் போயிடுங்க.'

'கூட்டம் கலயக் கூடாதுன்னா மொதல்லியே வந்து செடல மொவத்தக் காட்டச் சொல்லு.'

செடல் வேசம் வெளியே வரத் தாமதமானால் பெரியவர்கள், பிள்ளைகள், பெண்கள் என்று எல்லாருமே பொன்னனிடம் சண்டைக்கு வந்துவிடுவார்கள். கேள்வி கேட்பவர்களுக்கு அவனால் பதில்சொல்லி மாளாது. ஆண்களாலேயே ஆட முடியாத ஆட்டத்தையும், பாட முடியாத பாட்டுகளையும், தாளத்திற்கேற்ற மாதிரி, மேளத்திற் கேற்ற மாதிரி குரல்பிடித்து, அடவுபிடித்து, அவளால் மூன்றே வருசத்தில் ஆடவும் பாடவும் முடிந்தது ஆச்சரியம்தான். பதினைந்து இருபது வருசமாக ஆடிக்கொண்டிருக் கும் பாஞ்சாலியைக்கூடத் தோற்கடித்துவிடுவாள் என்று பொன்னனே சொன்னான். ஒரத்தநாடு பக்கத்துக் கிராமங்களில் பிறந்ததிலிருந்தே ஆடிக்கொண்டிருக்கும் செடலி னுடைய சொந்தக்காரப் பெண்களால்கூட இந்த அளவுக்குப் பெயர் வாங்க முடிய வில்லை. பெரியபெரிய ஆட்டக்காரனெல்லாம் பாக்குவைக்க ஆளில்லாமல்போய் விட்ட நிலையில் அவளுக்கு மட்டும் எப்படி குவிகிறது? பொட்டுக்கட்டி விட்டதால் செல்லியம்மனே அவளுடைய உடலில் புகுந்துகொண்டு ஆடுகிறாளா? இல்லையென் றால், பல ஊர்ச் சனங்கள் திரண்டிருக்கக்கூடிய சபையில் எப்படி ஒரு பிசிறில்லாமல் ஆட முடிகிறது? அவள் எங்கே போனாலும் பெற்ற மகளைப்போல எண்ணித்தான் பொன்னன் கூடவே போனான். ஆனாலும், தொழில்தான் நாலுங்கெட்டதாக இருக் கிறது. அதைவிடப் பொட்டுக்கட்டி விட்டவள், கூத்தாடிச்சி என்பதால் எந்த ஊருக்கு ஆடப் போனாலும் ஒவ்வொரு ஊரிலும் சந்தைக்கு வந்த ஆடாக எண்ணித்தான் அவளைப் பார்க்கிறார்கள். அவளுடைய சிறுசிறு காரியங்கள்கூடப் பெரும் பர பரப்பை ஏற்படுத்திவிடுகின்றன. கீழ்ச்சாதி, மேல்சாதி என்றில்லாமல் ஒவ்வொருவரும் தங்களுடைய சொந்தப் பொருளைப் பற்றி உரிமையோடு பேசுவது போல்தான் பேசுகிறார்கள். அவள் எங்கே இருந்தாலும் அவளைச் சுற்றிச் சிறு கூட்டம் இருந்து கொண்டே இருக்கிறது. வேசம் கட்டிக்கொண்டு ஆட மைதானத்திற்கு வந்துவிட் டால் போதும், கூட்டத்துக்குப் பைத்தியம் பிடித்துக்கொள்ளுமோ என்னவோ! கைதட்டலும் சீட்டியொலியும் பலமாகக் கிளம்பும், மாகாணத்தின் கவர்னரே வந்தது போல் கூட்டத்தில் பரபரப்பு உண்டாகும். பரபரப்பும் கைதட்டலும் லேசில் ஓயாது. ‘மாசிலா அம்புவியை ஆளுகிற மன்னவர்களில் மிகவும் கீர்த்தி பெற்ற சந்திர குலத்துக் கரசனின் தேவியாகிய நான், இச்சபையை நாடி வந்த போது’ என்று வசனம் பேசி ஆட ஆரம்பித்தாள் என்றால் செடல் செடலாக, குறிப்பிட்ட வேசமாகத் தெரியாமல், மோகினியாகத் தெரிவாள்போலும். கூட்டத்திற்கு உட்கார்ந்திருப்பதே மறந்து போகும். சிலருக்குப் பித்தே பிடித்துக்கொள்ளும். ‘என்னதான் பொட்டச்சியோ, நூலா வளயுதே அவளோட திரேகம். எங்கதான் கத்தாளோ இந்த வித்தய, பாவி முண்டே, பாஞ்சாலியவிட நல்லாதான் ஆடுறா’ என்று பெண்கள் உட்கார்ந்திருக்கும் பக்கத்திலிருந்து பெருமூச்சுகளும் அங்காலாய்ப்புகளும் தொடர்ந்து வந்துகொண்டே யிருக்கும். அவர்களுக்கேற்ற மாதிரிதான் செடலின் ஆட்டமும் இருக்கும். எல்லா ரையும் மயங்கவைக்க வேண்டும், மோகினியாக, பேயாக மாறிக் கலங்கடிக்கவேண் டும், ஆட்டத்தில் தன்னை ஜெயிக்க முடியாது என்று சொல்லவைக்க வேண்டும் என்பது மாதிரிதான் ஆடுவாள்; பாடுவாள். அவள் ஆடும்போது மட்டும் மத்தளம், டோலக்கு, தாளம், ஆர்மோனியம் எதுவும் பின்தங்கக் கூடாது, சப்பையாக இருக்கக் கூடாது. கள் குடித்த களைப்பு, சாராயம் குடித்த களைப்பு, தூக்கக் களைப்பு, ஆடிய களைப்பு என்றெல்லாம் சாக்குப்போக்குச் சொல்ல முடியாது. அவள் ஆடும்போது எல்லாமும் ஒத்திசைவாக நூல் பிடித்த மாதிரி ஜோராக இருக்க வேண்டும். இல்லை யென்றால் யாராக இருந்தாலும் முகத்திற்கு முகமாகவே ‘சரியாத் தட்டு தாளத்த, பொறத்தால ஒதுங்காத, சேந்து பாடு, பாந்தமா பாடு. கையில தெம்பு இல்லியா,

பொட்டச்சித் தட்டுறாப்ல டோலக்கத் தட்டுறீயே! ஆர்மோனிய பொட்டிய நல்லா வெசயா ஆட்டு' என்று சொல்லிவிடுவாள். திரைக்குள் இருக்கும்வரைதான் அவளுக்குத் தான் செடல் என்பதே நினைவு இருக்கும். திரையை விலக்கி வெளியே வந்துவிட்டாள் என்றால், பிறகு அவள் செடல் அல்ல; பம்பரம்தான், குடைராட்டினம்தான், படமெடுத்தாடும் நல்ல பாம்புதான். வெறிபிடித்தவள் மாதிரி துள்ளிக் குதித்து, சுழன்று, வட்டமடித்து ஆடுவாள். அவள் ஆடுவதைப் பார்த்தால் அவளுக்கு முன் ஒருவரும் இல்லை என்பதுபோல் இருக்கும். சுற்றுப்புறமெல்லாம் வெறுமையாகி வெறிச்சோடி வெட்டவெளியாகிவிட்ட வெற்று மைதானத்தில் சூறைக்காற்றைப் போல, சாரை போல ஆடுவாள். என்ன ஆட்டம் ஆடினாலும், கால்களில் வலியும் எரிச்சலும் இருந்தாலும், எவ்வளவு வேகமாக ஆடினாலும், எடுத்துவைக்கும் ஒவ்வொரு அடியும் அவ்வளவு துல்லியமாக இருக்கும். கைகள், கழுத்து, முகம், கண்கள், இடுப்பு, எல்லாமும் ஆடும். அடவா சரியாக இருக்கும்; பாட்டா சரியாக இருக்கும்; குரலா சரியாக இருக்கும்; வசனமா சரியாக இருக்கும். பின்பாட்டுக்காரர்களோடு, பக்க வாத்தியக்காரர்களோடு இணைந்து ஆடும் ஆட்டக்காரனோடு சேர்ந்து ஆடுவது எல்லாமும் சரியாக இருக்கும். பொன்னன் ஒருநாளும் அவளுடைய ஆட்டத்தை நேரில் நின்று பார்க்க மாட்டான். அவள் ஆடுகிறாள் என்றாலே திரைக்குள்ளே போய்விடுவான். ஆனால் லேசாகத் திரையை விலக்கிக்கொண்டு ரகசியமாகப் பார்ப்பான். அதே மாதிரி 'என்னாடி அம்மா அதிசயமாக இருக்கு! நாலு ஊருக்காரன் கூடியிருக்கிற சவயில நவ குட்டி வந்து என்னம்மா ஆடுறா; பாடுறா? கண்ணச் சிமிட்டுறதுக்குள்ளாற எத்தன வக நொடிப்பு நொடிக்கிறா, எத்தனாயிரம் குலுக்குக் குலுக்குறா? ஒரு பக்கம் கண்ணு ஆடுது, கை ஒரு பக்கம் ஆடுது, இடுப்பு என்னடான்னா பாம்புக் குட்டியாட்டம் வளஞ்சி நெளிஞ்சி ஆடுது! இப்பிடியொரு அதிசயத்த எங் கண்ணால ஒருநாளும் நான் கண்டதில்லடி சாமி! எதுத்த வூட்டு ஆம்பள கிட்டெ பேசுறதுன்னாலே நம்பளுக்குப் பொச்சியில தண்ணி வந்துபோவுது, தொட நடுங்கிப்போவுது' என்று பெண்கள் பேசினாலும் அவன் மட்டும் வாயைத் திறக்க மாட்டான்.

பொன்னனுக்கு ஒருநாளுமில்லாமல் திடீரென்று ஒரு சந்தேகம் உண்டாயிற்று. செடலை எதற்காக அழைத்துக்கொண்டு வந்தோம்? இந்தக் கேள்வி கொஞ்ச நாட்களாகவே அவனுக்குள் நெருப்பாய்ச் சுட்டுக்கொண்டிருந்தது. கேள்வியை எளிதில் ஒதுக்கித்தள்ள முடியவில்லை. ஏன் அவளை அழைத்துக்கொண்டு வந்தான்? அழைத்துக்கொண்டு வரும்போது எந்த நோக்கமும் இல்லாமல்தான் இருந்தது. ஆனால் இப்போதும் அப்படியேதான் நடத்திக்கொண்டிருக்கிறான் என்று சொல்ல முடியுமா? அப்படியிருந்தால் அவனுடைய மனம் ஏன் அவளைப் பார்க்கும்போதெல்லாம் பதட்டமடைய வேண்டும்? நெடுங்குளத்திற்கு வந்ததிலிருந்து சிறு பெண்ணாகக் கருதி நடத்தாமல் வேறு மாதிரி நடத்தியிருந்தால் பெயர் பெற்ற ஆட்டக்காரியாக மாறாமல் பொட்டுக்கட்டி விடப்பட்ட பெரும்பாலான பெண்கள் மாதிரியே செல்லியம்மன் தாலாட்டுப் பாடும் பெண்ணாக மட்டுமே இருந்திருப்பாளா? கொஞ்சம் முரண்டுபிடித்துக் கட்டாயப்படுத்தியிருந்தால் பொட்டுக்கட்டிக்கொண்ட பெண்களில் ஒன்றிரண்டு பேர் மனத்திற்கு இஷ்டப்பட்டவர்களோடு இலைமறை காய் மறையாக இருப்பதுபோல இருந்திருப்பாளா? தனக்கு அந்த எண்ணம் இல்லை என்று இப்போது சொல்லி விட முடியுமா? எது தன்னைத் தடுக்கிறது? பொட்டுக்கட்டி விடப்பட்டவள் என்பதாலா, வயது பொருத்தமில்லை என்பதாலா, தலையில் எருக்கூடை ஏற்றிவிடுவார்கள் என்பதாலா? எதுவுமில்லையென்றால் மனம் ஏன் நிலை

கொள்ளாமல் தவிக்கிறது? அடிமனத்தில் மண்ணுக்குள் புதைந்த வேர் மாதிரி ஏதோ ஓர் ஆசை இருந்திருக்க வேண்டும். காய்கள் தானாகத்தானே பழமாகின்றன என்ற எண்ணத்தில் இருந்திருக்க வேண்டும். தொடர்ந்து இந்த எண்ணத்திலேயே மனத்தை அலையவிட்டவன், மீண்டும் ஒரு முறை வெற்றிலை போட்டுக்கொள்ள ஆரம்பித்தான்.

இன்றிரவோடு ஆட்டம் முடிகிறது. நாளைக் காலையில் காடுகரையென்று போய்விட்டால் யாரை எங்கே கண்டு தேடுவது? அதோடு சம்பளம் கொடுக்க உச்சிப் பொழுதாகிவிடும் என்பதால் இன்றே எல்லாரையும் பார்த்து, விடிந்து வேசத்தைக் கலைத்ததும் சம்பளத்தைப் பட்டுவாடா செய்ய வேண்டும் என்று ஊர்ப் பெரியவர்களிடம் சொல்லிவிட வேண்டும் என்ற எண்ணத்தில் பொன்னன் செடலை எழுப்பிவிட்டான். திடுக்கிட்டு விழித்தவள், முதலில் ஒன்றுமே புரியாமல் திகைத்தாள். காலை நேரமா, சாயங்காலமா என்பதே தூக்கக் கலக்கத்தில் புரியாமலிருந்தது. அவன் விஷயத்தைச் சொன்னதும் முகம், கை, கால்கள் கழுவிக்கொண்டு வந்து, தலையை ஒதுக்கிவிட்டுக்கொண்டாள். தளர்ந்திருந்த இடுப்புச் சேலையை இறுக்கிக் கட்டிக்கொண்டிருக்கும்போதே, 'நேரத்த வளத்தாத. நாளக்கி ஒருத்தரயும் ஒக்கப் பாக்க முடியாது. வேலக்கி வித்தக்கின்னு காட்டுப் பக்கம் ஓடிப்போயிடுவாங்க. இப்பியே போயி காதுல போட்டு வச்சாத்தான் நாளக்குக் காலயில செப்பலோடவே கணக்குத் தீத்துட்டுப் பொறப்பட முடியும். கௌம்பு. வெளக்கு வைக்கிறதுக்குள்ளாரப் பாத்துட்டு வந்துடலாம்' என்று சொல்லி அவசரப்படுத்திக்கொண்டிருந்தான். 'செத்த போவட்டும். ஒரு வாய்க்கு வெத்தல போடு, போவலாம்' என்று சொல்லிவிட்டு அப்படியே உட்கார்ந்துகொண்டாள். பெருந்தொடையில் நாளெல்லாம் ஏர்க்காலில் நடந்தது மாதிரி அப்படியொரு வலி வலித்துக்கொண்டிருந்தது. கால்களைத் தூக்கிவைத்து நடக்க முடியாது போலிருந்தது. உடம்பும், அடிபட்ட உடம்பாக வலித்துக்கொண்டிருந்தது. உட்கார்ந்த இடத்திலேயே அசையாமல் உட்கார்ந்திருந்தால் வலி குறையாது என்று எண்ணியவள் 'எயிந்துரு போவலாம்' என்று சொல்லி எழுந்து முன்னே நடக்க ஆரம்பித்தாள். தெருவுக்குள் நடக்க ஆரம்பித்ததுமே பெண்களும் பிள்ளைகளும் சூழ்ந்துகொண்டுவிட்டனர்.

'எங்க வூட்டுல இன்னிக்கி ஒரு ராத்திரிக்கிச் சோறு திங்க வர்றியா?'

'எங்க வூட்டுக்கு வந்து ஒரு லோட்டா பச்சத் தண்ணீயாவது குடிச்சிட்டுப் போயன்.'

'நாங்க ஒண்ணும் அம்புட்டு ஈங்குசமானவங்க இல்லெ, எங்க வூட்டுல சாப்புட்டா ஒனக்கு ஒண்ணும் தீட்டு ஒட்டிக்காது.'

செடலைச் சுற்றிக் கூட்டம் பெருத்துக்கொண்டேயிருந்தது. பெண்களும், குமரிகளும், சாப்பிடக் கையைப் பிடித்து இழுக்கவும், பிள்ளைகள் தொட்டுப்பார்க்கவும், கிள்ளிப்பார்க்கவும், ஜோடியாகவும், இணையாகவும் நிற்கப் போட்டியிட்டுச் சண்டை போட்டுக்கொள்ளவும் ஆரம்பித்ததால், ஒன்றும் செய்யத் தோன்றாமல் பொன்னனை மட்டும் அனுப்பிவிட்டுக் கோயிலுக்குத் திரும்பிவிட்டாள். எந்த ஊருக்கு ஆடப் போனாலும், காலனியில் ஆடுவதற்கும் குடித் தெருவில் ஆடுவதற்கும் வித்தியாசமில்லாமல் இருக்காது. குடித் தெருவில் எத்தனை நாள் ஆட்டமாக இருந்தாலும் மாட்டுப் பட்டியில் வைத்துதான் சோறு போடுவார்கள். இலையிலிருந்து ரசமோ, மோரோ தரையில் வழிந்துவிட்டால், இலையைக் குப்பைத் தொட்டியில் போட எடுத்துக்கொண்டு போகும்போது ஒழுகினால் 'கூத்தாடி நாயிவுளுக்குச் சோறு திங்கத் தெரியுதா பாரன்' என்று சொல்லித் திட்டுவார்கள். பகலில் படுத்துக்கொள்ள வேண்டுமென்றாலும் மாட்டுக் கொட்டகையில்தான் படுத்துக்கொள்ள வேண்டும்.

நாடகம் ஆடும்போது செப்புக் குடத்தில் தண்ணீர் தர மாட்டார்கள். மண் கலயமும் ஈயச் சொம்புந்தான் தருவார்கள். ராஜா வேசத்திற்கு, சூரன் வேசத்திற்கெல்லாம் சிம்மாசனமாகப் போட்டு உட்கார உரல்கூடத் தர மாட்டார்கள். தரையில் உட்கார்ந்து ஆட வேண்டும் என்று சொல்வார்கள். தாளக்காரன், மேளக்காரன் விரித்துப் போட்டு உட்காரச் சாக்கு, ஈச்சம் பாய்தான் தருவார்கள். அதையும் மீறிக் கேட்டால் பஞ்சா யத்தில் கட்டுப்பட்டுத்தான் நிற்க வேண்டும். தண்டம் கட்ட வேண்டும். பெண் வேசம் கட்டுபவர்கள் தவறிப்போய் சேலை, சட்டை வேண்டுமென்று வாயைத் திறந்துவிட்டால் போதும் 'அப்படி ஆச்சாடா கூத்தாடி நாயிவுள. தாசனம் காட்டு னாலே இப்பிடித்தாண்டா பேசுவீங்க' என்று சொல்லிச் சண்டைபிடிப்பதோடு அடிக்கவும் செய்வார்கள். எவ்வளவு அடித்தாலும் வாயைத் திறந்தால் போச்சு. ஆனால் பறத் தெருவில் ஆடினால் எந்தத் தொந்தரவுமிருக்காது. ஒரு நாளைக்கு ஒரு வீடு என்று முறை வைத்துக்கொண்டு ஊர்ப் பெரியவர்கள் வீட்டில் சோறு போடுவார்கள். கோயிலிலேயே படுத்துக்கொள்ள விடுவார்கள். சேலை, சட்டை என்று எது கேட் டாலும் மறுபேச்சுப் பேசாமல் கொண்டுவந்து தருவார்கள். ஆனால் செடலுக்குத்தான் பெரும் தொல்லையாக இருக்கும். இவளிடம் பேசுவதற்காகப் பெண்கள் போட்டி போட்டுக்கொண்டு வருவார்கள். பகல் நேரத்தில் அவர்களைச் சமாளிப்பதே பெரும் பாடாகிவிடும்.

'சோறு சாப்புட்டியா?'

'சோறு கொயம்பு புடிச்சிருந்ததா?'

'எங்க ஊரு ஒனக்குப் புடிச்சிருக்கா? ரோட்டு சராங்கமான ஊரா இல்லியேன்னு பாக்குறியா?'

'வெத்தல போடுறியா? கொண்டாரட்டுமா?'

'தங்கப் புடிக்க எடமில்லன்னா எங்கூட்டுக்கு வாயன்.'

'சேலகீல வேணுமின்னா எங்கிட்டெ ஒரு வாத்தச் சொல்லு, எத்தன வேணுமின் னாலும் சொதசொதயா கொண்டாந்து தள்ளிப்புடுறேன்.'

'என்னா வேணுமின்னாலும் கூச்சமத்துக் கேளு.'

'இன்னிக்கி என்னா வேசம் கட்டுவ?'

இன்றோடு கூத்து முடிகிறது என்பதால் கூட்டம் சொல்ல முடியாத அளவுக்குச் சேர்ந்திருந்தது. பக்கத்து ஊர்களிலிருந்தும் திரள்திரளாகக் கூட்டம் வந்து குவிந் திருந்தது. பந்தல்காலில் கட்டித் தொங்கவிடப்பட்டிருந்த பெட்ரோமாக்ஸின் வெளிச் சத்திற்காக விளக்கைச் சுற்றிப் பூச்சிகள் பறந்துகொண்டிருந்தன. கடைசி நாளில் குறைவரக் கூடாது என்பதற்காக நேரத்திலேயே நாடகத்தை ஆரம்பித்திருந்தனர். ஆட்டக்காரர்கள் ஒவ்வொருவரும் இன்றையப் பொழுதை எப்படியாவது தள்ளி விட்டால் போதும் என்ற நிலையில்தான் இருந்தனர். தொண்டை கட்டிக்கொண்டு, முகம் வீங்கி, கண்கள் பீளை தள்ளி, கால் வலி என்றிருந்தாலும் பாக்கு வாங்கிய பிறகு, ஆடாமல் இருக்க முடியாது. கட்டியக்காரன் ஆடிக்கொண்டிருந்தான்.

'தத்தித்தோம் தத்தித்தோம் தத்தித்தோம்—சத்தித்தோம் சத்தித்தோம்
சத்தித்தோம்...'

'எடுத்தால் ஒன்று, தொடுத்தால் பத்து, விடுத்தால் ஆயிரம், பத்தாயிரம், லட்சம், கோடி. மின்னும் பின்னும் சுழலும் அஸ்டவந்திர பாணம்கொண்டு, ஆகாயம் தானறிய பூமாதேவி சாட்சியாக மன்னாதி மன்னனெல்லாம் மண்ணைக் கவ்வ, மார் தட்டிய வீரர்களெல்லாம் தொடை நடுங்கி ஓட்டமெடுக்க, திரண்டு வந்த சேனைப் படை களெல்லாம் கிடுகிடுவென்று நடுங்க, தோள் தட்டினான் சுந்தர வீரன், இதோ

துரியோதன மகாராசன் தர்பாரில்’ என்று சபைக்கு அறிவித்துவிட்டுக் கட்டியக்காரன் திரைக்கு உள்ளே போனான்.

விட்டம் பார்ப்பதற்குதான் விளக்குமாறுச் சீவுபோல் இருப்பான். இதற்கு நேர் எதிரானது அவனுடைய குரலும் நடையும். எவ்வளவு பெரிய கூட்டத்தையும் கட்டுப் படுத்திவிடும் அவனுடைய குரல். புதிதாக நாடகம் கற்றுக்கொண்டவர்களுடன், அவசரத்துக்கு வேசத்தை மாற்றிக்கட்டிக்கொண்டு பாட்டு, வசனம் தெரியாமல் விழிப்பவர்களுடன் அவன் ஜோடி சேர்ந்தால் போதும், ஒப்பேற்றி விடுவான். சாதா ரணமாக ஆடும்போது எப்படிப் பாடுவான், எந்த விசயத்தைப் பேசுவான் என்று ஒருவராலும் முன்கூட்டியே சொல்ல முடியாது. திடீரென்று கூட்டத்துக்குள் புகுந்து ஒரு ஆளை இழுத்து வந்து சேர்ந்து ஆடியும், வசனம் பேசியும் காட்டுவான். எந்த ஊரில் கொலை விழுந்தது, எந்த ஊரில் கிடையில் ஆடு திருடுபோயிருந்தது, எந்தெந்த ஊர்களில் கொள்ளை நோயும் வைசூரியும் பரவியிருக்கின்றன, வெள்ளத்தால் எந் தெந்த ஊர்களில் பஞ்சம், தீவட்டிக் கொள்ளைக்காரர்கள் என்று பச்சைபச்சையாகச் சொல்லிக்காட்டுவான், யாரையாவது கிண்டல் கேலி, செய்ய நினைத்தால் ‘ஒத்தக்காலு பண்ணயாரு ஆண்ட, கோழி மூக்குப் பண்ணயாரு ஆண்ட, ஆன வவுறு பண்ணயாரு ஆண்ட’ என்று சொல்லிப் பாடுவான். ஒரு துரும்பைக் கூட மலையாக்கிப் பேசுவான். பொய்யை நம்ப வைத்துவிடுவான். அவனுடைய வாயிலிருந்து நல்லதும் வரும், கெட்டதும் வரும். ஆனால் எந்த நேரத்தில் என்ன வரும் என்று மட்டும் சொல்ல முடியாது. எந்த வேசம் வந்தாலும் அந்தந்த வேசத்திற்கேற்ற மாதிரி, ஆளுக்கேற்ற மாதிரி பாடுவான், ஆடுவான். கண் இமைக்கும் நேரத்திற்குள்ளாக எத்தனையோ அதிசயங்களை நிகழ்த்திக்காட்டிக் கூத்துப் பார்ப்பவர்களை வயிறு குலுங்கச் சிரிக்க வைத்துவிடுவான். சாதாரணமாகவே அவன் நடப்பது, சிரிப்பது, பேசுவதுகூடச் சிரிப்பை உண்டாக்கும். பெண்கள் இருக்கிறார்கள் என்றுகூடப் பார்க்காமல் பச்சை பச்சையாகப் பேசுவான்.

ஒவ்வொரு வேசமாக வந்து ஆடிக்கொண்டிருந்தனர். ராணியை அழைத்துச் செல்லத் தாதிப் பெண்கள் ஓடிவருகிறார்கள்.

செடல் சபைக்கு வருகிறாள் என்றவுடன் பக்கவாத்தியக்காரர்கள் பெரிய காரியத்தைச் செய்யத் தயார்ப்படுத்திக்கொள்வதுபோல் தங்களை உஷார்ப்படுத்திக் கொண்டனர். வேசம் கட்டிக்கொண்டிருந்தவர்கள், ஆடி முடித்தவர்கள், மேளக்காரன், தாளக்காரன், ஜால்ரா, பின்பாட்டு, ஆர்மோனியக்காரன் என்று ஒவ்வொருவரையும் தொட்டுக் கும்பிட்டு முடிந்ததும் திரைப்பாட்டுப் பாட ஆரம்பித்தாள்:

‘ஆடுகின்ற அம்பலத்தில் என் தாதிமார்களா
அவர் ஆட்டம் கண்டு நாட்டமானேன் என் பாங்கிமார்களா
பாடுகின்ற பரமசிவம் என் தாதிமார்களா
அவர் பாட்டைக் கேட்டு நான் ஆசைகொண்டேன் என் பாங்கிமார்களா
தில்லை வாழும் தேவ தேவனே என்னை ஆட வைக்க வேண்டுமய்யா
கையிலாச மலை வாழனே!’

திரைப்பாட்டு முடிந்த மறுநொடியே ஒரு பாட்டை ஆரம்பித்து இரண்டடி பாடிவிட்டு செடல் திரையை விலக்கிக்கொண்டு வெளியே வந்து ஆட ஆரம்பித் ததுமே, பக்கவாத்தியக்காரர்கள் அடவுக்கேற்ற மாதிரி வாசிக்க ஆரம்பித்தனர்:

‘தகிடத்தோம் தகிடத்தோம் தகிடத்தோம்
தகிட தகிட தகிட தகிடதை தகிடதை தகிட—தை தத்தித்தா
தனதன தனதன தனதன தனனா தனனா தனனா

தத்திங் தகிடத் தத்திம், தத்திங் தகிடத் தத்திம், தத்திங் தகிடத் தத்திம்
தத்திங் திகிற தத்திம், தத்திம் திகிற தத்திம், தத்திங் திகிற தத்தம்
தோதிக தா தோதிக தை, தோதிக தா தோதிக தை, தோதிக தா தோதிக தை
தக தக தக தகதா, தக தை தக தை தக தை தத்தித்தை
திக திக திக திக தா தித்தித், தை தித்தித் தை தித்தித் தை தித்தித் தை
திந்தக தா திந்தக தா திந்தக தா, திந்தகத் தோம் திந்தகத் தோம் திந்தகத் தோம்
தித்தித்தோம் ...'

எல்லோருக்குமே வெறி ஏற்பட்டுவிட்டது போலிருந்தது. எல்லாருடைய செய்கையும் செடலுக்கு வெறியூட்டியது. ஒரு நூல் பிசிறில்லை. அவளும் மொத்த ஆட்டத்தையே இந்த ஒரு அடவிலேயே முடித்துவிட வேண்டுமென்பது போல் ஆடினாள். காற்றில் ஆடும் நாணல் மாதிரி வளைந்து நெளிந்து, சுழன்று ஆடினாள். நூறு முறை குனிந்தாள், நிமிர்ந்தாள், வளைந்தாள், கைகளை வீசியாட்டினாள், கால்களை மடக்கி உட்கார்ந்து துள்ளிக் குதித்துக்குதித்து ஆடினாள். கெண்டைச் சதையில் வலி பிடுங்கிற்று. ஆனாலும் அவளுடைய முகம் சிரித்தபடியேதான் இருந்தது. தாளம், மேளம், மத்தளம், டோலக், ஜால்ரா, பின்பாட்டு என்று எல்லாமும், ஏன் கூத்துப் பார்க்கும் மொத்த சனத்திரளின் முக பாவமும் இந்த ஒரு ஆட்டத்திற்காகத்தான் காத்திருந்தது போலிருந்தது. ஏழெட்டு ஊர்ச் சனங்கள் திரண்டிருந்த அவ்வளவு பெரிய கூட்டத்தில் சிறு சலசலப்பு, பேச்சுச் சத்தம், முனகல் இல்லை, ஒரு ஆள்கூட அசைந்து உட்காரவில்லை. கைப்பிள்ளைகள்கூட அழவில்லை, கத்தவில்லை. ஒரு உரல் சோளம் துவைக்கும் நேரத்தைவிட அதிகமான நேரம் ஆடியிருப்பாள். அவ்வளவு நேரமும் கூட்டம் வைத்த கண் வாங்காமல் பார்த்துக்கொண்டிருந்தது. அவளுடைய கால்கள், கைகள், இடுப்பு, கழுத்து, தலை, கண்கள் ஒவ்வொன்றும் மின்னல் வெட்டுப்போல, தண்ணீரைப் போல வளைந்து நெளிந்து ஆடின. எல்லா பாவங்களையும் செய்துகாட்டினாள். ஒரு அடவுகூடச் சோடை போகவில்லை. கண்கள் படமெடுத்து ஆடின. கைகளும் கால்களும் பேசின. அவள் ஆடி முடித்ததும் அந்த இடத்தின் முகமே மாறிவிட்டது. ஊரார்கள் மட்டுமல்ல, தேர்ந்த ஆட்டக்காரர்களே பொறாமைப்படும் அளவுக்கு ஆடினாள். குரலில்தான் என்ன குழைவு, உருக்கம், ஏற்றஇறக்கம், பக்தி. பெட்ரோமாக்ஸ் விளக்கின் ஒளியில் அவளுடைய முகம் வெண்கலமாக மின்னியது. அவள் இடையில் கட்டியிருந்த குட்டைப் பாவாடையில் பதித்திருந்த கண்ணாடித் துண்டுகள் நெகுநெகுவென்று மின்னின. ஒவ்வொன்றையும் அதிசயமாக வெறித்துக்கொண்டிருந்தது கூட்டம். தொடர்ந்து இரண்டு பாட்டுகளைப் பாடி ஆடிவிட்டு 'யே தாதிமார்களா!' என்று கூப்பிட்டுவிட்டு, மேளக்காரன் உட்கார்ந்திருந்த இடத்திற்குச் சிறிது தள்ளி ஒதுங்கி நின்றுகொண்டு தாதியைத் திரைப்பக்கமாகப் பார்த்துக் கூப்பிட்டாள் ராணி: 'அடியம்மா பார்வதி.' திரைக்கு உள்ளேயிருந்த தாதிப் பெண் உரத்தக் குரலில் 'அதில்ல எம் பேரு' என்று சொன்னாள்.

'அப்படின்னா ஊருக்குப் பொதுவு ஏரிக்கு மதகாடி ஓம் பேரு?'

'என்னோட மதுவு ரிப்பேரு, அதில்ல எம் பேரு.'

'நெனச்சவனெல்லாம் கைவைக்கிற மதகாடி, மங்கம்மாவா ஓம் பேரு?'

'அதான் எம்பேரு, இந்தா வாரண்டி அங்கம்மா' என்று சொன்ன தாதிப் பெண் திரைப்பாட்டுப் பாடினாள்:

'சின்ன மச்சான் பெரிய மச்சான்
சீப்பு வாங்கி எனக்கு வச்சான்
அண்ட ஊட்டு பெரியப்பன் மவன்—என்
அடி வவுத்த பெருக்க வச்சான்'

என்று திரைப்பாட்டைப் பாடிவிட்டு, மற்றொரு பாட்டைப் பாடிக்கொண்டே வந்து ஆட ஆரம்பித்தாள்.

‘பச்ச பொடவ எடுத்தான்
எனக்கு பங்குனி மாசம் புள்ளெயத் தந்தான்
புள்ளெப் பெற்ற நாள்முதலா என்னெ
போகச் சொன்னான் அப்பன் வூடு.’

தாதிப் பெண் பாடி முடித்ததும், ஒதுங்கி நின்றிருந்த ராணி ஆட்டக்களத்தின் மையத்திற்கு வந்து, தாதியை அழைத்து, எதிரில் நிற்கவைத்துப் பேச ஆரம்பித்தாள்:

‘யே தாதி, அந்தப்புரத்தினிலே அழியாத சொப்பனத்தினிலே, பூங்காவனத் தினிலே, புள்ளிபோட்ட மான்களுடனே, ஒரு யோசனை தூரம் பரிமளம்வீசும் மலர் சூடி விளையாடிக்கொண்டிருக்கையிலே, காரணமின்றி என் நெஞ்சம் பதறுகிறது. என்னுடைய மன்னவருக்கு என்ன நேர்ந்ததோ ஏது நேர்ந்ததோ என்று நான் அஞ்சி நடுங்குகின்ற நேரத்தில், என்னை விட்டுவிட்டு எங்கேயோ நீ சென்றுவிட்டிருந்த காரணத்தால் உனக்குச் சாபம் கொடுக்கப்போகிறேனடி தாதி.’

‘என்னா சாபம் மகாராணீயம்மா?’

‘வில்வ மரமாகப் போகக் கடவாய்.’

‘யே, எஞ்சாமி, அது மட்டும் வாண்டாம் மகாராணி.’

‘ஏன், என்ன விசயமடி?’

‘திருட்டுச் சாராயம் காச்சுரப் பயலுவோ என்னெ பட்டப்பட்டயா உரிச்சுப் புடுவானுவோ மகாராணி. வேற ஏதாச்சும் கொடுங்க, உங்களுக்குப் புண்ணியம் கெடைக் கும்’ என்று தாதிப் பெண் சொன்னதுமே கூட்டத்தில் கைதட்டலும் சிரிப்பொலியும் ஏற்பட்டது. அந்தச் சமயத்தைப் புரிந்துகொண்ட பொன்னன் அர்ச்சுனன் வேசத் துடனே வந்து சபையில், ‘வாழ்த்துப் பணம் கொடுக்கிறவங்க கொடுக்கலாம்’ என்று தமுக்கடிப்பது போல் இரண்டு மூன்று முறை சொல்லிவிட்டு, காசு கொடுக்க யாராவது வருகிறார்களா என்று கூட்டத்தில் பார்த்தான். மைனர் பையன்களாக இருந்தவர்கள் ஒன்றிரண்டு பேர் எழுந்து வருவது தெரிந்தது. காசு கொடுத்த ஒவ்வொருவரிடமும், பெயர், ஊர், சாதி, தெருப் பெயர் என்று எல்லாவற்றையும் கேட்டு, அதற்கேற்ற மாதிரி பொன்னன், விட்டம், செடல் மூவரும் வாழ்த்திப் பாட ஆரம்பித்தனர்.

செடலுக்கு ஒருசிலர் பொரி உருண்டை மாலை கொண்டுவந்து போட்டனர். ஒருசிலர் செடலின் மாராக்குச் சேலையில் ரூபாய் நோட்டுகளைக் குத்திவிட்டனர். சிறுவர்கள் கம்புக்கதிர், சோளக்கதிர், கேழ்வரகுக்கதிர்களை மாலைகளாகக் கட்டிக் கொண்டுவந்து போட்டனர். தி.மு.க.காரர்கள் இரண்டு பேர் வந்து காங்கிரஸ் கட்சியை மட்டந்தட்டிப் பாடச்சொல்லிப் பணம் கொடுத்தார்கள். அதற்காகப் பாட ஆரம்பித்தாள்:

‘காங்கிரஸ் ஆட்சி முறையா நீங்க சொல்வதெல்லாம் சரியா
ஜனவரி பிப்ரவரி குனிஞ்சி நிமிர்ந்தா வரியாம்
காலணா காசுக்கு கற்பூரம் வாங்கி
கோயிலுக்குப் போனா திருவிளக்குப் போட வரியாம்
சட்டப்படி கவர்மண்டு திட்டமுடன் செலவுக்கு
வட்டவட்டமான வரியாம்; பார்த்துப் போட்ட வரியாம்
சர்க்காருக்கு சேர்த்துக் கொடுத்த வரியாம்
நரச்ச தலை கிழவி வறுத்த கடல வித்தா காலணா வரி கொடுக்கணும்
இல்லாட்டா வாரண்டு பசங்களுக்கு சூரண்டு வரி கொடுக்கணும்

கத்திரிக்கா கூடைக்காரி நித்தம் விற்பனை செய்தா பத்தணா வரிகொடுக்கணும்
இல்லாட்டா சட்டப்படி உள்ளே இருக்கணும்
(காங்கிரஸ்...)

சுதந்திரம் வந்ததின்னு சொல்லாதீங்க நீங்க
சும்மாசும்மா வெறும் வாயை மெல்லாதீங்க
சோத்துப் பஞ்சம் துணிகள் பஞ்சம் நீங்கவே இல்லெ
சம்பளம் கேட்டா கோபமா, சும்மா பொறப்பட்டு நாங்க போவமா?'
(காங்கிரஸ்...)

தி.மு.கவை மட்டந்தட்டிப் பாடச் சொல்லி ஒரு ஆள் வந்து பணம் கொடுத்தான். அதற்கும் பாடினாள். வாழ்த்துப் பணம் கொடுப்பது நின்றதும் மீண்டும் முன்பு விட்ட இடத்திலிருந்து நாடகத்தை ஆரம்பித்தனர். செடல் பாடிக்கொண்டே ஆட ஆரம்பித்தாள்:

'ஜெயராம பிரானே பிரான், சீத்தா ஒய்யாரன்
ஜெயராம பிரானே பிரான், சீத்தா ஒய்யாரன்
அரசன் கோமுகனைத் தேடி
தேவனிடத்தில் அமர்ந்து அமரரைக் கண்டோடி
சமுத்திரத்தில் அவன் மறைய மச்சமாகத் தேடி
குற்றம் தன்னைக் காட்டி, சரணடைந்தோனுக்கு அருளி
ஆயனுக்கு வேதம் தர நாடி
தேவர்களுடன் சிந்தனை புரியவே அந்தர வாசிகளோடு
ஆயனென்றும் அந்தணகிரியைக்கொண்டு கடைந்த அமிர்தம்
தந்திடவேதானே மலையைத் தாங்கிடவே வந்த கூர்மம்
பூமியை அன்று பாயாகச் சுருட்டி
பாதக ராட்சகன் ஓடி மறைத்துவைக்க
பாவியின் ஆவியைப் போக்கிடவே தேடி
வராகமாகி பாதகன் தன்னை மடிந்திடச் செய்த தேவா!
பாலகன் சொல்லில் தூணில் நரசிம்மமாக வந்து
துஷ்டரைக் கொன்று சாபம் அகற்றி உந்தனை நம்பிய பேருக்கு
பூமியின் தன்னிலே வந்துமே ஆண்டருள்!
(ஜெயராம பிரானே பிரான்...)

வாமன ரூபமாகச் சென்று
மகாபலி என்னும் மன்னனுக்கெதிராகவே நின்று
மூன்றடி இடமும் தரக் கேட்டு, கொடுத்ததை வாங்கிக்கொண்டு
அகிலமெல்லாம் அளந்தாய் ஓரடியாக நின்று
அன்னவனிடம் மற்றொரு அடியை வைத்திட இடமும் கேட்க,
மகிமைதனைக் கண்டு மன்னவனும் தலைமீது வையெனக் காட்ட
மோட்சமளித்துக் கதிரவனின் குல மன்னவர்களையும் வாட்ட
பரசுராமராய் வையகம் தன்னிலே வந்து பிறக்கவும் அன்று
மைந்தனில்லாமல் வாடிய தசரதனின் மனைவி
கௌசல்யாவின் வயிற்றிலே தரித்து
ஸ்ரீராமராய்ப் பிறந்து
அஞ்சிடவே ராவணன் படை துஞ்சிடவே வாட்டி
உதவிக்காக அரிகிரி கிருஷ்ணனாக, ஆனந்த பலராமனாய்
இந்திரன் வீட்டிலே மங்கலம் பொங்கிடவே அன்னமும் உண்ண
இந்திரன் தனக்குச் சிந்தை கலங்கிட
வந்திடவே கோபம் பொங்கி கல் மாரி பொழிய

மலைகளைக் குடையக்கி நின்று தடுத்த தேவா!
பஞ்சவர்க்காக பாரதம் தன்னிலே
சாரதியாக நின்று பதினெட்டாம் நாள்
படுகளம் தன்னிலே கெடுமதி துரியன் மாள
கல்கியாகி நின்ற கலியுக வரதா காட்சியுமளிப்பாய்.'

ராணி ஆடி முடித்துவிட்டுத் திரைக்குள் வந்தாள். அதற்கடுத்த வேசம் ராஜா. அவன் திரைப்பாட்டுப் பாட ஆரம்பித்தான்.

செடலுக்கு ஒண்ணுக்குப் போக வேண்டும் போலிருந்தது. நாடகக் கொட்டகைக் குப் பக்கத்திலேயே உட்கார முடியவில்லை. காலடியை எங்கே வைப்பதென்றேத் தெரியவில்லை. எங்கு பார்த்தாலும் வட்டம்வட்டமாக மூத்திரம்விட்ட இடமாக இருந் தது. மாடு கிடை போட்ட இடம் மாதிரி கும்பி நாற்றமடித்தது. இவளைப் பார்க்கப் பிள்ளைகள் ஏதும் ஓடிவருகிறதா என்று பார்த்துக்கொண்டே பத்தடி தூரம் போனாள்.

திண்ணைகளில் மழைக்கு, சாரலுக்கு, காற்றுக்கு என்று மறைப்புக்காகக் கட்டித் தொங்கவிடும் படல்களைக் கொண்டுவந்து 'ப' வடிவில் தரையோடு நிற்கவைத்து, ஒன்றுடன் ஒன்றை இணைத்துக் கட்டியிருந்தார்கள். முன்பக்கம் படல் முடியும் இடத்தில் நீண்ட இரண்டு விசுப்பலகைகளைப் போட்டிருந்தனர். அதில்தான் தாளம், மேளம், ஆர்மோனியம், ஜால்ரா, பின்பாட்டுக்காரர்கள் என்று உட்கார்ந்திருந்தனர். அவர்களுடைய முதுகை ஒட்டித்தான் திரைச்சீலை தொங்கிக்கொண்டிருந்தது. திரைக்கும், மூன்று பக்கமும் நிற்கவைத்திருந்த படல் மறைப்புகளுக்கும் மத்தியில்தான் கூத்தாடிகள் வேசம் கட்ட, சாமான்கள், அரிக்கன் விளக்கு, தண்ணீர் குடம் வைக்க, உட்கார்ந்திருக்க என்று அந்த இடம் பயன்படும். விசுப்பலகையில் உட்கார்ந்திருக்கும் பக்க வாத்தியக்காரர்களுக்கு முன்னே பதினைந்தடி இருபதடி இடைவெளி விட்டு ஆளுயரத்திற்கு இரண்டு பக்கமும் இரண்டு கழிகள் நட்டு, இரண்டு கழிகளையும் இணைத்துக் குறுக்குக் கழி போட்டு, அதில் பக்கத்திற்கு ஒன்றாக பெட்ரோமாக்ஸ் விளக்குகளைத் தொங்கவிட்டிருந்தனர். அதை ஒட்டிச் சனங்கள் உட்கார்ந்திருந்தனர். கூட்டத்திலிருந்து யாரும் வருகிறார்களா என்று பார்த்துக்கொண்டே தொடர்ந்து நாலு தப்படி தூரம் நடந்தாள். யாரோ வருவது மாதிரி தெரியவே, மேலும் சில தப்படிகள் நடந்தாள். பிறகு உட்கார்ந்தாள். புதர்ப் பக்கமாக இருந்து திடீரென்று ஓடிவந்த ஒரு ஆள் செடலைக் குண்டுக்கட்டாகத் தூக்கிக்கொண்டு பக்கத்திலிருந்த பீக் கருவேலம் புதருக்குள் ஓட முயன்றான். ஓடும்போதே அவள் கன்னத்தைக் கடித்து, முலைகளைக் கசக்கினான். செடல் அவனை நெட்டித்தள்ளி, உதைத்து, திமிறி, கடித்து, சத்தம்போட்டாள்.

செடலின் அலறல் சத்தம் கேட்டு 'ஒண்ணுக்குப் போவ ஒதுங்கிச்சு; வவுறு கிவுறு கோளாறு பண்ணுதோ என்னமோ, இந்தப் பக்கம்தான் போச்சு' என்று செல்லையா சொன்னதும், தொப்பளான் பந்தலுக்குப் பின்புறமாகப் போனவன், ஒரு குரல் செடலைக் கூப்பிட்டுப்பார்த்துவிட்டு மேலும் சில தப்படிகள் கிழக்கே நடந்தபோது தான் அவள் வீறிட்டுக் கத்துவது கேட்டது. குரல் கேட்டதுமே பதறிப்போய் மேலும் கிழக்கு நோக்கி ஓடியவன், 'யே ஆரான், யே பொன்னா, கர்ணா' என்று கத்திக் கொண்டே ஓடினான். தொப்பளானின் குரல் கேட்டதும், மற்ற கூத்தாடிகள் அத்தனை பேரும், ஆட்டத்தை, சாமான்களையெல்லாம் அப்படி அப்படியே போட்டுவிட்டுக் குரல் வந்த திசையை நோக்கி ஓடினார்கள். கூத்தாடிகள் ஓடுவதைக் கண்டதும் கூட்டத்தில் 'கோகொள்ளே' என்று சத்தம் உண்டாகவே, செடலைத் தூக்கிக்கொண்டு ஓட முயன்றவன், அவளை அப்படியே விட்டுவிட்டுப் புதருக்குள் ஓட ஆரம்பித்தான்.

செடலைப் பந்தலுக்கு அழைத்துக்கொண்டு வரும்போது அவள் வாய்விட்டுக் கதறி அழுதாள். அவளுடைய அழுகையை நிறுத்தி நடந்ததைக் கேட்டனர். அவள் சொன்னதைக் கேட்டதும் எல்லாருக்குமே உயிர்போனது போலாயிற்று. உடம்பில் தீப்பற்றி எரிவது போலிருந்தது. பதட்டத்தில் ஒருவருக்குமே வாய் பேசவரவில்லை. அதைவிட, கூட்டத்தைக் கட்டுப்படுத்துவதுதான் பெரிய கஷ்டமாக இருந்தது. ‘செடலுக்கென்னா, செடலுக்கென்னா?’ என்று கேட்கும் கூட்டத்திற்கு என்ன பதில் சொல்வது? நாடகக் கொட்டகையைச் சூழ்ந்துகொண்டு, படலைப் பிய்த்துவிடுவது போல் முண்டியடித்துக்கொண்டிருந்தனர். அதே நேரத்தில் ஆளுக்கொன்றாகப் பேசவும் ஆரம்பித்தனர்.

‘இப்பத்தான இப்பிடி ஒதுங்கிச்சி, அதுக்குள்ளார என்னா வந்திருக்கும்?’

‘வயசுப் புள்ளெய காத்துகருப்பு தீண்டியிருக்குமோ?’

‘பாம்பு கடிச்சிப்புடிச்சின்னு பேசிக்கிறாங்களே, நெசமா?’

‘பாம்பு கடிக்கல, சாமி புடிச்சிக்கிச்சாம்.’

‘இருக்கும், இருக்கும்.’

கூத்தாடிகளுக்குள்ளேயே குழப்பம் உண்டாயிற்று. பதட்டத்தில் என்ன செய்வது என்று தெரியாததால் ஒருவராலும் ஒன்றும் செய்யமுடியவில்லை. எந்த ஊர் ஆளாக இருப்பான்? நிஜத்தைச் சொல்லலாமா வேண்டாமா? ஒன்றும் செய்ய முடியாத நிலையில் தவியாய்த் தவித்துக்கொண்டிருந்தனர். கூட்டத்தில் யாரோ ஒருத்தன் ‘செடலுக்குச் சாமி புடிச்சிக்கிச்சி’ என்று கத்தினான். கூட்டமும் அதையே பிடித்துக் கொண்டது. கடைசியில் கூத்தாடிகளும் செடலுக்குச் சாமிவந்து ஆடுவதாகச் சொல்லி விட்டார்கள். அப்படிச் சொன்னதற்காகக் கூத்தாடிகளில் ஒருசிலர் எதிராகப் பேச ஆரம்பித்து, விரைவிலேயே வார்த்தைகள் முற்றி இரண்டு பிரிவுகளாகப் பிரிந்து விட்டனர். விசயத்தை வெளியில் சொல்லாமல் மாற்றிச் சொன்னதுதான் சரி என்று ஒரு பிரிவும், பஞ்சாயத்துக் கூட்டி யார் என்று கண்டுபிடித்து அபராதம் போட வேண்டும் என்று மற்றொரு பிரிவும் பேச, சண்டை வலுத்துக்கொண்டேபோயிற்று. ஆரான்தான் அதிகம் குதித்தான். எதிர்த்துப் பேசிய கர்ணன், விட்டம் இருவரையும் அடிக்கவும் செய்தான். நியாயம் கேட்காமல் ஊரை விட்டுப் போகக் கூடாது, நான்கு ஊர்ப் பஞ்சாயத்தையும் கூட்ட வேண்டும் என்று பிடிவாதம் பிடித்தான். ‘வாத்திய வுடாதீங்க. ரொம்ப எட்டாப்புட்டியா வந்திருக்கோம். வூடு போய்ச் சேரணும். இது ஒண்ணும் கொண்டாங்கொடுத்தான் தாவு இல்லெ, நாம்பப் பாட்டுக்கும் பேசிப்புட. பேச்ச எறக்காதீங்க. இது பொட்டப் புள்ளெ சமாச்சாரம். நாளக்கி ஒரு நட்டமின்னு வந்தா ஆரு பாக்குறது? பேச்ச எறச்சிப்புட்டா பின்னால வாரிட முடியுமா? எதுக்கும் அந்தப் புள்ளெய ஒரு வாத்த கேக்க வாணாமா’ என்று ஒருசிலர் பேசி, சண்டையைக் கமுக்கமாக முடிக்கப் பார்த்தனர். இதில் பாவாடைதான் அதிக முனைப்புக் காட்டி னான். செடல் ஆட ஆரம்பித்த இந்த நான்கு வருசத்தில் இப்படியொரு சம்பவம் நடந்ததில்லையே என்பதை மாறிமாறிப் பேசிக்கொண்டேயிருந்தனர்.

நேரமாகநேரமாக, ஊர்ப் பெரியவர்கள் வந்து நாடகத்தைத் தொடர்ந்து நடத்தச் சொல்லிக் கட்டாயம் செய்தனர். கூட்டத்தில் ஒரே களேபரமாக இருந்தது. யாரையும் எதுவும் கேட்காமல் பாவாடை மேளத்தைத் தட்டச் சொன்னான். தானாகவே சபை யில் வந்து நாடகம் ஆரம்பிக்கப்போவதாகச் சொல்லிவிட்டுப் போய் ஆர்மோனியத்தை ஆட்ட ஆரம்பித்தான். ஒன்றிரண்டு வேசங்கள் வரிசையாக வந்தன. வந்தவர்களோ பொழுதைப் போக்கச் சாலாக்குக்காட்டி ஆடினர். ஆட்டத்தில் சுத்தமாக விறுவிறுப் பில்லை. குரலும் எடுபடவில்லை. முறையான பாட்டு, வசனம், நடனம் எதுவுமில்லை. வாயில் வந்ததையெல்லாம் பாடினார்கள். அடிக்கடி கிழக்கில் பார்த்துக்கொண்டிருந்தனர்.

வழக்கமாகக் காலைச் சாப்பாடு சாப்பிட்டுவிட்டுச் சம்பளத்தை வாங்கிக் கொண்டு வீடுவீடாகப் போய், வாங்கியிருந்த சேலைகளைக் கொடுத்துவிட்டு, சோறு சாப்பிட்ட வீடுகளில் சொல்லிக்கொண்டு கிளம்புவதுபோல் சாவகாசமாகக் கிளம்பா மல், விடிந்த கொஞ்ச நேரத்திலேயே ஊரார்கள் தடுத்தும் கேட்காமல், வேசத்தைக் கூடச் சரியாகக் கலைக்காமல், ஒரு நிமிடம்கூடக் கண்மூடித் தூங்காமல், அந்த ஊரைவிட்டு ஓடிவிட்டால் போதும் என்ற வேகத்தில் கிளம்பிவிட்டார்கள். ஊரைத் தாண்டி ஒற்றையடிப் பாதையில் நடக்க ஆரம்பித்தவர்கள், வாயே இல்லாத ஊமைகள் போல நடந்துகொண்டிருந்தனர். ஆனால் ஆரான் மட்டும் தனக்குத்தானே பேசிக் கொள்வதுபோல் ஓயாமல் முணுமுணுத்தவாறே இருந்தான். அவனும் வாயைத் திறந்து பேசவில்லை. அந்த ஊரைத் தாண்டும்வரை பேசாதிருந்த பொன்னன் சொன்னான்: 'செடலு, மனசத் தளரவுடாத. எம் போ்லதான் எல்லாக் குத்தமும். என் கண்ணு இருக்கும்போதே, தேரக் கொண்டுபோயி ஆத்துல கவுத்தாப்ல கவுத்திட்டாங்க. மனசுல எதையும் வச்சிக்காத. என் கண்ணு முன்னாலியே எல்லாமும் நடந்துபோச்சு. இனி நீ இங்க இருக்குறதுல புண்ணியமில்லெ. தாயோட புள்ளெயா ஊருக்குப் போய்ச் சேரு. எனக்கு இதெ ஒரு உவகாரமா செய்யணும்.' அதற்கு மேல் பேச முடியாமல் பொன்னன் நிலைகுலைந்து குலுங்கி அழ ஆரம்பித்தான். 'தாயோட புள்ளெயா போய்ச் சேரு' என்று இன்றுதான் சொல்ல முடிந்ததா? முகத்தில் அரிதாரம் பூசிவிட்டானே, அன்று தெரியவில்லையா? இதற்கு முன்பெல்லாம் என்ன செய்து கொண்டிருந்தான்? அவன் சொல்வதுபோல் இவளால் செய்ய முடியுமா? ஊரைவிட்டு வந்த மறுநாளே திரும்பியிருக்க வேண்டும். அதற்கடுத்து எத்தனை முறை கிளம்பிக் கிளம்பி உட்கார்ந்திருக்கிறாள்! பூங்கோதை, மீனாட்சி வந்து பல முறை கூப்பிட்ட போதாவது போயிருக்க வேண்டும்! ஊருக்கு என்று இவள் வாயைத் திறந்தாலே, பொன்னன் மட்டுமல்ல, செட்டிலுள்ளவர்கள் யாருமே முகம்கொடுத்துப் பேச மாட்டார்கள். ஊருக்குப் போகாமலிருக்க என்னென்ன வழிகள் உண்டோ அத்தனை யும் செய்வார்கள். அதோடு, 'ஊருல என்னம்மா வச்சியிருக்கிற? இருக்கிற ஆஸ்தி பாஸ்தியெல்லாத்தயும் திருடன் கொண்டுகிட்டுப் போயிருவான்னு பாக்குறியா? அதெல்லாம் அப்படியொண்ணும் போவாது, பேசாம இரு. பெத்தவங்க வந்தா, தேடிகிட்டு வர மாட்டாங்களா? இங்க இருக்கிறவங்களெயெல்லாம் பாத்தா ஒனக்கு மக்க மனுசாளாத் தெரியலியா? பாம்பு பல்லியாவா தெரியுது?' என்று சொல்லி வாயை அடைத்து விடுவார்கள். ஆனால் பொன்னன் இன்று என்ன சொல்கிறான்? அந்தச் சிந்தனையிலேயே ஊர் வந்து சேர்ந்தாள். வீட்டுக்குள் வந்து படுத்தவள்தான். ஒன்றுக்கு இரண்டுக்குக்கூடப் போகாமல் வீட்டுக்குள்ளேயே கிடந்தாள். ஊருக்குப் போய்விட லாமா என்று யோசிக்க ஆரம்பித்தவள் பித்துப்பிடித்தவள் மாதிரி புலம்ப ஆரம்பித்தாள். 'எனக்குன்னு யாரு இருக்காங்க ஊருக்குப் போவ? இருந்தவங்க அத்தன பேரும்தான் சீதெயக் கொண்டாந்து கானகத்துல வுட்டாப்ல என்னெக் கொண்டாந்து வுட்டுட் டாங்களே! நான் யாரக் கொற சொல்லுவன்? சாதியச் சொல்லுறதா, சனத்தச் சொல்லு றதா? ஆருக்கு என்னா பாவம் செஞ்சன்? ஆரு குடியக் கெடுத்தன்? ஒருத்தவங்க வூட்டு வெளக்கயும் அமிச்சதில்லியே! வெனவு தெரியறதுக்குள்ளியே என்னெ எதுக்கு நெருப்புக் கெணத்துல தள்ளுனாப்ல தள்ளிட்டாங்க, ஒடுவம் தவக்கூட எனக்குப் பஞ்சமாப்போச்சே!'

'வெள்ளிக்கிழமயில என்னெப் பெத்தியே மாதாவே
உன் வெள்ளி வயித்திலியும் நான் கருவா தரிச்சதும்
பச்ச கற்பூரமெல்லாம் தீஞ்சதும்

அன்னிக்கி இந்தக் கருவக் கலச்சியிருந்தா
எனக்கு இன்னிக்கி இந்தக் கலகம் வந்து நேராது
அந்தக் கருவ சிசுவாக்கி இந்தப் பொல்லாத சீமையில
என்னெக் களங்கப்பட வச்சியம்மா... ஆகுங்ங்ங்...'

'நொண்டியா, மொடமா, செவிடா, நொள்ளயாப் பொறக்கிறதும் பொட்டச்சியாப் பொறக்குறதும் ஒண்ணுதான்' என்று சொல்லி அழுதுகொண்டிருந்தாள். அப்போது வீட்டுக்குள் வந்த விருத்தாம்பாள் செடல் அழுதுகொண்டிருப்பதைப் பார்த்துத் திடுக்கிட்டாள். அழுவதற்கு என்ன காரணம் என்று கேட்டாள். அவளை ஏறிட்டுப் பார்த்த செடல் சட்டென்று விருத்தாம்பாளைக் கட்டிப்பிடித்துக்கொண்டு வாய்விட்டுக் கதறி அழுதாள்.

'நான்தானா பெண் பிறந்தன்
நாட்டிலொரு பெண்ணில்லையா
ஒண்டி நான் பெண் பிறந்தேன்
உலகத்திலொரு பெண்ணில்லையா
யே அம்மா...'

செடல் தன்னுடைய உடம்பிலிருந்த நகக்கீறல்களைப் பார்த்துப்பார்த்து அழுதாள்.

'எங்கிட்டே சொல்லுக்கா. சத்தியமா ஊருல நான் ஆருகிட்டெயும் சொல்ல மாட்டன். கூடப்பொறந்த பொறப்பா எண்ணி எங்கிட்டெ மட்டும் ஒரு வாத்தச் சொல்லுக்கா. போன எடத்துல எதுவும் வம்புதும்பா ஆயிடிச்சா! கூத்தாடி நாயிவோ எதனாச்சும் சொன்னாங்களா?' என்று சொல்லி விருத்தாம்பாள் எவ்வளவு கேட்டும் செடல் வாயைத் திறக்கவில்லை. என்ன சொல்வது? வாயைத் திறந்து பேசாவிட்டாலும் அழுவதை மட்டும் அவள் நிறுத்தவில்லை. விருத்தாம்பாள் தன்னுடைய வீட்டுக்கு ஓடி சோறு, குழம்பு, கடைந்த புளிச்சகீரை என்று எடுத்துவந்து, சாப்பிடச் சொல்லிக் கெஞ்சினாள். ரொம்ப நேரமாகிவிட்டதால் விருத்தாம்பாளுடைய அம்மா தேடிக் கொண்டு வந்து கத்தினாள். 'அவளே ஒரு பொட்டுக்கட்டி வுட்ட கூத்தாடிச்சி, அவளப் பத்தி ஊரெல்லாம் ஒரு மாரியாப் பேசுது. போயும்போயும் நீ அவகூட சேரலாமாடி? அந்தக் கூத்தாடிப் பயலுக்கென்னா வயசி, இந்தக் குட்டிக்கி என்னா வயசி, அவனோட இவ வந்திருக்கான்னா, இவ எப்பிடியாப் பட்டவளா இருப்பா, இவளப் பத்தி எங்க போயித் தெரிஞ்சிக்கணும்? மருவாதயா வூட்டுல மொடக்கு. இல்லன்னா ஒங்கப்பன் காரன்கிட்டெ சொல்லி, கால கையத் தெலக்கிப்புடச் சொல்லிடுவேன். சேத்தாளி சேக்குறவ நல்ல குடும்பத்துக்காரியோடல்ல சேரணும். நாதேறி கூடவும் அவுசேரி கூடவும் சேரப்போற, அரவநாய. நாயிகூடச் சேந்தா நாய்ப் புத்தித்தாண்டி வரும். இந்த வயசிலேயே அவ போவாத ஊரு, சுத்தாத ஒலகம் பாக்கியிருக்க முடியுமா? அதுக்குள்ளியே ஒலகம் ஒரண்டும் சுத்திவந்துட்டாளே மவராசி. சீமா சீமக்கும் ராத்திரி பவல்ன்னு இல்லாம பேயா சுத்தித் திரியுறாளே அவ ஒயிங்கான குடும்பத்துல பொறந்தவளாடி? அவகூடச் சேந்தீனா ஒனக்கும் மருந்து வச்சாலும் வச்சிடுவாடி. இதனால தான் அவளுக்குப் பொட்டுக்கட்டி வுட்டாங்களோ என்னமோ! ஒன்னோட சுயிநாதம் தான் ஒண்ணுமத்துக் கெடக்குறீயே, அது போதாதுன்னு இன்னும் யாண்டி என்ன ஊருப்பட்ட தொவந்தனயெல்லாம் பட வக்கிறவ?' என்று சொல்லித் திட்டிவிட்டு விருத்தாம்பாளை இழுத்துக்கொண்டு போனாள். இந்த நேரத்தில் லட்சுமி இருந்தால் நன்றாக இருக்கும் என்று நினைத்த செடல் குப்புறப்படுத்து அழ ஆரம்பித்தாள். கொஞ்ச நேரத்திற்கெல்லாம் அவளையும் அறியாமல் தூங்கிவிட்டாள்.

8

செடல் வடக்காகத் தலை வைத்து, மேற்குப் புறமாக முகத்தை வைத்து, ஒருக் களித்துப் படுத்து, எதிரிலிருந்த வெற்றுச்சுவரையே வெறித்துக்கொண்டிருந்தாள். முகம் வாடிப் போய்க்கிடந்தது. உள்ளே வந்தது விருத்தாம்பாளாகத்தான் இருக்கும் என்று எண்ணித் திரும்பிப் புரண்டு பார்க்காமலேயே கிடந்தாள். இந்த நேரத்திற்கு எங்கே வந்தாள்? ஆடு மாடுகள் அவிழ்த்துவிடுகிற நேரமாகிவிட்டதா என்று எண்ணிய போதுதான், பொன்னன் இருமிய சத்தம் கேட்டுப் பதறிப்போய் எழுந்து உட்கார்ந்தாள். முகத்தில் எந்தவொரு மாற்றத்தையும் காட்டாமல் பீளை தள்ளிப் பழுப்பேறிய கண்களால் ஒரு முறை அவனை ஏறஇறங்கப் பார்த்துவிட்டு அதே இறுக்கமான முகத்துடன் சேலையைச் சரிசெய்து கொண்டாள். தலையை அவிழ்த்து, சிலுப்பி, தட்டிவிட்டு, உதறி மீண்டும் கட்டிக்கொண்டு எழுந்துபோய், சத்தம் எழ ஒரு சொம்புத் தண்ணீரைக் குடித்துவிட்டு, முன்பு படுத்திருந்த இடத்தில் வந்து உட்கார்ந்து சுவரில் சாய்ந்துகொண்டாள். செடலுக்கு நேர் எதிரில் கிழக்குப்புறச் சுவரில் சாய்ந்து உட்கார்ந் திருந்த பொன்னன் முன்னால் வைத்திருந்த வெற்றிலைபாக்குப் பையையே பார்த்த வாறு இருந்ததையே முகமாறுதல் ஏதுமின்றிப் பார்த்துக்கொண்டிருந்தாள். முகம் வாடிப்போய் உட்கார்ந்திருப்பவன் எப்போது பேசுகிறானோ, அப்போது பேசினால் போகிறது என்று எண்ணி வெறுமனே உட்கார்ந்திருந்தாள். வெகு நேரமாகியும் அவன் வாயை இப்போதைக்குத் திறக்க மாட்டான் போலிருக்கிறது, இப்படியே எவ்வளவு நேரம் உட்கார்ந்திருப்பது என்று எண்ணியவள் கேட்டாள்:

'என்னா வந்தது?'

'சும்மாத்தான்.'

'ஓ'

செடல் வெடுக்கென்று முகத்தைத் திருப்பிக்கொண்டாள். விம்மி வெடித்து அழ வேண்டும் போலிருந்தது. அவனைப் பார்க்கவே அவளுக்குப் பிடிக்கவில்லை. அருவருப்பாக இருந்தது. பொன்னனின் முகத்தைப் பார்க்கப் பிடிக்காததால் அந்த இடத்தை விட்டு எழுந்து வெளியேவந்து, பந்தல் நிழலில் உட்கார்ந்துகொண்டாள். எதிரிலிருந்த எதையெதையோ பார்த்தாலும் எதுவும் தெரியவில்லை. கண்ணீர் கண் களை மறைத்துக்கொண்டேயிருந்தது. சிறிது நேரம் கழித்து ஈனமான குரலில் பொன்னன் 'நான் சீக்கிரத்துல செத்துடப்போறன். பின்னால எல்லாரும் நல்லா இருங்க' என்று சொன்னான்.

செடலுக்கு முன்பைவிட இப்போதுதான் அதிக எரிச்சல் உண்டாயிற்று. படபடத்த கண்களோடு திரும்பி ஒரு முறை அவனைப் பார்த்தாள். கோபத்தை வெளிக்காட்டாம லிருக்கத் தன்னைக் கட்டுப்படுத்திக்கொள்வது அவளுக்கு லேசான காரியமாக இருக்க வில்லை. செத்துவிடுகிறேன் என்று சொல்பவன் சாக வேண்டியதுதானே! எதற்காக வெறும் வார்த்தையால் சொல்லிக்கொண்டிருக்கிறான்? 'இந்தா சாவறன், இந்தா சாவறன்னு சொல்றவனெல்லாம் என்னிக்குமே சாகப்போறதில்லை, நாய்க்குக்கூட ரோசம் இருக்கும். இவனுக்கு எதுவுமில்ல' என்று எண்ணி, அவனை அங்கிருந்து அனுப்பிவிட்டால் போதும் என்ற எண்ணத்தில் கேட்டாள்:

'இன்னிக்கி எங்கேயும் ஆட்டமில்லியா?'

'உண்டுதான்.'

'எங்க?'

'புல்லூர்ல.'

'எப்பப் போவணும்?'

'போவ வேண்டியதுதான்.'

'ஆள் சேரலியா?'

'அதெல்லாமில்ல.'

'பின்னே?'

'நீ கிளம்பி வா. கூப்புட்டுக்கிட்டுப் போவத்தான் வந்தன்.'

'ஆகா ஆகா, என்னா கரிசனம்! அன்னிக்கி என்னா நடந்ததுன்னு தெரியுமில்ல? இன்னுமா என்னெ காவுகொடுக்க அலயுற? சந்தனத்தக் கொண்டாந்து சாக்கடயில கொட்டுனாப்ல என்னெ ஆக்கிப்புட்டியே, நீ நல்லாயிருப்பியா? போ, போ வெளிய.'

செடல் தொடர்ந்து தன் போக்கில் பொன்னனை எடுத்தெறிந்து பேசிக் கொண்டே இருந்தாள். அவளுடைய கோபம் எளிதில் குறையாது போலிருந்தது. பொன்னனுக்கும் என்ன பேசுவது, எப்படி அவளைச் சமாதானப்படுத்துவது என்று தெரியவில்லை. வயது வித்தியாசம்கூடப் பார்க்காமல் பேசுகிறவளிடம் என்ன பேச முடியும்? பழகியதை எல்லாம் மறந்துவிட்டுப் பேசுகிறாளே என்று பொன்னனுக்கு ஆத்திரம் உண்டாயிற்று. அந்த ஆத்திரத்தில் ஒரு நொடி அவளுடைய போக்குப்படியே விட்டுவிடலாமா என்று நினைத்தான். அப்படி விட்டுவிட்டால் அவளுடைய நிலைமை என்னவாகும் என்பது தெரியாது. ஆனால், அவள் இல்லாமல் ஆடப் போனால் ஊரார்கள் நாடக செட்டை ஆட விடுவார்களா என்பது சந்தேகம்தான். எந்த ஊருக்கு ஆடப் போனாலும் சிறுபிள்ளைகள் முதல் பெரியவர்கள்வரை முதல் வாக்கியமே 'செடலு எங்கே? வல்லியா?' என்றுதான் கேட்பார்கள். அப்படியிருக்கும்போது அவள் இல்லாமல் ஆடப் போவது நன்றாக இருக்காது என்று நினைத்தவன், தன் மனத்தி லுள்ளதை வெளியே காட்டிக்கொள்ளாமல், சின்னப் பெண் என்றுகூடப் பார்க்காமல், ரொம்பவும் இறங்கிவந்து அவளிடம் பேச ஆரம்பித்தான்.

'தனியா எத்தன காலத்துக்குத்தான் ஒக்காந்திருப்ப? ஒனக்கும் சோத்துப் பாட்டுக்கு வாணாமா? திருநா போடுறமுட்டும் கால ஜீவனத்த எப்படி ஓட்டுவ? ஒரு நாளக்கி, ரெண்டு நாளக்கித்தான் நான் சோத்துக்கு, தண்ணிக்குன்னு தர முடியும். காலம் முச்சூடும் தர முடியுமா?' என்று பொன்னன் சொன்னபோதுதான் செடலுக்குப் புத்தியில் சட்டென்று உறைத்தது. மற்றவர்களை எவ்வளவு காலத்திற்கு நம்பிக்கொண் டிருக்க முடியும்? எல்லாருமே தரித்திர நாராயணன்கள்தான்! ஊருக்கு ஊர் திருவிழா போட ஆரம்பித்தால் மூட்டைமூட்டையாகத் தானியம் வரும். அதுவரை என்ன செய்வது? வேறு போக்கிடம் இல்லை. எல்லாவற்றையும் விட ஒரே இடத்தில் உட் கார்ந்திருப்பது சிரமமாக இருந்தது. ஆட்டத்திற்குப் போகலாமா என்று யோசித்தாள். அவளால் ஒரு முடிவுக்கும் வர முடியவில்லை.

செடல் தன் நிலையை அறிந்து நொந்துகொண்டு குரலில் சக்தியே இல்லாமல் 'எப்பப் போவணுமாம்?' என்று கேட்டாள். ஒருவாய்ச் சோற்றுக்காக மீண்டும் காலில் சலங்கையைக் கட்டவேண்டி வந்துவிட்டதே என்று எண்ணியதுமே அவளுக்குக் கண்கள் கலங்கிவிட்டன. திருவிழாக் காலங்களில் கிடைத்த தானியங்களைப் பத்திரப் படுத்தி வைத்துக்கொள்ளத் தெரியாத தன்னுடைய ஊதாரித்தனமான புத்திக்காகத் தன்னையே நொந்துகொண்டாள்.

'இப்பியே கௌம்ப வேண்டியதுதான். ஆளுங்கயெல்லாம் சாமானோட முன்னால போயாச்சு.'

செடல் முகத்தைக் கழுவிக்கொண்டு, கற்பூரத்தை ஏற்றிக் கும்பிட்டுத் திருநீறு எடுத்து நெற்றியில் பூசிக்கொண்டாள். வீட்டைச் சாத்திவிட்டு வெளியே வந்து, நின்றுகொண்டிருந்த பொன்னனுடன் சேர்ந்து நடக்க ஆரம்பித்தாள். ஊரைத் தாண்டி வந்த சிறிது நேரத்திற்கெல்லாம் மேகம் கவிய ஆரம்பித்தது. காற்று சிம்பிச்சிம்பி அடித்தது. வண்டிப் பாட்டையிலிருந்து பிரிந்து சென்ற ஒற்றையடிப் பாதையில் நடக்க ஆரம்பித்தார்கள். எந்த நேரத்திலும் மழை பெய்யலாம் என்பது போலிருந்தது. அதைவிட, காற்றை நெட்டிக்கொண்டு நடப்பதுபோல் நடக்க வேண்டியிருந்தது அதிக அயர்வை உண்டாக்கிற்று.

'மய வர்றதுக்குள்ள போயிச் சேந்துடணும். அந்திவானம் புடிச்சா வுடாது.'

'சரி.'

'இன்னம கொஞ்சம் நடந்தா ஆலம்பாடி வந்துடும்.'

'ம்'

'சேத்துல நடக்க கஷ்டமா இருக்கா?'

'இல்லெ.'

'சும்மா வாய மூடிக்கிட்டு ஏன் வர்ற?'

'என்னா பேசுறது?'

9

மூன்று நாள் ஆட்டத்திற்காக ஜெயங்கொண்டத்திற்குப் பக்கத்து ஊரான நல்லறிக்கைக்குப் போய்க்கொண்டிருந்தார்கள். ஊருக்கு நான்கு ஐந்து மைல் தூரம் இருக்கும் போதே நன்றாக இருட்டிவிட்டது. நாடகச் சாமான்களோடு மொத்தம் பன்னிரெண்டு பேர் வாரிபோல இருந்த பெரிய பள்ளத்தில் வண்டி ரோதாவில் நடந்துகொண்டிருந்தார்கள். இரண்டு பக்கமும் இரண்டாள் உயரத்திற்குக் கரை போட்டது போல் மேடாக இருந்தது. அதன் மேல்தான் பயிர் நிலங்கள் இருந்தன. அதில்தான் கால் காணி அளவுக்கு முந்திரி தோப்புத்தோப்பாகப் படர்ந்துகிடந்தது. ஒரு மரத்தின் அடிவேரில் ஒரு பெரிய குடும்பமே நடத்தலாம். பாம்பு பூச்சிக்குப் பயந்துகொண்டு, அவை தடத்தில் கிடந்தால் பேச்சரவம் கேட்டு விலகிப் போய்விடும் என்ற எண்ணத்தில் கூத்தாடிகள் வழக்கம் போலக் கிண்டலும் கேலியுமாகச் சத்தமாகப் பேசிக்கொண்டே நடந்தனர்.

'கல்லுல தெய்வம் இருக்கோ இல்லியோ அது ஆண்டவனுக்குத்தான் வெளிச்சம். ஆனா அந்தக் கல்லுக்கு மனுசன் அடிபணியுறான். மனசுல அடக்கம் ஒடுக்கம் இருக்கணும். எல்லாத்தயும் மூதாதிகள் சும்மாவா உண்டமிச்சி இருப்பாங்க?' என்று பாவாடை சலசலவென்று பேசிக்கொண்டே வரும்போது, முடக்கு மாதிரி இருந்த ஒரு இடத்தில் திரும்பி, பத்தடி தூரம்கூட நடந்திருக்க மாட்டார்கள். அப்போது இடி இடிப்பது மாதிரி 'அப்பிடியே நில்லுங்கடா' என்ற குரல் கேட்டதும், நடந்துகொண்டிருந்த அத்தனை பேரும் நின்று சத்தம் வந்த திசையில் பார்த்தார்கள். மேட்டிலிருந்த முந்திரி மரத்திற்குள்ளிருந்து ஒவ்வொருவராய் நான்கு பேர் பள்ளத்திற்கு வந்தார்கள். அதில் அரிக்கன் விளக்கை வைத்திருந்தவன் ஒவ்வொரு கூத்தாடி முகத்திற்கு நேராகவும் அதைத் தூக்கிப் பிடித்துப் பார்த்தான். பிறகு மிரட்டுகிற விதமாகக் கேட்டான்: 'என்னா ஊருடா?' பத்து ஊருக்குக் கேட்கிற மாதிரி சத்தம்போட்டுப்

பாடக்கூடிய, வசனம் பேசக்கூடிய வாய்கள்தான். ஆனால் குண்டி, குடலெல்லாம் ஆடிப்போன நிலையில் யாருக்குமே பதில் பேச வாய் வரவில்லை. மீண்டும் விளக்கு வைத்திருந்தவன் அதட்டியதும் விட்டம்தான் வாயைத் திறந்தான். கூத்தாடிகளைச் சுற்றி நின்றுகொண்டிருந்த நான்கு பேரும் விதம்விதமாகக் கேள்விகள் கேட்க ஆரம்பித்தனர்.

'என்னா ஆளுடா?'

'கூத்தாடி ஆளுங்க.'

'கூத்தாடின்னா?'

'பறத் தெருவு செட்டுங்க.'

'சலசலன்னு பேசிக்கிட்டு வந்தீங்களே என்னடா?'

'அது ஒண்ணுமில்லிங்க. காட்டூர்ல இந்த வருசம் வேறு செட்ட ஏற்பாடு பண்ணிப் புட்டாங்க. வருசா வருசம் நாங்கதாங்க அந்த ஊருல போய் ஆடுவம். தாய்க்கிராமமா இருந்த ஊருல எப்பிடி வேற செட்ட கொண்டாந்து ஆடலாம்ன்னு பேசிக்கிட்டு வந்தமுங்க.'

விட்டத்தைத் தொடர்ந்து கூத்தாடிகள் ஒவ்வொருவராய் வாயைத் திறந்து பேச ஆரம்பித்தார்கள். இவர்கள் உண்மையைச் சொன்னாலும் அவர்களின் முகக் குறியில் இவர்கள் சொல்லியதை நம்பியது மாதிரி தெரியவில்லை. அதட்டுவதும் மிரட்டுவது மாகவே இருந்தார்கள். இவர்கள் ஏற்கெனவே பல வருசங்களாகத் தொடர்ந்து ஆடி வரும் ஊர்கள், பாக்குபணம் கொடுக்க வருபவர்கள், கோயில் பூசாரிகள், ஊரின் முக்கியஸ்தர்கள் என்று எவ்வளவோ சொன்னார்கள். இவர்கள் சொல்வதை அவர்கள் நம்பினாலும் நம்பாதது மாதிரி 'பொய்ச் சொன்னா அடிச்சி நங்காச்சாலம் பண்ணிப்புடு வோம். எங்கள என்ன அம்போக்கா வந்தவனுவோன்னு எண்ணிகிட்டீங்களா? இந்த ஆரம் எங்ககிட்டயிருந்து நீங்க தப்பிக்க முடியாது' என்று அதட்டிக்கொண்டேயிருந் தார்கள். அரிக்கன் விளக்கு வைத்திருந்தவனுக்குப் பக்கத்தில் நின்றிருந்த ஒல்லியான ஆள் 'என்னடா மொறச்சிப்பாக்குற? தாட்டிகமான ஒடம்பு இருந்தா பெரிய மசுருன்னு எண்ணமா? கூத்தாடி ஒக்கால ஓழி' என்று சொல்லிச் சற்று விரைப்பாக நின்றுகொண்டிருந்த ஆரானை ஒரு நெட்டு நெட்டித் தள்ளினான். எதிர்த்துப் பேச ஆரம்பித்த ஆரானை அடக்கி, அந்த நால்வரின் கால்களிலும் விழாத குறையாக மற்றவர்கள் கெஞ்சிக்கூத் தாடினார்கள். அவர்களைப் பார்த்தால் 'கர்லாக் கட்டைகள்' மாதிரி இருந்தார்கள். ஒரு ஆள்கூடச் சோடையில்லை. அதைவிட நான்கு பேருமே சுளுக்கி வைத்திருந்தார்கள். அதோடு முளைக்குச்சி மாதிரி கைத்தடியும் வைத்திருந் தார்கள். மீறிப் பேசினால் அடித்தே கொன்றுவிடுவார்கள் போலிருந்ததால் 'கையில, மடியில ஒண்ணுமில்ல சாமி, எல்லாம் வெறும் ஆளுவோ. நாங்க கூத்தாடிவோதான் சாமி. வேணுமின்னா எங்க மூட்டமுடிச்சிய அவுத்துப் பாருங்க. எல்லாம் நாடக சாமானுவோதான் சாமி. காசி பணமிருந்தா கொடுக்கமாட்டமா? காசு பணம் என்னங்க ஒங்க செருப்பு' என்று சொல்லிய பிறகுதான், இறங்கிவந்து பேச ஆரம்பித் தார்கள். கடைசியாக ஒவ்வொரு முகமாக விளக்கைத் தூக்கிப் பார்த்தவர்கள் செடலைக் கண்டதும் 'இவதான் கூத்தாடுறவளா, நல்லா எளம் குட்டியா இருக்காளே' என்று சொன்னவன் விளக்கைப் பக்கத்திலிருந்தவனிடம் கொடுத்துவிட்டு, செடலை நோக்கி நகர்ந்தான். அரண்டுபோன செடல் 'சாமி சாமி' என்று கத்தி, காலில் விழுந்து கும்பிட்டாள். 'சாமிவுளே, பழிபாவத்தப் பாக்கணும் சாமிவுளே' என்று சொல்லிக் கெஞ்ச ஆரம்பித்ததும், விளக்கை வைத்திருந்தவன் 'டே வுட்டுத் தொலச்சிப்புட்டு

வாடா. மூச்சு வுட்டீங்க அவ்வளவுதான். ஊருக் காட்டுலப் போயி இன்னது இப்பிடின்னு வாயத் தொறந்தா உசுருபோயிடும்' என்று சொல்லிவிட்டு, செடலுடன் மல்லுக்கட்டிக்கொண்டிருந்தவனை இழுத்துக்கொண்டு போனவர்கள், நாலு தப்படி தூரம் சென்றதும் திரும்பி நின்று, 'ஓடுங்கடா, தேவிடியா மவனுங்களா' என்று சொல்லித் திட்டிவிட்டு மேடு ஏற ஆரம்பித்தார்கள்.

செடல் நிலைகுலைந்துபோய் அப்படியே தரையில் உட்கார்ந்துவிட்டாள். மற்ற ஆட்டக்காரர்கள் பேச வாயற்றுப்போய் ஊமையாக நின்றுகொண்டிருந்தனர்.

10

தை மாதத்தில் வருசா வருசம் வாங்கும் படியை வாங்க நேற்று காலையிலேயே கூத்தாடித் தெருவிலுள்ள ஆண்களெல்லாம் கூடி, பறத் தெரு, குடித் தெரு என்று ஒவ்வொரு வீடாகப் போனார்கள். செடல் பொன்னனுடன் வந்த பிறகு ஒருமுறை கூடக் கூத்தாடிகளுடன் உள்ளூரில் கூத்தாடிகளுக்கு என்று கொடுக்கும் படி வாங்கப் போனதில்லை. ஆட ஆரம்பித்த பிறகும் பங்கு கேட்டதில்லை. அப்படிக் கேட்கச் சொல்லி தொப்பளானும் விட்டமும் எத்தனையோ முறை சண்டைகூடப் போட்டிருக் கிறார்கள். அப்படியும் பங்கு கேட்க மறுத்ததோடு 'இதுக்கே கூத்தாடித் தெருவுல நாக்குல நரம்பில்லாம பேசுறது ஒங்களுக்குத் தெரியாதா? எனக்கு இன்னுமா வேணும்? இருக்கிற பட்டப் பேரே போதும், போங்க. எனக்குப் பங்கும் வாணாம், ஒண்ணும் வாணாம். செல்லப்புள்ளெ கட்டி ஆடுறதில கெடக்குற வரும்படியே எனக்குப் போதும்' என்று அடித்துச் சொல்லிவிட்டாள். அவள் அப்படிச் சொன்னதற்குக் காரணம், செல்லியம்மன் தாலாட்டுப் பாடப் போகும் ஊர்களில் கூத்தாடிகளைவிட அதிகமாகப் படி வாங்குவாள் என்பதுதான். ஊருக்கேற்ற மாதிரி ஒரு மூட்டையிலிருந்து மூன்று மூட்டைவரை கிடைக்கும். ஒருசில ஊர்களில் மட்டும் அவளுக்கு அதிகமான வரும்படி கிடைக்கும். தாலாட்டுப் பாட ஊர்ஊராகப் போகும்போது யார் துணைக்கு வருகிறார்களோ அவர்களுக்கு ஒரு பகுதியையும், பொன்னனிடம் ஒரு பகுதியையும் கொடுத்துவிட்டுத் தனக்கென்று ஒரு பகுதியையும் வைத்துக்கொள்வாள். அதையும் பூங்கோதை வந்து 'ஒரு ஆளுக்கு எதுக்கு இவ்வளவு?' என்று சொல்லி வாங்கிக்கொண்டு போய்விடுவாள். புருசனில்லாததால் பாவம் என்று இவளும் கொடுத்துவிடுவாள். எத்தனை ஊர்களுக்கு ஆரம்பத்தில் அவளைப் பொட்டுக்கட்டி விட்டார்களோ அத்தனை ஊர்களுக்கும், சொந்த ஊர் ஒன்றைத் தவிர, வருசம் தவறாமல் திரு விழாவுக்குப் போய்விடுவாள் செடல். இவளே போகவில்லையென்றாலும் ஊர்க் காரர்கள் விடமாட்டார்கள். இவள் நெடுங்குளத்திற்கு ஓடிவந்துவிட்டாலும் ஓடிவந்த மறுவருசமே திருவிழாவின்போது ஒவ்வொரு ஊர்க்காரர்களும் செய்தி அறிந்து மறக்காமல் இவளை அழைத்துக்கொண்டு போனார்கள். உள்ளூருக்கும் போயிருக்க வேண்டியவள்தான். சாமியின் நகை மூன்று ஊர்களில் எந்த ஊரில் இருக்க வேண்டும் என்ற பிரச்சினை கிளம்பி மூன்று ஊர்க்காரர்களும் அடித்துக்கொண்டு கோர்ட்டுக்குப் போய்விட்டார்கள். உள்ளூருக்குப் போயிருந்தால் தலையெழுத்து எப்படியிருக்குமோ. அவள் எதற்காகக் கூத்தாடிகளிடம் போய்ப் பங்கு கேட்க வேண்டும்? செடல் மாதிரி படி கேட்காதவர்கள் தொப்பளானும் மாரியும்தான். நாடக செட்டிலுள்ள பதினான்கு

பேரில் அவர்கள் இரண்டு பேரும்தான் பறையர்கள். எந்த ஊரில் ஆட்டமோ அந்த ஊருக்கு நேராக வருவார்கள், ஆடுவார்கள். ஆட்டமில்லாத நாட்களில் கூத்தாடி களைப் போல வீட்டில் உட்கார்ந்திருக்காமல் கூலி வேலைக்குப் போவார்கள். உள்ளூரில் சேர்க்கும் தானியத்தில் பங்கு கேட்க மாட்டார்கள். 'அருளு கெட்டுப் போயி ஆட்டம் ஆட வந்துட்டாப்ல நான் கூத்தாடிப் பயலாயிடுவனா? உப்புக்கல்லு பெறாத பயலுவோ கூட என்னெ சேக்குறீங்களா? ஆக்கங்கெட்டுப்போயி அவனுவோ கூட சேந்துட்டா, நானும் அவனுவளும் சரிக்குச் சரியா?' என்று கேட்டுச் சண்டைக்கு வந்துவிடுவார்கள். நேற்று காலையிலேயே ராத்திரிக்கு ஆட்டத்திற்குப் போக வேண்டும் என்று சொல்லிவிட்டுத்தான் படி வாங்கக் குடித் தெருவுக்குப் போனான் பொன்னன்.

'காரடியோ சாரதாம்பாள் கால்கரைகள் நோகாமலே, இவர்கள் ஆலிலைபோல கிளைகிளைத்து அருகுபோல, வேரோடிக் கூட்டம் நல்லா கலையாமலே கும்பலாகத் தான் வாழ வேணும், வாழ வேணும், வளர வேணும், வடக்கமலையான் சன்னதிபோல் ஓங்க வேணும், இந்த நாடு நல்லா செழிக்க வேணும். நல்ல மழை பெய்ய வேணும். இந்த ஊர்களெல்லாம் செழிக்க வேணும். உத்த மழை பெய்ய வேணும். காரடியோ சாரதாம்பாள்...'

பறத் தெரு, குடித் தெரு என்று ஒவ்வொரு வீடாக மேளம், தாளம், ஆர்மோனியத் தோடு சென்று வாசித்துப் பாட்டுப் பாடி 'கூத்தாடிக்கிப் போட்டாத்தான் காடு நல்லா வெளயும் சாமி. நல்லா அளந்து போடுங்க. மேலயத் திருநாவுல ஒரு ராத்திரி கூத்த சும்மாவே ஆடுறம், போடுங்க. நெல்லுயிருந்தா ஒரு மரக்கா சேத்துப் போடுங்க. நெல்லுச் சோத்தக் கண்ணால கண்டு வெகு காலமாச்சி' என்று பொன்னனும் மற்ற கூத்தாடிகளும் தளுக்காகப் பேசி, தானியங்களை வாங்கிக்கொண்டு வந்தார்கள். வாங்கியிருந்த தானியத்தையெல்லாம் ஒன்றாக்கி, தானியம் வாரியாக ரகம்ரகமாகப் பிரித்து, மொத்தமுள்ள பதினான்கு கூத்தாடிக் குடும்பங்களுக்கும் பொன்னன் பங்கு போட்டுக் கொடுத்து முடியும்போது பொழுது மேற்கில் சாய ஆரம்பித்துவிட்டது. வயிற்றைக் கலக்குகிறது என்று தோட்டத்திற்குப் போய்விட்டு வந்த பொன்னன், ஆட்டத்திற்குப் போக ஆட்களையெல்லாம் கிளப்பிவிட்டு, தன்னால் வர முடியா தென்பதைச் சொன்னதோடு, 'வாக்குத் தவறப்படாது. சம்மதப்பட்டுப் பாக்கு வாங்குன பின்னால போவாம மொக்கப் பண்றது நல்லதில்ல. நம்பி வந்தவங்களக் கைவுடக் கூடாது. எப்பிடியாச்சும் இன்னிய ஒரு ராத்திரிப் பொயித ஒப்பேத்திடுங்க. வவுத் தோட்டம் நின்னதும் விடிய நான் அங்க வந்து சேந்துடுறன். ஆட்டத்துக்குப் போவ லன்னா அவராதம் போட்டுடுவாங்க. இதுவே நாலு ஊருக்காரனுக்குத் தெரிஞ்சா நம்ப செட்டப் பத்தி என்னா நெனப்பானுவோ! இன்னிக்கு ஒரு நாளு மட்டும் எனக்காகத் தலகொடுங்க. வய்யில ஏதாச்சும் நடந்துடுமோன்னு பாக்குறன். நேரத்த வளத்தாம போங்க. நான் இங்க இருந்தாலும் என் ஆவியெல்லாம் அங்கதான் இருக்கும்' என்று சொல்லி மற்ற ஆட்டக்காரர்களை அனுப்பி வைத்தான். சரி என்று எல்லாரும் கிளம்பினார்கள். பொன்னனிடம் பெரும்பாலும் எதிர்த்துப் பேச மாட்டார்கள். இருபது வருசமாக அவனுடைய சொல்லுக்குக் கட்டுப்பட்டுத்தான் அந்த செட்டே ஆடிக்கொண்டிருந்தது. அவனுடைய அப்பன் கோவிந்தன் என்று செத்தானோ அன்றே அவன் வாத்தியாராகி விட்டான்.

வீட்டுக்கு வந்ததும் மற்றொரு முறை தோட்டத்திற்குப் போனான். அடுத்தடுத்து நான்கு முறை போனவனை, கடைசி முறை தோட்டத்திலிருந்து ஆட்கள் தூக்கிவர வேண்டியதாகிவிட்டது. பிறகு இரண்டு முறை வீட்டிலேயே தண்ணீர் ஓடுவது மாதிரி

வயிற்றால் ஓடியிருக்கிறது. பிறகு நினைவுதவறிவிட்டது. பச்சிலை, கசாயம் என்று என்னென்னவோ கொடுத்துப்பார்த்தும் வயிற்றுப்போக்கு நின்றபாடில்லை. முதல் கோழி கூவும் நேரத்திற்கு உயிர் அடங்கிவிட்டது.

சூரியன் கிழக்கில் உதயமாவதற்குச் சற்றுமுன் கடைசி வேசம் ஆடி முடிக்கும் போது, பொன்னன் செத்துவிட்ட செய்தியைச் சொல்ல ஆள் வந்தது. ஒருவராலும் நம்ப முடியவில்லை. கட்டிய வேசத்தைச் சரியாகக்கூடக் கலைக்காமல், சம்பளம், கூத்தாடிகளுக்குக் கொடுக்க வேண்டிய முறைமைகளை எல்லாம் பேசி நேரத்தை வளர்த்தாமல், காற்றாய்ப் பறந்து வந்து சேர்ந்தார்கள். செய்தியைக் கேட்டதுமே துடித்துப்போய் ஆலாய்ப்பறந்து ஓடிவந்தது என்பதையெல்லாம்விடச் செடலை அதிகம் சொடுங்கிப் போகவைத்தது பிணத்தை அவள் பார்க்கக் கூடாது என்று அஞ்சலை மறித்ததுதான். செய்வது அறியாது நிலைகுலைந்து வாயடைத்துப் போய் உட்கார்ந்தவளுக்கு என்ன நடக்கிறது என்பதைப் புரிந்துகொள்ளக்கூடச் சக்தியற்றுப் போய்விட்டிருந்தது.

என்ன செய்வது, யாரிடம் சொல்வது என்று தெரியாமல் குழம்பிப்போய் இருந்தவள், துக்கம் விசாரிக்க, பிணத்தைப் பார்க்க என்று வந்தவர்களிடமெல்லாம் முறையிட்டு அழுதாள். கும்பிட்டுக் கெஞ்சிப்பார்த்தாள். அவளை மட்டுமல்ல, அவளுக்காக யார் யாரெல்லாம் பரிந்து பேசினார்களோ அவர்களிடமெல்லாம் அஞ்சலை சண்டைக்குப் பாய்ந்தாள். அவள் பேசுவதைக் காதுகொடுத்துக் கேட்கப் பயந்துகொண்டே பல பேர் பரிந்து பேசத் தயங்கினர். செத்துப்போன பொன்னனுக்காக அஞ்சலை வருத்தப்பட்டு அழாமல், எழவுகட்ட வந்தவர்களைக்கூட விசாரிக்காமல், எதிர்மார் கட்டி அழாமல், செடலைப் பிணத்தைப் பார்க்கவிடாமல் செய்வதிலேயே குறியாய் இருந்தாள். அவளைவிட அவளுடைய பிள்ளைகள்தான் அதிக அட்டகாசம் செய்தனர். வழியை மறித்துப் பொன்னனின் பெரிய மகன் செடலை நெட்டித் தள்ளியதைக் கண்ட விட்டமும் கர்ணனும் ஓடிப்போய்த் தடுத்து எதிர்த்து அடிக்க ஆரம்பித்ததால், சாவு வீடு சண்டை வீடாக மாறியது. கூத்தாடிகளுக்குள்ளாகவே இரண்டு பிரிவாகி அடித்துக்கொள்ள ஆரம்பித்ததும், பெரிய களேபரமாகிவிடுமோ என்ற அச்சத்தில் விட்டம், பாவாடை, கர்ணன், ஆரானைத் தூரமாகப் போகச் சொன்னாள் செடல். பிறகு மற்றவர்களிடம் வந்து 'சாமிவுளே சண்ட வாணாம். நான் போயிடுறன். எனக்கும் அந்தப் பொணத்துக்கும் என்ன சம்பந்தம்? என்னெக் கைதொட்டு அடிச்சவனே பெரியவனா இருக்கட்டும். என்னால நீங்க ஒண்ணுக்குள்ளஒண்ணு அடிச்சிக்க வாணாம். நான் பட்டது போதும், வுடுங்க சண்டய' என்று சொல்லிக் கெஞ்சிக் கேட்டு, எகிறிக் குதித்தவர்களைச் சமாதானப்படுத்தி அனுப்பிவிட்டுச் சாவு வீட்டுக்கு இரண்டு வீடுகள் தள்ளிப் போய் உட்கார்ந்துகொண்டாள்.

'வூட்டுக்குள்ள நொய்யறதுக்கு வர்றாளே என் மானங்கெட்ட சக்காளத்தி! அவ யாரு? என் புருசனுக்குப் பொண்டாட்டியா, இல்லெ கூத்தியாளா? வராப் பாரன் மானம்ஈனம் கெட்டுப்போயி. சேல ஒண்ணு கட்டிக்கிட்டா சீமத் தேவிடியா எல்லாம் என் வூட்டுக்குள்ளார நொய்யறதா? மீறி நொயிஞ்சா மசுரயும் மாரயும் அறுத்துப்புட மாட்டன் அறுத்து. ஆளு வச்சி அடிக்கிறாப் பாரு எம் புள்ளெய. கண்ட பயலுக்குக் கால தூக்குறவளுக்கு இருப்பான் நூறு பிரிசன் கேக்கறதுக்கு. இல்லன்னா எம்புள்ளெயக் கைதொட்டு அடிப்பானுங்களா? அடிக்க மனசுதான் வருமா? கெடுத்தது போதாதுன்னு இன்னும் என் குடும்பத்தக் கெடுக்க வரா பாரு! என்னா மருந்து வச்சாளோ, மாயம் வச்சாளோ எந்தக் கோவுல்ல ஈடு போட்டாளோ சதிகாரி, எம் பிரிசன் இப்பிடி போயிச் சேந்துட்டானே. யாண்டி ஒனக்கு வேற பிரிசனே

கெடக்கிலியாடி? எம் பிரிசன்தான் கெடச்சானாடி தேவிடியா? வர்றா பாரு ஊரு வுட்டு ஊரு பிரிசன் தேடிக்கிட்டு. நான் இன்னிக்கி தெவிக்கிறாப்ல அவளும் ஒரு நாளக்கித் தெவிப்பா!'

தொடர்ந்து பேசிக்கொண்டிருந்த அஞ்சலை, விட்டத்தைச் செடலோடு இணைத்துப் பேசியதும், ஆத்திரப்பட்ட விட்டம் அஞ்சலையின் மேல் கைவைத்துவிட்டான். மீண்டும் சாவு வாசலில் பெரிய களேபரமாகிவிட்டது. விளக்குமாறுக் குச்சிபோல இருந்த அஞ்சலையின் வாய் மட்டும் எவ்வளவு அடி வாங்கியும் நிற்கவில்லை. செல்லையாவும், தொப்பளானும் எல்லாரையும் சமாதானம் செய்ய முற்பட்டனர். 'பொட்டச்சிக்கிட்ட என்னடா வேல? மனம் கெட்ட கேடு, அவ ஏதோ வாய்க்கு வந்தத பேசிட்டுப் போறா! அவ சொல்லித்தான் செடலு அவுசாரியா ஆவப்போவுதா? நாம்ப இன்னிக்கி செய்யுறது, பாக்குறதெல்லாம் பொன்னனுக்குத்தான். இவளுக்காகவா? ஆவுற காரியத்தப்பாருங்க. சீக்கிரம் பொணத்த அடக்கம் பண்ற வேலயப் பாருங்கடா' என்று சொல்லி விட்டம், பாவாடை, ஆராளையெல்லாம் சாவுக் காரிய வேலைகளில் ஈடுபடுத்த முயன்றனர். உள்ளூர்க் கூத்தாடிகளின் சண்டைகள் ஓயும் நேரத்தில் வெளியூரிலிருந்து வந்த அஞ்சலையின் இரண்டு தம்பிகளும் குதிகுதியென்று குதிக்க ஆரம்பித்தனர். பிணத்தைக் குளிப்பாட்ட உரல் தேடப்போன தொப்பளான் திரும்பிவந்து 'பொன்னன் ஒண்ணும் வேத்தாள் கெடயாது. எங்களுக்கு தவப்பனா இருந்து எல்லாம் பாத்தவன், செஞ்சவன்தான். மனக்கசப்புல ஒருத்தருக்கொருத்தர் பேசிக்க வேண்டியதுதான். அதெயே பெருசா பண்ணீங்கன்னா ஒரு ஊர்க்காரங்க நாங்க. இதுல உறமுறயான் வந்து வேடிக்க மட்டும்தான் பாக்கணும். மீறித் தலயிட்டா கைகலப்பாயிடும். அது வாண்டாமின்னு நெனக்கிறன். அதனால பேசாம அப்பிடிப் போயி ஒரு ஓரமாக குந்துங்க. இல்லன்னா இங்க ஒரு போர்க்களம் நடக்கும்' என்று பேச்சை வெட்டிச் சொல்லிவிட்டு உரல் எடுக்கப் போனான். அவன் போன மறு நொடியே அஞ்சலையின் தம்பிகள் மீண்டும் குதிக்க ஆரம்பித்தனர்.

'சீ இவளும் ஒரு பொட்டச்சியா? எதுல தள்ளுனாலும் சாவுலத் தள்ளக் கூடாதும் பாங்களே. இனி அந்த மொகத்த என்னிக்குத் திரும்பிப் பாக்க முடியும்?'

'பொணத்தோட மூஞ்சிய ஒருதடவ பாக்குறதுனாலே என்னா கொறஞ்சிடப் போவுது?'

'அவளும் ஒரு பொட்டச்சிதான! இந்தக் கூத்தாடிப் பய வாத்தய நம்பி, பெத்தவங்கள, உத்தவங்களயெல்லாத்தயும் உதறித்தள்ளிப்புட்டு இவனே சதம்ன்னு வந்தவ தான!'

'இவன்கூட வந்து பன்னெண்டு வருசமா அவ என்னாத்த வாரிக்கட்டிக்கிட்டா?'

'பொண்ணு பாவமில்லெ? அதிலியும் எள வயசுக்காரி.'

'போயும்போயும் ஆறு புள்ளெ பெத்தவன், அதிலியும் கூத்தாடிப் பயக்கூட வந்துட்டாளே போக்கத்தவ.'

'அவளோட பாவம் சும்மா வுடுன்னாலும் வுடுமா! அவனோட வம்சத்தயே கேட்டுப்புடாது?'

'அவ இருக்கிற வாட்டத்துக்கு எத்தனயோ பட்டணத்து ராசனெல்லாம் அவ வூட்டு வாசல்ல வந்து தவங்கெடப்பாங்களே!'

'அந்தக் குட்டி அய்வறத பாத்தா நம்பளுக்கே மனசு தாங்கலியே, அவ மனசு என்னா பாடுபடும். புண்ணா வெந்துபோவாது?'

'அந்தக் குட்டி மொவத்தக்கூட இந்த முண்டெ, பயிகாரி ஏறெடுத்தும் பாக்கலியே. கடுவு வெடிக்கிறாப்ல வெடிக்கிறாளே.'

'அவ ஒண்ணும் கூத்தாடிச்சி மட்டும் இல்லெ. கோவுலுக்குப் பொட்டுக்கட்டி வுட்டவ. நம்பூர் செல்லியாயி திருநாவுல வருசா வருசம் இவ ஆடுறதப் பாக்கலியா?'

'பூந்தொடப்பத்துக்கும் தென்னந்தொடப்பத்துக்கும் வித்தியாசம் தெரியலியா அவளுக்கு?'

'அவளப் பாத்தா அப்பிடிப்பட்டவளா தெரியலியே. நல்ல குடும்பத்துக்காரியாட்டம்ல இருக்கு. இந்த ஊருக்கு வந்ததிலிருந்து கட்டுத்திட்டமாத்தான இருக்கா?'

'யான் இருக்க மாட்டா? சீமத் தேவிடியா எல்லாம் இப்பிடித்தான் இருப்பாளுவோ! ராவு ஒரு வேசம், பவுலு ஒரு வேசம்ன்னு. பொட்டுக்கட்டி வுடுறதே இதுக்குத்தானாம்.'

'அவளுக்காக எத்தன பேரு போட்டிபோட்டுக்கிட்டு வரிஞ்சிகட்டிக்கிட்டு சண்டபோட்டானுவோ பாத்தியா?'

'அவ பொன்னன்கூட சேர்மானமா இல்லன்னுல எங் காதுல வியிந்திச்சு.'

'இதான் நீ கண்டது! இந்த கலிகாலத்திலியும் நீயெல்லாம் எதுக்காகத்தான் பொட்டச்சியா சீலத் துணிய சுத்திகிட்டுத் திரியிறியோ! மூக்கு இல்லன்னா சளி வருமா? நானும் தெரியாமத்தான் கேக்குறன்; சுண்ணாம்ப வெத்தலயில தடவுனா என்னா, வெத்தலய சுண்ணாம்புல தடவுனா என்னா?'

'எல்லாத்துக்கும் கடவுள்ன்னு ஒருத்தன் இருக்கான். உண்மயும் மற பொருளும் அவனுக்குத்தான் தெரியும், பொட்டச்சிக்கிப் பொட்டச்சி பொய வாத்த வடிக்காதீங்க.'

'ஆயிரம்ன்னாலும் குடியானவன் எப்பிடி எல்லாத்திலியும் ஒரே கட்டுக்கோப்பா இருக்காங்க. இந்தக் கூத்தாடி நொளவுளயும் பாரன், சாவு எடத்துலியும் அடிச்சிப் புரளுறத.'

'சும்மாவா சொன்னாங்க, வாயிக்கும் வவுத்துக்கும் அடிச்சிக்கிற சாதின்னு.' சாவு வீட்டுக்கு முன் பறத் தெருப் பெண்கள், கூத்தாடித் தெருப் பெண்கள் என்று கூட்டம் கூட்டமாக நின்று நாக்கில் நரம்பில்லாமல் மனம்போனபடி பேசிக்கொண்டிருந்ததையெல்லாம் மனம் ஒறுத்து, காதில் வாங்கினாலும் வாங்காதவள் மாதிரி உட்கார்ந்திருந்த செடல், பிணம் தூக்கும்வரை அசையாமல் கல் மாதிரி அதே இடத்திலேயே உட்கார்ந்திருந்தாள். செடலைச் சுற்றி இரண்டு மூன்று பெண்கள் நின்றுகொண்டு அவளுக்கு ஆதரவாகப் பேசிக்கொண்டிருந்தனர்.

'நீயென்ன வாய் செத்தவளா இருக்க, யான்னு கேட்ட குத்தத்துக்காக இம்மாம் கதெ வளத்துறாளே.'

'அவதான் ஊரு ஒலகத்தெக் கதெ எடுக்கிறவளாச்சே. அங்கப் பாரன், அவ பேசுற பேச்சில தெருவே அதம்பறந்துப்போவுது. அவள ஏடுகெளப்பிவுட ஒன்னால முடியாதா செடலு.'

'அவதான் எங் காத்தே ஆவாதுங்கிறாளே.'

'ஆஞ்சிமாஞ்சிப் போறாளே, எனுமோ அவ அப்பனூட்டுலயிருந்து கொண்டாந்து இவளுக்குப் போட்ட மாதிரி. அவளோட எல்லா ஆட்டமும் பாட்டமும் இன்னம் மூணாமுக்கா நாழி நேரத்துக்குத்தான.'

'அந்த ஏதளங்கெட்ட நாயிக்கு நான் எப்படியாப்பட்ட வகயிறாவுலப் பொறந்தவன்னு தெரியாமப் பேசுரா. அவளோட ரொணத்துல நான் குந்திக்கிட்டா திங்கிறன்?'

'சாவு வாசக்கடயில நிலகாலுமேல நிக்குறாளே எதுக்கு?'

'ஒன் நோர அடக்கிக்கிட்டு சும்மா நில்லு. மல்லுன்னு வந்துடுவா ஓங்கிட்டெ.'

'எங்கிட்டியா, இந்த கோயி ஊரா மவக்கிட்டியா, அவ கந்தலாட்டு வாத்தயெல் லாம் எங்கிட்ட நடக்காது. நான்தான் அலயுறனா, எவன் என்னோட வெத்தலயில சுண்ணாம்பு தடவுவான்னு? ஓகோரின்னான்.'

'தெருவுல நின்னு வாத்தய எறக்க வாணாம். நீ வூட்டுக்குப் போ. நீயே சத்துக் கெட்டுப்போயி கெடக்குற, அவகூட ஒன்னால மல்லுக்கட்ட முடியுமா.'

பிணத்திடமிருந்து வீச்சமடிப்பதாகச் சொல்லி உச்சிப்பொழுதுக்கே பிணத்தைத் தூக்கிக்கொண்டு வீட்டை விட்டுக் கிளம்பியதும், ஒருவரிடமும் ஒரு வார்த்தையும் பேசாமல் எழுந்து வந்து, வழியிலிருந்த ஊர்ப் பொதுக்கிணற்றில் நான்கு வாளித் தண்ணீரை இறைத்து 'ஒன்னால உள்ள சுகம் போதும்ய்யா' என்று சொல்லித் தலையில் ஊற்றிக்கொண்டு செடல் வீடு வந்து சேர்ந்தாள்.

11

உச்சிப்பொழுது நேரத்துக்கு வீரமுத்து உடையார் பந்தல் நிழலில் வந்து நின்ற போது, செடல் பிரமித்துப்போனாள். உட்காரச் சொல்லக்கூட மறந்துவிட்டாள். விட்டம்தான் வீரமுத்துவை உட்காரச் சொன்னான். அவனாகவே சோடா வாங்கிவரக் குடித் தெருவுக்கு ஓடினான். சந்தோசத்தில் செடலுக்கு என்ன பேசுவது என்றே தெரியவில்லை. ஆச்சரியத்தில் அவனைப் பார்ப்பதற்குப் பதிலாக எதிரிலிருந்த புல் மூடிய பரப்பையே பார்த்தாள். ரொம்ப நேரம் கழித்துதான் அவளுக்குப் பேசவே வாய்வந்தது. 'நல்லாக் குந்துங்க சாமி. என்னா சாமி இந்தப் பக்கம்? கொள்வன கொடுப்பனயெல்லாம் இந்தப் பக்கம் உண்டுங்களா? மாடு புடிக்கவா வந்தீங்க? ஒடயாரூட்டு அம்மாவெல்லாம் எப்படியிருக்காங்க? மய மாரியெல்லாம் எப்பிடி? வெள்ளாமக்கி ஒண்ணும் கொற இல்லியே! ஆத்துல எப்பியும் தண்ணீ ஓடிக்கிட்டே இருக்குதுங்களா? இந்த வருசம் காட்டுல என்ன வெள்ளாமைங்க, நம்ப ஊரு சாமி எப்பத் தூக்குவாங்க? சண்டை எப்பத் தீரும்?' என்று ஒவ்வொரு விசயமாகக் கேட்டுக் கொண்டே வந்தாள். அடங்கின தாழ்வான குரலில் ஓரிரு வார்த்தைகளில் வீரமுத்து பதில் சொல்லிக்கொண்டே வந்தான். ஒரே நேரத்தில் இருவருமே அடுத்து என்ன பேசுவதென்று தெரியாமல் விழித்தனர். பேச்சே இல்லாமல் எப்படி ஒருவர் முகத்தை ஒருவர் விநோதமாகப் பார்த்தவாறு உட்கார்ந்திருக்க முடியும்? என்றுமே இல்லாத அதிசயமாகச் செடல் சற்று சங்கோசப்பட்டாள். உடல் சிலிர்த்துக் கூசுவதுபோல் இருந்தது. பேசத் தயக்கமாக இருந்தது. வார்த்தைகளைத் தேடித்தேடி அலைய வேண்டி யிருந்தது. சரியான வார்த்தைகளைப் பொறுக்கியெடுக்க வேண்டியிருந்தது. ஆனா லும் அபூர்வமாகத்தான் அவளுக்கு வார்த்தைகள் கிடைத்தன. அவனைப் பார்ப்பதும், எதிரில் கிடந்த புல் படர்ந்த பகுதியைப் பார்ப்பதுமாக இருந்தவள் கேட்டாள்:

'வந்த வெசயம் சாமி, சேதிபாதி ஏதாச்சும் உண்டுங்களா?'

'ஒன்னெ பாத்துட்டுப் போவலாம்ன்னுதான் வந்தன்.'

'அடி மாரியாயி. நெசமாவா சொல்லுறீங்க சாமி' என்று சொன்னவள் தன்னையும் மறந்தவளாய்க் கைதட்டிச் சிரித்தாள். சிறிது நேரம்தான் சிரித்தவாறே இருந்தாள். பிறகு சட்டென்று அவள் சிரிப்பு நின்றது. திடீரென்று அவளுக்கு ஒரு சந்தேகம் வந்தது. வார்த்தைகள் படிப்படியாகக் குறைந்துகொண்டே வந்தன. பேசாமலிருப்பது

மலைப்பூட்டுவதாக இருக்கவே 'ஏதாச்சும் சங்கதி உண்டுங்களா சாமி?' என்று கேட்டாள்.

'சும்மாதான் வந்தன்.'

'சும்மாவா இம்மாம் தூரம் மெனக்கிட்டு வந்தீங்க?'

'ம்.'

'அடி மாரியாயி!'

வீரமுத்துவுக்குப் பேசவே முடியவில்லை. மனத்திலிருந்த பயத்தை, உடலிலிருந்த நடுக்கத்தை மறைத்துக்கொள்ள ஓயாமல் துண்டால் முகம், கழுத்து என்று துடைத்துக் கொண்டிருந்தான். ஏன் அவன் கண்கள் மிரள்கின்றன, படபடவென்று அடித்துகொள் கின்றன என்று யோசித்த செடலுக்குச் சந்தேகம் உண்டாயிற்று. அவனைத் துருவித் துருவிக் கேட்க ஆரம்பித்தாள். இவ்வளவு தூரம் இவளைத் தேடி வந்திருக்கிறான் என்றால் சாதாரண விசயமாக இருக்க முடியுமா? அவனுடைய வாயைக் கிளறுவதிலேயே குறியாய் இருந்து, கடைசியில் அவனுடைய வாயிலிருந்தே உண்மையை வாங்கியும் விட்டாள். முதலில் அவளுக்குத் திகைப்புதான் ஏற்பட்டது. பிறகு பிரமிப்பு. மனம் கசந்து சிரித்தவளாய் 'இன்னொரு வாட்டி சொல்லுங்க சாமி, இன்னொரு வாட்டி சொல்லுங்க. காதுகுளுந்து போறாப்ல இன்னொரு வாட்டி சொல்லுங்க' என்று கேட்டு நச்சரித்தாள். அவள் எவ்வளவு கேட்டும் முதல் முறை 'ஒன்னை எனக்குப் புடிச்சிருக்கு. அதான் வந்தன்' என்று சொன்னதோடு சரி. அப்போது தலையைத் தொங்கப் போட்ட வன்தான், பிறகு தலையைத் தூக்கி அவளை நேருக்கு நேர் பார்க்கவே இல்லை. சொன்ன வேகத்திலேயே எழுந்து ஓடியிருக்க வேண்டும் என்று நினைத்தான். 'சொல்லுங்க, சொல்லுங்க' என்று கேட்டவளுக்குச் சிரிப்பினூடே அழுகையும் வந்து விட்டது. ஆனால் பொங்கிவந்த அழுகையை அடக்கிக்கொண்டாள். கோழித் திரு டனைப் போல முகம் வெளிறி, திடகாத்திரமான உடல் நடுங்க, பொட்டச்சியைப் போல் கூனிக்குறுகிக் குனிந்த தலை நிமிராமல் உட்கார்ந்திருப்பவனிடம் என்ன சொல்வது? செடலுக்கு வீரமுத்துவை முதலில் பார்த்ததும் ஏற்பட்ட சிரிப்பும் உற்சாக மான பேச்சும் சந்தோசமும் இப்போது முற்றிலுமாக வடிந்துவிட்டிருந்தன. இப்போது அவன்மீது வெறுப்புதான் வந்தது. அந்த வெறுப்பில் அவனிடம் பேசக்கூடப் பிடிக் காமல்போய்விட்டது. இருவருமே பேச்சற்ற நிலையில் ஒருவரை ஒருவர் பார்த்துக் கொள்ளாமல் எங்கேயோ பார்த்தவாறு உட்கார்ந்திருந்தனர். அவள் கணுக்காலில் சலங்கை கட்டியதால் மாட்டின் கழுத்துபோலத் தடித்து, சொரணையற்றுப் போயிருந்த இடத்தைப் பிடித்துவிட்டு, கிள்ளிவிட்டு, உருவிவிட ஆரம்பித்தாள். அதே நேரத்தில் அவன் விரலால் சுண்ணாம்புக் குவளை அளவுக்குத் தரையில் பள்ளம் போட்டுக் கொண்டிருந்தான்.

செடல் விட்டத்தைத் திட்டிக்கொண்டிருந்தாள். சோடா வாங்கப் போனவன் என்னவானான்? வீரமுத்து இன்றோடு போய்விடுவானா, திரும்பி வருவானா? தொசம் கட்டிக்கொண்டு வந்தால் என்ன செய்வது? முகம்முறித்துப் பேசி அனுப்பினால்தான் நல்லது என்று எண்ணியவள் சொன்னாள்: 'என்னா பேச்சு சாமி இது? சோறு போட்டு வளத்த ஆண்டமாருங்க முன்னால இந்தச் சரிகலத்தத் தூக்கிக்கிட்டுப் போயி எப்பிடி சாமி நான் நிப்பன்? நான் முன்சென்மாந்தரத்துல என்னா பாவம் செஞ்சியிருந்தா, இந்தப் பொறவியில இந்தக் கெதிக்கு ஆளாயிருப்பன்? எனக்கு இன்னுமா வேணும்? ஒங்க வூட்டு மாட்டுச் சாணிய வாரி வவுறு வளக்கிற சாதி நான். பறச்சியவிட மட்டி. ஒங்களத் தொட்டுத் தீட்டாக்கி நான் இன்னுமா பாவத்தச் சேத்துக்கணும்? ஒங்க சாதிக்கேத்தத் தொயிலா இது? என்னெத் தொட்ட தோசத்துக்காக ஒங்கள சாதியவுட்டு

நீக்கிடுவாங்களே சாமி. நூறேன்னாலும் நான் ஒங்க வூட்டு அடுமக் கூத்தாடிச்சி இல்லியா, மாட்டுக்காரிச்சி இல்லியா? நவ செவப்புத் தோலு, அம்புட்டுத்தான். இதுக்காகப்போயி காலங்காலமா இருந்த வயக்கப்பொயக்கத்தயெல்லாம் ஒரு நிமிச நேரத்துக்காக வுட்டுடுறதா? எல்லாத்தயுங்காட்டியும் நான் பொட்டுக்கட்டி வுட்டவ. எனக்கு அந்த மாரியான கொடுப்பன எல்லாம் கெடயாது. வேற ஏதாச்சும் சொல்லுங்க. இது, இதுக்காகவா இம்மாம் தூரம் வந்தீங்க, அட எங் கடவுள. என்னால ஒங்க சாதி மானம் கெடணுமா? சாதிக் கலப்பு வாண்டாம் சாமி. மாடு திங்கிற பொலச்சியத் தேடி வரலாமா? இதென்னா சோறா கறியா, தின்னா தெரியாமப் போயிடுறதுக்கு? 'உயிரயும் கொல்லக் கூடாது, மயிரயும் புடுங்கக் கூடாது, எனக்குக் கறி வேணுங்கிற' கதெயா இருக்கு சாமி. சும்மா பாத்தாலே அக்கப்போரு பேசுற ஒலகமாச்சே இது! இந்தப் பாவத்த எங்கப் போயி தித்துவன்? எனக்கு வாச்செதெல்லாம் போதாதா? உசுரே போனாலும் நான் இதுக்கு மாட்டன் சாமி. நான் என்னிக்குமே பொட்டுக்கட்டி விட்டவளாவே, அந்தச் சத்தியக்கட்டெ மீறாதவளாவே இருக்கணும் சாமி. நெருப்புக்குப் பகயானப் பொருளுங்கமாரி சாமி நான். ஆம்பள வாடயே என்னோட திரேகத்துல படக் கூடாது.'

'இதான் நீ ஒங்க ஆண்ட மவனுக்குச் செய்யுறதா?'

'தெருத்தெருவா நாராயண கோப்பாளம் எடுத்தாலும் சரி, நீங்க மாடமாளிகயத் தர்றேன்னு சொன்னாலும் சரி, நான் சத்தியக்கட்டெ மீற மாட்டன். எனக்கு அதுக்கு மட்டும் மனம்கொள்ளாது. எங்க ஆண்ட மவனோட நான் படுக்கிறதா, நல்லா யிருக்கே கதெ. செடிக்கி கீயவா பில்லு, பில்லுக்குக் கீயவா செடி? ஒங்க வாயினால இப்பிடியெல்லாம் பேசலாமா? நீங்க எனக்கு என்னிக்குமே எங்க ஆண்ட மவனாவே இருக்கணும். ஒங்கள தவுத்து வேற யாராச்சும் இந்த வாத்தய எங்கிட்டெ கேட்டிருந்தா இந்நாரம் என்னா நடந்திருக்கும் தெரியுங்களா? ஒங்களக் கண்டதும் சாமியக் கண்ட மாரி இருந்தனே சாமி. இன்னிக்கில்ல, என்னிக்குமே நான் பொட்டுக்கட்டி வுட்டவங் கறதயும் அந்தச் செல்லியாயி ஒவ்வொரு நிமிச நேரமும் என்னெப் பாத்துக்கிட்டே இருக்காங்கிறதயும் நீங்க மனசுல வச்சிக்கணும். நான் வவுத்துக்காக மட்டும் ஆடுல சாமி. அந்த சாமியோட சந்நிதானத்துல ஆடணும்ன்னுதான் ஆடிகிட்டிருக்கன். இல்லன்னா எம் பொணம் என்னிக்கோ சுடுகாடு போய்ச் சேந்திருக்கும். சாம்பலா எரிஞ்சி போயிருப்பன்.'

வீரமுத்துவின் வீடு நடராஜ பிள்ளை வீட்டுக்கு மூன்றாவது வீடு. பிள்ளை வீட்டுக்குப் போக வேண்டுமென்றால் இவனுடைய வீட்டைத் தாண்டித்தான் போக வேண்டும். அந்தத் தெருவிலேயே பிள்ளைமார் வீடுகளுக்கு அடுத்த பெரிய வீடு இவனுடைய வீடுதான். இரண்டு பட்டி மாடுகள், போர்ப்பட்டி, பண்ணையாள், படியாள் என்று ஐந்தாறு குடும்பங்கள் வேலைசெய்துகொண்டிருந்தன. பத்து காணிக்கு மேல் மோட்டாங்காடு, ஆற்றை ஒட்டி ஐந்தாறு காணி நஞ்சை, தென்னந் தோப்பு, புளி, இலுப்பைத் தோப்பு என்று சொத்துள்ளவன். ஒரே பையன். போன வருசம் கல்யாணம் கட்டிய இடத்திலும் ஒரே பெண். அதுவும் இவனுடையதைவிட ஒரு படி தூக்கலான குடும்பம். எல்லாவற்றையும் செடலுக்காக 'தர்த்தம் பண்ணிட்டுப் போயிடுவன்' என்று அவன் சொன்னபோது அவளால் சிரிக்காமல் இருக்க முடிய வில்லை. மோட்டாங்காடு முழுவதும் பயிர் வைத்துக்கொள் என்று எவ்வளவு எளிதாகச் சொல்கிறான்? வயது கொஞ்சம் என்பதால்தான் இப்பிடியெல்லாம் சொல்கிறான் என்று எண்ணியவள் சொன்னாள்: 'அம்பது புலிய ஓம்போது பொணயில சரிசமமாகக்

கட்டி, குளத்தில் வாயற முதலயின் நாவயும் துண்டிச்சி வர்ற ராசன் எவனோ அவனுக்கே மாலயிடுவன்னு சொல்லி அறுபத்தாறு தேசத்து ராசாக்களுக்கும் குந்தமாதேவி லிகிதம் அனுப்புனா! நான் அப்பிடி பந்தியம்தான் போட முடியுமா? லிகிதம்தான் அனுப்ப முடியமா? ஒடம்புல ஒம்போது ஓட்டய மனுசாளுக்கு உண்டு பண்ணிவச்ச கடவுளு, எனக்குத்தான் எல்லா ஓட்டயயும் அடச்சிப்புட்டானே ஒடயார!'

'மனசுக்கு எது சம்மதமோ அதச் செய்'

'ஒண்ணும் சொல்ல வாணாம் ஒடயார! 'சோளமும் குத்த மாட்டன், சோளச் சோறும் திங்க மாட்டன். சோம்பேறிப் பையன்கூட நானிருந்து வாய மாட்டன்'ங்கிற கதெதான் எங் கதெ:'

'வர்றன்' என்று சொல்லிவிட்டு எழுந்து நடந்தவனின் காதில் விழும்படி வேகமாகக் கத்திச் சொன்னாள்: 'அதுக்காகன்னா இந்தப் பக்கம் வராத ஒடயார.'

செடலுக்குப் பெரும் குழப்பமாகிவிட்டது. அன்று முழுவதுமே வீரமுத்து வந்து குழப்பிவிட்டுப்போன சம்பவமே துன்புறுத்திக்கொண்டிருந்தது. விட்டத்திடம் மட்டும் விஷயத்தைச் சொல்லிவைத்தாள்.

வீரமுத்துதான் என்றில்லை. செடல் எந்த ஊருக்கெல்லாம் ஆடப் போகிறாளோ, அவளுடைய சொந்த ஊருக்குப் பக்கத்துக் கிராமங்களுக்கு ஆடப் போனாலும் இவளைப் பற்றி எல்லா விஷயமும் தெரிந்திருந்தாலும் வெட்கமில்லாமல் அந்த ஊரிலுள்ள பணம் படைத்தவர்கள், செல்வாக்குள்ளவர்கள், திமிர் பிடித்தவர்கள் சாடைமாடையாகவும், ஆள் வைத்தும், சிலர் நேரிடையாகவும் பேச்சுக் கொடுத்திருக்கிறார்கள். சிலர் பித்தாகவே அலைந்துமிருக்கிறார்கள். இரண்டு காணி நிலம், வீடு, பசு மாடு, போர்ப் பட்டி என்று தருவதாகச் சொன்னாலும், மகாராணி மாதிரி ஜாம்ஜாம் என்று இருக்கலாம் என்று சொன்னாலும் அதையெல்லாம் காதில்கூட வாங்க மாட்டாள். சாதாரணமாகத் தெருவில் நடந்தால் ஆண்கள் மட்டுமல்ல, பெண்களும் பொறாமைப் பட்டுப் பேசிக் கொள்வார்கள் 'நானும் பொட்டச்சின்னு சேலயச் சுத்திகிட்டு வெளிய வந்துட்டா மட்டும் ஆச்சா, ஆலம் எல பொலபொலன்னு கொட்டுறாப்ல புள்ளெய ஏயி எட்டுன்னு பிதுக்கித்தள்ளிப்புட்டா மட்டும் ஆச்சாங்கிறன்? அந்தக் கொடுப்பனயெல்லாம் நம்பளுக்கில்ல.' ஆண்கள் என்றால் இன்னும் மோசமாகப் பேசுவார்கள்: 'ஒரு நிமிச நேரமாவது அவகூட, ஆணு பொண்ணுன்னு சேர்மானமா ஆயிட்டாப் போதும், அதுக்குப் பெறவு நான் செத்தாலும் எனக்கு எந்தவொரு மனக்கொறயும் இருக்காது' என்றும், 'என் சொத்தே அயிஞ்சாலும், அமினா வந்து என் வூட்டுல நொயஞ்சாலும் என் கடவா மசுராச்சு. அவள மட்டும் சும்மா வுடுறதில்ல' என்றும், 'அவ நடக்கறதப் பாக்க ரெண்டு கண்ணு பத்தாது. அவர செடி மாரி இருக்காப் பாரு. பஞ்சாயத்துல நின்னாலும் சரி, அவளத் தொட்டுப்பாக்காம நான் சாவ மாட்டன்' என்று அங்காலாய்க்காதவர்கள் இருக்க முடியாது. கிழவர்கள், மைனர்கள், மேல் சாதி, கீழ்ச்சாதி என்றில்லாமல் எல்லாருமே அவள்மேல் ஆசைப்பட்டார்கள். முயற்சிசெய்தும் பார்த்தார்கள். ஒன்றும் பலிக்கவில்லை.

12

'நீ எப்பிடி நான் பொட்டுக்கட்டி வுட்டவங்கிறத மறந்துப்புட்டுப் பேசற?' செடல் குத்துக்காலிட்டு உட்கார்ந்து, முட்டிக்காலில் முகத்தை வைத்துக்கொண்டு, சாணமிட்டு மெழுகிய தரையில் படம் வரைவதுபோல விரலால் கோடுகளைக் கிழித்தவாறே பதட்டமில்லாமல் பேசிக்கொண்டிருந்தாள். அவளுக்கு எதிரில் சுவரில் சாய்ந்து தலையைத் தொங்கப் போட்டுக்கொண்டு மண்ணாந்தைபோல ஒரு வார்த்தையும் பேசாமல் ஆரான் உட்கார்ந்திருந்தான். ஒரு நாளுமில்லாமல் வரிசையாகப் பீடியைப் பற்ற வைத்துக்கொண்டிருந்தான். ஆரம்பத்தில் அவனுடைய பேச்சு, செடல் பொட்டுக் கட்டி விடப்பட்டவள் என்பதையே மறந்துவிட்டது போலிருந்தது. தனக்கு எளிதில் மசங்குவாள் என்று எதிர்பார்த்தது போலிருந்தது.

உப்புப் போட்டுச் சோறு சாப்பிடுகிறவனாக இருந்தால் சாமிக்கென்று பொட்டுக் கட்டி விட்டவளை 'ஓடிப்போவலாம் வர்றீயா?' என்று கேட்டிருப்பானா என்று எண்ணிய செடல் பெருமூச்சுவிட்டாள். பொன்னன் உயிரோடிருந்த வரை ஆரான் இவளிடம் அதிகம் பேசாமல், முறைத்துக்கொண்டும் விறைத்துக்கொண்டும் எப்போது பார்த்தாலும் கடுகடுவென்றும் இருப்பான். ஆட்டத்திற்குப் போகும்போதுகூட சேர்ந்து நடந்து வர மாட்டான். வேசம் கட்டிவிடக் கூப்பிட மாட்டான். பக்கத்தில் உட்கார மாட்டான். எந்த ஊருக்குப் போனாலும் சண்டை வளர்க்காமல் வர மாட்டான். சிலர் வேண்டும் என்றே அவனுடைய வாயைத்தான் கிளறுவார்கள். மாங்குளத்தில் அவன் ஆடிக்கொண்டிருக்கும்போது எதிரில் உட்கார்ந்திருந்தவர்களில் ஒருவன் 'அங்கு ஆடுறவன்தான சோறு திங்கும்போது கொயம்புல உப்பு இல்லன்னு சண்டபோட்டவன்' என்றான். 'ஆமாம், அவன்தான் இப்ப அர்ச்சுன மகராசா' என்றான் இன்னொருவன். எப்படித்தான் இது ஆரானுடைய காதில் விழுந்ததோ, வேசத்துடனேயே சண்டைக்குப் போய்விட்டான். அதே மாதிரிதான் ராஜேந்திரப்பட்டினத்தில் ஆடும்போது யாரோ ஒருத்தன் 'யோவ்' என்று கூப்பிட , 'யோவ்ன்னா என்னய்யா அர்த்தம்? நான் என்ன, ஒங்க வூட்டுக்கு மாடு மேய்க்க வந்திருக்கிறனா, இல்லெ, கத்திரிக்கா விக்கிறவனா? எப்பிடி நீ என்னெ யோவ்ங்கலாம்' என்று சண்டைக்குப் போக, பெரிய களேபரமாகிவிட்டது. அதே மாதிரிதான் சீதேவிசிக்காட்டில் ஆடும்போது பெரிய சண்டை வந்துவிட்டது. இவன் ஆடி முடித்ததும் கூட்டத்திலிருந்து எழுந்த ஒருத்தன் 'நாடக வாத்தியார, நான் ஒரு கேள்வி கேப்பன், அதுக்கு நீங்க பதிலு சொல்லணும்' என்று சொல்லிவிட்டு, ஆரான் என்ன சொல்கிறான் என்பதை கூடக் கேட்காமல் 'வன வீரன் நகர் என்பது ஒரு ஊர், அது என்ன ஊர்?' என்று கேட்டுவிட்டு அப்படியே விளக்குக் கம்பம் மாதிரி நின்றுகொண்டிருந்தான். 'நீ யாருடா என்னெ கேள்வி கேக்குறது'? என்று சொல்லி சண்டைக்குப் பாய்ந்தவனைச் சமாதானப்படுத்திவிட்டு, கேள்வி கேட்டவனுக்குச் செடல்தான் பதில் சொன்னாள்: 'வனம் என்பது காடு, வீரத்திற்கு புலி, நகர் என்பது ஊர், காடாம்புலியூர்'. பதில் சொன்னதோடு விட்டால் தொக்கு ஆகிவிடும் என்பதால் 'ஆட்டக்காரன் அலைவதேன், அனுமான் இலங்கைக்கு சென்றதேன், இதெல்லாம் அரிதாரத்தால். இதற்கு யாராவது பதில் சொல்ல முடியுமா?' என்று கூட்டத்தைப் பார்த் துக்கேட்டாள். யாரும் பேசாததால் இவளே பதிலையும் சொன்னாள்: 'அரி என்றால் பகவான், தாரம் என்றால் மனைவி, பகவானின் மனைவி லட்சுமி, லட்சுமி கடாட்சம் பெற்றவன்தான் ஆட்டக்காரன்.' ஆட்டத்தின்போது ஆடிக்கொண்டிருப்பவர்களிடம் கூட்டத்திலிருந்து

எழுந்துவந்து யார் என்ன கேள்வி கேட்பார்கள் என்று தெரியாது. அப்படிக் கேட்கும் போது மற்ற ஆட்டக்காரர்கள், தெரிந்தால் தெரியும் என்பார்கள். இல்லை என்றால் தெரியாது என்று சொல்லிவிடுவார்கள். ஆரான் மாதிரி யாரும் சண்டைக்குப் போக மாட்டார்கள். சித்தேரிக் குப்பத்தில் பகலில் கோயிலில் படுத்திருக்கும்போது செட லிடம் உள்ளூர்க்காரன் ஒருவன் வந்து 'பதினொண்ணு எழுத்துள்ள மரத்தோட பேரு தெரியுமா?' என்று கேட்க, மிரண்டுபோனவள், ஒருவாறு சமாளித்து 'கல்யாண முருங்கை மரம்' என்று பதில் சொன்னாள். ஆரானாக இருந்தால் ரத்தக்களரி உண்டாகியிருக்கும். அவனுடைய குணம் அது என்று நேற்றுவரை எண்ணிக்கொண் டிருந்தாள். ஆனால் இன்று அவனுடைய முகம்! தலைவாசல் கிராமத்தில் நடந்த சம்பவத்தின்போது எதற்காக அதிகம் குதித்தான் என்பதும் இப்போதுதான் அவளுக்கு விளங்கிற்று. எல்லாம் இதற்குத்தானா என்பதுபோல் ஒரு அசட்டுச் சிரிப்புச் சிரித்தாள். 'என்னமோ சொல்லவந்தன், ஏதேதோ பேசவந்தன், அத்தனயும் மறந்துபோச்சி ஒரு நாழிகயில. அடுத்த ஊருக்கு ஆடப் போகணும் விடியக்காலயில' என்று சொல்வது போல் இருக்கிறதே அவனுடைய பேச்சு!

'நூறே தாசியா இருந்தாலும் கேட்டுக் கேவி இல்லாம அவன் இஸ்டத்துக்குக் கூப்புடுறதா? நான் என்ன தெருவிலியா கெடக்குறன்? இல்ல, கண்டதே காட்சி கொண்டதே கோலம்னு போறவன்னு எண்ணிகிட்டானா? பெரிய வரப்பு சின்ன வரப்புங்கிற மரியாத கெடயாதா? அவன் நாக்கு அயிவிப்போவாது, கடகெட்ட பயலுக்கு! 'மோரோட வந்தது நீரோட, காலோட வந்தது ஆறோட'ங்கிறது அவனுக்கு மட்டுந்தான் தெரியுமா? எனக்கு என்னா செருப்பு வந்துடுச்சி இவனோட பேச்ச யெல்லாம் கேக்குறதுக்கு? நாக்கப் புடுங்கிக்கிறாப்ல ரெண்டு வாத்தக் கேட்டுப் புடலாமா? இவனோட பேச்செல்லாம் எந்தக் கணக்குல சேத்திக்க? இதெல்லாம் நல்லதா? வவுத்துக்குத் தண்ணீதான, வேறென்னா? வெளிய சொன்னா வீதி சிரிச்சிப் போவும், ஊரு சிரிச்சிப்போவும். சந்த எரச்சலுதான் உண்டாவும். கூக்குர கொல்ல பிரிதான் உண்டாவும். எல்லாத்தயும் வுட்டு ஓடச்சி சொல்ல எம்மாம் நேரம் புடிக்கும்? வெளிய மூச்சு வுடப்படாதுன்னு உப்புக்கண்டம் துன்னாப்ல குன்னிப்போயி குந்தி யிருக்கிறன். நிரபாவி நான். இன்னிய தேதிவர நான் எந்தக் குத்தமும் இல்லாம நெறகடலாத்தான் இருக்கிறன். மாசம் தவறாம நாள் தவறாம குளிச்சிகிட்டுத்தான் வர்றன். எனக்கு நிந்தன நெனக்கிறவன அந்தச் செல்லியாயி என்னென்னா கெதிக்கு ஆளாக்குவாளோ! ஊனக் கண்ணுல குத்துறாப்ல குத்திக்கிட்டே இருந்தா எம்மாந்தான் பொறுக்கிறது? என்னெ என்ன, எச்சிப்பட்டவன்னு எண்ணிக்கிட்டானா?'

ஆரானை மோசமாகப் பேசிவிடலாம் என்று இருந்தாலும், தன்னைக் கட்டுப் படுத்திக்கொண்டு, அவனைப் பார்ப்பதைத் தவிர்க்கும் விதமாக, நகத்தைச் சிறிது சிறிதாகக் கிள்ளியெடுக்க ஆரம்பித்தாள். பொன்னன் ஏன்தான் செத்துத்தொலைத் தானோ என்று நினைத்தாள்.

தோட்டத்திற்குப் போய்விட்டு வந்த ஆரான் கொஞ்ச நேரம் நிலையாக நின்று கொண்டிருந்தான். பிறகு என்ன நினைத்தானோ தானாகவே சென்று தண்ணீர் மொண்டு குடித்துவிட்டு வந்து, முன்பு உட்கார்ந்திருந்த இடத்திலேயே உட்கார்ந்து கொண்டு பீடியைப் பற்றவைத்தான். புதிதாகப் பார்ப்பதுபோல் செடலையே கூர்ந்து பார்த்தான்.

'செடலு, கூத்தாடுறதப் பத்தி ஒனக்கு அவ்வளவு வெகரம் புரியாது. கூத்தாடி என்னிக்கி மொவத்துல அரிதாரத்தப் பூசறானோ அன்னிக்கித்தான் அவனோட வூட்டுல அடுப்பு எரியும். அன்னிக்கித்தான் அவன் பொண்டாட்டி மொவத்துலயும் சிரிப்பு

இருக்கும். கோடகாலத்துல மூணு மாசம், மிஞ்சினா நாலு மாசம் புள்ளெக் குட்டிவோ வவுறார சோறு திங்கும். மத்த நாளுல எந்த ஊருல எவன் சாவானோன்னு காத்திருந்து, ஏங்கிக் குடும்பமே சாவும். ராஜபார்ட் கட்டி ஆடி, பேரு பெத்தவனெல்லாம் மண்ண வாயிலப் போட்டுக்கிட்டு போயிட்டாங்க. இன்னிக்கி ஒரு ஆர்மோனியம் என்ன வெலவிக்கிது தெரியுமா? ஒரு கிரீடம் செய்ய எம்புட்டு முடிச்சவுக்க வேண்டி யிருக்கு! இதயே நம்பி கால ஜீவனத்தத் தள்ளிக்கிட்டுப் போவ முடியும்ங்கிறியா? சரி, சாவுற மட்டும் ஒன்னால காலுல சலங்கையக் கட்டிக்கிட்டு ஆட முடியுமா? எந்தச் செட்டுக்காரன் ஒன்னெ வச்சிக்குவான்? ஆஞ்சி ஓஞ்சி ஒக்காரும் காலத்துல எவன் ஒரு வட்டா தண்ணி தருவான்? தாளம் தட்டக்கூட அறியாப் பயலுவளத்தான் தேடுவானுவோ. ஒடம்புல தெம்பு இருக்கும்போதே நாலு எடத்துக்கு ஓடியாடி பொயச்சிக்க வேண்டியதுதான். பொறந்ததிலிருந்து நான் ஆடாத ஆட்டமில்லெ. மிச்சமின்னு என்னா இருக்கு? அடமய காலத்துல புள்ளெக்குட்டிய வவுறு காஞ்சி பட்டினிப்பசின்னு கெடந்ததுதான் மிச்சம். ஆட்டக்காரனுக்கு ஆயுளு கம்மி. தொண்ட ஆவிய வுட்டுவுட்டு சாவ வேண்டியதுதான். எண்ணெயில்லாத தோசக்கல்லுல ஊத்துன மாவு மாரி தீஞ்சிப்போவ வேண்டியதுதான். கட்டுச்சோறு கட்டிக்கிட்டு ரெண்டு நாளு மூணு நாளுன்னு பயணம் போயி ஆட்டம் ஆடுன காலமா இது? இந்தத் தொயில் என்னக்கி மேன்மயாத் தெரிஞ்சிச்சி? 'அப்பன் தொழிலது அவனது பிள்ளை சொப்பனத்திலும் நினைப்பதில்ல'ங்கிற ஓலகக்கதெ தெரியுமில்ல? அதனால கூத்தாவது கீத்தாவது, நூத்தப் பத்த சம்பாரிக்கிற வய்யப் பாரு.'

'வாய் காஞ்சிப்போயி எம்மா நாளு கெடந்திருக்கிறோம். தெனமா அம்மாசி சோறு கெடைக்கும்? மயக் காலம் வந்தாலே கூத்தாடிவுளுக்கு கொள்ள நோவு வந்தாப்லதான். அம்மாசி, பாட்டுவம், பௌர்ணமிக்கு எவன் மண்டயப் போடு வான்னு எதிர்பாத்துக்கிட்டுக் கெடக்கிறது தெரியாதா? சாவுறமுட்டுமா செல்லப் புள்ளெ கட்டி ஆட ஒன்னெக் கூப்புடுவாங்க? எடத்துக்காரன் எடத்துக்கு வரான் எடத்தவுட்டு எட்டப் போன்னு சொல்ற நாள் வராதா? நான் கொஞ்சம் தடாலடிப் பேர்வழிதான். எங்க வகயிறாவே அப்படிப்பட்டதுதான். எடுத்ததுக்கெல்லாம் அடி, ஒத, வெட்டு குத்துன்னு ஓடுற பயலுவோதான்'.

செடலும் அவனுடைய வாயிலிருந்து வேறு என்னவெல்லாம் வருகிறது பார்ப் போம் என்று மௌனமாகவே உட்கார்ந்திருந்தாள். பொன்னன் செத்ததும் தொசம் கட்டிக்கொண்டு நொடிக்கு நூறு தரம் எதற்காக ஆரான் வீட்டுக்கு வந்துகொண்டிருந் தான் என்பதும் இப்போதுதான் அவளுக்குப் புரிந்தது. வாய்க்கும் கைக்குமே பற்ற வில்லை என்கிறபோது கூத்தியாள் வேறு கேட்கிறதா என்று எண்ணி நமுட்டுச் சிரிப்புச் சிரித்தவள், அவனை அங்கிருந்து அனுப்பிவிட்டால் போதும் என்ற எண்ணத்தில் 'வூட்டுல வேல ஒண்ணும் இல்லியா, எதுக்கு சும்மா குந்தியிருக்கணும்?' என்று கேட் டாள், அவனுடைய முகத்தில் ஏற்படும் சிறுசிறு அசைவுகளைக் கவனித்தாள். வெறுங் கையால் முழம்போடப் பாக்குறாரா பிள்ளையாண்டான் என்று நினைத்தவள், அவன் பெரிதாகக் கட்டிவைத்திருக்கும் மனக்கோட்டையை உடைக்க வேண்டும். எளிதில் சிக்குவாள் என்று மனப்பால் குடித்திருப்பதை அழிக்க வேண்டும், அவன் ஒரு வெற்று வேட்டு என்பதை அவனுடைய முகத்திற்கு நேராகச் சொல்லிக்காட்ட வேண்டும். 'ஏடிச்சிஏடிச்சி பேசிக்கிட்டு குந்தியிருக்காத. அப்பறம் மூஞ்சால காட்டிப்புட்டன்னு சொல்லப்படாது. நான் வந்த வய்யி எங் கறியப் பாத்து ஊரு ஓலகமெல்லாம் சிரிப்பா சிரிக்குது. இது வேறயா? இத்தன காலமும் காலடியப் பாத்துக்கிட்டே காலத்த ஓட்டிப் புட்டன். இன்னும் கொற காலமும் எப்பிடிப் போவுமோ! என்னா செண்டுப்பா

இருந்தன் தெரியுமா? இப்பப் பேரு கெட்டுப்போயி கெடக்குறன். இதெல்லாம் காலத்தோட விதிப்பயன்.'

'ஒன்னத் தேடிக்கிட்டு எம்மானோ ஆளுவோ வர்றாங்களே.'

'அட எஞ்சிவன!'

செடலுக்கு உடல் நடுங்கியது. உதடுகள் துடித்தன. ஆரானுடைய முகத்தில் காறித்துப்ப வேண்டும் போலிருந்தது. கூசாமல் பேச அவனுக்கு எப்படி மனம் வந்தது? என்ன சொல்லிவிட்டான்! இப்படிக் கேட்டதைவிட அவளை அடித்துக் கொன்றிருக்கலாமே! காட்டுவாத்து மாதிரி இருக்கிற இவனைப் போகிற வருகிற தடத்தில் பாம்பு, பல்லி என்று கடித்தாலென்ன! திருப்பிக்கேட்டால் சொரசொரப்பான, படை நோய் படர்ந்த முகத்தை எங்கே கொண்டுபோய் வைத்துக்கொள்வான்? வெறுப்புடன் அவனைப் பார்த்தாள். அவன் ஆரானாக இல்லாமல், சாணியை உருட்டும் வண்டாகத் தெரிந்தான். அந்த இடத்தில் உட்கார்ந்திருப்பதே பாவம் என்று வெடுக்கென்று எழுந்து வெளியே வந்து பந்தலின் காலைப் பிடித்துக்கொண்டு கண்முன் விரிந்து கிடந்த முடிவற்ற பசுமை மூடிய நிலப் பகுதியையே பார்த்தாள். இரண்டு மூன்று முறை பலமாகக் காறிக்காறித் துப்பினாள். எதற்காக அப்படிச் சொன்னான்?

வீரமுத்துவின் அக்காவின் ஊரில் தாலாட்டுப் பாடவும் ஆடவும் போயிருந்த போதுதான் அவனை இவளாகத்தான் அடையாளம் கண்டு ஓடிப்போய் வழி மறித்துப் பேசினாள். அவனைக் கையோடு கூட்டிவந்து, கோயிலுக்கு முன் உட்கார்ந்திருந்த ஆட்டக்காரர்களிடமெல்லாம் உற்சாகம் பொங்க 'எங்க ஊரு ஓடயாரு இவரு. எங்க ஆண்ட. எங்க ஊருதான்' என்று அவனுடைய குடும்பம் பற்றியெல்லாம் ஒரு தகவல் விடாமல் சொல்லிப் பூரித்துப்போனாள். அப்போது சந்தோசத்தில் சிறு பிள்ளையைப் போல ரொம்ப நாட்களுக்குப் பிறகு மனம்விட்டுச் சிரித்தாள்.

வீட்டுக்குள்ளிருந்து வந்த ஆரான், பந்தலின் ஒரு ஓரமாக உட்கார்ந்திருந்த செடலுக்குச் சிறிது தள்ளி சிறிது நேரம் நிலையாக நின்றிருந்தான். செடல் அவனை ஒருமுறை கூடத் திரும்பிப் பார்க்கவில்லை. என்ன என்றும் கேட்கவில்லை. திருட்டு மனசுக்காரனை எப்படிப் பார்ப்பது? எவ்வளவு காலமாக மனத்தில் என்னென்ன கெட்ட எண்ணங்களை வைத்திருந்தானோ! கடுகடுப்பாக, சிடுசிடுப்பாக, கண்டிப் பான ஆள் மாதிரி இருந்ததெல்லாம் வெறும் நடிப்பா? பகட்டு வேசமா? அவனுடைய முகத்தில் விழிப்பதே பாவம் என்று எண்ணிக்கொண்டிருந்தபோது, ஆரான் நாய்க் குந்தலில் முகத்திற்கு நேராக வந்து உட்கார்ந்தான். அவன் அவ்வாறு செய்வான் என்று அவள் எதிர்பார்க்கவில்லை. வெடுக்கென்று முகத்தைத் திருப்பிக்கொண்டாள். அவளால் பொறுக்க முடியாத அளவுக்குக் கோபம் உண்டாயிற்று. கள்ளம்கபட மற்றவளாக, சூதுவாதற்றவளாக, வெள்ளை மனம் படைத்தவளாக, 'கவடீகம்' இல்லாமல் பேசியதால்தானே இவ்வளவு வம்புதும்பு வந்து நேர்கிறது என்ற எண்ணம் உண்டானதும் கண்களில் கண்ணீர் வர ஆரம்பித்தது. ஆரானுக்குத் தெரியாமல் ரகசியமாகத் துடைத்துக் கொண்டாள். அப்போது ஆரான் கேட்டான்:

'முடுவச் சொல்லு.'

'ஒரு முடுவுமில்லெ. எங்கிட்டெ தொடந்தடியா வாத்த கொடுக்காத. அப்பறம் 'அதச் சொன்னா, இதெச் சொன்னான்னு' சொல்லப்படாது. நீ போவலாம்.'

'இன்னத்துப் போறதா?'

'பின்னெ என்னா? நீ யாரு, நான் யாரு? நீ எப்பிடி அப்பிடியொரு வாத்தயக் கேக்கலாம்?'

'நான் ஒண்ணும் தப்பத் தவற சொல்லலியே.'

'ஒண்ணுமே சொல்லலியா, எங்க ஊரு வீரமுத்து ஒடயார மனசுல கோரிக்கப் பண்ணிக்கிட்டுத்தான அப்படிச் சொன்ன?'

'இல்லெ.'

'ரிக்கா டான்ஸ்க்காரன சொல்லுறியா?'

'எதுக்காக பழய குப்பயெல்லாம் கிண்டுற? உண்டு இல்லன்னு மாத்தரம் சொல்லு. நான் ஒண்ணும் கைவுட்டுடுற ஆளில்ல. பொட்டுக்கட்டி வுட்டவங்க அப்பிடி இப்பிடின்னு இருக்கிறது வயக்கம்தான். ஒங்க சொந்தக்காரங்களே ஒண்ணு ரெண்டு பேர் அப்பிடித்தான் இருக்காங்க.'

'அதுக்காக?' என்று கேட்டு முறைத்தாள்.

வெறுப்பில் செடலுக்கு அழுகை பீறிட்டுக்கொண்டு வந்தது. சல்லிப்பயலைப் பார்ப்பதுபோல் அவனைப் பார்த்தாள். மனம்போன போக்கில் பேச எப்படி அவனுக்கு வாய் வருகிறது? எதிரிலேயே உட்கார்ந்துகொண்டு ஏன் சித்ரவதை செய்கிறான்? போய்த் தொலைந்தாலென்ன! அவனைப் பார்க்கவே அவளுக்குக் கட்டோடு பிடிக்க வில்லை. வயிறு பற்றி எரிந்தது. யாரை மனத்தில் வைத்துக்கொண்டு ஏறுக்கு மாறாகப் பேசிக் கொண்டிருக்கிறான்? வீரமுத்துவையா, ரிக்கா டான்ஸ் அலாவுதினையா?

ஆத்தூருக்குப் பக்கத்தில் செந்தாரப்பட்டியில் ஆடிக்கொண்டிருக்கும்போது, செடலின் ஆட்டத்தையும் ஆளையும் பார்த்துவிட்டு ரிக்கா டான்ஸ்க்கு வந்து ஆட முடியுமா என்று அலாவுதின் வந்து கேட்டான். அதுவும் நேரிடையாகக் கேட்கவில்லை. விட்டம், செல்லையா, கர்ணன், தொப்பளான் என்று எல்லாரிடமும்தான் கேட்டான். ஒன்றிரண்டு பேருக்குச் சாராயம்கூட வாங்கிக்கொடுத்தான். கடைசியில்தான் செடலுக்கு விஷயமே தெரிந்தது. எடுத்த எடுப்பிலேயே 'அதெல்லாம் எனக்குத் தோதுப் பட்டு வராது. ஆட்டமா அது? ஒடம்ப மட்டும் குலுக்கிக்குலுக்கிக் காட்டுறதுக்குப் பேருதான் ஆட்டமா? பொம்ம மாரி வெறும் ஒதட்ட மட்டும் அசக்கிற ஆட்டம் எனக்கு வாண்டாம்' என்று முடிவாகச் சொல்லிவிட்டாள். மற்றவர்களும் எங்களுக்கு எதுவும் தெரியாது, அந்தப் பெண்ணையே கேட்டுக்கொள் என்பதுபோல் சொல்லி விட்டார்கள். அன்று இதே ஆரானும் 'இதுல நாங்க வாக்குக்கொடுக்க முடியாது' என்று சொன்னவன்தான். ஆனால் இன்று என்ன பேசுகிறான்? சம்பளம் அதிகம், மொத்தமே இரண்டு மணி நேரம்தான் ஆட வேண்டும், தொண்டைகிழியக் கத்திப் பாட வேண்டியதில்லை, விடியும்வரை விழித்துக்கொண்டிருக்க வேண்டியதில்லை, கூத்தில் ஆடுவதைவிட, ரிக்கா டான்ஸில் ஆடினால் பேரும் புகழும் கிடைக்கும் என்று சொன்னபோது, போய்விடுவாள் என்றுதான் எல்லாருமே எதிர்பார்த்தார்கள். ஆனால் அவள் செட்டிலுள்ள எல்லாருடைய எண்ணத்தையும் பொய்யாக்குவது போல், அலாவுதினை ஒரே வார்த்தையில் வெட்டிவிட்டுவிட்டாள். திரும்பிவருவ தாகச் சொன்னவனை, வரக் கூடாது என்று திட்டவட்டமாகச் சொல்லியனுப்பினாள். இதுதான் என்றில்லை, ஆடப் போகிற இடங்களில் தூரம் வந்தால்கூட செட்டிலுள்ள எல்லாருக்குமே தெரிந்துவிடும். அப்படி இருக்கும்போது இப்படிக் கேட்க அவனுக்கு எப்படி மனம்வந்தது?

ஆரானுக்கு என்ன பேசுவது என்று தெரியவில்லை. அவன் எத்தனையோ முறை ராஜபார்ட் வேஷம்கட்டி ஆடியிருக்கிறான். 'சந்திர குலத்தில் வந்தவனாம், அர்ச்சுன ராசன், விந்தையுள்ள குந்தி மைந்தனாம், நான் பத்தழகு படைத்த வீரனாம், அர்ச்சுன ராசன், பார்த்தீபனாக பார் சபையை நாடி வந்து மேவினேனே. அண்டலமண்டல மெல்லாம் கண்டவர் நடுங்கிடவே வீரன் கொளுவதாகினேன் அர்ச்சுன ராசன். சஞ்சீவி

மலைதன்னை ரெண்டு கையினால் தூக்கிச் சாடசாட அடிப்பேன், ஓடஓட உதைப் பேன், அர்ச்சுன ராசன்' என்று பாடிக்கொண்டு அவன் ஆட வந்தாலே ஆட்ட மைதானம் திமிலோகப்படும். வெண்கலக் குரல் கூட்டத்தில் எதிரொலிக்கும். பிரமிப் புடன் கூட்டம் இவனையே பார்க்கும். அப்படிப்பட்டவன் செடலின்முன் வியர்த்துக் கொட்ட, நேராகப் பார்க்காமல் பந்தல்காலைப் பார்த்துக்கொண்டு கேட்டான்:

'சொல்லு.'

'என்னா சொல்றது?'

'வாய் தவறிடிச்சி.'

'வாய்த் தவறிப்போயி வேற எதயாச்சும் தின்னுடுமா? என்னெ என்ன, கண்டவன் நின்னவன்கூடயெல்லாம் போறவன்னு எண்ணிக்கிட்டியா? மொகமறிஞ்சு கூடி பயகிட்டமேன்னுதான் இன்னவரக்கும் ஓங்கிட்டெ பேசிக்கிட்டிருந்தன். நான் அவுசாரி யாப் போறவளா? அதுக்குத்தான் என்னெப் பொட்டுக்கட்டி வுட்டாங்களா? அப் பிடியே அவுசாரியாப் போனாலும் தமுக்கடிச்சிகிட்டுத்தான் போவாங்களா? தோப்புத் தொறவுக்கின்னு வெளிய வாசல்ன்னு போவயிலியே ஒரு பொட்டச்சி நெனச்சா புள்ளெ வாங்கிகிட்டு வந்துடலாம். மொகம் முறிச்சிப் பேசக் கூடாதுன்னுதான் நானும் இம்புட்டு நேரம் பேசாம இருந்தன். நான் ஒங்கூட பொண்டாடியா படுக் குறவளா?'

'பேச்ச எறக்காத.'

'ஆரு, நான்? நான் பேச்ச எறக்கிறனா, எப்பிடி வந்து நீ என்னெ ஓடிப்போவ லாம்னு கூப்புடலாம்? நான் பல பேருக்கு முந்தானியப் போடுறவளா? ஒன்னால ருசு பண்ண முடியுமா? எப்பிடியாப்பட்ட ஜமீன்தாரெல்லாம் வந்தப்பக்கூட நான் மயங்காதவ. இனியொரு வாட்டி இப்பிடியெல்லாம் பேசுனா சுண்ணாம்பால நாக்கச் சுட்டுப்புடுவன்.'

கடுகுபோல் வெடித்தாள். கோபத்தில் அவளுக்கு முகம் சிவந்துபோயிற்று. பேச் சற்றுப்போய் எங்கேயோ பார்ப்பதுபோல பார்த்துக்கொண்டிருந்த ஆரானை வெறுப்புடன் பார்த்தாள் செடல். நாய்க்கும் இவனுக்கும் என்ன வித்தியாசம்? பத்து கிராமத்திற்குப் பெயர்பெற்ற அவுசாரியிடம்கூட ஒருத்தனும் இப்படிக் கேட்டிருக்க மாட்டான். கூத்தியாள் வைத்துக்கொள்கிற அளவுக்கு இவனிடம் என்ன இருக்கிறது? இரண்டு விட்டம் வைத்துக் கட்டிய வீடு. அதுவும் புதுச் செத்தை போட்டு வேயாத தால் மக்கிப்போய் ஒழுகிக்கொண்டிருக்கிறது. அதைச் சரிசெய்ய வக்கில்லை. பெண்டாட்டியும் நான்கு பிள்ளைகளும் சோற்றுக்குக் கதம் பாடிக்கொண்டிருக்கும் போது கூத்தியாள் வேறா! அவனுடைய வீடு மட்டும்தான் என்று இல்லை, எல்லாக் கூத்தாடிக் குடும்பங்களுக்குமே, ரணம்ரணமாய்க் கணுக்காலில் புண்ணாகியிருந் தாலும், சலங்கையைக் காலில் கட்டினால்தான் அடுப்பில் நெருப்பு வைக்க முடியும். அப்படிப்பட்ட நிலையில் இருப்பவனுக்கு என்ன நினைவு வருகிறது என்று நினைத்தவள், கசந்துபோய் வெறுப்புடன் 'எதுக்குக் குந்தியிருக்கிற, ஓம் பாட்டெயப் பாத்துப் போயிக்கிட்டே இரு' என்று சொல்லிவிட்டு, மலத்தைக் கண்டு ஒதுங்குவது போல எழுந்து வெடுக்கென்று வீட்டுக்குள் போனாள். வீட்டுக்குள் வந்தவளுக்கு அடுத்து என்ன செய்வது என்று தெரியவில்லை. வெறுமனே தண்ணீர் குடித்தாள். அவன் போன பிறகுதான் வெளியே போக வேண்டும் என்று வீட்டுக்குள்ளேயே உட்கார்ந்துகொண்டாள். இனி அவனைப் பார்க்கக் கூடாது. பேச்சு வைத்துக்கொள்ளக் கூடாது என்று முடிவெடுத்தாள். அதே நேரத்தில் வீரமுத்து மேலும், அலாவுதின் மேலும் அளவற்ற எரிச்சல் ஏற்பட்டது. சண்டாளர்கள் என்று திட்டினாள்.

வெகு நேரம் கழித்துச் செடல் வீட்டை விட்டு வெளியே வந்தாள். பந்தலுக்குக் கீழ் உட்கார்ந்திருந்த ஆராளனைக் காணாததால் அவளுக்குச் சற்று நிம்மதி ஏற்பட்டது போல் இருந்தது. அவன் உட்கார்ந்திருந்த இடத்தைப் பார்த்தாள். பெரும் கசப்புணர்வு உண்டாயிற்று. காலையிலிருந்து வீட்டிலேயே உட்கார்ந்திருந்ததால் ஏற்பட்டிருந்த அலுப்பைப் போக்கக் கிழக்கே நடக்க ஆரம்பித்தாள். முதலில் பூவரசு மரம்வரைதான் என்று நினைத்து நடந்தாள். பிறகு அவளையும் அறியாமல் பூவரசு மரத்தைத் தாண்டி வெகு தூரம் போய்விட்டிருந்தாள்.

13

'யாஞ்சாமி நானும் தெரியாமத்தான் கேக்குறன், தோட்டம் தொறவுன்னு இனிமே பொட்டச்சிவோ எங்க ஒதுங்குவாங்க? வேற நெலமா ஒங்களுக்கு இல்லெ? பஞ்சச் சாதி மக்க கெடந்துட்டுபோவட்டுமின்னு வுடாம இந்த மாரி பண்ணிப் புட்டீங்களே!'

'அவ அவ வாத்து ரூமு கட்டிக்கிட்டுப் போவட்டும்.'

'அதென்னா சாமி வாத்து ரூமு?'

'அதாண்டி புள்ளெ, வூட்டுக்குள்ளாரயே பீ மூத்தரம் பேளுறதுக்குப் பேருதான் வாத்து ரூமு.'

'அட எஞ்சிவன, அதுக்க எவனப் போறது சாமி?'

'ஒன்னாட்டம் கண்ணுக்கு மினுக்குன்னு இருக்கிறவ கேட்டா எவன் கட்டித் தரலங்கிறான்?'

'என்னெயெல்லாம் எவன் சாமி திரும்பிப் பாக்குறான்? இருக்கப்பட்டவங்க நீங்க, அதுலயும் பெரிய படாச்சி. சின்ன படாச்சியா இருந்தாலும் பரவாயில்ல. நீங்களே நிலம் நீச்சுன்னு சேத்துக்கிட்டே போனா ஆடு மாடு ஒதுங்கி நிக்கக்கூட மண்ணுல எடம் இருக்காதுபோல இருக்கு.'

'அதுக்கு ஆரு என்னாப் பண்றது, விருத்தாசலம் கச்சேரியில நானுல்ல நோட்டு நோட்டா முடிச்ச அவுத்தன். பத்துக் காணின்னானுவோ, அளந்து பாத்தா அம்மாம் தேறாது போலிருக்கு. என்னெ ஏமாத்திப்புட்டானுவேளே!'

'இந்த வூட்டகீட்ட சேத்துவச்சி உயிதுப்புடாதீங்க சாமி. அப்புறம் சட்டிய வச்சிப் பொங்கித் திங்க எடமிருக்காது எனக்கு.'

'மிச்ச எடத்தயும் சேந்தனமாவே எம் பேருல எயிதிப்புடுங்கடான்னா, அப்பறம் ஆவட்டும்ன்னானுவோ. அது எம் பேர்ல பட்டா ஆவ ஒண்ணு ரெண்டு வருசம் ஆவும். அது முட்டும் நீ இரு. பின்னால வேற எடத்துக்குப் போயிடன். அது முட்டும் ஒனக்கு எடம் வுட்டதுக்குக் கூத்துல வாய்த்திப் பாடும்போது எம் பேர மட்டும் மறக்கப்படாது. நல்லாத் தூக்கிப் பாடணும்.'

'சாமியப் பாடாம வேற யாரப் பாடப்போறன்?'

'யே தம்பி, செத்த அயித்திப் புடிடா. சும்மா ரெண்டு வெரக்கடக்கி, மேல மட்டும் கீறி வுட்டுட்டேப் போயிடாத' என்று கத்திக்கொண்டே பெரிய படையாச்சி உழுது கொண்டிருந்த டிராக்டரிடம் ஓடினார்.

செடல் ஒரே இடத்தில் நின்றிருந்தாள். அவளுடைய வீட்டுக்கு முன் போட்டிருந்த பந்தல்காலுக்கு இரண்டு பாகம் தள்ளி முன்பகுதிவரை புதர்க்காடாக இருந்த பகுதியில் முழங்கால் உயரத்துக்கு நான்கு மூலையிலும் ஆட்கள் கரை போட்டுக்

கொண்டிருந்தார்கள். ஆறு ஏழு நாட்களாக இதே வேலைதான் அந்த இடத்தில் நடந்துகொண்டிருக்கிறது. முன்பு கூத்தாடித் தெருப் பெண்களும், பறத் தெருப் பெண்களும் பிள்ளைகளும் 'வெளிய, வாசல்' என்று ஒதுங்கிக்கொண்டிருந்த இடத்தைதான் பெரிய படையாச்சி இப்போது சீர்திருத்தம் செய்துகொண்டிருந்தார். முன்பு ஈண்டாவனமாக கருவேல மரங்களும் பீக்கருவை மரங்களும் காராமணிச் செடிகளும், குத்துக்குத்தாக எருக்கஞ்செடிகளும் நின்றிருந்த பகுதி இப்போது விளையாட்டு மைதானம்போலச் சுத்தமாக ஒப்புரவாக இருந்தது. எல்லாவற்றையும் விட, செடலுடைய வீட்டுக்குச் சிறிது தள்ளிக் கிழக்கில் நின்றிருந்த பூவரசு மரத்தையும் வெட்டிச்சாய்த்துவிட்டார்கள். அதைத்தான் அவளால் பொறுத்துக்கொள்ள முடியவில்லை. அந்த மரத்தின் நிழலில்தான் இவளும் விருத்தாம்பாளும் மணிக்கணக்காகப் பேசிக்கொண்டிருப்பார்கள். அந்த இடத்தில் நின்றுகொண்டால் ஆடுகள் எங்கெங்கே போகின்றன என்பதைப் பார்த்துக்கொள்ள முடியும். அந்த இடத்தில் வைத்துத்தான் விருத்தாம்பாள் ஊர்க்கதை, உலகத்துக் கதையெல்லாம் சொல்வாள். செடலும் ஆடப்போயிருந்த, தாலாட்டுப் பாடப்போயிருந்த ஊர்கள்பற்றிச் சொல்லுவாள். இனி எங்கே நின்று பேசுவது? அதனால் பெரிய படையாச்சியைத் திட்டிக் கொண்டேயிருந்தாள். கால் வலிக்கிறது என்று உட்கார்ந்தபோது, ஆடுகளை ஓட்டி வந்து மேய்க்க இடமில்லாததாலும், வெயிலாக இருந்ததாலும், வீட்டுக்கு முன் போட்டிருந்த பந்தலின் நிழலிலேயே அடையப் போட்டுவிட்டு வந்து செடலுடன் விருத்தாம்பாள் உட்கார்ந்துகொண்டாள்.

'அதுக்குள்ளார ஆட்டெ இங்க கொண்டாந்து வுட்டுட்டியே, மேய வாணாம்? எங்கனா பசும நெறஞ்ச எடமாப் பாத்து ஓட்டிக்கிட்டுப் போனா என்னா?'

'எங்க அக்கா ஓட்டிக்கிட்டுப் போறது? மின்ன மாரியா இருக்கு? இப்பல்லாம் பயிர்க் காட்டுக்குள்ளார கால வக்கிதோ இல்லியோ, நேரா பட்டிக்கி ஆடுவுள ஓட்டிக்கிட்டுப் போயிடுறானுவளே. அப்பறம் மணியாரன் காலுல விய்ந்து தண்டம் கட்டிட்டு வர்றதுக்குள்ள போதும்போதும்ன்னு ஆயிடுது. அதுக்குப் பயந்துகிட்டுதான் மேயாட்டியும் போவுதுன்னு இங்க ஓட்டியாந்துட்டன். இங்கயும்தான் அந்தச் சட்டித் தலப் பெரிய படாச்சி பய பண்ணியிருக்குறத பாக்குறல்ல? சீ, இவனெல்லாம் பெரிய படாச்சின்னு சொல்லிக்கிறான், வெக்க மானமில்லாம. இவனுக்குச் சின்னப் படாச்சிவோ எம்மானோ தேவலாம்னு போயிடிச்சி.'

'எல்லாரும் இப்பிடித்தான் இருக்காங்க.'

'ஆமாக்கா, அந்தக் கூத்தாடி நாயி ஆரான் ஒங்கிட்டெ வம்புப் பண்ணிக்கிட்டுதான் இருக்கானா இன்னம்?'

'அதெல்லாமில்லெ.'

'ரொம்ப இது பண்ணுனான்னு சொல்லு. அந்தக் கெய்விகிட்டெ சொல்லி அவனுக்கு மருந்து வச்சி, சீட்டுக்கட்டி, கை கால் வராம பண்ணிப்புடலாம்.'

'முன்பொறப்புல என்னா பாவம் செஞ்சனோ இப்ப இம்புட்டு வந்து சேந்திருக்கு. இன்னும் இந்தப் பாவத்தயும் செஞ்சிட்டு அடுத்த பொறப்புல எம்மாம் படணுமோ? எங் கதெய வுடு. ஒங் கதெ என்னாச்சு?'

'அதெ ஏன்க்கா கேக்குற, வெல்லக்கட்டியத் தின்னுத்தின்னு வவுறுதான் புண்ணாப் போச்சி. வவுத்தாலதான் ஓடுஓடுன்னு ஓடுது. அப்பறம் ஒண்ணுமில்லெ' என்று சொன்னவள் சுவாரசியமான விஷயத்தைச் சொல்லிவிட்டதுபோல கலகலவென்று சிரித்தாள். அவள் அவ்வாறு சிரித்துக்கொண்டிருக்கும்போதே பொலபொலவென்று கண்ணீர் கொட்ட ஆரம்பித்துவிட்டது. அவள் அழுவது இன்று மட்டுமல்ல, ஆறேழு வருசமாக

அவள் கண்ணீர் விடாத நாட்களே இல்லை. விஷயம் தெரியாதவர்கள் யாராவது வெளியூரிலிருந்து பெண்கேட்டு வந்தால் அன்று அவளுடைய குடும்பமே அழும். பெண் கேட்டு வந்தவர்களிடம் செவ்வாய் தோஷம் என்றோ, வெளியில் பெண்ணைக் கொடுப்பதில்லை என்றோ, இந்த வருசம் பெண்ணுக்குக் கல்யாண ராசியில்லை என்றோ சொல்லி அனுப்பிவிடுவார்கள். விருத்தாம்பாள் மட்டுமில்லை, அவளுடைய அம்மாவும் போகாத கோயிலில்லை, வேண்டிக்கொள்ளாத சாமிகளில்லை. மந்திர வாதி, சோசியக்காரன், தாயத்துக்காரன் என்று எல்லாமும் பார்த்தாகிவிட்டது. பச்சிலை வைத்தியமும் எத்தனையோ மண்டலம் சாப்பிட்டாகிவிட்டது. என்ன செய்தும் பெரிய மனுஷியாகவில்லை. சாளவத்தில் கல்லை வைத்து அடைத்தது போல் அடைத்துக்கொண்டு கிடக்கிறது. என்றுதான் வழி திறக்குமோ? நேற்று சாயங்காலம் கூட ஒரு அய்யரைப் பார்க்கப் போயிருந்தாள். போனது என்னவாயிற்று என்று செடல் கேட்டதும் விருத்தாம்பாள் அழ ஆரம்பித்துவிட்டாள். 'நாம்பளே இப்பிடி; நம்பக்கூட சேருறதுமா இப்பிடி இருக்கணும்?' என்று எண்ணிய செடலுக்குக் கண்கள் கலங்கின.

குடையைப் பிடித்துக்கொண்டு தூரத்தில் வரும்போது யாரோ என்றுதான் இருந் தாள். பிறகுதான் வீரமுத்து என்று தெரிந்தது. திடுக்கிட்டுப்போனாள். அவனிடம் பேசக் கூடாது, வந்ததும் நிற்க வைத்தே பேசி அனுப்பிவிட வேண்டும், 'வேணும் விளையும்', சொந்த ஊர்க்காரன் என்றெல்லாம் பார்க்கக் கூடாது, இவனால்தானே ஆரான் அப்படி அன்று கேட்டான், அதனால் வெட்கித் தலைகுனிந்து போகும்படி பேசி அவனை அனுப்பிவிட வேண்டும் என்று நினைத்தாள். எல்லாமும் அவன் பந்தலுக்குள் வரும்வரைதான். அவன் பந்தலுக்குள் வந்து, குடையை மடக்கிக்கொண் டிருக்கும்போதே, மரியாதைக்காக ஒரே ஒரு வார்த்தை பேசிவிடலாம் என்று 'வாங்க ஒடயார, பாத்து எம்புட்டோ நாளாயிப்போச்சி, ஊருல எல்லாம் எப்பிடி?' என்று கேட்டாள். பிறகு, ஆவல் மேலிட, தன்னை மறந்தவளாக ஊரிலுள்ள ஒவ்வொரு தூசு, துரும்பைப் பற்றியும் வரிசையாக விசாரிக்க ஆரம்பித்துவிட்டாள். ஆடுகள் தூரமாகப் போவதைக் கண்டு 'ஓடிப் போயி ஆட்டத் திருப்பியாரனக்கா' என்று சொல்லிவிட்டு விருத்தாம்பாள் எழுந்து போனாள்.

பொழுது மேற்கில் சாய ஆரம்பித்துவிட்டது. ஒரு கத்திரித் தோட்டத்திற்குக் களைகூட வெட்டி முடித்திருக்கலாம். அவ்வளவு நேரமாகியும் வந்த விஷயத்தை மட்டும் வீரமுத்து வாய் திறந்து சொல்லவில்லை. பிள்ளையைச் சாவுகொடுத்தவன் மாதிரி உட்கார்ந்திருந்தான். செடல் கேட்பதற்கு மட்டும் ஒன்றிரண்டு வார்த்தைகளில் பதில் சொன்னானே தவிர, ஒருமுறைகூட நேராகப் பார்த்துப் பேசவில்லை. அவன் எதற்காக வந்திருக்கிறான் என்பது அவளுக்குத் தெரிந்தாலும் அவனுடைய வாயி லிருந்து வரவழைக்க வேண்டும் என்பது இவளுடைய ஆசை. ஊமை மாதிரி உட் கார்ந்திருப்பவனைச் சீண்டும் விதமாகக் கேட்டாள்:

'பொயிதாவுது கௌம்பலியா ஒடயார?'

'போவணும், போவணும்.'

'என்னா வெசயமா வந்தாப்ல. பாக்குகீக்கு வைக்க வந்தீங்களா?'

'ஒரு சோலியா வந்தன்.'

'என்னா ஊருல சோலி? நேரமாவுதே போவ வாண்டாமா?'

'போவணும்.'

'சொல்லுங்க.'

'நான் இன்னும் மறக்கல.'

'எதெ?'

'எதெயோ. நீ எங்கிட்டெ எதுக்குக் கேக்குற?'

'சும்மாதான் கேட்டன். சொல்லுங்க.'

'ஒனக்குத் தெரியாதது என்னா இருக்கு?'

'நான் அந்த மாரியெல்லாம் இருக்க முடியாது ஒடயார. 'வரவும் அரைக்க மாட்டன், வரவு சோறும் திங்க மாட்டன்; வடவாண்டி பயகூட நானிருந்து வாய மாட்டங்'கிற கதெ எங் கதெ. ஒண்ணுமில்லன்னு இருக்கும்போத படுறது போதாதா ஒடயார, இன்னுமா எனக்கு வேணும்?'

'என்னா படுறது?'

'ம், தெரியாதாக்கும். 'ரெண்டுக்கால் சந்துல வச்சடிச்சான் பொந்துலங்கிற' மாரி எல்லாமும்தான் சீர்கெட்டுப்போயிடிச்சே! எனக்குத்தான் எதுவுமில்லன்னு பொட்டுக்கட்டி வுட்டுட்டாங்க. அந்த மாரியெல்லாம் இருக்கிற மாரியிருந்தா எனக் கென்னா கொறவு? இதுக்கெல்லாம் நானா ஆளு? மேங்குலமா பாருங்க. இந்தப் பாவத்த மட்டும் என்ன செய்யச் சொல்லாதீங்க. ஒங்களுக்கு கையெடுத்துக் கும் புடுறன், போயிடுங்க. என்னால காசி கொடுத்து கருமத்த வாங்காதீங்க. எருமக் கோமியம் எக்கியத்துக்கு ஆவுமா?'

பறத் தெருப் பக்கமிருந்து வந்த விட்டம் 'வாங்க ஒடயார, ஒடயாரப் பாத்து ரொம்ப நாளாயிடிச்சே. எப்ப வந்தீங்க, ஒடயாரு வந்ததும் எனக்கு ஆளு வுட்டா என்னா செடலு' என்று ஆரம்பித்தவன், வீரமுத்துவிடம் தொடர்ந்து பேச்சுக் கொடுத்துக்கொண்டேயிருந்தான். செடலுக்கு விட்டத்தின்மீது கோபம் வந்தது. எதற்காக அவனிடம் பேச்சுக்கொடுத்துக்கொண்டே இருக்கிறான்? அவனும் எதற்காக விட்டத் தின் கேள்விகளுக்கெல்லாம் பல்லை இளித்துக்கொண்டிருக்கிறான்? முகத்திற்கு நேராக எத்தனை முறைதான் 'வராத, வராத' என்று சொல்ல முடியும்?

விட்டம் ஆள் கிடைத்தால் எளிதில் விட மாட்டான். நாள் முழுவதும் பேசிக் கொண்டேயிருப்பான். வாத்தியாரிடம் அடங்கி ஒடுங்கி உட்கார்ந்திருக்கும் பையன் மாதிரி வீரமுத்து விட்டத்தின் முன் உட்கார்ந்திருந்தான். அவன் எதைச் சொன்னாலும் 'அப்பிடியா, அப்பிடியா?' என்று மட்டுமே சொன்னான். விட்டம் சரியான ஆள் கிடைத்துவிட்டான் என்ற தெம்பில், அவன் என்னென்ன ஊர்களுக்கெல்லாம் ஆடப் போனான், அங்கு ஓசி சேலை கொடுக்கும் பெண்கள், சவுரிமுடி கொடுக்கும் பெண் கள், தமாஷான பேச்சு, பாட்டு, கூத்து, சம்பளச் சண்டை என்று அவனுடைய பேச்சு நீண்டுகொண்டேயிருந்தது. விட்டத்தின் தொணதொணப்புப் பேச்சைச் சகிக்க முடியாமல் செடல் வீரமுத்துவிடம் சொன்னாள்:

'ஒடயார, பொயிதாவுது, கௌம்பலியா?'

'இப்பத்தான வந்தாரு. இன்னம் வேர்வக்கூட அடங்கல. அதுக்குள்ள என்னா அவசரம்? செத்தப் பேசிக்கிட்டுருந்துட்டுப் போவட்டுமே.'

'சித்தப்பா!'

'சரி, ஒடயார, இருட்டப்போவுது, சட்டுன்னு பொறப்படுங்க. அப்பத்தான் வூடு போய்ச் சேர முடியும்.'

செடலையே வெறித்துப் பார்த்த வீரமுத்து ஏதோ சொல்ல வாயெடுத்தான். பிறகு என்ன நினைத்தானோ, ஒன்றும் சொல்லாமல் எழுந்துபோனவன், நின்று விட்டத்தைக் கூப்பிட்டு இருநூறு ரூபாயைக் கொடுத்துவிட்டு, திரும்பிப் பார்க்காமல் வீம்பாக நடக்க ஆரம்பித்தான். சட்டென்று வேகமாக எழுந்து திடுதிடுவென்று ஓடி விட்டத்திடமிருந்த பணத்தைப் பிடுங்கிக் கொண்டுபோய், வீரமுத்துவை மறித்து,

'திரும்பியும் ஓங்க மொகத்த நான் பாக்கணும்ன்னா பணத்தப் புடிங்க' என்று சொல்லிக் கையில் திணித்துவிட்டாள். ஒரு நொடிதான் ஒருவருக்கொருவர் நேருக்கு நேராகப் பார்த்துக்கொண்டனர். பிறகு மடமடவென்று திரும்பிப் பார்க்காமல் பந்தலுக்கு வந்தாள். கையிலிருந்த பண நோட்டுகளையே பார்த்த வீரமுத்து அப்படியே தரையில் கோபமாக விட்டெறிந்துவிட்டுத் திரும்பிப் பார்க்காமல் நடக்க ஆரம்பித்தான். வீரமுத்து சிறிது தூரம் சென்றதும் இரைந்து கிடந்த பண நோட்டுகளை விட்டம் பொறுக்கி எடுத்துக்கொண்டு பந்தலுக்கு வந்தான். வீரமுத்து சென்று வெகுநேர மாகியும் அவனுடைய நினைவிலிருந்து செடலால் மீள முடியவில்லை. எதற்காகப் பணம் கொடுத்தான், அதுவும் நான்கு நாட்கள் ஆடினால் கிடைக்கக்கூடிய பணம். தவறிப்போய் நினைவில்லாமல் கையை வேறு பிடித்துவிட்டோமே. பொறி வைக் கிறானா?

'இருட்டாயிடிச்சி வெளக்க ஏத்தும்மா.'

'ஏத்தணும் ஏத்தணும். பாக்கு ஒண்ணும் வல்லியா?'

'ஏன் இல்லாம!'

'என்னா ஊருல'

'பட்டியில. காமுட்டி திருநா. ரெண்டு ராத்திரிக் கூத்து. நாளக்கிச் சாயந்தரம் போவணும். ஆனா, நம்ப ஆறு பேருகூட செவ்வேரி ஆளுவோதான் ஆடுவாங்க.'

'ஆரான் தனிபிரிஞ்சித்தான் ஆடுவாரா?'

'ஆமாம்.'

'சரி. அப்பிடித்தான் இருக்கட்டுமே; எத்தன நாளக்கித்தான் ராஜபார்ட்டே ஆடிக்கிட்டு இருப்பார்ன்னு பாத்துடலாம். அவங்களுக்கு ஏதாச்சும் ஒண்ணு ரெண்டா வது வருதா?'

'ஒன்னெ வுட்டுட்டு அந்தப் பயலதான் கூப்புடுறாங்களா?'

'அவுங்களும் பொயக்கணுமில்லெ.'

'இந்த அறுவு அவனுக்கு இல்லியே.'

'எல்லாத்தயும் அந்த மாரியாயி பாத்துக்குவா.'

வணங்காமுடி சேகரனாக இருந்த ஆரான்மீது செடலுக்கு வன்மமும் பகை யுணர்ச்சியும் ஏற்பட்டது. இவளுடன் ஏற்பட்ட மனக்கசப்பில் அவன் நாடக செட்டையே இரண்டாக்கிவிட்டான். பொன்னன் செத்த பிறகு, நாடக செட்டு ஒன்றாக இருந்த ஒரு வருசத்தில் செடல் கையில் பாக்கு பணம் கொடுத்தாலும், உடனே அவளிடமிருந்து பலவந்தமாகப் பிடுங்கிக்கொள்வான். சம்பளம் பிரிப்பது, எந்த ஊரில் ஆடுவது, எத்தனை ராத்திரிகள், என்ன நாடகம் போடுவது என்பதை யெல்லாம் யாரிடமும் கலந்து பேசாமல் அவனே முடிவெடுத்துவிடுவான். கேட்டால் வேட்டை நாய் மாதிரி சண்டைக்குப் பாய்வான். பொன்னன் நாடக வாத்தியாராக இருந்தவரை சின்னச்சின்ன விஷயத்தைக்கூட மற்றவர்களிடமும் கலந்துதான் செய்வான். செடல் ஆட வந்த பிறகு, அவள் இல்லையென்றால் செட்டே வேண்டாம் என்று பேச்சு வந்த பிறகு, படிப்படியாக ஒதுங்கிக்கொண்டு, எல்லாவற்றுக்கும் அவளையே கைகாட்டி விட்டுவிடுவான். பொன்னன் செத்ததும் ஆரானே எல்லா வற்றையும் பார்த்துக்கொண்டான். அதற்காக நாடக செட்டில் உள்ளவர்கள் ஒரு வார்த்தைகூட அவனிடம் விரோதமாகப் பேசியது கிடையாது. செடலும் அது நல்லது என்றே நினைத்தாள். பட்டணத்துக்குக் கூப்பிட்டு இவள் வர மறுத்த பிறகுதான் அவனுடைய வாய் கட்டுக்கடங்காமல் போனது. அதோடு 'அவ என்னய்யா நம்பளுக்கு ஆளு? பொட்டுக்கட்டி வுட்டவயெல்லாம் நம்பளுக்கு வாத்தியாரா,

அவ சொல்லித்தான் நாம்ப எல்லாத்தயும் தெரிஞ்சிக்கணுமா? செடலு செட்டுன்னு எப்பிடிப் பேரு வக்கிலாம். ஒரத்தநாடு தாலூகவுல ஆடுற பொட்டச்சியெல்லாம் இப்பிடித்தான் செய்றாளுவளா! இல்லெ, அநுமந்த குப்பத்துக்காரி பாஞ்சாலியும் இவள மாரி பொட்டுக்கட்டி வுட்டவதான, கூத்து ஆடுறவதான, அவ இந்த மாரிதான் பண்றாளா? வேப்பூருக்குப் பக்கத்துல இருக்கிற விளம்பாவூர்ல, உளுந்தூர்பேட்ட கிட்டெ இருக்கிற பாலியில பொட்டுக்கட்டி வுட்டிருக்காங்க. கூத்தும்தான் ஒண்ணு ரெண்டு பேரு ஆடுறாங்க. இவள மாரியா! அடேயப்பா, நல்லா ஆடத் தெரிஞ்சா அதுக்காக மேனாமினிக்கித்தனமெல்லாம் பண்றதா?' என்று கூடிப் பழகின தோசத்தையெல்லாம் மறந்துவிட்டு வாய்க்கு வந்தபடியெல்லாம் பேச ஆரம்பித்துவிட்டான். கேட்கப் போனவர்களிடம் 'தாசிக்கு வக்காலத்தா வாங்குறீங்க? அவளோட சங்கதியெல்லாம் ஒங்களுக்கு ஒண்ணும் தெரியாது. 'விரதம் விரதம்'ன்னு பாசகாட்டுறான்னு மயங்காதீங்க' 'அவ பீக்காட்டுக்குப் பேளப் போனாலும் அவ பின்னாலியே சொம்புல தண்ணீய தூக்கிக்கிட்டு நீங்க போங்க' என்று சொல்ல ஆரம்பித்துவிட்டான். அதனால் ஆடிக்கொண்டிருந்த ஊரிலேயே ஒரு முறை கைகலப்பாகிவிட்டது. அந்தச் சண்டைக்குப் பிறகும் இரண்டு மாதம் சேர்ந்துதான் ஆடினார்கள். வாலிகண்டபுரத்தில் ஆடும் போது சண்டை பெரியதாகிவிட்டது. பேசிக்கொண்டிருக்கும்போதே 'நீ என்ன வாத்தியாரா?' என்று கர்ணனின் கன்னத்தில் ஆரான் அறைய, இருவரும் வேசம் கட்டும் இடத்திலேயே கட்டிப் புரண்டனர். 'அந்த நாடகம் வாணாம். வேற போடு' என்று சொன்னதற்கு யாராவது அடிக்கப்போவார்களா? கூத்தாடிகளுக்குள்ளாகவே இரண்டு பிரிவாகிவிட்டது. ஆரானுக்கு எதிரான பிரிவு ஆட மறுத்துச் சாமான்களைத் தூக்கிக்கொண்டு கிளம்பியபோது, செடல்தான் ஊர்ப் பெரியவர்களை அழைத்து வந்து, சமாதானம் செய்து அன்றைய ராத்திரி ஆட்டத்தை ஒப்பேற்றினாள். அதோடு விட்டிருந்தால்கூட செட்டு உடையாமல் இருந்திருக்கும். 'கண்ட பயலுக்கெல்லாம் காலத் தூக்குறவளுக்காக, சொந்தக்காரனயே எதுத்து எப்ப அடிக்க வந்தீங்களோ, இனும ஒங்கக்கூட சேந்து எம் மொவத்துல அரிதாரம் பூச மாட்டன். இந்தத் தேவிடியா மாரி எனக்கு ஆயிரம் பேர் கெடப்பாளுவோ. தல இருக்கிறவரைக்கும் எத்தன தலப்பா வேணும்ன்னாலும் கட்டிக்கிலாம். தலப்பாவுக்கு ஒண்ணும் பஞ்சமில்லெ' என்று சொன்னதோடு, அவனுக்கிசைந்த ஐந்தாறு ஆட்களை அழைத்துக்கொண்டு போயும் விட்டான். வேறு வழியின்றிச் செடல் கர்ணனை அனுப்பி வெளியூர் ஆட்டக்காரர்களை அழைத்துவரச் சொல்லி பாக்கு வாங்கியபடி ஆட்டத்தை முடித்துக் கொடுத்தாள். அன்றிலிருந்து ஊரில் இரண்டு நாடக செட்டு என்றாகிவிட்டது. செடல் தனக்காக சொந்தம், பந்தமெல்லாம் விட வேண்டாம் என்று சொல்லிப்பார்த்தாள். அவளைவிட, ஆரானை விட்டம், கர்ணன், தொப்பளான், பாவாடைதான் அதிகம் வெறுத்தனர். ஆரானோடு சேர்ந்து ஆடக் கூடாது என்று பிடிவாதம் பிடித்தனர். ஆள் பற்றாக் குறைக்கு அவர்களாகவே வெளியூரிலிருந்து ஆட்களை வரவழைத்துக்கொண்டனர். இதனால் செடலுக்கும் ஆரானுக்கும் பாம்பு தவளை என்ற உறவாகிவிட்டது.

செடல் எதிரில் உட்கார்ந்திருந்த விட்டத்தையே கூர்ந்து பார்த்தாள். முன்னைவிட இப்போது அவன் மிகவும் மெலிந்து கருத்துவிட்டதாகத் தோன்றியது. ஒரு மாதத்திற்கு முன்பு ஆட்டத்திற்குப் போகும்போது இருட்டில் கல்லில் இடித்துக் கொண்டு விழுந்தபோது அவனுடைய பல் ஒன்று சிதறிவிட்டது. அதுவும் இரண்டு நாட்களிலேயே விழுந்துவிட்டது. அதிலிருந்துதான் அவன் ரொம்பவும் உடைந்து போய்விட்டான். 'என் உசுருப் போயிருந்தாக்கூட எனக்கொண்ணும் பாதகமில்லெ. பல்லு, அதுலயும் மே வரிசயில மொனப் பல்லு போயிடிச்சே! நான் என்னா பண்ணுவன்?

பசியில்லாமச் சாப்புட்டதும், பத்து ரூவா கைமிச்சமா இருந்ததும், நான் ஆளானதும், இதெக் கொண்டுதானே. எல்லாம் என் தலயோட சரி. எம் மவனுங்க யாரும் இந்தத் தொயிலுக்கு வர மாட்டானுவோ போல இருக்கு' என்று அவன் சொல்லும்போதெல்லாம் அவளுக்குப் பெரும் சஞ்சலமாகி விடும். அவனை நினைத்துதான் அவளுக்கு அதிகம் கவலை. அவனுடைய பெண்டாட்டி வயிற்றுவலி, வயிற்றுவலி என்று எப்போதும் படுத்தே கிடப்பாள். ஊர்ப் பெண்களைப் போலத் தானாக ஓடி நான்கு பேரிடம் கேட்டு வாங்கி ஒன்றையும் செய்ய மாட்டாள். இவனாகக் கொண்டுபோய்க் கொடுத்தால்தான் அடுப்பில் நெருப்பு வைப்பாள். பிள்ளைகளும் ஒன்றும் பெரிய பிள்ளைகளில்லை. பேருக்கு வேண்டுமானால் முதல் பையனைத் தாளம் தட்ட இழுத்துப்போடலாம். மற்ற ஆட்டக்காரர்கள் எப்படியோ சமாளித்துவிடுவார்கள். பாவாடையின் பெரிய மகன் இப்போதுதான் ஆடப்போகிற ஊர்களுக்கு வர ஆரம்பித்திருக்கிறான். செல்லையாவின் இரண்டு மகன்களுமே ஆர்மோனியம், தாளம்தட்ட என்று தயாராகி விட்டார்கள். ஆனால் விட்டத்தின் நிலைதான் என்ன வாகுமோ? தாலாட்டுப் பாடப் போகிற ஊர்களில் கிடைப்பதைக்கூட விட்டத்துக்குக் கொடுத்து விடுவாள். அப்படியும் விடியவில்லை அவனுக்கு.

ஆரானின் நினைவு வந்ததும் செடலுக்குச் சொல்ல முடியாத ஆத்திரம் உண்டாயிற்று. அவன்மீது இருந்த வெறுப்பில் மனம்கசந்துபோய்ச் சொன்னாள்:

'கேட்டியா சித்தப்பா, மனசாரத்தான் அந்தாளு ஒங்களயெல்லாம் சித்ரவத செய்யுறான்.'

'அவன்தான் ஒரு அலஞ்ச பயலாச்சே! 'பங்குன்னா ரெண்டு எடுப்பன், கன்ன வாச பூற மாட்டன்'ங்கிறவனாச்சே அந்தப் பய. நல்ல நேரத்துல நாற நாயப் பத்தி பேச்சு எதுக்கு?'

'என்னெ வுட்டுத்தள்ளு. நீட்டிப் படுத்தாலும்போச்சி, மடக்கிப் படுத்தாலும் போச்சி. புள்ளெகுட்டிய வச்சிக்கிட்டு நீங்கயெல்லாம் தவுசு பண்றீங்களே அதுகூடவா தெரியாமப் பூடும்? அப்புறமென்ன சாண்டுல இருக்கு சாதி மொறம?' 'நம்ப செட்டத்தான் தேடிக்கிட்டு பத்து ஊர்க்காரன் வர்றான். அந்த நாய எவன் சீந்திப்பாக்குறான் சொல்லு? ஆட்டக்காரன்னு ஒருத்தனும் ஆம்புடலன்னாத்தான் அவன வந்து கூப்புடுறானுவோ.'

'எப்பிடியோ இருந்துட்டுபோவட்டும். பொன்னன் மவன்கூட அந்தாளுகூட சேந்துகிட்டு எனக்கெதிரா கச்சிக்கட்டுறத பாத்தியா சித்தப்பா. அவனுக்கெல்லாம் நான் பண்ணுனது என்னாங்கறன்?'

'ஊர்ஊரா செல்லியம்மன் தாலாட்டுப் பாடி வாங்குன படியயும் ராவு பவல்னு இல்லாம ஆட்டம் ஆடி சம்பாரிச்சிசம்பாரிச்சி அவன் அப்பன் கையிலியே கொடுத்தியே, அதான் தின்னுப்புட்டு இப்பத் தெம்மாங்குப் பேசுறான்.'

'அந்தப் பொம்பளக்கூட ஆரான் பேச்சக் கேட்டுக்கிட்டு மட்டுமீறி பேசுறதா ஊருல சொல்லிக்கிறாங்க.'

'ஒன்னோட வெளக்காமாத்தயும் மொறத்தயும் எடுத்துக்கிட்டுப் போயி அவளோட அந்த ஆம மூஞ்சிமேல ரெண்டு போடு போட்டுட்டு வாயன்.'

'எல்லாத்துக்கும் காரணம் அந்தாளுதான். ஊருஊரா ஆடப் போற எடமெல்லாம் 'செடலு வல்லியா'ன்னு கேட்டா வேற என்னென்னமோ தப்பும்தவறுமா அள்ளிப் போட்டுக்கிட்டே வர்றானே அவன் நல்லாயிருப்பானா? அவனோட புள்ளெயெல்லாம் அவனோட வாயில மண்ணத் தள்ளி மூடுமா? அட சண்டாளா!' 'இன்னிக்கி நான் சொல்றத என்னிக்கும் காதுல போட்டுவச்சிக்க. சங்கக்கெட்டுப்போயி அவனே

திரும்பி வந்து ஒண்ணாச் சேந்து ஆடலாம்ன்னு வருவான். அவன்கூட அப்பிடி சேந்து ஆடுற மாரியிருந்தா அன்னியோட நான் காலுல சலங்கயக் கட்டுறதயே வுட்டுடுவன். இது ஒம்மேல ஆண. அவன நம்பியா நாம்ப இருக்கோம்? தொயிலு கையில இருக்கு றப்ப அவனயெல்லாம் எதுக்கு நம்பணும்? ஈனச் சாதிப் பய. ‘அவளுக்கென்ன ராசாத்தி, தெனமொரு ஆம்படயான கைமாத்தி வாயிந்திருந்தா பொண்ணொருத்தி’ங்கிற கதெயா இது. அவன் கெடக்குறான் வரமுறகெட்ட நாயி. மீறி வந்தா ஊரக் கூட்டி வச்சிக் கேளு.’

‘எம்மாம் கதெ கட்டிவுடுறான். எம்மாம் சிரிக்கவைக்கிறான் அந்தாளு. ஒவ்வொரு சொல்லும் சீல முள்ளு குத்துறாப்ல குத்துது.’

‘ஆமாம் போ, அவன்கிட்டெ இருக்கிற சொத்துப்பத்த மடக்கிப்போட்டுக்கிலா மின்னுதான் நீ ஏறிவியிந்து போறியா? ஊருல இருக்கிற நாடுமாறிப் பயலுவோ சொல்றானுவோன்னு நீயும் இதெ ஒரு பேச்சா பேச வந்துட்ட. அவங்கிட்டெ பரம பைசாவுக்கு வய்யச் சொல்லு. அது கெடக்கு கடபடாத நாயி. அவன் கறிதான் சொரண கெட்ட கறியாச்சே.’

‘ஆம்பளயக் கண்டாலே மனசுல ஒரு அச்சம் ஐயுறவோட இருக்கும்போதே படாத பங்கமெல்லாம் பட வேண்டியிருக்கே. ஒவ்வொருத்தியாட்டம் ஓராயிரம் பேருக்கு முந்தானி போடுறவளாயிருந்தா இன்னம் எம்மாம் கதெ எடுப்பாங்களோ சனங்க. நானும் எம்மாந்தான் மனம் தாங்கிப்போறது? நெறகடலா இருக்கிற என்னெப் பாத்து பொயச்சொல்லு சொல்றவங்களோட வூடு கதவடச்சிப்போவாதா? அவன் குடும்பமே பூண்டத்துப்போவாதா? விருத்திக்கிவராம, பேர் சொல்ல ஆளில்லாமப் போவாதா? செல்லுப் புத்துல கட்டுவிரியன் பூந்த கதெயாயிடிச்சி எங் கதெ.’

‘இரு, நான் பாக்குக் கடிக்கிற நேரத்துக்குள்ள வூட்டமுட்டும் ஒரு நடெ போயிட்டு வரன்’ என்று சொல்லி, வீரமுத்து போட்டுவிட்டுப் போன பணத்தை செடலிடம் கொடுத்தான். அவள் வாங்க மறுத்துவிட்டதால், பணத்துடன் விட்டம் குடித் தெருப் பக்கம் போனான். கருத்த நிழலாக அவன் போவதையே பார்த்துக்கொண் டிருந்தாள். அவள் பார்த்துக்கொண்டிருக்கும்போதே இரவு எல்லையற்ற பூமிப் பரப்பை இருட்டுக்குள் மூழ்கடிக்க ஆரம்பித்தது. இருளையே வெறித்தது அவளுடைய பார்வை.

செடல் கைகால்களைச் சுத்தம்பத்தமாகக் கழுவிக்கொண்டு விளக்கேற்ற விளக்கை எடுத்தபோதுதான் தெரிந்தது, அதில் எண்ணெய் இல்லை என்று. இரண்டு அரிக்கனையும் குலுக்கிப்பார்த்தாள். சீசாவிலும் பார்த்தாள். ஒரு சொட்டு எண்ணெய் கூட இல்லாமல் காய்ந்துபோயிருந்தது. எல்லாவற்றையும் அப்படியே போட்டு உடைத்துவிடலாம் போல எரிச்சல் உண்டாயிற்று. அப்படியே நடு வீட்டிலேயே எல்லாவற்றையும் போட்டுவிட்டு வெளியே வந்தாள். எதிரில் கரும்போர்வையைப் போர்த்தியது போலிருந்த உழுது சமன்படுத்திய நிலம் தெரிந்ததும் மேலும் எரிச்ச லுற்றாள். ‘எதுக்குத்தான் ஊருல இருக்குற பொறம்போக்கு நெலத்தயெல்லாம் பட்டாப்போட்டு சொந்தம் பண்ணிக்கிறானுவளோ? சாவயில தூக்கிக்கிட்டா போவப்போறானுவோ? நாசமத்துப்போவ. இனிமேக்கொண்டு வெளிய வாசலன்னு எங்க ஒதுங்குறது?’ என்று சொல்லித் திட்டினாள். பிறகு தென்னந்துடைப்பத்தை எடுத்துப் பந்தலைச் சுற்றிக் கூட்டிப் பெருக்கினாள். அப்போதுதான் கூரையும் பந்தலும் மக்கிப்போயிருப்பது நினைவுக்கு வந்தது. விட்டம் வந்ததும் அவனிடம் சொல்லி இரண்டையும் வேயச் சொல்ல வேண்டும் என்று நினைத்துக்கொண்டாள்.

இருட்டிலேயே பெருக்கி முடித்து, குளுமையாக இருக்கத் தண்ணீர் தெளித்துவிட்டு, விட்டம் வருகிறானா என்று பார்த்துவிட்டு ஒரு ஓரமாக உட்கார்ந்தாள்.

செடலுக்கு மீண்டும் ஆரானின் நினைவு வந்தது. ஆடப் போகிற இடமெல்லாம் தலைவாசல் கிராமத்தில் நடந்த விபத்தை காது, மூக்கு, கண் என்று வைத்து ஒன்றை நூறாக்கிப் புரளியைக் கிளப்பிவிட்டுக்கொண்டேயிருந்தான். யாராவது கேட்கப் போனால் 'நீ என்ன அவளுக்குத் தாலிகட்டின பிரிசனா, தேவிடியாளப் பத்தி நான் ஆயிரம் பேசுவன், ஒனக்கென்ன? பொட்டுக்கட்டி வுட்டவள யார் வேணும்ன்னாலும் கூப்புடலாம், எது வேணும்ன்னாலும் பேசலாம். நீ ஒன் பாட்டெயப் பார்த்துக்கிட்டுப் போ' என்று முகத்திலடித்தாற்போலப் பேசிவிடுகிறான். வெளியில்தான் இப்படி என்றால் கூத்தாடித் தெருவுக்குள்ளும் இதே பிரச்சினைதான். செடல் செட்டு ஆட்களின் பெண்டாட்டிகளும் ஆரான் செட்டு ஆட்களின் பெண்டாட்டிகளும் மோதிக் கொள்ளாத நாளே இல்லை என்று ஆகிவிட்டது. பொன்னனின் பெண்டாட்டியும் மற்ற பெண்களும் பேசிக்கொள்வதையெல்லாம் காதுகொடுத்துக் கேட்க முடியாது. சிலர் இவள் காதுபடவே பேசுகிறார்கள். எதற்கு இந்த நாய்ப் பிழைப்பு என்று எண்ணி யவள் புலம்ப ஆரம்பித்தாள்.

'என்னெ எவன் எவனோவெல்லாம் பெண்டாளனும்ன்னு எண்ணுறானுவோ. ஒலவத்துல எம்மாம் பொட்டச்சிவோ இல்லெ. செம்மாந்துரத்துல நான் செஞ்ச பாவமென்னா? யாரும் செய்யாததயா நான் மட்டும் செஞ்சியிருப்பன்? மத்தவங்க மாரி புள்ளெயக் கலச்சனா, தொட்டுத் தாலி கட்டுனவன வுட்டுட்டு வேற ஒருத்த னோட ஓடிப்போயிட்டனா? அறியாப் புள்ளெயக் கயித்தப் புடிச்சி நெறிச்சிக் கொன் னனா? எல்லாரும் அப்பா அம்மான்னு, பிரிசன் புள்ளென்னு இருக்காங்க. ஆனா நான் வந்த விதி, வா வாத்தக்கி ஆளில்லாம சுடுகாட்டுல குந்தியிருக்கன். என்னான்னு கேட்பாருமல்லெ; ஏதுன்னு பாப்பாருமில்லெங்கிறாப்லதான் எனக்கு எல்லாரும் சதிமோசம் செஞ்சிட்டாங்க.'

விட்டம் வருவது தெரிந்ததும், செடல் மூக்கைச் சிந்தி வீசியெறிந்துவிட்டு, கண்களைத் துடைத்துக்கொண்டு தலைமயிரை அவிழ்த்து நன்றாக உதறிக் கட்டிக் கொண்டு, மாராக்குச் சேலையைச் சீர்செய்துகொண்டே 'என்னா சித்தப்பா, கைப்பை யெல்லாம் பெருசா இருக்கு?' என்று கேட்டவளுக்கு 'ஒண்ணுமில்லெ' என்று சொல்லிக் கொண்டே அரிசி, குழம்புச் சாமான்கள் என்று வாங்கிவந்திருந்த பைகளை வீட்டுக்குள் கொண்டுபோய் வைத்தவன் 'வெளக்கு ஏத்தலயா?' என்று கேட்டுக்கொண்டே வெளியே வந்தான். 'சீமத்தண்ணீ இல்லெ சித்தப்பா. அதோட நெருப்புப் பொட்டியு மில்லெ' என்று அவள் சொன்ன மறுநொடியே 'சீசாவ இப்பிடி எடுத்தா' என்று சொல்லி பாட்டிலை வாங்கிக்கொண்டு விட்டம் வேகமாகக் குடித் தெருவுக்கு ஓடினான்.

விட்டம் கூத்தாடித் தெருவைக்கூடத் தாண்டியிருக்க மாட்டான். அதற்குள் இரண்டு ஆட்களுடன் வந்த செல்லையா வந்த வேகத்திலேயே 'கௌம்பு கௌம்பு. சாமானெல்லாம் எடு. விட்டம் எங்கபோயி சேந்துட்டான்' என்று கேட்டுக்கொண்டே 'குந்துங்க குந்துங்க. இந்தா ஒரு நிமிட்டுல போயிடலாம்' என்று சொல்லி வந்தவர்களை உட்காரவைத்தான். பிறகு வந்தவர்களிடம் பேச்சுக் கொடுக்க ஆரம்பித்தான். விட்டம் எண்ணெய் வாங்கிவந்து கொடுத்ததும் விளக்கு, அரிக்கன் என்று எல்லாவற்றிலும் ஊற்றி ஏற்றிவைத்துக் கும்பிட்ட பிறகுதான், செடல் ஆடக் கூப்பிட வந்தவர்களிடம் பேச்சுக் கொடுத்தாள்.

'எந்தூரு? ஆட்டம் ராத்திரிக்கு மட்டுமா, பவலுக்குமா? பாக்குபணம் கொடுங்க. வய்யீ செலவுக்கும் நீங்கதான் கொடுக்கணும். ராத்திரி மட்டுமா! பவலும்ன்னா

ஒன்றைநா ஆட்டம் கணக்கு ஆவுது. அதுக்குக் கொறஞ்சா எங்க செட்டு ஆட வராது. சுத்துப்பட்டுல கேட்டுப்பாருங்க, எல்லாச் செட்டயும்விட எங்க செட்டு ஆட்டம் ஒரு நூலு மேலாத்தான் இருக்கும். ஆட்டத்தப் பத்தியெல்லம் நீங்க கொற பேச முடியாது. இன்னொண்ணு, வேசத்தக் கலச்ச மறு நிமிசமே பேசுனபடி பணத்தக் கொடுத்துடணும். வம்புதும்பு, வயக்கு பண்ற மாரியிருந்தா எங்க செட்டு ஆட வராது. மய மாரி வந்து ஆட்டம் பாதியில நின்னுபோனாலும் முழு சம்பளம்தான் தரணும். அரச்சம்பளம் கொடுக்கிறமாரியிருந்தா வேற செட்டப் பாத்துக்குங்க. என்னா சாதி? செத்தது வயசான கட்டெயா? வாத்தியாரு பணம் குடுங்க.'

'ஓம் மொவத்த வந்து காட்டு, எம்மாம் சம்பளம்னாலும் தர்றோம். பேச்சு தவறாது. ஆனா தரயில குந்திதான் ஆடணும். பெஞ்சுயில குந்திதான் ஆடுவமின்னு சண்ட சாடிப் பண்ணப்படாது.'

'அதுக்கென்ன? எங்கேயும் உள்ளதுதான.'

14

'யுத்தத்தில் இந்திரனுக்கு நிகரானவன் எவனோ?'

'எவனோ!'

'அசூரர்களின் குருவாகிய சுக்ராச்சாரியார் கற்றறிந்த சாஸ்திரம் அனைத்தயும் அறிந்தவன் எவனோ?'

'எவனோ!'

'தேவர்களின் குருவாகிய பிரகஸ்பதி கற்றறிந்த தருமம் அனைத்தயும் பயின்றவன் எவனோ?'

'எவனோ!'

'எதிரிகளால் வெல்ல முடியாத பராக்கிரமம் படைத்த பரசுராமன் கற்றிருந்த அஸ்திர வித்தைகள் அனைத்தயும் கற்றவன் எவனோ?'

'எவனோ!'

'ராஜ தர்மம், ராஜ நீதி, வில்வித்தை எல்லாவற்றிலும் தேர்ந்தவன் எவனோ?'

'எவனோ!'

'பிரம்மச்சரியத்தைப் பூண்டவனும், ராஜ்ஜியத்தயும் பெண்களையும் துறந்தவனுமானவன் எவனோ?'

'எவனோ!'

'வசிஷ்ட முனிவரால் சபிக்கப்பட்டு பூமியில் நர மனிதனாய் பிறந்தவன் எவனோ?'

'எவனோ!'

'துக்கங்களால் அணுக முடியாதவன் எவனோ?'

'எவனோ!'

'விரும்புகிறமுட்டும் சாகாவரம் பெற்றவன் எவனோ?'

'எவனோ!'

'எட்டு வகையான யோக நெறிகளையும் அறிந்தவன் எவனோ?'

'எவனோ!'

'ஐம்பொறிகளையும் அடக்கியாண்டவன் எவனோ?'

'எவனோ!'

'பஞ்ச பூதங்களுக்கு ஒப்பானவன் எவனோ?'

'எவனோ!'

'நித்தியத்தையும் உண்மைப் பொருளையும் அறிந்தவன் எவனோ?'

'எவனோ!'

'பரம்பொருளை உணர்ந்து ஆசு, மதுரம், சித்ரம், வித்தாரம் எனும் நான்கு வகை கவியாற்றலையும் பெற்றவன் எவனோ?'

'எவனோ!'

'பூமி, தண்ணீர், வாயு, ஆகாயம், ஒளி, சூரியன், அக்னி, சந்திரன் என்பவைகூடத் தங்களுடைய இயல்பான குணங்களை மாற்றிக்கொண்டாலும், தன்னுடைய சத்தியத்திலிருந்து மீற மாட்டேன் என்று சொன்னவன் எவனோ?'

'எவனோ!'

'எதிரில் நிற்பவன் பேடி சிகண்டி என்பதால் பாரதப்போரில் மாண்டவன் எவனோ?'

'எவனோ!'

'அவனே, கங்கையின் மைந்தன் காங்கேயன், தேவி விரதன் என்ற தேவர்களில் ஒருவனான பீஷ்மரே ஆவான்.'

'பீஷ்மரே ஆவான்...'

'பாடு.'

'அண்டலம் மண்டலமெல்லாம் கண்டவர் நடுங்கிடவே வீரன் கொலுவதாகினேன் பத்மாசூரன் கொலுவதாகினேன்.' 'சரி அடவு போடு.'

தன தந்தனா, தன தந்தனா, தன தந்தனா, தன தன தன, தந்தனா,

'அடவு போடு. போடுறா காலத் தூக்கி வச்சிப் போடு.'

நகநகநக நகனா, நகநகநக நகனா, நகன நகன நகனா,
தகன தகன தகன தகனா,
திகன திகன திகன திகனா,
தோ தின், தோ தின், திந்தக தா,
தின் தின் திந்தா, தின் தின் திந்தகத்தோம்,

'தாளக்கட்டு சரியா இருக்கணும். பிசிறாத. சம்ப அடி அடிக்காத. நீ போடுறா. கையி, காலு, நெஞ்சு, வவுறு, கண்ணு, விரலு, இடுப்பு எல்லாமும் ஆடணும். பொட்ட ஆட்டம் ஆடக் கூடாது.'

'எல்லாம் மனப்பாடமா இருக்கணும். அப்பத்தான் ஆட்டத்துக்கே ராஜாவா ஆகலாம். அதுக்கு ஒடம்பு வேணும். அதோட ஒடம்பு தெடமாவும் இருக்கணும். பொட்டப்பய மாரி சும்மாச்சிக்கும் ஒடம்ப நெளிச்சிநெளிச்சிக் காட்டாத.'

'தாளத்துக்கேத்த மாரி, பாட்டுக்கேத்த மாரி, ஆர்மோனியம், மிருதங்கம், மத்தளம், டோலக்குக்கு ஏத்த மாரி ஆடணும். ஆடு. தாளம் தப்பாத. காலு சலங்கயோட கிணுகிணுங்கிற சத்தம் காதுலயும் மனசுலயும் எப்பியும் கேட்டுக்கிட்டே இருக்கணும். அப்பத்தான் ராஜபார்ட்டு கட்டலாம், நல்ல ஆட்டக்காரன், தொழிலுக்காரன்னு பேரு எடுக்கலாம். சரி ஆடு, சதிராடாத. அடவு போடு.'

'யே தம்பி நீ வா, 'சாதிக்கு சாண்டு வாத்தா ஆளுக்கொரு கொட்டாங்குச்சிங்'கிற கதெயா நிக்குறியா? வசனஞ் சொல்லு.'

'அந்த வேசம் வேணும், இந்த வேசம் வேணும்ன்னு கேட்டா மட்டும் போதுமா? அதுக்கேத்த மாதிரிஒரு இது வேணாமா? தனியா நாலு பேரு மத்தியில, அதிலியும்

இருட்டா இருக்கும்போதே வாயத் தொறந்து பாட முடியாதவன், பத்து ஊரு சனங்க கூடி இருக்கிற சபயில எப்பிடிப் பாடப்போற, ஆடப்போற, சொல்லு. எப்ப எந்தப் பாட்டப் பாடுனா, எந்த வசனத்தப் பேசினா சபய அடக்கலாம்ங்கிறது நல்ல ஆட்டக் காரனுக்குத் தெரிஞ்சாத்தான் பொயப்ப ஓட்டலாம். புரியுதா? சரி, சொல்லு.'

'தேவர்கள், யட்சர்கள், ராட்சதர்கள், முனிவர்கள், பூதங்கள், நரமனிதர்கள் என்று எல்லாவற்றுக்கும் அஞ்சாதவன் எவனோ?'

'துரோணர்.'

'பிரகஸ்பதியின் அம்சம்?'

'துரியோதனன்.'

'கலியின் அம்சம்?'

'யுதிஷ்டிரன்.'

'தர்மராசனின் அம்சம்?

'அர்ச்சுனன்.'

'வாயுவின் அம்சம்?'

'நகுல சகாதேவன்.'

'தேவர்களின் அம்சம்?'

'அபிமன்யு.'

'சந்திரனின் அம்சம்?'

'விதுரன்.'

'தர்ம தேவதையின் அம்சம்?'

'திரௌபதி.'

'இந்திராணியின் அம்சம்?'

'காந்தாரி.'

'விவேகத்திற்குரிய தேவதையின் அம்சம்?'

'பலராமன்.'

'ஆதிசேஷனின் அம்சம்?'

'கிருஷ்ணன்.'

'நாராயணனின் அம்சம்?'

'_____'

'அர்ச்சுனனின் பத்து அழகு என்னென்ன?'

'பல்லில் பரிச வீணை, பாதத்தில் செந்தாமரை, அங்கமெல்லாம் தங்க நிறம், ஆடும் துடை மரகதமாம், முதுகிலே மச்ச ரேகை, முழங்காலிலே முத்துமாணிக்கமாம், தோளிலே துளசிமாலை, தொப்பூழிலே அமிர்த கலசம், முன்னே பார்த்தால் முன் னழகு, பின்னே பார்த்தால் பின்னழகு, ஆக மொத்தம் பத்து.'

'_____'

'சரி ஒண்ணாங்கால் அடவு போடு.'

'தோதிக தை தோதிக தா, தோதிக தை தோதிக தா, தோதிக தை தோதிக தா தத்தித் தை.'

'_____'

'ரெண்டாங்கால் அடவு போடு.'

'திந்தா திந்தா திந்தக்க தா, திந்தா திந்தா திந்தக்க தா, திந்தா திந்தா திந்தக்க தா தித்தி தை.'

'_____'

'மூணாங்கால் அடவு போடு.'

'திந்தக தை திந்தா, திந்தக தை திந்தா, திந்தக தை திந்தா திகதா திகதா திகதா தித்தித்தோம்.'

'——'

'நாலாங்கால் அடவு போடு.'

'தத்திமித்தி தாய் தாய் தத்தாரிகிட ஜே, தத்தமித்தி தாய் தாய் தத்தாரிகிட ஜே, தத்தமித்தி தாய் தாய் தத்தாரிகிட ஜே.'

'——'

'அஞ்சாங்கால் அடவு போடு.'

'தகுறதாச்சனம் தகுறததத்தின தகுறதத் தை, தகுறதாச்சனம் தகுறததத்தின தகுறதத் தை, தகுறதாச்சனம் தகுறததத்தின தகுறதத் தை.'

'——'

'ஆறாங்கால் அடவு போடு.'

'தத்தித்தாம் தலாங் ததிங்கின தை, தத்தித்தாம் தலாங் ததிங்கின தை, தத்தித்தாம் தலாங் ததிங்கின தை'

'தத்தித் தை, தத்தித் தை, தத்தித் தை, தத்தித்தோம்,
தத்தோம், தத்தித்தோம், ததிங்கினதோம், ததிங்கினதோம்,
ததிங்கினதோம் தத்தித் தா தத்தித் தை, தத்தித் தா தத்தித் தை...'

* * *

'அடவு போடு, நிறுத்தாத. போடு போடு, பெராக்குபாக்காம போடு.'

'ஆர்மோனியத்தோட மத்தாளம் எப்பிடி சேருதுன்னு பாரு. எதுக்குக் கால அகட்டிஅகட்டி வச்சி ஆடுறவன்? தொண்டிக்கட்ட போட்ட மாடா நீ? கப்பக் காலா ஒனக்கு? அப்பிடியில்ல, இங்க பாரு, இப்பிடி, இப்பிடித்தான் ஆடணும். கைய விசிறி ஆட்டு. ஒடம்ப நல்லா தளர வுடு. முறுக்காத.'

'கண்ணு பாத்தா மனசு அப்பிடியே வேலமரத்துப் பிசுனு புடிச்சிக்கிற மாரி புடிச்சிக்க வாண்டாமா? முக முத்திர, கை முத்திர, கால் முத்திர எல்லாம் சரியா வர வாணாமா? சரி, பாடு.'

'கர்ணன், பொன்னுருவி ரெண்டு பேரும் வாங்க. பாடி ஆடுங்க, பாக்கலாம்.'

* * *

'கதிரவன் ஈன்ற மைந்தன் அதிக பலமுடைய சூரன்
சாந்தமுள்ள மாதுளை மேனியன் நெட்டுநடை போட்டுட்டனே
தாதியர் கவரிகள் வீசிட கர்ண மகாராஜன் கொலுவில் வந்தேனே
பார் சபையை நாடி கர்ண மகாராஜன் வந்தேனே!

'பதினேழாம் நாள் யுத்தமதில் பார்த்தீபன்தனை எதிர்க்க
விதிவந்து நேர்ந்ததென்று விடைபெற்றுப்போக வந்தேன்
சதி செய்ய வேண்டாம் கண்ணே! இப்போது சடுதியில் எழுந்து வாராய்!'

ஆவின் பால் கறந்து விற்று அதில் முகம் பார்த்தாய் நன்றாய்,
மேவிய முகத்தின் ரூபம் விளங்கிட தெரியுமோதான்,
வாவியும் இரண்டும் ஒன்றாய் இந்த வையகமும் மூழ்கிட்டாலும்,
தீவினை வந்திட்டாலும் குலம் தெரியாமல் பேசலாமோ.'

'கன்னியில் குந்தி தேவி கவனித்தாள் பரிதி தன்னை
வண்ணமாய் கதிரோன் வந்து வனப்பமாய் அயர்ந்த பின்பு
மன்னன் நான் பாரில் விழ மாதாவும் பங்கப்பட்டு
என்னையும் பேழையில் வைத்து ஏகிடச் செய்தாள் ஆற்றில்
போர் செய்து பாண்டவரை வென்று நானும் புகழுடனே வருவனோ தெரியாது
தெரியாத அந்த தீரமுள்ள காண்டீபனின் கணையால் மாண்டு
சிதறியே பார்தனிலே வீழ்ந்தேனானால்
சூரசேனன் எனை, ஈன்ற குந்திதேவி
மாரடித்து மடிமேலே விழுவாள் அப்போ
மதிகுலத்தான் என்ற பெயர் தெரியும் பெண்ணே.'

* * *

'தம்பி நிறுத்து. இந்தக் கொரலு எந்தச் சபயிலும் மேவாது. ஒரே சீராப் பாடணும், வசனம் சொல்லணும். மூச்ச ரொம்பப் புடிக்காத. எடுத்ததுமே 'ஆ'ன்னா பாடுவாங்க? எப்பவுமே அடித்தொண்டயால பாடாத. கேக்குறதுக்கு குட்டிப் போடுற ஆட்டுக் குட்டி கத்துறாப்ல இருக்கு. எளஞ்செடிக்குத் தண்ணீ ஊத்துறாப்ல சன்னமா, அடி வவுத்துல ஆரம்பிச்சி மொள்ளமொள்ளமா முன்னால கொண்டா. சொல்றத மனசுல சித்திரமா வச்சிக்க. மனசுலயிருந்துதான் பாட்டு வரணும்; தொண்ட சத்தத்துல இருந் தில்ல. பொயிது மொளச்சதிலிருந்து கண்ணு அசறரவர கெயவன் கெய்வியாட்டம் வெத்தலயப் போட்டு மென்னுகிட்டேயிருந்தா நாக்கு எப்பிடி நூலா வளயும்! மாட்டு நாக்காட்டாம் தடிச்சியிருந்தா அதுலயிருந்து பாட்டா வரும், திக்குவாயன் பேசுற மாரிதான் இருக்கும். வாயில பொவலய அதக்கியிருக்கியா?'

'சோறு தின்னவன்தான் சொம எடுப்பான்ங்கிறத நெனவுல வச்சிக்க. ஒரு புடி சோறு திங்க முடியாத பயலெல்லாம் என்னாத்த கெம்பப்போறான்?'

'மூஞ்சியில வெறும் பாவன இருந்தா மட்டும் பத்தாது. நெஞ்சுக்குள்ளாரயிருந்து தீ வெளிய வரணும். 'தாதனுக்குத் தா'னு ஆடுமாடு மாரி குதிச்சிக்கிட்டுப் பொயிதத் தள்ளுறதா ஆட்டம்? 'ஆயாடி அம்மாடி'ன்னு பாடுறதா பாட்டு? கர்ண மோட்ச மின்னா விருத்தம், கவி, கந்தார்த்தம்னு இருவது இருக்கு. கர்ணனும் பொன்னுருவியும் இருவது கந்தார்த்தத்தையும் சொல்லி ஆடி முடியவும் பொயிது விடியவும் சரியா யிருக்கும்.'

'கம்பன் நாவே நாவு, காசி தீர்த்தமே தீர்த்தம்; கன்னி மோகமே மோகம்'ன்னு வெறும் பேச்சிக்கா சொன்னாங்க?'

'ராசா ராணி வேசமின்னா, அந்த வேசத்துக்கு ஏத்த மாதிரி ஒரு இது இருக்க வாணாம்? ஒன்னோட கீச்சிக் குரல வச்சிக்கிட்டு மெயின் ஆக்ட்டு பண்ண ஆசைப் படுறியே? பாட்டெல்லாம் மனப்பாடமா ஆயாச்சா? ஒத்த வாத்தக்கூட வுட்டுப் போவக் கூடாது. ஊத்துல தண்ணி வராப்ல வரணும். எதெயும் கண்ணால பாக்கக் கூடாது. மனசாலதான் பாக்கணும். ஆட்டக்காரன்ங்கிறவன் எந்த வேசம் கொடுத்தாலும் ஆடணும், அவன்தான் ஆட்டக்காரன்.'

'ஒத்திகை ஒத்திகைன்னு இயித்தடிக்கிறான்னு எண்ணாதீங்க. எல்லாம் ஒங்க தெரத்தப் பாக்கத்தான். யே, தம்பி ஒண்ணோட ஒடம்பு மாரியே ஒங் குரலும் தடிச்சிப் போச்சிடா. ஆடு என்னாச்சோ, மாடு என்னாச்சோ, கொல்லக் குடி என்னாச்சோன்னு

கவலப்படறவனுக்கு இந்தத் தொயிலு லாக்கிப்பட்டு வராது. சில்லற வேசத்துக்காரன் மாரி நடக்காத. ராசா நடெய நடந்துகாட்டு. சரி, சரி, பாடு பாப்பம்.'

* * *

'இங்கப் பாரு. என்னெப் பாத்து இப்பிடி ஆடு பாக்கலாம்' என்று சொல்லி ஆடிக் காட்ட ஆரம்பித்து இரண்டு மூன்று அடவுகளைக்கூடச் செடல் போட்டிருக்க மாட்டாள், சட்டென்று காலைப் பிடித்துக்கொண்டு 'யே அப்பா' என்று கத்தியவாறு உட்கார்ந்து விட்டாள். அவளுடைய வலது காலின் கட்டை விரல் நகம் லேசாகப் பிய்த்துக் கொண்டுவிட்டது. ரத்தத்தைக் கண்டதும் செல்லையா வெற்றிலைப் பையிலிருந்த சுண்ணாம்புக் குவளையை எடுத்து, அதிலிருந்து சுண்ணாம்பை வழித்து, தொங்கிக் கொண்டிருந்த சதையை பழைய நிலையில் பொருத்துவதுபோல் வைத்து காயத்தில் சுண்ணாம்பு வைத்தவனை நெட்டித் தள்ளி 'யே சண்டாளப் பாவி. என்னா எரிச்ச எரியுதே. யே சாமி' என்று கத்த ஆரம்பித்தாள். 'செத்த நேரம்தான் எரியும். பெறவு தன்னால காயம் பட்டுப்போவும். இந்தா ஒருவாய்த் தண்ணீய குடி, எல்லாமும் சரியாயிடும்' என்று சொல்லி அவள் நெட்டித் தள்ளியதைப் பொருட்படுத்தாமல் செல்லையா தண்ணீர் கொடுத்தான். தண்ணீரை வாங்கிக் குடித்தவள், காலைப் பிடித்தபடியே அதே இடத்தில் சுருண்டு படுத்துக்கொண்டாள். அடிபட்ட இடத்தி லிருந்து வழியும் ரத்தத்தைத் துடைத்துக்கொண்டே, மேலும் சுண்ணாம்பைக் காயத் தில் வைத்து அழுத்தினான் செல்லையா. பையன்களும், மற்றவர்களும் செடலைச் சூழ்ந்துகொண்டனர்.

செடலுக்கு இப்படி நகம் பிய்த்துக்கொள்வது இது முதல் முறையல்ல. சாதாரண மாக எல்லாக் கூத்தாடிகளுக்குமே நேர்வதுதான். ஆடும்போது எவ்வளவு கவனமாகப் பார்த்து ஆடினாலும் மண்ணுக்குள் புதைந்திருக்கும் கூரான கற்கள், கண்ணாடித் துண்டுகள், சிறுசிறு குச்சிகள் என்று காலைப் பதம்பார்த்துவிடும். எவ்வளவு தேர்ந்த ஆட்டக்காரனாக இருந்தாலும் விரல்களில் காயம்படாமல் இருக்க முடியாது. நிறைய பேருக்குக் கால் நகங்கள் சொத்தையாகிவிடும். பாதி நகம் வெளியே பிய்த்துக்கொண்டு வந்துவிட்டது. சிறு பெண்போல வீறிட்டுக் கத்துவதைக் காணப் பொறுக்காமல் முகத்தைத் திருப்பிக்கொண்டான் தொப்பளான். சிறிது நேரம்வரை படுத்திருந்தவள், எழுந்து உட்கார்ந்துகொண்டு, கழுத்து, மார்புக்கூடு, இடுப்பு என்று ஒவ்வொரு இடமாக வியர்வையைத் துடைத்துக்கொண்டு, தண்ணீர் தரச் சொல்லி வாங்கிக் குடித்துவிட்டு, யார் பேச்சையும் கேட்காமல் எழுந்து நின்றுகொண்டு ஓங்கிய குரலில், 'ஆரம்பிங்க.'

'பதினாறாயிரம் யானைகளின் பலம்கொண்ட மன்னா! ஏனோ எனை அழைத்தீர்' என்றாள்.

ஆடுகிற பையனின் கையைப் பிடித்துக்கொண்டு சேர்ந்து ஆடிக்காட்ட வேண்டும் போலிருந்தது செடலுக்கு. நிற்கவே முடியாமல் செய்தது கால் வலி. நடத்தல், ஓடுதல், குதித்தல், குனிதல், நிமிர்தல், கால் தூக்கி ஆடுதல், உட்கார்ந்து எழுதல், ஆடிக்கொண்டே முன்புறம் செல்லுதல், பின்புறம் செல்லுதல், பக்கவாட்டில் அசைந்து நகர்தல், கால்களை அகட்டியும் குறுக்கியும் வைத்து ஆடுதல், பக்கவாட்டில் கைகளை வீசியாடுதல் என்று பல நிலைகளைச் சொல்லித்தர வேண்டுமென்றால் கையைப் பிடித்து, உடம்பை வளைத்துவிட்டுக் காட்டினால்தான் ஆடுவார்கள்.

இல்லையென்றால் குறவன் குறத்தி ஆட்டம் போலத்தான் ஆடுவார்கள். கோபமாகவும் அதே நேரத்தில் விளையாட்டாகவும் கேட்டாள்:

‘சித்தப்பா, மத்தளத்த அடிக்கிறியா, இல்லெ செவுரு இடிக்கிறயா? பாத்து அடி. இல்லன்னா புள்ளெப் பெத்த பொம்மனாட்டியோட வவுறு மாரி உள்ள வாங்கிக்கப் போவுது. என்னா பாசாத்தார, என்னமோ புதுப் பொண்டாட்டிமேல கைய வக்கிறாப்ல வச்சிவச்சி எடுக்குறீங்க? நல்லா உரக்கமா தாளத்தத் தட்டுங்க. தட்டுற தட்டுல காதே புளிச்சுப்போவ வேணாமா? யே தம்பி, நீ வா. பாடு பார்க்கலாம்.’ ‘நிலம் போற்றி, நீர்போற்றி, மண்போற்றி, வான்போற்றி, மழைபோற்றி, சுட்டெரிக்கும் தீபோற்றி, போற்றி போற்றி போற்றி!’

‘தொப்பளான் அண்ணே இதெ செத்தப் பாருங்க.’ என்று சொல்லிவிட்டு, வீட்டின் சுவரை ஒட்டி உட்கார்ந்துகொண்டாள். அடிபட்ட கால் விரலையே அழுத்திப் பிடித்துக்கொண்டிருந்தாள். பையன்கள் பாடுவதையும் ஆடுவதையும் பார்க்கப் பார்க்கக் கவலை அதிகமாயிற்று. அரங்கேற்றம் நடக்க இன்னும் இருபதே நாட்கள் இருக்கின்றன. அதற்குள் எல்லாப் பையன்களையும் தயார் செய்துவிட வேண்டும். மொத்தம் பதினான்கு பையன்கள். அதில் விட்டம், தொப்பளான், கர்ணன், செல்லையா மகன்கள் என்று ஆறு பேர், வெளியூர்ப் பையன்கள் ஆறு, உள்ளூர்ப் பையன்கள் இரண்டு பேர். அரங்கேற்றம் எப்படி நடக்குமோ என்று கவலைப்பட்டுக்கொண்டிருந்தவள் ஆடிக்கொண்டிருந்த பையன்களைப் பார்த்தாள்.

‘இன்னிக்கி இது போதும் நிறுத்திடுங்க’ என்று செடல் சொன்னதும், பையன்கள் ஆட்டத்தை நிறுத்தினார்கள். இடுப்பில் கட்டியிருந்த துண்டை அவிழ்த்து வியர்வையைத் துடைத்துக்கொண்டனர். காலில் கட்டியிருந்த சலங்கையை அவிழ்த்து, மற்ற ஆட்டத்திற்குரிய சாமான்களோடு சேர்த்து வீட்டுக்குள் எடுத்துக் கொண்டுபோய் வைத்தனர். பிறகு, தொப்பளான், செல்லையா என்று ஒவ்வொருவருடைய காலையும் தொட்டுக் கண்ணில் ஒற்றிக்கொண்டு கிளம்பிப் போனார்கள். வெளியூர்ப் பையன்கள் அரிக்கன் விளக்கு ஒன்றையும், கைத்தடி ஒன்றையும் எடுத்துக்கொண்டு போனார்கள். விட்டம், கர்ணன் என்று ஒவ்வொருவராகச் செடலிடம் சொல்லிக்கொண்டு புறப்பட்டனர். பொருள்கள் ஏதாவது தவறிப்போய்க் கிடக்கிறதா என்று பந்தலைச் சுற்றி ஒரு முறை பார்த்தாள் செடல். எல்லாரும் போய்விட்ட பிறகு, பந்தலில் கட்டியிருந்த இரண்டு அரிக்கன் விளக்குகளையும் அவிழ்த்தெடுத்து வாயால் ஊதி அணைத்தாள். குளிர்ந்த காற்று வீசிக்கொண்டிருந்ததால் வீட்டுக்குள் சென்று படுக்காமல், வாசல் நடையில் உட்கார்ந்துகொண்டாள். தொடர்ந்து ஒரு வாரமாக ஆடியதுபோல் இடுப்புக்குக் கீழே அப்பிடியொரு வலி வலித்துக்கொண்டிருந்தது. தொடைச் சதைகள், கெண்டைக்கால் சதைகள், எல்லாம் துடித்துத்துடித்து அடங்கின. சுடு தண்ணீர் வைத்து ஒத்தடம் கொடுத்தால், குளித்தால் வலி இருந்தஇடம் தெரியாமல் மறைந்துபோகும். ஒரு சொம்புகள் இருந்து குடித்தால்கூட உடம்பு வலியை மறந்து நன்றாகத் தூங்கிப் போய்விடலாம். ராத்திரிப் பொழுதில் கள்ளுக்கு எங்கே போவது? நான்கு ஐந்து வருசத்திற்கு முன்பு ஆட்டத்திற்குப் போயிருந்தபோது, இதே மாதிரிதான் உடம்பெல்லாம் ஒரே வலியாக இருந்தது. வலி என்று சொன்னதுமே பொன்னன் ஒரு சொம்பு தென்னங்கள்ளைக் கொண்டுவந்து கொடுத்துக் குடிக்கச் சொன்னான். மறுத்தும் விடாமல் ‘இந்தா இதெப் புடி, கண்ண மூடிகிட்டு, மூக்கப் புடிச்சிக்கிட்டு மருந்து குடிக்கிறாப்ல ஒரே ஒரு மொடறு மட்டும் வாயில ஊத்திப்பாரு. ஒரே தித்திப்பா இருக்கும். தித்திப்புப் பண்டம் திங்கறாப்லதான். அசல் டீத் தண்ணீதான். என் பேச்சக் கேளு. கசாயத்த வாயில ஊத்திக்கிறாப்ல ஊத்திக்க. உடம்புக்கு நல்லது’ என்று சொல்லிக்

கட்டாயப்படுத்தி வாயில் ஊற்றிவிட்டான். அன்று ஆரம்பித்ததிலிருந்து எந்த ஊருக்கு ஆடப் போனாலும் இவளுக்கு என்று தனியாக ஒரு சொம்பு கள்ளை வாங்கிக்கொண்டு வந்துவிடுவான். இவளும் மோர்த் தண்ணீரைக் குடிப்பதுபோல, ஒரேவாயாகக் குடித்துவிடுவாள். தென்னங்கள், இல்லை பனங்கள் கிடைத்தால்கூடப் போதும். உடம்பு வலியோடு, அடிபட்ட விரலின் வலியும் சேர்ந்துகொண்ட பிறகு எப்படிக் கண்ணை மூடித் தூங்க முடியும்? எவ்வளவு ஆடினாலும் பாடினாலும் உடல் களைப்பு இருந்தாலும் முன்புபோல் இப்போதெல்லாம் தூக்கம் வருவதில்லை. தூங்குகிற கொஞ்ச நேரத்திலும் கெட்டகெட்ட கனவாக வந்துவிடுகிறது. கனவுகண்டு விழித்துக் கொண்டால் அவ்வளவுதான், அன்றைய ராத்திரியின் தூக்கம்! தேவையில்லாத பழைய சம்பவங்களெல்லாம் வரிசையாக நினைவுக்கு வர ஆரம்பித்துவிடும். ஆட்டத்திற்குப் போகும் நாட்களிலும் தாலாட்டுப் பாடப் போகும் நாட்களிலும் எதுபற்றியும் யோசிக்க நேரம் இருக்காது. வீட்டில் தனியாக உட்கார்ந்திருக்கும்போதுதான் மனம் சில்லுசில்லாகச் சிதறிப் போகும். பகலாக இருந்தாலும் விருத்தாம்பாளுடன் பேசிக் கொண்டிருக்கலாமே என்று எண்ணியவள், ஒண்ணுக்கு விடப் பந்தலைத் தாண்டி வெளியே போனாள்.

பறவை ஒன்று கத்திக்கொண்டு பறந்து போயிற்று. 'ஒத்தயில இந்த நேரத்துல ஓடுதே, வயி தவறிப்போயி அலயுதா?' என்று முணுமுணுத்த செடல் குருவி பறந்து போன திசையையே பார்த்தவாறு நின்றிருந்தாள். குளிர்ந்த காற்று வீசிக்கொண்டிருந் ததால் மூச்சை நன்றாக இழுத்துவிட்டாள். சுற்றியும் உயரேயும் பார்த்தாள். நிலவு மேகத்திற்குள் கிடந்தது. வட்டமாக இருந்த நிலவிலிருந்து சிறிது வெளிச்சம்தான் கசிந்துகொண்டிருந்தது. நடுராத்திரியில் நிலவு காய்ந்தால் எவ்வளவு நன்றாக இருக் கும் என்று நினைத்தவாறு முன்னே நடந்தாள். குருவிச் சத்தம் ஓயாமல் கேட்டுக் கொண்டிருந்தது. ஒரு இடத்தில் ஆந்தை அலறியது. எருக்கம் பூ வெடிக்கிற சத்தமும் கேட்டுக்கொண்டிருந்தது. சிறிது நேரத்திலேயே அன்றாடச் சலிப்பை மறந்து, சாம்பல் நிறத்திற்கும் பழுப்பு நிறத்திற்கும் இடைப்பட்ட நிறத்தில் ஒளிர்ந்த வானத்தைப் பார்த்தாள்.

சற்று கழித்து நிலவு மேகங்களால் சூழாமல் மாசு மருவற்ற கண்ணாடிபோல ஒளிர ஆரம்பித்தது. அதன் வெளிச்சத்தில் தரையில் சோறு போட்டுச் சாப்பிடலாம் போலிருந்தது. காக்கை ஒன்று கரைந்துகொண்டு போனதும்தான் காரணமின்றி வெகு தூரம் வந்துவிட்டது அவளுக்கு உறைத்தது. விட்டுவிட்டுக் கேட்கும் காடைகளின் குரல், தொலைவிலிருந்து மங்கலாகத் தேய்ந்துபோய்க் கேட்கும் நரியின் ஊளை, வானத்தில் நிலவை விட்டு விலகிவிலகி ஓடும் மேகங்கள், குளிர்ந்து கிடக்கும் பூமிப் பரப்பு என்று ஒவ்வொன்றையும் வெறித்துப் பார்த்தவாறு நின்றாள். பயமென்பது துளியும் அவள் மனத்தில் இல்லை. இரவு விரைந்துகொண்டிருந்தது. அவளுடைய கண்களில் நட்சத்திரமும் நிலவும் ஒளிர்ந்துகொண்டிருந்தன. அந்த ஒளிர்வு மனத்தி லிருந்த அனைத்தையும் துடைத்தெறிந்துவிட்டது. அவளுடைய மனம் குளிர்ந்து கிடந்தது. மண்ணின் மணத்தோடு அதிகாலை மூடுபனியின் மணமும் காற்றில் வரத் துவங்கியிருந்தது. இராப் பறவையின் குரல் காதுகளில் ஓயாமல் கேட்டுக்கொண் டிருந்தது. ஆட்டத்திற்குப் போகாத நாட்களில் இரவில் சிறிது தூரம் நடப்பாள். அப்போதெல்லாம் எத்தனையோ வகையான குருவிகள், வண்டுகள், பூச்சிகள் கத்து வதைக் கேட்பாள். மறுநாள் போகும்போது அதே பூச்சியினங்கள் வேறு விதமாகக் கத்துவது போலிருக்கும். ஒவ்வொரு நாளும் ஒவ்வொரு விதமாகக் கத்துகிறதே என்று ஆச்சரியப்பட்டுப்போவாள். இப்போதும் அப்படித்தான்.

15

நேற்றிரவு முன்னேரத்தில் படுத்த செடல் விடிந்து வெகு நேரமாகியும் எழுந்திருக்காமல் படுத்தே கிடந்தாள். விழிப்பு வந்ததிலிருந்து நேற்றுக்கு முதல் நாளோடு முடிந்த அரங்கேற்றம் பற்றியே நினைத்துக்கொண்டிருந்தாள்.

மொத்தம் பதினாறு பையன்கள். பையன்களைக் கொண்டுவந்து சேர்த்ததெல்லாம் விட்டமும் செல்லையாவும்தான். பையன்களிடம் சம்பளமாக வரகு என்றால் இத்தனை மரக்கால், சோளம், கம்பு, நெல் என்றால் இத்தனை மரக்கால் என்று பேசியவர்கள் அவர்கள்தான். படி வாங்குவதோடு நிற்காமல் அவர்களின் காடுகளில் விளையும் பயறு வகைகள், கீரை, காய் வகைகள் என்று தினமும் ஆட்டத்திற்கு வரும்போது கொண்டுவரச் சொல்லி நன்றாக வாங்கிச் சாப்பிட்டார்கள். பையன்களும் முகம் சுளிக்காமல் அவர்கள் வீட்டில் உள்ளதைக் கொண்டுவந்து கொடுப்பார்கள். எவ்வளவு காய்கள், பயறுகள், கீரைகள் வந்தாலும் எல்லாவற்றையும் கர்ணன்தான் பங்கு பிரிப்பான். செடலுக்கு மட்டும் இரண்டு பங்கு கொடுப்பான். செடல் அரங்கேற்றம் செய்த முதல் செட்டு இதுதான். முதல் செட்டுப் பையன்கள் எல்லாருமே சுட்டியாக, ஒரு முறை சொன்னாலே பிடித்துக்கொள்பவர்களாக இருந்தார்கள். அதிலும் கீரனூரிலிருந்து வந்த சேகர் என்ற பையன்தான் மற்ற எல்லாப் பையன்களையும்விடப் படுச்சுட்டியாக இருந்தான். இருந்ததிலேயே அவன்தான் சின்னப் பையனாகவும் இருந்தான். பதினைந்து வயதுகூட முடிந்திருக்காது. இன்ன அடவை இப்படித்தான் போட வேண்டும், இன்ன பாட்டை இப்படித்தான் பாட வேண்டும் என்று ஒரு முறை செய்து காட்டினால் போதும், அப்படியே பிடித்துக்கொள்வான். அரிச்சந்திரன் நாடகத்தில் லோகிதாசனாக ஆடும் போதும், சந்திரமதியை விட்டுப் பிரியும் காட்சியிலும், அவன் பாடுவதையும் ஆடுவதையும் பார்த்தால் கண்ணீர் வந்துவிடும். நல்ல வாலிபப் பருவத்தில் எப்படி இருப்பானோ என்று சொல்லி வியந்து போவாள். அரங்கேற்றத்தின்போது மற்றவர்களின் ஆட்டத்தைவிட அவனுடைய ஆட்டம்தான் ஒருநூல் தூக்கலாக இருந்தது. பரம்பரைபரம்பரையாக ஆடிக்கொண்டிருந்த குடும்பத்திலிருந்து வந்த பையன்களையெல்லாம் தூக்கிச் சாப்பிட்டுவிட்டான். மற்றவர்களைப்போல அவனும் சொந்தக்காரர்களுக்கெல்லாம் வெற்றிலைபாக்கு வைத்து ‘அரங்கேத்தம் நடக்குது, வாங்க’ என்று சொன்னான். மற்ற பையன்களுக்கு வேட்டி, துண்டு, பணம், மோதிரம் என்று கிடைத்த வரிசையைக் காட்டிலும் அவனுக்குத்தான் அதிகம் வரிசை சேர்ந்தது. அரங்கேற்றம் செய்துகொண்ட பையன்கள் நாடக வாத்தியார் என்ற முறையில் ஐந்து ரூபாய்ப் பணமும் ஒரு சேலையும் வெற்றிலை பாக்கு, தேங்காய், வாழைப் பழம் என்று சீர்வரிசையும் செடலுக்குக் கொடுத்தார்கள். அந்த அரங்கேற்றம் மூன்று நாள் நடந்தது. ஒவ்வொருவருக்கும் ‘அம்மான் பட்டம்’ கட்டவே ஒரு இரவாகிவிட்டது. பத்து ஊர் சனங்கள் கூடி வேடிக்கை பார்த்தது. பையன்களின் ஆட்டத்தைப் பார்த்து மெச்சிப் புகழாதவர்களே இல்லை. ஒரு பையன் கூடச் சோடை போகவில்லை.

‘செடலு செடலு...’ என்று யாரோ கூப்பிடுகிற சத்தம் கேட்டுச் சலித்துக்கொண்டே எழுந்து வெளியே வந்தாள் செடல். வாசலில் நின்றுகொண்டிருந்த பூவரும்பின் கடைசித் தம்பி பாலுசாமியைக் கண்டு ஆச்சரியப்பட்டாள். ‘வா மாமா. இப்பத்தான் தடம் தெரிஞ்சுதா?’ என்று கேட்டாள். பாலுசாமியை அழைத்துவந்து உட்கார

வைத்தாள். குடிக்கத் தண்ணீர் கொடுத்தாள். சொந்தக்காரர்கள்பற்றி விசாரித்தாள். கடைசியில் 'இன்னம் ஆடிக்கிட்டுத்தான் இருக்கியா மாமா?' என்று கேட்டாள்.

'ஆடாட்டி சோத்துக்கு வயி? எங்க பெரியண்ணன் செட்டுலதான் ஆடுறன். எங்க செட்டுல சேந்து நீ ஆடுறியா?'

'வர்றேனே' என்று சொன்னவள், பாலுசாமி எதற்காக வந்தான் என்று கேட்டாள்.

'வர்ற எட்டாம் நாளு எம்மவளுக்குப் பொட்டுக்கட்டுது. பொட்டெ எடுத்துக் கொடுக்க ஒன்னெ வரச் சொன்னாங்க. சேதியச் சொல்லிட்டுப் போவத்தான் வந்தன்.'

'எந்தப் புள்ளெக்கி பொட்டுக்கட்டுது?'

'கடேசிப் பொட்டயத்தான்.'

'என்னா திடீர்னு?'

'எங்க சின்னம்மா பாவாயிக்குத்தான் ரெண்டு வருசமா நடெஓடெ இல்லாமப் போயிடிச்சி. சரியாக் கண்ணும் பிரியலெ. கெய்வியா இருக்குன்னு நெறயா ஊர்ல படியே தர மாட்டங்கிறாங்க. போன வருசத் திருநாவுக்கே வெளியிலயிருந்து ஆளு கொண்டாந்து திருநாவ முடிச்சாங்க. வருசா வருசம் இப்பிடியே செய்ய முடியாது, 'ஒங் குடும்பத்திலெ ஒரு குட்டியோட பேரச் சொல்லு'ன்னு ஏயி கோவுலுக்காரங்களும் சொன்னாங்க. முடியாதுன்னு சொல்றதுக்கு என்னா இருக்கு? நாளெக் குறுப்புடுங் கன்னு சொல்லிப்புட்டன். இப்பிடி ஒரு புள்ளெப் போனாத்தானெ மத்த உருப்படி வுளெ நாடேத்த முடியும்?'

'எத்தினி கோவுலு?'

'ஏயி.'

'இவ்வளவுதானா?'

'ஆமாம். மூணாவது பயலுக்கு கண்ணாலம் வச்சியிருக்கிறன். கண்ணாலச் செல வுக்கு தவுசம் ஒண்ணுமில்லெ. ஒங்கிட்டெ இருந்தாக் கொடன்.'

'இப்பக் கேட்டா எப்பிடி இருக்கும்? திருநா போடட்டும். படிய வாங்கித் தர்றன். நம்ப சொந்தக்காரங்க எல்லாம் வருவாங்களா? லட்சுமி வருமா?'

'இன்னம் ஒரு மாசம்தானெ இருக்கு. படி வாங்கப் போறப்ப ஆளு வுடு. கூட வர்றன். மறந்துபுடாத. சரி, நான் கௌம்புறன்' என்று கிளம்பியவனைக் கட்டாய படுத்தி உட்கார வைத்து 'என்னா அவசரம்? செத்தப் படு. சோறாக்கிப்புடுறன். சாப் புட்டுப் போவலாம்' என்று சொல்லிவிட்டுச் செடல் அவசரமாக அடுப்பில் நெருப்பை வைத்தாள்.

16

'எதுக்குடி இப்பிடிச் சிரிக்கிறவ, கூத்தாடிச்சி சிரிக்கிறாப்ல.'

'நான் கூத்தாடிச்சில்லாம குடும்பத்துக்காரியா?'

மீனாட்சிக்கு முகம் தொங்கிவிட்டது. அதோடு அவள் கேள்விகள் கேட்பதை நிறுத்திவிட்டாள். செடலுக்கு யாரையும் பார்க்கப் பிடிக்கவில்லை. ஒரு வருசத்திற்கு முன்பு குழம்புச்சட்டியுடனும் குள்ளனுடனும் வந்தபோதுகூட மீனாட்சி நன்றாகத் தான் இருந்தாள். இந்த ஒரு வருசத்திற்குள் நிறம் மாறிப்போய் அனலில் வாட்டியெடுத்த கிழங்கு மாதிரி இருக்கிறாள். இடுப்பில் ஒன்று, தலையில் ஒன்று என்று தண்ணீர்க் குடத்தை ஆற்றிலிருந்து சாதாரணமாகத் தூக்கிக்கொண்டு வந்தவளாயிற்றே என்று

மனம் பதறினாலும் செடல் ஒரு வார்த்தையும் பேசாது, உடம்புக்கு என்ன என்றுகூடக் கேட்காமல் உட்கார்ந்திருந்தாள். இருவருமே அவரவர் மனப்போக்கில் எதை யெதையோ எண்ணிக்கொண்டு உட்கார்ந்திருந்தனர். அந்த மௌனத்தின் இறுக்கத் தைத் தளர்த்த விரும்பியது மாதிரி, 'இப்ப ஒனக்கு என்னா வராத வெள்ளம் வந்துடுச் சின்னு மனம் கலங்குறவ? ஒனக்குன்னு நான் இல்லியா? எடுத்துக்கட்டி நான் பாக்க மாட்டனா? எல்லாத்தயும் மனசுல போட்டுவை. வெளிய வுடாத. எம்மானோ நடந்துபோச்சி. எல்லாத்தயும் மறந்துடு' என்று சொன்ன மீனாட்சியையே செடல் வெறித்துப் பார்த்தாள். எதை மறப்பது? பொட்டுக்கட்டி விட்ட அன்று வேடிக்கைப் பொருளானவள்தான். இன்றும் இவளைச் சனங்கள் கூட்டம் கூடி வேடிக்கைதானே பார்க்கிறார்கள்?

'எம் புத்தி பேதம் நான் தனிப் பொணமாக் கெடக்கும்படி பண்ணிடிச்சி. என்னோட கதெய யாராவது ஒரு பாட்டா கட்டுனா எப்பிடி இருக்கும்? பாட்டுல மட்டுப்பட்டு நிக்குமா? பாட்டாத்தான் கட்ட முடியுமா? நான் போடாத வேசமில்ல, ஆடாத ஆட்டமில்ல. மூச்சுக்காத்தே வெளக்க அணச்சாப்லதான் எல்லாருமாச் சேந்து என்னெ நடுத்தெருவுல வுட்டுட்டீங்க. எனக்கு யார்மேலயும் கோவமில்ல. ஒருவரயும் கொற சொல்லல. எல்லாமும் நான் முன்செம்மாந்தரத்துல செஞ்ச வென, பாவம். சல்லியன் சொன்னதக் கர்ணன் கேக்கல, அது அவனோட விதி. போர்க்களத்துல மாண்டுபோனான். பலி கொடுக்கிறப்பக் கூட அரவானுக்குக் கன்னி கயிச்சித்தான் பலியிட்டாங்க. எனக்கு எதுவுமில்ல. மூக்குல வெளக்காமாத்துக் குச்சிகூடப் போட முடியாது. கம்மனாட்டி கயித்தாட்டம் கெடக்கு. புள்ளெ கொடுக்க ஆயிரம் பேரு வந்தாலும், என்னெ வச்சிப் படக்க ஒருத்தன் வருவானா? பதினெட்டாம் போர்க்களம் முடிஞ்சப்ப மிஞ்சுனவங்க பாண்டவங்க பக்கம் ஏயி, துரியோதினாதிகள் மூணு. அப்பிடித்தான் நாம்ப மூணு பேரும் இப்ப மிச்சம் இருக்கம். ஆடு, மாடு, கோயி, பன்னிக்கெல்லாம் புண்ணியத்த சேக்கிற பாக்கியமில்ல, அதே மாரி பாவத்தச் செய்யுற கருமமுமில்ல. புள்ளென்னு பொறந்து வெனவு அறிஞ்ச நாளுலயிருந்து இன்னிய தேதிவரைக்கும் 'வாய் நெறயுமா, வவுறு நெறயுமா'ன்னு ஏங்கித் தவிக்காத நாளு எனக்கு வந்ததுண்டா? எல்லாருமா சேந்து இந்தப் பாவி வவுத்துல காயறுத்திட்டீங்களே! நான் எதுக்குப் பொறந்தன்?' என்று சொல்லிச் செடல் அழ ஆரம்பித்தாள்.

மீனாட்சியும் அழ ஆரம்பித்தாள். அழுகுரல் கேட்டு எழுந்து வந்த வனமயில் செடலும் மீனாட்சியும் அழுவதைச் சகிக்க முடியாமல் 'நடந்த காலுதான் பொடி அறியும்'ங்கிறத மறந்திட்டீங்களா?' என்று சொல்லி முடிப்பதற்குள்ளாகவே 'கேர் கேர்' என்று அவளுக்கு மேல்மூச்சு, கீழ்மூச்சு வாங்க ஆரம்பித்துவிட்டது. அதோடு இருமலும் சேர்ந்துகொண்டது.

* * *

முதலில் மீனாட்சியையும் வனமயிலையும் பார்த்ததும் செடலுக்குப் பூமியில் கால் தரிக்கவில்லை. வனமயிலைப் பார்க்க வயிறெல்லாம் பற்றியெறிந்தது. இந்தக் கோலத் தில் வருவதற்குப் பதிலாக அவள் செத்திருக்கலாம், முன்பு சிறு நம்பிக்கையாவது இருந்தது. இப்போது எதுவுமில்லை. 'வில்லும் ஒடிந்தது, வீமர் படையும் சாய்ந்தது' என்ற கதையாகி விட்டது. துரைசானியம்மாள் போன்றிருந்தவள், இன்று மூளி அலங்காரியைப்போல வந்திருக்கிறாள். 'ஒரு மூச்சு குரலு வுட்டு அயிதா தேவலாம். மொகதாட்சணக்கி சிரிச்சிச்சிரிச்சி, இப்ப நெசமா சிரிக்கவும் முடியல, அய்வவும்

முடியல' என்று சொன்ன செடல், பக்கத்தில் உட்கார்ந்திருந்த மீனாட்சியின் மடியில் முகம் புதைத்துக்கொண்டு கேவினாள். மீனாட்சி 'பேசாம இரு, பேசாம இரு. 'மயிரப் புடுங்கித் தயிரக் கடெ'ங்கிற கதெதான்' என்று சொல்லிக்கொண்டே முதுகில் தட்டிக் கொடுக்க ஆரம்பித்தாள்.

வனமயிலிடம் செடல் எந்த விஷயத்தையும் தானாகக் கேட்கவில்லை. வனமயி லும் ஒரு விஷயத்தையும் முழுமையாகத் தானாகச் சொல்லவுமில்லை. குடும்பம் பற்றிப் பேச்செடுத்தாலே அவளுக்கு அழுகை வந்துவிடுகிறது. இருமல் வந்துவிடுகிறது. அப்படியே படுத்துக்கொள்கிறாள். படுத்த ஒரு மணி நேரத்திற்கு அவளிடமிருந்து எந்தச் சத்தமும் வராது. பிறகு அவளாக எப்போது எழுந்திருக்கிறாளோ அப்போது பேசினால்தான் உண்டு. எப்போது ஆரம்பித்தாலும் 'முடிஞ்சிப்போச்சி. எனக்கு வந்த நோவத் தவுர, எதுவும் மிஞ்சல' என்றுதான் ஆரம்பிப்பாள். கோபால் செத்தது, பூவரும்பு செத்தது, பெரிய மொட்டை, நடு மொட்டை, சின்ன மொட்டைக்கு, இவளுக்குக் கல்யாணம் நடந்தது என்பதையெல்லாம் மூன்றாவது நபருக்கு, வழிப்போக்கனுக்கு ஒரு செய்தியைச் சொல்வதுபோல் சொன்னாள். வயிற்றுப்போக்கில் படுத்த படுக்கை யாகக் கிடந்து செத்த பூவரும்புபற்றிச் சொல்லும்போதுதான் அவளுக்கு அதிகம் அழுகை வந்தது. காத்தானும், செல்லம்மாளும் இவர்களை விட்டுப் பிரிந்து சென்றது, இவளுக்குக் குழந்தை பிறந்த நான்காவது மாதமே வேறு ஒரு பெண்ணுடன் இவ ளுடைய புருசன் ஓடிப்போனது என்று அவ்வப்போது உதிரிஉதிரியாகச் சில விஷயங் களைச் சொல்வாள். எது பேசினாலும் எப்போது பேசினாலும், பேச்சை முடிக்கும் போது, 'என்னிலும் பரதேசி, என்னெப் பெத்த மகராசி. ஆயிப் பாத்தக் குடும்பத்துக்குப் போயிப் பாத்தாத் தெரியும், அங்க ரெண்டு நாளக்கித் தங்கிப் பாத்தாத் தெரியும்' என்று சொல்லித்தான் முடிப்பாள். அவளுடைய பேச்சில் பாதிக்கு மேல் செடலுக்குப் புரியாது. திரும்பக் கேட்டால் எரிந்துவிழுவாள்.

மீனாட்சி இந்த முறை ஊர்பற்றி அதிகம் பேசவில்லை. கேட்டதற்கும் 'இருக்கு, இருக்கு, இல்லாம என்ன? எல்லாம் மந்தமோடாவும் மசானக்கரயாவும் ஆயிப்போச்சி' என்று சொல்லிப் பேச்சை முடித்துக்கொண்டாள். கோயில்பற்றி, அய்யர், தர்மகர்த்தா, கொலைச்சிந்து அருணாச்சலம் என்று யாரைப் பற்றிக் கேட்டாலும் பதில் இல்லை. யார் யாருக்குக் கல்யாணம் நடந்தது, எந்தெந்தப் பெண்கள் என்னென்ன ஊர்களுக்கு வாக்கப்பட்டுப் போனார்கள், யார்யாருக்கு என்னென்ன பிள்ளைகள் பிறந்தன, யார் யார் செத்தார்கள், தெற்குத் தெருச் சனங்கள், வடக்குத் தெருச் சனங்கள் என்று செடல் ஒவ்வொரு முகமாக நினைவுக்குக் கொண்டுவந்து கேட்டாள். அம்மை போட்ட பிள்ளைகளுக்கு யார் மாரியம்மன் தாலாட்டுப் பாடுவது, வயசுக்குவந்த பெண்களுக்கு யார் நல்ல விளக்குக் கொடுத்து வீட்டுக்குள் அழைப்பது, பாலியம் நட கல்யாண ஜோடிகளுடன் யார் கூடப் போகிறார்கள், மாதா கோயில் எப்படி இருக்கிறது, பள்ளிக்கூடம் நடக்கிறதா, மாரியம்மன் கோயிலுக்கு முன்னுள்ள வேப்ப மரம் காய் காய்க்கிறதா, பழத்தையெல்லாம் யார் பொறுக்கிக்கொண்டு போகிறார்கள், குடித் தெருவில் செல்லியம்மன் நகை சம்பந்தமான சண்டை முடிந்துவிட்டதா, கோர்ட் கேசு என்னவாயிற்று என்றெல்லாம் வண்டிவண்டியாகக் கேள்விகள் கேட்டும் மீனாட்சி அதிகம் பேசவில்லை. சொன்ன பதில்களையும் முக்கிக்கொண்டும் முனகிக் கொண்டும்தான் சொன்னாள்.

சொந்த ஊருக்கு வந்த வனமயில் சொந்த வீடு இல்லாததால் குள்ளன் வீடு, மீனாட்சி, பூங்கோதை வீடு என்று பத்து நாள் தங்கியிருந்துவிட்டுக் குள்ளனையும் மீனாட்சியையும், மண்ணாங்கட்டியையும் அவர்களோடு மீனாட்சியின் மருமகளையும்

கணபதியின் பெண்டாட்டியையும் அழைத்துக்கொண்டு இரண்டு வாரத்திற்கு முன்பு இருள் இறங்குகிற நேரத்திற்கு வந்துசேர்ந்தாள். வந்த மறுநாளே குள்ளனும் மண்ணாங் கட்டியும் மீனாட்சியும் போய்விட்டார்கள். மீண்டும் மீனாட்சி மட்டும் இரண்டு வாரம் கழித்து நேற்று முதல் நாள் வந்தாள். மூன்று நாளாக அமைதியாக இருந்த மீனாட்சி நாலாவது நாளான இன்று விடிந்ததும் விடியாததுமாக 'ஊருக்குப் போவ ணும், வூடு என்னாச்சோ, அந்தாளு என்ன ஆனானோ' என்று புலம்ப ஆரம்பித்து விட்டாள். அவளுக்கேற்ற மாதிரி வனமயிலும் 'போயிட வேண்டியதுதான். இங் கென்ன வேல?' என்று பேச ஆரம்பித்துவிட்டாள். அவளைப் பற்றித்தான் செடலுக்குப் பெரும் கவலை. அவளை என்ன செய்வது? மீனாட்சியுடன் அனுப்பினால் ஊருக்குப் போய் என்ன செய்வாள்? அவர்கள் இருவரும் கூப்பிடுவது மாதிரி இவள் ஊருக்குப் போய்விட வேண்டுமா? பொன்னனுடன் ஆடப்போகும் இடங்களுக்குப் போய், பிறகு ஆட ஆரம்பித்த பிறகு ஊருக்குத் திரும்பிப்போவது என்ற பேச்சே அவளிடம் இல்லை. சாதாரணமாக இருக்கும்போதே 'அப்பயும்குப்பயுமா' அள்ளிப்போட்டுப் பேசுவார்கள். எல்லாம் முடிந்து பாழ்பட்டு, சீர்கெட்டுப்போனால் அவதூறான முறையில் என்னென்ன பேசுவார்களோ! 'நாடோடி, கூத்தாடி, அவ கெடக்குறா திருவாதிர, ஊர் மேல போனவ. அவளோட சாதியே அப்பிடித்தான. அவ அத்தயே ஊருக்கு நூறு பிரிசன் வச்சியிருந்தாளே. பொட்டுக்கட்டி வுடுறதே அதுக்குத்தான்' என்று எவ்வளவு முன்னேவிட்டுப் பின்னால் பேசுவார் களோ! ஊரை விட்டு ஓடி வந்ததற்காகப் பஞ்சாயத்து கூட்டி அபராதம் போட்டுவிட்டால்? வேறு என்னென்ன செய்வார்களோ! செடலின் மனத்தில் உள்ளதைப் பற்றிச் சிறிதும் அக்கறையில்லாமல், கவலைப்படாமல் மீனாட்சி பேசிக்கொண்டிருந்தாள்: 'முடுவச் சொல்லு. நாயோட புத்தி பீயோடங்கிற மாரி நாலு புத்தியும் நாலு சிந்தயுமா இருக்காத. நல்ல சுயி நாதம் இருந்தா ஏன் இப்பிடி ஆளுக்கொரு தேசமா ஓடுறோம். சாவுற காலத்திலியாவது ஒண்ணாமுண்ணா சுடுகாடு போயிச் சேரலாம். நீ ஒன்னிஷ்டத்துக்கு நடக்க முடியாது. அப்பிடி நடக்கவும் நான் வுட மாட்டன். கிருவமா எம் பேச்சக் கேட்டு ஊருக்குக் கௌம்புற வய்யப் பாரு.'

விட்டம் வந்தான். அவனுடைய முகம் தொங்கிப்போய்க் கிடந்தது. இரண்டு நாட்களாகவே செடலிடம் அவன் சரியாக முகம்கொடுத்துப் பேசவில்லை. எதையோ பறிகொடுத்தவன் போலவும், பெரிய சிக்கலில் மாட்டிக்கொண்டு வெளியே சொல்ல முடியாமல் தவிப்பவன் போலவும் அவனுடைய செய்கைகள் இருந்தன. செடல் ஊருக்குப் போய்விட்டால் என்ன செய்வது? பொன்னனுடன் நெடுங்குளத்திற்கு வந்த பிறகு, அவளுடன் செல்லியம்மன் தாலாட்டுப் பாடத் துணைக்கு அதிகமாக அவன்தான் போவான். கிடைக்கிற வருமானத்தில் கால் பாதியை இவனிடம் கொடுத்து விடுவாள். அதை வைத்துத்தான் அவன் குடும்பத்தை நடத்தினான். இனி என்ன செய்வது என்ற கவலை அவனை அரித்துக்கொண்டிருந்தது. செடலும் அவனிடம் அதிகம் பேச்சு வைத்துக் கொள்ளவில்லை. விட்டம் வனமயிலிடமும், மீனாட்சி யிடமும் ஒப்புக்கு ஒன்றிரண்டு வார்த்தைகள் பேசினான். பிறகு பரஞ்ஜோதியைப் பக்கத்தில் உட்கார வைத்துக்கொண்டு பேச ஆரம்பித்துவிட்டான். பரஞ்ஜோதியும் விட்டத்துடன் ஒட்டிக்கொண்டான். குடித் தெருப் பக்கமிருந்து வந்த செல்லையா விட்டத்திடம் 'ஒன்னெ எங்கெல்லாம் தேடுறது, வெளிய வந்தா வூட்டுல ஒரு வார்த்தச் சொல்லிப்புட்டு வர்றதில்லியா? அந்தப் புள்ளெக்கி வவுத்த வலிக்குதாம். போய் என்னான்னு கேளு' என்று சொல்லி விட்டத்தை அனுப்பிவிட்டு, செடலை ஒட்டி உட்கார்ந்தான். அவன் அப்படி உட்கார்ந்ததும் வனமயில் செடலை ஒரு

பார்வை பார்த்தாள். உடனே செடல் நகர்ந்து உட்காருவதுபோல் பாவித்தாள். எப்போதும்போல உட்கார்ந்த செல்லையாவிடம் வனமயில் முறைத்துப் பார்க்கிறாள் என்பதற்காகத் திடீரென்று நகர்ந்து உட்கார் என்று எப்படிச் சொல்ல முடியும்? ஆராளைத் தவிர மற்றவர்கள் எல்லாருமே கூடப்பிறந்த பிறப்பாக எண்ணித்தானே பழகுகிறார்கள்? திடீரென்று எப்படி வித்தியாசம் பாராட்டுவது? அதனால் வனமயில் பக்கம் பார்ப்பதைத் தவிர்க்க முயன்றாள். கலகலப்பாகச் சிரிப்பும் பேச்சுமாக இல்லாமல் 'உம்'மென்று ஊமைக் கோட்டானாக உட்கார்ந்திருக்கும் செடலைப் பார்த்துச் செல்லையாக் கேட்டான்:

'ஒடம்புக்கென்னா செடலு? மொகத்துல சீதேவி இல்லியே. மொவமெல்லாம் சோந்துபோயி கெடக்குதே. கோவமாகீவமா இருக்கீயா? எதா இருந்தாலும் மனச வுட்டுச் சொல்லிடு. அப்பத்தான் மனசுக்குப் பாரம் கொறயும்.'

'எனக்கு யாருமேல கோவம்? கோவத்தப் பாராட்டி நான் என்னா செய்யப் போறன்? நான் கோயிச்சுக்கிட்டா, எனக்குப் பொணக்குத் தீக்கறதுக்கு யாரு இருக்கா? வீம்பு பண்ணி, செய்யாதத இனி என்னாத்த செஞ்சிக்கப்போறன்? இனி எனக்கு ஒரு மனக் கொறயுமில்ல. எங்க அக்காக்காரியக் கண்ணாலப் பாத்துட்டன். இனி நான் செத்தாலும் ஒரு கவலயுமில்ல.'

'சாவறதப் பத்தி இப்ப எதுக்குப் பேச்சு? சாவறதுக்குக் காரணமெல்லாம் தேவயா? ஆவற பேச்சப் பேசு. மலயில வெளஞ்சாலும் உரலுக்கு வந்துதான ஆவணுங்கிறப்ப நீ எதுக்குக் கவலப்படணும்?' என்று சொல்லிவிட்டு முகத்தைத் துண்டால் துடைத்துக் கொண்டான்.

நாடக செட்டு இரண்டாகப் பிரிந்து ஆரம்பித்த இந்த மூன்று வருசத்தில் இன்றுதான் செடல் சரியாகப் பேசவில்லை என்பதால், திரும்பி வருவதாகச் சொல்லிக் கொண்டு செல்லையா கூத்தாடித் தெருப் பக்கம் எழுந்து போனான். அவன் போன மறுநொடியே வனமயில் செடலை ஒரு பார்வை பார்த்தாள். பிறகு தன் போக்கில் 'இது வூடா இல்லெ சந்தயா, கண்டகண்ட பயலுகயெல்லாம் இங்க எதுக்கு வரணும்?' என்று பேச ஆரம்பித்தாள். ஒன்றும் பேசாமல் செடல் எழுந்து வீட்டுக்குள் போனாள்.

செடல் சோறு பொங்க ஆரம்பித்தாள். விருத்தாம்பாள் கொண்டுவந்து கொடுத்த முருங்கைக்கீரையை ஆய்ந்தாள். வனமயிலுக்காகக் கருவாடு வாங்கிவந்து காரம் கொஞ்சம் கூடுதலாகச் சேர்த்து வறுத்தெடுத்தாள். வாங்கிவந்திருந்த அரைத் தூக்குக் கத்திரிக்காயையும் போட்டுப் புளியைக் கொஞ்சம் குறைத்துக் குழம்பு வைத்தாள். முருங்கைக்கீரையைச் சுண்டினாள். பக்கத்திலேயே உட்கார்ந்துகொண்டு ஒத்தாசை செய்துகொண்டிருந்த விருத்தாம்பாள் கேட்டாள்:

'என்னாவாம் ஒடம்புக்கு?'

'தெரியலியே.'

'மத்தவங்கயெல்லாம் என்னா ஆனாங்களாம்?'

'நான் எந்தக் கதெயடி சொல்லுவன் விருத்தாம்பா?'

'வுடுக்கா, எதுக்கு அய்வுற? நாம்ப மட்டும் எத்தன சம்பத்துக்கு வாயிந்திடப் போறம்?'

'எனக்குக் கண்ண மூடுறமுட்டும் சோதனதான் போல இருக்கே!' செடல் எரிந்து கொண்டிருந்த அடுப்பையே பார்த்துக்கொண்டிருந்தாள். அவளுடைய கண்களில் ஈரம் கசிந்தது. வார்த்தையற்றுப்போய் உட்கார்ந்திருப்பவளோடு எவ்வளவு நேரம் தான் உட்கார்ந்திருக்க முடியும் என்பதால் 'நான் வூட்டமுட்டும் போயிட்டு வரனக்கா. எங்கம்மா தேடிகிட்டு அலஞ்சாலும் அலயும்' என்று சொல்லிவிட்டு விருத்தாம்பாள்

வெளியே ஓடினாள். விருத்தாம்பாளுக்கு எந்தப் பதிலும் சொல்லாமல் அடுப்பின் அனலையே பார்த்துக்கொண்டிருந்த செடலுக்கு வனமயில்பற்றிச் சிந்தனை ஓடியது. முதலில் அவளை இங்கேயே தங்கவைத்துக் கொள்ளலாம் என்று நினைத்தாள். அதை அவளிடம் சொல்லவும் செய்தாள். ஒரே வார்த்தையில் ‘முடியாது’ என்று அவள் சொல்லிவிட்டாள். சின்ன வயதில் எப்படி வீம்புக்காரியாக, பிடிவாதக்காரியாக இருந்தாளோ அதே மாதிரிதான் இப்போதும் இருக்கிறாள். எதற்கும் மசிகிற ஆளாக இல்லை. அவள் சொல்கிறபடியே ஊருக்குப் போனால், அங்கு சோற்றுக்கு என்ன செய்ய முடியும்? வந்தவள் ஏதாவது கொண்டுவந்திருக்கிறாளா என்றால் அதுவு மில்லை. ஊருக்குப் போனால் ஆட முடியுமா, ஆடப்போக விடுவார்களா, விட்டாலும் எந்த செட்டில் ஆடுவது? ஊரில் நிறைய கூத்தாடிக் குடும்பங்கள் இருந்தால் ஆட்டத் திற்கு ஆட்கள் பஞ்சம இருககாது. ஒரு செட்டை உருவாக்கி ஆடலாம். இருந்த ஒன்றிரண்டு குடும்பங்களும் பஞ்சத்தில் சிதறிப் போய்விட்டன. ஊரில் இப்போது ஆடிக்கொண்டிருப்பது மீனாட்சியின் புருசனும் பூங்கோதையின் மகன் கணபதியும் தான். அவர்களும் தினம் ஒரு செட்டாகப் போய் ஆடிக்கொண்டிருக்கும்போது ஊருக்குப் போய் என்ன செய்வது? தாலாட்டுப் பாடுவதோடு நிறுத்திக்கொள்ள வேண்டுமா? இதற்கு ஊருக்குள் யார்யார் என்னென்ன கேள்விகள் கேட்பார்களோ என்று நினைக்கும்போதே ஈரக்குலை அறுந்துவிட்டது போல் பதறிப்போனாள்.

‘சோறு ஆக்கியாச்சா?’ என்று கேட்டுக்கொண்டே உள்ளே வந்த பரஞ்ஜோதியைக் கண்டதும்தான் செடலுக்கு சுயநினைவே வந்தது. ‘இந்தா ஆச்சி. செத்த நேரம் இப்பிடி குந்து’ என்று சொல்லி அவனைப் பக்கத்தில் உட்காரவைத்துக்கொண்டாள். அடுப்பில் மேலும் சில சுள்ளிகளைச் செருகினாள். சோறு வெந்துவிட்டதா என்று பார்த்தாள். இடையிடையே பரஞ்ஜோதியிடமும் பேச்சுக்கொடுத்தாள். அவள் ஒரு வார்த்தை பேசினாள் என்றால் அவன் பத்து வார்த்தை பேசினான். அவன் வந்து இரண்டு வாரம் தான் ஆகிறது என்றாலும் பல வருசங்களாகப் பழகியதுபோல் அவளுடன் ஒட்டிக் கொண்டுவிட்டான். அவளுக்கும் இப்போது அவன் என்றால் உயிராகிவிட்டது. மீனாட்சி, வனமயிலிடம் பேசியதைவிட செடல் அவனிடம்தான் அதிகம் பேசினாள். இப் போதும் அப்படித்தான் அவனிடம் பேசிக்கொண்டிருந்தாள். அவன் விட்டத்துடன் எங்கெல்லாம் போனான், ஏதாவது வாங்கித் தந்தானா, இந்த ஊர் பிடித்திருக்கிறதா என்றெல்லாம் கேட்டுக்கொண்டே சோற்றைப் பொங்கி இறக்கினாள். சோறு, குழம்பு, கீரை என்று எல்லாவற்றையும் எடுத்துக்கொண்டு வெளியே வந்தபோதுதான் பந்தலில் அரிக்கன் விளக்கை ஏற்ற மறந்துபோனது நினைவுக்கு வந்தது. இரண்டு அரிக்கனையும் ஏற்றினாள். வெள்ளிக்கிழமை என்பதால் சுத்தமாகக் கை, கால், முகம் கழுவிக் கொண்டு கற்பூரம் ஏற்றி, ஊதுபத்தி கொளுத்தி, சாமி படத்திற்குத் தீபாராதனை காட்டிவிட்டு, பரஞ்ஜோதி, மீனாட்சி, வனமயில் என்று எல்லாருக்கும் திருநீறு கொடுத்தாள். தானும் இட்டுக்கொண்டாள். வனமயில் அதிகம் சாப்பிடவில்லை. கருவாடு மட்டும் இரண்டு துண்டு சாப்பிட்டாள். மீனாட்சியும் அதிகம் சாப்பிட வில்லை. ஊருக்குப் போகவில்லையே என்ற கவலையில் அவளுக்குச் சோறு இறங்க வில்லை. சோற்றை வெறுமனே கோதிக்கொண்டிருந்துவிட்டுக் கைகழுவிவிட்டாள். பரஞ்ஜோதி மட்டும்தான் சோற்றையும், காரம் போட்டு வறுத்திருந்த கருவாட்டை யும் ஒருகை பார்த்தான். செடலுக்கு இரண்டு நாட்களாகவே சோற்றைக் கண்டாலே ‘ஆ’வென்று அமுட்டிக்கொண்டு வருகிறது. அதனால் அவளும் இரண்டுவாய்ச் சோறுகூடச் சாப்பிடவில்லை. கை கழுவிக்கொண்டாள். பிறகு சாமான் சட்டுமுட்டு களை எடுத்துக் கொண்டுபோய் வழக்கமாக வைக்கிற இடத்தில் வைத்து, மூட

வேண்டியவற்றை மூடிவைத்தாள். வீட்டை ஒரு முறை கூட்டினாள். பிறகு வனமயிலுக்கும் மீனாட்சிக்கும் படுப்பதற்காக வெளியே ஈச்சம் பாயை எடுத்து வந்து விரித்துப் போட்டு, தலைமூட்டையையும் எடுத்துப் போட்டாள். அதற்காகவே காத்திருந்தது மாதிரி பரஞ்ஜோதி பாயில் படுத்தான். அடுத்தது வனமயிலும் படுத்துக்கொண்டாள். மீனாட்சி உட்கார்ந்திருந்த இடத்திற்கு எதிராக வந்து செடல் உட்கார்ந்துகொண்டாள். படுத்திருந்த நிலையிலேயே வனமயில் மீனாட்சியிடம் பேச்சுக்கொடுக்க ஆரம்பித்தாள். தொடர்ந்து இரண்டு பெண்களும் பழைய விஷயங்களை அசைபோட்டுக் கொண்டிருந்தனர்.

எல்லாருமே தூங்கிவிட்டார்கள், செடலைத் தவிர. அவளுக்கு மட்டும் தூக்கம் வரவில்லை. எவ்வளவு நேரம்தான் புரண்டுபுரண்டு படுத்துக்கொண்டிருக்க முடியும்? எழுந்து உட்கார்ந்துகொண்டாள். பக்கத்தில் படுத்திருந்த மீனாட்சி, பரஞ்ஜோதி, வனமயில் என்று வரிசையாக ஒவ்வொருவராகப் பார்த்தாள். இருட்டாக இருந்ததால் எவர் முகமும் தெரியவில்லை. அவசரமாகத் தன்னுடைய முகத்தில் கையை வைத்துப் பார்த்தாள். பிறகு வீடு, பந்தல், அதற்கடுத்து கண்தூரம் வரையிலான பகுதியையும் நோட்டமிட்டாள். எங்கு பார்த்தாலும் இருட்டாக இருந்தது. இதே இடத்தில் இதே மாதிரியான இரவுகளைப் பதினாறு, பதினேழு ஆண்டுகளாகக் கழித்திருக்கிறோமே என்ற எண்ணம் வந்ததும் மலைத்துப்போனாள். இதே மாதிரி எத்தனை இரவுகள் தூக்கமில்லாமல் உட்கார்ந்திருக்கிறாள்! இதைவிட மோசமான இருள் நிறைந்த இரவுகளில் பல ஊர்களுக்கு ஆடப் போயிருக்கிறாள். ஆனால் ஒருமுறைகூட இருட்டுக்குப் பயந்ததில்லை. கிழவி செத்த பிறகு இரண்டு வருசம் தனியாகப் படுத்திருக்கிறாள். அப்போதெல்லாம் மிரட்டாத இருட்டு, இப்போது ஏன் பயமுறுத்துகிறது? பக்கத்தில் மூன்று பேர் படுத்திருக்கும்போதே மனத்தைப் பேயாட்டம் ஆடவைக்கிறது. வனமயில் வந்த இந்த இரண்டு வாரங்களாகத்தான் எல்லாம் தலைகீழாகிவிட்டது. எப்போது பார்த்தாலும் தீராத சிக்கலில் மாட்டிக்கொண்டதுபோல, வனாந்தரத்தில் ஒற்றையில் மாட்டிக்கொண்டு தவிப்பதுபோல இருக்கிறது. திரும்பத்திரும்ப என்னென்னவோ நினைவுக்கு வந்து கதிகலங்கவைக்கிறது. படுக்கையை விட்டு எழுந்து, பந்தலின் முனைக்கு வந்து நின்று, இதுவரை வானத்தையே பார்க்காதது மாதிரி பார்த்தாள். திரள்திரளாக வானத்தில் மேகம் சூழ்ந்தவாறு இருந்தது.

வானத்தையே பார்த்துக்கொண்டிருந்தவள் கிணற்றிலிருந்து வாளியை விட்டுத் தண்ணீர் எடுப்பதுபோல, பழைய விஷயங்களை வரிசையாக ஒவ்வொன்றாக நினைத்துப்பார்க்க ஆரம்பித்தாள். சோறு, குழம்பு என்று சொல்லத் தெரியாத வயதில் கிழவியின் பேய்க் கதைகள், மோகினிப் பிசாசு கதைகள், ஏத்தக்காரன் பாட்டு, பாரத, நல்லதங்காள் கதை என்று கேட்டது, ஊரே அரவம் அடங்கிப்போன பிறகும் கூட 'ஓடிப் போயி ஒரு கரண்டி உப்பு வாங்கியா, ஒரு ஒயக்கு அரிசி கடனாக் கேளு, கொயம்புக்குப் பட்டெ மொளவாயிருந்தா ரெண்டு வாங்கியா, கொத்தனூரா வூட்டுக்குப் போயி நான் கேட்டன்னு ஒரு ஆப்ப கீர வாங்கியா, கடேசி வூட்டுக்குப் போயி சருவுல நெருப்பெடுத்தா' என்று ஒவ்வொன்றுக்கும் ஒவ்வொரு முறையும், ஒவ்வொரு வீடாக ஓடி, யார் யாருடைய வீட்டு எரவாணத்தையெல்லாமோ பிடித்துக் கொண்டு நின்றிருந்திருக்கிறாள். இடுப்பில் கட்டிக்கொள்ள ஒரு முழத் துண்டுத் துணி வாங்கக் காடுகாடாகத் திரிந்து, வேப்பங்கொட்டை பொறுக்கியிருக்கிறாள். எத்தனை வேப்பமரங்கள் ஏறியிருக்கிறாள். உச்சிகுளிர உச்சந்தலையில் எண்ணெய் வைக்க செம்பட்டைத் தலையுடன் இலுப்பைக் கொட்டை பொறுக்க எத்தனை தோப்புகளுக்குத் திருட்டுத்தனமாக போயிருக்கிறாள். 'பொட்டுக்கட்டி வுட்டவக்கூட

சேராத' என்று எவ்வளவு பேர் தங்களுடைய பிள்ளைகளை அடித்து இழுத்துக்கொண்டு போயிருக்கிறார்கள். தவறு செய்யும் பிள்ளைகளைச் செடலை உதாரணம் காட்டித் தான் திட்டுவார்கள்.

'செடலாட்டம் ஒன்னெயும் பொட்டுக்கட்டி வுட்டுடச் சொல்வன்.'

'கிருவமா இரு, இல்லன்னா ஒங் கதெயும் செடலு கதெயப் போலத்தான் ஆவும்.'

'செடலு கறி நாறுறாப்ல ஒங்கறியும் சிருப்பா சிரிக்கணுமாடி? இவ போறப் போக்கப் பாத்தா செடலாட்டம்தான் ஆவாப்போல இருக்கு.'

'இந்தா வராப் பாருய்யா, ரெண்டாவது செடலு.'

பொட்டுக்கட்டியதற்காகவே விளையாட்டில் சேர்த்துக்கொள்ளாத பிள்ளைகள் எத்தனை பேர்? கிழவி செத்த பிறகு எந்த ஊரின் திருவிழாவில் இவளுக்குச் சேர வேண்டிய முறைமையை முறையாகச் செய்தார்கள்? பொன்னனுடன் வந்த பிறகு, அவனுடைய பெண்டாட்டி அஞ்சலையும், அவளுடைய பிள்ளைகளும் பேசிய தினுசுதினுசான பேச்சும் ஏளனமும் பரிகாசமும், 'அரியாக்குட்டி கெயவன்கூட வந்துட்டா' என்று கூத்தாடித் தெருவிலும் பறத் தெருவிலும், குடித் தெருவிலும் சனங்கள் பேசிய பேச்சும் எத்தனை! முத்து வெள்ளை, வண்ணான் நீலம், செந்தூரம், பச்சை என்று எத்தனையோ வகையான அரிதாரங்களை முகத்தில் பூசிக்கொண்டு, பல ஊர் சனங்கள் கூடியிருந்த சபையில் ஆடியபோது ' கூத்தாடிச்சி, ஆட்டக்காரி வர்றா பாருடா. ராத்திரி ஆடுனது இவதான். வர்றவன் போறவன் கண்ணு பூரா அவ மேலதான இருக்கு' என்றும் 'அவளுக்கென்ன? எப்பிடி வேணும்ன்னாலும் ஆடுவா, யாருகூட வேணும்ன்னாலும் போவா' என்றும் பேசியவர்கள் எத்தனை பேர்! வேட்டைநாயின் கண்களோடு ஊர் உலகமே வெறித்துப் பார்க்க, தாலாட்டுப் பாடவும் செல்லப்பிள்ளை கட்டி ஆடவும் கூத்து ஆடவும் என்று ஜில்லா முழுக்க, மாகாணம் முழுக்கச் சுற்றி வந்திருக்கிறாள். விபரம் தெரிந்த நாளிலிருந்து யாருடனாவது சேர்ந்து படுத்திருக்கிறாளா, வீடுதான் ஊருக்குள் சேர்ந்திருந்திருக்கிறதா? எல்லாவற்றையும்விட, தலைவாசல் கிராமத்தில் நடந்த அந்தச் சம்பவம். யாரைக் குற்றம் சொல்ல? எல்லாம் உயிரை வைத்திருப்பதற்காகத்தானே! உயிரை எதற்காக வைத்திருக்க வேண்டும்? உயிர் என்பது வயிறுதானே! இரவும் பகலும் ஓயாமல் சுண்ணாம்புக் காளவாய் மாதிரி வெந்துகொண்டிருக்கும் இந்த வயிறு அணையாத அக்கினிக் குண்டம். என்று தணியும், என்று அணையும் அந்த நெருப்பு? என்றைக்குமே அணையாதா அந்த நெருப்பு? எதுவும் தெரியாமல் திடீரென்று எங்கிருந்தோ வந்த வனமயில் என்னென்னவோ பேசுகிறாளே! ஒரு காலத்தில் விட்டுவிட்டுப் போனவள்தானே. செடல் ஒவ்வொரு விஷயத்தின் மர்ம இழையையும் நூல் நூலாகப் பிரித்தெடுத்துக் கண்டுபிடிக்க முயன்றாள்.

செடல் நடக்கத் தொடங்கினாள். காற்றில் கலந்திருந்த ஈர வாடை சுகமாக இருந்தது. மூச்சை நன்றாக இழுத்து விட்டுக்கொண்டே நடந்தாள். அவள் நடக்கநடக்க நிலக்காட்சி விரிந்துகொண்டேயிருந்தது. கழுவிக் கவிழ்த்த வெண்கலப் பானைபோல் சற்றைக்கெல்லாம் மாறிவிட்டிருந்தது வானம். வெள்ளை அரளிப் பூவின் நெடி எங்கிருந்தோ வந்துகொண்டிருந்தது. நரியின் ஊளைச் சத்தம் மங்கலாகக் கேட்டது. கூத்தாடித் தெருவிலிருந்து நாயின் ஊளை தொடர்ந்து கேட்டுக்கொண்டிருந்தது. யாரோ சாகப்போகும் சகுனம்போல ஒரே ஒரு நாய் மட்டும் ஊளையிட்டது. சாட்டை முனி போன்று ஏழெட்டுப் பனைமரங்கள் சற்றுத் தொலைவில் கரும்பூதங்களாக நின்றிருந்தன. மானாவாரிப் பயிர்களின், கதிர்வாங்கியிருந்த சோளக் கதிர்களின் மணம் காற்றில் நிறைந்திருந்தது. எல்லாவற்றையும்விட வெள்ளெருக்கம் பூவின்

நெடிதான் தூக்கலாக இருந்தது. சின்ன வயதில் கோயிலின் திண்ணையில் படுத்துக் கொண்டு வேப்பமரத்து இலைகளின் சலசலப்புகளின் ரகசியங்களுக்குக் காதைக் கொடுத்திருந்தது போலத்தான் இப்போது இந்த இரவின் ரகசிய முணுமுணுப்புகளுக் குக் கண்களையும் காதுகளையும் கொடுத்திருந்தாள். கிடை ஆட்டுக்காரர்கள் போடும் 'டூர் வோவ்' சத்தமும் அரிதாகக் கேட்டது. துர்தேவதைகளின், சூன்யக்காரர்களின், பில்லி, சூனியம், வைப்பு வைப்பவர்களின், சகல பேய்களின் நடமாட்டம் நிறைந்த நேரத்தில் அதிசயங்களின் கூடாரமாக இருந்த இரவு அவளை வசீகரித்துத் தன்னுள் இழுத்துக்கொண்டது. கனவுலகில் நடப்பவள்போலத் தட்டுத் தடங்கலின்றி மேலே மேலே என்று நடந்துகொண்டிருந்தாள். பூமியில் கால்கள் பதியவில்லை. அவள் நடக்கவில்லை. அடிவானத்தை நோக்கிப் பறந்துகொண்டிருந்தாள்.

17

செடல் சொந்த ஊருக்குப் போகிறாள் என்ற செய்தி எப்படித்தான் பரவியதோ! அவளைப் பார்க்க ஊரே திரண்டு வந்துவிட்டது. வந்தவர்கள் அத்தனை பேரும் ஒருவர் தவறாமல் 'இனும அங்கப் போயி என்னா பண்ணப்போற, கொற காலத்தயும் எங்க ஊர்லேயே இருந்துட்டுப்போயன். இம்மாம் பெரிய ஊருல ஒன்னெ யாராவது வந்து 'என்னா ஏது'ன்னு கேட்டாங்களா? வந்தாரங் குடியாவா ஒன்னெ நெனச்சோம்? கூடப்பொறந்த பொறப்பாட்டம்ல ஒன்னெ நெனச்சி பாத்துகிட்டம். எங்களயெல் லாம் வுட்டுட்டுப் போவ ஒனக்கு எப்பிடிதான் மனசு வந்துச்சு? அப்பிடியொரு பாறாங்கல்லா ஒம் மனசு? நீ பொறந்த ஊருக்குத்தான் போ, இன்னம் எத்தினி ஊருக்குத்தான் போயன், ஆனா இந்த ஊரு மாரி ஒனக்கு எந்த ஊரும் வராது பாரு. ஒன்னாலதான் எங்க ஊரு பத்து கிராமத்துக்கும் பேரு பெத்து வெளங்குச்சு. அதுக்காவாச்சும் ஒன்னெ சும்மா போன்னு சொல்லிடுவமா? ஒனக்கு இங்க என்னா கொறச்சலு? விரல வுட்டுச் சொல்லு பாப்பம்! மேச்சாதிகாரனோ கீச்சாதிக்காரனோ ஒங்கிட்டெ வந்து வம்புதும்பு பண்ணு னானுவோன்னு சொல்லு, செருப்புமேல செருப்பு வச்சி அடிச்சி அபராதம் போடுறோம். ஒனக்கு இங்க என்னா இல்லன்னு போறவ? அதெச் சொல்லு, இத்தன நாளா இல்லாத சொந்தபந்தமெல்லாம் இப்பத் தான் வராங்களா? எங்களயெல்லாம் பாத்தா ஒனக்கு சொந்தபந்தமாத் தெரியலியா, கூத்துல 'செடலு ஆக்ட்டு எப்ப வரும், எப்ப வரும்ன்னு' கேட்டதுக்கு, இதான் நீ செய்யுற உவகாரமா? இப்பச் சொல்லு, ஒனக்கு என்ன வேணுமின்னு, ஊரே சேந்து செய்யுறோம், பண்ணுறோம். ஆபத்துன்னு வந்துட்டா எங்க ஊருக்காரன் ஒண்ணும் கை வுட்டுடுற ஆளுங்க இல்லெ' என்று எவ்வளவோ சொன்னார்கள், பேசினார்கள். கூத்தாடித் தெரு, பறத் தெரு, குடித் தெருவிலிருந்துகூடக் கும்பல்கும்பலாக வந்தார்கள். செடல் வாயடைத்துப்போய் நின்றிருந்தாள். ஊர்ச் சனங்களைத்தான் என்றில்லை. கண்ணுக்குக் கண்ணாக வைத்துப்பார்த்த விட்டம், செல்லையா என்று எல்லாரையுமே மட்டுமரியாதையில்லாமல் 'ஆடுமாடு இல்லாதவன் அடமயக்கி ராசா, புள்ளெ பொண்டாட்டி இல்லாதவன் பெருமயக்கி ராசாங்கிற கதெயா பொட்டச்சி கூத்தக் காட்டி சம்பாரிக்கலாமின்னு பாக்குறிங்களா? இங்க என்ன தொறந்து போட்டுக்கிட்டு ஆடுறாங்கன்னு வேடிக்க பாக்க வரீங்க?' என்று ஏகதேசமாக வனமயில் பேச

ஆரம்பித்த பிறகு, அவளிடம் வாயைக்கொடுக்க ஒருவருக்கும் மனம் துணிவில் லாமல் போய்விட்டது. ஏதோ பேச வாயைத் திறந்த செடலைப் பேசவிடாமல் 'ஆடிஆடி என்னாத்தக் கண்ட? செத்துப்போடி மண்ணாப் போனவள' என்று சொல்லிக் கத்தித் தன்னுடைய தலையிலேயே அடித்துக்கொண்டு வீறாப்புடன் வீட்டுக்குள் போனதும்தான் செடல் ஒருமுடிவுக்கு வந்தாள்.

வேறு வழியின்றி நாடக செட்டிலுள்ளவர்களும் 'தாயோட புள்ளெயாப் போயிச் சேரு. சோறு போட ஆளில்லன்னாலும் செத்தா தூக்கிப் போடவாவது நாலு பேரு இருப்பாங்க. எங்க கெதி எப்பிடியானாலும் ஆவட்டும். நீ பொறந்த மண்ணுக்குப் போ. எங்க போயிதான் என்னா ஆவப்போவுது, காசிக்கு ஒயக்கு அரிசிங்கிற காலம் போயி, மரக்கா பணத்துக்கு முக்கா சுரக்காங்கிற காலமா இருக்கிறப்ப யாரு எங்க போனா என்னா, எங்க வந்தா என்னா? ஒம் மூஞ்சக் காட்டிப் பொயப்பு நடத்து றோம்ன்னு அவப்பேரு வந்துட்டப் பின்னால இனி நீ இங்க இருக்கிறதுல நியாயமில்ல. கட்டுச்சாதமும் கக்கத்துப் புள்ளெயும் காத வழி உதவாதுன்னு சும்மாவா சொன் னாங்க?' என்று சொல்லிவிட்டார்கள்.

விருத்தாம்பாளைத்தான் ஒருவராலும் தேற்ற முடியவில்லை. புருசனைப் பறி கொடுத்தவள் மாதிரி அழுதாள். கூடியிருந்தவர்களுக்கு மட்டுமல்ல, வீம்புக்காரியான வனமயிலுக்குக்கூட அவள் அழுவதைப் பார்த்து அழுகை வந்துவிட்டது. செடலுடன் கிளம்பிய கூத்தாடிகளுடன் தானும் வருவதாகச் சொல்லி அடம்பிடித்து அழுதவளை, அவளுடைய அம்மா சிந்தாமணிதான் அடித்து இழுத்துக்கொண்டு வீட்டுக்குப் போனாள். ஆனால் பொன்னன் பொண்டாட்டி அஞ்சலை மட்டும் வராததோடு திட்டிப் பேசிக்கொண்டிருந்தாள். 'அவளாலதான் எம் பிரிசன் செத்தான். என் குடும் பமே அயிஞ்சிபோச்சி. அவள எதுக்குப் போயி நான் பாக்கணும்? எங்கியாவது போறா தட்டுவாணி முண்டெ' என்று அஞ்சலையும், 'நம்பளயெல்லாம் நாலு வருசமா காலுல சலங்கய கட்டாம பண்ணுனவளாச்சே! அவ இந்த எடத்த வுட்டுப் போனாத் தான் நம்பளுக்கு விடுவு காலம் வரும். போவட்டும் தாசி. ஊர ரெண்டு பண்ணிட்டுப் போறா' என்று ஆரானும் மட்டரகமாகப் பேசிக்கொண்டிருந்தார்கள். செடல் செட்டில் ஆடிக்கொண்டிருந்தவர்கள், அவளிடம் நாடகம் கற்றுக்கொண்டவர்கள் என்று பெரிய கூட்டமே அவளுடன் கிளம்பி வந்தது. 'போறாளாம் நல்லதங்காள் பொறந்த எடம் தேடி' என்பது போல ஊரே திரண்டுவந்து வழியனுப்பியது.

பகுதி: மூன்று

1

'யே அக்காவ், என்னெத் தெரியுதா?'

'நான் ஆருன்னு சொல்லு பாப்பம், அதுக்குள்ளாரவா மறந்துபோன?' 'அடி மாரியாயி!'

'இந்தா பெரியம்மா, என்னியவா தெரியல? அட யாங்கடவுள.'

'யே அத்தகாரி.'

'இந்தா பெரியண்ணா செத்த நில்லு.'

'தம்பி என்னெ அடையாளம் தெரியல? நான் ஆருன்னு சொல்லு பாப்பம்?'

'நெசமாவாச் சொல்ற, மாரியாயிக் கோவுல்ல ஒன்னெப் பொயிதணிக்கும் தூக்கி வச்சியிருந்ததே நாந்தாண்டா!'

'யே ஆத்தூரு அண்ணியாவ்.'

'என்னா மாமன் மவள, நல்லாயிருக்கியா? அதுக்குள்ளாரவா நாலஞ்சி புள் ளெக்கித் தாயாயிட்ட!'

'என்னெத் தெரியல, நான்தான் செடலு, பொட்டுக்கட்டி வுட்டவ.'

'ஆமாம், ஆமாம் கோவுல்ல இருந்தவதான்.'

'பெரியம்மா, ஓம் மவளுக்குக் கண்ணாலமாயிடிச்சா? புள்ளெ எத்தினீ?'

'அவரு செத்தாபோயிட்டாரு? அட ஆண்டவனே.'

'என்னெத் தெரியுதா தாத்தா?'

'இந்த அதிசயத்த நான் எங்கடிப் போயிச் சொல்லுவன்?'

'யே இந்தாடி குட்டி, நான் ஆருன்னு சொல்லு பாக்கலாம்? எம் மொகம்கூடவா சொல்லல? ஒன்னோட பீத் துணியெல்லாம் ஆத்துல அலசுனவ நாந்தாண்டி.'

'அந்த செடலுதான்.'

'பொட்டுக்கட்டி வுட்ட கோவாலு கூத்தாடி மவ செடலுதான்.'

'கூத்தாடிச்சித்தான்.'

'கூத்துதான் ஆடுறன்.'

'நான்தாண்டா ஒங்க சின்னம்மா.'

'யே ஒங்க அத்தகாரி வந்திருக்கிறன் பாருடா.'

ஊரிலிருந்த எல்லாரையுமே தேடிப் போய் விசாரித்தாள். உறவு கொண்டாடி னாள். முன்பு அவளுடன் வேப்பமர நிழலின் கீழ் ஒரு வட்டுத் துணியை இடுப்பில் சுற்றிவிட்டாலும் அவிழ்த்தெறிந்துவிட்டு நிர்முண்டமாக, மூக்கை உறிஞ்சிக்கொண்டு ஓடியவர்கள், விளையாடியவர்கள் எல்லாம் இப்போது இரண்டு மூன்று குழந்தை களுக்குத் தாய், தகப்பனாக இருந்தார்கள். புதிதாகப் பிறந்த பிள்ளைகள் செடலை

யார் என்று தெரியாமல் பேந்தப்பேந்த விழித்தனர். சில பிள்ளைகள் இவள் தூக்கிக் கொஞ்சும்போது வீறீட்டு அலறின. இவள் சோட்டுப் பெண்களெல்லாம் கல்யாணம் கட்டிக்கொண்டு என்னென்ன ஊர்களுக்கெல்லாமோ போய்விட்டிருந்தார்கள். கிழடுக ளாக இருந்தவர்களைப் புதைத்த இடத்தில் மறுகுழி வெட்டிவிட்டார்கள். பழகிய முகங்களை ஒவ்வொரு முகமாக ஞாபகப்படுத்தி, ஞாபகப்படுத்தித் தேடிப் போய்ப் பார்த்தாள். முன்பு கோயில் இருந்த இடம் இப்போது மந்தைமேடாகிவிட்டிருந்தது. எருக்கஞ் செடிகளும், காராமணி, பூண்டுச் செடிகளும் பீக்கருவையும் வளர்ந்து காடுபோல, பெண்கள் ஒதுங்கும் மறைவிடமாகிவிட்டிருந்தன. முன்பு அவ்வளவு பெரிய வேப்பமரம் நின்றிருந்தது என்பதற்குச் சிறு அடையாளம்கூட இப்போது இல்லை. நிறைய பேருக்கு வேப்பமரம்பற்றிய நினைவுகூடச் செத்துப்போயிருந்தது. ஊருக்குள் அடியெடுத்து வைத்ததுமே நேரே கோயில் இருந்த இடத்துக்குத்தான் வந்தாள். கோயிலைக் காணாமல் திகைத்துப்போனாள். சடசடப்பும் மயக்கமும் வந்தது. சல்லடைக் கண் போட்டுத் தேடிப் பார்த்தாள். பிறகு வாளகுருசாமி கல் நட்டு இருந்த இடத்தைக் கண்டு பிடித்து அந்த இடத்திலேயே குப்புற விழுந்தவள்தான். 'தெய்வ சந்நிதானத்துக்கா இந்த நெலம? தெய்வ நிந்தன செய்ய யாருக்குத்தான் மனம் வந்துச்சோ! நான்தான் வாப் பேச்சுக்கு ஆளில்லாம போனன். கோவுலுமா போவணும்?' வெகு நேரம்வரை தரையில் கிடந்தவாறே கண்ணீர் விட்டு அழுதாள். பிறகு எழுந்து அந்தப் பகுதியிலேயே சுற்றிவர ஆரம்பித்தாள். அவள் சுற்றிச்சுற்றி வருவதைப் பார்த்தால் ஆவியுலகத் தொடர்பு கொண்டவள் மாதிரி, பித்துப் பிடித்தவள் மாதிரி இருந்தது. அவள் எவற்றையெல்லாம் பெரியபெரிய கோட்டைகள் என்று நம்பியிருந்தாளோ அவையெல்லாம் எருக்கம் பூவாக வெடித்துக் காற்றில் பறந்துவிட் டிருந்தன. ஓடிப்போனதற்காக ஊர்ச் சனங்களே திட்டுவார்கள், கோபித்துக்கொள் வார்கள் என்று சொல்லிவிட்டுத்தான் நெடுங்குளத்தை விட்டுப் புறப்பட்டு வந்தாள். ஒளி மயங்குகிற நேரத்திற்குத்தான் ஊரின் எல்லையில் காலடி வைத்தாள். ஆற்று மேட்டை ஒட்டி ஊருக்குக் கிழக்கே ஆண்களும் பெண்களும் கார்த்திகைத் தீபத்திற்கு விளக்கேற்றுவதுபோல் பிணக்குழி மேட்டில் மெழுகுவர்த்தி ஏற்றி வைத்துக்கொண்டு பாட்டுப் பாடும் சத்தம்தான் முதலில் அவளை வரவேற்றது. என்னமோ ஏதோவென்றுப் பதறிபோய் கேட்டதற்குக் கல்லறைத் திருநாள் என்று சொன்னார்கள். ஆச்சரியப் பட்டுப்போனாள்.

ஊருக்கு வந்த முதல் வாரம்தான் செடல் அதிகம் புலம்பியழுதாள்; சஞ்சலப்பட் டாள். ஊரார்கள் பாராமுகமாக இருப்பது, கண்ணில் வைத்துக் காப்பாற்றியவர்களை விட்டுவிட்டு வந்தது என்பதைப் பற்றியெல்லாம் கவலைப்பட்டாலும், கண்ணீர்விட் டாலும் மீனாட்சி வீட்டிலேயே எத்தனை நாட்களுக்கு இனாம் சோறு சாப்பிடுவது என்பதுதான் பெரிய கவலையாக இருந்தது. பழைய வீட்டை விற்றுவிட்டு மேடான பகுதியில் இடம் வாங்கிக் குள்ளன் வீடு கட்டிக்கொண்டதால் சொந்த வீடு, சொந்த மனை என்று சொந்தம் கொண்டாட ஒரு அடி இடம்கூட இல்லாமல் போய்விட் டிருந்தது. வீட்டை ஏன் விற்றாய் என்று சொந்த நடப்பனிடம், அதிலும் முடக்குவாதம் வந்து கிடக்கும் மனிதனிடம், எப்படிப் போய்க் கேட்பது, எப்படிச் சண்டைபோட முடியும்? கேட்டாலும் என்ன கிடைத்துவிடும்? குழம்பிப்போய் இருந்தபோதுதான் கொலைச்சிந்து அருணாச்சலமும் ஒருசில பெரியவர்களும் ஊர்ப் பஞ்சாயத்தைக் கூட்டச் சொல்லித் தைரியம் கொடுத்தார்கள். ரொம்பத் தயங்கினாள். பல பேரிடம் விஷயத்தைச் சொல்லிக் கலந்தாள். கடைசியில் பஞ்சாயத்தார்களின் வீடுகளுக்கு நடைநடையாக நடந்து, ஊர்ப்பஞ்சாயத்துக் கூட்டச் சம்மதம் வாங்கி, ஊர் மணியக்

காரனிடம் சொல்லி, தமுக்கடித்துத் தெருத்தெருவாகச் சென்று செய்தியைச் சொல்லவைத்தாள்: 'இருவத்தஞ்சி வருசத்துக்கு முன்னால நம்ப ஊரு செல்லி யம்மனுக்குப் பொட்டுக்கட்டி வுட்ட செடலு, ஊருலயிருந்து ஓடிப்போயி பதினெட்டு வருசம் கயிச்சித் திரும்பி நம்ம ஊரு எல்லக்கி வந்திருக்கு. அந்தப் பொண்ணோட வெசயமா இன்னிக்கி ராத்திரிக்கி நம்ம ஊரு புது மாரியாயி கோவுல்ல உள்ளூர்ப் பஞ்சாயத்து கூடும். ஊருல உள்ளவங்க அத்தன பேரும் தவறாம வரணுமின்னு பஞ் சாயத்தார் உத்தரவுங்கோ.' தர்மகர்த்தாவும் அய்யரும் காலமாகிவிட்டிருந்தனர். அய்யரின் மகன் கருப்புசாமிதான் கோயில் வேலைகளை இப்போது பார்த்துக்கொண் டிருந்தான். தர்மகர்த்தாவாக வடக்குத் தெரு காசி இருந்தான். ராச்சோறு சாப்பிட்டு முடிந்த நேரத்திற்கு ஆரம்பித்த பஞ்சாயத்து செடல் நினைத்த மாதிரி அவ்வளவு சுலபமாகத் தீரவில்லை. சண்டையும் சச்சரவும் கைகலப்புமாக மூன்றிரவு நடந்தது. செடலுக்கு ஏழெட்டு பேர்கள், அதுவும் கிழடுகள்தான் ஆதரவாகப் பேசினார்கள். எல்லாரையும்விடக் கொலைச்சிந்து அருணாச்சலம்தான், உடல் தளர்ந்து நாடி தளர்ந்துபோனாலும், அதிகம் பேசினான்.

'அவளுக்கு எடுத்துக்கட்டிப் பேச ஆளில்லங்கறதால என்ன வேணும்னாலும் பேசிப்புடுறதா? அன்னிக்கி அவ ஒருத்தி மட்டுமில்லன்னா இன்னிக்கி இந்த ஊரும் இதெ சுத்தியுள்ள பத்துக் கிராமமும் இருந்திருக்குமா? 'ஓடிப்போயிட்டா ஓடிப் போயிட்டா'னு ஆளாளுக்குப் பேசப்படாது. அன்னிக்கி ராத்திரிக்கு அவள ஒரு மாட்டுக் கொட்டாவுல குந்தவச்சிருந்தா ஏம்ப்பா ஓடுறா? கூத்தாடிச் சாதியின்னு, கவி பாடுற நட்டுவர் குலமின்னு சொல்லி செல்லியம்மன் கோவுலுக்கு ஏன் பொட்டுக் கட்டி வுட்டீங்க? தஞ்சாவூர் ஜில்லா கும்பகோணம், மதுர ஜில்லாவுலயெல்லாம் எச வேளாள சாதியிலிருந்து பொட்டுக்கட்டி வுடுறவங்களுக்கு இத்தன காணி நெல மின்னு கோவுலு மானியமா கொடுப்பாங்க. பெரியபெரிய கோவுல்லதான் அவுங்க யெல்லாம் ஆடுவாங்க, பாடுவாங்க. அந்த மாரி ஏதாவது ஒரு வயிமானத்த அவளுக்குக் காட்டிவுட்டீங்களா? ஒரு நாளு கூத்துன்னு அன்னிக்கி பல ஊரு குடியானவங்க பேச்சக் கேட்டு ஆடிப்புட்டீங்க. பின்னொரு காலத்துல இப்பிடியெல்லாம் வந்தா என்னா செய்யுறதுன்னு அன்னிக்கே ஒரு முடுவு பண்ணியிருக்கணும். அன்னிக்கிக் குடியானவன் சொன்னான்னுதானே ஆடுனீங்க. அவனுங்களுக்கென்னா, புத்தூரான் புடுக்க அறுத்தாப்ல அறுத்துட்டுப் போயிட்டானுவோ. பெத்தவங்க இருந்தா அவ ஏன் இந்த ஊரு எல்லக் கல்லத் தாண்டுறா? சரி, ஓடுனது தப்புத்தான். அவ இங்க இருந்தப்ப செல்லியம்மன் கோவுலுள்ள ஊர்க்காரனெல்லாம் முழங்கைமுட்டும் புயித்தி அடிச்சானுங்களா? இனுக்கி இனுக்கித்தான் கொடுத்தீங்க? ஆதி கதெ தெரிஞ்சா பேசணும், இல்லன்னா பேசாம இருக்கணும். எது நெசம் எது பொய்யின்னு கடேசி கந்தாயத்துலதான் உம்மப் புரியும்.'

'இத்தன நாளா எங்கியோ போயிட்டு இன்னிக்கி வந்து திடுதிப்புன்னு இன்னிக்கி 'அடிறா மோளத்த கட்டுறா தாலிய'ங்கிற கதெயா வந்து நின்னுகிட்டு, 'எனக்கு அது வேணும், இது வேணும்'னு கேட்டா என்னா பண்றது? போனவுடங்கால்லியே வர வேண்டியதுதான. புத்திக்கெட்டுப் போனமா, புத்திக்கெட்டு வந்தமான்னு இல்லாம இத்தன வருசம் கயிச்சி இப்ப வந்திருக்காளே, இப்பத்தான் ஊருப் பாசமும், கோவுலு நெனவும் பொத்துகிட்டு வந்திருக்கா?'

'அவளோட அப்பன் என்னா தொயிலு செஞ்சான்? பாட்டன் முப்பாட்டன் செஞ்சதத்தான் அவளும் செஞ்சா? வேசம்கட்டி ஆடுறதுதான அவ தொயிலே. ஓடிப் போன எடத்திலியே தங்கி ஆடிப்புட்டா. அது ஒண்ணுதான் அவமேல குத்தம். நம்ப

ஊர்லியே இருந்திருந்தாலும் பல கிராமத்துக்கு ஆடத்தான போயிருப்பா? அப்ப அரியாக்குட்டியா இருந்தா. ஏதோ தப்பு பண்ணிப்புட்டா. இப்ப கெட்டலஞ்சிபோயி நாலும்கெட்ட நாதேறியா வந்து நிக்குறா. 'சரிதான் போ'ன்னு ஒரு வய்ய தடத்த காட்டிட்டுப் போங்கப்பா.'

'அப்பிடின்னா ஒன் வூட்டு தாவாரத்துல பொங்கிக்க வுடு. இல்ல வூட்டுக்கும் பொறத்தால ஒரு சாலப் போட்டுக் கொடு.'

'யார்ரா அவன் ஒக்கால ஓழி' என்று கொலைச்சிந்து அருணாச்சலம் சொன்னது தான் தாமதம், பெரிய கைகலப்பாகிவிட்டது. செடலின் பிரச்சினையிலிருந்து விலகிப் போய் அவரவருடைய சொந்தப் பிரச்சினைகளை, பகைகளை மறைமுகமாகப் பேச, சண்டை பெரிதாகி முதல் நாள் இரவு பஞ்சாயத்து எந்த முடிவுமின்றிக் கலைந்தது. முதல் நாள்தான் சண்டையில் முடிந்தது, இரண்டாவது நாளாவது நல்ல முறையில் முடிந்தால் தேவலை என்று செடல் ஊரிலுள்ள சாமிக்கெல்லாம் வேண்டிக்கொண் டிருந்தாலும், பஞ்சாயத்து ஆரம்பித்த கொஞ்ச நேரத்திலேயே சண்டை ஆரம்பித்து விட்டது. ஒருவருக்கொருவர் நெட்டிக்கொள்ளவும் அடித்துக்கொள்ளவும் ஆரம்பித் தனர். புருசன்களை, அண்ணன் தம்பிகளை சண்டையிலிருந்து விலக்கிவிட முயன்ற பெண்களும், சும்மா நின்றிருந்த பெண்களும் செடலைப் பற்றி 'ஊர ரெண்டு பண் ணவா இத்தன காலம் கயிச்சி வந்தா மகராசி. போனவ அப்பிடியே பிறத்தியாருக்குத் தெரியாம சாவ வேண்டியதுதான? ஊர கல்லரசில்லரயாக்கி ஒண்ணாமுண்ணா இருந்தவங்கள அடிச்சிக்க வுட்டுட்டாளே! அவ நல்லா இருப்பாளா நாசமத்துப் போவாளா?' என்று விதம்விதமாகப் பேச ஆரம்பித்துவிட்டார்கள். யாருடைய வாயை அடைக்க முடியும்? இரண்டாம் நாள் பஞ்சாயத்து ஆரம்பித்த வேகத்திலேயே முடிந்து போயிற்று. மூன்றாம் நாள் நடந்த பஞ்சாயத்தில் பறையர்களுக்கும் வேதப் பறையர் களுக்கும் பெரும் சண்டையாகிவிட்டது. பஞ்சாயத்து முடிந்துவிடும் என்று நினைத்த போது கூட்டத்தில் யாரோ ஒருத்தன் 'சாமியாரயும் ஒரு வாத்த கேக்கணுமில்லியா?' என்று சொன்னதுதான் தாமதம், ஒரே நேரத்தில் பத்து இருபது பேர் ஒன்றாகக் கூடி அவனை மொய்த்துக்கொண்டனர். பெரிய களேபரமாகிவிட்டது.

'இதுல அவர கேக்கறதுக்கு என்னா இருக்கு?'

'அவரக் கேக்காம பின்ன வேற யார கேக்குறதாம்? இப்ப இந்த ஊருக்கு எல்லாமும் அவுருதான?'

'ஒனக்கு வேணுமின்னா அவுரு பெரிய இவரா இருக்கலாம். இங்க அது செல்லாது. இது எங்களோட பிரச்சன. இதுல அவன இவனயெல்லாம் இயிக்கக் கூடாது.'

'அவுருகிட்ட வாங்கித் திங்கும்போது இனிச்சிச்சா?'

'யார்ரா அவன் ஒக்கால ஓழி. எவனாயிருந்தாலும் எங்கக் கட மயிரக்கூடப் புடுங்க முடியாது பாத்துக்க. ஒன்ன மாரி துப்புகெட்ட பயன்னு நெனச்சிக்கிட்டி யாடா?' என்ற போதுதான் வேதப் பறயர்களுக்கும் பறயர்களுக்கும் மோதல் வலுத்துப் பெரிய சண்டையாக மாறியது. இரு கட்சியாய்ப் பிரிந்து வாக்குவாதம் செய்தது மட்டும் இல்லாமல் அடித்துப் புரளவும் ஆரம்பித்தனர். அதோடு மூன்றாம் நாள் பஞ்சாயத்தும் கலைந்தது. இரு தரப்புப் பெண்களும் செடலைக் கரித்துக்கொட்டி இழிவாகப் பேசவும் ஆரம்பித்தனர். 'அவளால தான் இம்மாம் வம்பும் வயிகொலயும் நடக்குது. ஒடம்புல சூடு சொரணயிருந்தா இத்தன வருசக் காலம் கயிச்சித் திரும்பியும் இந்த ஊருக்கு வருவாளா? ஊரு ஒலகமே ஒரு பரமா சுத்துனவளுக்கு என்னா கணக்கு இருக்கு? ஊருக்குள்ளார சண்டய மூட்டி வுட்டுட்டாளே பாதகி. போற எடமெல்லாம் இதெயேதான் பண்ணுவா. எப்பிடியாப்பட்ட நேரத்துல அவ அம்மா வவுத்துல

புள்ளெயாப் பொறந்தாளோ, அந்தக் குடும்பமே அயிஞ்சிப்போச்சே. அவ ஆளான நேரமும் அப்படித்தான் இருக்கும், இல்லன்னா நாடு எது காடு எதுன்னு இல்லாம சுத்துவாளா, நல்ல குடும்பத்துக்காரியா இருந்தாத் தெரியும்.' செடலை அச்சம் பற்றிக்கொண்டது. தன்னால்தான் இந்தச் சண்டையெல்லாம் நடக்கிறதா? சாமி யாரையும் மாதா கோயிலையும் பிடிக்காதவர்கள் நேரம் பார்த்துச் சண்டையை ஆரம்பித்தார்களா? தனக்கு எதுவும் தராவிட்டாலும், ஊரில் இருக்க விடாவிட்டாலும் பரவாயில்லை, சண்டை மட்டும் போட வேண்டாம் என்று யார்யார் கால்களில் எல்லாமோ விழுந்து கும்பிட்டுக் கெஞ்சிப்பார்த்தாள். ஒருவரும் அவளை ஒரு பொருட்டாகக் கருதவில்லை. செடலால் ஊர் மரியாதை கெட்டுவிட்டது, ஊரில் சேர்த்துக்கொண்டாலும் பழைய மாதிரி கோயிலை ஒட்டித் தங்கக் கூடாது. கோயிலுக்கும் அவளுக்கும் எந்த சம்பந்தமும் கிடையாது என்று ஒரு பிரிவும், பழைய மாதிரியே அவளை நடத்த வேண்டும் என்று கிழவர்கள் பிரிவும் பேசியது. பேசிப்பேசி வீணாகப் பொழுதைத் தள்ளினாலும் நான்காம் நாள் பஞ்சாயத்தில்தான் ஒரு முடிவுக்கு வந்தார்கள்.

'ஊருக்கு நல்லது செஞ்சியோ, கெட்டது செஞ்சியோ, அதெப் பத்தியெல்லாம் இப்ப பேச வல்ல. அதுக்கு இப்ப நேரமுமில்ல. நீ எங்க இருக்கணும், எப்பிடி இருக்கணுங்கிறது குடித் தெருக்காரங்கதான் முடுவு எடுக்கணும். மாரியாயி கோவுல்ல, ஊர் மொறமயில ஒனக்கு எந்த ஒரு பாத்தியதயும் கெடயாது.'

'யாண்டா கெடயாது?'

'இது நாலுபேரு கூடி பேசி முடுவு செஞ்சது.'

'அவ எதெ வச்சி சோறு திம்பா, வவுத்த வளப்பா? பாத்தியத கெடயாதுன்னு சொல்றதுக்கு எதுக்குப் பஞ்சாயத்து. நாலுபேரு எதுக்குக் கூடியிருக்கு? நீந்து நிதானிச்சி சொல்லுங்கப்பா. பொட்டுக்கட்டி வுட்ட எல்லாருக்கும் என்ன மொறம? இவளுக்கு மட்டும் என்ன தனி மொறம? செடலு, சபயில விய்ந்து கும்பிட்டு, நான் ஓடிப்போனது தப்பு. எனக்கு ஊராங்க பாத்து மன்னாப்பு தாங்க. பழய மொறமப்படியே என்னெ இருக்க வுடுங்கன்னு சபயில கேட்டுக்க' என்று வடக்குத் தெருக் கிழவன் ஒருவன் சொன்னான். அவன் சொன்னபடி 'எனக்கு மன்னாப்பு தாங்க' என்று சொல்லிச் செடல் மூன்று முறை சபையை தரையில் விழுந்து வணங்கிக் கேட்டுக்கொண்டாள். அதற்குப் பிறகுதான் பஞ்சாயத்தில் ஒரு ஒழுங்கு ஏற்பட்டது. முடிவையும் சொன்னார்கள், குடித் தெருப் பஞ்சாயத்துக்குப் பிறகுதான் எதையும் சொல்ல முடியும் என்று. நான்காம் நாள் பஞ்சாயத்து முடியும்போது முதல் கோழி கூவிவிட்டது.

மறுநாள் ஊர்ப் பஞ்சாயத்துக் கூடியது. ஆற்றின் தெற்குக் கரையில் குடித் தெருவுக்குப் போகும் வழியில் நின்றிருந்த ஆலமரத்தின் கீழ் பஞ்சாயத்து நடந்தது. ஊரை விட்டுப் போனதற்காக ஊரார்கள் திட்டித்தீர்த்தார்கள். ஓடிப்போனதற்காகப் பத்து ரூபாய் அபராதமாகக் கட்ட வேண்டும் என்று தீர்ப்புக் கூறினார்கள். கோர்ட்டுத் தீர்ப்பு வந்த பிறகு பழைய முறைப்படியே வந்து தாலாட்டுப் பாட வேண்டும் என்றும், அதுவரை உள்ளூரில் ஒவ்வொரு வருசமும் ஊர்ப் படி மட்டும் வாங்கிக் கொள்ளலாம் என்றும், செய்த தவறுக்காக சபையில் விழுந்து கும்பிட்டு மன்னிப்புக் கேட்க வேண்டும் என்றும், எப்போதும்போல, பொட்டுக்கட்டி விடப்பட்ட ஊர்களுக்குத் தாலாட்டுப் பாடப் போகலாம் என்றும், 'இன்னிய தேதியிலருந்து நீ தனியா பொரவட, தரிசி, புறம்போக்கு நத்தம்ன்னு இருக்கிற எடத்துல வூடுகட்டி இருந்துக்க வேண்டியது' என்றும் சொல்லி முடித்தார்கள். அபராதத் தொகையைக் கட்ட இயலாது என்று சொல்லியும், அதைக் குறைக்கச் சொல்லி வேண்டியும் மீண்டும் தரையில் செடல் விழுந்து கும்பிட்டதும் அபராதத் தொகை ஐந்து ரூபாய் என்று முடிவானது.

செடல் யார்யார் கைகால்களிலெல்லாமோ விழுந்து ஆற்றிலிருந்த மரங்களையெல்லாம் தேவைக்கு அதிகமாகவே வெட்டிக்கொண்டு வந்தாள். இரண்டு கதவுகள், நான்கு சன்னல்கள், ஒரு மர விசுப்பலகை செய்தாள். இரண்டு படை சுவர் வைத்து, நான்கு விட்டம் வைத்து வீட்டைக் கட்டினாள். சுவர் வைக்கக்கூட ஆள் கிடைக்கவில்லை. வனமயில், பரஞ்ஜோதி, செடல் மூவருமே இருபது நாள் சுவர் வைத்தார்கள். ஆசாரிக் கூலி, தட்டுமுட்டுச் சாமான்கள் வாங்க என்று வனமயில் போட்டிருந்த தோடு, மூக்குத்தியைத்தான் விற்க வேண்டியிருந்தது. வீட்டில் ஒரு பித்தளைச் சொம்பு, தண்ணீர் எடுக்கக் குடம்கூட இல்லை. எல்லாம் மண் சட்டிகளும், கலயங்களும்தான். சோற்றுக்கு இல்லை என்பதால் வாட்டியெடுக்கும் நோயையும் பார்க்காமல் பரஞ்ஜோதியை இழுத்துக்கொண்டு வனமயில் சித்தாள் வேலைக்குப் போனாள். சொந்த ஊருக்கு வந்த இந்த மூன்று மாதத்தில் கூப்பிட்ட செட்டுகளுக்கெல்லாம் ஐந்தாறு முறைதான் செடல் ஆடப்போனாள்.

'சனங்களயெல்லாம் பூதக்கண்ணாடி போட்டுகிட்டுப் பாத்தாத்தான் தெரியும் போல இருக்கு' என்று எண்ணிக்கொண்டு உட்கார்ந்திருந்த செடல் கால்கள் மரத்துப் போனது போலிருந்ததால் எழுந்து நின்று திமிர் முறித்தாள். கை கால்களை உதறிக்கொண்டாள். ஆடுமாடுகளை அவிழ்த்துவிடுகிற நேரமாகியும் இன்னும் காலைச் சோறு சாப்பிடவில்லை என்பது நினைவுக்கு வந்தது. சாப்பிடலாமா வேண்டாமா என்ற குழப்பத்திலேயே வீட்டுக்குள் வந்து, எதையோ வைத்துவிட்டுத் தேடுவது மாதிரி சுற்றிச்சுற்றி வந்தாள். காரணமின்றிச் சேலையை அவிழ்த்து மீண்டும் கட்டிக்கொண்டாள். கண்ணாடியை எடுத்து முகம் பார்த்தாள். ஒரு தம்ளர் தண்ணீர் குடித்தாள். தெருவுக்குள் போய்விட்டு வரலாம் என்று கதவைச் சாத்திவிட்டுத் தெருவில் இறங்கினாள்.

தெருவில் இப்போதெல்லாம் பிள்ளைகள் செடலைப் பார்த்து 'ஆட்டக்காரி' என்றோ 'கூத்தாடிச்சி' என்றோ கத்துவதில்லை. பின்னாலேயே துரத்திக்கொண்டு வருவதில்லை. அதற்குப் பதிலாக 'செடலு அத்த,' 'செடலு சின்னம்மா,' 'செடலு அக்கா' என்று கூப்பிட ஆரம்பித்துவிட்டார்கள். அதே மாதிரி பறையர்களும் முன்பு போலவே உறவுகொண்டாட ஆரம்பித்துவிட்டார்கள், கிழவர்கள், கிழவிகள்தான் அவளைக் கண்டால் விட மாட்டேன் என்கிறார்கள். பழைய விஷயங்களை, அவளே மறந்துபோன விஷயங்களையெல்லாம் தொணதொணவென்று பேச ஆரம்பித்துவிடுவார்கள். சக்கிலித் தெரு, வண்ணாரத் தெருப் பெண்கள் கண்டால் அவ்வளவுதான். 'எம் பொண்ணே, எப்பிடித்தான் எங்களயெல்லாம் வுட்டுட்டுப் போவ ஒனக்கு மனசு வந்துச்சோ. ஆமாம் என்னெகூடவா பாக்க வரணும்ன்னு ஓம் மனசு நெனக்கல? அப்பிடி ஒரு கல்லு மனசுக்காரியா? இந்தச் சாதிசனத்தயெல்லாம் பொறந்த மண்ணயெல்லாம் மறந்துபுட்டு இருக்க எம் பொண்ணுக்கு எப்பிடித்தான் மனசு துணிஞ்சிதோ! ஒரு வாட்டியாவது ஓம் மொவத்தக்கொண்டாந்து இந்தக் கெய்விக்கிட்ட காட்டக் கூடாதா கண்ணு? ஒங்கையால திருநீறு வாங்கி நெத்தியில பூசி எம்மாம் காலமாயிப் போச்சி. நவ திருநீறு ஒங்கையால கொடு' என்று சொல்லிக் கட்டாயப்படுத்த ஆரம்பித்துவிடுவார்கள். அய்யர் மகன் கருப்புசாமி ராசியில்லாதவன் என்றும் சிடுமூஞ்சன் என்றும் சொன்னதோடு ஒன்றிரண்டு கிழவிகள் பேரப்பிள்ளைகளைத் தூக்கிக்கொண்டு வரவும் ஆரம்பித்திருந்தார்கள். அப்படி வரும்போதெல்லாம் அவளுக்குச் சங்கடமாக இருக்கும்.

'கிரேதா யுகத்துல தங்க மலெ இருந்துச்சு, திரேதா யுகத்துல பொன்னு மலெ இருந்துச்சு, துவாபர யுகத்துல வெள்ளி மலெ இருந்துச்சு, கலியுகத்துல கல்லு மலெதான்

பூமியில இருக்கு. சனங்களும் அப்பிடித்தான் இருக்காங்க' என்று அடிக்கடி பொன்னன் சொல்வது செடலின் நினைவுக்கு வந்தது. அதோடு விட்டத்தின் நினைவும் வந்தது. வருவதாகச் சொன்னவன் ஏன் வரவில்லை என்று தன்னையே கேட்டுக்கொண் டாள். புலிவலத்து செட்டில் ஆடக் கூப்பிட வருவதாகச் சொன்ன கணபதியைக் காண வில்லை. கல்லூர், எழுத்தூர் செட்டிலேகூட ஆடலாம் என்று சொல்லியிருந்தான். கல்லூர் செட்டில் ஆடுபவன் ஒருவன் ஆற்றில் பார்த்துப் பேசினான். தங்களுடைய செட்டிலேயே நிலையாக ஆட வேண்டும் என்றுவேறு வற்புறுத்திச் சொல்லிவிட்டுப் போனான். தங்களுடைய செட்டில் செடலை இழுத்துப்போட்டு, செட்டுக்கு மவுசை உண்டாக்கிக்கொள்ள வேண்டும் என்ற ஆசை இருப்பது அவன் பேசும்போதே தெரிந்தது. ஆனாலும் அவன் சொன்ன எல்லாவற்றுக்கும் 'சரி சரி' என்று தலையை மட்டுமே ஆட்டிவைத்தாள். அப்படிச் சொல்லிவிட்டுப் போனவன் ஏன் ஆடக் கூப்பிட வரவில்லை? 'ஊருல நாட்டுல ஒருத்தருக்குமா சாவு வல்ல? காலணாவ கண்ணாலப் பாத்து எம்புட்டு நாளாச்சு?' என்று முணுமுணுத்துக்கொண்டே நடந்தாள். அவளுடைய தலைக்கு மேலாக காக்கை ஒன்று கரைந்துகொண்டு போனதும் 'எதுக்கு காக்கா கத்துது? சயினம் சொல்லுறதப் பாத்தா யாராச்சும் விருந்தாடி வருவாங்களா?' என்று நினைத்த மறுநொடியே 'எனக்கு எந்தச் சித்தப்பனும் பெரியப்பனும் சீர்வரிச தூக்கிக்கிட்டு வரப் போறாங்க?' என்று சொல்லிக்கொண்டாள். அதோடு விட்டம் வந்தாலும் வருவானோ என்ற சந்தேகமும் எழுந்தது. சட்டென்று நெடுங்குளத்துக்குப் போக வேண்டும் என்று ஆசை உண்டாயிற்று.

2

காலையிலேயே செடல் ஆற்றில் குளித்துவிட்டு வந்து தலையை வெயிலில் காட்டிக்கொண்டிருந்தாள். அவள் உட்கார்ந்திருந்த விதம் அந்த வழியாகப் போகிறவர்களை, வருகிறவர்களை வேடிக்கை பார்க்க உட்கார்ந்திருப்பதுபோல இருந்தது. தனித்தனியாகவும் சிறுசிறு கூட்டங்களாகவும் ஏதேதோ காரணங்களுக்காக சனங்கள் ஆற்றை நோக்கிப் போவதும் வருவதுமாக இருந்தனர். பின்னாலேயே துரத்தியவாறு அழுதுகொண்டு வரும் பிள்ளைகளிடம் ஒன்றிரண்டு பெண்கள் தோளில் மாட்டியிருந்த களைவெட்டி, இடுப்பில் செருகியிருந்த அரிவாள் ஆகியவற்றைத் தூக்கிக் காட்டி 'கொத்திப்புடுவன் கொத்தி. கிருவமா வூட்டுல போயி இரு. இல்லன்னா கண்டதுண்டமா வெட்டிப் பொலி கொடுத்துடுவன். சாயந்தரம் வரும்போது கோவக்காயி, பயித்தாங்கா, ஈச்சம்பயம் பறிச்சாந்து தருவன். போ, போ வூட்டுக்கு' என்று சொல்லி மிரட்டிக்கொண்டே போனார்கள். அவள் சொந்த ஊருக்கு வந்து, தனியாக ஆற்றுக்குப் போகும் வழியில் வீடு கட்டிக்கொண்டு தங்க ஆரம்பித்த இந்த மூன்று மாதமாக இதே மாதிரியான வேடிக்கைகளைத் தினமும் பார்த்துக்கொண்டிருக்கிறாள்.

வனமயிலும் பரஞ்ஜோதியும் செடல் எவ்வளவு சொல்லியும் கேட்காமல் ஆற்றில் கட்டிக்கொண்டிருந்த பாலத்திற்குச் சித்தாள் வேலைக்குப் போயிருந்தார்கள். அவர்கள் இனி விளக்கு வைக்கும் நேரத்திற்குத்தான் வீட்டுக்கு வருவார்கள். அவர்கள் வரும் வரை வாய்வார்த்தைகூடப் பேச ஆளில்லாமல் தனியாக வீட்டிலேயே கிழடு மாதிரி உட்கார்ந்திருக்க வேண்டும். இப்படித் தனியாக உட்கார்ந்திருப்பதைவிட வேலைக்குப் போகலாம் என்று கிளம்பினால் 'இத்தன காலமா இல்லாம இப்பத்தான் புதுசா கூலி

வேலைக்குப் போறியாக்கும்? பொறந்ததிலேருந்து நெயலு வாட்டத்திலேயே இருந்துட்டவ, இன்னும் கொற காலத்துக்கும் அப்பிடியே ஓட்டிட்டுப்போ. அடங்கிமடங்கி ஊட்டுல இரு' என்று சொல்லி வனமயில் அடக்கிவிடுவாள். இவளும் அவள் இருக்கிற இடத்திற்குப் போனால் சண்டையும் சச்சரவும் வரும் என்பதால் அவள் சொன்னதே நல்லது என்று விட்டுவிட்டாள். இப்போதெல்லாம் வனமயில் வாயைத் திறந்தாலே கொச்சைகொச்சையான வார்த்தைகள்தான் வருகின்றன. முகதாட்சண்யம் என்ற பேச்சுக்கே அவளிடம் இடமில்லை. சடசடவென்று மழை கொட்டுவதுபோல வார்த்தைகளைக் கொட்டிவிடுகிறாள். அவளுக்கு இவளைக் கண்டால் என்ன ஆகுமோ, முகம் கடுகடுவென்று மாறிவிடும். முகத்தில் ஜீவனே இருக்காது. இவளை மட்டும்தான் என்றில்லை மற்றவர்களிடமும் நெளிவுசுளிவு பார்த்துப் பேசமாட்டாள். எப்படிப் பட்டவர்களாக இருந்தாலும் தூக்கியெறிந்து பேசிவிடுவாள்.

வனமயிலும் பரஞ்ஜோதியும் விளக்கு வைக்கும் நேரத்திற்கு வந்தார்கள். செடலுக்கு அவர்களைப் பார்க்கவே கஷ்டமாக இருந்தது. சிமெண்ட் பால் கைகளிலும், கால்களிலும் காய்ந்து வெள்ளையாக இருந்தது. வீட்டுக்கு வந்தவுடனேயே இருவரும் சுடு தண்ணீர் வைத்துக் குளித்தார்கள். பிறகு கடலை எண்ணெயை எடுத்து 'வறவற' வென்று சிமெண்ட்பால் அரிக்கும் இடங்களிலும் வெள்ளை பூத்திருந்த இடங்களிலும் பூசிக்கொண்டார்கள். இரவு கவிந்து எங்கும் இருளான பிறகும் விளக்கேற்றாமல் வாசலில் தண்ணீர் தெளித்துக் கூட்டாமல், ஆற்றிலிருந்து குடிப்பதற்குத் தண்ணீர் எடுத்து வராமல், ராத்திரி சோறு சமைக்க அடுப்பைப் பற்ற வைக்காமல் திக்பிரமை பிடித்தவள் மாதிரி காலையிலிருந்து சோறுகூடச் சாப்பிடாமல் உட்கார்ந்திருந்த செடலைக் கண்டதும் வனமயிலுக்கு வந்த கோபத்திற்கு அளவே இல்லை. நேரிடையாகப் பேசாமல் 'எல்லாம் தலவிதி. எங்க போனாலும் வவுத்துக்குக் கஞ்சி கெடைக்காது. எல்லாமும் வெறும் வெத்துவேட்டாப்போயிடிச்சே! ஒடம்பு ஒண்ணுக்கும் துப்பும் இல்லாமப்போயிடிச்சே! ஊட்டுல பொட்டச்சின்னு இருக்கிறவ, ஊட்ட இப்படித்தான் குப்பயும் கூளமுமா போட்டு வச்சிருக்கிறதா? ஊட்ல இருக்கிற ஒவ்வொரு சாமானும் கண்ணாடியப் பாக்குறாப்ல சுத்தபத்தமா இருக்க வேணாமா?' என்று சொல்லிப் புலம்பிக்கொண்டே வாசல் நடையிலேயே முந்தானையை விரித்துப் போட்டுப் படுத்துக்கொண்டாள். அவள் கட்டியிருந்த அரக்குக் கலர் சேலை அவளை மேலும் கருப்பாகக் காட்டிக்கொண்டிருந்தது. 'சோறு இருக்கா?' என்று பரஞ்ஜோதி கேட்ட பிறகுதான் சோறு சமைக்க வேண்டும் என்ற எண்ணமே செடலுக்கு வந்தது. அவசரஅவசரமாக அடுப்பைப் பற்றவைத்தாள்.

வாசலில் பாயைப் போட்டுப் படுத்திருந்த வனமயிலுக்குப் பக்கத்தில் சோறு, கீரை, தண்ணீர் என்று ஒவ்வொன்றாக செடல் எடுத்து வந்து வைத்தாள். சோறு சாப்பிட ஆரம்பித்த வனமயில், கீரையைச் சரியாக ஆயவில்லை, கீரையை நன்றாக வேகவைத்திருக்க வேண்டும். சந்தனம்போலக் கடைந்திருக்க வேண்டும், தாளிப்பில் இன்னும் இரண்டு மிளகாயைக் கிள்ளிப் போட்டிருக்க வேண்டும், உப்பு அதிகம், சோற்றில் கஞ்சியை நன்றாக வடித்திருக்க வேண்டும் என்று ஆயிரம் நோணாட்டம் சொல்லிக் கொண்டே சாப்பிட்டு முடித்தாள். சாப்பிட்ட கை ஈரம் காய்வதற்குள்ளாகவே மாதா கோயிலை நோக்கி ஓடினாள். அவளைப் பிடித்திருக்கும் வியாதிக்கு ஏதாவது வழியுண்டா, என்று தெரிந்துகொள்ளவும், மருந்து வாங்கிச் சாப்பிடவும் அவள் அலையாத அலைச்சலில்லை. செடல் தனக்கு ஒரு தட்டில் கொஞ்சம் சோறும் கீரையும் போட்டுக் கொண்டு வந்து, பரஞ்ஜோதியை ஒட்டி உட்கார்ந்துகொண்டு சாப்பிட ஆரம்பித்தாள். அவளுக்கு எதிரில் ரொம்ப நேரமாகப் பன்றி ஒன்று உறுமிக்கொண்டு நின்றுகொண்

டிருந்தது. எப்போது சாப்பிட உட்கார்ந்தாலும் பக்கத்தில் சிறு குச்சி ஒன்றை வைத்துக் கொண்டுதான் உட்காருவாள். குச்சியை எடுத்துவர மறந்துபோனதால், பரஞ்ஜோதி யிடம் பன்றியை விரட்டச் சொன்னாள். சட்டென்று சாப்பிட்டு முடிக்காமல் சோற்றைப் பிசைந்து கொண்டேயிருந்தாள். சுற்றிலும் பார்த்தாள். ஒருவர் முகம் ஒருவருக்குத் தெரியாத அளவுக்குத் தடித்த இருள் படிந்திருந்தது. குடித் தெரு பெரிய கோயிலின் உச்சியிலிருந்த விளக்கும், மாதா கோயிலின் உச்சியிலிருந்த விளக்கும் மங்கலாகத் தெரிந்தன. வானத்திலிருந்த நட்சத்திரங்களை எண்ணிவிடலாம் போலிருந்தது. வீட்டைச் சுற்றி இருந்த பல வகையான செடிகளிலிருந்தும், வீட்டுக்கு எதிரில் சற்றுத் தள்ளி வரிசையாக இருந்த குப்பைமேடுகளிலிருந்தும் பீக்காட்டி லிருந்தும் இன்னதென்று பிரித்துணர முடியாத வாசனை வந்துகொண்டிருந்தது. ஆற்றிலிருந்து குளிர்ந்த காற்று தொடர்ந்து சீராக வீசிக்கொண்டிருந்தது. குடித் தெருவிலிருந்து ரேடியோ பாட்டு ஒன்று கேட்டது. தேய்ந்துபோய் ஆரவாரமின்றிக் குழந்தையினுடைய குரலில் ஒரு பெண் பாடிக்கொண்டிருந்தாள். கேட்க நன்றாக இருந்தது. ஐந்தாறு கவளம் சோறுகூடச் சாப்பிட்டிருக்க மாட்டாள். மீதியை அப்படியே கீழே கொட்டிவிட்டுக் கையையும் தட்டையும் கழுவியபோது, வனமயில் முணுமுணுத்துக்கொண்டே வந்தாள். செடல் உள்ளே படுக்கச் சொல்லியும் கேட் காமல் வாசல் நடையிலேயே பரஞ்ஜோதிக்குப் பக்கத்தில் ஒருக்களித்துப் படுத்துக் கொண்டாள். சாப்பிட்ட எச்சில் பாத்திரங்களையெல்லாம் வீட்டுக்குள் கொண்டு போய் வைத்தாள் செடல். வீட்டைக் கூட்டி ஒழுங்குசெய்துவிட்டு, கைவிளக்கை வாயால் ஊதி அணைத்துவிட்டு வந்து பரஞ்ஜோதிக்கு இடது புறமாக உட்கார்ந்து கொண்டாள்.

செடல் தூங்கிக்கொண்டிருந்த வனமயிலையும் பரஞ்ஜோதியையும் மாறிமாறிப் பார்த்தாள். வனமயிலுக்கு ஏன் இவ்வளவு கோபம் வருகிறது, எதற்காக எல்லார் மீதும் எரிந்துஎரிந்து விழுகிறாள்? இவளையாவது விட்டுவைக்கிறாளா? ‘செடலு, ஓம் புத்தி போற போக்கப் பாத்தா நீ கடேசியில வாயிலயும் பொச்சியிலயும் மண் ணத்தான் போட்டுக்கப்போற. நான் வந்திருக்கக் கூடாது. ஒன்னெ ஏன்தான் பாத் தனோ! யாருமில்லாதவங்களுக்குக் கடவுள்தான் தொணம்பாங்க. எனக்கு அதுவுமில்ல, வண்ணான் பின்னால சீலயப் போட்டுப்பிட்டு கொக்குக்குப் பின்னால போயி தேடுன கதெயா இருக்கு’ என்று ஏதேதோ பேசுகிறாள். அவளுடைய பேச்சு, இருக்கிற மனஉறுதியையும் கெடுத்துவிடும் போலிருந்தது. செடலுக்கும் வனமயிலைப் பார்ப்பதற்கு முன், சொந்த ஊருக்கு வருவதற்கு முன் எல்லாமும் பத்திரமாக இருப்பது போல்தான் இருந்தது. ஒரு குறையுமில்லை என்று விளையாட்டுத்தனமாக எண்ணிக் கொண்டிருந்தாள். ஆனால், வனமயிலைப் பார்த்ததும் எல்லாமும் தலைகீழாகி விட்டது. அவளுடன் சொந்த ஊருக்கு வரவழைத்தது எது, வந்தாலும் அவளுடன் ஒன்றிணைய முடியாமல் தன்னைக் கட்டிப்போட்டிருப்பது, அலைக்கழிப்பது எது என்று அவளுக்குத் தெரியவில்லை. ஊரில் நடந்த அமளி, குழப்பம், சண்டை சச்சரவு, பூசல்! ஊருக்கு வருவதற்கு முன் அவளுக்கு ஊருக்குப் போனால் தன்னுடைய துன்பமெல்லாம் முடிவுக்கு வந்துவிடும் என்ற கனவு இருந்தது. இப்போது எதுவு மில்லை. எல்லாமும் கருகித் தீய்ந்து சாம்பலாகிவிட்டது. முகமறியாத மனிதர்கள் உள்ள ஊரில் இருப்பதுபோல சோர்வடைந்து மனத்திலிருந்த தெம்பெல்லாம் வற்றிப்போய்விட்ட நிலையில் எதையெதையோ நினைத்துக்கொண்டு உட்கார்ந் திருந்தவள் அப்படியே தூங்கிவிட்டாள்.

3

'இது ஆட்டக்கார செடலு வூடுங்களா?' என்ற ஒரு ஆணின் தடித்த குரல் கேட்டு வெளியே வந்த செடல் 'யாரு?' என்று கேட்டாள். கட்டையாக, தடித்த மீசையும் கிராப்பும் வைத்திருந்த அவனை உட்காரச் சொன்னாள் செடல். எந்த ஊர், என்ன விசயம், எந்த நாடக செட்டு என்று வரிசையாகக் கேட்டாள். எல்லாவற்றுக்குமே 'டக்டக்'கென்று அவன் பதில் சொன்னான். பக்கத்தில் உட்கார முடியாத அளவுக்கு அவனிடமிருந்து கள்வாடை வீச்சமடித்துக்கொண்டிருந்தது. அவன் இளித்துஇளித்துப் பேசியது செடலுக்கு எரிச்சலூட்டியது. அதனால் 'வெசயத்தச் சொல்லுங்க' என்று கேட்டாள். ' எம் பேரு நல்லதம்பி. பாஞ்சாலிதான் ஆளு வுட்டாங்க. நானும் அவுங்க செட்டுலதான் பாஞ்சி வருசமா ஆடிகிட்டு இருக்கிறன். மின்ன மாரி அவங்களால ஆட முடியல. நீ இந்த ஊருக்கு வந்த சேதி ஆப்புட்டுது. அதான் பாத்துட்டுப் போவலாம்னு வந்தன். நீயே ஒரு செட்ட உண்டாக்க இருக்கியா, இல்லெ வேற செட்டுல சேந்து ஆடுறாப்ல இருக்கியா?'

'இப்ப என்னால ஒண்ணும் சொல்ல முடியாது.'

'நீ அப்படியெல்லாம் சொல்லப்படாது. நீ ஆட ஆரம்பிச்சதிலிருந்து எங்க செட்டு படுத்துக்கிச்சி. 'பாஞ்சாலி பாஞ்சாலி'ன்னு முன்ன சொன்னவங்கயெல்லாம் இப்ப ஒம் பேரத்தான் சொல்றாங்க.'

'வாயால சொல்லிட்டா எல்லாம் ஆச்சா?' என்று சொன்ன செடலுக்குப் பாஞ்சாலி ஏன் ஆள் விட வேண்டும் என்ற சந்தேகம் உண்டாயிற்று. ஆள் விடுகிற அளவுக்கு அவள் ஒன்றும் சாதாரண ஆளில்லையே. திட்டக்குடி, விருத்தாசலம் வட்டாரமே அவளுடைய பேரைச் சொல்லுமே! கூத்தாடிச் சாதியில பிறந்து, கோயிலுக்குப் பொட்டுக்கட்டி விட்டு, ஆறு ஏழு வயதிலிருந்தே நாடகம் கற்றுக்கொண்டு, முதலில் சாமித் திருவிழாக்களில் மட்டும் ஆடி, தென்னாற்காடு ஜில்லா முழுவதும் பெயர் பெற்றவள். அவளுடைய ஆட்டத்தையும் பாட்டையும் பற்றிப் பேசாதவர்கள் இருக்க முடியாது. அவளுடைய ஆட்டத்தைப் பார்க்க வேண்டும் என்று இவள் எத்தனையோ முறை ஆசைப்பட்டிருக்கிறாள். ஆனால் இன்றுவரை ஆளைக்கூட நேராகப் பார்த்ததில்லை. சேர்க்கைப் பாட்டு, எடுப்புப் பாட்டுக் கட்டுவதில் அவளை விஞ்ச முடியாது என்று பொன்னனே பல முறை இவளிடம் சொல்லியிருக்கிறான். அப்படிப்பட்ட ஆட்டக்காரி தன்னை எதற்காகக் கூப்பிடுகிறாள்?

'அவங்க ஆட்டத்துக்குன்னே பொறந்தவங்க. என்னோட ஆட்டமெல்லாம் அவங்க ஆட்டத்துக்கிட்டெ ஓரம்கூட வராது' என்றாள் செடல்.

'அந்தப் பேச்சுக்கெல்லாம் முடுவு காலம் வந்தாச்சு.'

'எதுக்கு அப்பிடிச் சொல்றீங்க? ஒடம்பு தெடாரிக்கமாத்தான இருக்கு?'

'நெசத்தத்தான் சொல்றன்.'

'என்னா ஒடம்புக்குகெடம்புக்கு முடியலியா?'

'ம்.'

'அப்பிடிங்கிறப்ப என்னெ எதுக்கு வரச்சொல்றாங்க? திடுத்திப்புன்னு சொன்னா எப்பிடி வர முடியும்?'

'ரொம்பத் தொல தூரமா, இல்லெ காத தூரமா, போயிவர முடியாதுன்னு சொல்றதுக்கு. ஒரு நாளக்கி வந்துட்டு வாயன்.'

'சரி பாப்பம்.'

'என்னிக்கி?'

'இப்பத்தான சொன்னீங்க?'

'சரி, அப்பிடின்னா வெவரத்த சொல்லிப்புடுறன்.'

'சரி கௌம்புங்க.'

'போயிட்டு வர்றன்.'

நல்லதம்பி கிளம்பிப் போய் வெகு நேரமாகியும் செடலுக்கு ஆச்சரியம் நீங்க வில்லை. பாஞ்சாலி எதற்காகத் தன்னைக் கூப்பிடுகிறாள்? நோட்டில் பாட்டு எழுதி மனப்பாடம் செய்து முறையாக ஆடும் அவளுக்கும் தனக்கும் ஏணி வைத்தாலும் எட்டாதே என்று நினைத்தாள்.

4

வனமயில் ரத்தம்ரத்தமாக வாந்தி எடுக்கிறாள் என்று திட்டக்குடி, கடலூர், விருத் தாசலம் ஆஸ்பத்திரிக்கெல்லாம் அவளைச் செடல் அழைத்துக்கொண்டு போய்க் காட்டினாள். தாம்பரமோ, சிங்கிப்பட்டியோ அழைத்துக்கொண்டு போய் ஆறு மாதம், ஒரு வருசம் என்று வைத்திருந்தால் உயிர் பிழைக்கும், அதுவும் எவ்வளவு நாள் என்று சொல்ல முடியாது என்று சொல்லிவிட்டார்கள். இரண்டு மூன்று ஆட்டம் வந்து, ஆடிப் பணம் சேர்த்ததும் சிங்கிப்பட்டிக்கு அழைத்துக்கொண்டு போக வேண் டும் என்று செடல் திட்டம் போட்டிருந்தாள். வேலைக்குப் போகக் கூடாதென்று செடல் மறிக்காத நாளே கிடையாது. அதிலும் ஆஸ்பத்திரியிலிருந்து வந்த மறுநாளே போகக் கூடாது என்று எவ்வளவோ சொல்லியும் கேட்காமல் சித்தாள் வேலைக்குப் போனாள். பொழுது சாய்கிற நேரத்திற்கு வீட்டுக்கு எதிரிலிருக்கும் குப்பைப் பள்ளங் களில் தீப்பிடித்துக் கொண்டதை யாரோ செடலின் வீடு தீப்பிடித்துக்கொண்டதாகச் சொல்ல, வேலைத் தளையிலிருந்து வேகவேகமாக வீட்டுக்கு ஓடி வந்ததுதான். வீட்டுக்கு வந்து தாகத்திற்குத் தண்ணீர் கொடுக்கச் சொல்லிக்கொண்டிருக்கும்போதே வாயாலும் மூக்காலும் ரத்தம் வழிய ஆரம்பித்துவிட்டது. சிறிது நேரத்திற்கெல்லாம் உயிர் அடங்கிவிட்டது. செடலும் பரஞ்ஜோதியும் அழுது புரண்டார்கள். யார் யாரோ வந்து ஆறுதல் சொன்னார்கள், தேற்றினார்கள். யார் எவ்வளவு சொன்னாலும் செட லால் மட்டும் தேற்றிக்கொள்ள முடியவில்லை. பிணத்தைப் பார்க்கும்போது ஏற்பட்ட வலியைவிட, கத்திக் குமுறிக்கொண்டிருக்கும் பரஞ்ஜோதியைப் பார்க்கும்போதுதான் அதிகம் துக்கம் பொங்கி வீறிட்டாள். 'யே யக்கா, இப்பிடிச் சதிமோசம் செஞ்சிட்டுப் போயிட்டியே. யாரோட கொள்ளிக் கண்ணும் முட்டக் கண்ணும் பட்டுச்சோ, நம்ப குடும்பமே இப்பிடி ஆயிப்போச்சே. ஒன்னாலதான நான் இந்தப் பொல்லாத சீமக்கே வந்தன். என் கண்ணுப் பாத்திருக்கவே போயிட்டியே' என்று சொல்லி அழுதுபுரண் டாள். ஆஸ்பத்திரிக்குப் போக மீனாட்சியிடமும், தெரிந்தவர்களிடமும் கைமாற்றாக நிறைய கடன் வாங்கிவிட்டதால் சாவுச் செலவுக்கு என்ன செய்வது என்று தெரியாமல், யார் யாரிடமெல்லாமோ கேட்டுப்பார்த்தாள். கெஞ்சிப்பார்த்தாள். வேறு வழியின்றி சிறு நம்பிக்கையில் கடைசியாக கொலைச்சிந்து அருணாச்சலத்தை வீரமுத்து உடை யார் வீட்டுக்கு அனுப்பினாள். 'நீ முன்னால போயிகிட்டே இரு, நான் இந்தா வந்துடுறன்' என்ன சொன்ன வீரமுத்து, கொஞ்ச நேரத்திலேயே வந்து பணம் கொடுத்த

பிறகுதான் பிணத்துக்கு வழிவிடத் தேங்காய், ஊதுபத்தியெல்லாம் வாங்கினாள். அன்றிரவு முன்னேரம்வரைதான் சனங்கள் இருந்தார்கள். நடுராத்திரிக்கு முன்னதாகவே பரஞ்ஜோதியும் தூங்கிவிட்டான். மீனாட்சியும் பூங்கோதையும் மண்ணாங்கட்டியும் வீரனும் வாசலில் உட்கார்ந்திருந்த நிலையிலேயே கண்ணயர்ந்திருந்தனர். மீனாட்சியின் மகன், வெளியூர் சொந்தக்காரர்களுடன் உட்கார்ந்து பேசிக்கொண்டிருந்தான்.

செடல் மட்டும் பிணத்துக்குப் பக்கத்தில் உட்கார்ந்திருந்தாள். அவ்வப்போது பிணத்தின் தலைமாட்டில் வைத்திருந்த நல்லவிளக்குக்கு எண்ணெய் ஊற்றினாள். தம்ளரில் மணல் நிறைத்து அதில் செருகி வைத்த ஊதுபத்தி புகையப்புகையப் புதிது புதிதாகச் செருகிக்கொண்டிருந்தாள். பிணத்தின் வாயிலும் மூக்கின் மேலும் உட்கார முயன்ற கொசு, ஈக்களை முந்தானையால் விசிறி ஓட்டினாள். பிணத்தின் மீதும், பிணத்தைச் சுற்றியும் ஊர்ந்துகொண்டிருந்த எறும்புகளை நசுக்கினாள். பிணத்தின் தலைமாட்டை ஒட்டியிருந்த சுவரிலிருந்த பல்லி, விளக்கு வெளிச்சத்திற்கு வந்த பூச்சிகளை ‘வெடுக்வெடுக்’கென்று விழுங்கிக்கொண்டிருந்தது. இவள் பல்லியைப் பார்ப்பதும் பல்லி இவளைப் பார்ப்பதுமாக இருந்தாலும் பூச்சிகளை விழுங்குவதை அது நிறுத்தவில்லை. ஒரே இடத்தில் அசையாமல் உட்கார்ந்திருந்தால் தூங்கிவிடக் கூடுமென்ப தால், எழுந்து பிணத்தின் கால்மாட்டில் நின்று பிணத்தையே பார்த்தாள். அடுத்து பிணத்தின் இடது பக்கமும் வலது பக்கமும் நின்று பிணத்தை உற்றுப் பார்த்த வாறு இருந்தாள். முகம் மட்டும்தான் தெரிகிறது. மற்ற பகுதியெல்லாம் சேலை போட்டு மூடியிருந்தது. வனமயிலுக்கு என்ன அழகான முகம்? அது கோபாலின் சாடையில் இருப்பதுபோல் தோன்றியது. அந்த முகத்தின் வசீகரத்திற்காக ஒரு முறை முகத்தைத் தடவிப்பார்த்தாள், வாழைமரத்தைத் தொட்டது போலிருந்தது. ‘எப்பவும் கண்ணும் தண்ணீயுமா நிக்காதடி. தொலங்கவும் தொலங்காது, விளங்கவும் விளங்காது’ என்று வனமயில் செடலை சதா நேரமும் திட்டிக்கொண்டேயிருப்பாள். வனமயில் மீதுதான் என்றில்லை, செடலுக்கு இப்போது யார் மீதும் வருத்தமோ கோபமோ இல்லை. எந்த உணர்ச்சியும் அவளிடம் இல்லை. சஞ்சலம், ஊசலாட்டம், படபடப்பு, சோர்வு, பயம், பீதி எதுவுமற்றிருந்தாள். பிணத்தின் அருகில் நின்றுகொண் டிருப்பதைக்கூட அவளுடைய முகம் காட்டவில்லை. மனத்திலிருந்த எல்லாக் குப்பை களையும் துடைத்தெறிந்த நிலையில், நெடுமூச்செறியாமல், சுற்றிலும் சூழ்ந்திருந்த கனத்த நிசப்தத்தைக்கூட அறியாமல் பிணத்தின் முன் நின்று பிணத்தையே உற்றுப் பார்த்துக்கொண்டிருந்தாள்.

ஊரார் மெச்சும்படியாகச் சாவுக் காரியங்களைச் செய்தாள். இரண்டு மேளம் வைத்தாள். தேர்ப்பாடை கட்டினாள். எழவு விசாரிக்க வந்தவர்களுக்குப் பிணம் புதைத்த பிறகு நெல்சோறு பொங்கிப்போட்டாள். வண்ணான், ஏகாளி, தாதன், என்று யாரும் குறைபேசாத அளவுக்குக் காசைச் செலவிட்டாள். பந்தல் போட்டவர் களுக்கு, பந்தல் போடக் கழிகள், கீற்றுகள் தந்தவர்களுக்கெல்லாம் இவளாகவே குடித் தெரு இட்லிக் கடையில் இட்லி சாப்பிடச் சொல்லிக் காசு கொடுத்தாள். கள் வாங்கிக் கொடுத்தாள். மயானக்கரையிலும், பாடை மத்தியிலும் ஒருவர்கூடக் குறை பேசாத அளவுக்குப் பார்த்துக்கொண்டாள். எட்டாம் துக்கம், எண்ணெய் முழுக்கு, கரும காரியம் என்று எதிலும் குறைவைக்கவில்லை.

5

'பேரு சொல்லுங்க.'

'செடலு.'

'அவரு பேரு?'

'யாரு?'

'வூட்டுக்காரரு பேரு?'

'ஓம் பேரயே எயிதிக்க.'

'என்னாம்மா இது?'

'நான்தான் சொல்றன், ஓம் பேரயே எயிதிக்க.'

'சொல்லப் புடிக்கலியா இல்லெ, செத்துப்போயிட்டாரா?'

'அப்பிடியொருத்தன் இருந்தாத்தான சாவறதுக்கு. பொட்டுக்கட்டி வுட்டவளுக்குப் பிரிசனா இருக்க இந்த ஒலகத்தில எந்த ஆம்பள இருக்கான்? மீச வச்ச ஆம்பள?'

'ஒங்கச் சாதியிலியுமா இந்த மாரி செய்யுறாங்க?'

'பொட்டச்சின்னா எந்தச் சாதியா இருந்தாலும் ஒண்ணுதான். தொக்குத்தான். அது சரி, இதெ இப்ப எதுக்கு எய்தற?'

'சனத்தொகக் கணக்கெடுப்பு.'

வெள்ளை வேட்டியும் சட்டையும் அணிந்து, கையில் ஒரு மஞ்சள் பையுடன் உட்கார்ந்திருந்த அந்த ஆளைப் பார்க்க செடலுக்கு வருத்தமாக இருந்தது. இவள் உண்மையைச் சொன்னதும் அவனுடைய முகம் ஜீவனை இழந்துவிட்டது. சவலைப் பிள்ளையைப் போல உட்கார்ந்திருந்தான். ஏதாவது கேட்கப்போய், ஏறுக்கு மாறாகப் பதில் சொல்லிவிடுவாளோ என்ற அச்சத்தில் அவன் உட்கார்ந்திருக்கிறான் என்பது தெரிந்ததும் 'விடுகதெயா போட்டன்? அப்பிடி முயிக்கிறியே. எயிதுறத எயிதிகிட்டுப் போயன்' என்று சொன்னதும், அந்த ஆள் பரஞ்ஜோதியிடம் பெயரைக் கேட்டான். பிறகு ஒன்றும் சொல்லாமல் எழுந்து போக ஆரம்பித்தான். அவன் போவதையே பார்த்த செடலுக்குச் சிரிப்பு வந்தது. 'சரியான கொடுக்கியா இருப்பாள் போலிருக்கே' என்றுதானே எண்ணிக் கொண்டு போவான் என்று நினைத்ததும், மேலும் அவளுக்குச் சிரிப்புக் கூடியது. பரஞ்ஜோதியின் தோள்மீது கிடந்த தி.மு.க. துண்டைப் பார்த்ததும் அவளுடைய கவனம் வேறு பக்கம் திரும்பியது.

ஆற்றுப் பக்கம் போகக் கிளம்பிய பரஞ்ஜோதியைத் தடுத்துத் தன் பக்கத்திலேயே உட்காரவைத்துக்கொண்டாள். வனமயில் செத்ததிலிருந்து அவனிடமிருந்த சிரிப்பு, பேச்சு எல்லாமும் எங்கேயோ ஓடி ஒளிந்துவிட்டது. பச்சைப்பிள்ளையின் முகம் தொலைந்துபோய்விட்டது. கண்களில் எப்போதும் மிரட்சியே இருந்தது. பழைய சளசள பேச்சு, துள்ளலான ஓட்டம், ஆட்டம் எதுவுமில்லை. முகம் வற்றிப்போய் ஜீவனற்றுக் கிடந்தது. வனமயில் செத்த இந்த இருபது நாட்களாக அவனைப் பார்த்துக் கொள்வதுதான் பெரும்பாடாக இருந்தது. திடீர்திடீரென்று காணாமல்போய் விடுவான். ஒற்றையில் தனியாக ஆற்றில் சுற்றுவான். கேட்டால் 'ஒன் வேலயப்பாரு' என்று எடுத்தெறிந்து பேச ஆரம்பித்துவிடுவான். மூன்று வேளையும் சோறு சாப்பிடக்கூட ஆளைத் தேடிப்பிடித்துக்கொண்டுதான் வர வேண்டும். தெருவில் எந்தப் பிள்ளைகளுடனும் சேர்ந்து விளையாடுவதுமில்லை. இப்படிப்பட்ட பையனை வைத்துக் கொண்டு என்ன செய்யப்போகிறோம் என்று செடல் யோசிக்காத நேரமே இல்லை.

பக்கத்தில் உட்கார்ந்துகொண்டு எங்கேயோ பார்த்துக்கொண்டிருந்த பரஞ்ஜோதியைப் பார்க்கப்பார்க்கச் செடலுக்குப் பற்றிக்கொண்டு வந்தது. மொட்டையடித்து ஒரு விரல்கடை அளவுக்கு மட்டுமே மயிர் வளர்ந்திருந்த தலையை அவளால் பார்க்கவே முடியவில்லை. 'எல்லாரும் மண்ணாயிட்டாங்க. வம்முசமே கடயத்துப் போயிடிச்சி. காத்து மாரி, கெனவு மாரி மாயமா மறஞ்சிபோயிட்டாங்க. நான் ஒருத்தி மட்டும் எந்த சீமயப் புடிக்கிறதுக்காக உசுர வச்சிக்கிட்டு இருக்க? என்னோட பொணம் என்னிக்கு ஆத்துல சாம்பலாவுமோ!' என்று நினைத்தவளுக்கு அழுகை பொங்கிக்கொண்டு வந்தது. பரஞ்ஜோதிக்குத் தெரியாத வகையில் கண்களைத் துடைத்துக்கொண்டாள்.

பரஞ்ஜோதியினுடைய நாய்க்குட்டி வீட்டுக்குப் பின்புறத்திலிருந்து ஓடிவந்து அவனுடைய கால்களை முகர்ந்துமுகர்ந்து பார்த்துவிட்டு, அப்படியே அவன் கால்களை ஒட்டி அடைந்துகொண்டது. அதை என்ன என்றுகூடப் பார்க்காமல் அவன் உட்கார்ந்திருந்தான். நாய்க்குட்டியைத் தூக்கி மடியில் வைத்துக்கொண்டு அதனுடைய காதையும் தலையையும் தடவிக்கொடுத்தாள் செடல். அது மிரண்டுபோய் அவளுடைய மடியிலிருந்து துள்ளிக் குதித்துப் பழையபடியே அவனுடைய காலுக்கடியில் போய் அடைந்துகொண்டு இவளை முறைத்துப் பார்த்தது. எங்கிருந்துதான் அதைப் பிடித்துக்கொண்டு வந்தானோ! நடக்கக்கூடத் தெம்பில்லாத நிலையிலிருக்கும்போதே தூக்கிக்கொண்டு வந்துவிட்டான். சொல்லிவைத்ததுபோல அதுவும் அவனுடனேயே சுற்றவும் கற்றுக் கொண்டுவிட்டது. அதை முதன்முதலாகத் தூக்கிக்கொண்டு வந்தபோது 'இதெல்லாம் என்னாத்துக்கு? இருக்கிற தொவந்தனயில இது வேறயா?' என்று அவள் கேட்டதை அவன் காதில் வாங்கிக்கொள்ளவே இல்லை. நாய்க்குட்டிபற்றி யோசித்துக்கொண்டிருக்கும்போது, அவள் சற்றும் எதிர்பாராத விதமாக பரஞ்ஜோதி மொட்டையாக 'என்னெ சைக்கிள் கடெயிலியோ, டீக்கடெயிலியோ சேத்துவுடு. நான் வேலக்கிப் போறன்' என்று சொன்னதும், அவளால் பேசவே முடியவில்லை. திடீரென்று எதற்காக இப்படிச் சொல்கிறான்? அவனை இவள் இதுவரை ஒருமுறைகூட அடித்ததில்லை, திட்டியதில்லை. 'அதைச் செய், இதைச் செய்' என்று வேலை வைத்ததும் இல்லையே! இவளை ஏன் வேற்றுமையாக நினைக்கிறான்? அவனை வேலைக்கு அனுப்பிவிட்டு இவளால் வீட்டில் உட்கார்ந்திருக்க முடியுமா? பெரிய அதிர்ச்சியாக இருந்தது. அந்தப் படபடப்பிலிருந்து அவளால் மீளவே முடியவில்லை. சிறிது நேரம் சென்ற பிறகு, ஒருவாறு சமாளித்துக்கொண்டு 'என்னா செருப்புக்கு நீ போயி எச்சிக் கிளாசி கயிவப் போற? நான் உசுரோட இருக்கமட்டும் நீ எங்கேயும் போவக் கூடாது. ஒருத்தர்கிட்டெயும் குனிஞ்சி நிமிந்து வேல செய்யக் கூடாது. பால்குடி மறவாத பாலகன வேலக்கி அனுப்புனா எம் மூஞ்சியில ஊராரு காறித்துப்ப மாட்டாங்க?' என்று சொன்னவள், இத்தனை காலமாக தாலாட்டுப் பாடியும் ஆடியும்கூட மிச்சம் மீதி என்று வைத்துக்கொள்ளப் புத்தி வரவில்லையே என்று தன்னையே நொந்துகொண்டாள்.

செடல் கூத்து ஆட ஆரம்பித்த பிறகு ஆடப் போகும் இடங்களிலும் தாலாட்டுப் பாடப் போகும் இடங்களிலும்தான் நல்ல சோறும் நல்ல குழம்பும் சாப்பிட்டிருக்கிறாள். மூன்று வேளையும் சாப்பிட்டாலும் சில நாட்களில், சில இடங்களில் வயிறு நிறைய சாப்பிட முடியாது. நடந்த களைப்பு, ஆடிய களைப்பு, தூக்கம் இல்லாதது என்று வெறுமனே படுத்துத் தூங்கிவிடுவாள். என்ன குறைச்சல் இனி என்ற மன நிறைவில் கவலையற்று அவள் ஒரு வேளைச் சோறாவது சாப்பிட்டிருப்பாளா? பிறரிடம் கையேந்தித்தான் காலம்தள்ள வேண்டியிருந்தது. வனமயில் வந்த பிறகுதான்

தினமும் அடுப்பை மூட்டவே பழகிக்கொண்டாள். அப்போதுகூட அவளால் மனம் நிறைந்து வேளாவேளைக்குச் சாப்பிட முடியவில்லை. வனமயிலின் நோய், பரஞ் ஜோதிபற்றிய கவலை, குடும்பம் அழிந்துபோனது பற்றிய கவலை, ஏக்கம் என்று சாப்பிட முடியாமல் போய்விட்டது, இனியும் அப்படியே இருக்க முடியுமா? திரு விழாக் காலம் வரும்வரை சோற்றுக்கு வழி? இங்கேயே ஒரு நாடக செட்டு ஆரம் பித்தாலென்ன என்று யோசனை வந்ததும், அதைப் பற்றி யோசிக்க ஆரம்பித்தாள். இதுவரை ஏன் இந்த எண்ணம் உண்டாகவில்லை என்று நினைத்தவளுக்கு, இங்கேயே நாடகமும் கற்றுத்தரலாமே என்ற எண்ணமும் வந்தது. அவளிடம் நாடகம் கற்றுக் கொண்டவர்கள் எல்லாரும் இப்போது பல செட்டுகளில் சேர்ந்து ஆடிக்கொண் டிருக்கிறார்கள். அரங்கேற்றம் நடந்த அன்று பல ஊர் சனங்கள் மெச்சிப் புகழ்ந்து பேசியதை என்றைக்குமே மறக்க முடியாது. அப்படிப்பட்ட சந்தோசத்தை மீண்டும் பெற முடியுமா? ‘இந்தக் கலிகாலத்துலே, இனி ஆரு இதெயல்லாம் சீந்திப்பாப்பாங்க? எல்லா எடத்திலியும்தான் சினிமா, ரிக்கா டான்ஸ்ன்னு வந்துடுச்சே! இனிமே தெருக் கூத்துக்கெல்லாம் எங்க கிராக்கி இருக்கப்போவுது?’ என்று நினைத்தாலும் கிடைக்கிற பையன்களை வைத்துக்கொண்டு ஆரம்பிக்கலாம் என்று நினைத்தாள். நாடகம் கற்றுத் தர வேண்டுமானால் ஒத்தாசைக்கு மூன்று நான்கு ஆட்கள் இருந்தால்தான் செய்ய முடியும். பொன்னன் ஊர் என்றால் பலரும் இருந்தார்கள். அதைவிட ஆரானை ஒழித்துக் கட்ட வேண்டும் என்ற வெறியும் எல்லாருக்கும் இருந்தது. சாமான்களும் வைத்திருந் தார்கள். ஆனால் இங்கே என்ன இருக்கிறது? செடல் ஆட ஆரம்பித்ததிலிருந்து இன்றுவரை சொந்த சாமான் என்று எதையும் அவள் எடுத்துக்கொண்டு போனதில்லை. டோலக் ஒருத்தனிடம் இருக்கும், மத்தளம், தாளம், ஆர்மோனியம் என்று ஒவ் வொருத்தனும் ஒன்று வைத்திருப்பான். காலில் கட்டும் சலங்கைகூட இவள் சொந்த மாக வாங்கியதில்லை. பொன்னன்தான் பெரும்பாலும் நிறைய சாமான்களை வைத் திருப்பான். அவன் செத்ததும் வீட்டில் இருந்த எல்லாச் சாமான்களையும் அஞ்சலை வந்து வாரிக்கொண்டு போய்விட்டாள். நாடகச் சாமான்கள் வாங்க வேண்டும் என்று ஒரு நாள்கூடத் தோன்றியது கிடையாது. மீறி வாங்கினால், வளையல்கள், மை டப்பி, முகப் பவுடர், சவுரி முடி, சேலை, ரவிக்கைத் துணி என்றுதான் வாங்கு வாள். அதையும் விருத்தாம்பாளிடம் கொடுத்துவிடுவாள். ஊரை விட்டு வரும்போது மிச்சம் மீதி என்று இருந்தவற்றைக்கூட அவளிடம் கொடுத்துவிட்டுத்தான் வந்தாள். அவள் போடக் கூடாது என்பதால் ஒரு பொட்டுத் தங்கமோ வெள்ளியோகூட வாங்கி வைத்திருக்கவில்லை. அதற்காக இப்போது வருத்தப்பட்டு என்ன செய்ய? பணம் போட்டு வாங்காத, தானாகவே செய்துகொள்ளகூடிய கத்தி, சாட்டைகூட இல்லையே! டோலக், மத்தளம், ஆர்மோனியம், தாளம், என்று வாங்கவேண்டுமானால் கள்ளக் குறிச்சி, கடலூர்தான் போக வேண்டும். திரைச்சீலைக்குப் பாண்டிச்சேரிக்குப் போக வேண்டும். எல்லாச் சாமான்களும் வாங்க வேண்டும் என்றால் வீட்டைத்தான் விற்க வேண்டும். வீட்டை விற்றாலும் யார் வாங்குவார்கள்? புறம்போக்கில் கட்டிய வீடா யிற்றே! ஒரு சாமானும் இல்லாமல் ஆடப் போனால் சம்பளத்தில் இரண்டு மூன்று ரூபாய் குறைத்துத்தான் கொடுப்பார்கள். சில செட்டுகளில் சாமான்கள் இல்லையென் றால் ஆட்டத்தில் சேர்த்துக்கொள்ளவே மாட்டார்கள். ஆடப் போனாலும் கற்றுக் கொடுத்தாலும் சாமான்கள் இல்லாமல் ஒன்றும் செய்ய முடியாது. கற்றாழை நார் உரிப்பவர்களிடம் ஒரு சுருணை நார் வாங்கி சாட்டை ஒன்று செய்ய வேண்டும், ஆசாரியிடம் இரண்டு மூன்று கத்திகள் செய்யச் சொல்ல வேண்டும், ராஜா ராணி வேசத்துக்குக் கண்ணாடிக் கல் வைத்து இரண்டு மூன்று கவுன்களாவது தைக்க

வேண்டும், கிரீடம் செய்ய வேண்டும் என்று திட்டம் போட்டுக்கொண்டேயிருந்தாள். பையன்களை எப்படித் தயார் செய்வது என்று யோசித்தாள்.

பரஞ்ஜோதி கண்களை மூடிக்கொண்டு உட்கார்ந்திருந்தான். 'தூக்கம் வந்தா செத்த நேரம் படன்டா தம்பி' என்று சொன்னதும், மறுவார்த்தை பேசாமல் எழுந்து வீட்டுக்குள் போனான். அவனுடைய நடையும் முகமும் என்னவோ மாதிரியிருந்த தால், அவனைக் குஷிப்படுத்த நினைத்தவள் 'ராத்திரிக்கு சினிமாவுக்குப் போவலா மாடா தம்பி?' என்று கேட்டாள். பாயை உதறிப் போட்டுக்கொண்டே 'அப்படின்னா அஞ்சி மணி வண்டிக்கே போவணும்' என்று சொல்லிவிட்டுப் படுத்துக்கொண்டான். படுத்த சிறிது நேரத்திற்கெல்லாம் அவனிடமிருந்து குறட்டைச் சத்தம் கேட்க ஆரம்பித்தது. செடலுக்கு ஆச்சரியமாகவும், அதே நேரத்தில் பொறாமையாகவும் இருந்தது. படுத்த மறுநொடியே எப்படித் தூங்கிப்போய்விடுகிறான்? அதே மாதிரி இவளால் தூங்க முடியவில்லை. சாதாரணமாக இரவோ பகலோ அவளுக்கு எளிதில் கண்மூடாது. புரண்டுபுரண்டு படுத்தபடிதான் இருப்பாள். ஊசல் குண்டு மாதிரி மனம் ஆடிக்கொண்டேயிருக்கும். வனமயில் செத்த பிறகு அவளுக்குத் தூக்கம் என்பதே இல்லாமல் போய்விட்டது.

பரஞ்ஜோதியிடம் சினிமாவுக்குப் போகலாம் என்று சொல்லியிருக்க வேண டாம் என்று இப்போது தோன்றியது. பஸ்ஸுக்கு, சினிமா டிக்கெட்டுக்கென்று இரண்டு ரூபாய்கூட இல்லாமல் ஒன்றும் செய்ய முடியாது. தூங்கி எழுந்ததுமே அவன் அதைப் பற்றித்தான் பேசுவான்.

'நாம்ப இருக்கிற நெலமக்கும் இருப்புக்கும் சினிமா வேறயா?' என்று நினைத் தாள். ஆட ஆரம்பித்த மூன்று வருசம் கழித்து நாடக செட்டிலுள்ளவர்களோடு சேர்ந்து தஞ்சாவூர் ஜில்லாவில் தொண்டராம்பட்டு என்ற ஊரில் ஆடிக்கொண்டிருந்த போதுதான் முதன்முதலாக சினிமா பார்க்கப் போனாள். அதிலிருந்து கொஞ்ச காலம் வரை சினிமாப் பைத்தியமாகவே இருந்தாள். பகல் ஆட்டம் சினிமா பார்த்துவிட்டு ராத்திரிக்குக் கூத்து ஆடப் போவாள். இதனால் நாடக செட்டில் பலபேர் நயமற்ற முறையில் நேராகவும் மறைமுகமாகவும் பேசியிருக்கிறார்கள். யார் எது சொன்னா லும் அதையெல்லாம் அப்போதே ஒரு குழந்தையைப் போல மறந்துவிடுவாள். எந்த சினிமா பார்த்தாலும், சினிமாவில் பார்த்த ஆட்டத்தைவிட, நடனத்தைவிட அன்றைய கூத்தில் சிறப்பாகவே ஆடிக்காட்டுவாள். ஒவ்வொரு புருவமாகச் செய்து காட்டுவாள். கழுத்துச் சொடுக்கல், கைகளின் அசைவுகள், கண்களின் ஓட்டம், துள்ளல், உடலின் அசைவுகள், குரலின் ஏற்ற இறக்கம் என்று எல்லாவற்றையும் நிகழ்த்திக் காட்டுவாள். எதுவாக இருந்தாலும் அவள் ஒருமுறை பார்த்தால் போதும், ஒருமுறை காதுகொடுத்துக் கேட்டால் போதும், எல்லாமும் அப்படியே மனத்தில் சித்திரமாகி விடும். நீர் சுழிப்புப் போலவும், சுழற்காற்றுப் போலவும் ஆடுவாள். அந்த ஆட்டத்தில் கூட்டம் மெய்சிலிர்த்திருக்கும். கூட்டத்திற்குப் பித்துப்பிடிக்க வேண்டும் என்பதற்காகத்தான் ஆடுவாள். அவளுடைய கால்கள் வலிக்காது. ஆடிய களைப்பு, தூக்கச் சோடையாக இருந்தாலும் சிரித்த முகத்தோடுதான் விடியவிடிய ஆடுவாள். அவளுடைய ஆட்டத்தில் பாசாங்கு இருக்காது. நாக்குதான் அவளுடைய சொத்து. உடம்புதான் அவளுடைய சொத்து. அது இல்லையென்றால் அவள் பிணம் தான். ஆடுவது மட்டும்தான் அவளுக்குப் போதை தருகிற விஷயமாக இருக்கிறது.

செடலுக்குத் திடீரென்று ஒரு சந்தேகம் வந்தது. ஊர் உலகத்திலுள்ளவர்கள் செத்தபோதெல்லாம் இவள் ஆடியிருக்கிறாள், ஒப்பாரிவைத்து எதிர்மார் அடித்திருக் கிறாள். கர்ண மோட்சம் பாடியிருக்கிறாள். ஆனால் இவள் செத்தால் ஆட்டம்

வைப்பார்களா? எல்லாரையும்போல இவளையும் ஆற்றங்கரையின் ஓரத்தில் புதைப் பார்களா, நடு ஆற்றில் வைத்துக் கொளுத்துவார்களா? பொட்டுக்கட்டி விட்டதால் சுடுகாட்டிலும் தனி இடம் ஒதுக்குவார்களா? பொட்டுக்கட்டி விட்ட பெண்களை எரிப்பார்களா, புதைப்பார்களா? பண்டாரங்களை உட்கார்ந்த நிலையிலேயே மண் ணைத் தள்ளி மூடுவதுபோல மூடுவார்களா? சாவுக் காரியங்களையெல்லாம் யார் செய்வார்கள்? குடம் உடைப்பது, நெய்ப்பந்தம் பிடிப்பது, கொள்ளி வைப்பது, மொட்டைபோடுவது என்று எவ்வளவு காரியங்கள் இருக்கின்றன? கிழவி செத்த போது பிணத்தை நடுத்தெருவில் போட்டுக்கொண்டு பஞ்சாயத்துப் பேசினார்களே, அந்த மாதிரி நடக்குமா? தொண்டராம்பட்டு, பாலி, விளம்பாவூர், தஞ்சாவூர், சேலம் ஜில்லாவிலெல்லாம் பொட்டுக்கட்டி விடப்பட்ட பெண்களெல்லாம் எப்படி மயானக்கரைபோய்ச் சேர்ந்திருப்பார்கள்? ஒவ்வொரு சாதிக்கும் தனித்தனியாக இடம் இருப்பதுபோல பொட்டுக்கட்டி விட்டவர்களுக்கு என்று தனிச் சுடுகாடு இருக்குமா? மற்றவர்களைப் போலவே இவர்களையும் தகனம் செய்வார்களா என்று யோசித்தாள். வனமயிலைப் பிணமாகக் கிடத்தியிருந்த இடத்தை ஒரு நிமிடம் பார்த்தாள். கண்களிலிருந்து பொலபொலவென்று கண்ணீர் கொட்டியது. அவளுடைய உடம்பு அதிர்ந்தது.

நான் செத்துத்தான் போவேனா என்று செடல் தன்னையே கேட்டுக்கொண் டாள். உயிரையே தானமாகக் கொடுத்த கர்ணன் செத்தான், வில்வித்தையில் யாராலும் ஜெயிக்க முடியாத அர்ச்சுனன் செத்தான், எண்பதாயிரம் யானைகளின் பலம்கொண்ட வீமனும் செத்தான், ராவணனின் வம்சத்தையே கூண்டோடு அழித்த ஸ்ரீராமனும் செத்தான். அபிமன்யுவை ஜெயிக்க முடியுமா, கடோத்கஜனை வெல்ல முடியுமா, அரவானைத் தோற்கடிக்க முடியுமா, எட்டாம் நாள் சண்டையில் கிருஷ்ணன் கருட னாக மாறி ஆகாய மார்க்கத்தில் பறக்காமல் இருந்திருந்தால் அன்றையச் சண்டையில் ஈடுபட்டிருந்த பத்து அக்ரோணிப் படைகளையும் அரவான் ஒருவனே வெட்டிச் சாய்த்திருக்க மாட்டானா? கௌரவர் வம்சத்தையே கிருஷ்ணன் கொஞ்சம்கொஞ்ச மாக அழித்துவிட்டான். அதே மாதிரிதான் தன்னையும் கொல்கிறானோ என்று எண்ணியவளுக்குப் பெரும் திகிலாக இருந்தது. ஒருநாளுமில்லாமல் திடீரென்று ஏற்பட்ட சாவு பற்றிய பயம் அவளைக் கரையான்போல அரித்துத்தின்ன ஆரம்பித்தது.

செடல் தென்னாற்காடு ஜில்லாவில் ஆடாத ஊர் இல்லை. தஞ்சாவூர் ஜில்லாவில் பட்டுக்கோட்டையில் ஆரம்பித்து பாப்பா நாடு, ஒரத்தநாடு, தொண்டராம்பட்டு, தேவதானம்பட்டு, அம்பாவூர், பாப்பான்குளம்வரையும், பாண்டிச்சேரியில் நடுப் பாளையத்திலிருந்து, காக்காயன் தோப்பு, நடுவலூர், நாதங்கிப்புரம் வரையிலும், பெரம்பலூர் பக்கம், சிதம்பரம் பக்கம், உளுந்தூர்பேட்டைப் பக்கம், அப்படியே ஆத்தூர் பக்கம் போனால் கங்கவல்லி, ஆனயம்பட்டி, கல்லப்பட்டி; ஆண்டிமடம் பக்கம் போனால் அழகாபுரம், அகரம்; ஜெயங்கொண்டம் பக்கம் போனால் வீணா கைக்காட்டி, நல்லரிக்கை, சாத்தனூர், பாலி, ராசப்பாளையம், படுகளாநத்தம் என்று அவளுடைய காலடி படாத இடமே இல்லை. அதே மாதிரி அவள் ஆடாத நாடகம் இல்லை. அரவான் கள பலியிலிருந்து வாலி மோட்சம்வரை ஆடிவிட்டாள். ஆனால் அவள் செத்தால் யார் ஒப்பாரிவைத்து அழுவார்கள்? கூத்துப் பார்த்த மறுநாளே மறந்திருப்பார்களா? செடல் ஆட ஆரம்பித்த முதல் ஐந்தாறு வருச காலத்தில் அவளைத் தெரியும் என்று சொல்வதே பெருமைக்குரிய விஷயமாக இருந்தது. பாக்குபணம் கொடுக்கிற சாக்கில் அச்சாரம் கொடுக்கிற சாக்கில் அவளிடம் பேசலாம்; ஆளை நன்றாகப் பார்க்கலாம், பழகலாம் என்ற காரணத்திற்காகவே போட்டிபோட்டுக் கொண்டு ஒவ்வொரு ஊரிலிருந்தும் பாக்குபணம் வைக்க வருவார்கள். அவளைப்

பார்த்ததை அவளிடம் பேசியதையெல்லாம் ஊரில் போய்ப் பெருமையாகச் சொல்லாதவர்கள் இருக்க முடியாது. அவள் எந்த ஊரில் ஆடினாலும் அந்த ஊரைச் சுற்றியுள்ள ஏழெட்டு ஊர்ச் சனங்களெல்லாம் கூத்துப் பார்க்க வந்துவிடுவார்கள். கால்கள் பம்பரம் போன்று சுழலும், பாம்பைப் போல உடம்பு நெளிவுசுளிவுகளைக் காட்டும், கண்கள் ஆயிரம் வகையான உணர்ச்சிகளைக் கொண்டுவரும். தமுக்கடிப்பது போலவும் 'கணீர் கணீர்' என்றும் வெண்கலப் பானையில் கல்லை விட்டெறிந்தது போலவும் கேட்கும் குரல்! 'பாப்பாத்தி, வெள்ளாளச்சியெல்லாம் இவகிட்டெ தோத்துப்போவா. இந்தக் கதெ காரணத்தயெல்லாம் எப்பிடித்தான் மனசுல வச்சியிருக்காளோ! வட நாட்டுக்காரி மாதிரி நல்ல வெளுப்பா இருக்காளே' என்று சொல்வார்கள்! சட்டென்று தன்னுடைய முகத்தைத் தடவிப்பார்த்துக்கொண்டாள். கூச்சத்தை மறந்துவிட்ட, உணர்ச்சியை இழந்துவிட்ட முகமாக இருக்குமோ என்று சந்தேகம் உண்டாயிற்று. உடனே அவளுக்குத் தன் முகத்தைக் கண்ணாடியில் பார்த்துக்கொள்ள வேண்டும் என்று தோன்றியது. அவசரமாக வீட்டுக்குள் சென்று கண்ணாடியைத் தேடினாள். கண்ணாடி கிடைக்காத அலுப்பில் 'என்னா செஞ்சி என்னா ஆவப்போவுது, சனங்களுக்குச் சனங்களே வேண்டாத காலமாயிப்போயிட்ட பின்னால. இந்தக் கண்ணால தான் எல்லாத்தயும் பாத்தாச்சு, கண்டாச்சி. இனி என்ன இருக்கு? மாட்டுக்காரப் புள்ளீவோ தட்டக் காட்டுல போன கதெயா இருக்கு எம் பொயப்பு' என்று முனகிக் கொண்டே கண்ணாடியைத் தேடினாள். ஒப்பனைக் கண்ணாடி எங்குதான் போயிருக்கும்?

பொழுது நன்றாக மேற்கே சாய்ந்துவிட்டது. பல நாட்களாகத் தூக்கத்தையே காணாதவன் மாதிரி தூங்கி எழுந்த பரஞ்ஜோதி சோறு கேட்டான். 'வாயக் கொப்பிளிச்சிகிட்டு மொவத்தக் கயிவிகிட்டு வா. தூங்கி எயிந்திரிச்சி அப்பிடியே சோறு குடிக்கக் கூடாது' என்று சொல்லி வற்புறுத்திய பிறகுதான் அவன் முகத்தைக் கழுவிக் கொண்டு சாப்பிட வந்தான். செடல் பழையதை ஒரு தட்டில் போட்டு அவன் முன் வைத்தாள். ஒன்றும் சொல்லாமல் வெங்காயத்தைக் கடித்துக்கொண்டே சாப்பிட ஆரம்பித்தான். இப்போது மட்டும்தான் என்றில்லை. எப்போதுமே அவன் ருசி பார்த்துச் சாப்பிடுகிற ஆளில்லை. அது வேண்டும், இது வேண்டும் என்று அடம் பிடித்து அழும் முரட்டுப் பிடிவாதக்காரன் இல்லை. ஆனாலும் செடலுக்கு அவனிடம் பிடிக்காதது வீட்டில் தரித்து நிலைத்து இருக்கமாட்டான் என்பதுதான். கட்டிப் போட்டாலும் வீட்டில் இருக்க மாட்டான். சில நேரங்களில் இவளுக்கே விளை யாட்டுக் காட்டுவான். காய்கள், கீரைகள் என்று அரியும்போது அரிவாள்மனையில் விரலைக் கொண்டுவந்து வைப்பான். தேவையில்லை என்று வெட்டித் தரையில் போட்ட வெண்டைக்காயின் அடிக்காம்புகளை முகம் நெஞ்சு, கைகள் என்று எல்லாப் பகுதிகளிலும் வரிசையாகவும் வட்டவட்டமாகவும் ஒட்டிவைத்துக்கொண்டு ஆடிக் காட்டுவான். ஒவ்வொரு குப்பை மேடாகப் போய் அவற்றில் முளைத்திருக்கும் தக்காளி, மிளகாய், கத்திரிச் செடிகளைப் பிடுங்கி வந்து நட்டு, தண்ணீர் ஊற்றுவான். இவளையும் தண்ணீர் ஊற்றச்சொல்லி அடம் பிடிப்பான்.

சோறு சாப்பிட்டுக்கொண்டிருந்த பரஞ்ஜோதியையே பார்த்தாள். அவளுக்குக் கண்கள் பனித்தன. இன்னும் கொஞ்சம் உடம்பு தடித்தாலாவது நாடகத்தில் இழுத்துப் போடலாம். இப்போதைக்கு குசலவன் வேசம்தான் கட்ட முடியும். முகத்தில் அரிதாரத்தைப் பூசிக்கொண்டு வெளிச்சத்துக்கு முன் வந்து நின்றுவிட்டான் என்றால், அதற்குப் பிறகு அவனுக்காக ஒருவரும் கையை அறுத்துக்கொள்ள வேண்டியதில்லை. இனி எந்த ஊருக்கு ஆடப் போனாலும் இவனையும் அழைத்துக்கொண்டு போக வேண்டும் என்று தீர்மானித்தாள்.

6

'வெளியப் போயிட்டு வரலாம் வா.'

'எங்க போறதாம்?'

'எங்கியோ.'

'யாராச்சும் தேடிக்கிட்டு வந்தா?'

'ஒருத்தரும் வர மாட்டாங்க, வா.'

'வாய் வாக்கியம் அப்பிடியெல்லாம் சொல்லாத. ஒன்னோட நாக்கே மரநாக்கு. வேணுமின்னா பாரு, நான் சொல்றது நடக்குதா இல்லியான்னு. ஒருத்தராச்சும் இன்னிக்கி வராம இருக்க மாட்டங்க' என்று அடித்துச் சொன்னாள் செடல். காலையிலிருந்தே பல்லி 'ச்சச்' என்று சகுனம் சொல்லிக்கொண்டிருக்கிறது. வீட்டின் கூரையில் உட்கார்ந்து காகம் ஒன்று கரைந்துவிட்டுப் போயிற்று. சகுனங்களைக் கேட்ககேட்க அவளுக்கு எதிலும் மனம் நிலைகொள்ளவில்லை.

'இதென்னடியம்மா நம்பளுக்கு வம்புதும்பா இருக்கு. வராத விருந்தாடி யாரு வரப்போறாங்க?' என்று பல முறை வாய்விட்டே சொன்னாள். நாய்கூட வீட்டின் முன் நின்று ஊளையிட்டுவிட்டுச் சென்றது. இவளைத் தேடிக்கொண்டு கூத்தாடிகளைத் தவிர வேறு யார் வருவார்கள்?

செடல் இதுவரை விருந்தாளியாக எந்த வீட்டுக்கும் போனதில்லை. கல்யாணம், காதணி, மஞ்சள்நீராட்டு, வளையல்காப்பு, திருவிழா ஏன், சாவு, எட்டாம் துக்கம், கரும காரியம் என்றுகூடப் போனதில்லை. ஆனால் இவளைத் தேடிக்கொண்டு நிறைய பேர் சொந்தக்காரர்கள் என்று சொல்லிக்கொண்டு வருவார்கள். அதுவும் திருவிழா சமயத்தில் மட்டும்தான். இவளிடமிருந்து தானியத்தை வாங்கிக்கொண்டு போவதற்காக. 'கௌம்புடா தம்பி, காலாத்தியா ஆத்துமுட்டும் போயிட்டு வரலாம். ஊருதான் குடியில்லாத ஊராட்டம் பாயடஞ்சி கெடக்கே' என்று சொன்னவள், வீட்டுக் கதவைச் சாத்திவிட்டு, ஆற்றுக்குப் போகும் பாதைக்கு வந்தாள். கொசவப் பெண்கள் பானைகளைத் தூக்கிக்கொண்டு வருவது தெரிந்ததும் திடுக்கிட்டு நின்றாள். கெட்ட செய்தி எங்கிருந்தாவது வருமோ! அப்படி வராமலிருக்க வேண்டும் என்று மாரியம்மனிடம் வேண்டிக்கொண்டாள். குனிந்து கொஞ்சம் மண் எடுத்து வாயில் போட்டுக்கொண்டு திருநீறு மாதிரி நெற்றியிலும் பூசிக்கொண்டாள். புதுக் கோயில் கட்டியிருந்த திசையை நோக்கிக் கையெடுத்துக் கும்பிட்டவள், சற்று நேரம் அப்படியே நின்றிருந்தாள்.

பரஞ்ஜோதிதான் அவளை ஆற்றுக்குக் கட்டாயப்படுத்தி நடக்கவைத்தான். ஆற்றில் இறங்கிச் சிறிது தூரம்தான் நடந்திருப்பாள். தொலைவில் வந்துகொண்டிருப்பது விட்டமாக இருக்குமோ என்று ஒரு நொடிதான் யோசித்தாள். விட்டம் என்று தெரிந்ததும் ஆச்சரியப்பட்டுப்போய் மேலே நடக்காமல் அப்படியே நின்றுவிட்டாள்.

விட்டத்தை முதன்முதலாகப் பார்ப்பதுபோல் பார்த்தாள். அவளால் நம்பவே முடியவில்லை. அவனைப் பார்த்தால் பழைய விட்டமாகத் தெரியவில்லை. சவரம் செய்யாத முகம், தலையில் அள்ளிச் செருகிய முடி, அழுக்கடைந்த வேட்டி, கன்னங்கள் குழிவிழுந்து ஒட்டிப்போய், அசல் பித்தன் மாதிரி இருந்தான். அவனைப் பார்த்ததும் அவளுக்குப் பேச்சே வரவில்லை. பிறகுதான் 'வா சித்தப்பா. இப்பத்தான் வய்யி தெரிஞ்சுதா? செத்தனா பொயச்சனான்னுகூட எட்டிப்பாக்க வல்லீயே. அடி சாயற நேரத்துக்கு வர்றியே, கருக்கலோடவே வந்தா என்னா?' சொல்லிக்கொண்டே

வீட்டுக்கு அழைத்துக்கொண்டு வந்தாள். கை, கால், முகம் என்று கழுவவைத்தாள். சட்டியிலிருந்த நீராகாரத்தை ஊற்றிக்கொடுத்துக் குடிக்கவைத்தாள். ஒரு ஈச்சம் பாயைப் போட்டு அவனை உட்காரவைத்த பிறகுதான் அவளுக்கு மூச்சுவிட முடிந்தது. பரஞ்ஜோதியை அனுப்பி வெற்றிலைபாக்கு வாங்கிவரச் சொன்னாள். சுடுசோறு பொங்க அடுப்பைப் பற்ற வைத்தாள். குழம்புக்குக் காய் எதுவும் இல்லாததால் பறத் தெருவுக்கு ஓடினாள். யார் யாரிடமெல்லாமோ கேட்டு, முருங்கைக்காயும், முருங்கைத்தழையும் கொண்டுவந்தாள். இடையில் பேச முயன்ற விட்டத்திடம் ‘இப்ப ஒண்ணும் சொல்ல வாண்டாம், பேச வாண்டாம். செத்த நேரம் மொடக்கியிரு. சுடுசோறு தின்னுப்புட்டு ஆறஅமரப் பேசிக்கலாம்’ என்று சொல்லி அவனுடைய வாயை அடைத்தாள். பரபரவென்று சுடுசோறு, குழம்பு, கீரையென்று தயார்செய் தாள். படுத்திருந்த விட்டத்தை எழுப்பிச் சாப்பிடச் சொன்னாள். விட்டம் சாப்பிட உட்கார்ந்தான். ‘என்னா, மொத சோறோட எயிந்திரிக்கப்பாக்குற, மறுசோறு வாங்கிச் சாப்பிடாம எயிந்திரிக்கவுட மாட்டன்’ என்று சொல்லிக் கட்டாயப்படுத்தி நிறைய சோற்றைக் கொட்டிச் சாப்பிட வைத்தாள். விட்டமும் பரஞ்ஜோதியும் சாப்பிட்டு முடிந்ததும், வீட்டை ஒழுங்குபடுத்திவிட்டு விட்டத்திற்கு எதிரில் வந்து உட்கார்ந்து கொண்டு ஊர் விஷயங்களைக் கேட்க ஆரம்பித்தாள்.

‘சொல்றாப்பல அங்க என்னா இருக்கு? நீ இல்லாத கொற ஒண்ணுதான். காலம் ஓடுது ஓட்டமா. நல்ல கண்ணுக்கு நல்லது படும்; கெட்ட கண்ணுக்குக் கெட்டது படும். எல்லாம் உடுக்க அடிச்சிப் பொயக்கிற பொயப்புத்தான?’ என்று சொன்னதோடு சரி. பாவாடை, தருமன், தொப்பளான் என்று யாரைப் பற்றிக் கேட்டாலும் ‘இருக் காங்க, இருக்காங்க. இல்லாம என்ன? காலவிதி எப்பிடியோ அப்பிடி இருக்காங்க’ என்று ஒரே வார்த்தையில் சொன்னது செடலுக்கு சந்தேகத்தை உண்டாக்கியது. அவனுடைய பேச்சு, சிரிப்பு, நையாண்டி செய்யும் குணம் என்னவாயிற்று? வேசம் கட்டிக்கொண்டு திரையை விலக்கிக்கொண்டு ஆட்டக்களத்தை நோக்கி அவன் ஓடிவருவதே கூட்டத்தில் சிரிப்பை உண்டாக்கும். சேடிப் பெண்ணாக வரும்போ தெல்லாம் பச்சைபச்சையாகப் பேசுவான். செடல் இருக்கிறாள் என்றெல்லாம் பார்க்க மாட்டான். அவன் சில வசனங்களைப் பேசும்போதும், சில பாட்டுகளைப் பாடும் போதும் சரி, கூட்டம் விழுந்துவிழுந்து சிரிக்கும். சிலருக்குப் புரையேறிவிடும். ஆனால் அவன் மட்டும் சிரிக்க மாட்டான். அவனுடைய வாய்க் கோணல், கழுத்தை முகத்தை வெட்டிக் காட்டிச் சொடுக்குவது, கைகளின் கால்களின் அசைவுகள், நொடிப்புகள் யாருக்குத்தான் சிரிப்பை உண்டாக்காது? கிண்டலாகப் பாடினாலும் நல்ல பாட்டுகளையும் பாடாமலிருக்க மாட்டான். போகிற ஊர்களில் பார்க்கிற சம்பவங்களை அப்படியே பாட்டாகக் கட்டிப் பாடவும் செய்வான்.

விட்டத்திற்குத்தான் எப்படிப்பட்ட குரல்! எவ்வளவு கூட்டமாக இருந்தாலும், எவ்வளவு தூரம் தள்ளி உட்கார்ந்திருந்தாலும் தெளிவாகக் கேட்கும். பத்து நாள் கூத்து என்றால்கூட அசராமல் ஆடக்கூடியவன். கண்டப்பங்குறிச்சி சம்சுவைவிட, ஆவினங்குடி நொள்ளையனையும்விட நன்றாக ஆடக்கூடியவனாயிற்றே! வியப்பு மேலிடக் கேட்டாள். ‘ஒடம்புக்கென்னா சித்தப்பா?’

‘பச்ச எல என்னிக்கும் பச்ச எலயாவா இருக்கும்? பண்ணுனதெல்லாம் பெரும் தப்பா, மகா தப்பாபோச்சு. பத்தாததுக்குப் பேய்ப் புள்ளெகளா வேற பெத்தாச்சு. அவனுங்களோட மாரடிக்குறதே எம் பொயப்பாப்போச்சு. பெத்த புள்ளெகளே பங்காளியா நிக்குறானுவோ. கையில நப்பு இருந்தாத்தான மதிச்சி இருப்பானுவோ. அப்பிடி இருந்தாலும் கைப்பத்துற மட்டும்தான் இருப்பானுவோ. வூடு அவரப்

பந்தலாட்டம் கெடக்கு. ஒரு மய மாரின்னா தொரதொரன்னு ஊத்துது, அதெ என் னான்னு பாக்க ஒரு பய இல்ல. செலாவுல சோறு வாங்கித் தின்னதெல்லாம் யாருக்குத் தெரியுது? விறகால நெல்லயே பச்சயாக் குத்திக் கஞ்சி ஊத்துனன். அதெயெல்லாம் நெனச்சிப்பாக்க இப்ப நேரமுண்டா? கையில நாலு காசி இருந்தப்ப முடிச்சி வச்சிக் கத் தெரியாம 'எடுறி கறிய ஆக்குடி சோத்த'ன்னு தின்னு தீத்தாச்சி. எப்பிடியோ எங் காலமும் ஓடிப்போச்சி. டீப் பைத்தியம்தான் என்னெ வுட மாட்டேங்குது.'

'என்னெப் படச்ச ஈசனே!' என்று செடல் புருவத்தை உயர்த்தி உற்று விட்டத் தையே பார்த்தாள். ஆனால் பார்ப்பதைத் தவிர்ப்பதுபோல் விட்டம் தரையையே பார்த்துக்கொண்டிருந்தான். ஆரான்பற்றி, நாடகம் கற்றுக்கொண்ட பையன்கள்பற்றி, திரும்பத்திரும்பக் கேட்டுக்கொண்டேயிருந்தாள். எல்லாவற்றுக்கும் 'இருக்காங்க' என்று ஒற்றை வார்த்தையிலேயே பதில் சொன்னவன், விருத்தாம்பாள்பற்றி மட்டும் வாயைத் திறக்கவில்லை. தொடர்ந்து ஏதேதோ கேட்டாள். அவனும் 'ம், ம்' என்ற பதிலையே சொல்லிக்கொண்டிருந்தான். 'ஆட்டமெல்லாம் எப்பிடி, பயலுங்க கூட மாட வரானுங்களா?' என்று கேட்டபோது, ரொம்பவும் உள்ளடங்கிய குரலில், தரையை வெறித்தவாறே சொன்னான்: 'காலம் முன்னேற முன்னேற, கூத்தாடுறதும் குரங் காட்டுறதும் மாளாதவன் செய்யுற வேலன்னு ஆயிப்போச்சி. நாட்டெத் திருத்தற வனும் வூட்டெத் திருத்தறவனும் ஆட்டக்காரன்ங்கிற பேச்செல்லாம் செத்துப்போச்சி. ராசாவோட முடியும் நாடகக்காரன் முடியும் ஒண்ணுன்னு சொல்வாங்க. ஆனா இன் னிக்கி பொட்டச்சியாட்டம் மசுரு வச்சியிருக்கிறவனுக்கு வாக்கப்பட மாட்டன்னு பொண்டுவோ சொல்றாளுவோ. ஆட்டம் ஆடி எதுக்காச்சு? ஊரு உலகமே சுத்தி யாச்சு. 'பச்சத் தேவிடியா அச்சில்லாத தேர் ஓட்டுவா'ன்னு சொல்ற கதெயாப் போச்சு. படியரிசி வாங்குற காலத்துல யார என்னா சொல்றது? இன்னும் கொற காலமும் எப்பிடிப் போகுமோ. வட்டியில சோறுமில்லெ, பாயில தூக்கமுமில்லங்கிற கதெதான். வரும்படி வர்றதுக்கு என்னா வய்யி இருக்கு?' என்று சொன்னவன், சுவரில் நன்றாகச் சாய்ந்து உட்கார்ந்துகொண்டான்.

'இப்பல்லாம் நான் அதிகமா ஆட்டத்துக்குப் போறதில்ல. ராத்திரியில சரியா கண்ணு புரிய மாட்டங்குது. கொஞ்சம் முரட்டடியான ஆளா இருந்தாத்தான் காலம் தள்ளலாம்.' இரவானால் அவனுக்குக் கண் சரியாகத் தெரிவதில்லை என்பதை அவளால் நம்ப முடியவில்லை. 'என்னா சித்தப்பா சொல்ற?'

'உள்ளதத்தான் சொல்றன். இது ராக்கண்ணு முயிக்கிற தொயிலாச்சே.'

'அடி மாரியாயி.'

'மின்ன மாரியெல்லாம் என்னால ஆடவும் முடியல. ஒடம்பெல்லாம் பூட்டு பூட்டா வுட்டுப்போவுது. ரெண்டு கிளாசி ஊத்துனா, அப்பத்தான் செத்த நேரம் ஆட முடியுது. செட்டுல உள்ளவனுங்களும் பாவ தோசம் பாக்காத பயலுவோதான் வந்துட் டானுவளே, இனிமே வூட்டுல இருந்துக்க வேண்டியதுதானன்னு அரசல்புரசலா பேச ஆரம்பிச்சிட்டானுவோ. ஆடுன காலு சும்மா இருன்னா இருக்குமா? கூத்து ஆசயும் கூத்தியா ஆசயும் போன்னாலும் போவுமா? மனசு கேக்காமத்தான் ஆடப் போயிக்கிட்டிருக்கன்.'

'யாரு அப்பிடிச் சொன்னா?'

'யாரு சொன்னா என்னா, நெசத்தத்தான சொல்றான்.'

'அடக் கடவுளே'

'காலமும் நேரமும் வந்தா எல்லாம் போயி சேர வேண்டியதுதான. நான் இனிமே சுடுகாட்டுக்குப் போன பொணம்தான. நாளுக்கு நாளு ஒடம்பு குறுகிகிட்டேவருது.

படுத்தா எயிந்திரிக்க முடியல. எல்லாத்தயும் தலக்கர்த்தனா நின்னு நடத்துன காலமா இது? மேனி கொறஞ்சிப்போச்சி. காசிபணமும் கையில இல்ல. யார சதம்ன்னு இருக்க முடியும்? அந்தக் காலத்துல மனுசனுக்கு மதிப்பு இருந்துச்சு, இந்தக் காலத்துல பணத்துக்கு மதிப்பு வந்துடுச்சி. தகுந்த பந்தலு, தகுந்த வெளக்கு, தாள மத்தளம்ன்னு இருந்தாலும் இன்னும் என்னோட வேசம் பழய பவரோட வெளிய வான்னாலும் வருமா?'

'ஒரு குருவி சம்பாரிச்சி பத்துக் குருவி சாப்புடணுமே.'

'எல்லாருக்கும் பருவகாலம் வந்தாச்சு. இனிமே என்னா?'

'எல்லாம் விதி.'

'சரி நாயி கெடக்குதுன்னு போவ வேண்டிதுதான். தேங்காயாப் பொறந்தாலும் முக்கண் உடயவராப் பொறக்கணும்னு வரம் வாங்கிக்கிட்டா பொறக்க முடியும்?'

'சரி பொயிதாவுது, நான் கெளம்பறன்.'

'இன்னிக்கே போவணும்னு என்னா அவசரம்? காலயில போவலாம், இரு.'

'இல்லெ செடலு, சும்மா பாத்துட்டுப் போவலாமின்னுதான் வந்தன். பாத்தாச்சு. அப்பறமென்ன சோலி? நான் புறப்படுறன்' என்று சொல்லிக் கிளம்பிய விட்டத்தைக் கட்டாயப்படுத்திக் கையைப் பிடித்துத்தான் உட்காரவைக்க வேண்டியிருந்தது. உட்கார்ந்தாலும் ஊருக்குப் போவது பற்றியே பேசிக்கொண்டிருந்தான். அவனைத் தங்க வைக்க முடியாது என்று தெரிந்தபோது கேட்டாள்: 'வந்த வெசயம் என்னா சித்தப்பா?' 'சும்மாத்தான் வந்தன்' என்று சொன்னவனிடம் திரும்பத்திரும்பக் கேட்டதும் தான்' சோத்துப்பாட்டுக்கு வய்யி ஒண்ணுமில்லெ. கையில காலுல ஏதாச்சும் இருக்கு மான்னு வந்தன்' என்று தயக்கத்துடன் சொன்னதும், என்ன பதில் சொல்வது என்று தெரியாமல் திகைத்துப்போய் உட்கார்ந்துவிட்டாள். நம்பி வந்தவனிடம் இல்லை என்று எந்த வாயால் சொல்வது? நம்பிக்கை மோசம் செய்யலாமா?

வனமயில் செத்ததற்கும், ஆஸ்பத்திரிக்கு என்றும் வாங்கிய கடனையும், பணம் கொடுத்தவர்களையும் ஒரு கணம் யோசித்துப்பார்த்தாள். வீரமுத்து உடையார் ஒருவனைத் தவிர, பணம் கேட்டு நச்சரிக்காதவர்கள் யார்? எந்த சாமி புண்ணியமோ அவன் மட்டும் பணம் கேட்டு இன்னும் வாயைத் திறக்காமலிருக்கிறான். மீறிக் கேட்டாலும் அவ்வளவு பணத்திற்கு இவள் எங்கே போவாள்? சாவுக்கு அவ்வளவு பணம் செலவு செய்திருக்க வேண்டாமோ! ஒன்றும் சொல்லாமல் 'இரு வர்றன்' என்று சொல்லிவிட்டு வெளியே வந்தாள். யாரிடம் கடன் கேட்க முடியும்? யார் அவளை நம்பித் தருவார்கள்? அப்படியே தருவதாக இருந்தாலும் போன உடனேயே யார் எடுத்து நீட்டுவார்கள் என்று யோசித்துக்கொண்டே தெருவுக்குள் வந்தாள். நம்பி வந்தவனை வெறுங்கையாக அனுப்ப முடியுமா?

செடல் நேராக மீனாட்சி வீட்டுக்கு வந்தாள். வீடு பூட்டியிருப்பது கண்டு திடுக்கிட்டாள். கணபதி பெண்டாட்டியிடமும் மீனாட்சி மருமகளிடமும் கேட்டுப் பார்த்தாள். எல்லாருமே கையை விரித்துவிட்டபோது கோபமும் அழுகையும் வந்தது. அவ்வப்போது கூப்பிடுகிற செட்டுக்கெல்லாம் ஆடப்போகிறாள். கிடைக்கிற சம்பளத்தில் சோற்றுப்பாடு தீருவதே பெரும்பாடாக இருந்தது. மிச்சம் மீதியென்று இருந்தாலும் கடன்காரர்களின் பிடுங்கல் தாங்க முடியாமல் கொடுக்க வேண்டியிருந்தது! 'ஒரு நயா பைசா கண்ணால காண்றதே கடவுளக் காண்றாப்ல இருக்கு. இதுல ஐம்பது நூறுன்னு எங்க இருந்து வரும்? ஆடப் போற எடத்துல பணம் வெள்ளமாவா வரும்? என்று புலம்பிக்கொண்டே வேண்டப்பட்டவர்களிடமெல்லாம், பசை உள்ளவர்கள் என்று நம்பத் தகுந்தவர்களிடமெல்லாம் கெஞ்சிக் கேட்டுப்பார்த்துவிட்டாள். கடைசி

கடைசி என்று கொலைச்சிந்து அருணாச்சலத்திடமும் கேட்டுப்பார்த்தாள். அவனும் கையை விரித்துவிட்ட பிறகு ஒரு முடிவுக்கு வந்தவளாக, அருணாச்சலத்தைக் கையோடு கூட்டிக்கொண்டு வீட்டுக்கு வந்தாள். நடுவீட்டில் படுத்து அசந்து தூங்கிக் கொண்டிருந்த விட்டத்திற்கு அரவம் காட்டாமல், தண்ணீருடன் இருந்த செப்புக் குடத்தைத் தூக்கிக் கொண்டுவந்து, கீழே தண்ணீரைக் கொட்டிவிட்டு, பானையைக் கொடுத்துக் குடித் தெருவில் அடகுவைக்கச் சொல்லி அனுப்பினாள். பணம் கிடைக்குமோ கிடைக்காதோ என்ற கவலையில் தெருவுக்கும் வீட்டுக்குமாக நடந்துகொண்டிருந்தாள். அருணாச்சலம் பத்து ரூபாயுடன் வந்துசேர்ந்ததும்தான் உயிர்வந்தது. ஒரு இடத்திலிருந்து மற்றோர் இடத்திற்குப் பெரிய மலையைப் பிடுங்கி வைத்தது போல் ஆசுவாசப்பட்டாள். விட்டத்தை எழுப்பி, கெஞ்சிக் கூத்தாடி மீண்டும் ஒரு முறை சாப்பிட வைத்தாள். அவனுடைய நாக்கு எத்தனை ஊர்களின் சாப்பாடுகளையெல்லாம் ருசி பார்த்த நாக்கு. ஒருநாளும் அவன் நாக்கைக் கட்டியவன் இல்லை. அவனுக்குக் காரமும் புளிப்பும் பிடிக்கும் என்பதால் அதற்கேற்ற மாதிரிதான் குழம்பு வைத்திருந்தாள். என்ன செய்தும் தங்காமல் போகிறானே என்ற வருத்தம்தான் அவளுக்கு.

விட்டத்துடன் செடலும் பரஞ்ஜோதியும் ஆற்றை நோக்கி நடக்க ஆரம்பித்தனர். அவன் அதிகம் பேசாதது அவளுக்கு வருத்தமாக இருந்தது. ஒரு வருசத்திற்குள்ளாக எப்படி மாறிவிட்டான். நாடகம் ஆடப் போனால் ராஜபார்ட் கட்டுபவர்களைவிடக் கட்டியக்காரன் வேசம் கட்டுபவர்களுக்குதான் அதிக மவுசு இருக்கும். பெண்கள் அவனைப் பற்றித்தான் பேசுவார்கள். சாப்பிடவும் அதிகம் பேர் அவனைத்தான் கூப்பிடுவார்கள். பெண் வேசம் கட்டுபவர்கள் ஆடப் போகிற ஊரில்தான் சேலை சட்டை என்று வாங்கி, ஆடிவிட்டு விடிந்ததும் கொடுத்துவிடுவார்கள். சேலை வாங்குகிற சாக்கில் ‘எங்களயெல்லாம் ஒங்களுக்குப் புடிக்குமா?’ என்று கேட்பார்கள். இப்படியே பேச்சை வளர்த்திக்கொண்டே போய், தொடுப்பு ஏற்படுத்திக்கொள்ளப் பார்ப்பார்கள். சில செட்டுகளில் இழுத்துக்கொண்டும் ஓடியிருக்கிறார்கள். பஞ்சாயத்தில் கட்டுப்பட்டும் நின்றிருக்கிறார்கள். கட்டியக்காரன் வேசம்கட்டுபவர்களுக்குதான் கேட்டவுடன் சேலையும் சட்டையும் கிடைக்கும். விட்டம் தளுக்குப் பேச்சுப் பேசியே விதவிதமாகச் சேலையும் சட்டையும் வாங்கிக்கொண்டு வந்துவிடுவான். சிரிக்காதவர்களையெல்லாம் வாய் விட்டுச் சிரிக்கவைத்த விட்டமா இவன் என்று யோசித்த செடல், நாடகம் ஆடுவது பற்றிப் பேச்செடுத்தாள்.

‘அந்தப் பேச்ச வுட்டுத்தள்ளு. இப்பலாம் எவன் ஆடுறான்? அறியாப் புள்ளீவோ குதிக்கிறாப்பல இல்லெ குதிக்கிறானுவோ. அதெவிடவும் ஒரு பயலுக்கும் கொரலுங்கிறதே கெடயாது. சாராயத்த, கள்ளுத்தண்ணீய குடிச்ச பயலுக மாரி உளறுறானுவோ. இதுல சினிமாப் பாட்டு வேற. வேசம் கட்டி வெளிய வர்றதிலேருந்து, பொயிது விடிஞ்சி வேசத்தக் கலக்கிறமுட்டும் சினிமாப் பாட்டுத்தான், மூளிக்கு மூக்குத்தி போட்டாப்பல. அதெயும்தான் சனங்க ஆட்டம்னு பாக்குது, பாட்டுன்னு கேக்குதுவோ. என்னா கருமாந்தரத்தயோ ஆடிப் பாடி பொயித ஒப்பேத்துறானுவோ. இப்ப ஆளாளுக்குச் சட்டாம்புள்ளெதான்’ என்று பேசிக்கொண்டே வந்தான் விட்டம். அவனுடைய பேச்சு செடலிடம் சொல்வது போலில்லை. தனிமையில் ஒற்றையில் நடந்துகொண்டு தனக்குத் தானே பேசிக்கொள்வது மாதிரி இருந்தது. அவன் சொல்வதெல்லாம் நிசம்தான் என்று செடலுக்கும் தோன்றியது. விட்டத்தைப் போலவே எல்லாக் கூத்தாடிகளுமே கண் தெரியாமல், சோற்றுக்கில்லாமல் பார்க்க ஆளில்லாமல்தான் கிடப்பார்களா! மற்றவர்களுக்காவது பெண்டாட்டி, பிள்ளைகள், குடும்பம் என்றிருக்கிறது. ஆனால் தனக்கு?

குடித் தெருவுக்கு வந்து, டீக்கடையில் டீ வாங்கிக்கொடுத்தாள். வெற்றிலை பாக்கும் வாங்கிக்கொடுத்து, செப்புக் குடம் அடகுவைத்து வாங்கிவந்த ரூபாயையும் கொடுத்து 'எங் கையில இப்பதக்கி உள்ளது இதுதான். எதனா சேதிபாதின்னா சொல்லி வுடு. தெனம் ஒரு செட்டா ஆடுறத வுட்டுட்டு தனி செட்டு ஆரம்பிக்கலாம்ன்னு பாக்குறன். அப்பிடி ஆரம்பிச்சா சேதி சொல்றன். முடிஞ்சா எங்கூட வந்து ஆடப் பாரன். எல்லாரயும் வந்து ஒரு தடவ மொவத்தக் காட்டிப்புட்டாவது போவச் சொல்லு. பொட்டச்சி நான் தனியா அம்மாம் தூரம் வர முடியுமா? அடுத்த தபா வரும்போது விருத்தாம்பாளயும் கூட்டிக்கிட்டு வா. ராவும் பவலும் அவ நெனவாவே இருக்கு. தெருவுல உள்ளவங்களயெல்லாம் மறக்கலன்னு சொல்லு' என்று சொல்லிக் கண்கலங்கினாள். முகத்தைத் துடைத்துக்கொண்டிருக்கும்போதே பஸ் வந்துவிட்ட தால் 'ஏறு ஏறு' என்று சொல்லியும் ஏறாமல் தயங்கி நின்ற விட்டம் 'மனசத் தெடப் படுத்திக்க செடலு. பொண்ணு கேட்டு வந்தவங்க ஏதோ சொன்னாங்கன்னு விருத் தாம்பா முந்தா நேத்து அரளிக் கொட்டய அரச்சிக் குடிச்சிட்டு செத்துப்போச்சி. எயவுகியவு எதும் வைக்கல. நடுச்சாமத்துக்கே, உசுருபோன செத்த நேரத்துக்கெல்லாம் பிரேதத்த எடுத்தாச்சு. சொல்லாமப் போவலாம்ன்னா மனசு கேக்கல. நான் ரெண் டொரு நாளயில திரும்பியும் வர்றன்' என்று சொல்லிக்கொண்டே நகர்ந்துகொண் டிருந்த பஸ்ஸில் ஓடி ஏறிக் கொண்டான்.

விட்டம் பஸ் ஏறியது, பஸ் போய்விட்டது என்ற எதுவும் செடலுக்கு உறைக்க வில்லை.

7

பாதியிலேயே விளையாட்டை விட்டுவிட்டுப் பையன்கள் கலைந்துபோனது பரஞ்ஜோதிக்கு எரிச்சலை உண்டாக்கிற்று. மற்ற பையன்கள் வீட்டுக்கு ஓடிப் போனது மாதிரி பரஞ்ஜோதியால் ஓட முடியவில்லை. கோலி விளையாட்டைப் பாதியிலேயே விட்டுவிட்டுப் பையன்கள் ஓடிப் போனது பற்றியே யோசித்தான். பசித்தது. ஆனாலும் உடனே அவனுக்கு வீட்டுக்குப் போகப் பிடிக்கவில்லை. கையிலிருந்த இரண்டு கோலிக் குண்டுகளை மேலே தூக்கிப் போட்டுப் பிடித்தான். ஏழெட்டு முறை கோலிக்குண்டுகளை மேலே தூக்கிப் போட்டுப் பிடித்திருப்பான். அதற்குள் அந்த விளையாட்டு அவனுக்கு அலுப்பைத் தந்தது. ஒரு பையன் இருந்தால்கூட போதுமே என்று தெருப் பக்கம் பார்த்தான். ஒரு பையன்கூடக் கண்ணில் படவில்லை. பையன்கள் ஏன் தன்னோடு அதிகமாக சேர மாட்டேன் என்கிறார்கள் என்று யோசித்தான். செடல்தான் காரணம். அவளைத்தான் எல்லாரும் 'கூத்தாடி' என்று சொல்லி மட்ட ரகமாகப் பேசுகிறார்கள். அதனால்தான் தன்னுடன் யாரும் சேர மாட்டேன் என்கி றார்கள் என்று நினைத்தவனுக்குச் செடலின் மீது கோபம் உண்டாயிற்று.

செடலைப் பற்றியே பரஞ்ஜோதி யோசித்துக்கொண்டிருந்தான். மற்ற பையன் களை மாதிரி தன்னை ஏன் அவள் பள்ளிக்கூடத்தில் சேர்த்துவிடவில்லை என்று எண்ணினான். ஆட்டத்திற்கு அழைத்துக்கொண்டு போயிருக்கிறாள், ஆட்டத்தைப் பழகிக்கொள் என்று சொன்னதில்லை. பள்ளிக்கூடம் போயிருந்தால் நிறைய பையன் கள் தனக்கு வேண்டியவர்களாக இருந்திருப்பார்கள் என்று நினைத்தான். வனமயில் கூடத் தன்னைப் பள்ளிக்கூடத்தில் சேர்த்துவிடவில்லையே என்று யோசித்தான்.

அப்போது அவனுக்கு லேசாகக் கண்கள் கலங்கின. வேகம் வந்தவன் மாதிரி சட்டென்று கோலிக் குண்டுகளைத் தரையில் விட்டெறிந்தான். ஆற்றுக்குப் போகலாம் என்று நினைத்தான். மணலில் கால்கள் புதையப்புதைய நடப்பது அவனுக்குப் பிடிக்கும். ஆற்றில் குளிக்க ஆரம்பித்தால் தண்ணீரைவிட்டு வெளியே வர அவனுக்கு மனமே இருக்காது. கூட ஒரு பையன் இருந்தால் நன்றாக இருக்கும் என்று நினைத்தான்.

பரஞ்ஜோதிக்கு இன்றுதான் இந்தப் பிரச்சினை என்றில்லை. தினமும் இதே பிரச்சினைதான். காலையில் ஒன்பது பத்து மணிவரைதான் பையன்களைத் தெருவில் பார்க்க முடியும். பிறகு சாயங்காலம்தான் பார்க்கலாம். பள்ளிக்கூடம், ஆடுமாடு மேய்க்க, கூலி வேலைக்கு என்று போய்விடுவார்கள். செடலுக்கு ஆட்டம் வருகிற அன்றுதான் பரபரப்பாக இருப்பான். அவளுடன் போய் வருவான். மற்ற நாட்களில் வீட்டிலேயே உட்கார்ந்து கிடப்பதுதான் வேலை. இவன்தான் என்றில்லை, கூத்தாடிப் பெண்கள் எல்லாருமே மற்ற பெண்கள் மாதிரி கூலி வேலைக்குப் போகாமல் வீட்டிலே தான் உட்கார்ந்திருப்பார்கள். ஆடுமாடு இருந்தால்கூட மேய்ப்பதற்குப் போகலாமே என்று நினைத்தான். அலுப்பு மேலிட எங்கு போவது என்று தெரியாமல் பத்துத் தப்படிகள் தூரம் முன்னே நடந்திருப்பான். எதிரில் பாதிரியார் வருவது தெரிந்ததும் அப்படியே நின்றுவிட்டான். பாதிரியார் அவனைக் கடந்து போனதும், திரும்பி நின்று அவர் போவதையே பார்த்தவனுக்கு என்னவாயிற்றோ, மாதா கோயிலை நோக்கி நடக்க ஆரம்பித்தான்.

பல முறை பரஞ்சோதி மாதா கோயிலுக்குள் போயிருக்கிறான். ஆனால் பாதிரியாரின் வீட்டுப் பக்கம் போனதில்லை. கோயிலுக்குப் பின்புறமிருந்த பாதிரியாரின் வீட்டுக்கு முன் வந்து நிற்கும்வரை இருந்த தைரியம் இப்போது சுத்தமாக இல்லை. எதற்காக வந்தோம் என்று அப்போதுதான் நினைத்தான். மறுநொடியே அந்த இடத்தை விட்டு ஓடிவிட வேண்டும் போலிருந்தது. லேசாக உடம்பு நடுங்க ஆரம்பித்தது. வியர்க்கவும் செய்தது. திரும்பி ஓடிவிடலாம் என்று நினைத்துக்கொண்டிருக்கும் போதே கதவைத் திறந்துகொண்டு வெளியே வந்த பாதிரியார் அவனைக் கூப்பிட்டு விசாரிக்க ஆரம்பித்தார். பதில் சொல்லச்சொல்ல அவனுக்குள் இருந்த பயம் குறைய ஆரம்பித்தது. ஓரளவு தைரியத்துடன் பாதிரியாரிடம் பேசிக்கொண்டிருந்தவனுக்குச் சட்டென்று மின்னல் வெட்டு மாதிரி அந்த எண்ணம் வந்தது. மறுநொடியே அதைச் சொல்லவும் செய்தான்.

'எனக்கொரு வேல தர்றீங்களா?'

'எதுக்கு வேல?'

'செய்யுறதுக்கு.'

'யாரு செய்வாங்க?'

'நான்தான்.'

'ஒனக்கு என்னா வேல தெரியும்?'

'எல்லா வேலயும் தெரியும். இந்தக் கோவுலக் கூட்டுவன். கோவுலுக்குள்ள வந்து அறியாப் புள்ளிவோ அதாங்குதாம் பண்ணாமப் பாத்துக்குவன். ஆடு, மாடு, கோயி, பன்னி எது வந்தாலும் கல்லாலயும் கட்டயாலயும் அடிச்சித் தூரத்துவன். மணி அடிப்பன். அப்புறம் நீங்க போற எடமெல்லாம் நானும் தோளு பையத் தூக்கிக்கிட்டுக் கூடவே வருவன். எம்மாம் தூரம் நடந்தாலும் எனக்குக் காலு வலிக்காது தெரியுமா?'

'அடடே, நல்ல பையனா இருக்கியே, நீ பள்ளிக்கூடத்துக்குப் போவலியா?'

'எனக்குப் படுப்பு வாண்டாம். வேலதான் வேணும்.'

'ஒங்க வூட்டுல கேட்டா என்னா சொல்லுவ?'

'எனக்கு வூடு இல்லெ. எங்கம்மா செத்துப்போச்சு.'

'அப்பிடின்னா யாரு வூட்டுல இருக்க?'

'யாரு வூட்டுலியும் இல்லெ.'

'சரி, சாயுங்காலமா வா.'

'வேல?'

'சாயுங்காலம் வா, பாக்கலாம்.'

'எனக்கு நல்லா ஓடத் தெரியும். ஓட்டத்துல பசங்க யாராலயுமே என்னெ ஜெயிக்க முடியாது. மரத்துலயெல்லாம் நான் வேகவேகமா ஏறுவனே! ஓங்கக் கோவுலுக்கு முன்னாடி நிக்குற மூணு தென்னமரத்துலயும் 'பக்குபக்கு'ன்னு ஏறிக்காட்டட்டுமா?'

'வாண்டாம், வாண்டாம், ஓனக்கு நான் வேல தர்றன்.'

8

காலையிலேயே பாதிரியாரிடமிருந்து இவளுக்கு ஆள் வந்தது. புரியாமல் 'என்னயா என்னயா?' என்று திரும்பத்திரும்பக் கேட்டாள். கடைசியில் 'எதுக்கு, ஒருநாளும் நான் அவருகிட்ட பேசுனதில்லியே. எப்ப வரணுமாம்?' என்று கேட்டதற்கு, 'ஓடனேயே' என்று வந்தவன் சொன்னதும், பரஞ்ஜோதிபற்றிச் செய்தி தெரிந்திருக்கலாமோ என்ற சந்தேகத்தில் கிளம்பினாள். ஊரே பாதிரியாரைப் புகழ்ந்து பேசினாலும் அவளுக்கு மட்டும் அவரைப் பிடிக்கவில்லை. இந்த ஊரில் வந்து எதற்காக மாதா கோயில் கட்ட வேண்டும்? அவரால்தானே பஞ்சாயத்தில் பெரிய சண்டை உருவாயிற்று.

முதன்முதலாக மாதா கோயில் கட்ட, பள்ளிக்கூடம் கட்ட என்று வந்த பாதிரியார் அல்ல இவர். புதிய ஆள். கோதுமை மாவு, பழைய துணிகள் என்று கொடுத்த ஆளல்ல. இடையில் பல பேர் மாறிப்போய்ப் புதிதாக வந்திருப்பவர். குட்டையான தடித்த உடம்பு. அகலமான நெற்றி, தலைமுடியை ஒட்ட வெட்டியிருந்தார். அங்கி அணியாமல் வெறுமனே பேண்ட் சட்டையோடு நின்றுகொண்டிருந்தார். முப்பத்தைந்து வயதுதான் இருக்கும். அந்த முகத்தை ஒரு முறைதான் செடல் ஏறிட்டுப் பார்த்தாள். பிறகு தலையைக் குனிந்து கொண்டு நின்றாள்.

'ஆட்டமெல்லாம் இப்ப பரவாயில்லியா?'

'ஏதோ அப்பப்ப வந்துக்கிட்டிருக்கு.'

'நல்லா ஆடுவீங்கன்னு சொல்றாங்க. இந்த ஊருல ஆட மாட்டீங்களா?'

'கோவுலு திருநாவுக்கு ஆடச் சொன்னா ஆடுவன்தான்.'

'சம்பளம் எவ்வளவு கெடைக்கும்?'

'ஆட்டத்தப் பொறுத்து. மய கிய பெயிஞ்சா சம்பளம் கொறயும். ஆட்டம் இல்லாமியும் போவும்.'

'ஆடும்போது எடுத்த போட்டோ ஏதாவது வச்சியிருக்கீங்களா?'

'இல்லெ.'

'திரும்ப எப்பப் போவீங்க?'

'ஆள் வந்தா போவன்.'

'அப்பிடி போவும்போது எனக்கு ஒரு வார்த்த சொல்லுங்க. ஓங்க ஆட்டத்தக் கொஞ்சம் போட்டோ எடுக்கணும்.'

'எதுக்கு?'

'நம்ப நாட்டெப் பத்தி மத்த நாட்டுக்காரங்களுக்குத் தெரிய வாண்டாமா? அதோட ஒங்களுக்கு ஏதாவது பணம் வரவழச்சித் தரலாம்னு பாக்கறன்.'

'நான் கெளம்புலாங்களா?'

'இருங்க. ஒரு முக்கியமான விஷயம் இருக்கு' என்று சொல்லிவிட்டு அவர் தங்கியிருந்த அறைக்குள் போனார்.

செடலுக்கு ஒரே குழப்பமாக இருந்தது. எதற்காக போட்டோ எடுக்கிறேன் என்கிறார், அதை வைத்துக்கொண்டு என்ன செய்யப்போகிறார், பணம் ஏதாவது கிடைக்க வழிபண்ணுகிறேன் என்கிறாரே, இவர் பணத்தையெல்லாம் யார் கேட்டது? இங்கு வந்து நின்றதற்குச் செல்லியம்மன் ஏதாவது செய்துவிடுமோ என்று பயப்பட ஆரம்பித்தாள். காலையில் படுக்கையிலிருந்து எழுந்து போன பரஞ்ஜோதிபற்றி நினைக்க ஆரம்பித்தாள். இப்போதெல்லாம் இவளுடைய பேச்சை அவன் கேட்ப தில்லை. வீட்டிலும் அதிக நேரமிருப்பதில்லை. சாப்பிடவும் அவனாகவே வர மாட் டான். இவள் தான் தேடிக்கொண்டு போக வேண்டும். காலையில் போனவன் உச்சிப் பொழுதுவரை வரவில்லையே என்று தேடாத இடமில்லை. விசாரிக்காத ஆளில்லை. சேருவாரோட சேந்து கெட்டுப்போயிட்டானோ! ஏன்தான் வனமயில் செத்தாளோ! அவள் உயிரோடிருந்தால் இவளுக்கு ஏன் இந்தத் தொந்தரவெல்லாம் வருகிறது என்று யோசித்துக் கொண்டிருக்கும்போதே பாதிரியார் பரஞ்ஜோதியை அழைத்துக்கொண்டு வந்தார். அவனைக் கண்டதும் வாரி அணைத்துக்கொண்டு 'காலம்பற தூக்கத்துல யிருந்து எந்திரிச்சிப் போனவன் இம்மாம் நேரமும் எங்கடாப் போன? என்னெ எதுக்குடா அலய வுடுற?' என்று கேட்டுக்கொண்டிருக்கும்போதே வெடுக்கென்று அவளுடைய பிடியிலிருந்து அவன் விலகிக்கொண்டான். மீண்டும் அவனைத் தன் னிடம் இழுத்துக்கொள்ள முயன்றபோது சட்டென்று நகர்ந்து முகத்தைத் திருப்பிக் கொண்டு நின்றதைக் கண்டு திடுக்கிட்டுப்போனாள். பாதிரியார் பக்கத்திலேயே நின்றுகொண்டிருந்ததால் அவனைப் பக்கத்தில் இழுத்துக்கொள்ள முயற்சிக்காமல் 'என்னடா தம்பி எம்மேல கோவம்? கோவம் இருந்தாலும் சோத்தத் தின்னுட்டு வெளயாடப் போவ வேண்டியதுதான' என்று சொல்லிக்கொண்டே அவனிடம் நகர்ந்தவளிடம் கன்னத்தில் அறைவது மாதிரி 'நான் இனும ஒங்கூட இருக்க மாட்டன். எனக்கு ஒன்னோட சோறு வாண்டாம். என்னெ எதுக்குத் தேடுற?' என்று அவன் கேட்டதும், அப்படியே திகைத்துப்போய் நின்றுவிட்டாள். ஒரு நொடி பூமி தலை கீழாகப் புரண்டுவிட்டது போலிருந்தது. பன்னிரண்டு வயதுகூட ஆகாத பையனா இப்படிப் பேசுகிறான்? தன்னை நிதானப்படுத்திக்கொண்டு சொன்னாள்:

'எம்மாம் கோவம் இருந்தாலும் வூட்டுல போயிப் பேசிக்கலாம் வா. காலயி லருந்து சோறுகூடக் குடிக்கலியே.'

'நான் இனும அங்க வர மாட்டன்.'

'பின்னெ எங்க இருப்ப?'

'எங்கியோ.'

'நீ எங்கியோ தங்கறதுக்கு நான் எதுக்கு உசுரோட இருக்கணும்?'

'எனக்கு ஒன்னெப் புடிக்கல.'

'அடி மாரியாயி.'

செடலுக்கு ஒரு கணம் தலை கிறுகிறுத்துச் சுற்ற ஆரம்பித்தது. எதையும் கண் கொண்டு பார்க்க முடியவில்லை. பரஞ்ஜோதி கொடுத்த அதிர்ச்சியிலிருந்து மீள

முடியவில்லை. கண்ணில் தாரைதாரையாக நீர் வடிய ஆரம்பித்தது. குருட்டாம் போக்கில் பேசுகிறானோ என்று நினைத்தாள். ஏன் எதிரும்புதிருமாகப் பேசுகிறான்? ‘என்னா சொன்ன, என்னா சொன்ன?’ என்று திரும்பத்திரும்பக் கேட்டுக்கொண்டே யிருந்தாள். நின்ற நிலையிலேயே மலங்கமலங்க விழித்துக்கொண்டு அழுதவாறே நின்றிருந்தாள். அவளை ஆறுதல்படுத்தப் பாதிரியார் சொன்ன வார்த்தைகள் அவ ளுடைய காதில் விழவில்லை.

கடவுள் விட்ட வழி, முடிந்தவரை மல்லுக்கட்டிப் பார்ப்பது, மனசைத் தளர விட்டுவிடக் கூடாது என்றெல்லாம் எண்ணிக்கொண்டு செடல் காலில் விழாத குறையாகக் கெஞ்சிக் கேட்டாள்: ‘சரி, நானே ஆயிரம் தப்பு செஞ்சதாக இருக்கட்டும். வா, வூட்டுக்குப் போவலாம். வந்து மொதல்ல சோத்தக் குடி. வேளாவேளக்கி வூட் டுக்கு வந்து சோத்த சாப்புடு. நீ எங்க வேணும்ன்னாலும் வெளயாடப் போ, நான் கேக்கல’ என்று சொல்லிப் பரஞ்ஜோதியின் கையைப் பிடித்தாள். அவன் அவளுடைய பிடியிலிருந்து உதறிக்கொண்டு விலகி நின்றுகொண்டு விறைப்பாகச் சொன்னான் ‘நான் வர மாட்டன்.’

‘எதனால?’

‘புடிக்கல.’

‘வூட்டுக்கு வரலன்னா பூசதான் கெடக்கும். நீ எங்க சுத்துனாலும் வேளாவேளக்கி வூட்டுக்கு சோத்துக்கு மட்டும் வந்தாப் போதும். இந்த வயசிலியே நிகா புரியாம அலயுறியா? இனி நான் ஒன்னெ கட்டுமானம் பண்ண மாட்டன். இப்பியே செட்டு சேந்து கிட்டுக் சுத்தறது அவ்வளவு நல்லதில்ல. வா வூட்டுக்கு. புத்தி யாண்டா இப்பியே இப்பிடிப் போவுது?’

‘நீ போ. நான் வல்ல.’

‘நீங்களாவது சொல்லுங்க. காலயிலிருந்து பய ஒண்ணுமே சாப்புடல.’

‘இங்க சாப்புட்டுட்டான். இங்க கோயில்ல வேல செய்யுறதா சொல்றான். நான் எவ்வளவோ சொல்லிப்பாத்துட்டன்.’

‘அறியாப் புள்ளெ என்னா வேல செய்வான்? நான் உசுரோட இருக்கும்போதே இந்த மாரி போவ வுட்டுட முடியுமா?’

‘வுட்டுத்தான் ஆவணும். வேற வழியில்ல. இந்த ஊருலதான இருக்கான். பின்னால போவப்போவ எல்லாம் சரியாப் போயிடும். நானும் அவனுக்கு எடுத்துச்சொல்றன்.’

‘அவன வுட்டுட்டுத் தனியா பிரிஞ்சி என்னால இருக்க முடியுங்களா?’

‘ஒரு நாளக்கி ஒருத்தருக்கொருத்தர் நூறு தடவ பாத்துக்கலாம். கோயிலு தூரத்தி லியா இருக்கு?’

‘என்னா வேல?’

‘பூஜ பண்றப்ப மணியடிக்கணும். எதுவானா என்ன? நான் பாத்துக்கிறேன். நீங்க தேடி அலைவீங்கன்னுதான் ஆள் விட்டன். ஓய்வா இருக்கும்போது வாங்க, பேசிக்கலாம்.’

‘பையன்?’ என்று செடல் கேட்டாள். பாதிரியார் ‘சாயுங்காலம் வாங்க பேசிக்க லாம்’ என்று சொல்லிவிட்டுக் கிடுகிடுவென்று அவர் தங்கியிருந்த அறைப் பக்கமாக நடக்க ஆரம்பித்தார். அவரைத் தொடர்ந்து, திரும்பிக்கூடப் பார்க்காமல் பரஞ்ஜோதி யும் நடக்க ஆரம்பித்தான்.

செடலுக்கு ஒன்றும் செய்யத் தோன்றாமல் நேரே மீனாட்சியிடம் வந்து சொன் னாள். பூங்கோதையிடம் சொன்னாள். அருணாச்சலத்திடமும், தர்மகர்த்தாவிடமும்

சொன்னாள். எல்லாரையும் அழைத்துக்கொண்டு பாதிரியாரிடம் வந்தாள். மீனாட்சி, பூங்கோதை, வீமன் என்று எல்லாருமே சொல்லிப்பார்த்தார்கள். பரஞ்ஜோதி எதற்கும் மசியவில்லை. மீனாட்சி அடித்தும் பார்த்துவிட்டாள். பாதிரியாரிடம் எல்லாருமே கெஞ்ச ஆரம்பித்தனர். அவர் ஒரே வார்த்தையில் 'போவப்போவ எல்லாம் சரியாப் போயிடும். இப்ப இதெப் பெருசு பண்ணிக்கிட்டுத் திரியாதீங்க' என்று சொல்லி விட்டுக் கோயிலுக்குள் போய்விட்டார். எல்லாருக்குமே 'சப்'பென்றாகிவிட்டது. கடைசியில் பூங்கோதையும் மீனாட்சியும் 'வுட்டுத் தொலச்சிப்புட்டு போடி. வவுறு காஞ்சா தானா வர்றான். அதோடயும் இங்கதான இருக்கான், பாத்துக்கலாம்' என்று சொல்லிவிட்டுச் செடலை இழுத்துக்கொண்டு வந்தார்கள்.

9

'அன்பு சகோதர சகோதரிகளே, வறுமை உங்களை வாட்டுகிறதா, யாரிடத்திலே போவோம், யாரிடத்திலே கேட்போம் என்று ஏங்குகிறீர்களா? நம்மை ஒவ்வொரு வரையும் ஐஸ்வரியக்காரர்களாக மாற்றவே அவர் தரித்திரர் ஆனார். வீடில்லை எனக் கதறும் என் சகோதரர்களே, உங்களுடைய கவலையை அவர் அறிந்திருக்கிறார். நிச்சயம் உதவி செய்வார். உங்களுடைய இருதயம் கலங்காதிருப்பதாக. ஏசுவிடம் செல்வோம். அழுவோம், வெற்றிபெறுவோம். எங்கள் கடமை ரட்சகனே, இந்த ஒரு நிமிஷம் உமது பிள்ளைகளைக் கண்ணோக்கிப் பாரும். வறுமை, பணக் கஷ்டம், கடன் தொல்லை என்று தவித்து, உலகில் வாழ்வதைவிடச் சாவதே நல்லதென்று கலங்கி நிற்கும் உமது பிள்ளைகளைக் கண்ணோக்கிப் பாரும்! தகப்பனே! எமது வாழ்க்கையில் குறுக்கிட்டு செல்வமும் செழிப்பும் திரண்டு வரும்படி செய்யும். நாளை என்ன செய்வோம் என்று தவிக்கும் மக்களைக் கண்ணோக்கிப் பாரும். ஒவ்வொரு குடும்பத்துக்காகவும், ஒவ்வொருவருக்காகவும் மனம் இரங்கும். ஆறுதல் அளிப்பீராக, விடுதலையைத் தருவீராக! தாங்கள் செய்த சகல கேடுகளின் செயல்களி லிருந்தும் அவர்களை விடுதலை செய்யும். ஒவ்வொருவரையும் விடுதலை செய்யும். ஒவ்வொருவரையும் பரிசுத்தமாக்க மனமிரங்கும். கண்ணீரோடு ஜெபிக்கிறேன். உமது பரிசுத்த ஆவியால் அவர்களை நிரப்பும். நன்றி ஐயா. நன்றி தேவனே! உமக்குக் கோடானகோடி நன்றி. ஏசு கிறிஸ்துவின் ரத்தம் சகலவிதமான பாவங்களையும் பரிசுத்தமாக்குகிறது என்று வேதம் சொல்கிறது. ஆம், ஏசு ஒருவரால்தான் நமது கண்ணீரைத் துடைக்க முடியும். இறைவன் ஏசுவால்தான் நமது கவலைகளைப் போக்க முடியும். எல்லா நோய்களிலிருந்தும் ஏசு ஒருவரால்தான் நமக்கு விடுதலை யைத் தர முடியும். உமது ஆணி பாய்ந்த கரத்தை நீட்டி எங்களைத் தொட்டு, இப் போதே இந்தக் கணமே, எல்லாவற்றையும் புதியவையாக மாற்ற வேண்டும் சாமி. எங்களுடைய பிரார்த்தனையை நீர் கேட்க வேண்டும் சாமி. அவர் சொன்னார், நானே ஏசு, ஆசீர்வதிக்க வந்தேன் என்று. வேதம் சொல்கிறது...'

செடலுக்குப் பாதிரியாரின் மேல் என்றைக்குமில்லாத அளவுக்கு இன்று கோபம் வந்தது. ஞாயிற்றுக்கிழமையானால் இது ஒரு தொல்லை என்று நினைத்துக்கொண் டாள். கேட்காமலிருக்க நினைத்தாலும் முடியவில்லை. மாதா கோயிலின் உச்சியில் ஒலி பெருக்கியைக் கட்டி ஏழெட்டு ஊருக்குப் பிரசங்கம் கேட்கும்படி செய்துவிட்ட

பிறகு, செடலின் காதில் மட்டும் எப்படி விழாமலிருக்கும்? ஒலிபெருக்கியை ஏன்தான் அவ்வளவு உச்சியில் கொண்டு போய்க் கட்டினார்களோ! பாதிரியாரின் குரலைக் கேட்கக்கேட்கக் கோபம் கூடிக்கொண்டேயிருந்தது. ஏழு நாட்களாகப் பரஞ்ஜோதி வீட்டுக்கு வராமல் பாதிரியாருடனே தங்கிவிட்டான். இவள் பல முறை போய்க் கூப்பிட்டும் வர மறுத்துவிட்டான். அதை நினைத்தாலே நெஞ்சு பகீரென்றது. 'பத்துத் தாயி இருந்தாலும் பெத்த தாயப் போல ஆவுமா? அதெது தாய்தான் அதெதுக்குப் பந்தபாசமா இருக்கும்' என்று சொல்லிக்கொண்டே வீட்டுக்குள் சென்று எண்ணெய் பாட்டில், கண்ணாடி, முகப்பவுடர், சவுரிமுடி, குஞ்சம், கண் மை என்று எடுத்து வந்து வாசலில் உட்கார்ந்து தலை சீவிக்கொள்ள ஆரம்பித்தாள். அவளுடைய மனத்தில் என்னென்னவோ எண்ணங்கள் ஓடின. 'எல்லாம் நாடகமாப்போச்சே' என்று முணு முணுத்தாள்.

வரிசைவரிசையாகப் பெண்களும் பிள்ளைகளும் முக்காடிட்டுக்கொண்டு மாதா கோயிலுக்குப் போய்க்கொண்டிருந்தார்கள். காரணமின்றி எல்லார் மீதும் எரிச்சல் உண்டாயிற்று. ஊருக்கு வந்ததிலிருந்து ஒவ்வொரு ஞாயிற்றுக்கிழமையும் ஆண் களும் பெண்களும், பிள்ளைகளும் மாதா கோயிலுக்குப் போவதைப் பார்த்துக் கொண்டுதான் இருக்கிறாள். முதன்முதலாகப் பார்த்த அன்று எவ்வளவு கோபமும் அருவருப்பும் உண்டாயிற்றோ அதே அளவுக்குத்தான் இன்றும் உண்டாயிற்று. முதன் முதலாக ஊருக்கு வந்து, பஞ்சாயத்து நடந்தபோது என்னவெல்லாம் பேசினார்கள், அதையெல்லாம் மறந்துவிட முடியுமா? சனங்கள் பழைய மாதிரி இல்லை. சனங்கள் மட்டுமா மாறிவிட்டார்கள்? வெறும் தென்னங்கீற்றுக் கொட்டகையில் ஆரம்பித்த மாதா கோயில் இன்று கம்பீரமாகக் கல் கட்டடமாகப் பத்து ஊருக்குத் தெரியு மளவுக்கு உயர்ந்து நின்றுகொண்டிருக்கிறது. வேப்பமரத்தின் நிழலில் ஆரம்பிக்கப் பட்ட பள்ளிக்கூடம் இன்று சுற்று வட்டாரத்துப் பிள்ளைகளெல்லாம் வந்து படிக்கும் அளவுக்குப் பெரியதாகிவிட்டது. பறத் தெருவில் பாதிரியாரின் பேச்சுக்கு எதிர்ப் பேச்சு இல்லையென்றாகிவிட்டது. புருசன் பெண்டாட்டி சண்டை, ஈவத்துக் கட்டு வது, பிள்ளைகள் சோறு போட மறுப்பது, மகசூலில் ஆடு மேய்ந்துவிட்டது என்று, எல்லாப் பஞ்சாயத்துமே அவரிடம்தான் போகிறது. அது மட்டுமா, பெரியாள் பழம் சோற்று நேரம், ஆடுமாடு அவிழ்த்து விடுகிற நேரம், உருமச்சோற்று நேரம், பால் காரிகள் வேலைத்தளையிலிருந்து வருகிற நேரம், வேலைத்தளையிலிருந்து ஆட்கள் கலைகிற நேரம், அந்திக்களை வெட்டப் போகிற நேரம், அடுப்புப் பற்றவைக்கிற நேரம், விளக்குவைக்கிற நேரம், ஆடு மாடுகள் பட்டிக்குத் திரும்புகிற நேரம், கோழி கூப்புடுகிற நேரம், எல்லாவற்றையும் மாற்றி 'இப்ப மணி என்ன?' என்று கேட்க வைத்துவிட்டார் பாதிரியார். போன வெள்ளிக்கிழமைவரை இவள் கட்டுமானமாகத் தான் இருந்தாள். ஆனால் போன சனிக்கிழமை காலையில் பரஞ்ஜோதியால் மாதா கோயிலுக்குள் முதன்முதலாகப் போகும்படியாகிவிட்டது. எதையெதையோ நினைத்துக் கொண்டு உட்கார்ந்திருந்த செடலுக்குத் தலை சீவ மறந்துபோயிற்று. திடீரென்று நினைவுக்கு வந்ததும் உச்சந்தலையில் எண்ணெயை ஊற்றி அரக்கினாள்.

10

‘என்னிக்கி ஆட்டம்?’

‘நாளை ராத்திரிக்கு.’

‘எந்தூர்ல?’

‘கூத்தக்குடியில.’

புதிதாக நாடக செட்டு ஒன்றை உண்டாக்கலாமா என்று செடல் கணபதியிடம் கேட்டுக்கொண்டிருந்தபோது நல்லதம்பி வந்தான். அவனை உட்காரவைத்து வந்த விசயம் என்ன என்று கேட்டாள். ஒவ்வொன்றுக்கும் பதில் சொல்லிக்கொண்டிருந்த நல்லதம்பி அவள் கேட்காத கேள்விகளுக்கும் தானாகவே பதில் சொல்லிக்கொண் டிருந்தான். காரணமின்றி அவன் அடிக்கடி சிரித்தது அவளுக்கு எரிச்சலூட்டுவதாக இருந்தது. எரிச்சலைக் கட்டுப்படுத்திக்கொண்டு ‘பொயிதாவுது, எனக்கு இங்க ஒரு சோலி இருக்கு. ஒனக்கு நேரமாவுலியா?’ என்று கேட்ட பிறகும் அவன் நகர்வதாகத் தெரியவில்லை. எத்தனை முறைதான் ‘நேரமாவுலியா?’ என்று கேட்க முடியும்? வெட்கம்கெட்டுப்போய் நாக்கைத் தூக்கிக்கொண்டு உட்கார்ந்திருப்பவனை அடித் துத் துரத்தவா முடியும்? எதையாவது பேசித்தொலைப்போம் என்ற எண்ணத்தில் ‘பாஞ்சாலியப் பாத்தியா?’ என்று கேட்டாள்:

‘பூட்டு நயிவிப்போய் படுத்தபடுக்கயா கெடக்குது. ஒன்னெக் கையோட கூப்புட்டாரச் சொல்லிச்சு.’

‘அடி மாரியாயி, காலு சரியாயிடுமில்ல?’

‘இனும காலுல சலங்கயக் கட்டுறது சந்தேகம்ன்னுதான் படுது.’

‘எனக்குத்தான் போயிப் பாக்க நேரமில்லெ.’

‘நாளக்கிக் கூத்தக்குடிக்குத்தான ஆடப் போற? முடிச்சுட்டு அப்பிடியே போயிட்டு வந்துடலாம். பக்கத்து ஊருதான்.’

‘அப்பிடித்தான் செய்யணும். எப்பேர்குந்தப் பொட்டச்சி படுத்த படுக்கயா யிட்டாளே!’

நல்லதம்பியை நெட்டித்தள்ளாத குறைதான். அவனுடைய பேச்சும், பெருந் தீனி தின்று உப்பியிருந்த அவனுடைய வயிறும் பார்க்க அருவருப்பாக இருந்தது. ‘இதென்ன கடெகெட்ட பிறவி’ என்று சலித்துக்கொண்ட செடல், ‘ஆள மயக்குற சாலக்கெல்லாம் ஒங்கூரோடவே இருக்கட்டும்’ என்று முணுமுணுத்தாள். சங்கை கெட்டுப்போய் எதற்காக இப்படி உட்கார்ந்திருக்கிறான். ‘வரவர இந்தூட்டுல நாய்வோ தொல்ல பெருசாப் போச்சி’ என்று சொல்லிக்கொண்டே எழுந்ததும்தான் நல்லதம்பி எழுந்து ‘நாளக்கி ராத்திரிக்குக் கூத்தக்குடி ஆட்டத்த முடிச்சிப்புட்டு பாஞ்சாலி வூட்டுக்கு மறக்காம வந்துடு’ என்று சொல்லிவிட்டுப் போனான். அவன் போன பிறகும் இரண்டொரு முறை காறித்துப்பினாள். அவன் போன சிறிது நேரத்திற் கெல்லாம் வீமன் வந்தான். செடலிடம் இரண்டொரு வார்த்தைகள் பேசியவன், கணபதியை அழைத்துக்கொண்டு, வந்த வேகத்திலேயே கிளம்பிப் போனான். நல்ல தம்பியினுடைய செய்கையால் கணபதியின் மேலும் சந்தேகம் உண்டாயிற்று. அவ னுக்கும் இந்த மாதிரியான எண்ணம் இருக்குமோ! தாய் மாமன் மகள் என்று உரிமை பாராட்டினால் என்ன செய்வது என்று யோசித்துக்கொண்டே தலையைச் சீவிச் சிக்கெடுத்து, முடியைச் சிலுப்பி முடிந்துகொண்டு வாசலுக்கு வந்து நின்று பார்த்தவள், மீண்டும் வீட்டுக்குள் போனாள். கூத்தக்குடி ஆட்டம் முடிந்ததும் நேரே சென்று

பாஞ்சாலியைப் பார்த்துவிடுவது என்று முடிவெடுத்தாள். பூட்டு எப்பிடி நழுவி யிருக்கும்? ஆடும்போது இப்படியெல்லாம் நடக்குமா? நாளைக்கு தனக்கும் அப்படி யொன்று நடந்தால் யார் பார்ப்பார்கள்?

'வளைய விக்கிறவன் பொண்டாட்டி ஊருக்கெல்லாம் வப்பாட்டி'ங்கிற கதெயா தான் முடியப்போவுதா? செத்தவன் பொண்டாட்டி, இருக்கிறவனுக்கு அடயாள மின்னு ஆவப்போவுதா?' என்று நினைத்த செடல் மீண்டும் தலைமுடியை அவிழ்த்து விட்டுச் சீவிக்கொள்ள ஆரம்பித்தாள். கால்களை நீட்டிப் போட்டு உட்கார்ந்து கண்ணாடியை எடுத்து வைத்துக்கொண்டு வகிடு எடுத்துச் சீவினாள்.

கண் மை இட்டுக்கொண்டாள். முகப்பவுடர் போட்டுக்கொண்டாள். சடையில் குஞ்சம் வைத்துக் கட்டிக்கொண்டாள். புதுச் சேலையை எடுத்துக் கட்டிக்கொண் டாள். தன்னுடைய அலங்காரத்தையெல்லாம் பார்க்க அவளுக்கே வியப்பாக இருந் தது. பலமுறை கண்ணாடியைப் பார்த்துக்கொண்டாள். நெற்றியில் வைத்த குங்குமத் தையும் திருநீறுக் கீற்றையும் சரிசெய்தாள். வயசுக்கு வந்த பெண் மாதிரி அலங்காரம் செய்து கொண்டுவிட்டோமே என்று அவளுக்கே சங்கடமாக இருந்தது. இந்தச் சிங்காரமெல்லாம் எதற்காக? யாருக்காக இதெல்லாம்? எத்தனை நாடகங்களில் சுயம்வர ராணியாக, சேடிப்பெண்கள் சூழ்ந்துவர பவனி வந்திருக்கிறாள்! எத்தனையோ தேசத்து ராசாக்களுக்கு மாலையிட்டிருக்கிறாள். ஆனாலும் சாகிறவரைக்கும் கன்னி கழியாத ராணிதான். இவ்வளவு நாட்களாக இந்த ஒரு விஷயம் எப்படிப் புரியாமல் போயிற்று? பொன்னனுடன் சேர்த்து முடிச்சுப்போட்டு எவ்வளவு கதைகட்டிவிட் டிருக்கிறார்கள்! 'ஆளனில்லா மங்கையருக்கு அழகுண்டா' என்று இவளே எத்தனை முறை பாடியிருக்கிறாள். உடலை என்னவென்று தெரிந்துகொள்ளாமலேயே, அத னுடைய பயனை அறிந்துகொள்ளாமலேயே சவம்போலவா வைத்திருப்பது! செடல் என்பது தன் உடம்புதான். கர்ப்பப்பை. உடலின் தாகம் பெருந்தீ, என்றைக்குமே அணையாதது. தன்னுடைய உடலின் தேவையும், உலகமும் பிறர் அறிய முடியாத ஒன்று. உடம்பு நிஜம். அதன் தாகம் நிஜம். தேங்கியிருக்கும் நீர் விஷமாகிவிடும். உடம்பைப் பிணத்தைப் போல வைத்திருப்பதோ, அதனுடன் மல்லுக்கட்டிக்கொண் டிருப்பதோ முடியாத காரியம். ஆனாலும் தன் உடம்பு என்றைக்குமே உயிர்பெறப் போவதில்லை. அதைத்தான் உலகம் விரும்புகிறது. அதற்காகத்தான் சோறுபோடு கிறது. 'மனுச வாயிவும் மசுரு வாயிவும் ஒண்ணுதான். தலயில இருக்கமட்டும்தான் மசுருக்கு மருவாத; காத்து இருக்கு மட்டும்தான் ஒடம்புக்கு மருவாத.' 'செடலு' என்று யாரோ கூப்பிடுவது கேட்டதும், வெளியே வந்தாள். அருணாச்சலம் நின்று கொண்டிருந்தான்.

'ரெண்டு தடுக்கு எலெ கேட்டியே, இந்தா.'

'மூணாக் கொடு மாமா.'

'விருதம் பண்ணினதும் வந்து சொல்றன். வந்து ஒரு எலெ சோத்தத் தின்னுப் புட்டு போ.'

'நானும் விருதம்தான் மாமா.'

அருணாச்சலம் வாழை இலையைக் கொடுத்துவிட்டுப் போய் வெகு நேரமாகியும் செடலுக்கு அவனுடைய நினைவாகவே இருந்தது. டேப் அடித்து அவன் பாட ஆரம்பித்தால் அவனைச் சுற்றி எவ்வளவு கூட்டம் கூடும்! அவனுடைய பாட்டைக் கேட்கவே சந்தைக்குச் சந்தை சனங்கள் கூடுவார்கள். எங்கெல்லாம் ஆட்டுச் சந்தை, மாட்டுச் சந்தை நடக்கிறதோ அங்கெல்லாம் கொலைச்சிந்து பாடப் போய்விடுவான். சந்தைக்கு வரும் ஆட்டு வியாபாரிகள், மாட்டு வியாபாரிகள் அருணாச்சலத்தைப்

பக்கத்தில் உட்கார வைத்துக்கொண்டு பாடச் சொல்லிக் கேட்பார்கள். எந்தச் சந்தைக்குப் போனாலும் 'டேப் மாஸ்டர் வாங்க' என்றுதான் சொல்லுவார்கள். அவன் பாடிய கொலைச்சிந்துப் பாட்டுகளை ஆட்டு வியாபாரிகள் சிலர் சேர்ந்து புத்தகமாகப் போட்டுத் தந்திருக்கிறார்கள். பல இடங்களில் பெயரும் புகழும் பெற்றவன்தான். ஆனால் இப்போது டேப் அடித்துப் பாடுவதையே விட்டுவிட்டான். வயசு என்ன கொஞ்சமாகவா இருக்கும்? நடப்பதற்கே சிரமப்படுகிறான். அவன் பாடிக் கேட்டு எவ்வளவு வருசங்களாகிறது என்று எண்ணிக்கொண்டே அடுப்பில் நெருப்பை வைத்தாள்.

பொட்டுக்கட்டி விட்டதிலிருந்தே செடல் பாப்பாத்திகளைவிடச் சுத்தக்காரி யாகி விட்டாள். அதே மாதிரி ஒரு விரதத்தையும் விடக் கூடாது என்று அய்யர் சொல்லியிருந்தார். எந்த விரதம் இருந்தாலும் முதல் இலைச் சோற்றைக் காக்கைக்கு வைத்த பிறகுதான் இவள் சாப்பிட வேண்டும். கிழவியோடு இருந்தபோது, விரதத்தில் மட்டும் கிழவி விட்டுக்கொடுக்கவே மாட்டாள். ஆடப் போகிற இடங்களிலும், கிருத்திகை விரதம், வெள்ளிக்கிழமை விரதம், செவ்வாய்க்கிழமை விரதம் என்று ஒரு விரதத்தையும் விட்டவளில்லை. அதே மாதிரி எவ்வளவு மழையாக, குளிராக இருந்தாலும் தலையில் தண்ணீர் ஊற்றிக்கொள்ளாமல் ஒருநாளும் பல்லில் பச்சைத் தண்ணீர்கூடப் படாது. 'இன்னும் கொற காலத்துக்கும் இப்பிடியே போயிட்டா தேவல' என்று சொல்லிக்கொண்டே படையல் போட்டாள். ஊதுபத்தி கொளுத்தி, தேங்காய் உடைத்து, தீபாராதனை காட்டிவிட்டு விழுந்து கும்பிட்டாள். பிறகு திருநீறு எடுத்து நெற்றியில் பட்டையாகப் பூசிக்கொண்டு ஒரு இலைச் சோற்றை எடுத்துக் கொண்டுபோய் வீட்டுக்குப் பின்புறமாக வைத்தாள். சிறிது தூரம் தள்ளி நின்றுகொண்டு 'கா கா கா கா கா' என்று கத்தினாள். ஒரே ஒரு காக்கை மட்டும் வந்து இலையிலிருந்த சோற்றைக் கொத்த ஆரம்பித்தது. அவள் வீட்டுக்குள் வந்தாள்.

செடலுக்கு ரொம்பவும் பசி எடுத்தது. வேகவேகமாகச் சாப்பிட ஆரம்பித்தாள். ஆறேழு வாய் சோறுகூடச் சாப்பிட்டிருக்க மாட்டாள். பரஞ்ஜோதியின் நினைவு வந்ததும், சாப்பிடாமல் சோற்றைப் பார்க்காமல் வாசல் நிலையையே பார்த்தவாறு சோற்றைப் பிசைந்துகொண்டிருந்தாள். திடீர்திடீரென்று ஓடிவந்து எத்தனை முறை பயமுறுத்தியிருக்கிறான். இப்போது அப்படி ஓடி வருவானா! இந்த வயதிலேயே அவனுக்கு விட்டுக்கொடுக்காத முரட்டுக் குணமும், பழிபாவம்கூடப் பார்க்காத மனசும் எப்படித்தான் வந்ததோ. அதோடு விருத்தாம்பாளின் நினைவு வந்தது. 'செத்து மடிந்தாயென்று சேதியறியவே நானும் ஜென்மம் எடுத்திருந்தேன் கண்மணியே' என்று துரியோதனன் இறந்த செய்தியைக் கேட்டு திருதராஷ்டிரன் புலம்பியது நினைவுக்கு வந்தது. உண்மையில் அவள் செத்திருப்பாளா, விட்டம் பொய் சொல்லி யிருப்பானா? செய்தி தெரிந்த மறுநாளாவது போய்த் தெரிந்துகொண்டு வந்திருக்க லாமே என்று தோன்றியது. விருத்தாம்பாள் போட்ட விடுகதைகள்தான் எவ்வளவு?

'வெத்திலைக்கு ஐஞ்சி பூ சொல்லு.'

'எடுப்பூ, துடைப்பூ, கிழிப்பூ, மடிப்பூ, போட்டுத் துப்பூ.'

'இன்னொண்ணு சொல்லு பாப்பம்?'

'ஆளாகி அஞ்சி நாள்
மாலையிட்டுப் பத்து நாள்
பிள்ளை பெற்று ஆறு நாள்
பின்னுமொரு மொற பெரிய மனுஷியானாள், அது என்ன?'

11

பறத் தெருவிலிருந்து கும்பல்கும்பலாகச் சனங்கள் ஆற்றை நோக்கிப் பிலுபிலு வென்று ஓடுவதைக் கண்டதும் செடல் என்ன நடந்திருக்குமோ என்று பதைபதைப் புடன் அவசரஅவசரமாக வீட்டைச் சாத்திவிட்டு ஆற்றுப் பக்கம் ஓட ஆரம்பித்தாள். ஓடிக்கொண்டிருக்கும்போதே மற்றொரு பெண்ணிடம் என்ன விசயம் என்று கேட் டாள். 'ஆத்துல சினிமாப் படம் எடுக்குறாங்களாம். அதெப் பாக்கத்தான் ஊரு சனமெல் லாம் ஓடுதுவோ' என்று சொல்லியவாறே ஓடினாள். 'இதுக்கா இந்த ஓட்டம் ஓடுதுவோ. ஒலகத்துல இல்லாதத என்னாத்தக் காட்டப்போறான்னு பாக்க ஓடு றாங்க?' என்று சொன்னவள், வீட்டுக்குத் திரும்பிவிடத்தான் நினைத்தாள். ஆனால் ஊர்க் கும்பல் கூட்டம்கூட்டமாக ஓடுவதைப் பார்க்கப்பார்க்க ஆசையைக் கட்டுப் படுத்த முடியவில்லை. கால்கள் அரிப்பெடுத்தன. ஒரு நொடிதான் யோசித்தாள். மறுநொடியே ஆற்றை நோக்கி ஓட ஆரம்பித்தாள்.

மூன்று பெண்கள் தண்ணீர் எடுக்க வருகிறார்கள். திடீரென்று ஒருவன் குதிரை யில் வருகிறான், மூன்று பெண்களில் மஞ்சள் பாவாடை கட்டியிருந்தவளை மட்டும் தூக்கிக்கொண்டு ஓடுகிறான். முதலில் மூன்று பெண்களைக் குடத்துடன் தண்ணீர் இருக்கும் இடத்தை நோக்கி இருபது முறையாவது நடக்க விட்டிருப்பார்கள். பிறகு குதிரைக்காரன் வந்து மஞ்சள் பாவாடைக்காரியைத் தூக்கிச் செல்வது. அந்த ஒரு காட்சியை எடுத்து முடிக்கவும் பூமியில் இருள் படரவும் சரியாக இருந்தது. சினிமா எடுக்க வந்த கூட்டத்தைச் சூழ்ந்துகொண்டது ஊர்க் கூட்டம். ஆற்றுத் திருவிழா மாதிரி ஆறு முழுக்க சனங்களாக நின்றிருந்தனர். கொஞ்சம் பேர் மட்டும் கலைந்து போக ஆரம்பித்தார்கள். மற்றவர்களைப்போலக் குடத்துடன் வந்த பெண்களைப் பார்க்க வேண்டும் என்று ஆவல் இருந்தாலும், ரொம்ப நேரமாக நின்றிருந்தது கால் வலியெடுத்தது. அலுப்பாகவும் இருந்தது. 'அவகிட்ட மட்டும் தனியாவா இருக்கும்?' என்று முணுமுணுத்தாள். வீட்டுக்குப் போய்விடலாம் என்று அந்த இடத்தை விட்டு நகர்ந்தாள்.

செடல் கரைக்குச் சற்றுத் தள்ளி வந்துகொண்டிருந்தபோது பறத் தெருவிலிருந்து வீரமுத்து வருவது தெரிந்ததும் அப்படியே நின்றுவிட்டாள். அவன் பணம்பற்றிப் பேசுவதற்கு முன்பாகவே தவணை கேட்டுவிடலாம் என்று நினைத்தவளுக்கு எப்படிச் சொல்வது, எப்போது தருவதாகச் சொல்வது என்று குழப்பமாகிவிட்டது. இருநூறு ரூபாய் என்பது சாதாரணமா? மூன்று மாதம் தொடர்ந்து ஆடினால்கூட ஒரே நேரத்தில் கொடுக்க முடியாதே! நாமாக வாயைக் கொடுக்க வேண்டாம், அவனாகப் பேசட்டும் என்பதுபோல் மௌனமாக நின்றிருந்தாள். அவன் நின்றிருந்த விதம் இப்போதைக்கு வாயைத் திறக்க மாட்டான் போலிருந்தது. சிறிது நேரம் கழித்து வேறு வழியின்றி இவளாகவே பேச்சுக் கொடுத்தாள்:

'ஓடயாருக்கு இந்த நேரத்துல என்ன ஜோலி இந்தப் பக்கம்?'

'பறத் தெருவுக்குப் போயிட்டு வர்றன்.'

'என்னவாம்?'

'கூலி ஆளு சொல்லிட்டு வர்றன்.'

'காட்டுல வெள்ளாமயெல்லாம் நல்லா இருக்குதா?'

'பரவாயில்ல.'

'ஓடயாரு அந்த நேரத்துல கை கொடுக்கலன்னா தலபோயிருக்கும்.'

'அதனாலென்ன?'

செடல் சுற்றும்முற்றும் பார்த்தாள். ஆற்றில் எங்கு பார்த்தாலும் சனங்களாகவே இருந்தனர். சினிமாப் படம் எடுப்பதைப் பார்த்துவிட்டுக் கலைந்து தாறுமாறாகப் பல வழிகளிலும் சென்றுகொண்டிருந்தனர். ஒரே இடத்தில் நின்று பேசுவதைக் கண்டால் யாராவது சந்தேகப்படுவார்களோ என்ற அச்சத்தினால் இரண்டு மூன்றடி தூரம் முன்னே நடந்தாள். பிறகு சுற்றும்முற்றும் பார்த்தாள். ஆற்றில் இருள் கவிய ஆரம்பித்தது தெரிந்ததும் சற்றுத் தெம்புவந்தவளாக மேலும் சில தப்படிகளை எடுத்து வைத்து நடந்தாள். நடந்துகொண்டே வீரமுத்து உடையார் பின்தொடர்ந்து வரு கிறானா அப்படியே நிற்கிறானா என்று ரகசியமான முறையில் பார்த்தாள். அவன் அவளைப் பின்தொடர்ந்து வருவது தெரிந்ததும் மேலும் சில எட்டுகளை எடுத்து வைத்தாள்.

செடலுக்குத் திடீரென்று பயம் பற்றிக்கொண்டது. இருட்டிய பிறகு வீரமுத்து வுடன் ஆற்றில் தனியாக நடந்துகொண்டிருப்பதை யாராவது பார்த்தால் என்ன நினைப்பார்கள், என்னென்ன பேசுவார்கள்? அவள் இத்தனை காலத்தையும் கத்திமேல் நடப்பது போல்தான் நடந்து வந்திருக்கிறாள் என்று சொன்னால் யாராவது நம்பு வார்களா? குடித் தெரு டீக் கடைக்குப் போகும்போதெல்லாம் ஒன்றிரண்டு பேர் சாடையாகப் பேசுவதை நேரிலேயே கேட்டிருக்கிறாள். 'புருசன் அடிப்பான்னு பயமா, நாத்திநங்க பேசுவாங்கன்னு அச்சமா, மாமனாரு திட்டுவாங்கன்னு கவலயா? கணக்கா வயக்கா? குடித் தெருவுலப் போயி பொட்டச்சி டீத் தண்ணீ குடிக்கிறது எந்த ஊரு வயக்கம்? காசு உள்ளவனெல்லாம் காலப் புடிக்கலாம்தான். என்னா மினுக்கலு, என்னா குலுக்கலு, சீவுறது என்னா, கண்ணுல மை வைக்கிறதென்னா, அடேயப்பா, இப்பிடியொரு பொட்டச்சிய நான் கண்ணாலியே கண்டதில்ல' என்று எத்தனை பேர் பேசியிருக்கிறார்கள். இப்போது பார்த்தால் ஒன்றுக்குப் பத்தாக 'தெசக்கட்டுப்போட்டுப் பேச' சொல்லியா கொடுக்க வேண்டும்? 'புடுங்கித் தின்ன வங்க பொயப்பேச்சுப் பேசுறாங்க, வாங்கித் தின்னவங்க வம்புப் பேச்சுப் பேசுறாங்க' என்று எல்லா அவதூறுப் பேச்சுகளையும் எளிதில் தள்ளிவிட முடியுமா? அவளுக்கு உடம்பு லேசாக நடுங்கியது. ஆற்றின் இரு கரையோரங்களிலும் நின்றிருந்த மரங்கள் நிழல்களாகத் தெரிந்தன. அவள் நெருப்புக்குள் கால்களை வைத்து நடப்பதுபோல் ஒவ்வொரு எட்டையும் அச்சத்துடன் எடுத்து வைத்தாள். 'தொட்டுத் தாலிகட்டுன புருசன்னு ஒருத்தன் இருக்கும்போதே 'ஆத்துக்குப் போறன், குளத்துக்குப் போறன்'னு எத்தன பேரு இன்னொருத்தன் கிட்டப் போயி படுத்துட்டு வராளுவோ. நான் அந்த மாரியான ஆளா! சும்மா ரெண்டு வாவாத்த பேசக் கூடாதா?' என்று மீண்டும் மீண்டும் தன்னைத் தேற்றிக்கொள்ள முயன்றாள். அந்த முயற்சியில் தொடர்ந்து தோற்றுக்கொண்டேயிருந்தாள்.

பறத் தெருவுக்கும் குடித் தெருவுக்கும் போகும் பாட்டையை விட்டு விலகிச் சற்றுத் தொலைவாக வந்துவிட்டாள். ஆள் நடமாட்டம், பேச்சரவம் எதுவுமில்லை. இருள்தான். ஒரு முறை சுற்றிப் பார்த்துவிட்டு அப்படியே நின்றாள். பின்னாலேயே வந்த வீரமுத்துவும் மூன்றடி தள்ளி நின்றுகொண்டிருந்தான். அவன் பேசட்டும் என்று அவள் நின்றிருந்தாள். அவள் பேசட்டும் என்று அவன் நின்றிருந்தான். இருவருக்கு மிடையே நீடித்தது மௌனம். ஒரு முறை கனைத்துவிட்டுச் செடல் அப்படியே தரையில் உட்கார்ந்தாள். சிறிது நேரம் நிலையாக நின்றிருந்த வீரமுத்துவும் அவளுக்கு நேரெதிரில் வந்து உட்கார்ந்தான். அவளுக்கு என்றுமில்லாத படபடப்பு, பயம், திகில், அச்சம் ஒரே நேரத்தில் வந்து உடலை நடுங்கவைத்தது. உடலெங்கும் புது

ரத்தம் பாய்வது போலிருந்தது. தேவையில்லாமல் விரல்கள் தலைமுடியில் அளைந்து அளைந்து பழகின. குளிர்ந்த காற்று வீசும்போதே, இப்படி குடம்குடமாக வியர்த்துக் கொட்டுகிறதே. முந்தானையை அவிழ்த்து வழியும் வியர்வையைத் துடைக்கக்கூடப் பயந்தாள். என்ன ஆகுமோ என்ற அச்சம் உண்டாயிற்று. அந்த நெருப்பு அவளைத் தின்று தீர்த்துவிடும் போலிருந்தது. ஆற்றில் படர்ந்திருந்த நிசப்தமான இருள் அவளுடைய தைரியத்தை விழுங்கிவிட்டது. தலையைக் கவிழ்த்துக்கொண்டு உட்கார்ந்திருந்தவள், ஒருமுறை கூடத் தலையை நிமிர்த்தி அவனை நேரிட்டுப் பார்க்கவில்லை. இதுவரை அவள் கண்டிராத புதுவகையான கூச்சம் பிடித்துக்கொண்டு அவளை வாட்டியது. ஆயிரம் பேருக்கு மேல் கூடியிருந்த சபைகளிலெல்லாம் துள்ளிக் குதித்து, ஆடிப் பாடியவள்தான். குடிசைக்குள் உட்காரவைத்த பெண் தனக்குத் தானே வெட்கப்பட்டு, தனக்குத் தானே சிரித்து, கைகளைப் பிசைந்துகொண்டு உட்கார்ந்திருப்பவள்போல் ரகசியமாகக் கேட்டாள்:

'என்னா வெசயம் ஒடயார?'

'சும்மாதான்.'

'எதுக்கு பின்னாலியே வந்த, சும்மாவா?'

'ம்...'

'ஒரு பொட்டச்சி பின்னால சும்மா எதுக்கு வரணும்? அப்பிடி வரலாமா ஒடயார?'

'சும்மாதான் வந்தன்.'

'நல்ல சும்மாதான் ஒடயார.'

செடலுக்குச் சிரிப்பு வந்தது. ஒரு பெண் முதன்முதலாக ஆணைச் சந்திக்கிறவள் மாதிரி வளைந்து நெளிந்து வெட்கப்பட்டுக் கூனிக்குறுகி ஏறெடுத்தும் பார்க்காமல் உட்கார்ந்திருந்த வீரமுத்துவைப் பார்க்கப்பார்க்க அவளுக்கு மேலும் சிரிப்புதான் உண்டாயிற்று. ஆடப் போயிருந்த இடத்தில் இவளைப் பார்த்தது, இவளைத் தேடிக் கொண்டு வந்தது, ஊருக்கு வந்துவிட்ட செய்தி கேட்டுப் பார்க்க வந்தது, வனமயில் சாவுக்குப் பணம் கொடுத்தது என்று அந்தச் சந்தர்ப்பங்களிலாவது ஒன்றிரண்டு வார்த்தைகள் பேசினான். ஆனால் இப்போது அதுவும் இல்லை. வீரமுத்துவைப் பார்த்தாள். அவன் தரையைப் பார்த்தவாறு இருந்தான். செடல் முகத்தைத் திருப்பிக் கொண்டாள். அவன் தன்னை ரகசியமாகப் பார்ப்பானோ என்ற சந்தேகம் உண்டானதும், மயிர்க்கால்களெல்லாம் சிலிர்த்து எழுந்தன. மின்னல் வெட்டுப்போல உடலெங்கும் ஒரு வகையான கூச்சம் உண்டாயிற்று. எங்காவது ஓடி ஒளிந்துகொள்ள வேண்டும் போலிருந்தது. இனி அவனைப் பார்க்கவே கூடாது என்று நினைக்கும் போதே மிகவும் ரகசியமாக ஓரக்கண்ணால் பார்க்க வேண்டும் என்ற ஆவலும் உண்டாயிற்று. அந்த ஆவலைக் கட்டுப்படுத்த முடியாமல் தவித்துப்போனாள். ஆனாலும் அவளுடைய மனத்தில் முகமற்ற ஒன்று உருக்கொண்டது. அவனிடம் சொல்வதற்கு அவளிடம் ஏராளமாக உண்டு. ஆனால் ஒன்றையும் வார்த்தைகளாக்க முடியாமல் தவித்தாள். அவளுடைய மனத்தில் அந்த ஒரு நொடியில் வீரமுத்துவின் பெயர் வெறும் பெயராக இல்லை. முதன்முதலாக அவளுடைய உடம்பு குளிர்ந்திருந்தது. அவன் அப்படி இவளிடம் என்னத்தைக் கண்டுவிட்டான்? உலகத்தில் இப்படிக் கூடவா இருப்பார்கள் என்று மலைத்துப்போனவளுக்குத் தலைவாசல் கிராமத்தில் நடந்த சம்பவம் சட்டென்று நினைவுக்கு வந்துவிட்டது. இதுவரை அவளுடைய உடலைக் கொண்டாளவும், கொண்டாடவும் வெளிச்சத்தில் எவன் வந்திருக்கிறான்? அதை நினைத்ததுமே அழுகை பீறிட்டுக்கொண்டு வந்தது. கட்டுப்படுத்த முடியாமல்

தேம்ப ஆரம்பித்தாள். பதறிப் போன வீரமுத்து சற்று முன்னகர்ந்து உட்கார்ந்து ஆறுதல்படுத்த முயன்றான்.

'எதுக்கு அய்வுற?'

'மனசுல கற படிஞ்சிப்போயி கெடக்கு. சனங்களெல்லாம் வாயாலதான் வாயறாங்க.'

'பேசாம இரு.'

'அதுக்கில்ல ஒடயார.'

'எதுன்னாலும் பேசாம இரு.'

'மாட்டுக்கு மாடுதான் நக்கிக்கொடுக்கும்பாங்க, அதெல்லாம், பொய்யா ஒடயார?'

'சத்தம் போடாத. யாராவது வந்தாலும் வருவாங்க.'

'உடுத்துன துணிக்கு மாத்துத் தராம வுட்டவங்கதான, வரட்டும்.'

'ஸ்... மூச்சு வுடாத.'

'நான் யாருக்குப் பயப்படணும்? என்ன யாரும் கட்டிக்க மாட்டாங்க. ஆனா நான் மட்டும் வேணும், ஊருக்குப் பொதுவு ஏரிக்கு மதகுங்கிற மாரி.'

'அய்யோ மோசம்போயிடும், பேசாம இரு.'

'ஒடயார, ஏன் ஒண்ணும் பேசாம குந்தியிருக்கிற? எதனா பேசு. ஒங்கிட்டெ கடனா கை நீட்டி வாங்குனத இல்லன்னு சொல்ல மாட்டேன். பயப்படாத. உசுரு போவுதுன்னாலும் ஒங்கடனத் தீத்துட்டுத்தான் உசுர வுடுவன்.'

'பேசாம இரு. நான் ஒண்ணு சொன்னாக் கேப்பியா?'

'சொல்லு ஒடயார.'

செடலுக்கு உயிர்போவது போலிருந்தது. ஏந்தான் வாயைக் கொடுத்தோமோ என்று பதட்டமடைந்தாள். அவன் வாயிலிருந்து என்ன வருமோ என்று பயந்தாள். நட்டிருந்த முகூர்த்தக் காலை வெட்டியெறிவதுபோல வீரமுத்து சொன்னான்:

'செடலு, இது நம்ப சொந்த ஊரு. வெளிய தெரிஞ்சா மானம் பூடும். நீ நம்ப ஊருல இருக்க வாண்டாம். நீ முன்னாடி இருந்த ஊருக்கே போயிடு. நான் மோட்டாங் காடெ வித்து அங்க உனக்கு ஒரு வூடு கட்டித்தர்றன். நிலம் ரெண்டு காணி வாங்கிப் போடுறன். அங்க நாம்ப சந்திச்சிக்கலாம். இங்க வாண்டாம்.'

செடலின் தலையில் யாரோ பெரிய கல்லைத் தூக்கிப்போட்டது போலிருந்தது. கண்ணில் யாரோ ஊசியால் குத்தியதுபோலத் துடித்துப்போனாள். அவளுடைய முகம் சுருங்கிப்போயிற்று. அவளுக்குள் தீ பற்றியெரிந்தது. உடலிலிருந்த எல்லாச் சக்தியும் வடிந்து விட்டது போலாயிற்று. வீரமுத்துவின் முகத்தைக் கூர்ந்து பார்த்த மறுநொடி வெடுக்கென்று தலையைத் தாழ்த்திக்கொண்டாள். அவளுடைய நெஞ்சில் மட்டுமல்ல உடலெங்கும் சூட்டுக்கோல் போட்டுச் சூடு இழுப்பது போலிருந்தது. அந்த ஒரு நொடியில் அவளுக்கு இருபது வயது கூடிவிட்டது போலிருந்தது. வந்த அழுகையைத் தடுக்க உதட்டைக் கடித்துக்கொண்டிருந்தாள். அவளுடைய முகம் சவம்போல வெளுத்து விட்டது. அவமானத்தில் உடல் குலுங்கியது. ஆத்திரமும் வெட்கமும் பொங்கிக் கொண்டு வந்தது. சிறிது நேரம் பேச்சற்றுப்போய் உட்கார்ந் திருந்த அவனுடைய கைகள் ஆவலுடன் செடலின் பக்கம் தாவின. பாம்பைக் கண்டதுபோல் வெடுக்கென்று நகர்ந்து உட்கார்ந்தாள். தொடர்ந்து அவனுடைய கைகள் தாவியபடியே இருந்தன. அருவருப்புடன் கையைத் தட்டிவிட்டுக்கொண்டே யிருந்தாள். இந்தக் கீரி, பாம்பு சண்டை சிறிது நேரம் நடைபெற்றது. சண்டையை நீட்டிக்க விரும்பாதவள் மாதிரி உணர்ச்சியற்ற குரலில் சொன்னாள்:

'ஒடயார, நீ முன்ன வூட்டுக்குப் போ.'

'ஏன்?'

'போன்னா போவணும்.'

'எதனால?'

'இப்பப் போ, பின்னால பேசிக்கலாம். கைய எடு ஒடயார.'

'நீ?'

'நான் பின்னால வர்றன். நீ போ. கண்டகண்ட எடத்துலயெல்லாம் கைய வக்காத, ஒடயார.'

'நீ மொதல்ல போ. நான் பின்னால போயிக்கிறன்.'

'இல்லெ ஒடயார. நீ முன்னாடி போ. நான் செத்த நேரம் குந்தியிருந்துட்டு வர்றன். கைய எடு' என்று சொல்லிவிட்டு, வெடுக்கென்று எழுந்து, வீரமுத்துவின் பக்கம் ஒரு முறைகூடத் திரும்பிப் பார்க்காமல் மணற்பரப்பில் நடக்கத் துவங்கினாள்.

வீரமுத்து கரிய நிழலாகத் தெரிந்த செடலின் உருவத்தையே பார்த்தவன், பிறகு வெற்று வானத்தைப் பார்க்க ஆரம்பித்தான்.

'ஒரு நாயிக நேரத்துல புத்தி பீயத் தின்னுடுச்சே! பேய்ப் புடிச்சி ஆட்டுனாப்ல எல்லாமும் நடந்துபோச்சே! இத்தன வருசம் ஒயிங்கா, கட்டுமானமா இருந்தது என்னாத்துக்காச்சு? எல்லாம் வீணாப்போயிடிச்சே! எப்பிடி ஒடம்பு மரமா கெடந்துச்சு. எப்பிடித்தான் அந்த நேரத்துக்கு வந்தானோ சண்டாளன். இடி வியிந்து மரம் கருகிப் போனாப்ல எல்லாத்தயும் கரியாக்கிட்டானே! யே செல்லியாயி, என்னெ சோதன பண்ணிப்பாக்குறியா? இத்தன காலமா இல்லாம இன்னிக்கி எம் புத்திய பீமேல போட வச்சிட்டியே. எல்லாம் ஒன்னோட குத்தம்தான். இதெல்லாம் ஒன்னோட கைவேலதான். இதுல எங் குத்தம் ஒண்ணுமில்ல.'

12

செடல் சற்று நேரம் தயங்கி நின்றுவிட்டுப் பாஞ்சாலி படுத்திருந்த கட்டிலுக்கு அருகில் சென்றாள். பாஞ்சாலி கைகாட்டிய இடத்தில், அவளுடைய தலைக்குப் பக்கமாகத் தரையில் உட்கார்ந்தாள். பாஞ்சாலி அரக்கு நிறத்தில் சேலை கட்டியிருந்தாள். ரத்த சோகையால் சூம்பிப்போனதுபோல முகம் வெளுத்திருந்தது. கன்ன எலும்புகள் துருத்திக்கொண்டிருந்தன. தலை ஒரு சோளக்கொல்லைப் பொம்மை மாதிரி இருந்தது. இடது காலைப் பந்தாகச் சுருட்டிவைக்கப்பட்ட துணிமூட்டையின் மீது ஆடாமல் அசையாமல் வைத்திருந்தாள். கண்களை மூடிக்கொண்டிருந்தவளின் முகத்தைப் பார்க்கப்பார்க்க மனத்தைப் பிசைய ஆரம்பித்தது.

பொட்டுக்கட்டி விட்டு, செல்லியம்மன் கோயிலுள்ள கிராமங்களுக்குத் தாலாட்டுப் பாடத் திருவிழாவுக்குப் போகும்போதெல்லாம் கிழவியுடன் சேர்ந்து செடலும் கூத்துப் பார்த்திருக்கிறாள். அப்படி பல ஊர்களுக்குப் போகும்போதுதான் பாஞ்சாலி என்ற பெயரைக் கேள்விப்பட்டாள். இவள் பொன்னனுடன் போன பிறகு, அடிக்கடி பாஞ்சாலி என்ற பெயரைப் பலரும் சொல்லக் கேட்டிருக்கிறாள். இன்றும் பாஞ்சாலியின் ஆட்டம் என்றால் கூட்டம் கூடத்தான் செய்கிறது. கிழவர்கள், கிழவிகள் எல்லாரும் அதிகம் அவளைத்தான் இன்றும் நினைவுவைத்திருக்கிறார்கள். ஆட்டம் மட்டுமல்ல, பாட்டு மட்டுமல்ல, மேளம், மத்தளம், டோலக், ஆர்மோனியம் என்று

எல்லாவற்றையும் வாசிக்கத் தெரிந்தவள் என்று பெயர் பெற்றவள். அவளிடம் நாடகம் கற்றுக்கொண்டவர்கள் பதினைந்துக்கு மேல் தனித்தனி செட்டுகளாக ஆட ஆரம் பித்துவிட்டார்கள். கள்ளக்குறிச்சிக்குப் பக்கத்திலிருக்கும் சின்னக் கிராமமான அநுமந்த புரத்தின் பெயர் அவள் மட்டும் இல்லாதிருந்தால் ஜில்லா முழுக்கப் பரவியிருக்காது. தெற்கத்தி ஆட்டக்காரர்களாக இருந்தாலும், காஞ்சிபுரம் ஆட்டக்காரர்களாக இருந் தாலும் சரி, அவள் ஆட்டத்தை விஞ்சி ஆட முடியாது. மைக் செட், லைட், நான்கு ஐந்து கட்டையுள்ள ஆர்மோனியம் வைத்து, தண்டராம்பட்டு விஜயலட்சுமி, பர்வதாம்பாள் என்று பொட்டுக்கட்டி விட்ட பெண்களைக் கூட்டிவந்து மேடை நாடகமாக அரிச்சந்திரா ஆடும் மாரிமுத்துகூடப் பாஞ்சாலிக்கு இணையாக ஆடவோ பாடவோ முடியாது. மரப் பலகையால் போடப்பட்ட மேடையில் அவனால் வெறு மனே நின்று கொண்டுதான் ஆட முடியும், பாட முடியும். தரையில் குதித்து ஆடுவது போல், துள்ளி ஆட முடியாது. அரிச்சந்திரன் வேசத்திற்கே பெயர்பெற்ற பனை யாந்தூர் கருப்பனாக இருந்தாலும், கீசகன் சண்டை நாடகத்திற்குப் பெயர்பெற்ற அரசம்பட்டு வேலுவாக இருந்தாலும், பாஞ்சாலிக்கு இணையாகப் பாட முடியாது. ஆட்டத்திற்குள்ள சாதாரண மரக் கத்தியிலிருந்து, சாட்டை, கிரீடம், உடுப்பு, திரைச் சீலை, முகத்தில் பூசும் அரிதாரம் என்று எல்லாவற்றிலுமே அவளுடைய செட்டு பெயர் பெற்றதுதான். ஆனால் இப்போது பல் பிடுங்கப்பட்ட பாம்பாக இடுப்பு மூட்டு நழுவி படுத்தபடுக்கையாகக் கிடக்கிறாள். போன மாதம்வரைகூட ஆடியவள் தான். திரும்ப அவளால் ஆட முடியுமா? 'என்னிக்கு மேவா நெறகடலா இருக்க முடியும்? எல்லாருக்கும் எதுன்னாலும் கொஞ்ச காலம்தான். அப்புறம் அம்புட்டுத்தான் விதிச்சதுன்னு போவ வேண்டியதுதான்' என்று நினைத்தவளுக்கு முன்பின் பாஞ்சாலி யுடன் பேச்சுப்பழக்கம் இல்லையென்றாலும் அவளிடம் நிறையப் பேச வேண்டும் போலிருந்தது.

நேற்றிரவு கூத்தக்குடியில் ஆட்டத்தை முடித்துவிட்டு வீமனிடமும் கணபதி யிடமும் சொல்லிவிட்டு இன்று காலையிலேயே பாஞ்சாலி வீட்டுக்கு வந்தாள்.

'ஒன்னெ பாக்கணும்ன்னு வெகு நாளா பிரயாசப்பட்டன். அது இன்னிக்கித்தான் விதிச்சிருக்கு.'

'நானும் வரணும் வரணும்னுதான் நெனச்சிக்கிட்டிருந்தன்.'

'என்னெப் பாக்கணும்ன்னு இன்னிக்காவது வந்தியே. ஒனக்குக் கோடி புண்ணியம்.'

'எனக்கு ஒங்களப் பாத்துப் பேசணும்னு மனசுல ரொம்ப நாளா ஆசதான். எப்பிடி வரதுன்னு நிகா புரியல. அப்பறம்தான் நல்லதம்பி சொன்னாரு.'

'கொஞ்ச நாளக்கி முன்னாலதான் ஆவட்டியிலெதான் ஒன்னோட ஆட்டத்தப் பாத்தன். அப்பத்தான் தெரிஞ்சது நான் கேள்விப்பட்டதெல்லாம் உண்மைதான்னு. அதுக்குப் பெறவுதான் நான் ஒரு முடுவு பண்ணி ஒனக்கு ஆள் வுட்டன். பட்டயத்திலெ எத்தனெ கோவுலு எயிதினாங்க? அதுலெ நீ எத்தனெ கோவுலுக்குப் பாடப் போற?'

'பத்துக் கோவுலு. எங்க ஊரு கோவுல தவித்து மத்தெ எல்லாக் கோவுலுக்கும் தான் பாடப் போறன். ஒங்களுக்கு?'

'எனக்கு ஒம்போது. எங்க அக்காவுக்குப் பதிமூணு. எங்க அக்கா செத்துட்டதாலெ அவ பட்டயத்திலெயும் நானேதான் பாடுறன்.'

செடலுக்கு ஆச்சரியமாக இருந்தது. 'பாஞ்சாலி வரச் சொல்லிச்சு' என்று நல்ல தம்பி சொன்னபோதெல்லாம் எதற்காக இருக்கும், தன்னுடைய செட்டில் சேர்ந்து ஆடக் கூப்பிடுகிறாளா என்ற சந்தேகத்தோடுதான் வந்தாள். அவள் ஒரு ஆட்டக்காரி,

நான் ஒரு ஆட்டக்காரி, எதற்காகக் கூப்பிட வேண்டும் என்ற பயம் பாஞ்சாலியைப் பார்க்கும் வரை இருந்துகொண்டேயிருந்தது. நேரில் பார்த்ததும்தான் தெரிந்தது அவள் ஒரு குழந்தை என்பது. முப்பது வருசமாக ஆடினாலும், வயதாகிவிட்டாலும் குரல் மட்டும் எப்படி தடிக்காமல் இருக்கிறது என்று வியந்துபோனாள்.

'மானியம், நிலம், நீச்சுன்னு ஒனக்கு ஏதாச்சும் வுட்டாங்களா?'

'வுட்டாங்க வுட்டாங்க, துணிய அவுத்துக்கிட்டு நடுத்தெருவுலதான் வுட்டாங்க. ஊரு ஒலகமே சேந்து எந் தலயில மண்ண அள்ளித்தான் கொட்டுனாங்க.'

'ராமா என்றால் சாபம் போகும், ராமா என்றால் பாவம் போகும் ஒலகத்தாருக்கு'. ஆனா, நம்பளுக்கு விதிச்ச கொடமரத் தேவிடியா, படியேறின தேவிடியாங்கிற பட்டம் மட்டும் எத்தன ராமனக் கூப்புட்டாலும், போன்னாலும் போவாது. இது மதுர மீனாட்சியோட சாபக் கட்டளயாச்சே.'

'என்னா சாவம்?'

'அந்த வரலாறு ஒனக்குத் தெரியாதா?'

'அதெல்லாம் தெரிஞ்சா அப்பறம் என்னா இருக்கு? நான்தான் ஏமாந்த பொயப்புப் பொயச்சிட்டனே.'

'அம்மாளுக்கு எத்தனயோ பொறவி, எத்தனையோ பேரு. அந்த மாரி ஒரு பொறவியில வந்தவங்கதான் மதுர மீனாட்சி. வூட்டுக்காரரு சொக்கரு. பொண்டாட்டியும் புருச ம் நேசரா இருக்கற காலத்துல, அந்த ஊரிலேயே நம்பள மாதிரி பொட்டுக்கட்டிகிட்டவ ஞானசௌந்தரின்னு ஒருத்தி இருந்தா. பேருக்கேத்த மாரி ஆளும் பாக்குறதுக்கு சௌந்தரியமாத்தான் இருந்தா. சாமியோ, பூதமோ, மனுசனோ எதுவாயிருந்தாலும், பொட்டச்சியோட இதெக் கண்டா ஒரு இதுவாத்தான் இருக்கு மாட்டம் இருக்கு. எப்பிடியோ சொக்கரு ஞானசௌந்தரியோட சேர்மானமா ஆயிட்டாரு. ஒரு நாளு சொக்கரு தூங்கிகிட்டிருக்கிறப்பத்தான் அம்மாளு பாத்தாங்க. அவரோட தலயில சாட்டயாட்டம் ஒரு மார் நீட்டுக்கு பொம்பளயோட மசுரு இருந்தது. ஆகா, தப்பு நடந்துபோச்சேன்னு நெனச்சிக்கிட்டாலும் வெளிய ஒரு வாத்த சொல்லல, பேசல.'

'மசுர வச்சி எப்பிடி கண்டுபிடிச்சாங்க?'

'ஆங், அது தேவடியாளுவோட வயக்கமாச்சே. எந்த ஆம்பள போனாலும் மொதல்ல ஒரு சொம்புத் தண்ணீயக் கொண்டாந்து வாசல்ல வப்பாளுவோ. அதுக்கு கையக் காலக் கழுவிகிட்டு உள்ள வான்னு அர்த்தம். அதே மாரி வெளிய கிளம்பறப்போ தன்னோட தல மசுருல ஒண்ணெ எடுத்துத் தலயிலியோ, சட்டப் பையிலியோ போட்டு அனுப்புறதுதான் மொறமெ. எங்க போனாலும் என்னெ மறக்காம இருங்கன்னு அதுக்கு அர்த்தம்.'

'அப்பறம் என்னாச்சி?'

'அம்மாளுக்கு வெவரம் தெரிஞ்சாலும் தெரியாத மாரி, பாத்தாலும் பாக்காத மாரி, கண்டும் காணாத மாரி இருந்தாங்க. ஆனாலும் மனசுக்குள்ளார, பாத்தரம் எச்சியானா பரவாயில்ல, கோத்தரமே எச்சியாப்போச்சின்னு ஒரு கொதிப்பு இருந்துச்சு. அவ என்ன, நம்பள மாரி சராசரிக்கான பொட்டச்சியா, அடிச்சிக்கப் புடிச்சிக்க?'

'வரலாறக் கேளு. இப்பிடி நடந்துகிட்டிருக்கிற காலத்துல திடீர்னு அம்மா என்னா சொன்னாங்க, ஆயிரம் பரங்களுக்கு அன்னதானம் போடலாமின்னு இருக்கன்னு. சொன்னதும், அதுக்கென்ன அப்பிடியே போட்டுடலாம்ன்னு சொக்கரு சொல்லி அதுக்குண்டான காரியத்தப் பாக்க ஆரம்பிச்சாங்க. தேதி குறிச்ச நாளும் வந்துச்சி. மண்டபத்துல பரங்களும் வந்து குமிஞ்சிகிட்டே இருக்குறாங்க. அம்மா

பரங்களுக்கு அன்னம் போட ஆரம்பிச்சாங்க. இதுதாண்டா தக்க சமயமின்னு சொல்லி, சொக்கரு ஞானசௌந்தரியோட வூட்டுக்கு ஓடிப் போயி விசயத்தச் சொல்லி, ஆளக் கையோட கூட்டியாந்து பந்தியில ஒக்காரவச்சிட்டு ஒண்ணும் தெரியாத மாரி வேல வித்திய செய்யுற மாரி சாலாக்குக் காட்டிக்கிட்டிருந்தாரு.'

'அம்மாளுக்கு இதெப் பத்தியெல்லாம் ஒண்ணும் தெரியாதா?'

'ஏன் தெரியாம? சரியாப் போச்சி போ. அவளுக்குத் தெரியாம இருக்க முடியுமா? அவளுக்குத்தான் ஆயிரம் கண்ணாச்சே. கயிதக்கி தெரிஞ்சது அவ்வளவுதான்னு தலயச் சாய்ச்சிக்கிட்டு அவங்க பாட்டுல அன்னத்தப் போட்டுக்கிட்டே போனாங்க. அப்பிடி போட்டுக்கிட்டே போவும்போது ஞானசௌந்தரியும் ஒரு எலயில ஒக்காந்திருந்தது தெரிஞ்சதும் மறுவாத்த பேசாம அன்னத்தப் படச்சாங்க. அப்பிடி அன்னத்தப் படைக்கும்போது அம்மாளோட மொகத்த ஞானசௌந்தரி ஒரு தடவ ஏறெடுத்து ஒரு பக்கவாட்டமா பாத்தா. ஆயிரம் கோடி சூரியன் ஒண்ணாக் கூடி பிரகாசிக்கிறாப்ல அம்மா போட்டிருந்த பூலாக்கு மின்னுனதக் கண்டதும் அவளுக்கு மனசுக்குள்ளார சுரேர்னுச்சி. ஆனா, அம்மா எதெயும் பாக்காம அவங்க பாட்டுல அன்னத்தப் போட்டுக்கிட்டே போனாங்க. புடியாளு புடிச்சி பிரிசன் சேத்தவ சும்மா இருப்பாளா? எலயிலகூட கைய வைக்காம சடேர்னு எயிந்திரிச்சி அவ பாட்டுக்கும் வூட்டுக்கு வுட்டா சவாரி. வூட்டுக்கு வந்தவளுக்கு மனம் கொள்ளல. 'என்னா இருந்தாலும் தாலி கட்டிகிட்டு வந்தவளுக்கு ஒரு விதம்தான், சேர்மானமா வந்தவளுக்கு ஒரு விதம்தான்'னு மனசுல எண்ணம் உண்டாயி, ஆட அலங்காரத்தயெல்லாம் ஒரு நாயிக நேரத்திலியே பாம்பு தோல உரியுறாப்ல உரிச்சிக் கெடாசிப்புட்டு மனக்கொறப் பட்டுப்போயி பேய்க் கோலமாக் கெடந்தா.'

'அடி கொலகாரி.'

'பந்தியில குந்துனவ எலயத் தொட்டுக்கூடப் பாக்காமப் போயிட்டாளேன்னு, பந்தி நடந்துகிட்டிருக்கிறப்பவே மாண்டுபோறாப்போல மண்டயக் கொடயுது, வூட்டுக்குப் போறன்னு அம்மாகிட்டே சொல்லிப்புட்டு சொக்கரு நேரா ஞானசௌந்தரி வூட்டுக்கு ஆலாப் பறந்து வந்தாக்க, அவ கெடக்குற பறக் கோலத்தப் பாத்துப்புட்டு என்னா சங்கதின்னு கேட்ட மனுசன மான இஸ்டமா பேசுறா. பேசுனா போறான்னு சொக்கரு அவளுக்கு மொரப்பாடு தீக்க அவளோட கைய உருவுறாரு, கால உருவுறாரு, தாவங்கட்டய உருவுறாரு, எதுக்குமே அந்த மாடு கட்டடயல.'

'பொட்டுக்கட்டிகிட்டவதான, அதான் அப்பிடி இருக்கா.'

'ஓம் பேச்சு நூத்துல ஒரு பேச்சு. அந்தச் சண்டாளி தன்னோட நாத்தமடிச்ச ஊத்த வாயத் தொறந்து கல்லத் தூக்கித் தலயில போட்டா. மீனாட்சியம்மா போட்டிருக்கிற பூலாக்கு அவளுக்கு வேணுமாம். அவ சொன்னதக் கேட்டதுமே சொக்கருக்கு நின்னது நிக்கவே உசுருபோயிடும்போல இருந்துச்சு. ஆனாலும் புத்திகெட்டுப் போயி, சரி வாங்கியாரன்னு வாக்குக் கொடுத்துப்புட்டு வூட்டுக்கு வராரு. இதான் ஆம்பள புத்திங்கிறது. பொம்பளயோட தொடயப் பாக்க ஆச வச்சதாலதான் ராவணன் செத்தான். அந்தக் கூத்து தான் இங்கயும். அதுல பாரு, அம்மா போட்டிருக்கிற மாரியே மாணிக்கத்தாலான பூலாக்கு ஒலகத்துல வேற ஒண்ணு இருக்க முடியுமா? அவ என்னெ நம்பள மாரி சராசரிக்கான பொம்பளயா? இல்லெ ரவிக்கி குடிக்கக் கஞ்சியில்ல, நவுந்து படுக்க எடமில்லங்கிற சாதியில பொறந்தவளா? அவதான் பவலு பாத்தா பாஞ்சாலி, ராவு பாத்தா ராட்சசியாச்சே. அவ திரும்பி ஒரு பார்வ பாத்தாப் போதுமே, பெரியபெரிய மலயெல்லாம் பில்லாட்டம் பொடிஞ்சிபோவாதா? அப்படிப்பட்டவ போட்டிருந்த பூலாக்கு நம்பள மாரியான பொட்டச்சிக்குப் பொருந்துன்னாலும் பொருந்துமா?'

'அப்பறம் என்னாச்சி?'

'என்னாவும்? வக தெரியாம வரப்போட வெடிப்புல கால வுட்ட கதெயா சொக்கரு 'உங், ஆங்'காத வூட்டுக்கு வந்தாரு. வூட்டுக்கு வந்த மனுசன் பந்தியப் பத்தி என்னா ஏதுன்னு ஒரு வாத்தக் கேக்கச் சொல்லு பாப்பம்? அதான இல்லெ. ரெட்டப் புள்ளெ பெத்தவ மயங்கிக் கெடக்குறாப்ல வூட்டு மூலயில போயி ஆளு படுத்துக்கிட்டாரு. எப்பவும்போல வூட்டோட உள்கூடத்துக்கு வந்த அம்மா, வெயில்ல புடுங்கிப்போட்ட கீரத் தவயாட்டம் சொடுங்கிப்போயிக் கெடக்குறதப் பாத்துப் பதறிப்போயி என்னான்னு கேட்டாங்க. தூக்கிப் பாத்தாங்க. தம்மக்கட்டிப் பாத்தாங்க. செய்யாததெயெல்லாம் செஞ்சிப்பாத்தாங்க. மனுசன் மொரப்பாட்டுப் பொணமாட்டம் ஒண்ணுக்கும் அசயல.'

'தேவிடியாப் பட்டம் கட்டிகிட்டவ போட்ட மருந்தாச்சே!'

'அப்பிடியும் இப்பிடியுமா வாயத் தொறக்கவச்சி கேட்டாக்க, மனுசன் வெச யத்த இன்னது இன்னபடின்னு ஒடச்சாரு. 'இதான, இதுக்குப்போயா நீங்க இப்பிடிக் கெடக்குறீங்க'ன்னு சொல்லி மறுநிமிச நேரமே பூலாக்கக் கயிட்டிக் கொடுத்து 'இப் பியே போயி கொடுத்துட்டு வாங்க'ன்னு சொன்னதுதான், சொன்னதே போதும்ண்டா சாமின்னு பூலாக்கத் தூக்கிக்கிட்டு சொக்கரு ஞானசௌந்தரியோட வூட்டுக்கு வந்து, பிரிசனப் பறி கொடுத்தவமாரி கெடந்தவளத் தூக்கி 'இந்தா'ன்னு கொடுத்தாரு. அதெ வாங்கி ஆசஆசயா அடி மூக்குல போட்டா. பொருந்தி வரல. ஒலகத்தயே கட்டியாளுறவ போட்டிருந்த பூலாக்கு இவளுக்குப் பொருந்திவருமா? எப்படி வரும்? சொக்கரு ஏமாத்திப்புட்டதா சொல்லி ஊருபட்ட சண்ட பண்றா.'

'அவ என்னா பண்ணுவா, சாதியோட புத்தியாச்சே, ஆதியிலயிருந்து வந்தது பாதியில போவுமா?'

'வரலாறக் கேளு. சொக்கர ஞானசௌந்தரி துஷ்டமா பேசிகிட்டிருக்கற காலத் தில அம்மாளுக்கு எரிமல பொங்குறாப்ல மனம் பொங்கிப்போயி புடிடி சாவத்தன்னு கொடுத்துட்டாங்க. கோர தெய்வமாச்சே, கோவம் பொறுக்குமா? கொடுத்திட்டாங்க சாபக் கட்டளய. ஒலகத்துல எவளெவல்லாம் பொட்டுக்கட்டிகிட்டு இருக்கிறாளுவளோ அவளுங்கயெல்லாம் வயசுக் காலத்துல ஆட ஆபரணம்ன்னு வாயிந்தாலும் போவும் காலத்துல ஒத்தக்கல்லு மூக்குத்திக்கும், ஒரு மொயக் கோடித் துணிக்கும் வக்கத்துப் போகணும். வாயில வாக்கரிசிப் போட ஆளும் இல்லாமப்போவணும். அதோட முன்புறம் கொசுவம் வச்சி சேல கட்டணும். தொங்கவச்சி சடைபின்னி எப்பியும் ஆட அலங்காரத்தோட இருக்கணும். ஆயிரம் பேரோட நின்னாலும் தனிச்சித் தெரிய ணும்னு கொடுத்திட்டாங்க சாவத்த. அன்னாமுன்னா பொட்டுக்கட்டிகிட்டவ அத்தன பேரும், அவ எந்த எனமா இருந்தாலும் முன்கொசுவம் வச்சித்தான் சேல கட்டுறா ளுவோ. இன்னிய தேதி வர அம்மாளோட சாவத்துப் பிரகாரம்தான் நடந்துகிட்டு வருது.'

'அட ஆண்டவன.'

'அம்மா தாயே, ஒன்னோட சாவத்துலயிருந்து விடுதல கொடு, மன்னாப்பு தான்னு கேட்டாலும் அந்தம்மாளோட மனம் குளுரல. மனம் எறங்கல. அதனால அந்த சாவம் என்னிக்குமே தீரப்போறதில்ல. தாய்த் தெய்வத்தோட வாக்குசமாச்சே.'

'இந்த வரலாறெல்லாம் எனக்கு அவ்வளவா தெரியாமப்போயிடிச்சே.'

'அந்தக் காலத்துல அம்போகமா ஒரு வராகன் பணமும், ஒரு துப்புட்டியும், ஒரு வெள்ளாட்டுக் கெடாவும், ஒரு சேர் எண்ணெயும், பதனாறு மரக்கா அரிசியும் தந்தாங்க. அதுல பாரு, நம்பளத் தங்கமின்னு ஏந்துற ஊரும் இருக்கு, வரவயெல்லாம்

கிழவிவுளா இருக்காளுவோன்னு ஒண்ணும் கொடுக்காம துரத்தியடிக்கிற ஊரும் உண்டுதான். முன்னெல்லாம் ஒவ்வொரு ஊருலயும் 'ஆட்டம் வாண்டாம், கூத்து வாண்டாம், செல்லப் புள்ளெ ஆட்டம்தான் வேணு'மின்னு கேப்பாங்க. இப்ப அப் பிடியா? அதிலியும்பாரு, வெள்ளாயப் புள்ளெங்க இருக்குற ஊர்லதான் மொறம மாறாம ஐதீகத்த வுடாம செய்வாங்க. இந்தப் படாச்சிப் பயலுவோ, ஒடயாரு, கவுண்டனுங்க இருக்கிற ஊருல பிய்யில குந்தியிருக்கிறதுகூட சட்டம் சரா பேசும். தண்டுமுண்டா செய்வானுவோ. இந்த மாதிரி பயலுவோ ஊருக்குப் பள்ளுப் பாட போனா மட்டும் நான் ரொம்ப எச்சரிக்கயா இருப்பன். இன்னிய தேதி வர கோயில்ல தான் படுத்துக்குவன். மீறி எவனாவது வந்து தொட்டா 'சாமிக்குத்தான் நான் பயப்படுவன், ஆசாமிக்கு இல்லெ'ன்னு நேருக்கு நேராவே சொல்லி எட்டி ஒதச்சித் தள்ளிப்புடுவன். ஒருத்தன்கூட படுத்துத்தான் அவனோட சரக்க எறக்குணுமின்னு இல்லெ. நல்ல பொட்டச்சியா இருந்தான்னா பேசியே காரியத்த முடிச்சிடுவா. இப்பியும் நீ பள்ளுப் பாடப் போற எடத்துல என்னா தருவாங்க?'

'எப்பவும் போலத்தான், ஒரு மஞ்ச சீலயும், பதினாறு மரக்கா அரிசியும், வெட்டுன ஆட்டுக்கெடாவும். அப்பறம் ஊர்ப் படி.'

'பின்னெ நம்பள மாரி பொட்டச்சிவோப் போயி தாளத்தத் தட்டிவுட்டாத் தான கூத்தே ஆட முடியும். செல்லப்புள்ளெ இல்லாம எந்த ஊருல எவன் தேர் ஓட்டிப் புடுவான்?'

'எல்லாம் செஞ்சி என்னாத்துக்கு ஆச்சி?'

'அப்பிடிச் சொல்லாத, இது சாமி காரியம். நமக்கு விதிச்சது. சாமிக்காக செய்யுறம், பண்றோம். இதெ வுட்டுட்டா இப்ப கெடச்சிகிட்டு இருக்கிற கா வவுத்துக் கஞ்சியும் கெடக்காமப் போயிடும். எது வந்தாலும் நம்பளுக்குன்னு இருக்குற தரு மத்த வுடலாமா? அப்புறம் தருமனோட தேரு தரயில வியிந்தாப்லதான்.'

'செடலு' என்று உரிமையோடு பாஞ்சாலி கூப்பிட்டதும், செடல் சற்று நெருங்கி உட்கார்ந்துகொண்டு, கண்களை மூடிக்கொண்டு படுத்திருந்த பாஞ்சாலி யையே பார்த்தாள். கண்களைத் திறக்காமலேயே படுத்திருந்தவள், 'எல்லாருமாச் சேந்து என்னெ நடுச்சந்தியில கொண்டாந்து நிக்க வச்சப்ப எனக்கு ஏயி எட்டு வயசி தான் இருக்கும். நான் பதினோறாவது புள்ளெ. சோறு போட முடியாதது ஒண்ணு, கூத்தாடி சாதியிலிருந்து பொட்டுக்கட்டணும்ங்கிறது இன்னொண்ணு. அந்தக் காலத்துல பொட்டுக்கட்டி வுடுறது பெரும பெருகளமா இருந்துச்சு. ஒரு குடும்பத்தில மூணு நாலு பேரு பொட்டுக் கட்டிக்குவாங்க. அடி வச்சா படிக்குப் பதனாறு பொட்டுக் கட்டி வுட்ட குட்டிவோ இருப்பாளுவோ. என்னெ பெத்தவங்களுக்கு ஒரு புள்ளெ யாவது வவுறு நெறயா சோறு திங்கட்டுமேன்னு எண்ணம். சோறு மட்டும் தின் னுட்டா ஆச்சா! சோறு சும்மாவா வரும்? என்னெ பொட்டுக்கட்டி வுட்ட ஊர்ல செல்லியம்மன் தூக்கறப்பவும், திருநா முடிஞ்சி கோவுல்ல கொண்டுபோயி வைக்கிறப் பவும் நான்தான் தாலாட்டுப் பாடணும். அது இன்னிய தேதிவரயில நிக்கல. நான் வெஞ்சாமரம் வீசித் தாலாட்டுப் பாடுனாத்தான் சாமி உள்ள போவும். என் உசுருபோற முட்டும் இதெ நான் பாடித்தான் ஆவணும். அதுல எனக்கொண்ணும் மனவருத்தமில்ல. ஆனா இத்தன வருசமா வெஞ்சாமரம் வீசித் தாலாட்டுப் பாடுற என்னெ பாக்கத்தான் எந்த சாமிக்கும் கண்ணில்ல. பொட்டுக்கட்டி வுட்டவ தனியா இருக்குறதுன்னா என்னான்னு ஒனக்குத் தெரியும். ஆகாயத்துல தொம்பனாட்டம் கவுத்துமேலகூட நடந்துடலாம். இது அப்பிடியா? வாயத் தொறந்து சிரிக்க முடியுமா? அப்பிடி சிரிச்சா

அதுக்கு எத்தன பேரு கிருசு வாத்த வடிப்பாங்க தெரியுமா?' என்று சொல்லிக்கொண்டு வரும்போதே பாஞ்சாலிக்கு 'கேர் கேர்' என்று மூச்சு வாங்கியது. ஒட்டிப்போய் உலர்ந்து விலாவுடன் அமுங்கிக் கிடந்த வயிறு, மேலும் விலாவுடன் ஒட்டிக்கொண்டது. பக்கத்திலிருந்த தேக்சாவிலிருந்து தண்ணீரை மொண்டு குடிக்கக் கொடுத்தாள் செடல். தண்ணீரைக் குடித்த பாஞ்சாலி, எண்ணெய்த் துணி சுற்றியிருந்த காலைச் சிறிது நகர்த்திவைக்கச் சொன்னாள். அவள் சொன்னது மாதிரியே சன்னமாக நகர்த்தி வைத்தாள் செடல்.

குறைந்தது முப்பது வருசத்திற்குமேல் பாஞ்சாலி ஆடியிருப்பாள். பத்து வயதில் ஆரம்பித்த ஆட்டம். பூட்டு நழுவிப் படுக்கும்வரை ஆடாத ஆட்டமில்லை. அப்படி ஆடி என்ன வைத்திருக்கிறாள். குறவன் குடிசைபோல சின்னதாக ஒரு வீடு. அதுவும் விட்டம் வைத்துக் கட்டாமல் முட்டுக்கழி கொடுத்துக் கட்டியிருக்கிறாள். ஆறு ஏழு பேர்கூடப் படுத்து எழுந்திருக்க முடியாது. தாழ்வாரம்கூட இல்லை. வீட்டின் மேற்குச் சுவரை ஒட்டி நாடகச் சாமான்கள் துணியில் கட்டிவைக்கப்பட்டிருந்தன. அதற்கடுத்துத்தான் பாஞ்சாலி படுத்திருந்த கட்டில் கிடந்தது. வீட்டின் கிழக்கு மூலையில் அடுப்பு இருந்தது. அதை ஒட்டித் தண்ணீர் மேடை. வீட்டிற்குண்டான சாமான்கள் என்று அதிகம் கண்ணில் தட்டுப்படவில்லை. தேக்சா ஒன்று, அண்டாப் பானை ஒன்று, இரண்டு பித்தளைச் சொம்பு. இவைதான் சொல்லும்படியாக இருந்தன. கூரைக்கழியில் எங்கு பார்த்தாலும் துண்டுத்துக்கடா பழைய துணிகள் செருகப்பட்டிருந்தன. அவை வேசம் கலைக்கப் பயன்படுத்திய துணிகளாக இருக்க வேண்டும்.

செடல் பாஞ்சாலியின் முகத்தை உற்றுப் பார்த்தாள். முகம் கருத்து, தோல் சுருங்கி, கன்ன எலும்புகள் துருத்திக்கொண்டிருந்தாலும் கண்களின் ஆழத்தில் பளபளப்பு மின்னிற்று. ஒரு காலத்தில் மிகப் பெரிய அழகி என்று பெயர்பெற்றவள். அரிதாரம் பூசிப்பூசித் தோல் கெட்டுப்போய், மயிர் உதிர்ந்துபோன மாட்டுத்தோல் போன்றிருந்தாலும் முகம் லட்சணமாகத்தான் இருந்தது. எல்லாவற்றைவிட பிரமிக்க வைத்தது அவளுடைய ஞாபகசக்திதான். பொட்டுக்கட்டி விட்டதிலிருந்து, இடுப்புப் பூட்டு நழுவிப் படுக்கையில் சாய்ந்தவரை எல்லாவற்றையும் எப்படி மணி கோப்பது மாதிரி அவ்வளவு துல்லியத்துடன் வரிசைக்கட்டிச் சொல்ல முடிகிறது? தன்னையே கூர்ந்து பார்ப்பதைக் கண்ட பாஞ்சாலி கேட்டாள்:

'என்னா பாக்குற?'

'சும்மா, ஒண்ணுமில்லே.'

'ஒன்னெ பத்தி நீ ஒண்ணும் எனக்குச் சொல்லலியே.'

'கொம்பு ஒடிஞ்ச மாட்டெ பத்தியும், முட்டப் போடாத பொட்டக் கோயியப் பத்தியும் சொல்றதுக்கு என்னா இருக்கு?'

'மனசத் தளரவுடாத' என்று சொன்னவள் செடலைப் பற்றி மீண்டும் கேட்டாள்.

முதலில் கொஞ்ச நேரம் பதில் பேசாமலிருந்தாலும், பிறகு மெல்லமெல்ல கல் அடுக்குவது மாதிரி ஒன்றை அடுத்து ஒன்று என்று வரிசையாகச் சொல்ல முடியாவிட்டாலும், அப்படியும் இப்படியுமாக, தலையில் தண்ணீர் தெளித்து மொட்டை போட்டதிலிருந்து நேற்றிரவு கூத்தக்குடியில் ஆடியதுவரை ஒரே மூச்சில் செடல் சொன்னாள். செடல் அடுத்து என்ன சொல்வது என்று தெரியாமலும், பாஞ்சாலிக்கு அடுத்து என்ன கேட்பது என்று தெரியாமலும், இருவரும் வெகு நேரம்வரை வாய் பேசாமல் உட்கார்ந்திருந்தனர். ஒருவர் முகத்தை ஒருவர் பார்ப்பதைத் தவிர்ப்பதுபோல் ஆளுக்கொரு பக்கமாகப் பார்த்தவாறு இருந்தனர்.

திடீரென்று பாஞ்சாலி 'ஒன்னால எத்தன கட்டவர பாட முடியும்?' என்று கேட்டாள்.

'ஏதோ என்னால முடிஞ்சவர பாடுவன்.'

'அரவான் களபலியில ஒரு பாட்டுப் பாடன். கேக்கணும்போல ஆசையா இருக்கு.'

செடலுக்குத் திகைப்பாகிவிட்டது. என்ன பெண் இவள்? ஒரே நேரத்தில் பெரிய மனுஷியாகவும் பால்குடி மறக்காத பிள்ளையாகவும் எப்படி இருக்க முடிகிறது இவளால்! அரவான் களபலியைப் பாடச் சொல்கிறாளே? அவள் கேட்ட மறுநொடி இவளுக்கும் பாடலாம் என்றுதான் எண்ணம் வந்தது! ஆனால், தன்னைப் பரிசோதிக் கிறாளோ என்ற சந்தேகமும் வந்தது. நாடித்துடிப்பு பல மடங்காக அதிகரித்துவிட்டது. எவ்வளவு பெரிய ஆட்டக்காரி, இவளை மாதிரியே பரம்பரையாக ஆடிக்கொண் டிருக்கும் குடும்பத்திலிருந்து வந்தவள், இவளிடம் பாடச்சொல்லிக் கேட்கிறாளே! தப்பும் தவறுமாகத் தாளம் பிசகிப் பாடி, குரல் பிசிறி மாட்டிக்கொள்வோமோ என்ற பயம் பற்றிக் கொண்டது.

'பாடச் சொன்னனே! பாடு, அரவான் களபலிய ஒங் கொரல்ல கேக்கணும்னு மனசுல ரொம்ப ஆச.'

'போவயில பாடுறனே.'

'இல்லெ, இல்லெ, இப்பப் பாடு.'

'எதெப் பாடுறது? எல்லாம் பாடுன வாய்தான். வர மாட்டங்குது. தொண்டக் குயியில இருக்கு. சமயம் பாத்து வர மாட்டங்குது.'

'இல்லன்னா தெர பாட்டு ஒண்ணு பாடன்.'

'சரி.'

'கைலாய குடகுமலை கந்தவேல் அருளது அருளது
பழநிமலை சென்றவேல் அருளது . . .'

பாஞ்சாலி கண்களை மூடியவாறு இருந்தாள். கொஞ்ச நேரம் சென்ற பிறகுதான் கண்களைத் திறந்து பார்த்தாள். செடல் தொண்டைக்குழியிலிருந்து, செவிமடல்களி லிருந்து வியர்வையைத் துடைத்தெடுத்தாள்.

பாஞ்சாலியும் செடலும் தொடர்ந்து பல விஷயங்களையும் பேசினார்கள். இன்றைய ஆட்டக்காரர்கள், சண்டை சச்சரவுகள், ஆடப் போகும் ஊர்களில் வரும் பிரச்சினைகள், பழைய ஆட்டக்காரர்கள், புதிதாகக் கற்றுக்கொள்ள வரும் பையன் கள், திறமைகள், குரல்வளம், எழுதப்படிக்கத் தெரிவது என்று பேசிக்கொண்டேயிருந் தார்கள். பாஞ்சாலி 'முள்வாங்கிபோட்டு இயிக்கிறாப்ல இடுப்புல அப்பிடியொரு வலி புடுங்கித்திங்குது' என்று சொல்லிவிட்டு முன்பு படுத்திருந்ததுபோலவே படுத்துக் கொண்டாள். செடல் கால்மூட்டையைச் சரிசெய்தாள். 'படுக்கிறதுன்னா செத்த படு. பொறக்கி பேசிக்கலாம்' என்று சொல்லிவிட்டுப் பாஞ்சாலி கண்களை மூடிக்கொண் டாள். அந்த இடத்திலேயே முந்தானையை விரித்துப் போட்டுச் செடல் படுத்துக் கொண்டாள்.

13

'என்னென்ன சாமான் வச்சியிருக்கிற?'

'எந்தச் சாமான சொல்லுறீங்க?'

'நாடக செட்டுக்குண்டானதுதான்.'

'ஒண்ணுமில்லெ.'

'என்னா நீ சொல்ற?'

'நெசத்தத்தான் சொல்றன். இப்ப வெறும் ஆளுதான் இருக்கன்.'

'நான் ஒண்ணு சொல்லட்டா கேப்பியா?'

பாஞ்சாலியின் பேச்சைக் கேட்டு செடல் உண்மையாகவே அரண்டுபோனாள். என்ன கேட்பாள், கேட்பதற்கு இவளிடம் என்ன இருக்கிறது. 'சட்டியத் தூக்குனமா, போட்டு ஒடச்சமா'ன்னு இல்லாமல் எதற்காகப் பெரியபெரிய வார்த்தைகளைப் போட்டுச் சுற்றி வளைத்துப் பேசுகிறாள் என்று நினைத்தாள்.

'நான் சொல்றன்ங்கிறதுக்காக தலய ஆட்டாத, மனசுக்குப் புடிச்சியிருந்தா மட்டும் செய்யி.'

'சரி.'

'ஒரு செட்ட உண்டாக்கிப் பயகிக் கொடுத்துகிட்டிருக்கறப்போதான் இப்படி படுக்கையில் வியிந்திட்டன். நீ அந்த செட்டுக்குக் கத்துக்கொடுத்து அரங்கேத்தம் செஞ்சிக்கொடுத்தீன்னா ஒனக்குப் பெரிய புண்ணியம். கூத்தாடி சாதியில பொறந் தாலும், எங்கூடப் பொறந்தவனுங்க அத்தன பேரும் சாதித் தொயில வுட்டுப்புட்டு களக்கட்டு, மம்புட்டின்னு எடுத்துகிட்டு, குடியானவங்க காட்டுக்குக் கூலிக்குப் போவ ஆரம்பிச்சிட்டானுவோ. மனசுல ஆசய வச்சியிருந்து என்னாப் பண்றது? 'இந்தா அந்தா'ன்னு எங்காலம் எப்பிடியோ முடியப்போவுது. இந்தக் காரியத்த பண்ணிக் கொடுத்தா நீதான் எனக்கு சாமி, கடவுளு.'

பாஞ்சாலிக்கு மூச்சு இரைக்க ஆரம்பித்ததும் பேச்சை நிறுத்திக் கண்களை மூடிக் கொண்டாள். செடல் யோசிக்க ஆரம்பித்தாள். பாஞ்சாலி செட்டில் சேர்ந்து ஆடினால் 'பாஞ்சாலி செட்டு' என்றுதானே பெயர் வரும்? 'செடல் செட்டு' என்று ஆகுமா? இங்கே வந்து தங்கிவிட வேண்டுமா, ஊரிலிருந்தே வந்து போய்க்கொண்டிருக்க வேண்டுமா? எல்லாவற்றையும்விடப் பெரிய சிக்கல், கற்றுக்கொடுத்து, அரங்கேற்றம் செய்வதென்பது எளிதான காரியமா என்று யோசித்தாள் செடல்.

'நான் சொன்னதப் பத்தி என்னா நெனக்கிற? முன்னெபின்னே அறியாதவ, வம்பு தும்புல மாட்டிவுட்டுடுவாளோன்னு எண்ணுறியா?' என்று கேட்டாள் பாஞ்சாலி.

'அதெல்லாமில்ல' என்று சொன்னாள் செடல்.

'ஒன்னாலதான் இதெச் செய்ய முடியும்ன்னு மனசுலப்பட்டுச்சு. அதனாலதான் சொன்னன். திடுதிப்புன்னு இப்பவே நீ ஒம் முடுவ சொல்லணும்ன்னு இல்லெ. ஊருல உள்ளவங்களயெல்லாம் வுட்டுப்புட்டு இந்தச் சனியன் நம்பள வந்து புடிக்கிதேன்னு நெனைக்கிறியா? 'ஓதிதான் பெருத்தென்ன, கடலு நீரு மிகுந்தென்ன, காட்டுல இலவு பூத்தென்ன, கண்ணியமில்லாதவ அழவா இருந்தென்ன, அடல் நிறை சாணமது நெல நெலயா கெடந்தென்ன'ங்கிற கதெ ஒனக்குத் தெரியும்னு நெனக்கிறன்.'

செடலுக்குக் குழப்பமாக இருந்தது. திடீரென்று கேட்டால் என்ன பதில் சொல் வது? நாடகம் கற்றுக்கொடுத்துக்கொண்டே இடையிடையே வரக்கூடிய ஆட்டங் களுக்கும் போய் வரலாம். ஆனால் இப்போது இருக்கிற நிலைமை பரவாயில்லை

போலிருக்கிறது. அக்குமில்லை பிக்குமில்லை, எந்த ஊருக்கு ஆடக் கூப்பிடுகிறார்களோ அங்கே போய் ஆடிவிட்டுக் கையை வீசிக்கொண்டு ராணி மாதிரி வந்துவிடலாம். பாஞ்சாலி சொல்வது போல் செய்தால் கட்டெறும்புப் புற்றுக்குள் கையை விட்ட கதைதான் என்று யோசித்துக் கொண்டிருந்தவளிடம் பாஞ்சாலி கேட்டாள்:

'என்னா யோசன?'

'சும்மாதான், ஒண்ணுமில்லெ.'

'என்னடா நம்பத் தலயில கொண்டாந்து பாறாங்கல்லப் போடுறாளேன்னு பாக்கு றியா? எங்க போனா சாக்கு நெறயா அள்ளியாரலாம்ன்னு பாக்குறானுவோ. அதுக்கெல்லாம் தலயில சுயி வேணும். நட்டுவர் கொலத்துலதான் பொட்டுக்கட்டி வுடணும். குடித் தெரு பொண்ணுவுளயும், பறச்சிவுளயும் ஏன் பொட்டுக்கட்டி வுடுறாங்க? அதான் தல எயித்து. ஒன் வயசுக்கு எம்மானோ பாத்திருப்ப, கேட்டிருப்ப. நான் சொல்றதயும் கொஞ்சம் காதுல போட்டுவையன். எஞ் செட்டுல என்னெ நம்பிகிட்டு காலுல சலங்கைய கட்டிகிட்டு ஆட இன்னம் அஞ்சாறு ஆளுதான் இருக் காங்க. அவங்கள நடுத் தெருவுல வுட எனக்கு மனச் சம்மதமில்லெ. அவங்களெ ஒங்கையில ஒப்படைக்கலாம்ன்னு மனசுல கோரிக்கப் பண்ணி வச்சிருக்கன். பாதியி லியே அரையும் குறையுமா நிக்குற பயலுவ கதையையும் ஒரு வய்யா முடிச்சிக்கொடு. ஒன் முடுவச் சொல்லு. விருப்பப்பட்டா இந்த ஊருலியே தங்கிகிட்டு ஆடு. இல் லன்னா ஒன்னோட ஊருல இருந்துக்கிட்டே ஆடுறதுன்னாலும் ஆடு. எப்படியும் இன்னும் மூணு மாசமாவது ஆவும் அரங்கேத்தம் பண்ண. அதுவரைக்குமாவது நீ இங்கியே தங்கித்தான் ஆவணும். சொய நெனவு ஒடம்புல இருக்கிறமுட்டும் காலுல சலங்கைய கட்டுறத மட்டும் நிறுத்திடாத. காலுல சலங்கய கட்டுன கையால களக் கெட்டெப் புடிக்க முடியுமா? வவுத்த வளக்க மட்டும் தானா மூஞ்சியில அரிதாரத்தப் பூசுனோம்? அதத் தாண்டி ஏதோ ஒண்ணு காத்துல பறக்குற தூசாட்டம் இந்தக் கட்டெய இந்த ஊரு, இந்த நாடு, தேசம்ன்னு இல்லாம காலம் பூரா சுத்தியடிச்சி யிருக்கு. நாம்பளும் சிரிச்சம், மத்தவங்களையும் சிரிக்கவச்சோங்கிறது தான் இந்தத் தொயிலு. மிச்சம்மீதின்னு இல்லங்கிறதுக்காக சூத்த மறைக்க இடுப்புத் துணிக்கே கையேந்துனாலும் ஆட்டக்காரனுக்குண்டான மருவாத என்னிக்கும் இருக்கத்தான் செய்யும். நாலு காசியக் கோமணத்துல முடிச்சிப்போட்டு வச்சியிருக்கிறதவிட நாலு ஊருல பேரு எடுக்கிறது லேசுப்பட்ட காரியமா? நாலு ஊருல 'நல்லாங்'கிற பேரு தான பெருசு. அதுக்கு மின்னாடி இந்தக் காசி பணமெல்லாம் பீ தொடச்ச கல்லுதான்.'

'காத்தடிச்சாப் போச்சி கப்பல்காரன் பொயப்பு, அடமய பெயிஞ்சாப் போச்சி ஆட்டக்காரன் பொயப்புங்கிறத மறந்துட்டீங்களா?'

'சரிதான். எந்தத் தொயிலுலதான் நல்லதுகெட்டது இல்ல. இன்னிக்கி நல்லாங் கிற வாயால, நாளக்கி பொல்லான்னு வராதா? தொண்ட ஆவிய வுட்டாத்தான் நாலு காசியக் கண்ணாலப் பாக்கலாம்ங்கிறத யாரு இல்லன்னா? நம்பளுக்கு இருக்க வேண்டிய சொத்துபத்தெல்லாம் கைகாலு தெடகாத்திரமா இருக்கணும், தொண்ட ஆவி சுத்தமா இருக்கணும். அம்புட்டுத்தான். ஒரு ஊருக்காரன் இல்லன்னா இன்னொரு ஊருக்காரன் இருக்கவே இருக்கான். காது கேக்கலங்கிறதுக்காக காதெ அறுத்துக்கவா முடியும்?'

'சனங்க என்னாப் பேசுறாங்கன்னு ஒங்களுக்குத் தெரியாதா?'

'உம்மகெட்ட சனங்க ஆயிரம் பேசும்தான். வரும்படி இல்லன்னா என்னா? இன்னிக்கும் நாம்ப போய் செல்லியம்மனுக்குக் கைய காட்டுனாத்தான் வெளிய போவும், உள்ளார வரும். நாம்ப போய் செல்லப்புள்ளெக் கட்டி ஆடலன்னா கூத்து

நடந்துடுமா? ஊருல எத்தன மிட்டாமிராசிருந்து என்னா பண்ண முடியும்? ஒரு சில வேதன வரத்தான் செய்யும். எல்லாத்துக்கும் செல்லியாயி வயிக்காட்டி வுடு வான்னு போவ வேண்டியதுதான். நீயுந்தான் இன்னும் எத்தன காலத்துக்கு இன் னொருத்தனோட பொறங்காலயேப் புடிச்சிக்கிட்டுப் போவ முடியும்?'

'எல்லா ஆட்டமும் தைலேருந்து ஆடி முட்டும்தான?'

'இருக்கட்டுமே!'

'எங்கப் போனாலும் சாதி விகற்பமா இருக்கு.'

'ஆதிகாலம் தொட்டே குடித் தெருவுக்குன்னு ஆடப்போனா மாட்டுக் கொட் டாயில வச்சித்தான் சோறு போடுவாங்க. ஈச்சம்பாயி ஒண்ணும் ஒரு மண் கொடமும் தான் கொடுப்பாங்க. சாதி விகற்பத்தால தரயில குந்தி ஆடும்பாங்க. கண்ணுக்கு எட்டாத தேசமா அடுத்த குலத்தானுக்கு ஆடப் போனா ஒ யாருன்னு, கவுண்டன்னு சாதிய மாத்தித்தான் சொல்லணும். வேற வகயிலல. இந்த ஒரு செட்ட அரங்கேத்தி வுட்டீனா கோடி புண்ணியம. நான் பெத்த மகளா நெனச்சி இதெ ஒங்கிட்டெ கேக்குறம்' என்று சொல்லிக்கொண்டிருக்கும்போதே பாஞ்சாலிக்குக் கண்களிலிருந்து கண்ணீர் கன்னங்களில் வழிந்தது.

'அரங்கேத்தம்வரைக்கும் இருந்து கத்துக்கொடுக்கிறேன். இதுக்காகப் போயி கண்ணுத் தண்ணீய வுடாதீங்க. அப்பறம் எனக்கு மனசு பொறுக்காது.'

'ஒனக்கு நான் சொன்னதெல்லாம் சம்மதமா? நேந்து நெதானிச்சி சொல்லு. வாச் சொல்லு தலசொமயா ஆயிப்போச்சின்னு பின்னால எண்ணி வாசாங்குவுடப் படாது.'

'இல்லெ.'

'அப்பிடின்னா எந் தலயில அடிச்சிச் சத்தியம் பண்ணு. ஒந் தலமேல வுட்டன்னு சொல்லு.'

'ஒந் தலமேல வுட்டன்' என்று சொன்ன செடல், பாஞ்சாலியின் உச்சந்தலையில் கையை வைத்தாள்.

14

குரல் கேட்டுச் செடல் எழுந்து வெளியே வந்து பார்த்தாள். கணபதி நின்றிருந்தான். அவனை அழைத்துக்கொண்டு வந்து வீட்டுக்குள் உட்காரவைத்துக் குடிக்கத் தண்ணீர் கொடுத்து, அவன் வெற்றிலை போட்டுக்கொள்ளும்வரை ஒன்றும் பேசாமலிருந்தாள். அவன் வெற்றிலை போட்டுக்கொண்டு, இரண்டு முறை வெளியே போய் எச்சிலைத் துப்பிவிட்டு வந்து கடைசியாக 'பொடயூர்ல ஒரு சாவு. ரவிக்கி ஆட்டம். ஒனக்கு தோதுபடும்ன்னா சொல்லு, இப்பியே கெளம்பிடலாம்' என்று சொன்னான்.

'இந்த ஒரு மாசத்துக்குத்தான் நீ எங்கக் கூப்புட்டாலும் என்னால வர முடியும். அப்பறம் ஊருக்கு ஊரு காப்புக் கட்டிப்புடுவாங்க. தாலாட்டுப் பாடப் போவவே நேரம் சரியா இருக்கும்' என்று சொன்னாள்.

'எந்த செட்டுலயும் சேராம இருக்கிற ஆளுவோ எம்புட்டு தேறும்?'

'நம்ப சுத்து வட்டாரத்துல குறிச்சி தியாகராஜன், சேராங்குப்பத்துல மாசிலா மணி, கண்டப்பங்குறிச்சியில சம்சு, ஆவினங்குடி நொள்ளையன், விளாம்பாவூர் தியாக ராஜன், களத்தூர் கண்ணன் இப்பிடி எம்புட்டோ பேரு இருக்காங்க.'

'கண்டப்பங்குறிச்சி சம்சுக்கும் ஆவினங்குடி நொல்லையனுக்கும் ஈடா கட்டியக்காரன் வேசம் ஆட முடியாதுன்னு சொல்லுவாங்களே. அவங்களா தனியா ஆடுறாங்க? களத்தூர் கண்ணன்தான் அரவான் களபலிக்கு ஆடுவாரு. அவருடைய ஆட்டத்தப் பாக்க ஊரு ஒலகமே தெரண்டு வருமே!'

'எல்லாம் எந்தக் காலத்துப் பேச்சு!'

'கண்ணனோட ஆட்டத்தப் பாக்க கண்ணு ஆயிரம் வேணுமே.'

'பொயிதாவுது. பொறப்படு. பேசிக்கிட்டே போவலாம்.'

'என்னா சம்பளம்?'

'நீ என்னா கேக்குற?'

'நான் காலுல சலங்க கட்டுன நாளுலயிருந்து எனக்கு மட்டும் ரெண்டாள் சம்பளம்தான்.'

'சரி, அதுக்கென்னா கொடுத்துட்டாப்போச்சி. பெரியசாமிகிட்டெ நான் சொல்லிக்கிறன். நீ கௌம்பு.'

'எப்ப கௌம்பறது?'

'இப்பத்தான்.'

'சரி, கௌம்பு, போகலாம்.'

* * *